ಆಪ್ತನೋಟ

(ವ್ಯಕ್ತಿ ಚಿತ್ರಗಳು)

ಎಸ್.ಆರ್. ವಿಜಯಶಂಕರ

IBH
ಪ್ರಕಾಶನ

ಐಬಿಎಚ್ ಪ್ರಕಾಶನ
18/1, 1ನೇ ಮಹಡಿ, 2ನೇ ಮುಖ್ಯರಸ್ತೆ,
ಎನ್.ಆರ್. ಕಾಲೋನಿ, ಬೆಂಗಳೂರು-560 019
email: ibhprakashana@gmail.com

AAPTANOTA : by S.R. Vijayashankar, Published by H.K.L. Adiga for IBH Prakashana, #18/1, 1st Floor, 2nd Main, N.R. Colony, Bangalore-560019. Phone : 2667 6003 Mobile : 98450 70613 email: ibhprakashana@gmail.com

Pages : xxii + 234

Demy 1/8 70 GSM N.S. Maplitho

First Print : 2019

Price : ₹ **260/-**

Cover Design : Sudhakar Darbe

D.T.P. : **Jaikumara**
Mobile : 98865 33972

Printed at : **Sreeranga Printers Pvt. Ltd**
BSK 2nd Stage, Bangalore-560070
Ph : 26715813

ಅರ್ಪಣೆ

ಭಾವ, ಬಂಧು, ಗೆಳೆಯ, ಬರಹಗಾರ,

ಬಾಲಸುಬ್ರಹ್ಮಣ್ಯ ಕಂಜರ್ಪಣೆ

ಹಾಗೂ

ಸಹೋದರಿ **ಆಶಾ ಬಾಲಸುಬ್ರಹ್ಮಣ್ಯ**

ಇವರಿಗೆ

ನಿಮ್ಮ ಲವಲವಿಕೆಯ ಚೈತನ್ಯ, ಸಹಿಷ್ಣು ಗುಣ, ಕುಟುಂಬ ವಾತ್ಸಲ್ಯ
ಹಾಗೂ ಜ್ಞಾನ, ಅನ್ವೇಷಣೆಗಳ ಆಸಕ್ತಿ ಸದಾ ಹೀಗೆಯೇ
ಜೀವದಾಯಿನಿಯಾಗಿರಲಿ ಎಂದು ಹಾರೈಸುತ್ತಾ

ಮುನ್ನುಡಿ

'ಆಪ್ತನೋಟ'ದ ಕರ್ತೃ ಶ್ರೀ ಎಸ್.ಆರ್. ವಿಜಯಶಂಕರ ಅವರ ಮೊದಲ ಕೃತಿ 'ಮನೋಗತ' ಪ್ರಕಟವಾದದ್ದು 1985ರಲ್ಲಿ. ಇದೊಂದು ವಿಮರ್ಶಾ ಲೇಖನಗಳ ಸಂಕಲನ. ಅಂದಿನಿಂದ ವಿಜಯಶಂಕರ್ ವ್ರತನಿಷ್ಠರಾಗಿ ಸಾಹಿತ್ಯ ಮತ್ತು ಸಂಸ್ಕೃತಿಗಳ ವಿಮರ್ಶೆಯಲ್ಲಿ ತೊಡಗಿಕೊಂಡವರು. ಅವರು ವಿಮರ್ಶಕರಾಗಿಯೇ ಸಾಹಿತ್ಯವಲಯಗಳಲ್ಲಿ ಸುಪರಿಚಿತರು. ಇಲ್ಲಿಯವರೆಗೆ ಪ್ರಕಟವಾಗಿರುವ ಅವರ ಹತ್ತು ಕೃತಿಗಳಲ್ಲಿ ನಾಲ್ಕು ವಿಮರ್ಶಾ ಲೇಖನಗಳ ಸಂಕಲನಗಳು. ಉಳಿದವು ವಿಮರ್ಶೆಯ ಛದ್ಮವೇಷಿ ಬರಹಗಳು. ಅನಂತಮೂರ್ತಿಯವರ ಸಾಹಿತ್ಯ ವಿಮರ್ಶೆ, ಗೋಪಾಲಕೃಷ್ಣ ಅಡಿಗರ ಬಗ್ಗೆ 'ಪ್ರತಿಮಾಲೋಕ' ಮುಂತಾದ ಕೃತಿಗಳು. ಈಚಿನ ವರ್ಷಗಳಲ್ಲಿ ವಿಜಯಶಂಕರ್ ಅಂಕಣ ರಚನೆಯಲ್ಲೂ ಸೃಜನಶೀಲರಾಗಿದ್ದಾರೆ. ನನ್ನಂಥ ಪತ್ರಕರ್ತ ಮಿತ್ರರ ಒತ್ತಡವಿದ್ದೀತು. ಈ ಅಂಕಣ ಸಾಹಿತ್ಯದ ಪರಿಧಿಯೂ ಅವರಿಗೆ ಪ್ರಿಯವಾದ ಸಾಹಿತ್ಯ-ಸಂಸ್ಕೃತಿ ವಿಮರ್ಶೆಯೇ ಆಗಿರುವುದರಲ್ಲಿ ಸೋಜಿಗವೇನೂ ಇಲ್ಲ. ಅವರ ಅಂಕಣ ಬರಹಗಳ ಪರಿಧಿಯಲ್ಲಿ ಕರ್ತೃವೇ ಕೇಂದ್ರಬಿಂದು. ಎಂದೇ ಅವರು ಈ ಮಾದರಿಯ ಲೇಖನಗಳನ್ನು ವ್ಯಕ್ತಿಚಿತ್ರಗಳೆಂದು ಕರೆದಿರುವುದು ನ್ಯಾಯೋಚಿತವೇ ಆಗಿದೆ. ಕೃತಿಯೊಳಗಿನಿಂದಲೇ ಕರ್ತೃವಿನ ವ್ಯಕ್ತಿತ್ವದ ಅನ್ವೇಷಣೆ ವಿಜಯಶಂಕರ ಅವರ ವ್ಯಕ್ತಿಚಿತ್ರ ಬರವಣಿಗೆಯ ಕ್ರಮವಾಗಿದೆ. ಇದು ಕನ್ನಡಕ್ಕೆ ಹೊಸದೇನೂ ಅಲ್ಲವಾದರೂ ಇಂಥದೊಂದು ಶೈಲಿಯನ್ನು ಪುನರುಜ್ಜೀವನಗೊಳಿಸುವ ಹೆಜ್ಜೆಯಾಗಿ ಸ್ವಾಗತಾರ್ಹವಾಗಿದೆ.

ಕನ್ನಡ ಗದ್ಯಸಾಹಿತ್ಯ ಪ್ರಕಾರಗಳಲ್ಲಿ ಒಂದಾದ ವ್ಯಕ್ತಿಚಿತ್ರ ಬರವಣಿಗೆಯ ಸ್ವರೂಪವೇನು? ಅದರ ಪ್ರಮಾಣಗಳೇನು ? ಅದರ ರಸಾಭಿಜ್ಞತೆ ಏನು ? ಲೇಖನ ಕಲೆಯಲ್ಲಿ ಅದರ ಸ್ಥಾನ ಏನು-ಎತ್ತ ? ವಿಜಯಶಂಕರ ಅವರ 'ಆಪ್ತನೋಟ' ಓದಿ ಮುಗಿಸಿದ ನಂತರ ಇಂಥ ಪ್ರಶ್ನೆಗಳು ಉದ್ಭವಿಸಿದರೆ ಅದು ಅಸಹಜವೇನಲ್ಲ. ಏಕೆಂದರೆ ಸಾಹಿತ್ಯ ಪ್ರಕಾರವಾಗಿ ವ್ಯಕ್ತಿಚಿತ್ರ ಮಾದರಿ ಬರವಣಿಗೆಯ ಪರಿಧಿ, ಚಕ್ಕುಬಂದಿಗಳು ಇನ್ನೂ ನಿಶ್ಚಿತವಾಗಿಲ್ಲ. ವ್ಯಕ್ತಿಚಿತ್ರ ಒಂದು ಕಥನವಾಗಬಹುದಾದರೂ ಅದು ಕಾಲ್ಪನಿಕ ಸಾಹಿತ್ಯವಲ್ಲ. ಅದು ನಮ್ಮ ಕಣ್ಣೆದುರಿಗಿರುವ ಅಥವಾ ಸಂದುಹೋದವರ ವಾಸ್ತವವೇ ಆಗಿರುತ್ತದೆ. ಆದ್ದರಿಂದ ವ್ಯಕ್ತಿಚಿತ್ರ ಬರವಣಿಗೆಯನ್ನು ಕಲ್ಪಿತ ಕಥೆ-ಕಾವ್ಯಗಳ ಮಾನದಂಡಗಳಿಂದ ನೋಡಲಾಗದು. ವ್ಯಕ್ತಿಯ ಅಂತರಂಗ ಮತ್ತು ಬಹಿರಂಗ ಜೀವನಗಳ ಮೂಲಕವೇ ವ್ಯಕ್ತಿತ್ವವೊಂದರ ಗುಣಧರ್ಮಗಳ ಅನ್ವೇಷಣೆಯಲ್ಲಿ ತೊಡಗುವ ಇಂಥ ಬರವಣಿಗೆ ಮೌಲಿಕವಾದರೂ ಮೌಲ್ಯ ನಿರ್ಣಯ ಆ ಹೊತ್ತಿಗಂತೂ ಸಾಧುವಲ್ಲ.

ಎಷ್ಟೋ ವೇಳೆ ಬಹಿರಂಗವೇ ಹೆಚ್ಚು ಪ್ರಭಾವಶಾಲಿಯಾಗಿ ಅಂತರಂಗದ ಸೌಂದರ್ಯ ಮಸುಕಾಗಬಹುದು ಅಥವಾ ಕ್ವಚಿತ್ತಾಗಿರಬಹುದು, ಸಂಚಾರಿಭಾವ ಆಗಿರಬಹುದು ಅಥವಾ ನಮಗೆ ಕಾಣಿಸುವ ಅಂತರಂಗದ ನೋಟ ಪಾರ್ಶ್ವನೋಟವಾಗಿದ್ದು ಅದೇ ಅಂತಿಮ ಸತ್ಯವಾಗಿಲ್ಲದೇ ಇರಬಹುದು. ಪ್ರಸ್ತುತ ವಿಜಯಶಂಕರ್ ಅವರಿಗೆ ಇದರ ಅರಿವು ಇಲ್ಲದೆ ಇಲ್ಲ. ಎಂದೇ ಅವರ ವ್ಯಕ್ತಿ ಚಿತ್ರಗಳು ಒಬ್ಬ ವ್ಯಕ್ತಿಯ ಬಗ್ಗೆ ಮೌಲ್ಯನಿರ್ಣಯಕ್ಕೆ ಧಾವಿಸದೇ ಅಂತಃಸತ್ತ್ವ–ಶಕ್ತಿಗಳ, ಸತ್ಯ–ಸೌಂದರ್ಯಾನ್ವೇಷಣೆಯ ಗಂಭೀರ ಪ್ರಯತ್ನಗಳಾಗಿ ಎದ್ದು ಕಾಣುತ್ತವೆ.

–2–

'ಹಿಂದನದರಿಯದು, ಮುಂದನೇನ ಬಲ್ಲುದೋ?'

ಅಲ್ಲಮಪ್ರಭು ಉವಾಚ

ವಿಜಯಶಂಕರರ ವ್ಯಕ್ತಿಚಿತ್ರಗಳ ಅವಲೋಕನಕ್ಕೆ ಮೊದಲು ಒಂದು ಹಿನ್ನೋಟ ಅಗತ್ಯವೆನ್ನಿಸುತ್ತದೆ.

ವ್ಯಕ್ತಿಚಿತ್ರಗಳು ಎನ್ನುವ ಸಾಹಿತ್ಯ ಪ್ರಕಾರ ಇತ್ತೀಚಿನ ಪತ್ರಿಕಾ ಪ್ರಚಾರದಿಂದಾಗಿ ಕನ್ನಡಕ್ಕೆ ಹೊಸತು ಎನ್ನಿಸಬಹುದಾದರೂ, ಅದು ಹಾಗಲ್ಲ. ಎಚ್ಚೆಸ್ಕೆಯವರಂಥ ಲೇಖಕರ ಶೈಲಿ ಇತ್ಯಾದಿ ಮೆರುಗಿನಿಂದ ಹೊಸತನ ಬಂದಿರಬಹುದು. ಆದರೆ ಅದು ಅರ್ವಾಚೀನವೂ ಹೌದು, ಆಧುನಿಕವೂ ಹೌದು. ನಮ್ಮ ಪ್ರಾಚೀನ ಕವಿಗಳು ಪುರಾಣಪುರುಷರನ್ನು, ರಾಜಮಹಾರಾಜರುಗಳನ್ನು ತಮ್ಮ ಕಾವ್ಯದಲ್ಲಿ ದಿವ್ಯಭವ್ಯವಾಗಿ ಚಿತ್ರಿಸಿರುವ ನಿದರ್ಶನಗಳು ಹಲವಾರು ಸಿಗುತ್ತವೆ. ಈ ಪ್ರಕಾರದ ಬರವಣಿಗೆ ವ್ಯಕ್ತಿಕೇಂದ್ರಿತವಾಗಿದ್ದರೂ ಅದಕ್ಕೆ 'ವ್ಯಕ್ತಿಚಿತ್ರ' ಎನ್ನುವ ನಾಮಕರಣ ಆಗ ಆಗಿರಲಿಲ್ಲ. ಆದಾಗ್ಯೂ ವ್ಯಕ್ತಿಚಿತ್ರದ ಗುಣಲಕ್ಷಣಗಳನ್ನು ಸಂಕೇತಿಸುವ ಗುಣವಾಚಕ ಪ್ರಯೋಗಗಳಿದ್ದವು ಎಂಬುದನ್ನು ನಾವು ಮರೆಯುವಂತಿಲ್ಲ.

ಹತ್ತೊಂಬತ್ತನೆಯ ಶತಮಾನದ ಉತ್ತರಾರ್ಧದ ನಂತರ ಕನ್ನಡದಲ್ಲಿ ಜೀವನಚರಿತ್ರೆ ಎಂಬ ಹೊಸ ಗದ್ಯ ಪ್ರಕಾರವೊಂದು ತಲೆ ಎತ್ತಿದ್ದನ್ನು ನಾವು ಸಾಹಿತ್ಯ ಚರಿತ್ರೆಯಲ್ಲಿ ಕಾಣುತ್ತೇವೆ. ಈ ಜೀವನಚರಿತ್ರೆಯೂ ವ್ಯಕ್ತಿಕೇಂದ್ರಿತವಾದುದೇ. ಎಂದೇ ವ್ಯಕ್ತಿಚಿತ್ರ ಬರವಣಿಗೆಯ ಮೂಲ ಹುಡುಕಲು ನಾವು ಕಷ್ಟಪಡಬೇಕಾಗಿಲ್ಲ. ಈ ಜೀವನ ಚರಿತ್ರೆಯಲ್ಲೇ ವ್ಯಕ್ತಿಚಿತ್ರದ ಚಹರೆಗಳು (ಫೀಚರ್ಸ್) ಗೋಚರಿಸುತ್ತವೆ. ಈ ಮಾತಿಗೆ ನಿದರ್ಶನವಾಗಿ ಎಂ.ಎಸ್. ಪುಟ್ಟಣ್ಣನವರ 'ಕುಣಿಗಲ್ ರಾಮಾಶಾಸ್ತ್ರಿ' (1910), ಡಿ.ವಿ.ಜಿ.ಯವರ 'ಗೋಪಾಲಕೃಷ್ಣ ಗೋಖಲೆ' (1905) ಮತ್ತು 'ದಿವಾನ್ ಸಿ. ರಂಗಾಚಾರ್ಲು' ಮೊದಲಾದ ಕೃತಿಗಳನ್ನು ಗಮನಿಸಬಹುದು.

ದಿನಚರಿ, ಲಿಖಿತ ಮಾಹಿತಿಗಳಂಥ ದಾಖಲೆಗಳು ಲಭ್ಯವಿಲ್ಲದ ಕಾಲಘಟ್ಟದಲ್ಲಿ

ಶಿಷ್ಯವರ್ಗದ ಹಳೆಯ ನೆನಪುಗಳನ್ನೇ ಆಧರಿಸಿ ರಚಿತವಾಗಿರುವ 'ಕುಣಿಗಲ್ ರಾಮಾಶಾಸ್ತ್ರಿಗಳು', ಶಾಸ್ತ್ರಿಗಳ ಒಡನಾಟದಲ್ಲಿ ಬಂದ ಹಲವರ ವ್ಯಕ್ತಿಚಿತ್ರಗಳೂ ಆಗಿರುವುದು ಒಂದು ವಿಸ್ಮಯ. ಡಿ.ವಿ.ಜಿ.ಯವರ 'ದಿವಾನ್ ರಂಗಾಚಾರ್ಲು' ವ್ಯಕ್ತಿವಿಶಿಷ್ಟ ಗುಣಧರ್ಮಗಳನ್ನು ಚಿತ್ರಿಸುವ ಮೂಲಕ ಅಸ್ಮಿತೆಯ (ಇಂಡಿವಿಜ್ಯುಯಾಲಿಟಿ) ಛಾಪಿನ ವ್ಯಕ್ತಿತ್ವವೊಂದನ್ನು ನಮ್ಮ ಕಣ್ಣೆದುರು ಸಾಕಾರವಾಗಿ ಕಡೆದು ನಿಲ್ಲಿಸುತ್ತದೆ.

ವ್ಯಕ್ತಿಚಿತ್ರ ಒಂದು ಸಾಹಿತ್ಯ ಪ್ರಕಾರವಾಗಿ ಬೆಳೆಯಲಾರಂಭಿಸಿದ್ದು 1930ರ ನಂತರ. 1934ರಲ್ಲಿ ಸಿದ್ಧವನಹಳ್ಳಿ ಕೃಷ್ಣಶರ್ಮರ 'ಕನ್ನಡದ ಕಿಡಿ'ಗಳು ಪ್ರಕಟವಾಯಿತು. ಇದು ಕನ್ನಡದಲ್ಲಿ ವ್ಯಕ್ತಿಚಿತ್ರ ಪ್ರಕಾರಕ್ಕೆ ನಾಂದಿ ಹಾಡಿತು ಎನ್ನುವ ಅಭಿಪ್ರಾಯವಿದೆ. 'ದೀಪಮಾಲೆ' ಮತ್ತು 'ಕುಲದೀಪಕರು' ಶರ್ಮರ ಇನ್ನೆರಡು ವ್ಯಕ್ತಿಚಿತ್ರ ಸಂಕಲನಗಳು. ಸಿದ್ಧವನಹಳ್ಳಿ ಕೃಷ್ಣಶರ್ಮರು ಉತ್ಕೃಷ್ಟ ಗದ್ಯಬರಹಗಾರರೆಂದು ಪ್ರಸಿದ್ಧರು. 'ಪರ್ಣಕುಟಿ', 'ವಾರ್ಧಾಯಾತ್ರೆ'ಗಳಲ್ಲಿ ಕಂಡುಬರುವ ಅವರ ಚಿಕ್ಕಚಿಕ್ಕ ವಾಕ್ಯಗಳಲ್ಲಿ ಅರಳುವ ಭಾವಮಯ ಗದ್ಯ ವ್ಯಕ್ತಿಚಿತ್ರಗಳಲ್ಲಿ ಕಂಡುಬರುವುದಿಲ್ಲ. ಶರ್ಮರು ವ್ಯಕ್ತಿಚಿತ್ರ ಬರೆವಣಿಗೆಗೆ ಪ್ರಬಂಧ ಶೈಲಿಯ ಗದ್ಯವನ್ನೇ ಆರಿಸಿಕೊಂಡಂತಿದೆ.

ನಂತರ ವ್ಯಕ್ತಿಚಿತ್ರಗಳು ಒಂದು ಸಾಹಿತ್ಯ ಪ್ರಕಾರವಾಗಿ ಸ್ಫುಟವಾಗಿ ಗೋಚರಿಸುವುದು ಡಿ.ವಿ.ಜಿ.ಯವರ 'ಜ್ಞಾಪಕಚಿತ್ರಶಾಲೆ' ಸಂಪುಟಗಳಲ್ಲಿ. ಎಂಟು ಸಂಪುಟಗಳಲ್ಲಿ ಹರಡಿಕೊಂಡಿರುವ ಡಿ.ವಿ.ಜಿ.ಯವರ 'ಜ್ಞಾಪಕಚಿತ್ರಶಾಲೆ' 1969–74ರ ಅವಧಿಯಲ್ಲಿ ಪ್ರಕಟವಾಯಿತಾದರೂ ಅಲ್ಲಿ ನಾವು ಕಾಣುವುದು 19–20ನೇ ಶತಮಾನದ ಕಾಲಾವಧಿಯ ಹಳೆಯ ಮೈಸೂರಿನ ಸಾಂಸ್ಕೃತಿಕ ಹಾಗೂ ಬೌದ್ಧಿಕ ಜೀವನದ ಕಥನವನ್ನು. ಈ ಚಿತ್ರಶಾಲೆಯಲ್ಲಿ ಹಲವಾರು ಮಹನೀಯರ ವ್ಯಕ್ತಿಚಿತ್ರಗಳು ಕಂಗೊಳಿಸುತ್ತವೆ. ಡಿ.ವಿ.ಜಿ.ಯವರ ಈ ಬರವಣಿಗೆಯಲ್ಲಿ ಎದ್ದುಕಾಣುವ ಗುಣವಿಶೇಷವೆಂದರೆ ಲೇಖಕರಲ್ಲಿ ಇರಬೇಕೆಂದು ನಿರೀಕ್ಷಿಸಲಾಗುವ ನೈತಿಕನಿಷ್ಠೆ. ಒಂದು ವ್ಯಕ್ತಿತ್ವದ ಸಮಗ್ರನೋಟ, ಪಾರ್ಶ್ವನೋಟಗಳು ಬಿಂಬಿಸುವ ಛಾಯೆಗಳಲ್ಲಿ ವ್ಯಕ್ತವಾಗುವ ಶೀಲಸ್ವಭಾವಗಳನ್ನು ಗ್ರಹಿಸಿ ನಿರೂಪಿಸುವುದರಲ್ಲಿ ಯಾರಿಗೂ ನೋವುಂಟುಮಾಡದೇ, ಆದರೆ, ಸತ್ಯವನ್ನು ಹೇಳುವ ದೃಢನಿಶ್ಚಯದಲ್ಲೂ ತೀರ್ಪು–ತೀರ್ಮಾನವನ್ನು ದಾಖಲಿಸಲು ಧಾವಂತ ಪಡದಂಥ ನೈತಿಕನಿಷ್ಠೆ ಇದು. ಸರ್ ಪಿ.ಎನ್. ಕೃಷ್ಣಮೂರ್ತಿ ಇರಲಿ, ಸಜ್ಜನರಾಯರಿರಲಿ, ಬೆಂಗಳೂರು ನಾಗರತ್ನಮ್ಮನವರಿರಲಿ, ಬಂಡಿ ರಸೂಲ್ ಖಾನ್ ಇರಲಿ ಡಿ.ವಿ.ಜಿ.ಯವರ ಮಾನದಂಡಗಳು ಬದಲಾಗುವುದಿಲ್ಲ. ವ್ಯಕ್ತಿಯ ಅಂತಃಸತ್ತ್ವವಾದ ಶೀಲಸ್ವಭಾವಗಳಿಂದಲೇ ಒಂದು ವ್ಯಕ್ತಿತ್ವವನ್ನು ಪಾರದರ್ಶಕವಾಗಿ ನಮ್ಮ ಕಣ್ಮುಂದೆ ನಿಲ್ಲಿಸುವ ಡಿ.ವಿ.ಜಿ.ಯವರ ಬರವಣಿಗೆ ಶತಾವಧಾನಿ ಡಾ. ಆರ್. ಗಣೇಶ್ ಹೇಳುವಂತೆ, "ಮಾನವರ ಶೀಲ ಸ್ವಭಾವಗಳನ್ನು ಸಿದ್ಧಿಪ್ರಸಿದ್ಧಿಗಳನ್ನು ನಮ್ಮ ಅಂತರಂಗಕ್ಕೆ ಮುಟ್ಟಿಸುವ ಮಾಂತ್ರಿಕ ಕ್ರಿಯೆ... ಬಾಳಿನ ಹಾಡು, ಬದುಕಿನ ಬೆಳಸು."

–3–

ವರ್ಣಚಿತ್ರ ಕಲಾ ಮಾಧ್ಯಮದಲ್ಲಿ ಭಾವಚಿತ್ರ (ಪೋಟ್ರೇಟ್) ಎನ್ನುವ ಪ್ರಭೇದ ಒಂದುಂಟು. ವ್ಯಕ್ತಿಯ ಬಾಹ್ಯರೂಪವನ್ನು ದಟ್ಟ ಬಣ್ಣಗಳಲ್ಲಿ, ರೇಖೆಗಳಲ್ಲಿ ಅನುರೂಪವಾಗಿ ಪಡಿಮೂಡಿಸುವ ಕುಂಚ ಕಲೆ. ಇದೇ ರೀತಿ ವ್ಯಂಗ್ಯಚಿತ್ರಕಲೆಯ ಒಂದು ಪ್ರಭೇದ ಕ್ಯಾರಿಕೆಚೂರ್–ವಿಕಟ ಚಿತ್ರಣ ಅಥವಾ ವ್ಯಕ್ತಿತ್ವ ವಿಡಂಬನೆ. ವ್ಯಕ್ತಿಯ ಬಾಹ್ಯರೂಪ-ಲಕ್ಷಣಗಳ ಹೆಗ್ಗುರುತುಗಳನ್ನು ಆತನ ಸ್ವಭಾವ, ಆಸಕ್ತಿ–ಅಭ್ಯಾಸ–ಹವ್ಯಾಸಗಳೊಂದಿಗೆ ತಳುಕುಹಾಕಿ ಭೂತಗನ್ನಡಿಯಲ್ಲಿ ತೋರಿಸುವಂತೆ ವಿಕಟ ಶೈಲಿಯಲ್ಲಿ ಚಿತ್ರಿಸುವ ಮಾದರಿ ಕ್ಯಾರಿಕೆಚೂರ್.

ದಟ್ಟ ಬಣ್ಣ ದಿಟ್ಟ ರೇಖೆಯ ಸುಂದರ ಭಾವಚಿತ್ರಗಳು ಹಾಗೂ ಕಪ್ಪುಬಿಳುಪಿನ ರೇಖಾವಿಲಾಸದ ಕ್ಯಾರಿಕೆಚೂರ್ ಮಾದರಿಯ ವ್ಯಕ್ತಿಚಿತ್ರ ಬರಹಗಳು ಕನ್ನಡ ಸಾಹಿತ್ಯದಲ್ಲೂ ಇದೆ. ಬಾಹ್ಯಚಹರೆ–ಲಕ್ಷಣಗಳ ಮಾಹಿತಿಪೂರ್ಣ ವರ್ಣನಾತ್ಮಕ (ಪೊರ್ಟ್ರಯೆಟ್) ವ್ಯಕ್ತಿಚಿತ್ರಗಳು ಕನ್ನಡ ಸಾಹಿತ್ಯದಲ್ಲಿ ಸಾಕಷ್ಟು ಸಿಗುತ್ತವೆ. ಕ್ಯಾರಿಕೆಚೂರ್ ಮಾದರಿಯ ವ್ಯಕ್ತಿಚಿತ್ರಗಳ ನಿದರ್ಶನಗಳು ಹಲವು ಕಾಣಸಿಗುತ್ತವೆ. ಇವು ವ್ಯಕ್ತಿತ್ವದ ಹೆಗ್ಗುರುತುಗಳನ್ನು ಗಮನಿಸುವ ರೇಖಾತ್ಮಕ ರೀತಿಯದೂ ಹೌದು. ಮೊದಲ ರೀತಿಯ ವಯಕ್ತಿಚಿತ್ರಗಳು ವರ್ಣನಾತ್ಮಕ ಹಾಗೂ ಪ್ರಬಂಧಗಳ ಶೈಲಿಯದು. ಕಾರಂತರ 'ಹಳ್ಳಿಯ ಹತ್ತು ಸಮಸ್ತರು', ಗೊರೂರು ರಾಮಸ್ವಾಮಿ ಅಯ್ಯಂಗಾರ್ಯರ 'ಗರುಡಗಂಬದ ದಾಸಯ್ಯ' ಮತ್ತು 'ನಮ್ಮೂರಿನ ರಸಿಕರು', ಬಿ.ಜಿ.ಎಲ್. ಸ್ವಾಮಿಯವರ 'ಪಂಚಕಳಶ ಗೋಪುರ', ಎಲ್.ಎಸ್. ಶೇಷಗಿರಿ ರಾವ್ ಅವರ 'ಸಿರಿ ಸಂಪದ', ಎನ್.ಎಸ್. ಲಕ್ಷ್ಮೀನಾರಾಯಣ ಭಟ್ಟರ 'ಸಾಹಿತ್ಯರತ್ನ ಸಂಪುಟ', ಜಿ. ಅಶ್ವತ್ಥನಾರಾಯಣ ಅವರ 'ಸಾಹಿತ್ಯ ದಿಗ್ಗಜರು', ಸಿದ್ಧವನಹಳ್ಳಿ ಕೃಷ್ಣಶರ್ಮರ ರಚನೆಗಳು ಇಂಥ ಹಲವಾರು ನಿದರ್ಶನಗಳು ಸಿಗುತ್ತವೆ.

ನವೋದಯದ ನಂತರ ವ್ಯಕ್ತಿಚಿತ್ರ ರಚನೆ ಒಂದು ಹೊಸಹೊರಳು ಪಡೆದದ್ದು ಎಚ್ಚೆಸ್ಕೆಯವರ ಬರಹಗಳಲ್ಲಿ. ಇದೇ ವೇಳೆಗೆ ಕನ್ನಡದಲ್ಲಿ ದಿನಪತ್ರಿಕೆಗಳು ಹಾಗೂ ನಿಯತಕಾಲಿಕಗಳು ಸಂದರ್ಭೋಚಿತವಾಗಿ ಬರೆಯಬಲ್ಲ ಪ್ರತಿಭೆಗಳ ಅನ್ವೇಷಣೆಯಲ್ಲಿದ್ದವು. ಪ್ರಜಾವಾಣಿ ಮತ್ತು ಸುಧಾ ಪತ್ರಿಕೆಗಳ ಅಂಥ ಒಂದು ನವಶೋಧ ಎಚ್ಚೆಸ್ಕೆ–ಎಚ್.ಎಸ್. ಕೃಷ್ಣಸ್ವಾಮಿ ಅಯ್ಯಂಗಾರ್. ಇದಕ್ಕೆ ಮುಂಚಿನಿಂದಲೂ 'ಕನ್ನಡ ನುಡಿ' ವಾರಪತ್ರಿಕೆಗೆ ವ್ಯಕ್ತಿಚಿತ್ರಗಳನ್ನು ಬರೆಯುತ್ತಿದ್ದ ಎಚ್ಚೆಸ್ಕೆ, ಈ ಬಗೆಯ ಬರವಣಿಗೆಯನ್ನು 'ಸುಧಾ'ದಲ್ಲಿ ಮುಂದುವರಿಸಿದರು. 1965ರಲ್ಲಿ 'ಸುಧಾ' ಆರಂಭವಾದಾಗಿನಿಂದ 1980ರವರೆಗೆ 'ವಾರದ ವ್ಯಕ್ತಿ' ಅಂಕಣದಲ್ಲಿ ನೂರಾರು ವ್ಯಕ್ತಿಚಿತ್ರಗಳನ್ನು ಬರೆದು ಅದರಲ್ಲಿ ಸಿದ್ಧಹಸ್ತರೆನ್ನಿಸಿಕೊಂಡರು ಎಚ್ಚೆಸ್ಕೆ. ಕಾಲಮಿತಿ–ಸ್ಥಳಮಿತಿ ಮತ್ತು ಸಂದರ್ಭ ಅಥವಾ ಪ್ರಸ್ತುತತೆಗಳ ಒತ್ತಡದಲ್ಲಿ ಬರೆದ ಎಚ್ಚೆಸ್ಕೆಯವರ ಈ ವ್ಯಕ್ತಿಚಿತ್ರಣ ಮಾರ್ಗ ಪೋರ್ಟ್ರೆಯಟ್‌ನಂತೆ ವಿವರಣಾತ್ಮಕವೂ ಅಲ್ಲ ವರ್ಣನಾತ್ಮಕವೂ ಅಲ್ಲ. ವ್ಯಂಗ್ಯಚಿತ್ರಕಾರ ಕಪ್ಪುಬಿಳುಪಿನ ಕೆಲವೇ ಕೆಲವು ರೇಖೆಗಳಲ್ಲಿ

ವ್ಯಕ್ತಿತ್ವವೊಂದನ್ನು ರೂಪಿಸಿದಂತೆ ಎಚ್ಚೆಸ್ಕೆ ಪುಟ್ಟಪುಟ್ಟ ವಾಕ್ಯಗಳಲ್ಲಿ ವ್ಯಕ್ತಿಯ ಪೂರ್ವಾಪರ ಮಾಹಿತಿ, ಹೆಗ್ಗುರುತುಗಳು, ವಿಶೇಷ ಸಾಧನೆಗಳನ್ನು ಶಬ್ದಾಡಂಬರವಿಲ್ಲದಂತೆ ಅಕ್ಷರಗಳಲ್ಲಿ ರೇಖಿಸುವ ಹೊಸ ಶೈಲಿಯೊಂದನ್ನು ರೂಢಿಸಿಕೊಂಡರು. ಕ್ಯಾರಿಕೆಚೂರ್ ಮಾದರಿಯಾದರೂ ಅದರ ಪ್ರಧಾನ ಲಕ್ಷಣವಾದ ವಿಡಂಬನೆ ಇಲ್ಲ. ವ್ಯಕ್ತಿತ್ವವೊಂದನ್ನು ಭಾಷೆಯ ದುಂದುಗಾರಿಕೆ ಇಲ್ಲದೆ ಕೆಲವೇ ಮಾತುಗಳಲ್ಲಿ ಮೂರ್ತಿವತ್ತಾಗಿ ಕಣ್ಮನಗಳಿಗೆ ಮುಟ್ಟುವಂತೆ ಕಡೆದಿರಿಸುವುದರಲ್ಲಿ ಎಚ್ಚೆಸ್ಕೆಯವರದು ಅನನ್ಯ ಸಾಧನೆ. ಯಾರೂ ಅವರ ಈ ಶೈಲಿಯನ್ನು ಬೆಳೆಸಿದ ನಿದರ್ಶನಗಳಿಲ್ಲ.

ಕನ್ನಡದಲ್ಲಿನ ಜೀವನಚರಿತ್ರೆ/ವ್ಯಕ್ತಿಚಿತ್ರ ಸಾಹಿತ್ಯ ಕುರಿತು ಬರೆಯುವಾಗ ನವ್ಯದ ಅನಂತಮೂರ್ತಿಯವರ ಕೆಲವು ವ್ಯಕ್ತಿಕೇಂದ್ರಿತ ಬರಹಗಳನ್ನು ವ್ಯಕ್ತಿಚಿತ್ರದ ಆಸುಪಾಸಿನಲ್ಲೇ ನೋಡಬೇಕಾಗುತ್ತದೆ. ಲೋಹಿಯಾ, ಗೋಪಾಲಗೌಡ, ಕೆ.ವಿ. ಸುಬ್ಬಣ್ಣ, ಹಾಸನದ ರಾಜಾರಾಯರು ಅವರುಗಳನ್ನು ಕುರಿತ ಅನಂತಮೂರ್ತಿಯವರ ಬರಹಗಳು ಪ್ರಬಂಧ ಶೈಲಿಯಲ್ಲೇ ಇದೆಯಾದರೂ ಅವುಗಳ ರೀತಿನೀತಿ ವ್ಯಕ್ತಿತ್ವವೊಂದರ ಅಂತಃಸತ್ತ್ವ-ಶಕ್ತಿಗಳನ್ನು ಶೋಧಿಸುವ ಪರಿಯೇ ಆಗಿದೆ.

ಕನ್ನಡ ಕಾವ್ಯದಲ್ಲೂ ಪುರಾಣ ಪುರುಷರಿಂದ ವರ್ತಮಾನ ಕಾಲದವರೆಗಿನ ವ್ಯಕ್ತಿಚಿತ್ರಗಳು ತಮ್ಮದೇ ಆದ ಅಸ್ಮಿತೆ ಮತ್ತು ಅನನ್ಯತೆಗಳಿಂದ ಅಭಿವ್ಯಕ್ತಿ ಪಡೆದಿವೆ. ಗೋಪಾಲಕೃಷ್ಣ ಅಡಿಗರ 'ಶ್ರೀ ರಾಮನವಮಿಯ ದಿವಸ', 'ಭಾರತದ ತಂದೆ ಗಾಂಧಿ', 'ನೆಹರೂ ನಿವೃತ್ತರಾಗುವುದಿಲ್ಲ', 'ಶಾಂತವೇರಿಯ ಅಶಾಂತ ಸಂತ', 'ನಮ್ಮ ಸದಾಶಿವ'; ನಿಸಾರ್ ಅಹಮದ್ ಅವರ 'ಮಾಸ್ತಿ', 'ತೀನಂಶ್ರೀ', 'ರಾಮನ್ ಸತ್ತ ಸುದ್ದಿ', 'ಮೈಲಿ ಮೊಗದ ಮಹರಾಯ'; ಚಂದ್ರಶೇಖರ ಕಂಬಾರರ 'ಮಾವೋತ್ಸೆ ತುಂಗ', 'ಕುರ್ತಕೋಟಿ' ಮೊದಲಾದ ಕವಿತೆಗಳು ನಮ್ಮ ಮನಸ್ಸಿಗೆ ಬರುತ್ತವೆ. ಎಚ್.ಎಸ್. ವೆಂಕಟೇಶ ಮೂರ್ತಿಯವರು 'ಸುನೀತಭಾವ'ದಲ್ಲಿ ಮೆಟಫರಿಕಲ್ ವರ್ಬಲ್ ಕ್ಯಾರಿಕೆಚೂರ್ ಎನ್ನಬಹುದಾದಂಥ ವ್ಯಕ್ತಿಚಿತ್ರಕಾವ್ಯ ಪ್ರಯೋಗವನ್ನೇ ಮಾಡಿದ್ದಾರೆ.

* * *

ಕನ್ನಡದಲ್ಲಿ ವ್ಯಕ್ತಿಚಿತ್ರಗಳನ್ನು ಯಾವ ಮಾನದಂಡದಿಂದ ನೋಡಬೇಕು ? ಅದರ ಹಿಂದಿನ ಪ್ರತಿಭೆ, ವೈಚಾರಿಕತೆ ಎಂಥದು? ವಿಜಯಶಂಕರರ ವ್ಯಕ್ತಿಚಿತ್ರಗಳು ಪರಂಪರೆಯ ಮುಂದುವರಿಕೆಯೆ ಅಥವಾ ಅವು ಹೇಗೆ ಭಿನ್ನ ? ಎಂದೆಲ್ಲ ಯೋಚಿಸಿದಂತೆ ಈ ಒಂದು ಹಿಮ್ಮಿಂಚು ಅನಿವಾರ್ಯವಾಯಿತು. ಇದರ ಹಿಂದಿನ ಪ್ರತಿಭೆ, ಸಂವೇದನೆಗಳು ಎಂಥಾದ್ದು ಎಂಬ ಪ್ರಶ್ನೆ ಮೂಡಿದಾಗ ಥಟ್ಟನೆ ಹೊಳೆದಿದ್ದು ಅಡಿಗರ :

ಹುತ್ತಗಟ್ಟದೆ ಚಿತ್ತ ಮತ್ತೆ ಕೆತ್ತೀತೇನು
ಪುರುಷೋತ್ತಮನ ಆ ಅಂಥ ರೂಪ-ರೇಖೆ ?

–4–

ಇಂಥ ಧ್ಯಾನಸ್ಥ ಪ್ರತಿಭೆ ವಿಜಯಶಂಕರ್. ಚಿತ್ರಕಾರನಿಗೆ ಭಾವಚಿತ್ರ ರಚನೆಯಲ್ಲಿ ಮುಖಮುದ್ರೆ, ಅಂಗಿಕಗಳು ಮುಖ್ಯವಾಗುವಂತೆ ವ್ಯಕ್ತಿಚಿತ್ರ ರಚನಕಾರರಿಗೆ ಬಾಹ್ಯ ನಡಾವಳಿ, ಸಂಬಂಧ–ಸಂವಹನಗಳು, ಕೃತಿಗಳು, ಸಾಧನೆಗಳ ಅಧ್ಯಯನ ವ್ಯಕ್ತಿತ್ವವೊಂದರ ಅಂತಃಶಕ್ತಿಯೊಂದಿಗೆ ಅನುಸಂಧಾನಕ್ಕೆ ಮಾರ್ಗವಾಗುತ್ತದೆ. ವಿಜಯಶಂಕರ ಅಧ್ಯಯನಶೀಲರು, ಸಂವೇದನಾಶೀಲರು. ಧ್ಯಾನಸ್ಥ ಅಧ್ಯಯನ ಪ್ರವೃತ್ತಿ ಮತ್ತು ಸಂವೇದನಾಶೀಲತೆ ಅವರ ಬರವಣಿಗೆಯ ಮುಖ್ಯಶಕ್ತಿಯಾಗಿದೆ. 'ಆಪ್ತನೋಟ' ಅವರ ಮೂರನೆಯ ವ್ಯಕ್ತಿಚಿತ್ರ ಸಂಕಲನ. ಹಿಂದಿನ ಎರಡು ಸಂಕಲನಗಳೂ ಸೇರದಂತೆ ವಿಜಯಶಂಕರರ ವ್ಯಕ್ತಿಚಿತ್ರಗಳು ಹೆಚ್ಚಾಗಿ ಸಾಹಿತಿ/ಕಲಾವಿದರುಗಳದು. ಅಪರೂಪಕ್ಕೆಂಬಂತೆ ದೇಶದ ವಿದ್ವತ್ತು–ವಿವೇಕಗಳ ಪ್ರಾತಿನಿಧಿಕ ಸ್ವರೂಪರಾದ ಸರ್ ಎಂ.ವಿ., ನಿಟ್ಟೂರು ಶ್ರೀನಿವಾಸ ರಾವ್, ನ್ಯಾಯಮೂರ್ತಿ ವಿ.ಆರ್. ಕೃಷ್ಣ ಅಯ್ಯರ್, ಡಾ. ಅಂಬೇಡ್ಕರ್ ಅವರಂಥ ಮಹಾನುಭಾವರ ವ್ಯಕ್ತಿಚಿತ್ರಗಳನ್ನೂ ಬರೆದಿದ್ದಾರೆ. ಸಾಹಿತಿಗಳ ವ್ಯಕ್ತಿಚಿತ್ರ ಬರೆದಿರುವ ಪ್ರೊ. ಎಲ್.ಎಸ್.ಎಸ್., ಪ್ರೊ. ಎನ್.ಎಸ್.ಎಲ್., ಜಿ. ಅಶ್ವತ್ಥನಾರಾಯಣ ಮೊದಲಾದವರ ಬರಹಗಳಲ್ಲಿ ಆಯಾ ಸಾಹಿತಿಗಳ ಕ್ವಚಿತ್ತಾದ ವೈಯಕ್ತಿಕ ವಿವರಗಳೊಂದಿಗೆ ವಿಮರ್ಶಾತ್ಮಕವಾಗಿ ಅವರ ಸಾಹಿತ್ಯ ಸಾಧನೆಗಳನ್ನು, ಕೊಡುಗೆಗಳನ್ನು ಚರ್ಚಿಸುತ್ತಲೇ ವ್ಯಕ್ತಿತ್ವವೊಂದನ್ನು ಪರಿಚಯಿಸುವ ಮಾದರಿಯನ್ನು ನಾವು ಕಾಣುತ್ತೇವೆ. ವಿಜಯಶಂಕರ್ ಅವರು ಇವರಿಗಿಂತ ವಿಭಿನ್ನವಾಗಿ ಕಾಣುವುದು ಅವರ ಗುರಿಗಮ್ಯತೆಗಳಲ್ಲಿ (ಅಪ್ರೋಚ್ ಮತ್ತು ಎಕ್ಸ್‌ಪ್ಲೋರೇಷನ್).

ಈ ಸಂಕಲನದಲ್ಲಿ ಇಪ್ಪತ್ತೆಂಟು ವ್ಯಕ್ತಿಚಿತ್ರಗಳಿವೆ. ಮೊದಲ ಮೂರು ಭಾಗಗಳಲ್ಲಿ ಇಪ್ಪತ್ತೊಂದು ಮಂದಿ ಸಾಹಿತಿ/ಕಲಾವಿದರ ವ್ಯಕ್ತಿಚಿತ್ರಗಳಿವೆ. ನಾಲ್ಕನೆಯ ಭಾಗದಲ್ಲಿ ಬೇರೆ ಕ್ಷೇತ್ರಗಳ ಪ್ರಾಜ್ಞರ ಅಸಾಧಾರಣ ವ್ಯಕ್ತಿತ್ವಗಳನ್ನು ಶೋಧಿಸುವ ಲೇಖನಗಳಿವೆ. ಶಿವರಾಮ ಕಾರಂತರು, ಗೋಪಾಲಕೃಷ್ಣ ಅಡಿಗರು ಮತ್ತು ಯು.ಆರ್. ಅನಂತಮೂರ್ತಿ ವಿಜಯಶಂಕರ್ ಅವರಿಗೆ, ಮೊಗೆದಷ್ಟೂ ಸೆಲೆಯುಕ್ಕಿಸುವ ಸಿಹಿನೀರ ಊಟೆಯಂತೆ. ಮೂರೂ ಸಂಕಲನಗಳಲ್ಲೂ ಅಡಿಗರು, ಅನಂತಮೂರ್ತಿಯವರು ಪ್ರತ್ಯಕ್ಷರಾದರೆ, 'ಒಡನಾಟ' ಮತ್ತು 'ಆಪ್ತನೋಟ'ಗಳಲ್ಲಿ ಶಿವರಾಮಕಾರಂತರ ವ್ಯಕ್ತಿತ್ವ ಚಾಚಿಕೊಂಡಿದೆ.

'ವಿಜಯಶಂಕರರ ವ್ಯಕ್ತಿಚಿತ್ರಗಳು ನಮಗೆ ಮೆಚ್ಚುಗೆಯಾಗುವುದು ಅವರು ವ್ಯಕ್ತಿಗಳನ್ನು ವಿಮರ್ಶೆಯ ಬೆಳಕಿನಲ್ಲಿ ನೋಡುವ ಕ್ರಮದಿಂದಾಗಿ. ಇಲ್ಲಿ ಎದುರಾಗುವ ವ್ಯಕ್ತಿಗಳು, ಅವರ ಕೃತಿಗಳು, ಅವುಗಳ ವಿಮರ್ಶೆ, ವ್ಯಾಖ್ಯಾನ ಇವೆಲ್ಲ ನಮಗೆ ತಿಳಿದದ್ದೇ ಎನ್ನುವಷ್ಟರಲ್ಲಿ ಒಂದು ಬೀಜರೂಪಿ ವಾಕ್ಯದಲ್ಲಿ ಅಥವಾ ಮಾಣಿಕ್ಯರೂಪಿ ಮಾತಿನಲ್ಲಿ ವ್ಯಕ್ತಿತ್ವದ ಗುಣಸತ್ತ್ವವನ್ನು ಥಳಥಳಿಸುವಂತೆ ಎತ್ತಿಹಿಡಿದು ನಮ್ಮನ್ನು ಬೆರಗುಗೊಳಿಸುತ್ತವೆ' ಎಂದು ನಾನು ಹಿಂದೊಂದು ಸಂದರ್ಭದಲ್ಲಿ ಬರೆದಿದ್ದೆ. ಈಗ

'ಆಪ್ತನೋಟ' ಓದಿದ ಮೇಲೆ ನನ್ನ ಈ ಅಭಿಪ್ರಾಯವನ್ನು ಬದಲಿಸಿಕೊಳ್ಳುವಂತೆ ಆಗ್ರಹಿಸುವ ಬೆಳವಣಿಗೆಯೇನೂ ಅವರ ಧೋರಣೆ ಮತ್ತು ಬರವಣಿಗೆ ಕ್ರಮದಲ್ಲಿ ಕಂಡುಬರುತ್ತಿಲ್ಲ. ಈ ಸಂಕಲನದಲ್ಲಿರುವ ವ್ಯಕ್ತಿಚಿತ್ರಗಳ ಬೆಳಕಿನಲ್ಲಿ ನನ್ನ ಅಭಿಪ್ರಾಯವನ್ನು ಇನ್ನಷ್ಟು ವಿವರಗಳಲ್ಲಿ ಸೋದೋಹರಣವಾಗಿ ಸಹೃದಯರಿಗೆ ಮನಗಾಣಿಸಬಹುದು ಎನ್ನಿಸುತ್ತಿದೆ.

ವ್ಯಕ್ತಿಯ ಮೂರ್ತಿವತ್ತಾದ ಬಹಿರಂಗ ಲಕ್ಷಣಗಳಿಗಿಂತ ಮಿಗಿಲಾದುದು ಅವರ ಅಂತಃಶಕ್ತಿ ಮತ್ತು ಅಂತಃಸತ್ಯಗಳು, ಅಂತರಂಗದ ಅಭೀಪ್ಸೆಗಳು. ಇದನ್ನು ಶೋಧಿಸಿ ಅನಾವರಣಗೊಳಿಸುವ ತಮ್ಮ ಗುರಿಗಮ್ಯತೆಗಳ ಸಾಧನೆಯಲ್ಲಿ ವಿಜಯಶಂಕರ್ ಅವರಿಗೆ ಹತ್ತಿರದ ಒಡನಾಟ ಮತ್ತು ಅವರ ಕೃತಿಗಳ ವಿಮರ್ಶೆ ಸಹಾಯಕವಾಗಿ ಬರುತ್ತದೆ. 'ಒಡನಾಟ' ಸಂಕಲನದಲ್ಲಿರುವ ಶಿವರಾಮ ಕಾರಂತರನ್ನು ಕುರಿತ ಹದಿನಾರು ಪುಟಗಳ ಸುದೀರ್ಘ ಲೇಖನದಲ್ಲಿ, ಕಾದಂಬರಿಗಳು ಮತ್ತು ಯಕ್ಷಗಾನ ಪ್ರಯೋಗಗಳನ್ನು ವಿಮರ್ಶಾತ್ಮಕವಾಗಿ ಅವಲೋಕಿಸುತ್ತಲೇ ಬೇರೆಯವರ ವಿಮರ್ಶೆಯನ್ನೂ ಗಮನಿಸುತ್ತಾ ಹಲವಾರು ಕನ್ನಡಿಗಳ ಮೂಲಕ ಕಾರಂತರ ಅಂತಃಸತ್ತ್ವದ ದರ್ಶನ ಮಾಡಿಸುತ್ತಾರೆ. ಕಾರಂತರೇ ಹೇಳಿಕೊಂಡಿರುವಂತೆ 'ಹದಿನಾರು ಅವತಾರಗಳಿಗಾಗುವಷ್ಟು' ಹಿರಿದಾದುದು, ಬಹುಮುಖಿಯಾದುದು ಅವರ ವ್ಯಕ್ತಿತ್ವ. ಎಂದೇ 'ಒಡನಾಟ'ದ ಕೊನೆಯ ಲೇಖನದಲ್ಲಿ "ಕನ್ನಡ ಸಂಸ್ಕೃತಿಯನ್ನು ಬೆಳೆಸಿದ ಚೇತನವಾಗಿ, ಸ್ವಾತಂತ್ರ್ಯ ಪ್ರಜ್ಞೆಯನ್ನು ಪೋಷಿಸಿದ ಸಾಂಸ್ಕೃತಿಕ ಶಕ್ತಿಯಾಗಿ" ಕಾಣಿಸುವ ಕಾರಂತರ ಅಂತಃಶಕ್ತಿ, ಸತ್ತ್ವಗಳ ಶೋಧನೆ 'ಆಪ್ತನೋಟ'ದ ಮೊದಲ ಲೇಖನದಲ್ಲಿ ಮುಂದುವರಿಯುತ್ತದೆ. ಇದರ ಶೀರ್ಷಿಕೆಯೇ 'ಸಹನಶೀಲ ಚಿಂತಕ ಡಾ. ಶಿವರಾಮ ಕಾರಂತ'. ಇಲ್ಲಿ 'ಅಳಿದ ಮೇಲೆ' ಕಾದಂಬರಿಯಲ್ಲಿ ಕಾರಂತರು ತಮ್ಮ ನಂಬಿಕೆಗಳನ್ನು ಕಥಾನಾಯಕನ ನಂಬಿಕೆಗಳ ಬದಿಯಲ್ಲಿಟ್ಟು ವಿಮರ್ಶೆಯ ನಿಕಷಕ್ಕೊಡ್ಡುವ ಹಾಗೆಯೇ ವಿಜಯಶಂಕರ ಈ ಕಾದಂಬರಿಯ ವಿಮರ್ಶೆಯ ಮೂಲಕ, ಅವರೊಡನೆ ಪತ್ರ ವ್ಯವಹಾರದ ಮೂಲಕ ಇನ್ನೊಂದು ಅಭಿಪ್ರಾಯವನ್ನು ಗೌರವಿಸುವ ಶಿವರಾಮ ಕಾರಂತರ ವ್ಯಕ್ತಿತ್ವದ ಗುಣಾಢ್ಯತೆಯನ್ನು ಗುರುತಿಸುತ್ತಾರೆ. "ನಾವು ಸದಾ ಕಲಿಯುತ್ತಿರಬೇಕಾದ ಪಾಠ" ಎನ್ನುವ ಆಪ್ತತೆಯಲ್ಲಿ ಇವತ್ತಿಗೆ ಪ್ರಸ್ತುತವಾಗಿಸುತ್ತಾರೆ.

ಗೋಪಾಲಕೃಷ್ಣ ಅಡಿಗರ ಕಾವ್ಯದ ವಿವೇಚನೆ–ವಿಮರ್ಶೆಗಳಿಂದಲೇ 'ಒಡನಾಟ'ದಲ್ಲಿ ಅಡಿಗರ ಅಂತಃಶಕ್ತಿಯ ಮೂಲಬಿಂದುವಾದ ಆತ್ಮಸಾಕ್ಷಿ ಪ್ರಜ್ಞೆಯನ್ನು ಬೆಳಕಿಗೊಡ್ಡುವ ವಿಜಯಶಂಕರ್‌ಗೆ ಹತ್ತಿರದ ಒಡನಾಟದ ಪ್ರಸಂಗಗಳ ಮುಖೇನ ಪ್ರಾಮಾಣಿಕತೆ ಮತ್ತು ಸಾಕ್ಷಿಪ್ರಜ್ಞೆ ನಿದರ್ಶನಗಳಲ್ಲಿ ಕವಿ ಮತ್ತು ನಿಜಜೀವನದ ಅಡಿಗರು ಒಬ್ಬರೇ ಎಂಬ ಸತ್ಯ ಅನುಭವ ಸಿದ್ಧವಾಗುತ್ತದೆ. ಕವಿ ಬೇರೆ ಕಾವ್ಯ ಬೇರೆ ಅಲ್ಲ ಎನ್ನುವಂಥ, ಕಾವ್ಯ ಮತ್ತು ಕವಿಯ ವೈಯಕ್ತಿಕ ಜೀವನ ಒಂದೇ ಆಗಿರಬೇಕಿಲ್ಲ ಎನ್ನುವಂಥ ವರ್ತಮಾನ ಕಾಲದ ದ್ವಂದ್ವ ಚರ್ಚೆಗೆ ಒಂದು ದಿಕ್ಕನ್ನು ಕಾಣಿಸುತ್ತಾರೆ.

ವಿಜಯಶಂಕರ ಅನಂತಮೂರ್ತಿಯವರ ವಿದ್ಯಾರ್ಥಿಗಳು ಮತ್ತು ಅಭಿಮಾನಿಗಳು. ಅವರನ್ನು ಅತಿಸನಿಹದಿಂದ ಕಣ್ಮನಗಳಲ್ಲಿ ತುಂಬಿಸಿಕೊಂಡವರು. ಅವರ ಕೃತಿಗಳನ್ನು ವಸ್ತುನಿಷ್ಠವಾಗಿ ವಿಮರ್ಶಿಸಿದವರು. ಅನಂತಮೂರ್ತಿ ಬಹುಶ್ರುತರು. ಅವರ ಅಂತಃಸತ್ತ್ವ ಇರುವುದೇ ದ್ವೈತದಲ್ಲಿ. ವಿಜಯಶಂಕರ 'ಒಡನಾಟ'ದಲ್ಲಿ, 'ಪ್ರಜ್ಞೆ ಮತ್ತು ಪರಿಸರ'ದ ಚಿಂತಕನ ವ್ಯಕ್ತಿತ್ವದಲ್ಲಿ ಎಲ್ಲ ಚೌಕಟ್ಟುಗಳನ್ನೂ ಮೀರಿದ 'ಮನಸ್ಸಿನ ಕಾವಲುಗಾರನೊಬ್ಬನನ್ನು' ಕಾಣುತ್ತಾರೆ. 'ಅಕ್ಷರ ಚಿತ್ರ'ಗಳಲ್ಲಿ "ವಾಗ್ವಾದಗಳ ಬಹುಮುಖೀ ಮಂಥನದಿಂದ ಸತ್ಯಶೋಧನೆ ಸಾಧ್ಯ' ಎನ್ನುವ ಅವರೊಳಗಿನ ಸತ್ತ್ವವೊಂದು ತಿಳಿವಳಿಕೆಗೆ ಬರುತ್ತದೆ. 'ಆಪ್ತನೋಟ'ದಲ್ಲಿ ಕಾರ್ತೀಕ ಕಥೆ, ಚಂಡಮದ್ದಳೆಯ ನೆನಪುಗಳು, 'ಅವಸ್ಥೆ' ಕಾದಂಬರಿಯ ದೇವರು–ರಾಜಕೀಯ ಜಿಜ್ಞಾಸೆಗಳು ಇವೆಲ್ಲದರ ಮುಖೇನ ಸೃಜನಶೀಲ ಪ್ರತಿಭೆಯಂತೆಯೇ ಗಂಭೀರ ವಿಚಾರಮಂಥನ ಯಾವತ್ತೂ ಅನಂತಮೂರ್ತಿಯವರ ಅಂತರಂಗ ಬಹಿರಂಗ ಶಕ್ತಿಗಳಾಗಿದ್ದವು ಎಂಬುದು 'ಆಪ್ತನೋಟ'ದಲ್ಲಿ ನಿರ್ಣಾಯಕವಾಗಿ ಮನದಟ್ಟಾಗುತ್ತವೆ.

ನಾನು ತಕ್ಕಮಟ್ಟಿಗೆ ಹತ್ತಿರದಿಂದ ಬಲ್ಲ ಜಿ.ಟಿ. ನಾರಾಯಣ ರಾವ್, ಕಿರಂ, ಚಿ. ಶ್ರೀನಿವಾಸರಾಜು, ಗಿರಡ್ಡಿ, ಸೋಮಶೇಖರ ರಾವ್ ಅವರುಗಳ ವ್ಯಕ್ತಿಚಿತ್ರಗಳ ಜೊತೆಗೆ, ನಾನು ಓದಿರುವ, ಕೇಳಿ ತಿಳಿದ ವೇದಾನುಭವ ಚಿಂತಕ ಜಿ.ಎನ್. ಚಕ್ರವರ್ತಿ, ಬಿ.ಎಚ್. ಶ್ರೀಧರ, ಅಮ್ಮೆಂಬಳ ಶಂಕರನಾರಾಯಣ ನಾವಡ, ಹರಿಕೃಷ್ಣ ಭರಣ್ಯ ಮೊದಲಾದವರ ವ್ಯಕ್ತಿಚಿತ್ರಗಳೂ ಇಲ್ಲಿವೆ. ವೈಜ್ಞಾನಿಕ ಮನೋಧರ್ಮದ ಉಗ್ರ ಪ್ರತಿಪಾದಕರಾಗಿದ್ದ ನಾರಾಯಣ ರಾಯರ ಈ ವೈಜ್ಞಾನಿಕ ವ್ಯಕ್ತಿತ್ವದ ಆಳ–ವಿಸ್ತಾರಗಳನ್ನು ಶೋಧಿಸುತ್ತ ಸಾಗುವ ವಿಜಯಶಂಕರರ ಬರವಣಿಗೆ 'ಮನುಷ್ಯನ ಸ್ವತಂತ್ರ ಚಿಂತನೆಯೇ' ಜಿಟಿಎನ್ ವ್ಯಕ್ತಿತ್ವದ ಮೂಲಸ್ರೋತ ಎಂಬುದನ್ನು ಪರಿಣಾಮಕಾರಿಯಾಗಿ ಚಿತ್ರಿಸುವುದರಲ್ಲಿ ಯಶಸ್ವಿಯಾಗಿದೆ. ನಮ್ಮಲ್ಲಿ ಅನೇಕರಿಗೆ, ನಮ್ಮ ನಡುವಣ ಅವಧೂತನಂತೆ, ಕನ್ನಡ ಕಾವ್ಯದ ಅವಧೂತ ವಿಮರ್ಶಕನಂತೆ ಕಾಣುವ ಡಾ. ಕಿ.ರಂ. ನಾಗರಾಜ್ ಅವರ ಬಗ್ಗೆ ಪ್ರೀತಿ–ಗೌರವಗಳಿಂದ, ಹತ್ತಿರದ ಒಡನಾಟದಲ್ಲಿ ದೊರೆತ ಒಳನೋಟಗಳಿಂದ ಬರೆದಿರುವ ವಿಜಯಶಂಕರ್ "ಕೇಶವನ ಅಂತರಂಗವನ್ನು ಜನರ ಅಂತರಂಗದ ಜೊತೆ ಸೇರಿಸಬೇಕು" ಎನ್ನುವ ಮಾತುಗಳಲ್ಲಿ ಕಿ.ರಂ. ಅವರ ಅಂತರಂಗದ ಅಭೀಪ್ಸೆಯನ್ನು ಮನಗಾಣಿಸಿ "ಕಿ.ರಂ. ನಿಜವಾಗಿ ದೊಡ್ಡ ಮನುಷ್ಯರಾಗಿದ್ದರು" ಎಂಬುದನ್ನು ಅನುಭವಗಮ್ಯವಾಗಿಸುತ್ತಾರೆ. ಜನಪ್ರೀತಿ, ಪುಸ್ತಕಪ್ರೀತಿ, ಸಾಮಾಜಿಕ ಹೊಣೆಗಾರಿಕೆಯ ಪ್ರೀತಿ ಹೀಗೆ ವಿವಿಧ ನೆಲೆಗಳಲ್ಲಿ ಚಿ. ಶ್ರೀನಿವಾಸರಾಜು ಅವರಲ್ಲಿ ಅಡಕವಾಗಿದ್ದ ಪ್ರೀತಿಯ ತೊರೆಗಳನ್ನು ಶೋಧಿಸಿ ಹೊರಹೊಮ್ಮಿಸುತ್ತಲೇ "ಅವರ ಮನುಷ್ಯ ಪ್ರೀತಿ ಅಂತರಂಗ ವಿಕಸನದ ಒಂದು ಹಾದಿಯಾಗಿತ್ತು" ಎನ್ನುವ ಮಾತುಗಳಲ್ಲಿ ಶ್ರೀನಿವಾಸ ರಾಜು ಅವರ ಅಂತಃಸತ್ವ–ಶಕ್ತಿಗಳನ್ನು ಹರಳುಗಟ್ಟಿಸುತ್ತಾರೆ. ಗಿರಡ್ಡಿ, ಚೊಕ್ಕಾಡಿ ಅವರುಗಳನ್ನು ಕುರಿತು ಬರಹಗಳೂ ಅವರ ವಿಮರ್ಶೆ ಮತ್ತು ಕಾವ್ಯಗಳ ನೆಲೆಯಲ್ಲಿ, ಮನುಷ್ಯ ಸಂಬಂಧಗಳಲ್ಲಿ ಹೊಳೆಯಿಸುವ ಸುಂದರ ಚಿತ್ರಗಳಾಗಿವೆ. ಇವು

ವಿಜಯಶಂಕರರ ವ್ಯಕ್ತಿಚಿತ್ರ ಬರವಣಿಗೆಯ ಒಂದು ನಮೂನೆ. ಇನ್ನೊಂದು ನಮೂನೆಯೂ ಇದೆ.

–5–

ವಿಜಯಶಂಕರರ ಇಲ್ಲಿನ ಬೆಳವಣಿಗೆಯ ಇನ್ನೊಂದು ವಿಶೇಷವೆಂದರೆ ಅವರ ಆಸಕ್ತಿ ಮತ್ತು ಆಯ್ಕೆಗಳು. ಕಾವ್ಯ, ಕಥೆ, ಕಾದಂಬರಿ, ಯಕ್ಷಗಾನ ಕಲೆ, ಅರ್ಥಶಾಸ್ತ್ರ, ರಾಜಕೀಯ, ಆಧ್ಯಾತ್ಮ ಹೀಗೆ ಹಲವು ಬಗೆಯ ಆಸಕ್ತಿಯಿಂದಾಗಿ ಇಲ್ಲಿನ ಬರಹಗಳಲ್ಲಿ ವೈವಿಧ್ಯವಿದೆ. ಇಲ್ಲಿನ ಲೇಖನಗಳಲ್ಲಿ ಬರುವ ವ್ಯಕ್ತಿಗಳು, ಅವರ ವಿಷಯ ವಿನ್ಯಾಸ–ವ್ಯಾಪ್ತಿಗಳು, ಹಳೆಯ ಹಾಗೂ ಇಂದಿನ ತಲೆಮಾರುಗಳೆರಡನ್ನೂ ಒಳಗೊಂಡಿರುವುದರಿಂದ ವಿಜಯಶಂಕರರ ಬರವಣಿಗೆಗೆ ಒಂದು ವಿಶಿಷ್ಟ ಲಯವೂ ಪ್ರಾಪ್ತವಾಗಿದೆ. ನಾವು ಇಲ್ಲಿ, ಏಕಕಾಲಕ್ಕೆ ಸಾಹಿತಿ–ಕಲಾವಿದರುಗಳನ್ನಷ್ಟೇ ಅಲ್ಲದೆ ವಿಶ್ವೇಶ್ವರಯ್ಯ, ಡಾ. ಅಂಬೇಡ್ಕರ, ಅಶೋಕಮಿತ್ರ, ಅಟಲ್ ಬಿಹಾರಿ ವಾಜಪೇಯಿ, ವೇದಾನುಭವ ಚಿಂತಕ ಜಿ.ಎನ್. ಚಕ್ರವರ್ತಿ ಅವರುಗಳಿಗೂ ಮುಖಾಮುಖಿಯಾಗುತ್ತೇವೆ. ಹಾಗೂ ಇವರುಗಳ ಮುಖೇನವೇ ಗಾಂಧಿ, ಮಾಸ್ತಿ, ನವರತ್ನ ರಾಮರಾಯರು, ಪಿ.ಆರ್. ಬ್ರಹ್ಮಾನಂದ ಮೊದಲಾದ ಹಳೆಯ ತಲೆಮಾರಿನ ಕೆಲವರ ವ್ಯಕ್ತಿತ್ವದ ಪಾರ್ಶ್ವನೋಟಗಳು ನಮ್ಮ ಓದಿನ ಅನುಭವದ ಶ್ರೀಮಂತಿಕೆಯನ್ನು ಹೆಚ್ಚಿಸುತ್ತವೆ. 1957ರ ಲೋಕಸಭೆಯಲ್ಲಿ ನೆಹರೂ ಮತ್ತು ವಾಜಪೇಯಿ ನಡುವೆ ಆದ ಹಿಂದೂ–ಮುಸ್ಲಿಮ್ ಕುರಿತ ವಾಗ್ವಾದಕ್ಕೆ ಮಾಸ್ತಿಯವರು 'ಜೀವನ'ದಲ್ಲಿ ಬರೆದಿರುವ – "ಉಗ್ರವಾದಿಗಳ, ಸಹನೆ ಇಲ್ಲದ ಮುಸ್ಲಿಮರ ಹಾಗೂ ಹಿಂದೂಗಳ ಸಂಖ್ಯೆ ಸಣ್ಣದು. ಅವರ ನಿಶ್ಚಯ ಇತರರಲ್ಲಿ ಹೆಚ್ಚಿನವರಿಗೆ ತಿಳಿದೇ ಇರುವುದಿಲ್ಲ. ಕೆಲವು ಜನರು ಸೇರಿಕೊಂಡು ಮಾಡುವ ಪ್ರತಿಭಟನೆಯಿಂದ ಕದನ ಆರಂಭವಾಗುತ್ತದೆ. ಅಂತಹ ಗುಂಪುಗಳ ನಿಯಂತ್ರಣ ನಾಯಕರಿಗೂ ಸಾಧ್ಯವಾಗುವುದಿಲ್ಲ. ಆಗ ಜನ ಎಲ್ಲಿಲ್ಲದ ಕಷ್ಟಕ್ಕೆ ಈಡಾಗುತ್ತಾರೆ" – ಈ ಮಾತುಗಳ ಉಲ್ಲೇಖದಿಂದಾಗಿ ಮೂರು ಬಗೆಯ ಚಿಂತನ ಕ್ರಮಗಳು ಮತ್ತು ಅದರ ಪ್ರಸ್ತುತತೆ ನಮ್ಮ ಗಮನ ಸೆಳೆಯುತ್ತದೆ. ವಿಜಯಶಂಕರರು ಅಂತರ್‌ವ್ಯಕ್ತಿ ಮತ್ತು ಅಂತರ್‌ಪಠ್ಯ ಸಂಬಂಧಗಳನ್ನು ಅರ್ಥಪೂರ್ಣವಾಗಿ ಬೆಸೆಯುವ ಕ್ರಮದಿಂದಾಗಿ ವ್ಯಕ್ತಿಚಿತ್ರಗಳಿಗೆ ಹೊಸದೊಂದು ವಿನ್ಯಾಸ ಕೂಡಿಕೊಳ್ಳುತ್ತದೆ. ಪ್ರೊ. ಮರಿಯಪ್ಪ ಭಟ್ಟ, ನಂದಳಿಕೆಯವರು, ವಾಜಪೇಯಿ, ಸರ್ ಎಂ.ವಿ., ಅಶೋಕ ಮಿತ್ರ, ಅಂಬೇಡ್ಕರ್ ಲೇಖನಗಳಲ್ಲಿ ಈ ಬಗೆಯ ಸಂಬಂಧವನ್ನು ಕಾಣಬಹುದು. ಎಂದೇ ಮೂರು ಮತ್ತು ನಾಲ್ಕನೆಯ ಭಾಗಗಳಲ್ಲಿರುವ ವ್ಯಕ್ತಿಚಿತ್ರಗಳು ವಿಜಯಶಂಕರರ ಈ ಪ್ರಕಾರದ ಬರವಣಿಗೆಯ ಮತ್ತೊಂದು ಪರಿಯಾಗಿ ಹೆಚ್ಚು ಗಮನ ಸೆಳೆಯುತ್ತವೆ.

ತಂದೆ ಸರವು ರಾಮ ಭಟ್ಟರಿರಲಿ, ಹಿರಿಯರಾದ ಚೊಕ್ಕಾಡಿ ಇರಲಿ, ಈ

ಸಂಬಂಧಗಳು ವಿಜಯಶಂಕರರ ಬರವಣಿಗೆಯಲ್ಲಿ ವಸ್ತುನಿಷ್ಠತೆಗೆ ಎರವಾಗುವುದಿಲ್ಲ. ಇದು ಮೆಚ್ಚತಕ್ಕ ಇನ್ನೊಂದು ಅಂಶ. ಒಂದು ಕೃತಿ ಪ್ರಿಯವಾದಾಗ, ಒಬ್ಬ ಕವಿ, ಲೇಖಕ ಪ್ರಿಯರಾದಾಗ ಹತ್ತಿರದಲ್ಲಿದ್ದೂ ಒಂದು ನಿರ್ಮಮಕಾರದ ದೂರ ಸಾಧಿಸಿಕೊಂಡು ವಸ್ತುನಿಷ್ಠತೆಯಿಂದ ಮೌಲ್ಯಮಾಪನದಂತೆ ಬರೆಯುವುದು ಲೇಖಕನ ಋಜುತ್ವ, ಪ್ರಾಮಾಣಿಕತೆಗಳಿಗೆ ಸವಾಲೊಡ್ಡುವ ಕೆಲಸವೇ ಸರಿ. ಇಂಥ ಸವಾಲನ್ನು ಎದುರಿಸುವುದರಲ್ಲಿ ವಿಜಯಶಂಕರ ಯಶಸ್ವಿಯಾಗಿದ್ದಾರೆಂದು ಹೇಳಲು ಸಂತೋಷವಾಗುತ್ತದೆ.

ಬೆಂಗಳೂರು — **ಜಿ.ಎನ್. ರಂಗನಾಥ ರಾವ್**

ಅಕ್ಟೋಬರ್ 2019

ಮೊದಲ ಮಾತು

'ಆಪ್ತನೋಟ' ಎಂಬ ಈ ಪುಸ್ತಕ ವ್ಯಕ್ತಿಚಿತ್ರಗಳ ಸಂಗ್ರಹ. ಕಳೆದ ಸುಮಾರು ಹನ್ನೆರಡು ವರುಷಗಳಲ್ಲಿ ಹಲವು ಸಂದರ್ಭಗಳಿಗಾಗಿ ಬರೆದ 28 ವ್ಯಕ್ತಿಗಳ ಆಪ್ತ ಚಿತ್ರಣಗಳು ಇಲ್ಲಿವೆ. ಅವರಲ್ಲಿ ಹಲವರು ನನಗೆ ವಯ್ಯಕ್ತಿಕವಾಗಿ ಪರಿಚಿತರು, ಆಪ್ತರು. ಇನ್ನು ಕೆಲವರು ಅವರ ವಿಚಾರ, ಚಿಂತನೆ ವ್ಯಕ್ತಿತ್ವಗಳಿಂದಾಗಿ ಮನಸ್ಸಿನಲ್ಲಿ ಉಳಿದು ಆಪ್ತರಾದವರು. ಓದು, ಮನಸ್ಸು, ಪರಿಚಯ ಹೀಗೆ ಆಪ್ತತೆಯ ಮೂರು ನೆಲೆಗಳಲ್ಲಿ ನನಗೆ ಕಂಡಿರುವವರ ಕುರಿತಾದ ಬರಹಗಳು ಇವುಗಳಾದ್ದರಿಂದ, ಈ ಕೃತಿಯನ್ನು 'ಆಪ್ತನೋಟ' ಎಂದು ಕರೆದಿದ್ದೇನೆ. ಇದು ನನ್ನ ಮೂರನೆಯ ವ್ಯಕ್ತಿಚಿತ್ರಗಳ ಸಂಗ್ರಹ. ಈ ಮೊದಲು 'ಒಡನಾಟ' ಮತ್ತು 'ಅಕ್ಷರ ಚಿತ್ರಗಳು' ಎಂಬ ಎರಡು ವ್ಯಕ್ತಿಚಿತ್ರಗಳ ಸಂಕಲನಗಳು ಪ್ರಕಟವಾಗಿವೆ. ಅವುಗಳಲ್ಲದೆ 'ನುಡಿಸಸಿ' ಹಾಗೂ 'ಹೂ ಬೆರಳು' ಎಂಬ ಎರಡು ಅಂಕಣರೂಪಿ ಸಾಂಸ್ಕೃತಿಕ ಬರಹಗಳ ಸಂಗ್ರಹಗಳಲ್ಲೂ ವ್ಯಕ್ತಿಚಿತ್ರಗಳ ಒಂದೊಂದು ವಿಭಾಗಗಳಿವೆ. ಹಿಂತಿರುಗಿ ನೋಡುವಾಗ ಈಗಾಗಲೇ ನಾನು ನೂರಕ್ಕೂ ಹೆಚ್ಚು ವ್ಯಕ್ತಿಚಿತ್ರಗಳನ್ನು ಬರೆದಿದ್ದೇನೆ ಎಂದು ಸೋಜಿಗವಾಗುತ್ತದೆ.

ಸಂಪೂರ್ಣ ಸಾಹಿತ್ಯವಿಮರ್ಶೆಯಲ್ಲಿ ತೊಡಗಿರುವ ನನಗೆ ಹಲವು ಸಲ ಕವಿ ಬರಹಗಾರರ ಜೀವನಕತೆಗಳನ್ನು ಆಧರಿಸಿರುವ ಬಯಾಗ್ರಫಿಕಲ್ ವಿಮರ್ಶೆ ಕನ್ನಡದಲ್ಲಿ ಆರಾಧನೆಯ ಅತಿಗೆ ಹೋಗುತ್ತಿದೆ ಎಂದು ಅನಿಸಿದೆ. ಲೇಖಕ ಬರಹಗಾರರ ಜೀವನಕತೆಗಳನ್ನು ಕೇವಲ ಅನೆಕ್‌ಡೋಟಲ್ ಆಗಿ ವಿವರಿಸುವ ಜಾಯಮಾನ ವಿಮರ್ಶೆಗಳಲ್ಲಿ ಹೆಚ್ಚಾಗಿದೆ. ಬರಹಗಾರರ ಜೀವನದ ಮೂಲಕ ಅವರ ಕೃತಿಗಳನ್ನು ಪ್ರವೇಶಿಸುವ ಬದಲು ಕೃತಿಕಾರರ ಬರಹಗಳ ಮೂಲಕ ಅವರ ಬದುಕನ್ನು ಕಂಡು ವಿವರಿಸುವ ಕ್ರಮವೂ ಒಂದಿರಬೇಕು ಎಂದು ಅನಿಸಿದ್ದು ಪ್ರಾರಂಭದಲ್ಲಿ ನಾನು ವ್ಯಕ್ತಿಚಿತ್ರಗಳನ್ನು ಬರೆಯಲು ಒಂದು ಕಾರಣವಾಯಿತು. ಅದು ಮುಂದೆ ವಿಶ್ಲೇಷಣಾತ್ಮಕವಾಗಿ ಸಾಮಾಜಿಕ, ಸಾಂಸ್ಕೃತಿಕ ವ್ಯಕ್ತಿತ್ವಗಳನ್ನು ಕಾಣಿಸಿಕೊಡಲು ಸಹಾಯ ಮಾಡುತ್ತದೆ ಎಂಬುದರಿಂದ ಇನ್ನಷ್ಟು ವ್ಯಕ್ತಿಚಿತ್ರಗಳನ್ನು ಬರೆದೆ. ಓದುಗರಿಗೆ, ವಿಚಾರವಂತರಿಗೆ ಹಾಗೂ ವಿಮರ್ಶಕರಿಗೆ ಅಂತಹ ಬರಹಗಳು ಇಷ್ಟವಾಗಿ ಸಾಕಷ್ಟು ಉತ್ತಮ ಪ್ರತಿಕ್ರಿಯೆಗಳು ಬಂದುದು ಮತ್ತಷ್ಟು ವ್ಯಕ್ತಿಚಿತ್ರಗಳನ್ನು ಬರೆಯಲು ಉತ್ತೇಜನ ನೀಡಿದವು. ವ್ಯಕ್ತಿಗಳ ಬಗ್ಗೆ ಮನಸ್ಸಿನಲ್ಲೇ ತೀರ್ಪು ನೀಡುವ ಜಜ್‌ಮೆಂಟಲ್ ಕ್ರಮದ ಬದಲು ಅವರ ಕೃತಿ, ಕಾರ್ಯಗಳ ಮೂಲಕ ಅರಿಯುವ ಕ್ರಮ ವಿಮರ್ಶಕನೊಬ್ಬ ಮಾಡಬಹುದಾದ ಕೆಲಸ ಎಂಬ ವಿಶ್ವಾಸದಿಂದ ಅಂತಹ ವ್ಯಕ್ತಿಚಿತ್ರಗಳನ್ನು ಬರೆದುದಾಗಿದೆ.

ಪ್ರಸಿದ್ಧ ಪತ್ರಕರ್ತ, ವಿಮರ್ಶಕ, ಅನುವಾದಕರಾದ ಜಿ.ಎನ್. ರಂಗನಾಥರಾವ್, ವಿಮರ್ಶಕರಾದ ಗಿರಡ್ಡಿ ಗೋವಿಂದರಾಜ, ಟಿ.ಪಿ. ಅಶೋಕ, ಕವಿ, ವಿಮರ್ಶಕ ಕೆ.ವಿ. ತಿರುಮಲೇಶ್ ಮೊದಲಾದವರು ನನ್ನ ಹಿಂದಿನ ವ್ಯಕ್ತಿಚಿತ್ರಗಳ ಸಂಕಲನದ ಬಗ್ಗೆ ಮೆಚ್ಚುಗೆ ಸೂಚಿಸಿ ಲೇಖನಗಳನ್ನು ಬರೆದಿದ್ದಾರೆ. ಸಮತೋಲಪ್ರಜ್ಞೆಯ ವಿಮರ್ಶಕರಾಗಿ ನಾನು ಗೌರವಿಸುವ ಹಿರಿಯರಾದ ಜಿ.ಎನ್.ಆರ್. ಅವರು ಅಲ್ಲಿಇಲ್ಲಿ ನನ್ನ ವ್ಯಕ್ತಿಚಿತ್ರ ಬರಹಗಳನ್ನು ಓದಿ ಪ್ರತಿಕ್ರಿಯಿಸಿದ್ದಿದೆ. ಈ ಸಲುಗೆಯಿಂದ ನಾನು ಜಿ.ಎನ್. ರಂಗನಾಥರಾವ್ ಅವರಲ್ಲಿ 'ಆಪ್ತನೋಟ'ಕ್ಕೆ ಒಂದು ಮುನ್ನುಡಿ ಬರೆದುಕೊಡುವಂತೆ ಕೇಳಿದಾಗ ಅವರು ಪ್ರೀತಿಯಿಂದ, ಒಪ್ಪಿಕೊಂಡ ಸಮಯದೊಳಗೆ ಪುಸ್ತಕದ ಬಗ್ಗೆ ಮುನ್ನುಡಿ ಬರೆದಿದ್ದಾರೆ. ವ್ಯಕ್ತಿಚಿತ್ರ ಪ್ರಕಾರದ ಬಗ್ಗೆ ಈ ಮುನ್ನುಡಿಯಲ್ಲಿ ತುಂಬಾ ಒಳನೋಟಗಳುಳ್ಳ ಮಾತುಗಳನ್ನು ಅವರು ಹೇಳಿದ್ದಾರೆ. ನನ್ನ ಬರಹಗಳನ್ನು ಅವರ ದೃಷ್ಟಿಕೋನದ ವಿಶ್ಲೇಷಣೆಗಳಿಂದ ಪರಿಚಯಿಸುವುದರ ಜೊತೆ ಈ ಸಾಹಿತ್ಯ ಪ್ರಕಾರದ ಕುರಿತಾಗಿ ಮುನ್ನುಡಿಯಲ್ಲಿ ಅವರು ಬರೆದ ವಿಚಾರಗಳು ನನ್ನ ಪುಸ್ತಕದ ಮೌಲ್ಯವನ್ನು ಹೆಚ್ಚುಮಾಡಿದೆ. ಹಿರಿಯರಾದ ಜಿ.ಎನ್. ರಂಗನಾಥ್‌ರಾವ್ ಅವರಿಗೆ ನನ್ನ ಕೃತಜ್ಞತೆಗಳು.

ಇಲ್ಲಿನ ಲೇಖನಗಳು ಗಾಂಧಿಬಜಾರ್ ಪತ್ರಿಕೆ, ಸಂಚಯ, ಸಮಾಹಿತ, ವಿಜಯವಾಣಿ ಹಾಗೂ ವಿಜಯ ಕರ್ನಾಟಕ ಪತ್ರಿಕೆಗಳಲ್ಲಿ ಈ ಮೊದಲು ಪ್ರಕಟವಾದವು. ಅವುಗಳನ್ನು ಪ್ರಕಟಿಸಿದ ಸಂಪಾದಕರುಗಳಿಗೆ, ಆಗ ಪ್ರತಿಕ್ರಿಯಿಸಿದ ಎಲ್ಲಾ ಓದುಗರಿಗೆ ವಂದನೆಗಳು. ಗಾಂಧಿಬಜಾರ್ ಮತ್ತು ಸಂಚಯ ಎಂಬ ಎರಡು ಸಾಹಿತ್ಯ ಕಿರುಪತ್ರಿಕೆಗಳೂ ಈಗ ಪ್ರಕಟವಾಗುತ್ತಿಲ್ಲ. ಬಾ.ಕಿ.ನ. ಅವರು ಪ್ರತಿ ತಿಂಗಳೂ ಗಾಂಧಿಬಜಾರ್ ಪತ್ರಿಕೆಯನ್ನು ಸಾಹಿತ್ಯಶ್ರದ್ಧೆ, ಪ್ರೀತಿಗಳಿಂದ ಪ್ರಕಟಿಸುತ್ತಿದ್ದರು. ಪುಟ್ಟದಾಗಿ ಆದರೆ ತಪ್ಪದೆ ಪ್ರತಿ ತಿಂಗಳೂ ಪ್ರಕಟವಾಗುತ್ತಿದ್ದ ಆ ಪತ್ರಿಕೆ ಸಾಹಿತ್ಯ ಚರ್ಚೆಗಳಿಗೆ ಕಾರ್ಯಶೀಲವಾದ ಒಂದು ವೇದಿಕೆಯಾಗಿತ್ತು. ಇಲ್ಲಿನ ಹಲವು ಲೇಖನಗಳು ಬಾ.ಕಿ.ನ. ಹೇಳಿದರೆಂದು ಗಾಂಧಿಬಜಾರ್ ಪತ್ರಿಕೆಗಾಗಿ ಬರೆದುದಾಗಿದೆ. ಅನಂತಮೂರ್ತಿಯವರ ಕುರಿತಾದ ಬರಹ ರಾಘವೇಂದ್ರ ಪಾಟೀಲರು ಸಮಾಹಿತ ಪತ್ರಿಕೆಯ ವಿಶೇಷ ಸಂಚಿಕೆಗಾಗಿ ಕೇಳಿದ್ದರಿಂದ ಬರೆದ ಲೇಖನ. ಇನ್ನು ಕೆಲವು 'ಸಂಚಯ'ದ ಸಂಪಾದಕರಾದ ಡಿ.ವಿ. ಪ್ರಹ್ಲಾದ್ ಕೇಳಿದರೆಂದು ಪ್ರಕಟವಾಗಿವೆ. ಹಲವು ಜನ ಹೊಸ ಬರಹಗಾರರು ಸಂಚಯ ಚಂದಾದಾರರಾಗಿದ್ದರು. ಹೀಗಾಗಿ ಯುವಜನಾಂಗದ ಹೊಸ ಓದುಗರಿಗೆ ತಲುಪಲು ಸಂಚಯ ಉತ್ತಮವಾದೊಂದು ವೇದಿಕೆಯಾಗಿತ್ತು. ಸಾಹಿತ್ಯ ಕಿರುಪತ್ರಿಕೆಗಳಲ್ಲಿ ಬರೆಯುವಷ್ಟು ವಿವರವಾಗಿ ಇತರ ದಿನಪತ್ರಿಕೆಗಳಲ್ಲಿ ಬರೆಯಲು ಸಾಧ್ಯವಾಗುವುದಿಲ್ಲ. ಹಾಗಾಗಿ ಕೆಲವು ಬರಹಗಳು ದೀರ್ಘವಾಗಿಯೂ ಇನ್ನು ಕೆಲವು ಕಿರಿದಾಗಿಯೂ ಇರಲು ಕಾರಣವಾಗಿದೆ. ಆದರೆ ಎಲ್ಲ ಬರಹಗಳಲ್ಲಿ ವ್ಯಕ್ತಿಗಳನ್ನು ಅವರ ಕೃತಿ ಕಾರ್ಯಗಳ ಮೂಲಕವೇ ನೋಡಲಾಗಿದೆ. ವಿ. ಸೀತಾರಾಮಯ್ಯನವರು ಬರೆದಂತಹ ವಿವರವಾದ ವ್ಯಕ್ತಿಚಿತ್ರಗಳನ್ನು ಬರೆಯಲು ಸಾಹಿತ್ಯಿಕ ಕಿರು ಪತ್ರಿಕೆಗಳೇ ಬೇಕು. ಇಳಿವಯಸ್ಸಿನ ಕಾರಣದಿಂದ ಬಾ.ಕಿ.ನ. ಮತ್ತು

ಇತರ ಕೆಲವು ಕಾರಣಗಳಿಂದ ಡಿ.ವಿ. ಪ್ರಹ್ಲಾದ್ ತಮ್ಮ ಪತ್ರಿಕಾ ಪ್ರಕಟಣೆಗಳನ್ನು ಸ್ಥಗಿತಗೊಳಿಸಬೇಕಾಯಿತು. ಇದರಿಂದಾಗಿ ಆಳ, ಗಂಭೀರ ಹಾಗು ದೀರ್ಘವಾದ ಅಧ್ಯಯನ ಬರಹಗಳಿಗೆ ಪೂರಕವಾಗಿದ್ದ ಎರಡು ವೇದಿಕೆಗಳು ಇಲ್ಲವಾಗಿದೆ. ಇನ್ನು ಕೆಲವು ಸಾಹಿತ್ಯ ಕಿರುಪತ್ರಿಕೆಗಳೂ ತಮ್ಮ ಪ್ರಕಟಣೆಗಳನ್ನು ನಿಲ್ಲಿಸಿವೆ. ಕಂಪ್ಯೂಟರ್ ಇಂಟರ್‌ನೆಟ್‌ನಲ್ಲಿ ಹಲವು ಹೊಸ ವೇದಿಕೆಗಳು ನಿರ್ಮಾಣವಾದರೂ, ಅವುಗಳು ಸಾಹಿತ್ಯಕಿರುಪತ್ರಿಕೆಗಳ ಸ್ಥಾನ ತುಂಬಲು ನಾವು ಇನ್ನೂ ಹಲವು ವರುಷಗಳ ಕಾಲ ಕಾಯಬೇಕಾಗಬಹುದು.

ನನ್ನ ಈ ಪುಸ್ತಕವನ್ನು ಪ್ರೀತಿ ವಿಶ್ವಾಸಗಳಿಂದ ಬರಹಗಾರ ಗೆಳೆಯ, ಬಂಧು, ಭಾವ ಬಾಲಸುಬ್ರಹ್ಮಣ್ಯ ಕಂಜರ್ಪಣೆ ಅವರಿಗೆ ಹಾಗೂ ನನ್ನ ಸಹೋದರಿ ಆಶಾ ಬಾಲಸುಬ್ರಹ್ಮಣ್ಯ ಅವರಿಗೆ ಪ್ರೀತಿ ವಿಶ್ವಾಸಗಳಿಂದ ಅರ್ಪಿಸುತ್ತಿದ್ದೇನೆ. ಕಂಜರ್ಪಣೆ ಬಾಲು ಹಾಗೂ ನಾನು ಕಳೆದ ಐದು ದಶಕಗಳ ಆಪ್ತರು. ಅವರ ತಂದೆ ಕಂಜರ್ಪಣೆ ಪಟೇಲ ಪರಮೇಶ್ವರಯ್ಯನವರು ಪುತ್ತೂರಿನಲ್ಲಿ ಒಂದು ಹಿತ್ತಿಲು ಮನೆ ಕೊಂಡು ಅಲ್ಲಿಂದ ಮಕ್ಕಳನ್ನು ಶಾಲೆಗೆ ಕಳುಹಿಸುತ್ತಿದ್ದರು. ಬಂಟಮಲೆ ಕಾಡಿನ ತಳದಲ್ಲಿರುವ ಕಂಜರ್ಪಣೆಯಿಂದ ಶಾಲಾ-ಕಾಲೇಜುಗಳಿಗೆ ಹೋಗಲು ಆಗ ಅನುಕೂಲವಿರಲಿಲ್ಲ. ಪುತ್ತೂರಿನಲ್ಲಿ ವಕೀಲರಾಗಿದ್ದ ನನ್ನ ತಂದೆ ಸರವು ರಾಮಭಟ್ಟರು ಹಾಗೂ ಪಟೇಲ ಮಾವಯ್ಯ ಮೊದಲೇ ಪರಿಚಿತರು. ಬಾಲುವಿನ ತಾಯಿ ನನ್ನ ಅಮ್ಮನ ದೂರದ ಸಂಬಂಧಿಯೂ ಹೌದು.

ಹೀಗೆ ಪರಿಚಯವಿದ್ದ ಬಾಲಸುಬ್ರಹ್ಮಣ್ಯ ಅವರ ಸಾಹಿತ್ಯ ಆಸಕ್ತಿಯಿಂದ ನಾವು ಗೆಳೆಯರಾದುದು. ವಯಸ್ಸಿನಲ್ಲಿ ಬಾಲು ನನಗೆ ಹಿರಿಯ. 1970ರ ದಶಕದಲ್ಲಿ ಸುಬ್ರಾಯ ಚೊಕ್ಕಾಡಿಯವರ ನೇತೃತ್ವದ ಸುಮನಸಾ ವಿಚಾರ ವೇದಿಕೆಯ ಸಾಹಿತ್ಯ ಅಭ್ಯಾಸ ಗೋಷ್ಠಿಗಳಲ್ಲಿ ನಾವು ಪ್ರತಿ ತಿಂಗಳೂ ಭೇಟಿಯಾಗಿ ಹೊಸ ಓದಿನಲ್ಲಿ ತೊಡಗುತ್ತಿದ್ದೆವು. ಬಾಲು ಬರಹಗಳು ಆಗ 'ಸಾಕ್ಷಿ', 'ಕಸ್ತೂರಿ', 'ಉದಯ ವಾಣಿ' ಮೊದಲಾದ ಹಲವು ಪತ್ರಿಕೆಗಳಲ್ಲಿ ಪ್ರಕಟವಾಗುತ್ತಿದ್ದವು. ಕಾನೂನು ಪದವಿ ಪಡೆದು ಮಡಿಕೇರಿಯಲ್ಲಿ ಪ್ರಾಕ್ಟೀಸ್ ಪ್ರಾರಂಭಿಸಿದ ಬಾಲು ನನ್ನ ಒಬ್ಬಳೇ ಸಹೋದರಿಯನ್ನು ವಿವಾಹವಾದುದರಿಂದ ನಮ್ಮ ನಿತ್ಯ ಬಳಕೆ ಹೆಚ್ಚಾಯಿತು. ಕೆ.ಪಿ.ಬಿ. ಅಥವಾ ಕೆ.ಪಿ. ಬಾಲಸುಬ್ರಹ್ಮಣ್ಯ ಎಂಬ ಹೆಸರಿನಲ್ಲಿ ಬಾಲು ಮಡಿಕೇರಿಯಲ್ಲಿ ಬಹುಬೇಗ ಪ್ರಸಿದ್ಧ ವಕೀಲರಾದರು. ಲೀಡಿಂಗ್ ಲಾಯರ್ ಆದ ತಮ್ಮ ಕೆಲಸದ ಒತ್ತಡಗಳ ನಡುವೆಯೂ ಅವರು ಸಾಹಿತ್ಯ ಅಧ್ಯಯನವನ್ನು ನಿರಂತರವಾಗಿ ಮುಂದುವರಿಸಿದರು. ಬರಹಗಾರರಾಗಿಯೂ ಸಾಕಷ್ಟು ಹೆಸರು ಮಾಡಿದರು. ವಿಮರ್ಶೆ, ವೈಚಾರಿಕ ಬರಹಗಳು, ಅಂಕಣ ಬರಹಗಳು, ಅನುವಾದಗಳು, ಸಣ್ಣಕತೆ, ಕಾವ್ಯ, ಕಾನೂನು ಬರಹಗಳು – ಹೀಗೆ ಹಲವು ಸಾಹಿತ್ಯ ಪ್ರಕಾರಗಳಲ್ಲಿ ಈಗಲೂ ಬಾಲಸುಬ್ರಹ್ಮಣ್ಯ ಕಂಜರ್ಪಣೆ ಸಕ್ರಿಯರಾಗಿದ್ದಾರೆ. ಅವರ ಪುಸ್ತಕಗಳೂ ಪ್ರಕಟವಾಗಿವೆ. ಅಷ್ಟೇ ಗಂಭೀರವಾಗಿ ಕಾನೂನು ಪ್ರಾಕ್ಟೀಸನ್ನೂ ಮುಂದುವರಿಸಿದ್ದಾರೆ.

ರಸ್ತೆ ಅಪಘಾತವೊಂದರಲ್ಲಿ ಹಿರಿಯ ಮಗನನ್ನು ಕಳಕೊಂಡ ದುಃಖದಿಂದ ಹೇಗೋ ಮೇಲೆದ್ದ ಆಶಾ, ಬಾಲು ಇಬ್ಬರೂ ಬಡವಿದ್ಯಾರ್ಥಿಗಳಿಗೆ ವಿದ್ಯಾಭ್ಯಾಸಕ್ಕೆ ಸಹಾಯ ಮಾಡುವುದು ಮುಂತಾದ ಹಲವಾರು ಸಾಮಾಜಿಕ ಚಟುವಟಿಕೆಗಳಲ್ಲಿ ಸಕ್ರಿಯರಾದರು. ಅವರಿಬ್ಬರೂ ಇನ್ನಷ್ಟು ಓದು ಹಾಗೂ ಜ್ಞಾನಾರ್ಜನೆಗಳಲ್ಲಿ ತೊಡಗಿಕೊಂಡರು. ಅವರ ಸಹಿಷ್ಣುಗುಣ ಹಾಗೂ ಹೆಚ್ಚಾದ ಜ್ಞಾನಾನ್ವೇಷಣೆಗಳ ಪ್ರೀತಿ ಅವರಿಬ್ಬರ ಬಗ್ಗೆ ನನಗೆ ಹೆಚ್ಚಿನ ಅಭಿಮಾನ ಉಂಟಾಗಲು ಕಾರಣವಾಗಿದೆ. ಅವರಿಗೆ ಪ್ರೀತಿಯಿಂದ ಈ ಪುಸ್ತಕವನ್ನು ಅರ್ಪಿಸುತ್ತಿದ್ದೇನೆ.

ಈ ಲೇಖನಗಳು ಪ್ರಕಟವಾದಾಗ ಹಲವರು ಪ್ರತಿಕ್ರಿಯೆ ನೀಡಿ ನನ್ನ ಚಿಂತನೆ ಬೆಳೆಯಲು ಕಾರಣವಾಗಿದ್ದಾರೆ. ಅವರಲ್ಲಿ ಮುಖ್ಯವಾಗಿ ಗಿರೀಶ್ ವಾಘ್, ಕೆ. ಸತ್ಯನಾರಾಯಣ, ಎನ್. ವಿದ್ಯಾಶಂಕರ್, ಟಿ.ಎಸ್. ರಘುನಾಥ್, ಎಚ್. ದಂಡಪ್ಪ ಹಾಗೂ ವೀಣಾ ಶಾಂತೇಶ್ವರ ಅವರಿಗೆ ಹಾಗೂ ಪುಸ್ತಕದ ಕರಡು ತಿದ್ದಲು ಸಹಕರಿಸಿದ ಗೆಳೆಯ ಎಚ್.ಎಸ್.ಎಂ. ಪ್ರಕಾಶ್ ಅವರಿಗೆ ನನ್ನ ವಿಶೇಷ ಕೃತಜ್ಞತೆಗಳು. ಈ ಪುಸ್ತಕವನ್ನು ಪ್ರಕಟಿಸುತ್ತಿರುವ ಐಬಿಎಚ್ ಪ್ರಕಾಶನದ ಸಂಜಯ ಅಡಿಗರಿಗೆ ವಂದನೆಗಳು.

ಮನೆಯ ಎಲ್ಲಾ ಕೆಲಸಗಳನ್ನೂ ತಾನೇ ಹೊತ್ತುಕೊಂಡು ನನ್ನ ಓದು ಬರಹಗಳಿಗೆ ಆದಷ್ಟು ಹೆಚ್ಚು ಸಮಯ ಒದಗಿಸಿ ನನ್ನ ಪತ್ನಿ ಮಾಲತಿ ನನ್ನ ಸಾಹಿತ್ಯ ಪ್ರೀತಿಗೆ ಬೆಂಬಲವಾಗಿ ನಿಂತಿದ್ದಾಳೆ. ಅವಳನ್ನು ಪ್ರೀತಿಯಿಂದ ನೆನೆಯುತ್ತೇನೆ.

ನನ್ನ ಹಿಂದಿನ ಕೃತಿಗಳನ್ನು ಓದುಗರು ಪ್ರೀತಿಯಿಂದ ಬರಮಾಡಿಕೊಂಡಂತೆ 'ಆಪ್ತನೋಟ'ವನ್ನು ಸ್ವಾಗತಿಸುತ್ತಾರೆಂಬ ನಂಬಿಕೆಯಿಂದ,

ವಂದನೆಗಳು

ಬೆಂಗಳೂರು
25–10–2019

– ಎಸ್.ಆರ್. ವಿಜಯಶಂಕರ
ಸಿ–2, 103, ಓಂಕಾರ್ ಅಪಾರ್ಟ್‌ಮೆಂಟ್ಸ್
8ನೇ ಮುಖ್ಯರಸ್ತೆ, 12ನೇ ಅಡ್ಡರಸ್ತೆ
ಮಲ್ಲೇಶ್ವರ, ಬೆಂಗಳೂರು – 560003
ಫೋನು : 98803 02450
ಇಮೇಲ್ : srvshankar@yahoo.com

ಲೇಖಕರ ಪರಿಚಯ

ಶ್ರೀ ಎಸ್.ಆರ್. ವಿಜಯಶಂಕರ ಇಂಟೆಲ್ ಟೆಕ್ನಾಲಜಿ ಎಂಬ ಕಂಪ್ಯೂಟರ್ ಚಿಪ್ ತಯಾರಿಕಾ ಸಂಸ್ಥೆಯ ದಕ್ಷಿಣ ಏಷ್ಯಾ ಘಟಕಕ್ಕೆ ಹಿರಿಯ ಸಲಹೆಗಾರರಾಗಿ ಕೆಲಸ ಮಾಡುತ್ತಿದ್ದಾರೆ. ಕಳೆದ ಮೂರು ದಶಕಗಳಲ್ಲಿ ಅವರು ಎಚ್.ಎಂ.ಟಿ. ಲಿಮಿಟೆಡ್, ನಾವ್ವೆಲ್ ಸಾಫ್ಟ್‌ವೇರ್, ಸಿಸ್ಕೋ ಸಿಸ್ಟಮ್ಸ್ ಮೊದಲಾದ ಕೈಗಾರಿಕಾ ಸಂಸ್ಥೆಗಳಲ್ಲಿ ಹಲವು ಹುದ್ದೆಗಳನ್ನು ನಿರ್ವಹಿಸಿದ್ದಾರೆ. ಇದೀಗ ಕೇಂದ್ರ ಸಾಹಿತ್ಯ ಅಕಾಡೆಮಿಯ ಅನುವಾದ ಕೇಂದ್ರ 'ಶಬ್ದನಾ'ದ ಗೌರವ ನಿರ್ದೇಶಕರಾಗಿ ನಿಯುಕ್ತರಾಗಿದ್ದಾರೆ. ಬೆಂಗಳೂರು ಕೇಂದ್ರ ವಿಶ್ವವಿದ್ಯಾನಿಲಯದಲ್ಲಿ ಸಂದರ್ಶಕ ಪ್ರಾಧ್ಯಾಪಕರಾಗಿದ್ದಾರೆ. ಅವರು ಈಗ ವಿಜಯಕರ್ನಾಟಕ ಪತ್ರಿಕೆಯಲ್ಲಿ ಭಾನುವಾರ 'ಹೂ ಬೆರಳು' ಎಂಬ ಸಾಹಿತ್ಯ, ಸಂಸ್ಕೃತಿ, ಸಮಾಜಗಳಿಗೆ ಸಂಬಂಧಿಸಿದ ಅಂಕಣವನ್ನು ಬರೆಯುತ್ತಿದ್ದಾರೆ. ಈ ಮೊದಲು, ವಿಜಯವಾಣಿ (ನುಡಿ ಸಸಿ–ಅಂಕಣ), ಪ್ರಜಾವಾಣಿ, ಉದಯವಾಣಿ, ಮಯೂರ, ಕನ್ನಡಪ್ರಭ, ಕಸ್ತೂರಿ ಪತ್ರಿಕೆಗಳಲ್ಲಿ ನಿಯಮಿತವಾಗಿ ಅಂಕಣ–ಲೇಖನಗಳನ್ನು ಬರೆಯುತ್ತಿದ್ದರು. ಕನ್ನಡದ ಎಲ್ಲಾ ಪ್ರಮುಖ ಕಿರು ಸಾಹಿತ್ಯಿಕ ಪತ್ರಿಕೆಗಳಲ್ಲೂ ಲೇಖನಗಳನ್ನು ಪ್ರಕಟಿಸಿದ್ದಾರೆ. ಮೂಲತಃ ದಕ್ಷಿಣ ಕನ್ನಡ ಜಿಲ್ಲೆಯವರಾದ ವಿಜಯಶಂಕರ ದೇಶ–ವಿದೇಶಗಳಲ್ಲಿ ಉದ್ಯೋಗ ನಿರ್ವಹಿಸಿದ್ದಾರೆ. ಸದ್ಯ ಬೆಂಗಳೂರಿನಲ್ಲಿ ನೆಲೆಸಿದ್ದಾರೆ.

ಸಂಪರ್ಕಕ್ಕೆ ಸಂಚಾರಿ ದೂರವಾಣಿ : 0–9880302450

ಇಮೇಲ್ : srvshankar@yahoo.com

ಪ್ರಶಸ್ತಿಗಳು : ರಾಷ್ಟ್ರಕವಿ ಎಂ. ಗೋವಿಂದ ಪೈ ಸಂಶೋಧನಾ ಕೇಂದ್ರ, ಉಡುಪಿ ನೀಡುವ ಪ್ರೊ. ವಿ.ಎಂ. ಇನಾಂದಾರ್ ವಿಮರ್ಶಾ ಪ್ರಶಸ್ತಿ – 2008.

ಕರ್ನಾಟಕ ಸಂಘ ಮುಂಬಯಿ ವಿಮರ್ಶಾ ಸಾಹಿತ್ಯಕ್ಕಾಗಿ ನೀಡುವ ಡಾ. ಸುನೀತಾ ಶೆಟ್ಟಿ ಪ್ರಶಸ್ತಿ – 2013

ಕರ್ನಾಟಕ ಸಾಹಿತ್ಯ ಅಕಾಡೆಮಿ ವಿಮರ್ಶೆಗೆ ನೀಡುವ ಪುಸ್ತಕ ಬಹುಮಾನ ಪ್ರಶಸ್ತಿ (2012ರಲ್ಲಿ ಪ್ರಕಟವಾದ 'ನಿಜಗುಣ' ಕೃತಿಗೆ)–2015

ಜಿ.ಎಸ್ಸೆಸ್ ವಿಶ್ವಸ್ತ ಮಂಡಳಿ ವಿಮರ್ಶೆಯ ಒಟ್ಟು ಸಾಧನೆಗಾಗಿ ನೀಡುವ ಡಾ. ಜಿ.ಎಸ್. ಶಿವರುದ್ರಪ್ಪ ವಿಮರ್ಶಾ ಪ್ರಶಸ್ತಿ–2017

ಪ್ರೊ. ಬಿ.ಹೆಚ್. ಶ್ರೀಧರ ಸಾಹಿತ್ಯ ಪ್ರಶಸ್ತಿ–2018

ಎಸ್.ಆರ್. ವಿಜಯಶಂಕರ ಅವರ ಇತರ ಕೃತಿಗಳು

ಮನೋಗತ (ವಿಮರ್ಶಾ ಲೇಖನಗಳು)

ಒಳದನಿ (ಕಾವ್ಯ, ಕೃತಿ, ವಿಮರ್ಶೆ ಹಾಗೂ ಸಂಸ್ಕೃತಿ ಕುರಿತ ಬರಹಗಳು)

ಒಡನಾಟ (ವ್ಯಕ್ತಿಚಿತ್ರಗಳು)

ನಿಜಗುಣ (ವಿಮರ್ಶಾ ಸಂಕಲನ)

ನಿಧಾನ ಶ್ರುತಿ ಮತ್ತು ಇತರ ಲೇಖನಗಳು (ಅಂಕಣ ಹಾಗೂ ವೈಚಾರಿಕ ಬರಹಗಳು)

ನುಡಿಸಸಿ (ಸಾಹಿತ್ಯ, ಸಂಸ್ಕೃತಿ, ಸಮಾಜ ಕುರಿತ ಅಂಕಣ ಬರಹಗಳು)

ಅಪ್ರಮೇಯ (ವಿಮರ್ಶಾ ಲೇಖನಗಳ ಸಂಗ್ರಹ)

ಕೆ.ವಿ. ತಿರುಮಲೇಶ್ (ಮಾನೋಗ್ರಾಫ್)

ಅಕ್ಷರ ಚಿತ್ರಗಳು (ವ್ಯಕ್ತಿ ಚಿತ್ರಗಳು)

ವಸುಧಾ ವಲಯ (ವಿಮರ್ಶಾ ಪ್ರಬಂಧಗಳು)

ಹೂ ಬೆರಳು (ಸಾಂಸ್ಕೃತಿಕ ಬರಹಗಳು)

ಕೀರ್ತಿನಾಥ ಕುರ್ತಕೋಟಿ (ಮಾನೋಗ್ರಾಫ್)

ಸಂಪಾದಿತ ಕೃತಿಗಳು

ಪ್ರತಿಮಾ ಲೋಕ : ಗೋಪಾಲಕೃಷ್ಣ ಅಡಿಗರ ಮರು ಓದು

ಕೆ. ಸದಾಶಿವ ಅವರ ಕತೆಗಳ ವಾಚಿಕೆ

ಅನಂತಮೂರ್ತಿ ಸಾಹಿತ್ಯ ವಿಮರ್ಶೆ – ಡಾ. ಯು.ಆರ್. ಅನಂತಮೂರ್ತಿ ಅವರು ಬರೆದ ಸಾಹಿತ್ಯ ವಿಮರ್ಶಾ ಲೇಖನಗಳ ಆಯ್ದ ಸಂಗ್ರಹ.

ಪರಿವಿಡಿ

ಭಾಗ – 1

ಭಾಗ – 2

ಭಾಗ – 3

ಭಾಗ – 4

1. ಸಹನಶೀಲ ಚಿಂತಕ : ಡಾ. ಶಿವರಾಮ ಕಾರಂತ

ಮೊಗೆದಷ್ಟೂ ಮುಗಿಯದ ನೆನಪು ಡಾ| ಕೋಟ ಶಿವರಾಮ ಕಾರಂತರು (10–10–1902ರಿಂದ 09–12–1997). ಅವರ ಜೀವನ ವಿವರಗಳು, ರಚಿಸಿದ ಕೃತಿಗಳು, ಬರೆದ ವಸ್ತು ವಿಚಾರಗಳ ವೈವಿಧ್ಯ ಎಲ್ಲಾ ಸೇರಿದರೂ ಅದು ಪೂರ್ತಿ ಕಾರಂತರಲ್ಲ. ವಿಜ್ಞಾನ, ಚರಿತ್ರೆ, ಚಿತ್ರಕಲೆ, ಸಾಹಿತ್ಯ, ಸಂಗೀತ, ನಾಟಕ, ಕಾದಂಬರಿ, ಸಣ್ಣಕತೆ, ಪ್ರಬಂಧ, ಪ್ರವಾಸ ಕಥನ, ಹಾಸ್ಯ ಬರಹಗಳು, ಪಠ್ಯಪುಸ್ತಕಗಳು, ವಿಶ್ವಕೋಶಗಳು, ಜೀವನಚರಿತ್ರೆ, ನಿಘಂಟು – ಹೀಗೆ ಹಲವಾರು ಕ್ಷೇತ್ರಗಳಲ್ಲಿ ಕೆಲಸ ಮಾಡಿದರು. ಭಾರತದಲ್ಲಿ ಅವರಂತೆ ಜೀವನ ವೈವಿಧ್ಯ, ಬರಹಗಳ ವಿಸ್ತಾರ, ಆಳ, ಅನಂತಗಳಿದ್ದ ಇನ್ನೊಬ್ಬರೆಂದರೆ ರವೀಂದ್ರನಾಥ ಟಾಗೂರರು. ಕಾರಂತರ ಆ ಎಲ್ಲಾ ಒಟ್ಟು ಸಾಹಿತ್ಯಕ್ಕಿಂತಲೂ ಅವರ ಬದುಕು ದೊಡ್ಡದು. ಬದುಕಿನಲ್ಲಿ ಸಾಹಿತ್ಯ, ಸಂಗೀತ, ಕಲೆ, ನಾಟಕ, ನೃತ್ಯ, ಶಿಕ್ಷಣ, ಯಕ್ಷಗಾನ, ಹೀಗೆ ನಡೆಸಿದ ಪ್ರಯೋಗಗಳು ಅವರ ಸಾಂಸ್ಕೃತಿಕವಾದ ಒಂದು ಮುಖ. ಮನುಷ್ಯನಾಗಿ ಅವರು ಅದಕ್ಕಿಂತ ದೊಡ್ಡವರು.

ಅವರಿಗೆ ತಮ್ಮ ಬರಹಗಳನ್ನು ಬಿಟ್ಟರೆ ಬೇರೆ ಆದಾಯ ಮೂಲಗಳಿರಲಿಲ್ಲ. ಆಗಿನ ಕಾಲಕ್ಕೆ ಕನ್ನಡದಲ್ಲಿ ಬರೆದು ಬಹಳ ದುಡ್ಡು ಮಾಡುವುದು ಸಾಧ್ಯವಿರಲಿಲ್ಲ. ಆದರೆ ಕಾರಂತರು ತಮಗಿದ್ದ ಆದಾಯದಿಂದ ಸ್ವಲ್ಪ ಹಣವನ್ನು ಕಷ್ಟದಲ್ಲಿದ್ದ ಬರಹಗಾರರು, ಯಕ್ಷಗಾನ ಕಲಾವಿದರು, ಸಂಗೀತಗಾರರು ಹಾಗೂ ಇನ್ನು ಕೆಲವು ಜನಗಳಿಗೆ ನಿಯಮಿತವಾಗಿ ಪ್ರತಿ ತಿಂಗಳೂ ಕಳುಹಿಸುತ್ತಿದ್ದರು. ಆದರೆ ಯಾರಿಗೂ ಆ ಬಗ್ಗೆ ಹೇಳುತ್ತಿರಲಿಲ್ಲ. ಅವರಿಗೆ ಆ ಪ್ರಚಾರ ಬೇಡ. ಬರಹಗಾರ ಶಿವರಾಮು ಸ್ವತಃ ಹೇಳಿದ್ದರಿಂದ ನನಗೆ ಇದು ತಿಳಿಯಿತು. ಕಾದಂಬರಿಕಾರ ಶಿವರಾಮು ಕಷ್ಟದಲ್ಲಿದ್ದಾಗ ಕಾರಂತರು ತಾವಾಗಿಯೇ ಸಹಾಯವನ್ನು ನಿಯಮಿತವಾಗಿ ಕಳುಹಿಸುತ್ತಿದ್ದರು.

ಗಿಲಿ–ಗಿಲಿ ಮ್ಯಾಜಿಕ್ : ಕೊಡಬೇಕಾದಲ್ಲಿ ಅವರು ತಮಗೆ ಸಾಧ್ಯವಾದದ್ದನ್ನು ಇಷ್ಟಪಟ್ಟು ಕೊಡುತ್ತಿದ್ದರು. ಮ್ಯಾಜಿಷಿಯನ್ ಶಂಕರ್ ಮಣಿಪಾಲದಲ್ಲಿ ಜಗತ್ ಪ್ರಸಿದ್ಧ ಜಾದೂಗಾರರನ್ನು ಕರೆಸಿ ಗಿಲಿಗಿಲಿ ಮ್ಯಾಜಿಕ್ ಎಂಬ ಮ್ಯಾಜಿಕ್ ಷೋ ಸಪ್ತಾಹ ಏರ್ಪಡಿಸಿದ್ದರು. ಅವರು ಶಿವರಾಮ ಕಾರಂತರ ಸಾಲಿಗ್ರಾಮದ ಮನೆಗೆ ಹೋಗಿ ಗೌರವ ಆಹ್ವಾನ ನೀಡಿದ್ದರು. ಪ್ರತಿ ದಿನ ಕಾರಂತರು ಬಂದು ಗಿಲಿಗಿಲಿ ಜಾದೂ

ಪ್ರದರ್ಶನಗಳನ್ನು ನೋಡಿ ಸಂತೋಷ ಪಟ್ಟರಂತೆ.

ಜಾದೂಗಾರ ಪ್ರೊ. ಶಂಕರ್ ಮನೆ ಉಡುಪಿಯಲ್ಲಿದೆ. ಜಾಗತಿಕ ಮಟ್ಟದ ಮ್ಯಾಜಿಕ್ ಪ್ರದರ್ಶನ ಕಳೆದ ಬಳಿಕ ಒಂದು ದಿನ ವಯೋವೃದ್ಧ ಕಾರಂತರು ಶಂಕರ್ ಮನೆಗೆ ಬಂದು ಒಂದು ಕವರು ಕೊಟ್ಟು ಹೋದರು. ಬ್ಯಾಂಕ್ ಉದ್ಯೋಗಿ ಶಂಕರ್ ಆಗ ಮನೆಯಲ್ಲಿರಲಿಲ್ಲ. ಮನೆಗೆ ಬಂದಾಗ ಅವರಿಗೆ ಅಚ್ಚರಿ. ಆ ಕವರಿನಲ್ಲಿ ಗಿಲಿಗಿಲಿ ಮ್ಯಾಜಿಕ್‌ಗಾಗಿ ಐದು ಸಾವಿರ ರೂಪಾಯಿಗಳ ಕೊಡುಗೆಯಾಗಿ ಒಂದು ಚೆಕ್ ಇತ್ತು. ಶಂಕರ್ ಕಾರಂತರ ಮನೆಗೆ ಹೋಗಿ ಅದರ ನಿರೀಕ್ಷೆ ಇರಲಿಲ್ಲ ಎಂದು ಹೇಳಿ ಚೆಕ್ ಹಿಂತಿರುಗಿಸಬಯಸಿದರು. ಲಕ್ಷಾಂತರ ರೂಪಾಯಿ ಖರ್ಚಾದ ಆ ಕಾರ್ಯಕ್ರಮದ ಪೂರ್ತಿ ಹಣ ಬಂದಿದೆಯೇ ? ಎಂದು ಕಾರಂತರು ಕೇಳಿದಾಗ ಶಂಕರ್ ಇಲ್ಲ ಎಂದರು. ಆಗ ಕಾರಂತರು 'ಇದನ್ನು ಕೊಡಬೇಕೆಂದೇ ನೀಡಿದುದು. ಇನ್ನೂ ಹೆಚ್ಚು ಕೊಡುವುದಕ್ಕೆ ಸದ್ಯ ಹಣ ಇಲ್ಲ. ಇಷ್ಟು ಉತ್ತಮ ಕಾರ್ಯಕ್ರಮ ನೀಡಿದ್ದೀರಿ. ನನ್ನಿಂದ ಸಾಧ್ಯವಾಗುವಷ್ಟಾದರೂ ನೀಡುತ್ತೇನೆ. ತೆಗೆದುಕೊಂಡು ಹೋಗಿ ನಗದು ಮಾಡಿಸಿಕೊಳ್ಳಿ' ಎಂದರು. ಆ ಚೆಕ್ ಕೊಟ್ಟ ದಿನ ತಮ್ಮ ಬ್ಯಾಂಕ್ ಖಾತೆಯಲ್ಲಿ ಮಿನಿಮಮ್ ಬ್ಯಾಲೆನ್ಸ್ ಹಣವನ್ನು ಮಾತ್ರ ಬಿಟ್ಟು ಉಳಿದ ಪೂರ್ತಿ ಹಣವನ್ನು ಅವರು ನೀಡಿದ್ದರು ಎಂದು ಸ್ನೇಹಿತ ಮ್ಯಾಜಿಕ್ ಶಂಕರ್ ಸ್ವತಃ ಹೇಳಿದ್ದರಿಂದ ಮಾತ್ರ ನನಗೆ ತಿಳಿದಿದ್ದು.

ಇನ್ನೊಂದು ದೃಷ್ಟಿಕೋನ : ಇನ್ನೊಂದು ದೃಷ್ಟಿಕೋನವನ್ನು ಸಹಾನುಭೂತಿಯಿಂದ ಅರಿಯುವುದು ಕಾರಂತರ ಸಹಜ ಕ್ರಮ. ತನ್ನ ವಿಚಾರಕ್ಕೆ ಬದ್ಧನಾಗಿದ್ದೂ ಇನ್ನೊಬ್ಬರ ವಿಚಾರವನ್ನು ಆಸ್ಥೆಯಿಂದ ಅರಿಯಬಹುದು ಎಂದು ಅವರು ನಂಬಿದ್ದರು. ಇಂದು ತನ್ನ ಹೊರತಾಗಿ ಇನ್ನಿತರರ ವಿಚಾರಗಳಲ್ಲಿ ಅಸಹನೆ ಹೆಚ್ಚಾಗುತ್ತಿರುವ ಕಾಲದಲ್ಲಿ ಕಾರಂತರ ಈ ಬಹುತ್ವದ ಬಗೆಗಿನ ಗೌರವ ಹಾಗೂ ಪ್ರಾಮಾಣಿಕವಾಗಿ ಇನ್ನೊಬ್ಬರು ನಂಬಿದ ವಿಚಾರಗಳ ಬಗ್ಗೆ ಸಹಬಾಳ್ವೆಯ ಸಹನೆ ಬಹುದೊಡ್ಡ ಗುಣಗಳಾಗಿ ಕಾಣುತ್ತವೆ.

ಕಾದಂಬರಿ ಸಂದೇಶ : ಕಾರಂತರ 'ಅಳಿದ ಮೇಲೆ' ಕಾದಂಬರಿಯಿಂದ ನಾವು ಅವರ ಸಹನಶೀಲ ವೈಚಾರಿಕ ವ್ಯಕ್ತಿತ್ವಕ್ಕೆ ಒಂದು ಉದಾಹರಣೆಯನ್ನು ನೋಡಬಹುದು. ಆ ಕಾದಂಬರಿಯಲ್ಲಿ ಮುಂಬೈಯಲ್ಲಿ ತೀರಿಕೊಂಡ ಯಶವಂತರಾಯರಿಗೆ ದೇವರಲ್ಲಿ, ದೇವಸ್ಥಾನಗಳಲ್ಲಿ ನಂಬಿಕೆ ಇಲ್ಲ. ಸ್ವತಃ ಕಾರಂತರು ನಾಸ್ತಿಕರು. 'ಅಳಿದ ಮೇಲೆ' ಕಾದಂಬರಿಯ ನಿರೂಪಕನ ಹೆಸರು ಕೂಡಾ ಕಾರಂತ. ಆ ನಿರೂಪಕ ಕಾರಂತನೂ ದೇವರಲ್ಲಿ ನಂಬಿಕೆ ಇಲ್ಲದ ನಾಸ್ತಿಕ. ಆದರೆ ನಾಸ್ತಿಕರಾದ ಯಶವಂತರಾಯರ ಹಣವನ್ನು ಉಪಯೋಗಿಸಿ ನಾಸ್ತಿಕರಾದ ಕಾರಂತ, ಯಶವಂತರಾಯರ ಹಳ್ಳಿಗೆ ಹೋಗಿ ಕಷ್ಟಪಡುವುದು ಯಶವಂತರಾಯರ ಸಾಕುತಾಯಿ ಈಗ ತೀರಾ ವೃದ್ಧೆಯಾಗಿರುವ ಮುದುಕಿ ಪಾರ್ವತಮ್ಮನವರ ಅಪೇಕ್ಷೆಯಂತೆ, ಬಿದ್ದು ಹೋದ ಬೆನಕನ ದೇವಸ್ಥಾನದ ಜೀರ್ಣೋದ್ಧಾರಕ್ಕೆ.

ಇಬ್ಬರು ನಾಸ್ತಿಕರು ಜೀವನಶ್ರದ್ಧೆಯ ಒಬ್ಬ ಮುದುಕಿಯ ನಂಬಿಕೆಗಾಗಿ ದೇವಸ್ಥಾನದ ಜೀರ್ಣೋದ್ಧಾರಕ್ಕೆ ಕೆಲಸ ಮಾಡುವುದು ಸಹಬಾಳ್ವೆಯ, ಬಹು ವಿಚಾರಗಳ ಸಹಜ ಸ್ವೀಕಾರದ ಸುಸಂಸ್ಕೃತ ಮಾನವೀಯ ಮೌಲ್ಯಗಳಿಗೆ ಶ್ರೇಷ್ಠವಾದೊಂದು ಸಂಕೇತ. 'ನನಗೆ ನಂಬುಗೆ ಇಲ್ಲ ನಿಜ. ಆದರೆ ನಿನ್ನ ವಿಶ್ವಾಸವನ್ನು ನಾನು ಗೌರವಿಸುತ್ತೇನೆ' ಎಂಬುದು ಜ್ಞಾನಮಾರ್ಗದ ಮೊದಲ ಹೆಜ್ಜೆಯೂ ಆಗುತ್ತದೆ. ಯಾಕೆಂದರೆ ಗೌರವ ಸಹನೆಗಳು ಇದ್ದಾಗ ಪರಸ್ಪರ ವಿಚಾರ ವಿನಿಮಯ ಸಾಧ್ಯವಾಗುತ್ತದೆ. ಇನ್ನೊಂದನ್ನು ನೋಡುವ ಕೇಳುವ ತಾಳ್ಮೆಯೇ ಇಲ್ಲದಾಗ ಸಂವಾದಕ್ಕೆ ಸಂದರ್ಭಗಳು ಹುಟ್ಟಿಕೊಳ್ಳುವುದಿಲ್ಲ.

'ಅಳಿದ ಮೇಲೆ' ಮಾನವನ ಬಾಳಿನಲ್ಲಿ ಉಳಿಯುವುದೇನು ? ಎಂಬುದನ್ನು ಹುಡುಕುವ ಕಾದಂಬರಿ. ಕಳೆದ ಬಾಳು ಇನ್ನೊಬ್ಬರ ಮೇಲೆ ಬೀರಿದ ಪ್ರಭಾವವೇನು ? ಎಂಬುದು ಅಂತಹ ಬಾಳನ್ನು ತಿಳಿಯುವ, ಅಳೆಯುವ ಕ್ರಮಗಳಲ್ಲಿ ಒಂದು. ಈ ಕಾದಂಬರಿಯ ನಾಯಕ ಯಶವಂತ ಮುಂಬಯಿ ಮಹಾನಗರದಲ್ಲಿ ವಾನಪ್ರಸ್ಥ ಆಶ್ರಮಕ್ಕೆ ಸಮನಾದ ಜೀವನವನ್ನು ನಡೆಸಿದ. ಆತ ಚಿತ್ರಕಲಾವಿದ. ಬದುಕಿನ ಅನುಭವಗಳ ಅನ್ವೇಷಕ. ಆತನ ಬಗ್ಗೆ ಜನರಿಗೆ ತಿಳಿದಿಲ್ಲ. ಆದರೆ ಆತನನ್ನು ಹತ್ತಿರದಿಂದ ಕಂಡ ನಿರೂಪಕನಿಗೆ ಯಶವಂತರಾಯನಲ್ಲಿ ಹಿತವಿದೆ. ಬದುಕಿನ ಸಂದರ್ಭದಲ್ಲಿ ಉಂಟಾಗುವ ಹಿತ-ಅಹಿತ ಪ್ರಭಾವಗಳನ್ನು ಒಟ್ಟು ಸೇರಿಸಿಕೊಂಡು ಆ ಬಾಳಿನ ಅರ್ಥವನ್ನು ಕಂಡುಕೊಳ್ಳಲು ಕಾರಂತರು ಮಾಡಿದ ಪ್ರಯತ್ನ 'ಅಳಿದ ಮೇಲೆ'.

ಇನ್ನೊಬ್ಬನ ಬಾಳಿನ ಹೆಜ್ಜೆಗಳನ್ನು ಅವಲೋಕಿಸುತ್ತಾ ಬದುಕನ್ನು ಅರಿಯುವ ಅಳೆಯುವ ಕಾರಂತರು ಇಲ್ಲಿ ಕಾದಂಬರಿಯ ಬದುಕಿಗಿಂತ ಹೊರಗೆ ನಿಂತು ನಿರೂಪಕನಾಗಿ ಜೀವನವನ್ನು ಅವಲೋಕಿಸುವವರು. ಇದು ಕಾರಂತರೇ ಹೇಳಿಕೊಂಡಂತೆ ನಿರೀಕ್ಷಕನ ಪಾತ್ರ. ಕಾರಂತರು ತಮ್ಮ ಕಾದಂಬರಿಗಳಲ್ಲಿ ಬದುಕನ್ನು ಹಲವು ರೀತಿಗಳಲ್ಲಿ ನಿರೀಕ್ಷಿಸಿದ್ದಾರೆ. 'ಬೆಟ್ಟದ ಜೀವ' ಕಾದಂಬರಿಯಲ್ಲಿ ಜೀವಂತ ಇರುವ ಗೋಪಾಲಯ್ಯ ದಂಪತಿಗಳನ್ನು ಬೆಟ್ಟದ ಬದುಕಿನಲ್ಲಿ ವೀಕ್ಷಿಸಿ ಬರೆದಿದ್ದಾರೆ. ಅದು ಅವರು ಬದುಕಿದ್ದಾಗ ಕಂಡದ್ದು. 'ಅಳಿದ ಮೇಲೆ' ಕಾದಂಬರಿ ಸಾವಿನ ಬಳಿಕ ಬಾಳಿದ್ದ ಬದುಕನ್ನು ಅರಸಿ ನಿರೀಕ್ಷಿಸಿದ್ದು. ಬದುಕಿದ್ದಾಗ ಹಾಗೂ ಸಾವಿನ ಬಳಿಕ ಎರಡೂ ನೆಲೆಗಳಲ್ಲಿ ಬದುಕನ್ನು ಅರಸುವ ಕ್ರಮಗಳಿಗೆ 'ಬೆಟ್ಟದ ಜೀವ' ಹಾಗೂ 'ಅಳಿದ ಮೇಲೆ' ಉತ್ತಮ ಉದಾಹರಣೆಗಳು.

ದೇವರಿದ್ದಾನೆಯೇ? : 'ಅಳಿದ ಮೇಲೆ' ಕಾದಂಬರಿಯಲ್ಲಿ ನಿರೂಪಕ ಕಾರಂತ ಯಶವಂತರಾಯರ ಹಣವನ್ನು ಶಿರಸಿಯ ಸಮೀಪದ ಕುಗ್ರಾಮ ಹಳ್ಳಿಯೊಂದರಲ್ಲಿ ಸಾಕುತಾಯಿ ಪಾರ್ವತಮ್ಮನಿಗೆ ನೀಡಲು ಹೋಗುವ ಸಂದರ್ಭದಲ್ಲಿ ತನಗೆ ಹಣ ಬೇಡ, ಗುಡ್ಡೆಬೆನಕಯ್ಯನ ದೇವಸ್ಥಾನಕ್ಕೆ ದಿಕ್ಕಿಲ್ಲವಾಗಿದೆ. ಆ ಹಣದಲ್ಲಿ ಅದರ ಜೀರ್ಣೋದ್ಧಾರವನ್ನು ಮಾಡಿಸು ಎನ್ನುವಾಗಿನ ಸಂದರ್ಭದ ಒಂದು ಸಂಭಾಷಣೆ.

'ಅಮ್ಮ ಸಿಟ್ಟಾಗಬಾರದು; ದೇವರಿದ್ದಾನೆಯೇ – ಎಂಬ ಸಂಶಯ ನನಗೂ ಸಾವಿರ ಸಾರಿ ಬರುತ್ತದೆ.'

'ನೀನೂ ನನ್ನ ಯಶವಂತನ ಜಾತಿ–ಹಾಗಾದರೆ'

'ಅಂದರೆ?'

'ಯಶವಂತ ನೂರು ಸಾರಿ ಅದೇ ಮಾತನ್ನು ಅಂದಿದ್ದಾನೆ–ನನ್ನ ಹತ್ತಿರ. ಅವನು ಪಟ್ಟಂಥ ಕಷ್ಟ ಅಂಥದು. ದೇವರಲ್ಲಿ ವಿಶ್ವಾಸ ಅವನಿಗೆ ಹೊರಟೇ ಹೋಗಿತ್ತು; ಹೋಗಿತ್ತು ಎಂದರೆ ಹೋಗಲಿಲ್ಲ.'

'ಏನು ಹೇಳುತ್ತೀರಿ–ಎಂದು ತಿಳಿಯಲಿಲ್ಲವಲ್ಲ'

'ಅದು ಹೀಗೆ ಮಗು, ದೇವರಿದ್ದಾನೆ ಎಂದು ನಂಬಿದವರಿಗೆ ಅವನಿದ್ದಾನೆ. ಅವನನ್ನು ನಂಬುವುದು ಎಂದರೆ ಅವನಿಂದ ನಮ್ಮ ಚಾಕರಿ ಮಾಡಿಸಿಕೊಳ್ಳುವುದು – ಎಂದರ್ಥವಲ್ಲ. 'ನನಗೆ ಅದನ್ನು ಕೊಡು, ಇದನ್ನು ಕೊಡು, ಕೊಟ್ಟರೆ ನೀನು ಒಳ್ಳೆಯವ; ಇಲ್ಲದಿದ್ದರೆ ಇಲ್ಲ' ಎಂಬುದು ದೇವರಿದ್ದವರ ಲೆಕ್ಕಾಚಾರವಲ್ಲ. ಬೆನಕಯ್ಯನ ಗುಡಿಯಲ್ಲೇ ದೇವರಿದ್ದಾನೆ; ಇನ್ನೆಲ್ಲಿಲ್ಲ–ಎಂದು ಹೇಳುವುದೂ ಇಲ್ಲ. ಬಲ್ಲವರು ಅಂದಿದ್ದಾರೆ – ಅವನು ಎಲ್ಲೆಲ್ಲಿಯೂ ಇದ್ದಾನೆ ಎಂದು. ಆ ಲೆಕ್ಕದಲ್ಲಿ ಎಲ್ಲವೂ ದೇವರೇ; ಎಲ್ಲ ಜೀವಗಳೂ ದೇವರೇ. ಆ ಜೀವ, ಈ ಜೀವ ಎಂಬ ವ್ಯತ್ಯಾಸವಿರಲೇಬಾರದು. ನಮ್ಮಲ್ಲಿಯೂ ದೇವರಿದ್ದಾನೆ ಎಂದು ನಂಬಿ, ಹಾಗೆ ನಡೆದರೆ, ದೇವರು ಇದ್ದಾನೆ ಎಂದದ್ದಕ್ಕೊಂದು ಸಾರ್ಥಕ. ಬರಿದೆ ಬಾಯಿಯಲ್ಲಿ ಇದ್ದಾನೆ ಎಂದರೆ ಆಗಲಿಲ್ಲ.'

ಇದು ಪಾರ್ವತಮ್ಮನ ಜೀವನಶ್ರದ್ಧೆಯಿಂದ ಹುಟ್ಟಿದ ಮಾತುಗಳು. ಕಡುಬಡತನದಲ್ಲಿದ್ದರೂ ಅವಳು ದುಡ್ಡನ್ನು ಮುಟ್ಟುವುದಿಲ್ಲ. ಬದಲಾಗಿ ದೇವಸ್ಥಾನ ಕಟ್ಟಿಸು ಎನ್ನುತ್ತಾಳೆ. ನಾಸ್ತಿಕರಾದ ಕಾರಂತರು ಆ ಕೆಲಸಕ್ಕೆ ಇಳಿಯುವುದು ಮಹತ್ವದ ವಿಚಾರ. ಇನ್ನೊಂದು ವಿಚಾರವನ್ನು ಗೌರವಿಸುವ ಇಂಥ ಸಹನೆ, ತನ್ನ ನಂಬಿಕೆಯ ವಿಚಾರವನ್ನೇ ಪರಾಮರ್ಶಿಸಿಕೊಳ್ಳಬಲ್ಲ ಪಾರ್ವತಮ್ಮನ ವಿವೇಕ ಇಂದು ನಮ್ಮ ಸಮಾಜದಲ್ಲಿ ಹಿಂದೆಂದಿಗಿಂತಲೂ ಹೆಚ್ಚು ಬೇಕಾಗಿದೆ. ಸಾವಿರಾರು ವರುಷಗಳ ಕಾಲ ದೇವರು ಇದ್ದಾನೆಯೇ ? ಅಥವಾ ಇಲ್ಲವೇ ? ಎಂಬುದನ್ನು ಚರ್ಚಿಸಿದ ಸಂಸ್ಕೃತಿ ಸಮಾಜಗಳನ್ನು ನಾವು ಹೊಂದಿದ್ದೇವೆ. ಅಂತಹ ಆರೋಗ್ಯ ಕಾರಂತರ ಕಾದಂಬರಿಯ ಸಂದರ್ಭದಲ್ಲಿ ಗೋಚರಿಸುತ್ತದೆ.

ಒಂದು ಪತ್ರ : ಕಾರಂತರು ಇನ್ನೊಂದು ದೃಷ್ಟಿಕೋನದಿಂದ ಪರೀಕ್ಷಿಸುವುದಕ್ಕೆ ಒಂದು ಉದಾಹರಣೆಯನ್ನು ಅವರು ನನಗೆ ಬರೆದ ಒಂದು ಹಳೆಯ ಪತ್ರದ ಮೂಲಕ ನೀಡುತ್ತೇನೆ. ಆಗ ನಾನು ಸ್ನಾತಕೋತ್ತರ ಪದವಿ ಮುಗಿಸಿ ಉಡುಪಿ ಸಮೀಪದ ಕಲ್ಯಾಣಪುರ ಮಿಲಾಗ್ರೆಸ್ ಕಾಲೇಜಿನಲ್ಲಿ ಇಂಗ್ಲಿಷ್ ಲೆಕ್ಚರರ್ ಆಗಿದ್ದೆ. ಉಡುಪಿ ಸುತ್ತಮುತ್ತಲಿನ ಎಲ್ಲಾ ಸಾಂಸ್ಕೃತಿಕ ಕಾರ್ಯಕ್ರಮಗಳಲ್ಲಿ ಭಾಗವಹಿಸುತ್ತಿದ್ದೆ. ಆಗ ಯಕ್ಷಗಾನ

ಕಲಾಕೇಂದ್ರದ ಆಮಂತ್ರಣ ಪತ್ರಿಕೆಯೊಂದರಲ್ಲಿ ಭಾಷಣ ಅಥವಾ ಉಪನ್ಯಾಸ ಎಂಬ ಪದದ ಬದಲು ಡಾ. ಕೆ. ಶಿವರಾಮ ಕಾರಂತರಿಂದ 'ಆಶೀರ್ವಚನ' ಎಂದು ಅಚ್ಚಾಗಿತ್ತು. ಆಶೀರ್ವಚನ ಮಾಡುವವರು ಶ್ರೀಶ್ರೀಗಳಾದ ಮಠಾಧಿಪತಿಗಳು. ನನಗೆ ಆ ಪದದ ಬಗೆಗೇ ಆಗ ಏನೋ ಒಂದು ರೀತಿಯ ಅಲರ್ಜಿ. 'ಈ ಆಶೀರ್ವಚನ ಪದಪ್ರಯೋಗ ನಿಮ್ಮ ಹೆಸರಿನ ಎದುರು ಸರಿಯೇ?' ಎಂಬ ಆಕ್ಷೇಪದ ಧಾಟಿಯ ಪತ್ರವೊಂದನ್ನು ಕಾರಂತರಿಗೆ ಬರೆದೆ. ನಿರೀಶ್ವರವಾದಿಗಳಾದ ಕಾರಂತರಿಂದ ಆಶೀರ್ವಚನವೇ ಎಂಬುದು ಆಗಿನ ನನ್ನ ವಿಚಾರ. ಕಾರಂತರು ಪತ್ರ ಬರೆದ ಪ್ರತಿಯೊಬ್ಬರಿಗೂ ಉತ್ತರಿಸುವವರು. ನನಗೂ ದಿನಾಂಕ 18–03–1981ರಂದು ಈ ಕೆಳಗಿನ ಪತ್ರ ಬರೆದರು.

ಪ್ರಿಯರೇ,

ನಿಮ್ಮ 17ರ ಕಾಗದ ಬಂದಿದೆ. ಯಕ್ಷಗಾನ ಕಲಾಕೇಂದ್ರದ ಆಮಂತ್ರಣದಲ್ಲಿ ಬಳಸಿದ 'ಆಶೀರ್ವಚನ' ಎಂಬ ಶಬ್ದವನ್ನು ಕುರಿತ ಆಕ್ಷೇಪ ಕೇಳಿದೆ. ನಾನು 'ಹರಸು' ಎಂಬ ಆ ಅರ್ಥದ ಪದವನ್ನು ಕುರಿತು ಚಿಂತೆಯನ್ನು ಕಟ್ಟಿಕೊಂಡಿಲ್ಲ. ನಮ್ಮ ಪ್ರಯತ್ನದಿಂದ ನಾವು ಬದುಕಬೇಕೇ ವಿನಹ ಅನ್ಯರ ಹರಕೆಯಿಂದ ನಾವು ಬೆಳೆಯಲಾರೆವು ಎಂಬ ಮಾತನ್ನು ಹೋದಲ್ಲೆಲ್ಲಾ ಹೇಳುತ್ತಿದ್ದೇನೆ.

ಸಾಂಪ್ರದಾಯಿಕವಾದ ಒಕ್ಕಣೆಯಲ್ಲಿ ನಾವು ಎಷ್ಟೋ ಸಂಸ್ಕೃತ ಪದಗಳನ್ನು ಬಳಸುತ್ತೇವೆ. 'ನೀವೆಲ್ಲರೂ ಬಂದು ಈ ಮದುವೆಯನ್ನು ಚಂದಗಾಣಿಸಿಕೊಡಬೇಕು' ಎಂದು ಬರೆಯುತ್ತೇವೆ. ಅಂಥ ಒಕ್ಕಣೆಯನ್ನು ನೋಡಿ ನೀವು ಮದುವೆಗೆ ಹೋಗುತ್ತೀರೋ ಇಲ್ಲವೋ ! ಹಾಗೆ ನೋಡಿದರೆ, ನಾವು ಬಳಸುವ ನೂರಾರು ಪದಗಳು ವಿಕಲ್ಪ ಅರ್ಥವನ್ನು ಕೊಡುವುದುಂಟು. ಮದುವೆ ಮನೆಗೆ ಹೋಗಿ ವಧುವರರನ್ನು ಆಶೀರ್ವದಿಸುವ ಸಂಪ್ರದಾಯ ನಡೆದುಬಂದಿದೆ.

ವಾಡಿಕೆಯಂತೆ ಕೈಯೆತ್ತಿ ಹರಸುತ್ತಾರೆ. ಅದರಿಂದ ಘೋರ ಪಾಪ ಸಂಭವಿಸಲಾರದು. ಪ್ರಯೋಜನವಿಲ್ಲದೆ ಹೋಗಬಹುದು.

'ಆಶೀರ್ವಾದ' ಎಂಬುದಕ್ಕೆ ಹರಕೆ, ಶುಭವಾಗಲಿ ಎನ್ನುವ ಬಯಕೆ, ಪ್ರಾರ್ಥನೆ ಎಂಬೆಲ್ಲ ಅರ್ಥಗಳು ಬರುತ್ತವೆ. ಆ ರೀತಿಯ ಬಯಕೆ ಘೋರ ಅಪರಾಧವಾಗಲಾರದು ಎಂದು ತಿಳಿಯುತ್ತೇನೆ.

ಇತಿ,

ಶಿವರಾಮ ಕಾರಂತ

ಆಹ್ವಾನ ಪತ್ರಿಕೆಯಲ್ಲಿ ಕಾರಂತರ ಹೆಸರು ಎದುರು 'ಆಶೀರ್ವಚನ' ಎಂಬ ಪದಪ್ರಯೋಗ ಸರಿಯೇ ? ಎಂದು ಪ್ರಶ್ನೆ ಮೂಲಕ ಆಕ್ಷೇಪಿಸಿ ಪತ್ರ ಬರೆದಾಗ ನಾನು 22 ವರುಷಗಳ ಎಳೆಯ ಉತ್ಸಾಹಿ. ಕಾರಂತರು ಆಗ ಪದ್ಮವಿಭೂಷಣ, ಜ್ಞಾನಪೀಠ

ಮುಂತಾದ ಗೌರವಗಳನ್ನು ಪಡೆದ ಅತಿ ಹಿರಿಯ ಲೇಖಕರು. ವಯಸ್ಸಲ್ಲಿ ನನ್ನ ತಂದೆಯವರಿಗಿಂತಲೂ ಹಿರಿಯರು. ನನ್ನ ಅಜ್ಜನ ಪ್ರಾಯದವರು. ಹಾಗಿದ್ದರೂ ಪತ್ರವನ್ನು ಓದಿಸಿ ಕೇಳಿ, ಉಕ್ತ ಲೇಖನದಲ್ಲಿ ಉತ್ತರಿಸಿ, ಅದಕ್ಕೆ ಸಹಿ ಹಾಕುವ ಮೊದಲು ಕೆಂಪು ಶಾಯಿಯಲ್ಲಿ ತಿದ್ದಿ ಇನ್‌ಲ್ಯಾಂಡ್ ಪತ್ರವನ್ನು ಅಂಚೆಗೆ ಹಾಕಿದ್ದರು. ಕಿರಿಯನಿರಲಿ, ಹಿರಿಯನಿರಲಿ, ಇನ್ನೊಂದು ಅಭಿಪ್ರಾಯವನ್ನು ಆಲಿಸಿ ತಮ್ಮ ಸ್ಪಷ್ಟ ಉತ್ತರವನ್ನು ಯಾವ ಸಂಕೋಚವೂ ಇಲ್ಲದೆ ಹೇಳುತ್ತಿದ್ದರು. ಅಧಿಕಾರದಲ್ಲಿ ಇರುವವರನ್ನು ಅಥವಾ ಇತರ ಯಾರನ್ನೇ ಆಗಲಿ ವೃಥಾ ಸಂತೋಷಪಡಿಸಬೇಕು; ಇತರರ ಕಣ್ಣಿನಿಂದ ತಾನು ದೊಡ್ಡವನಾಗಬೇಕು ಎಂಬುದಕ್ಕಾಗಿ ಸುಳ್ಳಿಗೆ ತಲೆಬಾಗಬೇಕು ಎಂಬ ವಿಚಾರವೇ ಅವರಲ್ಲಿ ಇರಲಿಲ್ಲ. ಕಂಡದ್ದನ್ನು ಕಂಡಂತೆ ಹೇಳಬಲ್ಲ ಸತ್ಯ ನಿಷ್ಠುರ ಶಕ್ತಿ ಅವರಿಗಿತ್ತು; ಆ ಗುಣವೇ ತುರ್ತು ಪರಿಸ್ಥಿತಿಯಲ್ಲಿ ತಮ್ಮ ಪ್ರತಿಭಟನೆಯಾಗಿ ಪದ್ಮ ವಿಭೂಷಣ ಪ್ರಶಸ್ತಿಯನ್ನು ಹಿಂತಿರುಗಿಸಲು ಧೈರ್ಯ ನೀಡಿದ್ದು.

ದೊಡ್ಡ ಲೇಖಕನೊಬ್ಬನಿಗೆ ಭಾಷೆಯ ಮೂಲಕ್ಕಿಳಿಯುವ ಶಕ್ತಿ ಇರುತ್ತದೆ. ಕಾರಂತರು ಸ್ವತಃ ನಿಘಂಟು ರಚಿಸಿದವರು. ಆಶೀರ್ವಚನ ಎಂಬ ಪದದ ಮೂಲಕ್ಕೆ ಇಳಿದು ಸಾಂಸ್ಕೃತಿಕವಾಗಿ ಅವರು ಅದನ್ನು ವಿವೇಚಿಸಿದ ಕ್ರಮ ಅಧ್ಯಯನ ಯೋಗ್ಯ. ಪದಗಳ ಬಗೆಗೆ ಅವರದ್ದೇ ಆದೊಂದು ಸೂಕ್ಷ್ಮ. ಜ್ಞಾನಪೀಠ ಪ್ರಶಸ್ತಿ ವಿಜೇತರು ಎಂಬ ಪ್ರಯೋಗ ಮಾಡಿದಾಗ ಒಂದು ಭಾಷಣದಲ್ಲಿ ಅವರು ಹೇಳಿದ್ದು, 'ವಿಜೇತ ಎನ್ನಲು ನಾವೇನು ಸ್ಪರ್ಧೆಗೆ ಇಳಿದು ಇದನ್ನು ಪಡೆದದ್ದೇ? ಆ ಒಂದು ಪುರಸ್ಕಾರ ನನಗೆ ಸಿಕ್ಕಿದೆ ಅಷ್ಟೆ.' ಆ ಬಳಿಕ ಜ್ಞಾನಪೀಠ ಪ್ರಶಸ್ತಿ ಪುರಸ್ಕೃತರು ಎಂಬ ಬಳಕೆ ಹೆಚ್ಚು ಜನಪ್ರಿಯವಾಯಿತು.

ನಮ್ಮ ಮನಸ್ಸಿನಲ್ಲಿ ಕಾರಂತರು ನಿತ್ಯ ಕಾಣುವವರು. ಇನ್ನೊಂದು ಅಭಿಪ್ರಾಯವನ್ನು ಗೌರವಿಸಿ ಭಿನ್ನವಾಗುತ್ತಿದ್ದ ರೀತಿ ಅವರಿಂದ ನಾವು ಸದಾ ಕಲಿಯುತ್ತಿರಬೇಕಾದ ಒಂದು ಪಾಠ. ಸಮಾಜದಲ್ಲಿ ಅಸಹನೆ ಹೆಚ್ಚಾಗುವಾಗ ಕಾರಂತರಂತಹ ಸಹನಶೀಲ ಚಿಂತಕರ ನೆನಪು ಹೊಸ ಬೆಳಕು ನೀಡುತ್ತದೆ.

– ಅಕ್ಟೋಬರ್ 2017

***

2. ಅರಿವು–ನೆರವಿನ ದೀಪ : ಪ್ರೊ. ಎಂ. ಮರಿಯಪ್ಪ ಭಟ್ಟ

ಕೆಲವು ಮಹನೀಯರು ತಾವು ಮಾಡಿದ ವಿಶೇಷ ಕೆಲಸಗಳಿಂದಾಗಿ ತೀರಿಕೊಂಡ ಎಷ್ಟೋ ವರುಷಗಳ ಬಳಿಕವೂ ಅವರ ಕ್ಷೇತ್ರದಲ್ಲಿ ಜನರ ನೆನಪಿನಲ್ಲಿ ಉಳಿದಿರುತ್ತಾರೆ. ಕನ್ನಡದ ಹಿರಿಯ ವಿದ್ವಾಂಸರಾಗಿದ್ದ ಪ್ರೊ. ಎಂ. ಮರಿಯಪ್ಪ ಭಟ್ಟರು (1906–1980) ಅಂತಹವರಲ್ಲಿ ಒಬ್ಬರು. ಅವರು ಮದ್ರಾಸು ವಿಶ್ವವಿದ್ಯಾನಿಲಯದಲ್ಲಿ ಕನ್ನಡ ವಿಭಾಗದ ಮುಖ್ಯಸ್ಥರು ಹಾಗೂ ಪ್ರೊಫೆಸರ್ ಆಗಿ 1971ರಲ್ಲಿ ನಿವೃತ್ತರಾದರು. ನಿವೃತ್ತಿಯ ಬಳಿಕ ತಾವು ಹುಟ್ಟಿ ಬೆಳೆದ ದಕ್ಷಿಣ ಕನ್ನಡ ಜಿಲ್ಲೆಗೆ ಹಿಂತಿರುಗಿ ಸುಳ್ಯದ ಸಮೀಪದ ಹಳ್ಳಿಯೊಂದರಲ್ಲಿ ಕೃಷಿಯಲ್ಲಿ ತೊಡಗಿದ ಮಗನೊಂದಿಗೆ ಕೊನೆತನಕ ವಾಸಿಸಿದ್ದರು.

ಅವರು ಮದ್ರಾಸಿನಲ್ಲಿದ್ದಾಗ ಪಾಠ ಹೇಳಿದ ಅನೇಕ ವಿದ್ಯಾರ್ಥಿಗಳು ಕನ್ನಡ ವಿದ್ವತ್ ಕ್ಷೇತ್ರದಲ್ಲಿ ತುಂಬಾ ಕೆಲಸ ಮಾಡಿದರು. ಅವರಲ್ಲಿ ಮೊದಲಿಗೆ ನೆನಪಾಗುವ ಹೆಸರು ಪ್ರೊ. ಕೆ. ಕುಶಾಲಪ್ಪ ಗೌಡ, ಡಾ॥ ಬಿ. ರಾಮಚಂದ್ರರಾವ್ (ಉಸ್ಮಾನಿಯಾ ವಿಶ್ವವಿದ್ಯಾನಿಯಲದ ಕನ್ನಡ ವಿಭಾಗದ ಮುಖ್ಯಸ್ಥರಾಗಿದ್ದರು), ಪ್ರೊ. ವಿ.ಬಿ. ಮೊಳೆಯಾರ, ಪ್ರೊ. ಬಿ.ಎಸ್. ಭಂಡಾರಿ, ಪ್ರೊ. ಐ. ಶ್ರೀನಿವಾಸ ಭಟ್ ಮೊದಲಾದವರು ತಕ್ಷಣ ನೆನಪಿಗೆ ಬರುವ ಇತರರು. ಕನ್ನಡದ ಪ್ರಸಿದ್ಧ ವಿದ್ವಾಂಸ ಹಾಗೂ ಜಾನಪದ ತಜ್ಞ ಡಾ॥ ಚಿನ್ನಪ್ಪಗೌಡ, ಪ್ರಖ್ಯಾತ ಕವಯತ್ರಿ ಪ್ರತಿಭಾ ನಂದಕುಮಾರ್ ಮೊದಲಾದವರು ಮದ್ರಾಸಿನಲ್ಲಿ ಪ್ರೊ. ಕುಶಾಲಪ್ಪ ಗೌಡರ ವಿದ್ಯಾರ್ಥಿಗಳು.

ಪ್ರೊ. ಮುಂಗ್ಲಿಮನೆ ಮರಿಯಪ್ಪ ಭಟ್ಟರು ನಿಘಂಟುಕಾರರಾಗಿ ಪ್ರಸಿದ್ಧರು. ಅವರು ಕನ್ನಡದ ಕಿಟೆಲ್ ನಿಘಂಟನ್ನು ಪರಿಷ್ಕರಿಸಿ ಅದಕ್ಕೆ 7,800 ಹೊಸ ಪದಗಳನ್ನು ಸೇರಿಸಿ ಅವುಗಳನ್ನು ಒಟ್ಟು ನಾಲ್ಕು ಸಂಪುಟಗಳಲ್ಲಿ ಪ್ರಕಟಿಸಿದರು. ರೆವರೆಂಡ್ ಕಿಟೆಲ್ ಅವರು ಬಾಸೆಲ್ ಮಿಷನ್‌ನ ಧರ್ಮಪ್ರವರ್ತಕರಾಗಿ 1853ರಲ್ಲಿ ಭಾರತಕ್ಕೆ ಬಂದವರು. ಅವರು ಕನ್ನಡ ನಿಘಂಟು ರಚನೆ ಮಾಡಿದಾಗ ಪಂಪ ಮೊದಲಾದವರ ಕೃತಿಗಳು ಲಭ್ಯವಿರಲಿಲ್ಲ. ಹಾಗಾಗಿ ಪ್ರೊ. ಮರಿಯಪ್ಪ ಭಟ್ಟರು ಪಂಪ ಮೊದಲಾದ ಕವಿಗಳ ಕೃತಿಗಳಲ್ಲಿ ಬಳಕೆಯಾದ ಮತ್ತು ಇನ್ನಿತರ ಹೊಸ ಪದಗಳನ್ನು ಕಿಟೆಲ್ ಕೋಶಕ್ಕೆ ಸೇರಿಸಿ ಪರಿಷ್ಕರಿಸಿದಾಗ ಕನ್ನಡ ಜನ ಅವರನ್ನು ಅಭಿನವ ಕಿಟೆಲ್ ಎಂದು ಪ್ರೀತಿಯಿಂದ ಕರೆದು ಗೌರವಿಸಿದರು.

ನಿಘಂಟು ತಜ್ಞರಾಗಿ ಅವರು ಇನ್ನೂ ಮೂರು ದ್ರಾವಿಡ ಭಾಷೆಗಳ ಪದಕೋಶಗಳನ್ನು ಹೊರತಂದರು. ದ್ರಾವಿಡಿಯನ್ ಕಂಪಾರೆಟಿರ್ ವಕ್ಯಾಬ್ಯುಲರಿ (ದ್ರಾವಿಡ ಭಾಷೆಗಳ ಜ್ಞಾತಿ ಶಬ್ದಕೋಶ), ತುಳು–ಇಂಗ್ಲಿಷ್ ನಿಘಂಟು ಹಾಗೂ ಕನ್ನಡ ಉಪಭಾಷೆಯಾದ (Dialect) ಹವ್ಯಕ ಭಾಷೆಯ ನಿಘಂಟು, ಅವರು ನಿಘಂಟು ರಚನಾ ಕ್ಷೇತ್ರಕ್ಕೆ ನೀಡಿದ ಕೊಡುಗೆ. ಇದರಲ್ಲಿ ತುಳು–ಇಂಗ್ಲಿಷ್ ನಿಘಂಟು ಹಿಂದೆ ಮ್ಯಾನರ್ ರಚಿಸಿದ ತುಳು–ಇಂಗ್ಲಿಷ್ ನಿಘಂಟಿನ ಪರಿಷ್ಕೃತ ರೂಪ. ಮುಂದೆ ಡಾ॥ ಯು.ಪಿ. ಉಪಾಧ್ಯಾಯರು ಉಡುಪಿಯ ರಾಷ್ಟ್ರಕವಿ ಗೋವಿಂದ ಪೈ ಸಂಶೋಧನಾ ಕೇಂದ್ರದಿಂದ ಬೃಹತ್ ಕಾರ್ಯವಾಗಿ ಹೊರತಂದ ತುಳು ನಿಘಂಟಿನ ಹಿನ್ನೆಲೆಯಲ್ಲಿ ಮರಿಯಪ್ಪ ಭಟ್ಟರು ಮಾಡಿದ ಕೆಲಸ ತನ್ನ ಕಾಣಿಕೆ ನೀಡಿದೆ.

ಬ್ರಿಟಿಷರ ಆಡಳಿತ ಕಾಲದಲ್ಲಿ ಇಂದಿನ ಕಾಸರಗೋಡು ಹಾಗೂ ದಕ್ಷಿಣ ಕನ್ನಡ, ಉಡುಪಿ ಮತ್ತು ಉತ್ತರ ಕನ್ನಡ ಜಿಲ್ಲೆಗಳು ಮದ್ರಾಸು ಪ್ರಾಂತ್ಯದ ಆಡಳಿತಕ್ಕೆ ಸೇರಿತ್ತು. ಅಂದಿನ ದಕ್ಷಿಣ ಕನ್ನಡ ಜಿಲ್ಲೆಯ ಪುತ್ತೂರಿನ ಸಮೀಪದ ಮುಂಗ್ಲಿ ಮನೆಯವರಾದ ಮರಿಯಪ್ಪ ಭಟ್ಟರು (ಪಂಡಿತ ಸೇಡಿಯಾಪು ಕೃಷ್ಣಭಟ್ಟರ ಸ್ಥಳ ನಾಮ ಶೋಧನೆ ಪ್ರಕಾರ ಮುಂಗ್ರಿ ಮನೆ) ಪುತ್ತೂರು, ಮಂಗಳೂರುಗಳಲ್ಲಿ ತಮ್ಮ ಪ್ರಾರಂಭದ ವಿದ್ಯಾಭ್ಯಾಸ ಮುಗಿಸಿ ಆ ಬಳಿಕ ಉನ್ನತ ವಿದ್ಯಾಭ್ಯಾಸಕ್ಕಾಗಿ ಮದ್ರಾಸಿಗೆ ತೆರಳಿದರು. ಪದವಿಯಲ್ಲಿ ಅವರು ಗಣಿತವನ್ನು ಅಧ್ಯಯನ ಮಾಡಿ ಮುಂದೆ ಹೆಚ್ಚಿನ ವಿದ್ಯಾಭ್ಯಾಸವನ್ನು ಮುಂದುವರಿಸಿ ಕನ್ನಡದಲ್ಲಿ ಎಂ.ಎ. ಪದವಿ ಪಡೆದರು. ಮದ್ರಾಸಿನ ಕ್ರಿಶ್ಚಿಯನ್ ಹೈಸ್ಕೂಲಿನಲ್ಲಿ ಗಣಿತ ಪಾಠ ಹೇಳುತ್ತಿದ್ದ ಅವರು 1940ರಲ್ಲಿ ಮದ್ರಾಸು ವಿಶ್ವವಿದ್ಯಾನಿಲಯದ ಕನ್ನಡ ವಿಭಾಗ ಸೇರಿದರು.

1940ರಲ್ಲಿ ಮದ್ರಾಸು ವಿಶ್ವವಿದ್ಯಾನಿಲಯದಲ್ಲಿ ಅಧ್ಯಾಪಕ ವೃತ್ತಿ ತೆರವಾದಾಗ ಅಭ್ಯರ್ಥಿಗಳ ಆಯ್ಕೆಯಲ್ಲಿ ಬೆನೆಗಲ್ ರಾಮರಾಯರು, ಪಂಜೆ ಮಂಗೇಶರಾಯರು ಇದ್ದರು. ಆ ಸಮಯದಲ್ಲಿ ಮಂಗಳೂರಿನ ಪಂಡಿತ ಮುಳಿಯ ತಿಮ್ಮಪ್ಪಯ್ಯನವರು ಮದರಾಸು ವಿಶ್ವವಿದ್ಯಾನಿಲಯದ ಕನ್ನಡ ವಿಭಾಗದ ಬೋರ್ಡ್ ಆಫ್ ಸ್ಟಡೀಸ್‌ನ ಸದಸ್ಯರಾಗಿದ್ದರು. ಕೆಲಕಾಲ ಅವರು ಅಕೆಡಮಿಕ್ ಕೌನ್ಸಿಲ್‌ನ ಸದಸ್ಯರೂ ಆಗಿದ್ದರು. ಆಗ ತುಂಬಾ ಶಿಸ್ತಿನ ಮನುಷ್ಯ ಎಂದು ಹೆಸರಾಗಿದ್ದ ಲಕ್ಷ್ಮಣಸ್ವಾಮಿ ಮೊದಲಿಯಾರರು ಮದರಾಸು ವಿಶ್ವವಿದ್ಯಾನಿಲಯದ ಉಪಕುಲಪತಿಗಳು. ಮದರಾಸು ವಿಶ್ವವಿದ್ಯಾನಿಲಯದಲ್ಲಿ ಕನ್ನಡ ವಿಭಾಗದ ಮುಖ್ಯಸ್ಥರಾಗಿದ್ದ ಚೆನ್ನಕೇಶವಯ್ಯಂಗಾರ್ ಅವರು (ಶಬ್ದಮಣಿ ದರ್ಪಣವನ್ನು ಸಂಪಾದಿಸಿರುವವರು) ನಿವೃತ್ತರಾದ್ದರಿಂದ ತೆರವಾದ ಒಂದು ಸ್ಥಾನಕ್ಕೆ ಕ್ರಿಶ್ಚಿಯನ್ ಹೈಸ್ಕೂಲಿನಲ್ಲಿ ಕೆಲಸ ಮಾಡುತ್ತಿದ್ದ ಮರಿಯಪ್ಪ ಭಟ್ಟರು ಆಯ್ಕೆಯಾದರು.

ಅದು ಕನ್ನಡದ ಮುಖ್ಯಕೃತಿಗಳ ಸಂಪಾದನೆ ಇನ್ನೂ ನಡೆಯುತ್ತಿದ್ದ ಕಾಲ. ಆ ಸಂದರ್ಭದಲ್ಲಿ, ಅಂದರೆ ನಮ್ಮ ಭಾಷಾವಾರು ರಾಜ್ಯ ರಚನೆಯಾಗುವ ಮೊದಲು

ತಾವು ಇದ್ದಲ್ಲೆ ಎಲ್ಲರೂ ಒಂದೇ ಕನ್ನಡಕ್ಕಾಗಿ ದುಡಿಯುತ್ತಿದ್ದ ಕಾಲ. ಪ್ರೊಫೆಸರ್ ಮರಿಯಪ್ಪ ಭಟ್ಟರು ಆಗ ಕನ್ನಡದ ಹದಿನಾಲ್ಕು ಕೃತಿಗಳನ್ನು ಸಂಪಾದಿಸಿದರು. ಅವುಗಳಲ್ಲಿ ಮುಖ್ಯವಾದ ಕೆಲವೆಂದರೆ : 1. ಅಭಿನವ ಮಂಗರಾಜ ನಿಘಂಟು 2. ಗುಣಚಂದ್ರನ ಛಂದಸ್ಸಾರ; ಜೈನಪುರಾಣಗಳಾದ 3. ವರ್ಧಮಾನ ಪುರಾಣ ಹಾಗೂ 4. ಪಾರ್ಶ್ವನಾಥ ಪುರಾಣ, ಅಷ್ಟಾದಶ ಪುರಾಣಗಳಲ್ಲಿ ಒಂದಾದ 5. ವಿಷ್ಣುಪುರಾಣ, ಪಂಚಮಾಂಶ, ಅವುಗಳಲ್ಲದೆ 6. ಜಾತಕ ತಿಲಕ 7. ಸಂಗೀತ ರತ್ನಾಕರ 8. ವ್ಯವಹಾರ ಗಣಿತ 9. ಸದ್ಗುರು ರಹಸ್ಯ (ಗುರುಬಸವ) ಮೊದಲಾದವು.

ಪ್ರೊ. ಮರಿಯಪ್ಪ ಭಟ್ಟರು ಸಂಪಾದಿಸಿ ಪ್ರಕಟಿಸಿದ ಎರಡು ವಿಶೇಷ ಪುಸ್ತಕಗಳು ಆ ಕಾಲದ ಕನ್ನಡ ಸಂಗ್ರಹದ ಹಾಗೂ ಕೃತಿ ಸಂಪಾದನೆಯ ಮನಸ್ಸನ್ನು ಮತ್ತು ಪ್ರೊ. ಮರಿಯಪ್ಪ ಭಟ್ಟರ ಚಿಂತನಾಕ್ರಮವನ್ನು ಸೂಚಿಸುತ್ತದೆ. ಅವೆಂದರೆ ಜೈನರಾಜ ಮಂಗರಸ (1336–1357) ಬರೆದ 1500 ಶ್ಲೋಕಗಳುಳ್ಳ ಆಯುರ್ವೇದ ಔಷಧಿ ಗ್ರಂಥ (1) ಖಗೇಂದ್ರ ಮಣಿದರ್ಪಣ ಮತ್ತು (11) ಔಷಧಿಕೋಶಂ ಎಂಬ ಆಯುರ್ವೇದ ವೈದ್ಯಕ ಪದಕೋಶ. ಈ ಔಷಧಿ ಕೋಶದಲ್ಲಿ ಔಷಧಿ ವಾಚಕ ಶಬ್ದಗಳು ಮಾತ್ರವಲ್ಲದೆ ಪಶು, ಮೃಗ, ಪಕ್ಷಿಗಳು, ಪಂಚಭೂತಗಳು, ವಾಹನಗಳು ಮೊದಲಾದ ಇತರ ಹಲವು ವಸ್ತುವಾಚಕ ಶಬ್ದಗಳೂ ಸಂಗ್ರಹಿಸಲ್ಪಟ್ಟಿವೆ. ಇದರಲ್ಲಿ ಸುಮಾರು ಹನ್ನೆರಡು ಸಾವಿರ ಸಂಸ್ಕೃತ ಶಬ್ದಗಳಿಗೆ ಕನ್ನಡದಲ್ಲಿ ಅರ್ಥವನ್ನು ಕೊಡಲಾಗಿದೆ.

ಖಗೇಂದ್ರಮಣಿದರ್ಪಣ ಈಗ ಎಲ್ಲೂ ಚಾಲನೆಯಲ್ಲಿ ಸಿಗುವುದಿಲ್ಲ. ಅಚ್ಚಾದ ಪ್ರತಿಗಳು ಬಹಳ ಹಿಂದೆಯೇ ಮುಗಿದಿವೆ. ಹೊಸದಾಗಿ ಅದನ್ನು ಚಾಲನೆಗೆ ತರುವಲ್ಲಿ ವಿಶ್ವವಿದ್ಯಾನಿಲಯಗಳ ಪ್ರಕಟಣಾ ವಿಭಾಗಗಳಿಗೆ ಆಸಕ್ತಿ ಇಲ್ಲ. ಆಕಸ್ಮಿಕವಾಗಿ ನಮ್ಮ ಗಡಿನಾಡು ಕಾಸರಗೋಡಿನಲ್ಲಿ ಸಂಯುಕ್ತ ವೈದ್ಯಕೀಯ ಚಿಕಿತ್ಸೆಗಳಲ್ಲಿ (ಅಂದರೆ : ಇಂಗ್ಲಿಷ್, ಆಯುರ್ವೇದ ಹಾಗೂ ಹೋಮಿಯೋಪತಿ ವಿಧಾನಗಳನ್ನು ಬಳಸಿಕೊಂಡು ಶರೀರಕ್ಕೆ ಅನುಕೂಲವಾಗುವ ಚಿಕಿತ್ಸೆ ಹೇಗೆಂದು ಮಾಡುವ ವೈದ್ಯಕೀಯ ಸಂಶೋಧನೆ) ನಿರತರಾಗಿರುವ ಡಾ॥ ಎಸ್.ಆರ್. ನರಹರಿ ಹಾಗೂ ಸಂಗಡಿಗ ವೈದ್ಯರ ಸಂಶೋಧನೆಗಳ ಸಂದರ್ಭದಲ್ಲಿ ಅವರು ಸಂಗ್ರಹಿಸಿದ ಪುಸ್ತಕಗಳಲ್ಲಿ ನನಗೆ ಈ ಕೃತಿಯ ನೆರಳಚ್ಚು ಪ್ರತಿ ಲಭ್ಯವಾಯಿತು.

ಖಗೇಂದ್ರ ಮಣಿ ದರ್ಪಣದ 1500 ಶ್ಲೋಕಗಳ ವರ್ಣ, ವೃತ್ತ, ಕಂದಗಳ ಬಗ್ಗೆ ಮರಿಯಪ್ಪ ಭಟ್ಟರು ಬರೆಯುತ್ತಾರೆ. ಭಾಷೆಯ ಬಳಕೆಯ ಬಗೆಗೇ ಅಲ್ಲಿ ಅವರ ಗಮನ. ಚಿತೆಯಲ್ಲಿ ಮಲಗಿಸಿದವನನ್ನು ಈ ಔಷಧಿಯಿಂದ ಏಳಿಸಬಹುದೆಂದು ಅಲಂಕಾರಿಕವಾಗಿ ಹೇಳಿದ ವಿಚಾರಗಳನ್ನು ಪೀಠಿಕೆಯಲ್ಲಿ ಪ್ರಸ್ತಾಪಿಸುತ್ತಾರೆ. ಇವೆಲ್ಲಾ ಕನ್ನಡ ಭಾಷೆಯನ್ನು ಸಂಗೋಪಿಸಿ ಬೆಳೆಸಲು ಅವರು ಬಳಸಿದ ಕ್ರಮಗಳು. ಈ ಔಷಧಗಳ ಬಗೆಗಿನ ಕೃತಿ ಬಹಳ ವಿವರವಾಗಿ ಟಾಕ್ಸಿಕಾಲಜಿ (Toxicology) ಬಗ್ಗೆ

ಹೇಳುತ್ತದೆ. ಸ್ಥಾವರ ವಿಷ, ಜಂಗಮ ವಿಷ, ಹಾವು, ಉರುಗ ಪ್ರಭೇದಗಳ ವಿಷ, ಖನಿಜ ಹಾಗೂ ರಾಸಾಯನಿಕಗಳಿಂದ ಬರುವ ವಿಷ ಇವುಗಳಿಗೆಲ್ಲ ಏನು ಮದ್ದು (ಔಷಧಿ/ಪರಿಹಾರ) ಎಂದು ಆ ಪುಸ್ತಕ ವಿವರಿಸುತ್ತದೆ. ಹಾವು ಕಚ್ಚಿದ ವಿಷ ಚಿಕಿತ್ಸೆ ಬಗ್ಗೆ ಅದು ಉತ್ಕೃಷ್ಟ ಗ್ರಂಥ ಎಂದು ಅನೇಕ ಆಯುರ್ವೇದ ಪಂಡಿತರು ತಿಳಿಯುತ್ತಾರೆ.

ಕಾಂಗ್ರೆಸ್ ಹುಲ್ಲು ಮೊದಲಾದ ಸಸ್ಯಗಳಿಂದ ಉಂಟಾಗುವ ಅಲರ್ಜಿಯನ್ನು ಸ್ಟಿರಾಯ್ಡ್ ನೀಡದೆ ನಿಯಂತ್ರಿಸಲು ಏನಾದರು ಉಪಾಯಗಳು ಈ ಗ್ರಂಥದಲ್ಲಿ ಸಿಗಬಹುದೋ ಹೇಗೆ ಎಂದು ಡಾ॥ ನರಹರಿ ಈ ಗ್ರಂಥದಲ್ಲಿ ಹುಡುಕುತ್ತಿದ್ದಾಗ ಈ ಕೃತಿ ನನ್ನ ಗಮನಕ್ಕೆ ಬಂತು. ಪ್ರೊ. ಮರಿಯಪ್ಪ ಭಟ್ಟರಿಗೆ ಅರ್ಪಿಸಿದ 'ಸಾರ್ಥಕ' ಎಂಬ ಅಭಿನಂದನ ಗ್ರಂಥದಲ್ಲೂ ಖಗೇಂದ್ರಮಣಿ ದರ್ಪಣದ ಬಗ್ಗೆ ಪ್ರತ್ಯೇಕ ಲೇಖನವಿಲ್ಲ. ಈ ಪುಸ್ತಕದ ಬಗ್ಗೆ ಇಷ್ಟು ವಿವರವಾಗಿ ಹೇಳಿದ ಉದ್ದೇಶ ಇಷ್ಟೆ : ಯಾರೋ ಎಂದೋ ಮಾಡಿದ ಜ್ಞಾನಾರ್ಜನೆಯ ಕೆಲಸ ಎಷ್ಟೋ ವರುಷಗಳ ಬಳಿಕ ಇನ್ನೊಂದು ಕಡೆ ಸಾರ್ಥಕ ಹೊಂದುತ್ತದೆ ಅಥವಾ ಸಂಶೋಧನೆಗೆ ನೆರವಾಗಿ ಜ್ಞಾನ ವಿಸ್ತರಣಕ್ಕೆ ಕಾರಣವಾಗುತ್ತದೆ.

ಈ ರೀತಿಯ ಸಂಪಾದಿತ ಕೃತಿಗಳಲ್ಲದೆ ಇನ್ನೂ ಕೆಲವು ಮುಖ್ಯವಾದ ಸ್ವತಂತ್ರ ಕೃತಿಗಳನ್ನು ಅವರು ರಚಿಸಿದರು. ಅವುಗಳಲ್ಲಿ ಮುಖ್ಯವಾದವು 1. ಕನ್ನಡ ಸಂಸ್ಕೃತಿ 2. ಸಂಕ್ಷಿಪ್ತ ಕನ್ನಡ ಸಾಹಿತ್ಯ ಚರಿತ್ರೆ 3. ಕೇಶಿರಾಜ. ಇತ್ತೀಚೆಗೆ ಪ್ರಕಟವಾದ ಇಂಗ್ಲಿಷ್ ಲೇಖನಗಳ ಸಂಗ್ರಹ 4. ಡ್ರಾವಿಡಿಯನ್ ಸ್ಟಡೀಸ್ – ಎ ಕಲೆಕ್ಷನ್ ಆಫ್ ಆರ್ಟಿಕಲ್ಸ್ (Dravidian Studies : A collection of articles) ಮೊದಲಾದವು. ಅಪ್ರಕಟಿತವಾದ ಕನ್ನಡ ಗ್ರಂಥಗಳನ್ನು ಸಾಧ್ಯವಾದ ಮಟ್ಟಿಗೆ ಪ್ರಕಾಶಪಡಿಸುವ ಸದುದ್ದೇಶವನ್ನಿಟ್ಟುಕೊಂಡು ಗ್ರಂಥ ಸಂಪಾದನೆಯಲ್ಲಿ ತೊಡಗಿರುವಾಗಲೂ ಅವರು ಹಲವು ಸ್ವತಂತ್ರ ಲೇಖನಗಳನ್ನೂ ಕೃತಿಗಳನ್ನೂ ಕನ್ನಡದಲ್ಲಿ ರಚಿಸಿದರು. ಅದೇ ರೀತಿ ಹಲವು ಸ್ವತಂತ್ರ ಲೇಖನಗಳನ್ನು ಇಂಗ್ಲೀಷಿನಲ್ಲೂ ಪ್ರಕಟಿಸಿದರು. ಇಂಗ್ಲೀಷಿನ ಅವರ ಹೆಚ್ಚಿನ ಲೇಖನಗಳು ದ್ರಾವಿಡ ಅಧ್ಯಯನ ಹಾಗೂ ಭಾಷಾ ಶಾಸ್ತ್ರದ ಅಧ್ಯಯನಕ್ಕೆ ಮೀಸಲಾಗಿವೆ. ವಿವರಣಾತ್ಮಕ ಭಾಷಾ ವಿಜ್ಞಾನ ಅಧ್ಯಯನ (Descriptive Linguistics) ಹಾಗೂ ತೌಲನಿಕ ಭಾಷಾ ವಿಜ್ಞಾನ ಅಧ್ಯಯನ (Comparative Linguistics) ವಿಭಾಗಗಳಲ್ಲಿ ಅವರು ತುಂಬಾ ಕೆಲಸ ಮಾಡಿದರು. ಅವರ ಅಧ್ಯಯನ ಆ ಕ್ಷೇತ್ರಗಳಲ್ಲಿ ಕನ್ನಡಕ್ಕೆ ಬೇಕಾದ ಪ್ರಾರಂಭದ ತಳಪಾಯವನ್ನು ಸೃಜಿಸಿತು.

ದಕ್ಷಿಣ ಭಾರತದಲ್ಲಿ ಭಾಷಾ ವಿಜ್ಞಾನದ ಮೊದಲ ಪ್ರವರ್ತಕರಲ್ಲಿ ಪ್ರೊ. ಮರಿಯಪ್ಪ ಭಟ್ಟರು ಒಬ್ಬರು. 1955–56ರಲ್ಲಿ ಅವರು ಓರಿಯಂಟಲ್ ಸ್ಟಡೀಸ್‌ನಲ್ಲಿ ವಿಶೇಷ ವ್ಯಾಸಂಗಕ್ಕಾಗಿ ಇಂಗ್ಲೆಂಡಿಗೆ ತೆರಳಿ ಭಾಷಾ ವಿಜ್ಞಾನವನ್ನು ಅಭ್ಯಾಸ ಮಾಡಿದರು. ಅಲ್ಲಿ ಅವರು ಪ್ರೊ. ಫರ್ತ್ ಮೊದಲಾದ ಹಿರಿಯ ವಿದ್ವಾಂಸರ ವಿದ್ಯಾರ್ಥಿಯಾಗಿದ್ದರು.

ಸಮಾಜ, ಭಾಷೆ ಮೊದಲಾದ ಚಿಂತನೆಗಳಲ್ಲಿ ಮುಖ್ಯರಾದ ಹೊಸಚಿಂತಕ ಮಲನೋವಸ್ಕಿ ವಿಚಾರಗಳನ್ನು ಅಧ್ಯಯನ ಮಾಡಿದ್ದರು. ಗಣಿತದ ಓದು, ಬಹುಭಾಷಾ ಜ್ಞಾನ, ಭಾಷಾ ವಿಜ್ಞಾನದ ಅಧ್ಯಯನ ಇತ್ಯಾದಿಗಳ ಹಿನ್ನೆಲೆಯಲ್ಲಿ ಅವರಲ್ಲೊಂದು ಆಧುನಿಕ ಗ್ರಹಿಕೆ ಕೆಲಸ ಮಾಡುತ್ತಿತ್ತು. ಆದ್ದರಿಂದಲೇ ಪ್ರೊ. ಕಿ.ರಂ. ನಾಗರಾಜ, ಡಾ॥ ಬಸವರಾಜ ಕಲ್ಗುಡಿ, ಪ್ರೊ. ಎಂ.ಎಚ್. ಕೃಷ್ಣಯ್ಯ ಮೊದಲಾದ ಆಧುನಿಕ ವಿದ್ವಾಂಸರು ಪ್ರೊ. ಮರಿಯಪ್ಪ ಭಟ್ಟರ ಬಗ್ಗೆ ಗೌರವದ ಮಾತುಗಳನ್ನಾಡುತ್ತಾರೆ.

ಸಂಸ್ಕೃತಿ ಅಧ್ಯಯನಕ್ಕೆ ಅವರು ಭಾಷೆಯನ್ನು ಬಳಸಿಕೊಂಡ ರೀತಿ ವಿಶಿಷ್ಟವಾದುದು. 'ಕನ್ನಡ ಸಂಸ್ಕೃತಿ' ಕೃತಿಯಲ್ಲಿ ಹಾಗೂ 'ಡ್ರಾವಿಡಿಯನ್ ಸ್ಟಡೀಸ್ : ಎ ಕಲೆಕ್ಷನ್ ಆಫ್ ಆರ್ಟಿಕಲ್ಸ್' ಎಂಬ ಇಂಗ್ಲಿಷ್ ಕೃತಿಯಲ್ಲೂ ಈ ಮಾತಿಗೆ ಅನೇಕ ಉದಾಹರಣೆಗಳನ್ನು ನೀಡಬಹುದು.

ಕನ್ನಡದಲ್ಲಿ ಪ್ರಥಮ ಹಾಗೂ ಸಪ್ತಮೀ ವಿಭಕ್ತಿಗಳು ನಿಜವಾಗಿ ಇವೆಯೇ ಎಂಬ ಅವರ ಜಿಜ್ಞಾಸೆ ಅದಕ್ಕೆ ಒಂದು ಉತ್ತಮ ಉದಾಹರಣೆ. ಸಪ್ತಮೀ ವಿಭಕ್ತಿ ಪ್ರತ್ಯಯವಾಗಿ ನಾವು ಉಪಯೋಗಿಸುವ 'ಅಲ್ಲಿ' ಎಂಬುದು ಒಂದು ಪದವೂ ಹೌದು. 'ಅವನಲ್ಲಿ' 'ಬಾವಿಯಲ್ಲಿ ಬಿದ್ದ' 'ಮಾತಿನಲ್ಲಿ ಗೆದ್ದ' ಇಂತಹ ಪ್ರಯೋಗಗಳ 'ಅಲ್ಲಿ' ಕನ್ನಡದ ಒಂದು ಪ್ರತ್ಯೇಕ ಪದ 'ಅಲ್ಲಿ ನೋಡು' 'ಇಲ್ಲಿಗೆ ಬಾ', 'ಅಲ್ಲಿಗಲ್ಲಿಗೆ ಸಲ್ಲುವವರು' 'ಅಲ್ಲಿದ್ದರೆ ಇಲ್ಲಿಲ್ಲ' ಇತ್ಯಾದಿ ಇನ್ನಷ್ಟು ಉದಾಹರಣೆ ನೀಡಬಹುದು.

ಹೀಗಿರುವುದರಿಂದ ನಿಜಕ್ಕೂ ಕನ್ನಡದಲ್ಲಿ ಸಪ್ತಮೀ ವಿಭಕ್ತಿ ನಿಜವಾಗಿ ಇದೆಯೆ? ಅದು ಇತರ ದ್ರಾವಿಡ ಭಾಷೆಗಳಲ್ಲಿ ಹೇಗಿದೆ ಇತ್ಯಾದಿ ತೌಲನಿಕ ಚರ್ಚೆಗಳನ್ನು ಪ್ರೊ. ಮರಿಯಪ್ಪ ಭಟ್ಟರು ಮಾಡಿದ್ದಾರೆ. ಸ್ಥಳ ವಾಚಕವೂ ಆಗಿರುವ ಈ ಪದ ಸಮೂಹಗಳು ಹೇಗೆ ಸಪ್ತಮೀ ವಿಭಕ್ತಿ ಪ್ರತ್ಯಯ ಕಾರ್ಯವನ್ನು ನಿರ್ವಹಿಸುತ್ತಿದೆ ಎಂಬುದನ್ನು ಅವರು ತಮ್ಮ ಲೇಖನಗಳ ಸಂಗ್ರಹ 'ಕನ್ನಡ–ಸಂಸ್ಕೃತಿ' ಪುಸ್ತಕದಲ್ಲಿ ವಿವರಿಸಿದ್ದಾರೆ.

ಕನ್ನಡದಲ್ಲಿ ಮಹಾಪ್ರಾಣ ಇದೆಯೇ ಇಲ್ಲವೆ ? ಕನ್ನಡಕ್ಕೆ ಮಹಾಪ್ರಾಣದ ಅವಶ್ಯಕತೆ ಇದೆಯೆ ? ಕನ್ನಡ ಲಿಪಿಯಲ್ಲಿ ಮಹಾಪ್ರಾಣವನ್ನು ಉಳಿಸಿಕೊಳ್ಳಬೇಕೆ ? ಇತ್ಯಾದಿ ವಿಚಾರಗಳ ಚರ್ಚೆ ಈಗ ಜೋರಾಗಿ ನಡೆಯುತ್ತಿದೆ. ಡಾ॥ ಡಿ.ಎನ್. ಶಂಕರಭಟ್ಟರು ಈಗ ಈ ಚರ್ಚೆಯ ಮುಂಚೂಣಿಯಲ್ಲಿದ್ದು ಅವರು ಮಹಾಪ್ರಾಣಗಳನ್ನು ಕೈಬಿಟ್ಟ ಹೊಸ ಕನ್ನಡ ಲಿಪಿ ಬಳಕೆಯನ್ನು ತಮ್ಮ ಈಚಿನ ಕೃತಿಗಳಲ್ಲಿ ಪ್ರಾರಂಭಿಸಿದ್ದಾರೆ.

ಮಹಾಪ್ರಾಣ ಕನ್ನಡದಲ್ಲಿ ಇದೆಯೇ ಇಲ್ಲವೆ ಎಂಬ ಚರ್ಚೆ ನಮ್ಮಲ್ಲಿ ಕೇಶಿರಾಜನ 'ಶಬ್ದಮಣಿ ದರ್ಪಣ'ದಷ್ಟು ಹಳತು. ಕೇಶಿರಾಜ ಕನ್ನಡದಲ್ಲಿ ಮಹಾಪ್ರಾಣವು ಇದೆ ಎಂದು ರುಜುವಾತು ಮಾಡಲು ನೀಡಿದ ಪದಗಳು ಸಂಸ್ಕೃತದವು. ಹೀಗಾಗಿ ಕನ್ನಡದಲ್ಲಿ ನಾವು ಬಳಸುವ ಮಹಾಪ್ರಾಣಗಳೆಲ್ಲಾ ಸಂಸ್ಕೃತ ಪದಗಳು ಎಂಬುದೊಂದು ವಾದ.

ಪ್ರೊ. ಮರಿಯಪ್ಪ ಭಟ್ಟರು ಈ ಹಿನ್ನೆಲೆಯಲ್ಲಿ ಚರ್ಚಿಸಿದ್ದಾರೆ. ಕೇಶಿರಾಜನ

ಸಂದರ್ಭದಲ್ಲಿ ಅವರು "ಅನ್ಯ ಭಾಷೆಗಳಿಂದ ಬಂದ ಮಹಾಪ್ರಾಣಗಳನ್ನು ಉಳಿಸಿಕೊಳ್ಳುವುದಕ್ಕೆ ಹೋಗಿ ಕನ್ನಡದಲ್ಲಿ ಸ್ವಾಭಾವಿಕವಾಗಿಯೂ ಮಹಾಪ್ರಾಣಗಳುಂಟೆಂಬ ಭ್ರಮೆಯು ತಲೆದೋರಿತು" ಎನ್ನುತ್ತಾರೆ. ಮುಂದೆ 'ಖೊಪ್ಪರ' 'ಝುಳಪಿಸು' 'ಸುತ್ಥಣಿ' ಮೊದಲಾದ ಶಬ್ದಗಳನ್ನು ಚರ್ಚಿಸಿ ಕನ್ನಡದಲ್ಲಿ ಸ್ವಾಭಾವಿಕವಾಗಿ ಮಹಾಪ್ರಾಣಗಳು ಇಲ್ಲ ಎಂಬ ನಿಲುವನ್ನು ಪ್ರೊ. ಮರಿಯಪ್ಪ ಭಟ್ಟರು ತಳೆಯುತ್ತಾರೆ.

'ಕನ್ನಡಕ್ಕೆ ಬೇಕು ಕನ್ನಡದ್ದೇ ವ್ಯಾಕರಣ' ಇತ್ಯಾದಿ ಭಾಷೆಯ ಬಳಕೆಯಲ್ಲಿ ಕ್ರಾಂತಿಕಾರಕ ವಿಚಾರಗಳನ್ನು ಹೇಳಹೊರಟ ಡಾ॥ ಡಿ.ಎನ್. ಶಂಕರ ಭಟ್ಟರ ಇಂದಿನ ವಾದ ಇದ್ದಕ್ಕಿದ್ದಂತೆ ಕನ್ನಡದಲ್ಲಿ ಉದ್ಭವಿಸಲಿಲ್ಲ. ಈ ಎಲ್ಲಾ ವಾದಗಳ ಹಿಂದೆ ಬೀಜರೂಪದಲ್ಲಿ ಭಾಷಾ ವಿಜ್ಞಾನದ ಆಧುನಿಕ ಚಿಂತನೆಯನ್ನು ಪ್ರಾರಂಭಿಸಿದ ಪ್ರೊ. ಮರಿಯಪ್ಪ ಭಟ್ಟರಂತಹವರೂ ಇದ್ದಾರೆ. ಅಂಥವರ ಅಧ್ಯಯನಗಳ ಪರಿಶ್ರಮ ಕನ್ನಡ ಚಿಂತನೆಯನ್ನು ಕಾಲಕಾಲಕ್ಕೆ ವಿಸ್ತರಿಸಲು ಕಾರಣವಾಗಿವೆ ಎಂಬುದನ್ನು ಸೂಚಿಸುವುದಕ್ಕಾಗಿ ಈ ಮಾತು ಹೇಳಿದೆ. ಆದರೆ ಮರಿಯಪ್ಪ ಭಟ್ಟರದು ಸಮನ್ವಯ ಮಾರ್ಗ. ಆಧುನಿಕ ಮನಸ್ಸಿದ್ದೂ ಮರಿಯಪ್ಪ ಭಟ್ಟರು, ಶಂಕರ ಭಟ್ಟರಂತೆ ಭಾಷೆಯ ಬಳಕೆಯಲ್ಲಿ ತೀವ್ರವಾದಿ ಅಲ್ಲ ಎಂಬುದನ್ನು ನಾವು ನೆನಪಿಡಬೇಕು. ಅವರ ಆಧುನಿಕ ಚಿಂತನೆಯ ಒಳನೋಟಕ್ಕೆ "ಅರ್ಥದ ಸಮಸ್ಯೆ" - Problem of meaning - ಎಂಬ ಪ್ರೊ. ಮರಿಯಪ್ಪ ಭಟ್ಟರ ಲೇಖನವನ್ನು ಗಮನಿಸಬಹುದು. 1957ರಲ್ಲಿ ಪ್ರಕಟವಾದ ಈ ಲೇಖನ ಈಗ ಅವರ Dravidan Studies ಸಂಕಲನದಲ್ಲಿ ಸೇರಿದೆ.

ಪ್ರೊಫೆಸರ್ ಫರ್ತ್ ಅವರ ಶಿಷ್ಯ ವೃತ್ತಿ, ಲಂಡನ್ ಯೂನಿವರ್ಸಿಟಿಯ ಸ್ಕೂಲ್ ಆಫ್ ಓರಿಯಂಟಲ್ ಅಂಡ್ ಆಫ್ರಿಕನ್ ಸ್ಟಡೀಸ್‌ನಲ್ಲಿ ಪಶ್ಚಿಮದ ಆಧುನಿಕರ ಓದು ಮರಿಯಪ್ಪ ಭಟ್ಟರ ಮಧ್ಯವಯಸ್ಸಿನ ನಂತರದ ಸಂಪರ್ಕ. ಅವರ ಬಾಲ್ಯದ ಓದಿನ ಆಸಕ್ತಿಗಳನ್ನು ಹಾಗೂ ಪ್ರಾರಂಭದ ಚಿಂತನೆಗಳನ್ನು ರೂಪಿಸಿದ್ದು ಪುತ್ತೂರು, ಮಂಗಳೂರುಗಳ ಆಗಿನ ಪಂಡಿತ, ಚಿಂತಕವರ್ಗ ಹಾಗೂ ಪಂಡಿತ ಮುಳಿಯ ತಿಮ್ಮಪ್ಪಯ್ಯ.

ಪುತ್ತೂರಿನ ಪ್ರೌಢಶಾಲೆಯಲ್ಲಿ ಉಗ್ರಾಣ ಮಂಗೇಶರಾಯರು ಇದ್ದ ಕಾಲದಲ್ಲಿ ಮರಿಯಪ್ಪ ಭಟ್ಟರು ಅಲ್ಲಿ ವಿದ್ಯಾರ್ಥಿ. ಉಗ್ರಾಣ ಮಂಗೇಶರಾಯರು ರತ್ನಾಕರ ವರ್ಣಿಯ 'ಭರತೇಶ ವೈಭವ' ಕಾವ್ಯವನ್ನು ಆಗ ಸಂಪಾದಿಸುತ್ತಿದ್ದರು. ಅಲ್ಲಿಂದ ಮರಿಯಪ್ಪ ಭಟ್ಟರು ಮಂಗಳೂರಿನ ಸೈಯಿಂಟ್ ಅಲೋಶಿಯಸ್ ಕಾಲೇಜಿಗೆ ಹೋದಾಗ ಪಂಡಿತ ಮುಳಿಯ ತಿಮ್ಮಪ್ಪಯ್ಯನವರು ಅಲ್ಲಿ ಅಧ್ಯಾಪಕರಾಗಿದ್ದರು. ಮರಿಯಪ್ಪ ಭಟ್ಟರು ಅವರ ನೇರ ಶಿಷ್ಯರು. ಅದು ಪಂಡಿತ ತಿಮ್ಮಪ್ಪಯ್ಯನವರು 'ನಾಡೋಜ ಪಂಪ' ಗ್ರಂಥಕ್ಕೆ ಸಿದ್ಧತೆ ಮಾಡುತ್ತಿದ್ದ ಕಾಲ. ಮುಂದೆ ಮರಿಯಪ್ಪ ಭಟ್ಟರು ಗ್ರಂಥ ಸಂಪಾದನೆಯಲ್ಲಿ ಗಂಭೀರವಾಗಿ ತೊಡಗಿಕೊಂಡರು. ಕನ್ನಡ ಕಟ್ಟುವ ಕೆಲಸದಲ್ಲಿ ಕೈಜೋಡಿಸುವುದು

ಜೀವನದ ಧ್ಯೇಯ. ಅದೊಂದು ಪವಿತ್ರ ಕರ್ತವ್ಯ ಎಂಬ ಪ್ರೇರಣೆಗೆ ಪೂರಕವಾಗಿದ್ದ ಕಾಲವದು.

ಪ್ರೊಫೆಸರ್ ಮರಿಯಪ್ಪ ಭಟ್ಟರಿಗೆ ಇದ್ದ ಆಧುನಿಕ ಚಿಂತನೆ ಸ್ಪಷ್ಟವಾಗಿ ಗೋಚರಿಸುತ್ತಿದ್ದುದು ಅವರ ನಿಘಂಟು ರಚನೆ ಹಾಗೂ ಭಾಷಾ ವಿಜ್ಞಾನ ಕ್ಷೇತ್ರಗಳಲ್ಲಿ. ಸಾಹಿತ್ಯ ವಿಮರ್ಶೆ ಅವರ ಆಪ್ತಕ್ಷೇತ್ರವಲ್ಲ. ಸಾಹಿತ್ಯ ಚರಿತ್ರೆ ಅವರ ಆಸಕ್ತಿಗಳಲ್ಲಿ ಒಂದು. ಸಂಕ್ಷಿಪ್ತವಾಗಿ ಹೇಳುವುದರಲ್ಲಿ ಅವರು ಸಿದ್ಧಹಸ್ತರು. ಅವರ ಆಧುನಿಕ ಚಿಂತನೆಯ ಪ್ರೇರಣೆಯಾಗಿ ಅವರಿಗೆ ಮುಳಿಯ ತಿಮ್ಮಪ್ಪಯ್ಯ ಹಾಗೂ ಮಂಜೇಶ್ವರ ಗೋವಿಂದ ಪೈಗಳ ಮಂಗಳೂರಿನ ಪಂಡಿತ ಪರಂಪರೆಯ ಹಿನ್ನೆಲೆ ಇತ್ತು.

ಮಂಜೇಶ್ವರ ಗೋವಿಂದ ಪೈಗಳಿಗೆ ಅಗಾಧವಾದ ಓದು ಹಾಗೂ ಅನೇಕ ಭಾಷೆಗಳ ಪಾಂಡಿತ್ಯವಿತ್ತು. ಅವರು ರಾಜರತ್ನಂ ಅವರ ರತ್ನನ ಪದಗಳ ಸಂದರ್ಭದಲ್ಲಿ ಫ್ರೆಂಚ್ ಕವಿ ಬೋದಿಲೇರನನ್ನು ಕನ್ನಡದಲ್ಲಿ ಮೊದಲಿಗೆ ನೆನಪಿಸಿಕೊಂಡವರು (ಪ್ರೊಫೆಸರ್ ಕಿ.ರಂ. ನಾಗರಾಜ್ ಒಮ್ಮೆ ಹೇಳಿದಂತೆ : ನಮಗೆ ಬೋದಿಲೇರನ ಜ್ಞಾನ ನವ್ಯರ ಬಳಿಕ ಲಂಕೇಶರ ಅನುವಾದ ಓದಿ ಬಂದರೆ, ಮಂಜೇಶ್ವರ ಗೋವಿಂದ ಪೈಗಳು ಅಷ್ಟು ಹಿಂದೆ ಬೋದಿಲೇರನನ್ನು ಪ್ರಸ್ತಾಪಿಸಿದ್ದಾರೆ). ಇದನ್ನು ಹೇಳಿದ ಉದ್ದೇಶ ಆಧುನಿಕ ಓದು ಚಿಂತನೆಗಳ ಹಿನ್ನೆಲೆ ಅಲ್ಲಿತ್ತು ಎಂಬುದನ್ನು ಸೂಚಿಸುವುದು. ಆದರೆ, ಆಗ ಮಂಗಳೂರಿಗೆ ಮದ್ರಾಸು ಆಡಳಿತಾತ್ಮಕವಾಗಿ ಹತ್ತಿರವಿತ್ತು. ಮಹಾರಾಜರ ಆಡಳಿತವಿದ್ದ ಮೈಸೂರು ದೂರ ಎಂದು ಅನಿಸುತ್ತಿದ್ದ ಕಾಲ ಅದು.

ಹಾಗೆಯೇ ಮೈಸೂರಿನ ಪಂಡಿತ ವಲಯಕ್ಕೂ ಮಂಗಳೂರಿನ ಪಂಡಿತ ವಲಯಕ್ಕೂ ನಡುವೆ ದೊಡ್ಡ ಕಂದರವೂ ವೈಚಾರಿಕ ದೂರವೂ ಇದ್ದಿತ್ತು ಎನ್ನಬಹುದು. ಡಿ.ಎಲ್.ಎನ್., ತೀ.ನಂ.ಶ್ರೀ ಅವರಂತವರಿದ್ದ ಮೈಸೂರಿನ ವಿದ್ವಾಂಸರು ಪಂಪನಲ್ಲಿ ಚರಿತ್ರೆ ಅನಗತ್ಯವಾಗಿ ಸೇರಿಕೊಂಡಿದೆ ಎಂದು ಹೇಳಿ ಪಂಪನನ್ನು ವಿಮರ್ಶಿಸಿದ ವೈಚಾರಿಕತೆ ಅದು. ಇಂಗ್ಲಿಷ್ ರೊಮ್ಯಾಂಟಿಕ್ ಪಂಥದಿಂದ ಹುಟ್ಟಿ ಬೆಳೆದ ವಾಸ್ತವವಾದದ ಪ್ರಭಾವ ಬಿ.ಎಂ.ಶ್ರೀ ಬಳಿಕ ಮೈಸೂರು ವಿದ್ವತ್ ವರ್ಗದಲ್ಲಿ ಹೆಚ್ಚಿತ್ತು.

ಯಕ್ಷಗಾನ ಹಿನ್ನೆಲೆಯ ಮಂಗಳೂರು ಕಡೆ ರೊಮ್ಯಾಂಟಿಸಿಸಂನಿಂದ ಬೆಳೆದ ವಾಸ್ತವವಾದ ಮೈಸೂರಿನಲ್ಲಿ ಉಂಟುಮಾಡಿದ ರೀತಿಯ ಪ್ರಭಾವ ಬೀರಲಿಲ್ಲ. ವರ್ತಮಾನ, ಪುರಾಣ, ಕಲ್ಪನೆಗಳ ನಡುವೆ ಓಡಾಡುವ ಯಕ್ಷಗಾನದಲ್ಲಿ ಯಾವುದೂ ವಾಸ್ತವವೂ ಅಲ್ಲ, ಕೇವಲ ಅವಾಸ್ತವವೂ ಅಲ್ಲ. ಪರಂಪರೆಯಿಂದ ಬಂದ ಯಕ್ಷಗಾನದ ಪ್ರಭಾವ ವಾಸ್ತವವಾದವನ್ನು ಪರೀಕ್ಷಿಸಿ ಪರಿಮಿತವಾಗಿ ಒಪ್ಪಿಕೊಂಡಿತು. ಅದನ್ನು ಮುಳಿಯ ತಿಮ್ಮಪ್ಪಯ್ಯನವರ ಪಂಪ ಅಧ್ಯಯನದಲ್ಲೂ ನಾವು ಗುರುತಿಸಬಹುದು.

ಮುಳಿಯ ತಿಮ್ಮಪ್ಪಯ್ಯನವರಿಗೆ ಸಾಮಂತರಾಜ ಅರಿಕೇಸರಿಯ ಚರಿತ್ರೆಯನ್ನು ವಿಕ್ರಮಾರ್ಜುನ ವಿಜಯದಲ್ಲಿ ಪಂಪ ತರುವ ರೀತಿಯಲ್ಲಿ ಯಾವ ಸಮಸ್ಯೆಯೂ ಇಲ್ಲ.

ತಗಳ್ಚಿ ಹೇಳುವ ಪಂಪನ ಕ್ರಮ ತಗಲಿಸಿ ಹೇಳುವ ಸಮಾಸ ಸೌಂದರ್ಯಕ್ಕೆ ಸಮನಾದ್ದು ಎಂದೇ ಅವರು ತಿಳಿಯುತ್ತಾರೆ. ತಗಲಿಸಿ ಹೇಳುವುದರಿಂದಲೇ ಪಂಪನಿಗೆ ಸಾಧ್ಯವಾಗುವ ಪ್ರಸ್ತುತತೆಯ ಬಗ್ಗೆ ಅವರು ಗಮನ ಸೆಳೆದು ದೇಶೀ ಮೊದಲಾದ ಅನೇಕ ವಿಚಾರಗಳನ್ನು ಚರ್ಚಿಸುತ್ತಾರೆ. ಅದಲ್ಲದೆ ಮುಳಿಯರಿಗೆ ಹವ್ಯಕ ಭಾಷೆ ಮನೆ ಮಾತು. ತುಳು ಭಾಷೆ ಹೊರಗಿನ ಆಡುಮಾತು. ಮಲಯಾಳಂ ಭಾಷೆ ನೆರೆಯ ಮಾತು. ಸಂಸ್ಕೃತ ವಿದ್ವತ್ತಿನ ತಿಳುವಳಿಕೆ. ಇವುಗಳೊಡನೆ ಅವರ ಕನ್ನಡ ಪಾಂಡಿತ್ಯ ಪ್ರಕಾಶಗೊಂಡದ್ದು. ಹೀಗಾಗಿ ಒಂದು ಭಾಷೆ ಇನ್ನೊಂದರ ಸಂಪರ್ಕಕ್ಕೆ ಬಂದು ಹೊಳೆಯುವ ಹೊಸ ವಿಚಾರಗಳೂ ಅವರಿಗೆ ತಿಳಿದಿತ್ತು.

ಪ್ರೊ. ಮರಿಯಪ್ಪ ಭಟ್ಟರಿಗೆ ಈ ಹಿನ್ನೆಲೆ ಇತ್ತು ಎಂಬುದನ್ನು ನಾವು ನೆನಪಿಡಬೇಕು. ಅವರ ವಿವರಣಾತ್ಮಕ ಭಾಷಾ ವಿಜ್ಞಾನ, ನಿಘಂಟು ಪದ ವಿಶ್ಲೇಷಣೆಗಳ ವಿವರಗಳನ್ನು ಗಮನಿಸಿದರೆ ಮರಿಯಪ್ಪ ಭಟ್ಟರು ಮುಳಿಯ ತಿಮ್ಮಪ್ಪಯ್ಯನವರ ವಿವರಣಾತ್ಮಕ ಕ್ರಮಗಳಿಂದ ಪ್ರಭಾವಿತರಾಗಿರುವುದನ್ನು ನಾವು ಕಾಣಬಹುದು. ಮುಳಿಯರ ಮೊದಲೇ ಬಂದ ರೆವರೆಂಡ್ ಫಾದರ್ ಕಿಟ್ಟೆಲ್ ಮೊದಲಾದವರೂ ತಮ್ಮ ನಿಘಂಟುವಿನಲ್ಲಿ ಪದ ವಿವರಣೆ ವಿಶ್ಲೇಷಣೆಗಳಿಗೆ ತೊಡಗಿದ್ದರು.

ಇದನ್ನು ನಾವು ಕೆಲವು ಉದಾಹರಣೆಗಳಿಂದ ಗಮನಿಸಬಹುದು. 1938ರಲ್ಲಿ ಅಂದರೆ ಮರಿಯಪ್ಪ ಭಟ್ಟರು ಮದ್ರಾಸು ವಿಶ್ವವಿದ್ಯಾನಿಲಯ ಸೇರುವ ಮೊದಲೆ ಮುಳಿಯ ತಿಮ್ಮಪ್ಪಯ್ಯನವರ ನಾಡೋಜ ಪಂಪ ಕೃತಿ ಅಚ್ಚಾಗಿದೆ. ಅದರಲ್ಲಿ 'ಪಂಪನ ದೇಸಿ' ಎಂಬ ವಿಚಾರದಲ್ಲಿ ಮುಳಿಯ ತಿಮ್ಮಪ್ಪಯ್ಯನವರು ನೀಡಿದ ಪದಗಳ ವಿವರ ವಿಶ್ಲೇಷಣೆಗಳನ್ನು ಗಮನಿಸಬೇಕು. ಉದಾಹರಣೆಗೆ : ತೆಗಲೆ, ಕಡಿತ, ಕುಮ್ಮರಿ, ಜೊಂಪ, ಎಕ್ಕಸಕ್ಕತನ, ಪರಡು ಇತ್ಯಾದಿ ಪದಗಳ ಬಗ್ಗೆ ಮುಳಿಯರು ನೀಡುವ ವಿವರಣೆ, ಗಾದೆಗಳ ಸಹಾಯದಿಂದ ವಿಶ್ಲೇಷಿಸುವ ಕ್ರಮ ಇತ್ಯಾದಿಗಳನ್ನು ನಾವು ಗಮನಿಸಿ ಅದೇ ಪದಗಳನ್ನು ಮರಿಯಪ್ಪ ಭಟ್ಟರು ಪರಿಷ್ಕೃತ ಕಿಟೆಲ್ ಕೋಶ, ಅವರ ಹವ್ಯಕ ನಿಘಂಟು, ತುಳು-ಇಂಗ್ಲಿಷ್ ನಿಘಂಟು ಇತ್ಯಾದಿ ಕಡೆಗಳಲ್ಲಿ ಸಂದರ್ಭಾನುಸಾರ ವಿವರಣಾತ್ಮಕವಾಗಿ ಹೋಲಿಸುವುದನ್ನು ಗ್ರಹಿಸಿದರೆ ನಾನು ಹೇಳ ಹೊರಟ ಮುಳಿಯ ಪರಂಪರೆಯ ಪ್ರಭಾವ ಹೆಚ್ಚು ಸ್ಪಷ್ಟವಾದೀತು. ಒಂದು ರೀತಿಯಲ್ಲಿ ಇದು ವಿವರಣಾತ್ಮಕ (Descriptive) ವಿಶ್ಲೇಷಣೆ, ವಿಮರ್ಶಾಕ್ರಮದ ಪ್ರಭಾವ/ಮುಂದುವರಿಕೆ ಎಂದರೂ ತಪ್ಪಿಲ್ಲ.

ನನಗೆ ಗುರುಸಮಾನರಾದ ಪ್ರೊ. ಕಿ.ರಂ. ನಾಗರಾಜರು ಬಹಳ ಇಷ್ಟಪಡುವ ಪ್ರೊ. ಎಂ. ಮರಿಯಪ್ಪ ಭಟ್ಟರ ಒಂದು ಲೇಖನ 'ಮೂರಿ : ಒಂದು ವಿಚಾರ'. 'ಮೂರಿವಿಡು' ಮತ್ತು 'ಮಾರಿಯ ಮೂರಿ' ಇತ್ಯಾದಿ ಪ್ರಯೋಗಗಳು ಹಳಗನ್ನಡ ಕಾವ್ಯಗಳಲ್ಲಿ ಬಂದಿರುತ್ತವೆ. ಪಂಪ, ಜನ್ನ ಮೊದಲಾದವರು 'ಮೂರಿ' ಪದಪ್ರಯೋಗ ಮಾಡಿದ್ದಾರೆ. ಪಂಪಭಾರತದ ಸಂಪಾದಕರು 'ಮೂರಿವಿಡು – ಪ್ರಸವಿಸು ?' ಎಂದು

ನೀಡಿದ ಅರ್ಥ ಯಾಕೆ ಸರಿಯಾದುದಲ್ಲ ಎಂದು ಮರಿಯಪ್ಪ ಭಟ್ಟರು ಚರ್ಚೆಯನ್ನು ಪ್ರಾರಂಭಿಸುತ್ತಾರೆ.

'ನೆಲಂ ಮೂರಿವಿಟ್ಟಂತೆ' ಎಂಬ ಪಂಪನ ಪ್ರಯೋಗದ ಬಗ್ಗೆ ಪಂಡಿತ ಮುಳಿಯ ಹಾಗೂ ಪಂಡಿತ ಎಚ್. ಶೇಷಯ್ಯಂಗಾರ್ಯರು ನೀಡಿದ ವಿವರಣೆಗಳನ್ನು ವಿಶ್ಲೇಷಿಸುತ್ತಾ ಮುಳಿಯರ ದೇಸಿ ಸೂಚಿಯನ್ನು ಮರಿಯಪ್ಪ ಭಟ್ಟರು ತುಳು, ಹವ್ಯಕ, ತಮಿಳು ಮೊದಲಾದ ದ್ರಾವಿಡ ಭಾಷೆಗಳ ಹಿನ್ನೆಲೆಯಲ್ಲಿ ವಿಶ್ಲೇಷಿಸುತ್ತಾ ಅವರು ಹಳಗನ್ನಡದ ಅನೇಕ ಉದಾಹರಣೆಗಳನ್ನು ನೀಡುತ್ತಾ ತಲುಪುವ ನಿರ್ಣಯ :

" 'ಮೂರಿ' ಒಂದು ವಸ್ತು ವಾಚಕವಾಗಿ ಇರುವಂತೆ ತೋರುತ್ತದೆ. ತುಳು, ಮಲಯಾಳಗಳಲ್ಲಿ 'ಮೂರ್' ಎಂಬ ಧಾತುವಿಗೆ 'ಕತ್ತರಿಸು', 'ಕಡಿ' ಎಂಬರ್ಥ ಉಂಟು. ತುಳುವಿನಲ್ಲಿ 'ಮೂರ್ತ' ಎಂದರೆ ತೆಂಗು, ತಾಳೆ ಇತ್ಯಾದಿ ಮರಗಳ ಕೋಡುಗಳನ್ನು (ಕಳ್ಳು ತೆಗೆಯುವುದಕ್ಕಾಗಿ) ಕೊಯ್ದು ಬಡಿಯುವುದು. ಹಾಗೆಯೇ 'ಮೂಡ' ಎಂಬ ಪದಕ್ಕೆ ಮಲೆಯಾಳದಲ್ಲಿ 'ನಿಶಿತ', 'ಕೂರಿತ್ತು', 'ಕತ್ತಿ' ಎಂಬ ಅರ್ಥ ಉಂಟು. ಆದುದರಿಂದ 'ಮೂರಿ' ಪದಕ್ಕೆ ಕತ್ತಿ, ಖಡ್ಗ ಎಂಬ ಎರಡನೆಯ ಅರ್ಥವನ್ನು ಕಲ್ಪಿಸುವುದರಲ್ಲಿ ಔಚಿತ್ಯವಿದೆ. 'ಮಾರಿಯ ಮೂರಿ' ಎಂಬ ಎಲ್ಲ ಸಂದರ್ಭಗಳಲ್ಲಿ ಈ ಎರಡನೆಯ ಅರ್ಥ ಹೆಚ್ಚು ಸಮಂಜಸವಾಗಿ ಕೊಡುತ್ತದೆ." (ಪಂಪನ ಸಂದರ್ಭದಲ್ಲಿ ಮರಿಯಪ್ಪ ಭಟ್ಟರು 'ಮೈ ಮುರಿಯುವುದು' ಹಿನ್ನೆಲೆಯಲ್ಲಿ ವಿಶ್ಲೇಷಣೆ ಮಾಡುತ್ತಾರೆ. ಲೇಖನದ ಪುಟಮಿತಿಯಿಂದಾಗಿ ಅವನ್ನೆಲ್ಲಾ ವಿಸ್ತರಿಸಲು ಸಾಧ್ಯವಾಗಿಲ್ಲ.)

'ಸ್ಥಳನಾಮಗಳು' ಅವರ ಆಸಕ್ತಿಯ ಇನ್ನೊಂದು ಕ್ಷೇತ್ರ. ದಕ್ಷಿಣ ಕನ್ನಡದ ಪಾಂಡಿತ್ಯದ ಪರಂಪರೆಯಲ್ಲಿ ಸ್ಥಳನಾಮಗಳ ಅಧ್ಯಯನಗಳಲ್ಲಿ ರಾಷ್ಟ್ರಕವಿ ಮಂಜೇಶ್ವರ ಗೋವಿಂದ ಪೈ, ಪಂಡಿತ ಸೇಡಿಯಾಪು ಕೃಷ್ಣಭಟ್ಟ ಹಾಗೂ ಡಾ॥ ಆರ್ಕೆ ಮಣಿಪಾಲ ಮುಖ್ಯರು. ಸಂಕ್ಷಿಪ್ತವಾಗಿ ಹೇಳಬಲ್ಲ ಪ್ರೊ. ಮರಿಯಪ್ಪ ಭಟ್ಟರ ಕೆಲವು ಬರಹಗಳ ಜೊತೆ ಈ ಎಲ್ಲಾ ಓದು ಹೊಸ ವಿಚಾರಗಳನ್ನು ಒದಗಿಸಿಕೊಡುತ್ತವೆ.

ಇತ್ತೀಚೆಗೆ ಬಹು ಪ್ರಶಂಸೆಗಳಿಗೆ ಒಳಗಾದ **ಪ್ರೊ. ಷ. ಶೆಟ್ಟರ್ ಅವರ "ಶಂಗಂ ತಮಿಳಗಂ ಮತ್ತು ಕನ್ನಡ ನಾಡು-ನುಡಿ"** ಕೃತಿ ಓದುವಾಗ ನನಗೆ ಪ್ರೊ. ಮರಿಯಪ್ಪ ಭಟ್ಟರ ಹಾಗೂ ಇತರರ ಓದು ನೆನಪಿಗೆ ಬಂದು ಶೆಟ್ಟರ್ ಅವರ ತರ್ಕ ಸರಣಿಯ ಬಗ್ಗೆ ಕೆಲವಾರು ಪ್ರಶ್ನೆಗಳು ಎದ್ದವು. ಉದಾಹರಣೆಗೆ 'ಕೋಶರ್ ನಾಡು-ಕಾಸರಗೋಡು' ಎಂಬ ಶೆಟ್ಟರ್ ಅವರ ವಿವರಣೆ ನೋಡಬಹುದು.

'ಕೋಶರ್' ಎಂಬ ಪದ ಬಳಕೆ ಕನ್ನಡದಲ್ಲಿಲ್ಲ. ಆದರೆ 'ಕೊಸರು' ವಿಶೇಷಣ ಹೊಂದಿದ 'ಕೊಸರು ಪಟ್ಕಿ' ಎಂಬ ಗ್ರಾಮದ ಹೆಸರು ಕ್ರಿ.ಶ. 800ರ ಒಂದು ಗಂಗ ಶಾಸನದಲ್ಲಿ ಬರುವುದು. 'ಕೋಶರ್' ಪದವು 'ಕೊಸರು' ಎಂದು ರೂಪಾಂತರ ಪಡಕೊಳ್ಳಬಹುದಾದರೆ ಅದು 'ಕಾಸರು' ಆಗುವ ಸಾಧ್ಯತೆಯನ್ನು ತಳ್ಳಿಹಾಕುವಂತಿಲ್ಲ.

'ಕಾಸರು' ಎಂದರೆ ಕಾಡು, ಅರಣ್ಯ ಮತ್ತು ಇಲ್ಲಿಯ ಪ್ರಧಾನ ಸಂಪತ್ತಾದ ಕಾಡುಕೋಣ. 'ಕಾಸು' ಎಂದರೆ ಕಾಂತಿ ವಿಕಾಸ; 'ಕೆಸರು' ಎಂದರೆ ಮೋಹಕ ಆಕರ್ಷಕ."

ಆದರೆ ಪ್ರೊ. ಜಿ. ವೆಂಕಟಸುಬ್ಬಯ್ಯನವರು ತಮ್ಮ ಎರವಲು ಪದಕೋಶದಲ್ಲಿ 'ಕೊಸರು' ಎಂಬುದು ನಾಮಪದವೆಂತಲೂ 1. ಹೆಚ್ಚಾದ ಆಸೆ, ಅಧಿಕವಾದ ಬಯಕೆ, 2. ಬಹಳ ಕಡಮೆ, ಸ್ವಲ್ಪ 3. ಹೆಚ್ಚಳ, ಆಧಿಕ್ಯ ಮೊದಲಾದ ಅರ್ಥಗಳನ್ನೀಯುತ್ತಾರೆ. ಪ್ರೊ. ಜಿ. ವೆಂಕಟಸುಬ್ಬಯ್ಯ ಸೂಚಿಸುವ ಪ್ರಕಾರ ಕನ್ನಡದ ಈ ಎರವಲು ಪದ ಅರಬ್ಬಿ ಭಾಷೆಯಲ್ಲಿ ಕಸ್ರ; ಮರಾಠಿಯಲ್ಲಿ ಕಸರ್; ತಮಿಳಿನಲ್ಲಿ ಕೊಶುರು, ಕುಶರ್; ತುಳುವಿನಲ್ಲಿ ಕೊಸರು, ಕುಸುರಿ, ಕುಸ್ರಿ ಹಾಗೂ ತೆಲುಗಿನಲ್ಲಿ ಕೊಸರು ಎಂಬ ಉಚ್ಚಾರಣೆ ಹೊಂದಿದೆ.

ಇದಲ್ಲದೆ ಪಂಡಿತ ಸೇಡಿಯಾಪು ಕೃಷ್ಣಭಟ್ಟ, ಪ್ರೊ. ಎಂ. ಮರಿಯಪ್ಪ ಭಟ್ಟ, ಡಾ॥ ಆರ್ಕೆ ಮಣಿಪಾಲ ಮೊದಲಾದವರ ಸ್ಥಳನಾಮ ಅಧ್ಯಯನದ ಒಂದು ಅಂಶವೆಂದರೆ, ತುಳುನಾಡಿನ ಸ್ಥಳನಾಮಗಳು ಅವುಗಳ ಭೌಗೋಳಿಕ ಅಥವಾ ಅಲ್ಲಿನ ಸಸ್ಯ ಮೂಲದಿಂದ ಹೆಸರು ಪಡೆಯುತ್ತವೆ ಎಂಬುದು. ಉದಾಹರಣೆಗೆ ಕಿಳ್ಳು ಆರ್ ಕೀಲಾರು (ತಗ್ಗಿನಲ್ಲಿ ನೀರು ಎಂದರ್ಥ) ನಡು ಆರ್–ನಡುಸಾರು (ನಡುವಿನಲ್ಲಿ ನೀರು) ಕುತ್ತ ಪದವು – ಕುದ್ದು ಪದವು (ಎತ್ತರದಲ್ಲಿ ಬೆಟ್ಟಗಳಿಂದ ಆವೃತ್ತವಾದ ಮೈದಾನ), ನೆಲ್ಲಿ ಕುಮೇರಿ – ನೆಲ್ಲಿಕುಮೇರಿ, ಬಾಳೆ ಕುಮೇರಿ–ಬಾಳೆಕುಮೇರಿ, ನೀರು ಕಜೆ–ನೀರ್ಕಜೆ ಇತ್ಯಾದಿ.

ಹೀಗೆ ಓದಿದವರಿಗೆ ಮೇಲಿನ ಷ. ಶೆಟ್ಟರ್ ಅವರ ವಿವರಣೆ ಓದಿದಾಗ ಮೊದಲು ನೆನಪಿಗೆ ಬರುವುದು. 'ಕಾಸರ್ಕ' ಎಂದರೆ ತುಳುವಿನಲ್ಲಿ ಕಹಿಯಾದ ಕಾಯಿ ಬಿಡುವ ಮರ. ಆಯುರ್ವೇದದಲ್ಲಿ ಔಷಧಿಗೆ ಈ ಸಸ್ಯವನ್ನೂ ಅದರ ಕಾಯನ್ನೂ ಬಳಸುತ್ತಾರೆ. ಅದನ್ನು ಅಲ್ಲಿಗೇ ಬಿಟ್ಟು ಇನ್ನೊಂದಷ್ಟು ಮುಂದುವರಿದು ಷ. ಶೆಟ್ಟರ್ ಕಾಸರಗೋಡು ಬಗ್ಗೆ ಏನು ಹೇಳುತ್ತಾರೆ ನೋಡೋಣ :

"'ಕಾಸರಗೋಡು' ಅಥವಾ 'ಕಾಸರಕೋಡು' ಜನವಸತಿಗಳು ಇಂದು ಕಾಣಿಸಿಕೊಳ್ಳುವುದು ಕರಾವಳಿಗಳಲ್ಲಿ ಹೆಚ್ಚು. ಈ ಗ್ರಾಮಗಳ ಬಹು ಸಂಖ್ಯಾತರು ಕನ್ನಡಿಗರಾಗಿರುವುದು ಗಮನಾರ್ಹ. 'ಕೋಡು' ಮತ್ತು 'ಗೋಡು' (ರೇವು ಅಥವಾ ಕೆನೆ ಮಣ್ಣಿನ ನೆಲ, ಪ್ರದೇಶ) ನಾಮಾಂತ್ಯ ಹೊಂದಿರುವ ಗ್ರಾಮಗಳು ಹೆಚ್ಚಾಗಿ ಮಲೆನಾಡು ಮತ್ತು ಕರಾವಳಿ ಪ್ರದೇಶಗಳಲ್ಲಿ ಕೇಂದ್ರೀಕೃತವಾಗಿದ್ದು ಇವುಗಳಿಂದ ದೂರ ಸರಿದಂತೆ ಈ ಪದಬಳಕೆ ಅಪರೂಪವಾಗುವುದು. 'ಗೋಡು' ಪ್ರತ್ಯಯ ಹೊಂದಿರುವ ಗ್ರಾಮಗಳು ಹೆಚ್ಚಾಗಿ ಕಾಣುವುದು ಸಕ್ರಮವಾಗಿ, ಶಿವಮೊಗ್ಗ, ಹಾಸನ, ಉತ್ತರ ಕನ್ನಡ, ಚಿಕ್ಕಮಗಳೂರು ಮತ್ತು ಮೈಸೂರು ಜಿಲ್ಲೆಗಳಲ್ಲಿ (ಮರಗೋಡು, ಬೈಗೋಡ, ಬಾಳಕೂಡು, ನಾಕಲಗೋಡು, ಮಲಸ್‌ಗೋಡು, ಮುಂತಾದವು) ಮತ್ತು ದಕ್ಷಿಣ ಕನ್ನಡ ಜಿಲ್ಲೆಯ ಕೆಲವೆಡೆಗಳಲ್ಲಿಯೂ (ಮುಡು ನಡುಗೋಡು, ಬಾಳ್ಗೋಡು ಮುಂತಾದವು) ಇವನ್ನು ಕಾಣಬಹುದು. ಕರ್ನಾಟಕಕ್ಕೆ ವಿಶಿಷ್ಟವಾದ ಕಾಸರಗೋಡು ಹಾಗೂ ಕಾಸರಗೋಡಿಗೂ

ಶಂಗಂ ಕಾಲದ ತುಳುವ ನಾಡಿನ 'ಕೋಶರ'ರಿಗೂ ಏನಾದರೂ ಸಂಬಂಧವಿದೆಯೆ ಎಂಬುದೊಂದು ತೆರೆದ ಪ್ರಶ್ನೆ."

ಮೇಲಿನ ಷ. ಶೆಟ್ಟರ್ ಅವರ ಮಾತುಗಳನ್ನು ಓದುವಾಗ ಈಗಿನ ನಮ್ಮ ಗಡಿನಾಡು ಕಾಸರಗೋಡಿನಲ್ಲಿ ತುಳು, ಮಲಯಾಳ, ಕನ್ನಡ ಮೂರೂ ಭಾಷೆಗಳ ಉಪಯೋಗವಿರುವುದು ನೆನಪಿಗೆ ಬಂತು. ಹಾಗೆಯೇ ಬಯಲು ಸೀಮೆಯ ಮುರಗೋಡು, ಬೆಂಗಳೂರು ಜಿಲ್ಲೆಯಲ್ಲಿರುವ 'ಮುಂಡುಗೋಡು' ಮೊದಲಾದ ಹೆಸರುಗಳೂ ನೆನಪಿಗೆ ಬಂದು, ಕರ್ನಾಟಕಕ್ಕೆ ವಿಶಿಷ್ಟವಾದ 'ಕಾಸರಗೋಡು' ಬಗ್ಗೆ ದ್ರಾವಿಡ ನುಡಿಗಳಲ್ಲಿ ಊರ ಹೆಸರುಗಳನ್ನು ಅಧ್ಯಯನ ಮಾಡಿದ ಪ್ರೊ. ಮರಿಯಪ್ಪ ಭಟ್ಟರು ಏನು ಹೇಳುತ್ತಾರೆ ಎಂಬ ಕುತೂಹಲ ಉಂಟಾಯಿತು.

ಪ್ರೊ. ಮರಿಯಪ್ಪ ಭಟ್ಟರು 'ದ್ರಾವಿಡ ನುಡಿಗಳಲ್ಲಿ ಕೆಲವು ಊರ ಹೆಸರುಗಳು' ಎಂಬ ಲೇಖನವನ್ನು ತಮ್ಮ 'ಕನ್ನಡ ಸಂಸ್ಕೃತಿ' ಎಂಬ ಪ್ರಬಂಧ ಸಂಕಲನದಲ್ಲಿ ಪ್ರಕಟಿಸಿದ್ದಾರೆ. 'ಕೆಲವು ಹೆಸರುಗಳ ಅಂತ್ಯ ಪದಗಳು ಎಲ್ಲ ದ್ರಾವಿಡ ಭಾಷೆಗಳ ಊರ ಹೆಸರುಗಳಲ್ಲಿಯೂ ಕಾಣಬಹುದು. (ಉದಾ : ಊರು, ವಾಡಿ, ಮಲೆ, ಕೋಡು ಇತ್ಯಾದಿ) ಈ ಶಬ್ದಗಳು ಸಕಲ ದ್ರಾವಿಡ ಭಾಷೆಗಳಿಗೂ ಸಮಾನವಾದವುಗಳಾದುದರಿಂದ ಹೀಗಾಗುವುದು ಅನಿವಾರ್ಯ ಎನ್ನುವ ಪ್ರೊ. ಮರಿಯಪ್ಪ ಭಟ್ಟರು, ಊರು, ಕಾಡು, ಮಲೆ, ಪಾಡಿ, ಕುಂಜ, ಕಲ್ಲು, ಕೋಡು ಹಾಗೂ ತುಳುವಿಗೇ ವಿಶಿಷ್ಟವಾದ (ಅಜೆ, ಕುಮಾರಿ, ಅಡ್ಕ, ಆಳ, ಕಟ್ಟೆ, ಆರ್, ಪುಣಿ, ಬೈಲ್, ಇಲ, ತೋಡಿ, ತೊಟ್ಟು, ಮಜಲ್ ಇತ್ಯಾದಿ) ಪದಗಳನ್ನೂ ಚರ್ಚಿಸುತ್ತಾರೆ. 'ಕೋಡು' ಎಂಬ ಶಬ್ದವುಳ್ಳವುಗಳ ಬಗ್ಗೆ ಮರಿಯಪ್ಪ ಭಟ್ಟರು ನೀಡುವ ಪಟ್ಟಿ :

ತುಳು : ಸಾಂತಿಗೋಡು, ಕೂಜುಗೋಡು, ಬರೆಂಗೋಡು, ಕೊರ್ಕೋಡು ಇತ್ಯಾದಿ.

ಕನ್ನಡ : ಕಾಸರಗೋಡು, ಸುಳುಗೋಡು ಇತ್ಯಾದಿ.

ತಮಿಳು : ಪಾಕ್ಕೋಡು, ತಿರುವಾಂಗೋಡು, ತಿರುಚ್ಚೆಂಗೋಡು, ಇತ್ಯಾದಿ.

ತೆಲುಗು : ಮುನುಗೋಡು, ಕೊಂಗೋಡು, ತೋಲುಕೋಡು, ವೇಮುಗೋಡು ಇತ್ಯಾದಿ.

ಮಲೆಯಾಳ : ಆಲಂಕೋಡ್, ಕೊಲಕ್ಕೋಡ್, ಪುದುಕ್ಕೋಡ್, ಪುವ್ವಕೋಡ್ ಇತ್ಯಾದಿ.

ಎಲ್ಲಾ ದ್ರಾವಿಡ ಭಾಷೆಗಳ ಸಂದರ್ಭದಲ್ಲಿ ಚಿಂತಿಸುವ ಮರಿಯಪ್ಪ ಭಟ್ಟರ ಕ್ರಮ ಷ. ಶೆಟ್ಟರ್ ಅವರಿಗೆ ಹೋಲಿಸಿದರೆ ಎಷ್ಟು ವಿಶಾಲವಾದ್ದು ಎಂಬುದನ್ನು ನಾನು ಪ್ರತ್ಯೇಕವಾಗಿ ಹೇಳಬೇಕಾದ್ದಿಲ್ಲ. ಪರಸ್ಪರ ಸಂಬಂಧವಿದ್ದ ದ್ರಾವಿಡ ಭಾಷೆಗಳು ಭಾಷಾವಾರು

ರಾಜ್ಯವಿಂಗಡನೆಯಿಂದಾಗಿ, ಪ್ರತ್ಯೇಕ ರಾಜ್ಯಗಳಾಗಿ ನೆಲ, ಜಲ, ಭಾಷೆಗಳ ಹೆಸರಲ್ಲಿ ಪರಸ್ಪರ ಹೋರಾಡುತ್ತಿರುವ ಇಂದಿನ ಸಂದರ್ಭಗಳಲ್ಲಿ ಪ್ರೊ. ಮರಿಯಪ್ಪ ಭಟ್ಟರು ಮತ್ತು ಅವರ ರೀತಿಯ ದ್ರಾವಿಡ ಭಾಷಾ ವಿದ್ವಾಂಸರು ಮಾಡಿರುವ ಸಂಶೋಧನೆ, ಅಧ್ಯಯನಗಳಿಗೆ ವಿಶೇಷ ಮಹತ್ವವಿದೆ. ಅವರು ದ್ರಾವಿಡ ಭಾಷೆಗಳ ಪರಸ್ಪರ ಸಂಬಂಧವನ್ನು ವ್ಯಾಕರಣ, ಭಾಷಾಶಾಸ್ತ್ರ ಅಧ್ಯಯನ, ಪದಗಳ ಪರಸ್ಪರ ಸಂಬಂಧ ಇತ್ಯಾದಿಗಳ ಮೂಲಕ ತೋರಿಸಿಕೊಟ್ಟರು. ಸಾಂಸ್ಕೃತಿಕವಾಗಿ ಭಾಷೆಯೊಳಗೆ ಯಾವ ರೀತಿ ಪರಸ್ಪರ ಕೊಡುಕೊಳೆಯ ಸಂಬಂಧ ಇದೆ ಎಂಬುದನ್ನು ಸೂಚಿಸಿದರು. ನೆರೆರಾಜ್ಯವೂ ಭಾಷೆಯೂ ನಮ್ಮಿಂದ ಸಂಪೂರ್ಣ ಬೇರೆ. ಅವರು ಹೊರಗಿನವರು ಎಂಬ ಹಾಗೆ ಕೋಪ, ಅಸಹನೆಗಳ ವಾತಾವರಣ ಹೆಚ್ಚಾಗುತ್ತಿರುವ ನಮ್ಮ ಕಾಲದಲ್ಲಿ ಈ ತರಹ ವಿದ್ವತ್ ಪೂರ್ಣ ಅಧ್ಯಯನ ಇಂದು ಬಹಳ ಮಹತ್ವದ್ದಾಗಿದೆ. ಪರಸ್ಪರ ಭಾವೈಕ್ಯದ ಬಂಧ ಬೆಳೆಯಲು ಅವು ಸಹಕಾರಿಯಾಗಿವೆ.

* * *

ಪ್ರೊ. ಎಂ. ಮರಿಯಪ್ಪ ಭಟ್ಟರ ವಿದ್ವತ್ ಕ್ಷೇತ್ರದ ಬಗ್ಗೆ ನನಗಿರುವ ಪರಿಮಿತ ಓದಿನ ತಿಳುವಳಿಕೆಯಲ್ಲಿ ಈ ಮೇಲಿನ ಅವರ ಬರಹಗಳ ಪರಿಚಯಾತ್ಮಕ ಮಾತುಗಳನ್ನು ಹೇಳಿದ ಬಳಿಕ ನನಗೂ ಅವರಿಗೂ ಇದ್ದ ಪರಿಚಯದ ಹಿನ್ನೆಲೆಯನ್ನು ಅವರೊಡನೆ ಒಡನಾಡಿದ ಕೆಲವು ಸಂದರ್ಭಗಳನ್ನು ಹೇಳಬೇಕು.

1977ರಿಂದ 1980ರ ನಡುವೆ ಅವರನ್ನು ಕೆಲವಾರು ಬಾರಿ ಹತ್ತಿರದಿಂದ ನೋಡುವ ಕೌಟುಂಬಿಕ ಸಂದರ್ಭಗಳು ನನಗೆ ಒದಗಿ ಬಂದವು. ಅದಕ್ಕೆ ಕಾರಣ – ನನ್ನ ಸೋದರ ಭಾವ (ಅಪ್ಪನ ಅಕ್ಕನ ಮಗ) ಡಾ॥ ಎ. ಜಯಗೋವಿಂದ (ನ್ಯಾಷನಲ್ ಲಾ ಸ್ಕೂಲ್ ಆಫ್ ಇಂಡಿಯಾ ಯುನಿವರ್ಸಿಟಿಯ ವೈಸ್ ಚಾನ್ಸಲರ್ ಆಗಿ ನಿವೃತ್ತಿ ಹೊಂದಿದವರು) ಪ್ರೊ. ಮರಿಯಪ್ಪ ಭಟ್ಟರ ಕೊನೆಯ ಮಗಳು ಡಾ॥ ಶಾರದಾ ಜಯಗೋವಿಂದರನ್ನು (ಬೆಂಗಳೂರಿನ ಮಹಾರಾಣಿ ವಿಜ್ಞಾನ ಕಾಲೇಜು, ವಿಜಯನಗರ ಡಿಗ್ರಿ ಕಾಲೇಜುಗಳಲ್ಲಿ ಇಂಗ್ಲಿಷ್ ಪ್ರೊಫೆಸರ್ ಆಗಿದ್ದವರು. ಅವರು ಮರಿಯಪ್ಪ ಭಟ್ಟರ ಹವ್ಯಕ ನಿಘಂಟು ಹಾಗೂ ದ್ರಾವಿಡಿಯನ್ ಸ್ಟಡೀಸ್ ಪುಸ್ತಕಗಳನ್ನು ಸಂಪಾದಿಸಿದ್ದಾರೆ) 1977ರಲ್ಲಿ ವಿವಾಹವಾದರು.

ನನ್ನ ಮಾವ (ತಂದೆಯವರ ಅಕ್ಕನ ಗಂಡ) ಸ್ವಾತಂತ್ರ್ಯ ಹೋರಾಟಗಾರರಾಗಿದ್ದ ಆಲಂಗಾರು ತಿರುಮಲೇಶ್ವರ ಭಟ್ಟರು (ಎ.ಜಿ.ಟಿ. ಭಟ್ ಎಂದು ವಿಟ್ಲದ ಸುತ್ತಮುತ್ತ ಹಳೆ ಪುತ್ತೂರು ತಾಲೂಕಲ್ಲಿ ಪ್ರಸಿದ್ಧರಾಗಿದ್ದವರು) ತಮ್ಮ ನಲುವತ್ತರ ಹರೆಯದಲ್ಲಿ ತೀರಿಕೊಂಡಾಗ ನನ್ನ ಸೋದರತ್ತೆಯ ಮಗಳು ತುಂಬಾ ಚಿಕ್ಕವರು. ಹಾಗಾಗಿ ನಮಗೂ ಅವರಿಗೂ ಬಹು ಅನ್ಯೋನ್ಯವಾದ ಹತ್ತಿರದ ಸಂಬಂಧ ಬೆಳೆಯಿತು. ನಮ್ಮ ಹಾಗೂ ಅವರ ಮನೆಗಳು ಬೇರೆಯಲ್ಲ ಎಂಬಂತಹ ಆಪ್ತತೆ. ಅಕ್ಕನ ಮಕ್ಕಳ ವಿದ್ಯಾಭ್ಯಾಸ,

ಮದುವೆ ಇತ್ಯಾದಿಗಳ ವಿಚಾರದಲ್ಲಿ ನನ್ನ ತಂದೆಯವರು ಎದುರುನಿಂತು ಮಾರ್ಗದರ್ಶನ ಮಾಡುತ್ತಿದ್ದರು.

1956–58ರಲ್ಲಿ ಮದ್ರಾಸು ಯುನಿವರ್ಸಿಟಿ ಲಾ ಕಾಲೇಜಿನಲ್ಲಿ ಓದಿ ಕಾನೂನು ಪದವಿ ಪಡೆದಿರುವ ನನ್ನ ತಂದೆಯವರಾದ ಸರವು ರಾಮಭಟ್ಟರಿಗೆ ಆ ಕಾಲದಿಂದಲೂ ಪ್ರೊ. ಮರಿಯಪ್ಪ ಭಟ್ಟರ ಬಗ್ಗೆ ಗೌರವ. ನನ್ನ ಭಾವ ಎ. ಜಯಗೋವಿಂದ ಮದ್ರಾಸಿನಲ್ಲಿ ಎಂ.ಎಲ್. ಓದಿ ಚಿನ್ನದ ಪದಕಗಳನ್ನು ಪಡೆದು ವಿದೇಶಗಳಲ್ಲಿದ್ದು, ಪಿ.ಎಚ್.ಡಿ. ಇತ್ಯಾದಿ ಪಡೆದರು. ನಮ್ಮ ಕುಟುಂಬದಲ್ಲಿ ನನ್ನ ತಂದೆಯವರ ಮುಂದಾಳ್ತನದಲ್ಲಿ ನಡೆದ ಎಲ್ಲಾ ಮದುವೆಗಳಲ್ಲಿ ಅವರ ಪ್ರಥಮ ಪ್ರಾಶಸ್ತ್ಯ ಓದಿದ, ವಿದ್ಯಾಭ್ಯಾಸವುಳ್ಳ ಮನೆತನದ ಹುಡುಗಿ–ಹುಡುಗರಿಗೆ. ಸಾಕಷ್ಟು ಸಂಪತ್ತಿನ ಅಡಿಕೆ ಬೆಳೆಯುವ, ಶ್ರೀಮಂತ ಮನೆತನದವರಿಂದ ಬಂದ ಮದುವೆ ಪ್ರಸ್ತಾಪ, ಸೂಚನೆಗಳಿಗೆ ಅವರಲ್ಲಿ ಪ್ರಥಮ ಪ್ರಾಶಸ್ತ್ಯ ಇರುತ್ತಿರಲಿಲ್ಲ.

ಹಾಗಾಗಿ ಹುಡುಗನ ಕಡೆಯವರಾಗಿ ನನ್ನ ತಂದೆಯವರು ಮುಂದೆ ನಿಂತು ಆ ಮದುವೆ ಮಾಡಿಸಿದರು. ಅದಾಗಲೇ ಪ್ರೊ. ಮರಿಯಪ್ಪ ಭಟ್ಟರು ನಿವೃತ್ತರಾಗಿ ಆರು ವರ್ಷ ಸಂದಿತ್ತು. ಹುಡುಗಿ ಇಂಗ್ಲಿಷ್ ಸಾಹಿತ್ಯದಲ್ಲಿ ಎಂ.ಎ. ಓದಿದ್ದಾಳೆ. ನಮ್ಮ ಹುಡುಗನ ಆಸಕ್ತಿಗೆ ಸರಿ ಹೊಂದುವ ಮನೋಭಾವ, ಕೌಟುಂಬಿಕ ವಾತಾವರಣ ಎಂದು ತಂದೆಯವರು ಹೇಳಿದ ಮೇಲೆ ಅದಕ್ಕೆ ಎದುರು ಹೇಳುವವರು ನಮ್ಮ ಕಡೆ ಯಾರೂ ಇರಲಿಲ್ಲ.

ಮರಿಯಪ್ಪ ಭಟ್ಟರಿಗೆ ಇದ್ದ ಸಾಮಾಜಿಕ ಗೌರವ ಹಾಗೂ ನನ್ನ ತಂದೆಯವರಿಗೆ ವಯ್ಯಕ್ತಿಕವಾಗಿ ಅವರ ಬಗ್ಗೆ ಇದ್ದ ಅಭಿಮಾನವನ್ನು ನಾನು ನೋಡಿದ್ದು ಆ ಮದುವೆಯ ಸಂದರ್ಭದಲ್ಲಿ.

ನಮ್ಮದು ಹವ್ಯಕ ಬ್ರಾಹ್ಮಣ ಜಾತಿ. ನಮ್ಮ ಸಂಪ್ರದಾಯದಲ್ಲಿ ವರದಕ್ಷಿಣೆ ಮಾತೇ ಇಲ್ಲ. ಹುಡುಗನ ಕಡೆಯವರೆ ಹುಡುಗಿಗೆ ಮದುವೆ ದಿನ ಸ್ವಲ್ಪ ಬಂಗಾರ, ಧಾರೆ ಸೀರೆ ಕೊಡಬೇಕು. ಆದರೆ ಮದುವೆಯಲ್ಲಿ ಹುಡುಗನ ದಿಬ್ಬಣದ ಕಡೆಯವರು ಕುಳಿತಲ್ಲಿಗೆ ಹೋಗಿ ಹುಡುಗಿಯ ತಂದೆ, ಸೋದರಮಾವ, ಅಣ್ಣ ತಮ್ಮಂದಿರು ಮಾತಾಡಿ, ಉಪಚರಿಸಿ ಗೌರವ ತೋರಿಸುವ ಕ್ರಮ.

ಆದರೆ ಈ ಮದುವೆಯಲ್ಲಿ ಮಾತ್ರ ಹುಡುಗಿಯ ತಂದೆ ಹತ್ತಿರ ಬಂದಾಗ ಹುಡುಗನ ದಿಬ್ಬಣದ ಹಿರಿಯರಾದ ನನ್ನ ತಂದೆಯವರು ಎದ್ದು ನಿಂತು ಮಾತನಾಡಿದರು. ಮದುವೆಗೆ ಮೊದಲೆ ತಂದೆಯವರು ತಮ್ಮ ಪುಸ್ತಕದ ಕಪಾಟಿನಿಂದ ಪ್ರೊ. ಮರಿಯಪ್ಪ ಭಟ್ಟರು ಬರೆದ ಪುಸ್ತಕಗಳನ್ನು, ಅವರು ಸಂಪಾದಿಸಿದ ಕಿಟೆಲ್ ನಿಘಂಟಿನ ಸಂಪುಟಗಳನ್ನು ನಮಗೆಲ್ಲಾ ತೋರಿಸಿ ವಿವರಿಸಿದ್ದರಿಂದ, ಅವರ ಬಗ್ಗೆ ತಂದೆಯವರಿಗೆ ಬಹಳ ಗೌರವ ಎಂದು ನಮಗೆಲ್ಲಾ ತಿಳಿದಿತ್ತು.

ಮದುವೆಯ ದಿನ ಸಾಂಪ್ರದಾಯಿಕವಾಗಿ ಕೆಲವು ವಿಚಾರಗಳನ್ನು ಗಂಡಿನ ಕಡೆ ಬಂದು ಕೇಳುವ ಸಂದರ್ಭಗಳಿರುತ್ತವೆ. ಅಂತಹ ಸಂದರ್ಭಗಳಲ್ಲಿ ಮರಿಯಪ್ಪ ಭಟ್ಟರು ತಮ್ಮ ಬಳಿ ಬರುವುದಕ್ಕೆ ಕಾಯದೆ ನನ್ನ ತಂದೆಯವರೇ ಅವರ ಬಳಿ ಹೋಗುತ್ತಿದ್ದರು. ಮರಿಯಪ್ಪ ಭಟ್ಟರು ನನ್ನ ತಂದೆಯವರಿಗಿಂತ ವಯಸ್ಸಲ್ಲಿ ಸುಮಾರು ಇಪ್ಪತ್ತು ವರುಷಗಳಷ್ಟು ಹಿರಿಯರು. ಆದರೂ ಆಗ ಮರಿಯಪ್ಪ ಭಟ್ಟರು ಹುಡುಗಿಯ ತಂದೆಯ ನೆಲೆಯಲ್ಲಿ "ಎನ್ನದೂ ಒಂದು ಕರ್ತವ್ಯ" ಎಂದು ನಗುತ್ತಾ ಹೇಳಿ, ಹಠ ಹಿಡಿದು ಮಣೆಯಲ್ಲಿ ಕೂತಿದ್ದವರು ಎದ್ದು ನಿಂತು ಎಲೆ ಅಡಕೆ ಹರಿವಾಣವನ್ನು ಗೌರವವಾಗಿ ಒಡ್ಡುವುದು ಇತ್ಯಾದಿ ಸಾಂಪ್ರದಾಯಿಕ ಕುಶಲೋಪರಿಯ ಕರ್ತವ್ಯಗಳನ್ನು ನಡೆಸಿಕೊಡುತ್ತಿದ್ದರು.

ಮದುವೆ ಮನೆಯಲ್ಲಿ ಮಾತನಾಡುತ್ತಿದ್ದ ಅನೇಕರು ಮದ್ರಾಸಿನಲ್ಲಿ ಮರಿಯಪ್ಪ ಭಟ್ಟರಿಂದಾಗಿ ಯಾವ ಯಾವುದೋ ರೀತಿಯ ಸಹಾಯವಾದುದರ ಬಗ್ಗೆ ಪ್ರಸ್ತಾಪಿಸುತ್ತಿದ್ದರು. 1956ನೇ ಇಸವಿಯಲ್ಲಿ ರಾಜ್ಯಗಳ ಮರು ವಿಂಗಡನೆ ಆಗುವವರೆಗೂ ದಕ್ಷಿಣ ಕನ್ನಡ ಜಿಲ್ಲೆ ಮದ್ರಾಸು ಪ್ರಾಂತ್ಯಕ್ಕೆ ಸೇರಿದ್ದರಿಂದ ಮದ್ರಾಸು ನಮ್ಮ ಕಡೆ, ಕೋರ್ಟು, ಕಛೇರಿ, ವಿದ್ಯಾಭ್ಯಾಸ ಎಲ್ಲದಕ್ಕೂ ಕೇಂದ್ರ ಜಾಗವಾಗಿತ್ತು. ಮಂಗಳೂರಿನಿಂದ 550 ಮೈಲು ಮದ್ರಾಸಿಗೆ ಹೋಗುವುದು ಅನಿವಾರ್ಯವಾಗಿದ್ದ ಕಾಲ ಅದು.

ಆ ಸಂದರ್ಭದಲ್ಲಿ ಮರಿಯಪ್ಪ ಭಟ್ಟರು ಅನೇಕರಿಗೆ ನಾನಾ ರೀತಿಯ ಸಹಾಯ ಮಾಡಿದರು. 'ಮದ್ರಾಸಿನಲ್ಲಿ ಕನ್ನಡದ ಪ್ರತಿನಿಧಿ' ಎಂಬ ತಮ್ಮ ಬರಹದಲ್ಲಿ ಡಾ॥ ಕೋಟ ಶಿವರಾಮ ಕಾರಂತರು ಹೀಗೆ ಹೇಳುತ್ತಾರೆ :

"ಮರಿಯಪ್ಪ ಭಟ್ಟರು ನಮ್ಮ ಜಿಲ್ಲೆಯಿಂದ ಮದ್ರಾಸಿಗೆ ಯಾವುದೇ ಕೆಲಸಕ್ಕೆ ಯಾರೇ ಹೋಗಲಿ – ಅವರಿಗೆ ಏನೇ ಮಾರ್ಗದರ್ಶನ ಬೇಕಿರಲಿ, ಅದನ್ನು ಒದಗಿಸುತ್ತ ಬಂದವರು. ಈ ರೀತಿಯ ನೆರವಿನ ದೀಪ ಅವರಾದುದರಿಂದ, ಮದ್ರಾಸಿಗೆ ಹೋಗುವ ನಮ್ಮ ಜಿಲ್ಲೆಯ ಎಲ್ಲರಿಂದರೂ 'ಮರಿಯಪ್ಪ ಭಟ್ಟರೊ ! ಅವರು ಗೊತ್ತು. ಅವರು ನನಗೆ ಇಂತಿಂಥ ಸಹಾಯ ಮಾಡಿದವರು' ಎಂಬ ಮಾತನ್ನು ಕೇಳುತ್ತ ಬಂದವನು ನಾನು !"

ಹಾಗೆಂದು ಅವರೇನೂ ತೆಗೆ ಬಿಡು ದರ್ಬಾರು ಖರ್ಚಿನವರೇನೂ ಅಲ್ಲ. ಪ್ರಾಧ್ಯಾಪಕರ ಸಂಬಳದಲ್ಲಿ ಊರವರಿಗೆ ಸಾಧ್ಯವಾದ ಸಹಾಯ, ಮನೆ ಖರ್ಚು ಎಲ್ಲವನ್ನೂ ತೂಗಿಸಿಕೊಂಡು ಹೋಗುತ್ತಿದ್ದರು. ಆ ಕಾಲಕ್ಕೆ ಮದ್ರಾಸಿನ ಬಿನ್ನಿ ಮಿಲ್ಲಿನ ಕಾರ್ಮಿಕ ವಿಭಾಗದ ಮುಖ್ಯಸ್ಥ ನಿವೃತ್ತ ಮೇಜರ್ ಎನ್.ಐ. ಭಟ್, ವುಡ್‌ಲ್ಯಾಂಡ್ಸ್ ಹೋಟೆಲಿನ ಧನಿಗಳಾದ ಕೃಷ್ಣಭಟ್, ಮದ್ರಾಸಿನ ಅನೇಕ ಪ್ರಸಿದ್ಧ ಡಾಕ್ಟರುಗಳು, ವಕೀಲರುಗಳು, ಉದ್ದಿಮೆದಾರರು ಮೊದಲಾದವರು ಮರಿಯಪ್ಪ ಭಟ್ಟರಿಗೆ ಆಪ್ತರು. ಹಾಗಾಗಿ ನಮ್ಮೂರಿನ ಅನೇಕ ಹುಡುಗರಿಗೆ ಅವರಿಂದಾಗಿ ಕೆಲಸಗಳಾದವು. ವಿದ್ಯಾಭ್ಯಾಸಕ್ಕೆ ಸಹಾಯಗಳಾದವು. ಅದಲ್ಲದೆ ಅವರು ಎಸ್.ಕೆ.ಡಿ.ಬಿ. (ಸೌತ್ ಕೆನರಾ ದ್ರಾವಿಡ ಬ್ರಾಹ್ಮಣ)

ಸಂಘದಲ್ಲೂ ತುಂಬಾ ಕೆಲಸ ಮಾಡಿ ಮದ್ರಾಸಿನಲ್ಲಿ ವಿದ್ಯಾರ್ಥಿನಿಲಯ ಸ್ಥಾಪನೆ, ಬಡ ವಿದ್ಯಾರ್ಥಿಗಳಿಗೆ ಸ್ಕಾಲರ್‌ಶಿಪ್ ಇತ್ಯಾದಿ ಅನೇಕ ಕೆಲಸಗಳಿಗೆ ಕಾರಣರಾದರು.

ಮರಿಯಪ್ಪ ಭಟ್ಟರ ಮಕ್ಕಳೆಲ್ಲಾ ಓದಿ ವಿದ್ಯಾವಂತರಾದರು. ಓದು ಬರಹ ಕಲಿತ ಉತ್ತಮ ಉದ್ಯೋಗ, ಡಾಕ್ಟರ್ ಮೊದಲಾದ ವೃತ್ತಿಯ ಅಳಿಯಂದಿರು ದೊರೆತರು. ಹೀಗೆ ಕೌಟುಂಬಿಕ ಸಮೃದ್ಧಿ ಅವರಿಗೆ ದೊರೆಯಿತು. ಆದರೆ ಖರ್ಚು ವೆಚ್ಚಗಳಲ್ಲಿ ಅವರು ಎಂದೂ ದುಂದು ಮಾಡಿದವರಲ್ಲ.

ನನ್ನ ಸೋದರ ಅತ್ತೆಯ ಮನೆ ಆಗ ಬಂಟ್ವಾಳ ತಾಲ್ಲೂಕಿನ ವಿಟ್ಲದ ಸಮೀಪದ ಕೇಪು ಗ್ರಾಮದಲ್ಲಿತ್ತು. ಅಲ್ಲಿ ನಡೆಯುತ್ತಿದ್ದ ಕೌಟುಂಬಿಕ ಸಮಾರಂಭಗಳು, ಪೂಜೆ ಪುನಸ್ಕಾರ ಇತ್ಯಾದಿ ಕಾರ್ಯಕ್ರಮಗಳಿಗೆ ಅವರು ಮಗಳ ಮನೆಗೆ ಬರುವ ಕ್ರಮದಲ್ಲಿ ಬರುತ್ತಿದ್ದರು. ಮಧ್ಯಮ ವರ್ಗದ ಜನ ಬಸ್ಸಿಗೆ ಕಾಯದೆ ಬಾಡಿಗೆ ಕಾರು/ಟ್ಯಾಕ್ಸಿಗಳಲ್ಲಿ ಪ್ರಯಾಣಿಸುವುದು ತುಸು ಪ್ರತಿಷ್ಠೆ ಎಂಬ ಭಾವನೆ ಇದ್ದ ಕಾಲ ಅದು. ಆದರೆ ಪ್ರೊ. ಮರಿಯಪ್ಪ ಭಟ್ಟರು ಯಾವ ಸಂಕೋಚವೂ ಇಲ್ಲದೆ ಬಸ್ಸುಗಳಲ್ಲಿ ಪ್ರಯಾಣಿಸುತ್ತಿದ್ದರು.

ಉತ್ತಮ ಸ್ಥಾನಮಾನಗಳಲ್ಲಿದ್ದ ಅವರ ಮಕ್ಕಳು, ಅಳಿಯಂದಿರು, ಅಷ್ಟೇ ಯಾಕೆ ಮುಂದೆ ಮೊಮ್ಮಕ್ಕಳ ಬಳಿಯೂ ಕಾರುಗಳಿದ್ದವು. ಅವರ ಪ್ರಯಾಣ ತಿಳಿದರೆ ಅವರಲ್ಲಿ ಯಾರು ಬೇಕಾದರೂ ಅವರನ್ನು ತಮ್ಮ ಕಾರಲ್ಲಿ ಎಲ್ಲಿಗೆ ಬೇಕಾದರೂ ಕರೆದೊಯ್ಯಲು ತಯಾರಿದ್ದರು. ಆದರೆ ಅವರು ಅದಾವುದಕ್ಕೂ ಆಸ್ಪದ ನೀಡದೆ ಮಗಳ ಮನೆಗೆ ಕಾರ್ಯಕ್ರಮದ ಮುನ್ನಾದಿನ ಹೆಚ್ಚಾಗಿ ಬಸ್ಸಲ್ಲಿ ಬಂದುಬಿಡುತ್ತಿದ್ದರು. ಹಿಂತಿರುಗುವಾಗ ಬಹುತೇಕ ಕಾರ್ಯಕ್ರಮಕ್ಕೆ ಆ ದಿನ ಬಂದಿದ್ದ ಮಕ್ಕಳಲ್ಲಿ ಯಾರಾದರೂ ಒಬ್ಬರ ಕಾರಲ್ಲಿ ಹಿಂತಿರುಗುತ್ತಿದ್ದರು. ಆ ಇಳಿ ವಯಸ್ಸಲ್ಲೂ, ಸಮಯದ ಒತ್ತಡ ಇದ್ದಲ್ಲಿ ಕಾರು ಬೇಕು. ಕಾರ್ಯಕ್ರಮದ ಮುನ್ನಾದಿನ ಮಗಳ ಮನೆಯಲ್ಲಿ ರಾತ್ರಿ ಉಳಿಯಲು ವಿರಾಮದಲ್ಲಿ ಬರುವಾಗ ಸಮಯದ ಒತ್ತಡ ಎಲ್ಲಿದೆ ? ಬಸ್ಸು ಸಾಕಲ್ಲ ಎನ್ನುತ್ತಿದ್ದರು. ಅವರಿಗೆ ಕಾರು, ವಾಹನಗಳು ಇತ್ಯಾದಿ ಅನುಕೂಲಕ್ಕೆ ಬೇಕಾದವಾಗಿದ್ದವೇ ಹೊರತು ಎಂದೂ ಪ್ರತಿಷ್ಠೆಯ ಸಂಕೇತವಾದದ್ದಿಲ್ಲ.

ಮದ್ರಾಸಿನಂತಹ ದೊಡ್ಡ ನಗರದಲ್ಲಿ ಸ್ವಂತ ಕಾರು ಇತ್ಯಾದಿ ಅನುಕೂಲವಾಗಿ ಇದ್ದವರಾದರೂ ಆಗ ವಿದ್ಯುತ್ ದೀಪಗಳು ಇರದಿದ್ದ ನನ್ನ ಸೋದರ ಅತ್ತೆಯ ಮನೆಗೆ ಶುಭಕಾರ್ಯಗಳ ಮುನ್ನಾದಿನ ಸಂಜೆಯೆ ಬಂದು ರಾತ್ರಿ ಪೂರ್ತಿ ಅಲ್ಲೇ ಉಳಿದು ಮಾರನೆ ದಿನದ ಸಮಾರಂಭದಲ್ಲಿ ಭಾಗವಹಿಸುತ್ತಿದ್ದರು. ಕಾರ್ಯಕ್ರಮಕ್ಕೆ ಬಂದು ಸೇರಿದ ಎಲ್ಲಾ ಬಂಧು ಬಳಗದವರ ಜೊತೆ ಸಹಜವಾಗಿ ಸುಖ-ದುಃಖ, ಅದು ಇದು ಮಾತನಾಡುತ್ತಾ ಓಡಾಡುತ್ತಾ ಇರುತ್ತಿದ್ದರು. ನನ್ನ ತಂದೆಯವರು ಅಥವಾ ಇನ್ನಾರಾದರೂ ಸಾಹಿತ್ಯಾಸಕ್ತರು ಸೇರಿದರೆ ಗಂಭೀರ ವಿಚಾರ ವಿಮರ್ಶೆಗಳಲ್ಲಿ ತೊಡಗುತ್ತಿದ್ದರು.

ಈಗ ಹಿಂತಿರುಗಿ ನೋಡುವಾಗ ಅವರ ಕ್ರಮ ಬದುಕಿನ ಬಗೆಗಿನ ಅವರ ಮನೋಭಾವವನ್ನು ಸೂಚಿಸುವಂತೆ ನನಗೆ ಭಾಸವಾಗುತ್ತದೆ. ಅವರಿಗೆ ಆಡಂಬರ ಮುಖ್ಯವಲ್ಲ; ಆಗುವ ಕೆಲಸ ಮುಖ್ಯ. ಅವರ ಬರಹದ ಶೈಲಿಯೂ ಹಾಗೆ. ಸಂಕ್ಷಿಪ್ತವಾಗಿ, ಅಲಂಕಾರಗಳನ್ನು ಆಶ್ರಯಿಸದೆ, ನೇರವಾಗಿ, ಸರಳವಾಗಿ, ಅತಿ ಕಡಿಮೆ ಮಾತುಗಳಲ್ಲಿ ಹೇಳಬೇಕಾದ್ದನ್ನು ಸ್ಪಷ್ಟವಾಗಿ ಹೇಳುವ ಕ್ರಮ.

1975ರಲ್ಲಿ ನಾನು ಮೈಸೂರಿಗೆ ಓದಲು ಹೋದೆ. ಅಲ್ಲಿ ನಮಗೆಲ್ಲಾ ಪ್ರೊ. ಮರಿಯಪ್ಪ ಭಟ್ಟರು ದೇಜಗೌರಿಗೆ ಆಪ್ತರು ಎಂದು ತಿಳಿದಿತ್ತು. ಮೈಸೂರು ಯೂನಿವರ್ಸಿಟಿಯ ಅನೇಕ ಆಯ್ಕೆ ಸಮಿತಿಗಳಲ್ಲಿ ಅವರಿರುತ್ತಿದ್ದರು. ಸಾಹಿತ್ಯ ವಿಮರ್ಶೆಯಲ್ಲಿ ಹೆಚ್ಚಿನ ಆಸಕ್ತಿ ಇದ್ದ ನಾನು ಆಗ ಭಾಷೆ, ವ್ಯಾಕರಣಗಳ ಪಾಂಡಿತ್ಯಪೂರ್ಣ ಓದಿನ ಬಗ್ಗೆ ಗಮನಹರಿಸುತ್ತಿರಲಿಲ್ಲ. ಭಾಷಾಶಾಸ್ತ್ರ, ಪಾಂಡಿತ್ಯ ಪ್ರಧಾನವಾಗಿದ್ದು ಪ್ರೊ. ಮರಿಯಪ್ಪ ಭಟ್ಟರ ಬಗ್ಗೆ ವಿದ್ವತ್ ವಲಯದಲ್ಲಿ ಗೌರವವಿದೆ ಎಂದು ಮಾತ್ರ ತಿಳಿದಿತ್ತು. 1950 ಹಾಗೂ 1960ರ ದಶಕಗಳಲ್ಲಿ ಕನ್ನಡ ಎಂ.ಎ. ವಿದ್ಯಾರ್ಥಿಗಳಿಗೂ ಹೊರಗಿನಿಂದ ಬಂದ ವಿದ್ವಾಂಸರ ಮೌಖಿಕ ಪರೀಕ್ಷೆಗಳು ಇರುತ್ತಿದ್ದವು. ಆ ರೀತಿಯಲ್ಲೂ ಅವರು ಮೈಸೂರು ಮೊದಲಾದೆಡೆ ಅನೇಕ ವಿದ್ಯಾರ್ಥಿಗಳ ಪರೀಕ್ಷಕರಾಗಿದ್ದರು. ಹೀಗಾಗಿ ಮೈಸೂರಿನಲ್ಲಿ ಅವರ ಹೆಸರು ಕೇಳಿ ತಿಳಿದಿತ್ತೇ ಹೊರತು ನನ್ನ ಭಾವನಿಗೆ ಅವರ ಮಗಳನ್ನು ಮದುವೆ ಆಗುವ ತನಕ ಹತ್ತಿರದಿಂದ ನೋಡಿ ಪರಿಚಯ ಇರಲಿಲ್ಲ.

ದಿನಾಂಕ 10–08–2008ರಂದು ಮರಿಯಪ್ಪ ಭಟ್ಟರ 'ದ್ರಾವಿಡಿಕ್ ಸ್ಟಡೀಸ್' (Dravidic studies: A Collection of articles by Pro. M.M. Bhat) ಎಂಬ ಅವರ ಇಂಗ್ಲಿಷ್ ಲೇಖನಗಳ ಸಂಗ್ರಹ ಪುಸ್ತಕವೊಂದು ಬೆಂಗಳೂರಿನ ಸುಚಿತ್ರಾ ಫಿಲ್ಮ್ ಸೊಸೈಟಿ ಸಭಾಂಗಣದಲ್ಲಿ ಬಿಡುಗಡೆಯಾಯಿತು. ಪುಸ್ತಕದ ಕುರಿತಾಗಿ ಪ್ರೊ. ಎಂ.ಎಚ್. ಕೃಷ್ಣಯ್ಯ ಮಾತನಾಡಿದರು. ಮುಖ್ಯ ಅತಿಥಿಗಳು – ಡಾ॥ ಕಮಲಾ ಹಂಪನಾ, ಅಧ್ಯಕ್ಷತೆ – ಡಾ॥ ಹಂಪ ನಾಗರಾಜಯ್ಯ. ಸಮಾರಂಭದ ವ್ಯವಸ್ಥಾಪಕರಿಗೆ ನಾನು ಹಿನ್ನೆಲೆಯಲ್ಲಿದ್ದು ಸಹಾಯ ಮಾಡಿದ್ದೆ.

ಸಮಾರಂಭದ ಕೊನೆಯಲ್ಲಿ ಅಂದಿನ ಸಭೆಯಲ್ಲಿ ಮಾತಾಡಿದ ಮೂವರಿಗೂ ಮಾಲಾರ್ಪಣೆ ಮಾಡಿ ಹಣ್ಣು ಹಂಪಲಿನ ಜೊತೆ ಗೌರವ ಧನವನ್ನು ಒಂದು ಕವರಿನಲ್ಲಿ ಹಾಕಿ ನೀಡಲಾಗಿತ್ತು. ವೇದಿಕೆಯಿಂದ ಇಳಿದ ಬಳಿಕ ಪ್ರೊ. ಕೃಷ್ಣಯ್ಯ, ಡಾ॥ ಕಮಲಾ ಹಂಪನಾ ಹಾಗೂ ಡಾ॥ ಹಂಪನಾ ಮೂವರೂ ಬಹು ನಯವಾಗಿ ಗೌರವ ಧನದ ಕವರುಗಳನ್ನು ಹಿಂತಿರುಗಿಸಿ ಪ್ರೊ. ಭಟ್ಟರ ಕೆಲಸಕ್ಕೆ ನಮಗೆ ಗೌರವ ಧನ ಬೇಡ ಎಂದರು.

ನಾನು ಸಂಕೋಚ ಬೇಡ ಸಾರ್ ಎಂದಾಗ ಮೂವರೂ ಅವರು ನಮಗೆ ಗುರು ಸಮಾನರು. ನಮ್ಮ ಎಂ.ಎ. ಮೌಖಿಕ ಪರೀಕ್ಷೆಗಳನ್ನು ನಡೆಸಿದವರು. ಅವರ

ಮೌಖಿಕ ಪರೀಕ್ಷೆಯ ಕ್ರಮವೂ ನಿನ್ನೆ ನಡೆದಂತೆ ನಮಗಿನ್ನೂ ನೆನಪಿದೆ. ಅವರನ್ನು ಓದಿ ತಿಳಿದು ನಾವು ಪ್ರೊ. ಮರಿಯಪ್ಪ ಭಟ್ಟರಿಂದ ಕಲಿತಿದ್ದೇವೆ. ಗೌರವ ಧನವಾದ ಹಣದ ಕವರು ಬೇಡ. ಹೂವು ಹಣ್ಣು ತೆಗೆದುಕೊಳ್ಳುತ್ತೇವೆ ಎಂದು ಮೂವರೂ ಹೇಳಿಬಿಟ್ಟರು.

ಒಂದು ದೊಡ್ಡ ಚೈತನ್ಯ ಯಾವುದೆಲ್ಲಾ ರೀತಿಯಲ್ಲಿ ಸಾಂಸ್ಕೃತಿಕ ನೆಲೆಗಳಲ್ಲಿ, ಮುಂದಿನ ಜನಾಂಗದ ಮೇಲೆ ಪ್ರಭಾವ ಬೀರಬಲ್ಲದು ಎಂದು ಯೋಚಿಸುತ್ತಾ ಅವರನ್ನೆಲ್ಲಾ ಬೀಳ್ಕೊಟ್ಟೆ. ಬಹುಶಃ ಪ್ರೊ. ಮರಿಯಪ್ಪ ಭಟ್ಟರ ಅಚ್ಚಾದ ಪ್ರತಿಗಳು ಮುಗಿದ ಪುಸ್ತಕಗಳನ್ನು, 'ಕನ್ನಡ ಸಂಸ್ಕೃತಿ' ಮುಂತಾದ ಕೃತಿಗಳನ್ನು, ಅವರ ಆಯ್ದ ಮುಖ್ಯ ಬರಹಗಳನ್ನು ಪುನರ್ ಮುದ್ರಿಸಿ ಮುಂದಿನ ಜನಾಂಗಕ್ಕೂ ಅವು ಸುಲಭವಾಗಿ ಓದಲು ಸಿಗುವಂತೆ ಮಾಡುವುದು ಸಾಂಸ್ಕೃತಿಕವಾಗಿ ಮುಖ್ಯ ಕೆಲಸ.

(ದಿನಾಂಕ : 10–08–2008ರಲ್ಲಿ ಪ್ರೊ. ಎಂ. ಮರಿಯಪ್ಪ ಭಟ್ಟರ ದ್ರಾವಿಡಿಕ್ ಸ್ಟಡೀಸ್ ಇಂಗ್ಲಿಷ್ ಲೇಖನಗಳ ಸಂಗ್ರಹ ಪುಸ್ತಕ ಬಿಡುಗಡೆಯಾಗುವ ದಿನ ಕನ್ನಡ ಪ್ರಭಕ್ಕಾಗಿ ಬರೆದ ಪುಟ್ಟದಾದ ಪುಸ್ತಕ ಬಿಡುಗಡೆ ದಿನದ ಪರಿಚಯ ಲೇಖನದ ವಿಸ್ತೃತ ರೂಪ.)

– ಜೂನ್ 2009

***

3. ಜವಾಬ್ದಾರಿ, ಪ್ರಾಮಾಣಿಕತೆ, ನಿಶ್ಚಲ ಮೌಲ್ಯವಾಗಿದ್ದ ಕವಿ ಅಡಿಗರ ನೆನಪು

ನೆನಪುಗಳೆ ಹಾಗೆ ;
ಮಳೆಗಾಲದಲ್ಲಿ ನೆಲದೊಳಕ್ಕಿಳಿದ ನೀರಿನ ತುಳುಕು,
ಬೇಸಗೆಗೆ ಬಾನೆಲ್ಲ ನೀರ ನೆಳಲು ;
ಕಾಯುವ ನೆಲಕ್ಕಿಳಿವ ಸರಿಯ ಬಿಳಲು;

ಕವಿ ಗೋಪಾಲಕೃಷ್ಣ ಅಡಿಗರ 'ವರ್ಧಮಾನ' ಕವನ ಸಂಕಲನದ 'ನೆನಪುಗಳೆ ಹಾಗೆ' ಕವನದ ಮೊದಲ ಈ ನಾಲ್ಕು ಸಾಲುಗಳು ಅಡಿಗರ ಒಡನಾಟದ ನೆನಪುಗಳ ಬಗ್ಗೆ ಬರೆಯ ಹೊರಟಾಗ ಕಣ್ಣೆದುರು ಕುಣಿಯುತ್ತವೆ. 'ಸುಟ್ಟು ಹಿಡಿಬೂದಿಯಾದಪ್ಪ ಮರಳುತ್ತಾನೆ/ನಾಳ ನಾಳಗಳಲ್ಲಿ ತೀರ್ಥರೂಪ' ಎಂಬ ಆ ಕವನದ ಮುಂದಿನ ಎರಡು ಸಾಲುಗಳು ಅಡಿಗರ ನೆನಪಲ್ಲಿ ಹೊಸ ಅರ್ಥದಲ್ಲಿ ವಿಜೃಂಭಿಸುತ್ತವೆ. ಅಡಿಗರ ಚಿಂತನೆಯಲ್ಲಿ ಭೌತಿಕ ವಿವರಗಳ ಜೊತೆ ವಾಸ್ತವ ಚಿತ್ರಣವನ್ನು ಮೀರಿದ ವಿಚಾರ ಲೋಕದ ವಿಶೇಷಗಳು ಸೇರಿಕೊಳ್ಳುತ್ತವೆ. ಈ ಕವನದಲ್ಲೂ ಅಷ್ಟೆ. ನೀರಿನ ಭೌತಿಕ ವಿವರಗಳ ಜೊತೆ (ಇಲ್ಲಿನ 'ನಾಳ' ಪದದ ಜೊತೆ 'ರಕ್ತನಾಳ' ಎಂಬ ಪ್ರಯೋಗ ನೆನಪಿಸಿಕೊಳ್ಳಿ.) 'ತೀರ್ಥರೂಪ' ಪದದ ದ್ರವದ ಭೌತಿಕ ಅಂಶ ಸೇರಿಕೊಂಡಾದ ಬಳಿಕವೇ ಅದು 'ತೀರ್ಥರೂಪ' ಪದದ ವಿಶೇಷ ಅರ್ಥಗಳಿಗೆ ಹಾಯಬೇಕು.

ಅಡಿಗರ ಒಡನಾಟದಲ್ಲೂ ನಾನು ಅವರ ಈ ಚಿಂತನಾಕ್ರಮವನ್ನು ಗಮನಿಸಿದ್ದೇನೆ. ಅಡಿಗರನ್ನು ನಾನು ಕಂಡು ಮಾತಾಡಿದ್ದು ಕೇವಲ ನಾಲ್ಕು ಸಲ. ಅದರಲ್ಲಿ ಒಂದು ಸಂದರ್ಭ ಉಡುಪಿಯಲ್ಲಿ ನಡೆದುದು.

ಅಡಿಗರ ಮಗ ಡಾ॥ ಪ್ರದ್ಯುಮ್ನ ಅವರಿಗೆ ಮಗ ಹುಟ್ಟಿದ ಸಂದರ್ಭ. ಉಡುಪಿಯ ತೆಂಕುಪೇಟೆಯಲ್ಲಿ ಪ್ರದ್ಯುಮ್ನರ ಮಾವನ ಮನೆ. ಮೊಮ್ಮಗನನ್ನು ನೋಡುವುದಕ್ಕೆ ಅಡಿಗರು ಉಡುಪಿಗೆ ಬರುತ್ತಿದ್ದಾರೆ ಎಂಬುದೇ ಆಗ ಅಲ್ಲಿ ಸುದ್ದಿಯಾಗಿತ್ತು.

ಸ್ನೇಹಿತರಾದ ಜಿ. ರಾಜಶೇಖರ, ಸುಬ್ರಹ್ಮಣ್ಯ ಕೆದ್ಲಾಯ ಮೊದಲಾದವರ ಜೊತೆ

ಆಗ ಉಡುಪಿಯಲ್ಲಿದ್ದ ನಾನೂ ಅಡಿಗರನ್ನು ನೋಡುವುದಕ್ಕೆ ಪ್ರದ್ಯುಮ್ನರ ಮಾವನ ಮನೆಗೆ ಹೋದೆ. ಅಡಿಗರನ್ನು ಕಾಣುವುದಕ್ಕೆ ಜನ ಬಂದು ಹೋಗುತ್ತಿದ್ದರು. ಸಂಜೆ, ಅಡಿಗರು ಮನೆ ಹೊರಗೆ ಅಂಗಳದಲ್ಲಿ ಗಾಳಿಗೆ ಕುಳಿತಿದ್ದರು. ನಾವೂ ಹೊರಗೆ ಗಾಳಿಗೆ ಅವರ ಜೊತೆ ಕುಳಿತುಕೊಂಡು ಮನೆಯವರು ನೀಡುತ್ತಿದ್ದ ಕಾಫಿ, ತಿಂಡಿ ಇತ್ಯಾದಿ ಉಪಚಾರಗಳ ಜೊತೆ ಮಾತಿಗೆ ತೊಡಗಿದೆವು.

ಮಾತಿನ ನಡುವೆ ಅಡಿಗರನ್ನು ಕೇಳಿದೆ : "ಸರ್, ನೀವು ಮಗನನ್ನು ಬೆಳೆಸಿದ್ದೀರಿ. ಈಗ ಮೊಮ್ಮಗ ಬಂದಿದ್ದಾನೆ. ನಿಮಗೆ ಯಾರ ಮೇಲೆ ಹೆಚ್ಚು ಪ್ರೀತಿ ಅನಿಸುತ್ತದೆ?"

ಅಡಿಗರ ಉತ್ತರ ನನಗೆ ಮರೆಯಲಾರದ ಹಾಗೆ ನೆನಪು ಉಳಿದಿದೆ. ಅಡಿಗರು ಹೇಳಿದ್ದು : "ನೋಡಪ್ಪಾ ಮಗನ ಮೇಲೆ ಪ್ರೀತಿ ಇದೆ ನಿಜ. ಆದರೆ ಅವನು ಹುಟ್ಟಿ ಬೆಳೆಯುತ್ತಿದ್ದ ಹಾಗೆ ಅವನನ್ನು ಓದಿಸಬೇಕು, ಕಲಿಸಬೇಕು, ಈ ಸಮಾಜದಲ್ಲಿ ಯೋಗ್ಯ ವ್ಯಕ್ತಿಯಾಗಿ ಬಾಳುವಂತೆ ಮಾಡಬೇಕು, ಇತ್ಯಾದಿ ತಂದೆಯ ಜವಾಬ್ದಾರಿಗಳು ಮೊದಲು ಕಂಡು ಪ್ರೀತಿ ಅದರ ಹಿಂದೆ ಬರುತ್ತಿತ್ತು. ಆದರೆ ಈ ಮೊಮ್ಮಗನ ಜವಾಬ್ದಾರಿ ಹೊರುವುದಕ್ಕೆ ಅವನ ಅಪ್ಪ ಇದ್ದಾನೆ. ನನಗೆ ಅಲ್ಲಿರುವುದು ಪ್ರೀತಿ ಮಾತ್ರ. ಈ ಜವಾಬ್ದಾರಿ ಇಲ್ಲದ ಪ್ರೀತಿ ಇದೆ ನೋಡು, ಅದು ಹೆಚ್ಚು ಪ್ರಿಯವಾದ್ದು. ಆದ್ದರಿಂದ ನಿಸ್ಸಂಶಯವಾಗಿ ಮೊಮ್ಮಗನ ಬಗ್ಗೇ ಹೆಚ್ಚು ಪ್ರೀತಿ."

ಈ ಜವಾಬ್ದಾರಿಯ ಪ್ರಶ್ನೆ ಅಡಿಗರ ಬರಹಗಳಲ್ಲೂ ಅವರನ್ನು ನಿರಂತರವಾಗಿ ಕಾಡಿದೆ. ಅವರ ಶೈಕ್ಷಣಿಕ, ಸಾಮಾಜಿಕ, ವಿಮರ್ಶಾತ್ಮಕ ಗದ್ಯಬರಹಗಳು ನಮ್ಮ ಜವಾಬ್ದಾರಿಗಳು ಏನು ಎಂಬ ಪ್ರಶ್ನೆಗಳನ್ನು ಪ್ರತ್ಯಕ್ಷವಾಗಿ ಹಾಗೂ ಪರೋಕ್ಷವಾಗಿ ಕೇಳಿಕೊಂಡಿವೆ. ಸಾಕ್ಷಿಪ್ರಜ್ಞೆ ಎಂಬ ಅವರ ಕಲ್ಪನೆಯಲ್ಲಿ ಕೇವಲ ಪ್ರೇಕ್ಷಕವಾಗಿದ್ದ ಮನುಷ್ಯನ ಅಂತರಂಗ ನೈತಿಕ ಜವಾಬ್ದಾರಿಯನ್ನು ಹೊತ್ತು ಮಾನವ ಅಂತರಂಗ ಚೇತನವನ್ನು ಪ್ರೇರೇಪಿಸುವ ಜವಾಬ್ದಾರಿಯನ್ನು ಹೊರುತ್ತದೆ.

ವಿಮರ್ಶೆಯೂ ಅಂತಹ ಪ್ರಾಮಾಣಿಕ ಜವಾಬ್ದಾರಿಯನ್ನು ಹೊರಬೇಕೆಂದು ಅವರು ಬಯಸಿದ್ದರು. ಬೆಂಗಳೂರಿನ ಜಯನಗರದ ಅಡಿಗರ ಮನೆಯಲ್ಲಿ ನಾನೊಮ್ಮೆ ಅವರನ್ನು ಕಂಡಿದ್ದೆ. ಮಾತು ವಿಮರ್ಶೆಯ ಜವಾಬ್ದಾರಿಯತ್ತ ಹೊರಳಿತ್ತು. ನಂಬಿದ್ದನ್ನು ಲಾಭನಷ್ಟದ ಮುಲಾಜಿಲ್ಲದೆ ಹೇಳುವ ಶಕ್ತಿ ಇರಬೇಕೆಂದು ಅವರು ಹೇಳುತ್ತಿದ್ದರು. ಯಾರ್ಯಾರನ್ನೋ ಸಂತೋಷಪಡಿಸುವುದಕ್ಕೆ ಮಾಡುವ ಬರಹಗಳು ನಾವು ಪ್ರಾಮಾಣಿಕವಾಗಿದ್ದರೆ ನಮ್ಮನ್ನು ಸಂತೋಷ ಪಡಿಸೀತೇ? ಎಂದು ಕೇಳಿದರು.

ಭಾಷೆ ಹಾಗೂ ವಿಚಾರಗಳು ಕಾವ್ಯದ ಅನುಭವದಲ್ಲಿ ಬೇರೆಯಲ್ಲ. ಭಾಷೆಯೆ ಅನುಭವವಾಗುವುದು ಹೇಗೆ ಎಂಬುದು ನೋಡು ಆ ಮುದುಕನಿಗೆ ತಿಳಿದಿತ್ತು ಎಂದು ಮನೆಯಲ್ಲಿ ಇಟ್ಟುಕೊಂಡಿದ್ದ ಬೇಂದ್ರೆಯ ಪ್ಲಾಸ್ಟರ್ ಆಫ್ ಪ್ಯಾರಿಸ್ಸಿನ ಪುಟ್ಟ ಮೂರ್ತಿಯತ್ತ ನೋಡಿ ನಕ್ಕರು. ಇದ್ದಕ್ಕಿದ್ದ ಹಾಗೆ ಅವನು ದೊಡ್ಡ ಕವಿ ಎಂದು ಹೇಳಿ ಬೇಂದ್ರೆಯ

ಮೂರ್ತಿಯತ್ತ ಬೆರಳು ತೋರಿದರು.

ಮೂವತ್ತು ವರುಷಗಳ ಹಿಂದೆ ಡಾ| ಶಿವರಾಮ ಕಾರಂತರಿಗೆ ಜ್ಞಾನಪೀಠ ಪ್ರಶಸ್ತಿ ಬಂದಾಗ ಪುತ್ತೂರಿನಲ್ಲಿ ಕಾರಂತರಿಗೆ ಒಂದು ಸನ್ಮಾನ ಸಮಾರಂಭ ಏರ್ಪಾಡಾಗಿತ್ತು. ಆ ಸಮಾರಂಭದ ಅಧ್ಯಕ್ಷತೆ ಅಡಿಗರದ್ದು. ಸಂಜೆ ಅವರು ಕಾರಲ್ಲಿ ಜಿ.ಎಚ್. ನಾಯಕರ ಜೊತೆ ಮೈಸೂರಿಗೆ ಹಿಂದಿರುಗಿದರು. ದಾರಿಯಲ್ಲಿ ರಾತ್ರೆಯ ಊಟ ಸಂಪಾಜೆಯ ನಮ್ಮ ಮನೆಯಲ್ಲಿ. ಹಳ್ಳಿಯ ಪುಟ್ಟ ಮನೆ. ನೆಲದಲ್ಲಿ ಕೂತು ಊಟ. ಕಣ್ಣುಮುಚ್ಚಾಲೆಯಾಡುವ ವೋಲ್ಟೇಜ್ ಇಲ್ಲದ ವಿದ್ಯುತ್ ದೀಪ. ದೊಡ್ಡವರು ಬಂದಿದ್ದಾರೆ. ಪಾಯಸ, ಸಿಹಿ ಊಟಗಳ ಗೌರವ ಆಗಬೇಕೆಂಬ ನನ್ನ ಅಮ್ಮನ ಆಗ್ರಹವನ್ನು ಮನ್ನಿಸಿ ನಿಧಾನವಾಗಿ ಊಟ ಮಾಡಿ ರಾತ್ರೆಯೇ ಪ್ರಯಾಣಿಸಬೇಕೆಂದು ಮೈಸೂರಿಗೆ ಹೊರಟರು.

ಆಗ ಮೈಸೂರಲ್ಲಿ ವಿದ್ಯಾರ್ಥಿಯಾಗಿದ್ದ ನಾನು ನಾಯಕರ ಪರಿಚಯದಿಂದ ಅದೇ ಕಾರಲ್ಲಿ ಅವರ ಜೊತೆ ಮೈಸೂರಿಗೆ ಹೊರಟೆ. ದಾರಿಯಲ್ಲಿ ಅಡಿಗರು ನಾಯಕರ ಜೊತೆ ಶಿವರಾಮ ಕಾರಂತರ 'ಮೂಕಜ್ಜಿಯ ಕನಸುಗಳು' ಕಾದಂಬರಿ ಬಗ್ಗೆ ಮಾತಾಡುತ್ತಿದ್ದರು. ಸಾಹಿತ್ಯ ಪ್ರಕಾರಗಳ ಬಗೆಗಿನ ಅಡಿಗರ ಅಭಿಪ್ರಾಯಗಳ ನೇರ ಪರಿಚಯ ಮಾಡಿಕೊಡುವಂತಿದ್ದ ಮಾತುಗಳವು. ನೆನಪಿನಿಂದ ಹೇಳುವುದಾದರೆ, ಕನ್ನಡದಲ್ಲಿ ಕಾದಂಬರಿ ಪ್ರಕಾರದ ವ್ಯಾಪ್ತಿ, ಹರಹುಗಳನ್ನು (scope) ವಿಸ್ತರಿಸಿದ ಕೃತಿ 'ಮೂಕಜ್ಜಿಯ ಕನಸುಗಳು' ಎಂಬ ಅಭಿಪ್ರಾಯ ಅಡಿಗರಿಗಿತ್ತು. ಜಿ.ಎಚ್. ನಾಯಕರಿಗೆ 'ಮೂಕಜ್ಜಿಯ ಕನಸುಗಳು' ನೀಡುವ ಅನುಭವ ಯಾವ ಮಟ್ಟದ್ದು ಎಂಬ ಪ್ರಶ್ನೆ ಮುಖ್ಯವಾಗಿತ್ತು. ಕಾದಂಬರಿಯೊಂದರ ಯಶಸ್ಸಿನ ಮಾನದಂಡಗಳು ಯಾವುವು ಎಂಬುದರ ಬಗ್ಗೆಯೂ ಅಡಿಗರು ಮಾತನಾಡುತ್ತಿದ್ದರು. ಕಾರಂತರ 'ಮರಳಿ ಮಣ್ಣಿಗೆ' ಕಾದಂಬರಿಯಲ್ಲಿ ಅನುಭವದ ಕೇಂದ್ರೀಕರಣ ಇಲ್ಲ ಎಂದು ಮರಳಿ ಮಣ್ಣಿಗೆ ಬಗ್ಗೆ ಕಟುವಾಗಿ ವಿಮರ್ಶೆ ಬರೆದಿದ್ದ ಅಡಿಗರು ಮೂಕಜ್ಜಿಯ ಕನಸುಗಳಿರುವ ಕಾದಂಬರಿಯ ವ್ಯಾಪ್ತಿ ವಿಸ್ತರಿಸುವ ಶಕ್ತಿಯ ಬಗ್ಗೆ ಮಾತಾಡುತ್ತಿದ್ದುದು, ಈಗಲೂ ನನಗದು ನೆನಪುಳಿಯಲು ಕಾರಣವಾಗಿದೆ.

ಆ ಮೊದಲು ನಾನು ಒಮ್ಮೆ ಮಂಗಳೂರಿನಿಂದ ಕಾಸರಗೋಡಿಗೆ ಹೋಗುವ ರೈಲಿನಲ್ಲಿ ಅಡಿಗರನ್ನು ಭೇಟಿಯಾಗಿದ್ದೆ. ಅದು 1977ರಲ್ಲಿ. ತೀರಾ ಆಕಸ್ಮಿಕ ಭೇಟಿ. ಅಡಿಗರು ಅದಾಗ ದೆಹಲಿಯಿಂದ ಒಂದು ಮೀಟಿಂಗ್ ಮುಗಿಸಿ ಹಿಂತಿರುಗಿದ್ದರು. ಅಕಾಡೆಮಿಯಿಂದ ಪ್ರಥಮ ದರ್ಜೆ ರೈಲು ತಿಕೇಟು ಚಾರ್ಜು ಪಡೆದು ಎರಡನೇ ದರ್ಜೆ ರೈಲಿನಲ್ಲಿ ಪ್ರಯಾಣಿಸಿದ ಕೆಲವು ಸಾಹಿತಿಗಳ ಕೆಲಸ ಅವರಿಗೆ ಆಗ ಹಿತವಾಗಿರಲಿಲ್ಲ. ಪ್ರಾಮಾಣಿಕತೆ ಎಂಬುದು ಅವರಿಗೆ ಏಕಮುಖಿಯಾಗಿ ಕಂಡದ್ದಿಲ್ಲ, ಪ್ರಾಮಾಣಿಕತೆಯ ಅನೇಕ ರೂಪಗಳನ್ನು ಅವರು ತಿಳಿದಿದ್ದರು.

ಸಾಮಾಜಿಕ ಹಾಗೂ ನೈತಿಕ ಪ್ರಾಮಾಣಿಕತೆ ಕಾರಂತರ ಮುಖ್ಯ ಮೌಲ್ಯ. ಅದಕ್ಕೆ ಸೃಜನಶೀಲ, ವಿಮರ್ಶಾತ್ಮಕ ಹಾಗೂ ವ್ಯಕ್ತಿತ್ವದ ವಿಶೇಷ ನೆಲೆಗಳಲ್ಲಿ ಬೇರೆಯೇ ಒಂದು

ಶಕ್ತಿಯನ್ನು ಆಹ್ವಾನಿಸಿದವರು ಅಡಿಗರು. ರೈಲಿನಲ್ಲಿ ಕೂತು ಅವರು ಮಾತಾಡಿದ ಪ್ರಾಮಾಣಿಕತೆಯ ಮೌಲ್ಯಗಳು ಅವರ ಸಾಕ್ಷಿಪ್ರಜ್ಞೆ ತತ್ವದಲ್ಲೂ ಸೇರಿಕೊಂಡಿದೆ ಎಂಬುದು ಆ ಬಳಿಕ ಅಡಿಗರ ಬರಹಗಳನ್ನು ಅಭ್ಯಾಸ ಮಾಡುತ್ತಾ ಹೋದಾಗ ನನಗೆ ಸ್ಪಷ್ಟವಾಗತೊಡಗಿತು.

ನೆನಪುಗಳೆ ಹಾಗೆ. ಅಡಿಗರ ವಯ್ಯಕ್ತಿಕ ಭೇಟಿಗಳೂ ಅಡಿಗರ ಸಾಹಿತ್ಯದ ಅಧ್ಯಯನವೂ ನನಗೆ ಅವರ ಬರಹಗಾರ ವ್ಯಕ್ತಿತ್ವ ಹಾಗೂ ನಿಜಜೀವನದ ಅಡಿಗರು ಇಬ್ಬರೂ ಒಬ್ಬರೆ ಎಂಬುದನ್ನೇ ನಂಬುವ ಹಾಗೆ ಮಾಡುತ್ತದೆ.

18–01–2008

***

4. ಮಧುರ ಮನಸ್ಸಿನ ಕವಿ : ಅಮ್ಮೆಂಬಳ ಶಂಕರನಾರಾಯಣ ನಾವಡ

ಕನ್ನಡ ಸಾಹಿತ್ಯದ ನವೋದಯ ಕಾಲದಲ್ಲಿ ಚಿಕ್ಕಪುಟ್ಟ ಊರುಗಳೂ ಸೇರಿ ರಾಜ್ಯದ ಎಲ್ಲಾ ಕಡೆ ಅನೇಕ ಮಹನೀಯರು ಕನ್ನಡ ಸಾಹಿತ್ಯ, ಸಂಸ್ಕೃತಿ ಹಾಗೂ ರಾಜ್ಯ ಮತ್ತು ದೇಶಗಳ ಭಾವನಾತ್ಮಕ ಏಕೀಕರಣಕ್ಕೆ ತಮ್ಮದೇ ಆದ ರೀತಿಯಲ್ಲಿ ಮಹತ್ತರವಾದ ಕೊಡುಗೆ ನೀಡಿದ್ದಾರೆ. ಇವರಲ್ಲಿ ತಕ್ಷಣ ನೆನಪಿಗೆ ಬರುವ ಬೇಂದ್ರೆ, ಕುವೆಂಪು, ಕಾರಂತ ಮೊದಲಾದವರಿಂದ ಸ್ಫೂರ್ತಿಗೊಂಡು ನಾಡುನುಡಿಗೆ ಸೇವೆ ಸಲ್ಲಿಸಿದ ದಿವಂಗತ ಅಮ್ಮೆಂಬಳ ಶಂಕರನಾರಾಯಣ ನಾವಡರು ಜನಿಸಿ ಈ ವಾರ (15–05–2016) ನೂರು ವರುಷ ತುಂಬುತ್ತದೆ. ಕನ್ನಡ, ಸಂಸ್ಕೃತ ಭಾಷೆಗಳಲ್ಲಿ ಬಹು ಪಾಂಡಿತ್ಯವಿದ್ದ ಅವರು ಸ್ವತಂತ್ರ ಕಾವ್ಯ, ಅನುವಾದ ಕಾವ್ಯ ಮತ್ತಿತರ ಸಾಹಿತ್ಯ ಕೃತಿಗಳಿಂದ ಪ್ರಸಿದ್ಧರಾಗಿದ್ದರು. ಅವರು ಮಂಗಳೂರು ಸಮೀಪದ ಕರಾವಳಿಯ ಸೋಮೇಶ್ವರ ಕೋಟೆಕಾರಿನ ಆನಂದಾಶ್ರಮ ಹೈಸ್ಕೂಲಿನಲ್ಲಿ ಕನ್ನಡ ಪಂಡಿತರಾಗಿ ನಿವೃತ್ತರಾದರು (1975). ಇವರಿಂದ ಪ್ರೇರಣೆ ಪಡೆದ ಸಾವಿರಾರು ವಿದ್ಯಾರ್ಥಿಗಳು ಅವರಿಗೆ 'ಅಮ್ಮೆಂಬಳ ಅರುವತ್ತು' ಎಂಬ ಸಂಭಾವನಾ ಗ್ರಂಥವನ್ನು ಹಿಂದೆ ಸಮರ್ಪಿಸಿದ್ದರು (1976).

ಕನ್ನಡದ ಹಿರಿಯ ಬರಹಗಾರರು ಹಾಗೂ ವಿದ್ವಾಂಸರಾದ ಅಮೃತ ಸೋಮೇಶ್ವರ ನಾವಡರ ಬಹು ಪ್ರೀತಿಯ ವಿದ್ಯಾರ್ಥಿಗಳಲ್ಲೊಬ್ಬರು. ಅಮೃತರ ಮೊದಲ ಕೃತಿ ಹಾಗೂ ಕಥಾಸಂಕಲನ 'ರುದ್ರ ಶಿಲೆಯ ಸಾಕ್ಷಿ'ಯನ್ನು ನಾವಡರು ತಮ್ಮ ಸಾಹಿತ್ಯಾಂಜಲಿ

ದಕ್ಷಿಣ ಕನ್ನಡ ಜಿಲ್ಲೆಯ ಸಾಂಸ್ಕೃತಿಕ ನಾಯಕ ಡಾ॥ ಏರ್ಯ ಲಕ್ಷ್ಮೀನಾರಾಯಣ ಆಳ್ವರ ಗೌರವಾಧ್ಯಕ್ಷತೆಯಲ್ಲಿ ದಿನಾಂಕ: 15–5–16 ರಂದು ಮೊಡಂಕಾಪಿನಲ್ಲಿ ಅಮ್ಮೆಂಬಳ ಶಂಕರನಾರಾಯಣ ನಾವಡರ ಶತಮಾನೋತ್ಸವ ಸಮಾರಂಭ ಆಚರಿಸಲಾಯಿತು. ಶಂಕರನಾರಾಯಣ ನಾವಡರ ಹೆಸರಿನಲ್ಲಿ ಪ್ರಾರಂಭಿಸಲಾದ ಮೊದಲ ವಾರ್ಷಿಕ ಪ್ರಶಸ್ತಿಯನ್ನು ಅಮೃತ ಸೋಮೇಶ್ವರರಿಗೆ, ಶತಮಾನ ಪ್ರಶಸ್ತಿಯನ್ನು ವೆಂಕಟಾಚಲ ಶಾಸ್ತ್ರಿಗಳಿಗೆ ಅಂದು ನೀಡಲಾಯಿತು. ಈ ನೆಪದಲ್ಲಿ ಉದಯವಾಣಿಯ ನನ್ನ ನುಡಿಸಸಿ ಅಂಕಣದಲ್ಲಿ ಆ ದಿನ ಬರೆದ ಲೇಖನ.

ಗ್ರಂಥಮಾಲೆಯಿಂದ ಪ್ರಕಟಿಸಿದರು. (ಜಾನಪದ ವಿದ್ವಾಂಸ ಹಾಗೂ ಉಪಕುಲಪತಿಗಳಾಗಿರುವ ಡಾ॥ ಕೆ. ಚಿನ್ನಪ್ಪ ಗೌಡರು ಅಮೃತ ಸೋಮೇಶ್ವರ ಅವರ ವಿದ್ಯಾರ್ಥಿಯಾಗಿದ್ದರು) ಕನ್ನಡ ವಿಶ್ವವಿದ್ಯಾನಿಲಯದಿಂದ ನಿವೃತ್ತರಾದ ಸಾಹಿತ್ಯ ವಿದ್ವಾಂಸ ಹಾಗೂ ಜಾನಪದ ಸಂಶೋಧಕ ಡಾ॥ ಎ.ವಿ. ನಾವಡ ಅವರು ಶಂಕರನಾರಾಯಣ ನಾವಡರ ಸುಪುತ್ರರು.

ಹಿರಿಯರ ವೃತ್ತಿ ಪ್ರಕಾರ ಅರ್ಚಕರಾಗಬೇಕಾಗಿದ್ದ ನಾವಡರು ಸಂಸ್ಕೃತ ಅಧ್ಯಯನದ ಜೊತೆ ತೀವ್ರವಾದ ಕನ್ನಡದ ಒಲವನ್ನೂ ಬೆಳೆಸಿಕೊಂಡರು. ಮಂಗಳೂರಿನಿಂದ ಹತ್ತು ಮೈಲಿ ದೂರದ ನೇತ್ರಾವತಿ ನದಿ ದಡದ ಮಾಗಣೆ ಅಮ್ಮೆಂಬಳ. ಆ ಪುಟ್ಟ ಊರಿನಲ್ಲಿದ್ದ ನಾವಡರಿಗೆ ಬಾಲ್ಯದಲ್ಲಿ ತಮ್ಮ ತಾಲೂಕು ಕೇಂದ್ರವಾದ ಪುತ್ತೂರಿನಲ್ಲಿ ಇದ್ದ ಶಿವರಾಮ ಕಾರಂತರ ಬಾಲವನದ ಆಕರ್ಷಣೆ. ಅಲ್ಲಿಂದಲೇ ಲೇಖಕ ನಿರಂಜನರ ಸ್ನೇಹ. ಮುಂದೆ 1933ರಿಂದಲೇ ಇವರ ಕವನಗಳು ಆಗಿನ ಪ್ರಸಿದ್ಧ 'ಜಯ ಕರ್ನಾಟಕ' ಮೊದಲಾದ ಪತ್ರಿಕೆಗಳಲ್ಲಿ ಪ್ರಕಟವಾಗತೊಡಗಿದವು. ಇವುಗಳಲ್ಲಿ 51 ಕವನಗಳ 'ಸರ' ಎಂಬ ಮೊದಲ ಸಂಕಲನ (1947) ಪ್ರಕಟವಾದಾಗ ಸ್ವತಃ ಕವಿಗಳೂ ಒಪ್ಪಿಕೊಂಡಂತೆ ಅಲ್ಲಿನ ಕವನಗಳ ಹಿಂದೆ ಕುವೆಂಪು ಅವರ ಕವನಗಳ ಪ್ರೇರಣೆ ಇರುವುದು ಸ್ಪಷ್ಟವಾಗಿತ್ತು. ಆಗ ಮದ್ರಾಸು ಪ್ರಾಂತಕ್ಕೆ ಸೇರಿದ್ದ ಯುವಕವಿ ನಾವಡರ ಮೇಲೆ ಮೈಸೂರು ರಾಜ್ಯದಲ್ಲಿದ್ದ ಕುವೆಂಪು ಅವರ ಕವನಗಳು ಪ್ರಭಾವ ಬೀರಿದ್ದವು ಎಂಬುದು ಆ ಕಾಲದ ಸಾಂಸ್ಕೃತಿಕ ಅಧ್ಯಯನಕ್ಕೂ ಪೂರಕವಾಗಬಲ್ಲ ಮಾಹಿತಿ. 'ಸರ' ಸಂಕಲನಕ್ಕೆ ಮುನ್ನುಡಿ ಬರೆದಿರುವ ವರಕವಿ ದ.ರಾ. ಬೇಂದ್ರೆಯವರು ನಾವಡರ ಷಟ್ಪದಿಗಳ ಕಾಂತಿ ಸಾಲದು ಎಂದು ಹೇಳಿದರೂ ಅವರ ಹೊಸ ಕವನಗಳ ಪ್ರಾಮಾಣಿಕತೆ, ಸಹಜತೆ, ಶೃಂಗಾರ ಹಾಗೂ ನಿಸರ್ಗ ಪ್ರೇಮವನ್ನು ವಿಶೇಷವಾಗಿ ಮೆಚ್ಚಿಕೊಂಡರು.

ಈ ಸಂಕಲನಕ್ಕೆ ಬೇಂದ್ರೆಯವರು ಬರೆದ ಮುನ್ನುಡಿಯಲ್ಲಿ ಪ್ರಾಸ ಹಾಗೂ ರಸಗಳ ಬಗ್ಗೆ ಬಹು ಮೌಲಿಕವಾದ ಚರ್ಚೆಯಿದೆ. ಬೇಂದ್ರೆಯವರು ಈ ಮುನ್ನುಡಿಯಲ್ಲಿ "ಪ್ರಾಸವನ್ನು ಬಿಡುವುದೇ ಆಗಲಿ, ಹಿಡಿಯುವದೇ ಆಗಲಿ, ಯಾವ ದೊಡ್ಡ ಗುಣವೂ ಅಲ್ಲ, ದೋಷವೂ ಅಲ್ಲ. ಪ್ರಾಸವು ಛಂದದ ಒಂದು ಲಕ್ಷಣ. ಈ ಲಕ್ಷಣವನ್ನು ವಿವಿಧ ರೀತಿಯಾಗಿ ಸಾಧಿಸಬಹುದು. ಸಾಮಾನ್ಯವಾಗಿ ಸಂಸ್ಕೃತದ ಮಹಾಕಾವ್ಯ ಸಾಹಿತ್ಯವು ಪ್ರಾಸ ರಹಿತವಾಗಿಯೇ ಇದೆ. ಆದುದರಿಂದ ಅದಕ್ಕೆ ಯಾವ ದೋಷವೂ ತಟ್ಟಿಲ್ಲ. 'ಕನ್ನಡಕ್ಕೆ ಸತತಂ ಪ್ರಾಸಂ' ಎಂಬುದೇನು ಅನುಲ್ಲಂಘನೀಯ ವೇದವಾಕ್ಯವಲ್ಲ" ಎನ್ನುತ್ತಾರೆ. ಕವಿ ಅಡಿಗರ 'ಚೆಂಡೆ ಮದ್ದಳೆ' ನವ್ಯಕಾವ್ಯ ಪ್ರಕಟಣೆಗೂ ಮೊದಲು ಈ ಮಾತುಗಳನ್ನು ಬೇಂದ್ರೆಯವರು ಹೇಳಿದ್ದರು. ಇದೇ ತಾತ್ವಿಕತೆ ಅಡಿಗರಲ್ಲಿ ಮುಂದೆ ಭಿನ್ನರೀತಿಯಲ್ಲಿ ಬೆಳೆಯಿತು ಎಂಬುದೂ ಸಾಂಸ್ಕೃತಿಕ ಕಾವ್ಯ ಚರಿತ್ರೆಯ ದೃಷ್ಟಿಯಿಂದ ಮುಖ್ಯವಾದುದು. ಇಂತಹ ಮುನ್ನುಡಿಗಳನ್ನು ಇಂದು ಪತ್ರಿಕೆಗಳು ಲೇಖನ ರೂಪದಲ್ಲಿ ಪುನರ್ ಮುದ್ರಿಸುವುದು ಕೂಡಾ ಉಪಯುಕ್ತವಾದ ಕೆಲಸವಾಗಬಲ್ಲದು.

'ಸರ' ಸಂಕಲನದ ಕವನಗಳು ಪ್ರಕೃತಿಪರ, ಭಾವನಾತ್ಮಕ, ಶೃಂಗಾರಾತ್ಮಕ, ಕವಿಸ್ಮೃತಿ, ಜೀವನಸ್ಮೃತಿ ಎಂಬ ಐದು ಎಳೆಗಳಾಗಿ ವಿಭಾಗಿಸಲ್ಪಟ್ಟ ಸಂಕಲನ. ಈ ಸಂಕಲನದಲ್ಲಿ ಅವರ 'ದ್ವಂದ್ವ' ಕವನವನ್ನು ನಾವಡರ ವೈಚಾರಿಕತೆಗಾಗಿಯೂ 'ಮೋಹನ ಮುರಲಿ' ಎಂಬ ಕವನವನ್ನು ಭಾಷಾ ಲಾಲಿತ್ಯಕ್ಕಾಗಿಯೂ ವಿಶೇಷವಾಗಿ ಗಮನಿಸಬಹುದು. ಎರಡು ಭಿನ್ನ ವಿರೋಧ ಸ್ಥಿತಿಗಳನ್ನು ಎದುರುಬದುರಾಗಿಟ್ಟು 'ದ್ವಂದ್ವ' ಕವನ ಹತ್ತು ವಸ್ತುಸ್ಥಿತಿಗಳ ವಿವರಗಳಲ್ಲಿ ವ್ಯಂಗ್ಯವನ್ನು ತೋರಿಸುತ್ತದೆ :

ಒಂದು ಕಡೆ ಧನಿಕರಾಡಂಬರದ ಸಂರಂಭ–
ದೊಂದು ಮುದ–ಮದಯುತ ವಿಲಾಸವಿಹುದು
ಬೇರೊಂದು ಕಡೆ ಬಡವರಾನುವಾ ಹಸಿವಿಂದ
ಮೀರಿ ತೋರುವ ಬನ್ನ ಬಾಳ್ವೆಯಿಹುದು.

ಮೋಹನ ಮುರಲಿಯ ಪದ ಲಾಲಿತ್ಯದ ಹಿಂದೆ ಕನ್ನಡದ ಹಾಗೂ ಸಂಸ್ಕೃತ ಪೂರ್ವ ಕವಿಗಳು ನೆನಪಾಗಬಹುದು. ಆದರೆ ಅದರಿಂದ ಭಾಷೆಯ ಸೊಗಸಿಗೇನೂ ತಡೆಯುಂಟಾಗುವುದಿಲ್ಲ :

ಶಾರದ ಚಂದ್ರನು ಬಾನಿನ ನೀಲಿಗೆ
ಬೆಳ್ನಗು ಹೂವನು ಮುಡಿಸಿಹನು
ದಧಿ ಧವಲಾಚ್ಛ ಜ್ಯೋತ್ಸ್ನಾ ಲಹರಿಯು
ಭೂಮಿಗೆ ಬರಿಸಿತು ಪುಲಕವನು.

ನಾವಡರ 'ಸರ' ಹಾಗೂ 'ಪಡಿದನಿ' ಕವನ ಸಂಕಲನದಲ್ಲಿ ಪಂಪ, ರನ್ನ, ಕುಮಾರವ್ಯಾಸ, ರತ್ನಾಕರ ಕವಿ, ಮಹಾದೇವಿಯಕ್ಕ, ಲಕ್ಷ್ಮೀಶ, ಕವೀಂದ್ರ–ರವೀಂದ್ರ, ಅಂಬಿಕಾತನಯದತ್ತ, ಕವಿ ಕಡೆಂಗೋಡ್ಲು, ಮಂಜೇಶ್ವರ ಗೋವಿಂದ ಪೈ, ಮುಳಿಯ ತಿಮ್ಮಪ್ಪಯ್ಯ, ಪಾರ್ತಿಸುಬ್ಬ, ಮುದ್ದಣ ಕವಿ – ಮುಂತಾದವರ ಬಗ್ಗೆ ಇರುವ ಕವನಗಳು ಅವರ ಸಹೃದಯ ಸಾಹಿತ್ಯ ಸೇಚನೆಗೊಂದು ನಿದರ್ಶನ. ಅವರ 'ಬಾಳಗೆಳತಿ' ಕವನ ಸಂಕಲನಕ್ಕೆ ನಿರಂಜನರ ಮುನ್ನುಡಿಯಿದೆ. ನಾವಡರ ಮಟ್ಟಿಗೆ ಶುಚಿಯಾದ ರುಚಿಯಾದ ನಿರ್ಮಲ ಶೃಂಗಾರ ಗೀತಗಳು ಗೃಹಸ್ಥ ಜೀವನದ ಸಂಜೀವನೌಷಧ. ಅದರ ಮೊದಲ ಕವನವೇ ಸೂಚಿಸುವಂತೆ :

ಬಾಳ ಗೆಳತಿ ! ಬಾಳಿನೊಡತಿ
ನಲುಮೆಯೊಂದು ಮೂರುತಿ
ನನ್ನ ನಿನ್ನ ಪ್ರೇಮದೀಪ
ಬೆಳಗಲೊಲವಿನಾರತಿ.

ಶಂಕರನಾರಾಯಣ ನಾವಡರ ಸ್ವತಂತ್ರ ಕವನಗಳು ವೈಯಕ್ತಿಕ, ಸಾಮಾಜಿಕ, ಸಾಂಸ್ಕೃತಿಕ ಹಾಗೂ ರಾಷ್ಟ್ರೀಯ ವಿಚಾರಗಳ ಕುರಿತಾಗಿ ರಚಿತವಾಗಿವೆ. ಅವರ ಕೆಲವು

ವಿದ್ಯಾರ್ಥಿಗಳು ಮುಂದೆ ಉಳ್ಳಾಲದ ಪ್ರಮುಖ ಕಾರ್ಮಿಕ ಮುಖಂಡರಾದರು; ಕಮ್ಯುನಿಸ್ಟ್ ಪಾರ್ಟಿಯಿಂದ ಎಂ.ಎಲ್.ಎ. ಗಳಾದರು. ಅವರ ಹೋರಾಟಕ್ಕೆ ಪೂರಕವಾಗಿ ನಾವಡರು ಹಲವಾರು ಕವನಗಳನ್ನು ಬರೆದರು.

ನಾವಡರು ಇವೆಲ್ಲವುಗಳಿಂದ ಬೇರೆಯಾದ ಸಾಹಿತ್ಯ ಅನುವಾದ ಕ್ಷೇತ್ರದಲ್ಲೂ ಸಾಕಷ್ಟು ಪ್ರಸಿದ್ಧರಾದವರು. ಅವರು ಕನ್ನಡಕ್ಕೆ ಅನುವಾದಿಸಿದ ಕಾಳಿದಾಸನ 'ಕನ್ನಡ ಕುಮಾರ ಸಂಭವ' ಮಾಸ್ತಿ ವೆಂಕಟೇಶ ಅಯ್ಯಂಗಾರರು ಸಂಪಾದಕರಾಗಿದ್ದ 'ಜೀವನ' ಪತ್ರಿಕೆಯಲ್ಲಿ 1944ರಷ್ಟು ಹಿಂದೆಯೇ ಧಾರಾವಾಹಿಯಾಗಿ ಪ್ರಕಟವಾಯಿತು. ಮುಂದೆ ಅದು ನಾವಡರೇ ಪ್ರಾರಂಭಿಸಿದ ಸಾಹಿತ್ಯಾಂಜಲಿ ಗ್ರಂಥಮಾಲೆಯಿಂದ ಮೊದಲ ಬಾರಿಗೆ ಪುಸ್ತಕವಾಗಿ ಪ್ರಕಟಗೊಂಡಿತು. "ಅಸ್ತ್ಯುತ್ತರಸ್ಯಾಂ ದಿಶಿ ದೇವತಾತ್ಮಾ ಹಿಮಾಲಯೋ ನಾಮ ನಗಾಧಿರಾಜಃ / ಪೂರ್ವಾಪರ ತೋಯ ನಿಧೀ ವಗಾಹ್ಯ ಸ್ಥಿತಃ ಪೃಥಿವ್ಯಾ ಇವ ಮಾನದಂಡಃ" ಎಂಬ ಕೃತಿಯ ಮೊದಲ ಸಾಲುಗಳನ್ನು (ನಾಲ್ಕು ಪಾದಗಳನ್ನು) ನಾವಡರು ಪ್ರಾದೇಶಿಕ ಸೊಗಡಿನೊಂದಿಗೆ ಅನುವಾದಿಸಿರುವ ಕ್ರಮ ಹೀಗೆ :

ಬಡಗು ದೆಸೆಯಲಿ ದೇವತಾತ್ಮನಾಗಿರುತಿಹನು
ಹಿಮವಂತನೆಂಬವನು ಪರ್ವತೇಶ್ವರನು ;
ಮೂಡು-ಪಡು ಕಡಲುಗಳವರೆಗೆ ನೀಡಿರುತಿದ್ದು,
ಭೂಮಿಯನ್ನಳೆವಳತೆಗೋಲಿನಂತಿಹನು.

ಈ ಅನುವಾದದ ಮೂಲ ಕನ್ನಡ ಸೊಗಡನ್ನು ಅನುಭವಿಸಬೇಕಾದರೆ ಇದನ್ನು ಎಸ್.ವಿ. ಪರಮೇಶ್ವರ ಭಟ್ಟರ ಅನುವಾದದೊಡನೆ ಓದಬೇಕು :

ಅಲ್ಲಿ ಉತ್ತರ ದಿಶೆಯೊಳಿರುವನು ಹಿಮಾಲಯನು
ದೇವತಾತ್ಮನು ತಾನು ಪರ್ವತೇಶ್ವರನು
ಪೂರ್ವ ಪಶ್ಚಿಮ ಶರಧಿಗಡಿ ಚಾಚಿ ನಿಂದಿಹನು
ಪೃಥ್ವಿಯ ಮಹಾ ಮಾನದಂಡದಂತಹನು.

ಪಾರ್ವತೀ ಯೌವನೋದಯ, ತಾರಕಾಸುರನ ಪೀಡೆ, ಕಾಮದಹನ, ರತಿ ವಿಲಾಪ, ಬ್ರಹ್ಮಚಾರೀ-ಪಾರ್ವತೀ ಸಂವಾದ ಎಂಬ ಐದು ಸರ್ಗಗಳ ನಾವಡರ ಅನುವಾದ ಕಾಳಿದಾಸನನ್ನು ಸುಲಲಿತವಾಗಿ ಕನ್ನಡಕ್ಕೆ ಪರಿಚಯಿಸುತ್ತದೆ. ಐದನೆಯ ಸರ್ಗದ ಕೊನೆಯ ಪಾದಗಳ ಅನುವಾದ :

"ಇಂದಿನಿಂದಲೆ ಅವನತಾಂಗಿಯೆ ! ನಿನ್ನ ಸೇವಕನಾಗಿಹೆ ;
ತಪದಿ ನನ್ನನು ಬೆಲೆಗೆ ಪಡೆದಿಹೆ"ಯೆಂದು ಶಶಿಧರನೊರೆಯಲು,
ಕೂಡಲೇ ತಪದಿಂದ ಬಂದಿಹ ದಣಿವ ಬಿಟ್ಟಳು ಪಾರ್ವತಿ.
ಫಲವ ಪಡೆದಿರೆ ಮೊದಲ ದುಃಖವು ನೀಗಿ ನವ್ಯತೆ ಬರುವುದು.

ಮಂಜೇಶ್ವರ ಗೋವಿಂದ ಪೈಗಳು ಈ ಅನುವಾದಗಳ ಬಗ್ಗೆ "....ಕಾಳಿದಾಸನ

ಕಾವ್ಯಗಳು ಸುಬೋಧವಾಗಿವೆಯಾದರೂ, ಈ ಅನುವಾದವು ಮತ್ತೂ ಸುಗಮವಾಗಿದೆ. ಇದರ ರಚನೆ ಸೊಗಸಾಗಿದೆ" ಎಂದ ಮಾತುಗಳನ್ನು ಈಗ ನಾವು ನೆನಪಿಸಿಕೊಳ್ಳಬಹುದು. ಈ ಅನುವಾದ ಮದ್ರಾಸು ವಿಶ್ವವಿದ್ಯಾನಿಲಯದ ಇಂಟರ್‌ಮೀಡಿಯೆಟ್ ಪರೀಕ್ಷೆಗೆ, ಪಠ್ಯವಾಗಿಯೂ ಆಯ್ಕೆಗೊಂಡಿತ್ತು.

'ವನಜ್ಯೋತ್ಸ್ನೆ' ಎಂಬುದು ನಾವಡರ ಮೂರು ಗೀತರೂಪಕಗಳ ಸಂಗ್ರಹ. ಮದ್ರಾಸು ಸರಕಾರ 1950ರಲ್ಲಿ ಈ ಕೃತಿಗೆ ಉತ್ತಮ ನಾಟಕ ಕೃತಿ ಪ್ರಶಸ್ತಿ ನೀಡಿತ್ತು. ಈ ಕೃತಿಗೆ ಮುನ್ನುಡಿ ಬರೆದ ಬೆಟಗೇರಿ ಕೃಷ್ಣ ಶರ್ಮರು ಇಲ್ಲಿನ ಸರಳ ರಗಳೆಯ ಛಂದೋಗಮನವನ್ನು ವಿಶೇಷವಾಗಿ ಹೆಸರಿಸಿದ್ದಾರೆ.

'ವನಜ್ಯೋತ್ಸ್ನೆ' ಕಾಳಿದಾಸನ 'ಅಭಿಜ್ಞಾನ ಶಾಕುಂತಲ' ನಾಟಕದ ಪ್ರಥಮಾಂಕದ ಗೀತಾನುವಾದ. ವನಜ್ಯೋತ್ಸ್ನೆಯೆಂದರೆ ಕಾಡಿನ ಬೆಳದಿಂಗಳು. ಅದು ಶಕುಂತಲೆ ನಟ್ಟು ಬೆಳೆಸಿದ ಮಲ್ಲಿಗೆ ಬಳ್ಳಿಗೆ ಅವಳಿಟ್ಟ ಹೆಸರು. ಸ್ವತಃ ಅವಳೇ ನಾವಡರಿಗೆ ವನಜ್ಯೋತ್ಸ್ನೆ. "ಕರುಣೆಯ ಬೆಳಕು" ಎಂಬ ನಾಟಕ ಬುದ್ಧನ ಜಾತಕ ಕತೆಯಿಂದ ಆರಿಸಿದ ವಸ್ತುವಿನ ನಾಟಕ ರೂಪ. ಕಾಶೀರಾಜನ ಹಸಿವಿಗೆ ವೃಥಾ ಬೇಟೆ ಬೇಡ. ದಿನವೂ ಎರಡು ಜಿಗರೆಗಳು ತಪ್ಪದೆ ಬರಬೇಕೆಂದು ಜಿಗರೆಗಳ ರಾಜನೊಂದಿಗೆ ಒಪ್ಪಂದವಾಗಿರುತ್ತದೆ. ಸರದಿಯಂತೆ ಹೋಗಬೇಕಿದ್ದ ಗರ್ಭಿಣಿ ಜಿಗರೆ ಬದಲಾಗಿ ಸ್ವತಃ ಜಿಗರೆಗಳ ರಾಜನೇ ಕಾಶೀರಾಜನ ಅಡಿಗೆಮನೆಯ ವಧಾಸ್ಥಾನಕ್ಕೆ ಹೋದ್ದರಿಂದ ಮನುಷ್ಯರ ರಾಜನ ಮನಃ ಪರಿವರ್ತನೆಯಾಗುವ ಕತೆ.

'ತಿಷ್ಯರಕ್ಷಿತೆ' ಸಾಮ್ರಾಟ್ ಅಶೋಕನ ಚರಿತ್ರೆಯ ದಂತಕತೆಯೊಂದರ ಆಧುನಿಕ ಆದರ್ಶದ ಪುನರ್ ನಿರ್ಮಾಣ. ಮಲತಾಯಿ ತಿಷ್ಯರಕ್ಷಿತೆ ಪತಿ ಅಶೋಕನ ಮಗನಾದ ತನ್ನ ಮಲಮಗ ಕುನಾಲನಲ್ಲಿ ಮೋಹಗೊಳ್ಳುತ್ತಾಳೆ. ಮಗ ನಿರಾಕರಿಸಿದಾಗ ಕುತಂತ್ರದಿಂದ ಸುಳ್ಳಿನ ಮೂಲಕ ಆತನ ಕಣ್ಣು ತೆಗೆಯುವ ಶಿಕ್ಷೆ ನೀಡಲು ಕಾರಣಳಾಗುತ್ತಾಳೆ. ಮುಂದೆ ಸತ್ಯ ತಿಳಿದಾಗ ಅಶೋಕ ಆಕೆಯನ್ನು ಜೀವಂತ ಭೂಸಮಾಧಿ ಮಾಡಿಸಿದನೆಂಬುದು ಮೂಲ ದಂತಕತೆ. ಇದನ್ನು ನಾವಡರು ತಿಷ್ಯರಕ್ಷಿತೆಗೆ ಕಣ್ಣು ತೆಗೆಸಿಕೊಂಡವನಿಂದಲೇ ಜೀವದಾನ ದೊರೆತಂತೆ ಪರಿವರ್ತಿಸಿದ್ದಾರೆ. ಬೌದ್ಧ ಧರ್ಮದ ಆದರ್ಶವನ್ನು ಸ್ವತಂತ್ರ ಭಾರತಕ್ಕೆ ಅನ್ವಯಿಸಿ ಸಾರಲು ಬೇಕಾದ ಮಾರ್ಪಾಡುಗಳು ನಾಟಕದ ಕತೆಯಲ್ಲಾಗಿದೆ.

ಮುದ್ದಣ ಕವಿಯನ್ನು ನಾವಡರು ಸಾಕಷ್ಟು ಅಧ್ಯಯನ ಮಾಡಿದ ಫಲವಾಗಿ "ಶ್ರೀರಾಮಾಶ್ವಮೇಧ ಕಥೆ" ಎಂಬ ಕೃತಿ ಹೊರಬಂತು. ಇದು ಮುದ್ದಣ ಕವಿಯ ಹಳೆಗನ್ನಡ ಗದ್ಯಕಾವ್ಯವನ್ನು ಅವನ ಮಾತುಗಳಿಂದಲೆ ಹೊಸಕನ್ನಡಕ್ಕೆ ತಂದ ಸಂಗ್ರಹ ಅನುವಾದ. ಹಿಂದಿನ ಕವಿಗಳ ಇಂತಹ ಹೊಸ ಪರಿಚಯ ಸಾಂಸ್ಕೃತಿಕವಾಗಿ ಮುಖ್ಯವಾದ್ದು ಎಂದು ಅವರು ತಿಳಿದಿದ್ದರು. ಉತ್ತಮ ಅಭಿರುಚಿಯನ್ನು ಪಸರಿಸುವುದಕ್ಕಾಗಿ ಅವರು 'ಜೇನುಹನಿ' ಎಂಬ ಕನ್ನಡ ಸುಭಾಷಿತ ಸಂಗ್ರಹವನ್ನು ಪ್ರಕಟಿಸಿದರು. ಇದು ಅನೇಕ

ಸಂಗ್ರಹಿತ ಸಂಸ್ಕೃತ ಸುಭಾಷಿತಗಳ ಕನ್ನಡ ಅನುವಾದ.

1949ರಲ್ಲಿ ಶಂಕರನಾರಾಯಣ ನಾವಡರು ಆನಂದಾಶ್ರಮ ಹೈಸ್ಕೂಲು ಸೇರುವ ಮೊದಲು ಒಂದು ದಶಕಕ್ಕೂ ಹೆಚ್ಚು ಕಾಲ ಅನೇಕ ಶಾಲೆಗಳಲ್ಲಿ ಕೆಲಸ ಮಾಡಿದ್ದರು. ಪಂಡಿತ ಪರೀಕ್ಷೆ ಅವರಿಗೆ ಸೇವಾಭದ್ರತೆ ಹಾಗೂ ಜೀವನೋಪಾಯಗಳೆರಡನ್ನೂ ನೀಡಿತು. ಕನ್ನಡ–ಸಂಸ್ಕೃತಿ ಕೆಲಸ ಹಾಗೂ ಜೀವನಕ್ಕೊಂದು ಅಧ್ಯಾಪಕ ವೃತ್ತಿ ಎರಡೂ ನೀಡುವಂತಹ ಮದ್ರಾಸು ವಿಶ್ವವಿದ್ಯಾನಿಲಯದ ಪಂಡಿತ ಹಾಗೂ ವಿದ್ವಾನ್ ಪರೀಕ್ಷೆಗಳನ್ನು ತೆಗೆದುಕೊಳ್ಳುವಂತೆ ಅವರು ಅನೇಕರನ್ನು ಪ್ರೇರೇಪಿಸಿದರು. ಮದ್ರಾಸಿನ ಪಂಡಿತ ಪರೀಕ್ಷೆಗೆ ಬೇಕಾದ ಸಂಸ್ಕೃತ ಪಾಠಗಳನ್ನು ಉಚಿತವಾಗಿ ಹೇಳಿಕೊಡುತ್ತಿದ್ದರು. 'ಆದರ್ಶ ಗುರು ಮತ್ತು ಸನ್ಮಿತ್ರ' ಎಂದು ನಾವಡರ ಬಗ್ಗೆ ಬರೆದ ಲೇಖನದಲ್ಲಿ ಡಾ॥ ಗೊರೂರು ರಾಮಸ್ವಾಮಿ ಅಯ್ಯಂಗಾರ್ ತಮ್ಮಿಂದ 15 ವರುಷಗಳಷ್ಟು ಕಿರಿಯರಾದ ನಾವಡರನ್ನು ಮದ್ರಾಸ್ ವಿಶ್ವವಿದ್ಯಾನಿಲಯ ವಿದ್ವಾನ್ ಪರೀಕ್ಷೆ ಸಂದರ್ಭದಲ್ಲಿ ಭೇಟಿಯಾದುದನ್ನು ಸ್ಮರಿಸಿಕೊಂಡಿದ್ದಾರೆ. ಅವರ ಸ್ವಾಧ್ಯಾಯ ಗುಣವನ್ನು ವಿಶೇಷವಾಗಿ ಮೆಚ್ಚಿಕೊಂಡಿದ್ದಾರೆ. ಗೊರೂರು ಒಮ್ಮೆ ಒಂದು ತಿಂಗಳು ಮಂಗಳೂರಲ್ಲಿ ಉಳಿದು ನಾವಡರಿಂದ ಸಂಸ್ಕೃತ ಪಾಠ ಹೇಳಿಸಿಕೊಂಡಿದ್ದರು.

ವಿದ್ವಾನ್ ಅಮ್ಮೆಂಬಳ ಶಂಕರ ನಾರಾಯಣ ನಾವಡರು ಜಾತಿ ಮತಗಳ ಭೇದವಿಲ್ಲದೆ, ಹಿರಿ–ಕಿರಿಯರೆಂಬ ವ್ಯತ್ಯಾಸವಿಲ್ಲದೆ, ಬಡವ–ಶ್ರೀಮಂತರೆಂಬ ತರತಮ ಮಾಡದೆ, ಎಲ್ಲರನ್ನೂ ಸಮಾನವಾಗಿ ನಡೆಸಿಕೊಂಡರು. ಜ್ಞಾನದ ಎದುರು ತಲೆಬಾಗಿ ಮನುಷ್ಯರೆಲ್ಲರೂ ಸಮಾನರೆಂದು ತಿಳಿದು ನಡೆದರು. ನಾವಡರ ಮಗಳು ವಸಂತಿ ಮದುವೆಗೆ ದೂರದ ಊರಲ್ಲಿದ್ದ ಅಮೃತ ಸೋಮೇಶ್ವರರಿಗೆ ಹೋಗಲಾಗಿರಲಿಲ್ಲವಂತೆ. ಎರಡು ದಿನ ಬಳಿಕ ಅಮೃತರು ಊರಿಗೆ ಬಂದದ್ದು ತಿಳಿದು ನಾವಡರು ಮಗಳ ಮದುವೆ ಹೋಳಿಗೆ ತೆಗೆದುಕೊಂಡು ಶಿಷ್ಯ ಅಮೃತರ ಮನೆಗೆ ಹೋಗಿ ಮದುವೆ ಸಿಹಿ ಕೊಟ್ಟು ಬಂದರಂತೆ. ಕೊಟ್ಟ ಸಿಹಿಗಿಂತಲೂ ಅದರ ಹಿಂದಿರುವ ಅಕ್ಕರೆ ದೊಡ್ಡದೆಂದು ಅಮೃತರು ಬರೆಯುತ್ತಾರೆ. ಅವನು ತನ್ನ ಶಿಷ್ಯನೋ, ಕಿರಿಯನೋ, ಬೇರೆ ಜಾತಿಯವನೋ, ಬಡವನೋ ಯಾವುದೂ ಮುಖ್ಯವಲ್ಲ. ಮನುಷ್ಯಪ್ರೀತಿ ದೊಡ್ಡದು. ಸಾಹಿತ್ಯದಿಂದ ಸಂಸ್ಕಾರಗೊಂಡ ಮನಸ್ಸು ದೊಡ್ಡದು. ನಾಲ್ಕು ಜನಕ್ಕೆ ಉಪಕಾರ ಆಗುವ ಹಾಗೆ ಬದುಕುವುದು ಇನ್ನೂ ದೊಡ್ಡದೆಂದು ಅವರು ತಿಳಿದಿದ್ದರು. ಮಾನವ ಘನತೆಯನ್ನು ಗೌರವಿಸುತ್ತಿದ್ದ ಹಿರಿಯರೊಬ್ಬರ ನೆನಪನ್ನು ಈ ರೀತಿ ಅವರ ಶತಮಾನೋತ್ಸವ ಸಂದರ್ಭದಲ್ಲಿ ಹಂಚಿಕೊಂಡಿದ್ದೇನೆ.

12–05–2016

***

5. ಪ್ರೊಫೆಸರ್ ಬಿ.ಎಚ್. ಶ್ರೀಧರ : ಶತಮಾನದ ನೆನಪು

ಕೆಲವು ಸಾಧಕರು ತಾವು ಎಲ್ಲಿದ್ದರೂ ಅಲ್ಲೇ ಜ್ಞಾನಮಾರ್ಗ ಸಂಚಾರಿಗಳಾಗಿರುತ್ತಾರೆ. ಅಂತಹ ಜ್ಞಾನೋಪಾಸಕರಿಗೆ ಸಾಹಿತ್ಯಾಧ್ಯಯನ ಎಂಬುದು ಸಾಮಾಜಿಕ ಮಾನ್ಯತೆಯನ್ನು ಪಡೆಯುವ ದಾರಿಯಲ್ಲ. ಅವರಿಗೆ ಅದು ಆತ್ಮೋನ್ನತಿಯ ಉಪಾಸನೆ. ಸಾಹಿತ್ಯದ ಮೂಲಕ ಆನಂದ, ಜ್ಞಾನದ ಮೂಲಕ ಆತ್ಮತೃಪ್ತಿ ಅವರ ಗುರಿ. ಅದಕ್ಕೆ ಪೂರಕವಾಗಿ ಸಾಮಾಜಿಕ ಕಳಕಳಿ, ಬಾಳಿನ ನೈತಿಕತೆ, ರಾಷ್ಟ್ರಭಕ್ತಿ ಎಲ್ಲವೂ ಅಂತಹವರಿಗೆ ಹೊಂದಿಬರುತ್ತದೆ. ಹೀಗೆ ತಾವು ಇರುವ ಜಾಗದಲ್ಲೇ ಅದು ಎಷ್ಟೇ ಪುಟ್ಟ ಪಟ್ಟಣವಾದರೂ ಅಲ್ಲಿಂದಲೇ ಜ್ಞಾನಜ್ಯೋತಿಯನ್ನು ಬೆಳಗುತ್ತಾ ಬದುಕಿ ಸುಮಾರು ಐವತ್ತಕ್ಕೂ ಅಧಿಕ ಪುಸ್ತಕಗಳನ್ನು ಮತ್ತು ಹಲವಾರು ಇಂಗ್ಲಿಷ್, ಕನ್ನಡ ಲೇಖನಗಳನ್ನು ಬರೆದಿರುವ ಪ್ರೊಫೆಸರ್ ಬಿ.ಎಚ್. ಶ್ರೀಧರ ಅವರ ಜನ್ಮಶತಮಾನೋತ್ಸವ ವರುಷವಿದು (ಜನನ 24–04–1918 ಮರಣ 24–04–1990). ಇದೀಗ ಅವರ ಬರಹಗಳು ಬಿ.ಎಚ್. ಶ್ರೀಧರ ಸಮಗ್ರ ಸಾಹಿತ್ಯದ ನಾಲ್ಕು ಸಂಪುಟಗಳಲ್ಲಿ ಲಭ್ಯವಿದೆ. ಸಂಪುಟಗಳ ಸಂಪಾದಕರಾದ ರಾಜಶೇಖರ ಹೆಬ್ಬಾರ ಅವುಗಳನ್ನು ಬಿ.ಎಚ್. ಶ್ರೀಧರ ಅವರ ಕಾವ್ಯ, ವಿಮರ್ಶೆ, ವಿಚಾರ ಹಾಗೂ ಸಂಕೀರ್ಣಗಳೆಂಬ ಸಂಪುಟಗಳಾಗಿ ವಿಂಗಡಿಸಿದ್ದಾರೆ. ಅವರ ಅನುವಾದಗಳ ಐದನೇ ಸಂಪುಟ ಬೇಗನೆ ಹೊರಬರಲಿದೆ. ಇದಲ್ಲದೆ ಮಹರ್ಷಿ ಅರವಿಂದರ ಉದ್ಗ್ರಂಥ ಸೀಕ್ರೆಟ್ ಆಫ್ ವೇದ (Secret of Veda) ವನ್ನು 'ವೇದರಹಸ್ಯ' ಎಂದು ಅನುವಾದಿಸಿದ್ದಾರೆ. ಇದು 600 ಪುಟಗಳಿಗೂ ಮಿಕ್ಕ ಅನುವಾದಿತ ಗ್ರಂಥ.

ಬಿ.ಎಚ್. ಶ್ರೀಧರ ಅವರು ಜನಿಸಿದ್ದು ಅವಿಭಜಿತ ದಕ್ಷಿಣ ಕನ್ನಡ ಜಿಲ್ಲೆಯ ಕುಂದಾಪುರದ ಸಮೀಪದ ಬವಲಾಡಿಯ ಬಿಜೂರು ಗ್ರಾಮದಲ್ಲಿ. ಪ್ರಾಥಮಿಕ ಹಂತಗಳ ವಿದ್ಯಾಭ್ಯಾಸವನ್ನು ಅವರು ಬಿಜೂರು, ಸೊರಬ, ಸಾಗರ, ಶಿವಮೊಗ್ಗಗಳಲ್ಲಿ ಮುಗಿಸಿದರು. ಆ ಬಳಿಕ ಅವರು ಮೈಸೂರಿನ ಯುವರಾಜ ಕಾಲೇಜಿನಲ್ಲಿ ಇಂಟರ್ ಮೀಡಿಯೆಟ್, ಮಹಾರಾಜಾ ಕಾಲೇಜಿನಲ್ಲಿ ಬಿ.ಎ. ಆನರ್ಸ್ ಹಾಗೂ ಸಂಸ್ಕೃತದಲ್ಲಿ ಎಂ.ಎ. ಪದವಿ ಪಡೆದರು. ಮೈಸೂರಿನ ದಿನಗಳಲ್ಲಿ ಅವರ ಒಡನಾಡಿಯಾಗಿದ್ದವರು ಹತ್ತಿರದ ಬಂಧುಗಳಾಗಿದ್ದ ಕವಿ ಎಂ. ಗೋಪಾಲಕೃಷ್ಣ ಅಡಿಗರು. 1940ರ ದಶಕದಲ್ಲಿ ಎಂ.ಎ. ಪದವೀಧರರಿಗೆ ಕೆಲಸ ಸಿಗುವುದು ಸುಲಭವಿರಲಿಲ್ಲ. ಎರಡನೇ ಮಹಾಯುದ್ಧದ ಆ

ದಿನಗಳಲ್ಲಿ, ಬಿ.ಎಚ್.ಶ್ರೀ. ಅವರು ಪುಣೆಯ ಮಿಲಿಟರಿ ಎಕೌಂಟ್ಸ್ ವಿಭಾಗದಲ್ಲಿ ಗುಮಾಸ್ತಗಿರಿ, ಭಟ್ಕಳದ ಉರ್ದು ಹೈಸ್ಕೂಲಿನಲ್ಲಿ ಸಹಶಿಕ್ಷಕನ ಕೆಲಸ, ಹುಬ್ಬಳ್ಳಿಯಲ್ಲಿ ಕರ್ಮವೀರ ಪತ್ರಿಕೆಯ ಉಪಸಂಪಾದಕರಾಗಿ ಕೆಲಸ ಮಾಡಿದರು. ಆ ಬಳಿಕ ಕುಮಟಾದ ಕೆನರಾ ಕಾಲೇಜಿನಲ್ಲಿ ಸಂಸ್ಕೃತ ಉಪನ್ಯಾಸಕರಾದರು. ಅಲ್ಲಿ ಗೋಪಾಲಕೃಷ್ಣ ಅಡಿಗ, ಜಿ.ಎಸ್. ಆಮೂರ, ವಿ.ಜಿ. ಕುಲಕರ್ಣಿ, ಎಲ್.ಆರ್. ಹೆಗಡೆ, ಕೆ. ಕೃಷ್ಣಮೂರ್ತಿ, ಎಲ್.ಟಿ. ಶರ್ಮಾ ಮೊದಲಾದ ಚಿಂತಕ ಸಾಹಿತಿಗಳು, ವಿಮರ್ಶಕರು, ಕವಿಗಳು ಅವರ ಸಹೋದ್ಯೋಗಿಗಳು. ಕುಮಟಾದ ಬಳಿಕ ಶ್ರೀಧರ ಅವರು ಶಿರಸಿಯ ಎಂ.ಎಂ. ಕಲಾ ವಿಜ್ಞಾನ ಕಾಲೇಜಿನಲ್ಲಿ ಉಪ–ಪ್ರಾಂಶುಪಾಲರಾಗಿ, ಆ ಬಳಿಕ, ಸಿದ್ಧಾಪುರದ ಎಂ.ಜಿ.ಸಿ. ಕಾಲೇಜಿನಲ್ಲಿ ಪ್ರೊಫೆಸರ್ ಹಾಗೂ ಪ್ರಾಂಶುಪಾಲರಾಗಿ ಕೆಲಸ ಮಾಡಿದರು. ನಿವೃತ್ತಿ ಬಳಿಕ ಶಿರಸಿಯ ಮಾಡರ್ನ್ ಎಜ್ಯುಕೇಶನ್ ಸೊಸೈಟಿಯ ಗೌರವ (ಆನರರಿ) ಮ್ಯಾನೇಜರ್ ಆಗಿ ಸೇವೆ ಸಲ್ಲಿಸಿದರು.

ಸಂಸ್ಕೃತ ಪ್ರಾಧ್ಯಾಪಕರಾದರೂ ಅವರು ಮಡಿವಂತ ಚಿಂತಕರಾಗಿರಲಿಲ್ಲ. ಉದಾರ ಮಾನವತಾವಾದದ ಪ್ರತಿಪಾದಕರಾಗಿದ್ದರು. ಅವರದು ರಸಗ್ರಹಣ ದೃಷ್ಟಿ. ಬಹುಶಃ ಬಿ.ಎಚ್. ಶ್ರೀಧರರ ಸಮಗ್ರ ವ್ಯಕ್ತಿತ್ವವನ್ನು ಮತ್ತು ಅವರೊಳಗಿರುವ ಮಾನವೀಯ ಹೃದಯವನ್ನು ಮತ್ತು ಸಾಹಿತ್ಯದ ಹದವನ್ನು ಅತ್ಯಂತ ಸರಳವಾಗಿ ವಿವರಿಸಿರುವವರು, ಪತ್ರಿಕೋದ್ಯಮದಲ್ಲಿ ಶ್ರೀಧರ ಅವರ ಸಹೋದ್ಯೋಗಿ, ಸ್ನೇಹಿತರಾಗಿದ್ದ ಪ್ರಸಿದ್ಧ ಪತ್ರಕರ್ತ, ಬರಹಗಾರ ಪಾ.ವೆಂ. ಆಚಾರ್ಯ ಅವರು. ಪಾವೆಂ ಅವರ ಮಾತುಗಳಲ್ಲಿ ಹೇಳುವುದಾದರೆ, ನಡುರಾತ್ರಿವರೆಗೂ ಸಾಗುತ್ತಿದ್ದ ಅವರ ಚರ್ಚೆಗಳಲ್ಲಿ "ಸಾಮಾನ್ಯವಾಗಿ ನಮ್ಮವು ಪರಸ್ಪರ ಬದ್ಧ ವಿರುದ್ಧ ನಿಲುವುಗಳಾಗಿದ್ದವು. ಉದಾಹರಣೆಗೆ, ನಾನು ಮನೆಯಲ್ಲಿ ಹೆಂಡತಿಗೆ ಯಾವ ನೆರವು ಕೊಡದೆ ಇದ್ದರೂ ಸ್ತ್ರೀ ಸ್ವಾತಂತ್ರ್ಯದ ಪಕ್ಷಪಾತಿಯಾಗಿದ್ದು; ಅವರು ಸ್ತ್ರೀಯರಿಗೆ ಹೆಚ್ಚಿನ ಸ್ವಾತಂತ್ರ್ಯವಿತ್ತರೆ ಸಮಾಜವೇ ಅತಂತ್ರವಾಗುತ್ತದೆಂದು ವಾದಿಸಿ ಮನೆಗೆ ಹೋಗಿ ಹೆಂಡತಿಯ ಕೆಲಸಗಳಲ್ಲಿ ನೆರವಾಗುತ್ತಿದ್ದರು. ಇದಕ್ಕೆ ಕಾರಣ ಅವರ ಮಾನವೀಯತೆ. ಗಂಡ ಹೆಂಡಿರಲ್ಲಿ, ಸ್ನೇಹಿತ ಸ್ನೇಹಿತರಲ್ಲಿ ಜಗಳವಾದರೆ ಜಗಳಕ್ಕೆ ಕೊನೆ ಮೂಡಿಸಲು ಅವರು ಯಾವಾಗಲೂ ಸಿದ್ಧರಾಗಿರುತ್ತಿದ್ದರು." ಒಂದು ತಪ್ಪು ಕಲ್ಪನೆಯಿಂದ ತಮ್ಮ ಹಾಗೂ ಶಿವರಾಮ ಕಾರಂತರ ಸ್ನೇಹ ಒಡೆದು ಹೋಗುವುದರಲ್ಲಿದ್ದಾಗ ಶ್ರೀಧರರು ಮಧ್ಯೆ ಪ್ರವೇಶಿಸಿ ವಾಸ್ತವ ಸ್ಥಿತಿಯನ್ನು ಕಾರಂತರಿಗೆ ತಿಳಿಸಿ ಸ್ನೇಹವನ್ನು ಉಳಿಸಿದರು ಎಂದು ಬರೆದ ಹಾ.ಮಾ. ನಾಯಕರ ಮಾತುಗಳು ಕೂಡಾ ಈ ಸಂದರ್ಭದಲ್ಲಿ ನೆನಪಾಗುತ್ತವೆ.

ಬಿ.ಎಚ್. ಶ್ರೀಧರ ಅವರು 1946ರಲ್ಲಿ ರಮಾದೇವಿ ಅವರನ್ನು ವಿವಾಹವಾದರು. ಅವರಿಗೆ ಸುಮಾ, ಪ್ರತಿಭಾ, ವಿಜಯ, ರಾಜಶೇಖರ, ರಾಜೇಶ್ವರಿ ಎಂಬ ಐವರು ಮಕ್ಕಳು. ಹಲವಾರು ಕಡೆಗಳಲ್ಲಿ ಉದ್ಯೋಗಕ್ಕಾಗಿ ಊರುಗಳನ್ನು ಬದಲಿಸುತ್ತಾ ಕೊನೆಗೂ ಅವರು ನೆಲೆ ನಿಂತುದು ಉತ್ತರ ಕನ್ನಡ ಜಿಲ್ಲೆಯ ಸಿರಸಿಯಲ್ಲಿ. ಮಕ್ಕಳ ವಿದ್ಯಾಭ್ಯಾಸ,

ಉದ್ಯೋಗಕ್ಕಾಗಿ ಚಲನೆ ಇವೆಲ್ಲವುಗಳ ನಡುವೆ ಅವರು ನಿರಂತರವಾಗಿ ತೊಡಗಿಕೊಂಡ ಅಧ್ಯಯನ ಹಾಗೂ ಬರಹಗಳ ಬಗ್ಗೆ ಅವರ ಸಮಗ್ರ ಸಾಹಿತ್ಯ ಸಂಪುಟಗಳೇ ಸಾಕ್ಷಿ ಹೇಳುತ್ತವೆ.

ಅವರ 'ಕಾವ್ಯ ಸೂತ್ರ' ಕೃತಿಗೆ ಸಂದ ಕರ್ನಾಟಕ ರಾಜ್ಯ ಸಾಹಿತ್ಯ ಅಕಾಡೆಮಿ ಬಹುಮಾನ, ತೀನಂಶ್ರೀ ಸ್ಮಾರಕ ಬಹುಮಾನ, ಮೈಸೂರು ವಿ.ವಿ. ಸುವರ್ಣ ಮಹೋತ್ಸವ ಬಹುಮಾನ, 'ರಾಷ್ಟ್ರಸೂತ್ರ' ಕೃತಿ ಪಡೆದ ರಾಜ್ಯ ಸರಕಾರ ಅನುದಾನ ಹಾಗೂ ಇನ್ನಿತರ ಬಹುಮಾನಗಳು, 'ಜ್ಞಾನಸೂತ್ರ'ಕ್ಕೆ ಸಂದ ಲೋಕ ಶಿಕ್ಷಣ ಟ್ರಸ್ಟ್ ಬಹುಮಾನ, ಮದ್ರಾಸ್ ಕ್ರಿಶ್ಚಿಯನ್ ಟ್ರಸ್ಟ್ ಬಹುಮಾನ ಪಡೆದ 'ಮಾನಸದರ್ಪಣ', ದೇವರಾಜ ಬಹಾದೂರ ಬಹುಮಾನ ಪಡೆದ 'ರಸಯಜ್ಞ', ಕರ್ನಾಟಕ ವಿವಿ ಪದವಿ ಪಠ್ಯವಾದ 'ಮನುಸ್ಮೃತಿ (ರಾಜಧರ್ಮ)' ಇತ್ಯಾದಿ ಕೃತಿಗಳು ಅವರ ಸಾಹಿತ್ಯ ಸಾಧನಾ ಸೂಚಿಗಳು. ಸ್ವಾತಂತ್ರ್ಯ ಹೋರಾಟ ಕಾಲದ ಆದರ್ಶದಲ್ಲಿ ಬೆಳೆದ ಅವರ ಮನೋಭಾವದಲ್ಲಿ ರಾಷ್ಟ್ರ ಕಟ್ಟುವ, ದೇಶ ರಕ್ಷಿಸುವ ಮನೋಭಾವವೂ ಜಾಗೃತವಾಗಿತ್ತು. 'ನೌಕಾಗೀತ' ಎಂಬ ಅವರ ಸಂಕಲನ ಕೇಂದ್ರ ಸರಕಾರ ರಕ್ಷಣಾ ಶಾಖೆ ಬಹುಮಾನ ಪಡೆದಿದೆ ಎಂಬುದು ಅವರ ಈ ಮನೋಭಾವಕ್ಕೊಂದು ಸೂಚನೆ.

ಸ್ವತಃ ಕವಿಯಾದ ಬಿ.ಎಚ್.ಶ್ರೀ. ವಿಮರ್ಶಕರಾಗಿ ಹೆಚ್ಚು ಮೆಚ್ಚಿದ್ದು ವರಕವಿ ದ.ರಾ. ಬೇಂದ್ರೆಯವರನ್ನು. ಬೇಂದ್ರೆ ಬಗ್ಗೆ ಕೃತಿ ರಚಿಸಿರುವಂತೆ ಅವರು 'ಕವೀಂದ್ರ ರವೀಂದ್ರ' ಎಂಬೊಂದು ಪುಸ್ತಕವನ್ನೂ ಬರೆದರು. 'ಕಾವ್ಯ ಸೂತ್ರ' ಅವರಿಗೆ ತುಂಬಾ ಹೆಸರು ತಂದ ಕೃತಿಗಳಲ್ಲೊಂದು 'ಹೊಸಗನ್ನಡ ಸಾಹಿತ್ಯಶೈಲಿ', 'ಜನ್ನ', 'ಪ್ರತಿಭೆ' ಮುಂತಾದ ಇತರ ಕೃತಿಗಳನ್ನೂ ಅವರು ರಚಿಸಿದ್ದಾರೆ.

ಬಿ.ಎಚ್. ಶ್ರೀಧರ ಅವಮ ವಿಮರ್ಶಾ ಸಂಪುಟಕ್ಕೆ ಸಮರ್ಥವಾದ ಪ್ರಸ್ತಾವನೆ ರೂಪದ ಪ್ರವೇಶಿಕೆಯನ್ನು ಬರೆದ ನಮ್ಮ ಕಾಲದ ಮುಖ್ಯ ವಿಮರ್ಶಕರಲ್ಲಿ ಒಬ್ಬರಾದ ಡಾ॥ ಎಂ.ಜಿ. ಹೆಗಡೆಯವರು ಶ್ರೀಧರ ಅವರ ವಿಮರ್ಶಾ ನಿಲುವುಗಳನ್ನು ಸಾಹಿತ್ಯ ವಿಮರ್ಶೆಯ ಸ್ವರೂಪ, ವಿಮರ್ಶಾ ಪರಂಪರೆ ಹಾಗೂ ನವ್ಯ ಸಾಹಿತ್ಯವನ್ನು ಕುರಿತಾದ ನಿಲುವುಗಳಾಗಿ ವರ್ಗೀಕರಿಸುತ್ತಾರೆ. ಚಂದದ ಮಾತುಗಳಲ್ಲಿ ಏನನ್ನೂ ಹೇಳದೆ ನುಣುಚಿಕೊಳ್ಳುವ ಹಲವಾರು ವಿಮರ್ಶಕರಿಗಿಂತ ಭಿನ್ನರಾಗಿ ಸ್ಪಷ್ಟ ನಿಲುವುಗಳನ್ನು ತಳೆಯುವ ನೇರ ನುಡಿಯ ವಿಮರ್ಶಕರಾಗಿ ಬಿ.ಎಚ್.ಶ್ರೀ. ಬರೆಯುತ್ತಿದ್ದರು ಎಂಬುದು ಇಂದಿಗೆ ಮುಖ್ಯವಾದ ವಿಚಾರ. 'ಪ್ರಾದೇಶಿಕ ರಾಷ್ಟ್ರೀಯತ್ವ' ಎಂದು ಕರೆದ ಆಲೂರರ ಹಾಗೂ 'ಕರ್ನಾಟಕಾಂತರ್ಗತ ಭಾರತಮಾತೆ' ಎಂಬ ಶ್ರೀಧರರ ಚಿಂತನಾಕ್ರಮದ ಸಾಮ್ಯತೆಯನ್ನು ಎಂ.ಜಿ. ಹೆಗಡೆ ಚರ್ಚಿಸುತ್ತಾರೆ. ನಮ್ಮ ನಾಡಗೀತೆಯ 'ಭಾರತ ಜನನಿಯ ತನುಜಾತೆ' ಕಲ್ಪನೆ ಆ ಕಾಲದ ಹಲವು ಜಿಜ್ಞಾಸೆಗಳ ಸಮರ್ಥ ರೂಪಕ ಎಂಬುದು ಅರಿವಾಗುವುದು ಇಂತಹ ವಿಶ್ಲೇಷಣೆಗಳನ್ನು ಗಮನಿಸಿದಾಗ.

'ಹೊಸಗನ್ನಡ ಸಾಹಿತ್ಯ ಶೈಲಿ' ಎಂಬ ಅವರ ಕೃತಿ ಕನ್ನಡದ ಶೈಲಿಶಾಸ್ತ್ರದ ನೆಲೆಯ ಅಭ್ಯಾಸದ ಮೊದಲ ಪುಸ್ತಕ (ಆಮೇಲೆ ಬಂದುದು ಎಸ್.ವಿ. ರಂಗಣ್ಣನವರ ಪ್ರಸಿದ್ಧ ಮೂರು ಸಂಪುಟಗಳು). ಭಾಷಾಶಾಸ್ತ್ರ, ಶೈಲಿಶಾಸ್ತ್ರಗಳು ಇಂದು ದೊಡ್ಡ ಅಧ್ಯಯನ ಕ್ಷೇತ್ರಗಳು. ಶ್ರೀಧರ ಅವರು ಔಚಿತ್ಯದ ನೆಲೆಯಿಂದ ಶೈಲಿಯನ್ನು ವ್ಯಾಖ್ಯಾನಿಸುವ ಕ್ರಮ ಅವರು ಒಣ ಸಂಸ್ಕೃತ ಅಭ್ಯಾಸಿಗಳಲ್ಲ ಎಂಬುದನ್ನು ಮತ್ತು ಅವರ ಒಳನೋಟಗಳುಳ್ಳ ಶಾಸ್ತ್ರಾಧ್ಯಯನ ಶಕ್ತಿಯನ್ನು ತೋರಿಸಿಕೊಡುತ್ತದೆ.

ಶ್ರೀಧರ ಅವರ 'ಕಾವ್ಯಸೂತ್ರ'ದಲ್ಲಿ ಪಾಶ್ಚಾತ್ಯ ವಾದಗಳ ಸರಳೀಕರಣ ಆಯಿತು ಎಂದು ಹಲವು ಕಡೆ ಅನಿಸಬಹುದು. ಆದರೆ ಇದು ಕಾವ್ಯ ತತ್ವದ ಮೂಲಸೂತ್ರದ ಕಡೆ ಅಭ್ಯಾಸಿಗಳ ಗಮನ ಸೆಳೆಯುವ ಮಹತ್ವದ ಕೆಲಸ ಮಾಡುತ್ತದೆ. ನವ್ಯ ಸಾಹಿತ್ಯದ ಉಚ್ಛ್ರಾಯ ಕಾಲದಲ್ಲಿ ನವ್ಯ ವಿಮರ್ಶಾ ಪರಿಕರಗಳ ಮಿತಿಯನ್ನು ಚರ್ಚಿಸಿದ ಶ್ರೀಧರ ಅವರು ವಿಮರ್ಶೆಯಲ್ಲಿ ಸಮಕಾಲೀನ ಚರ್ಚೆಗಳಿಗೆ ಕ್ರಿಯಾತ್ಮಕವಾಗಿ ಸ್ಪಂದಿಸಿದರು ಎಂಬುದು ಬಹಳ ಮುಖ್ಯವಾದುದು.

ಶ್ರೀಧರ ಅವರ ವಿಚಾರ ಸಾಹಿತ್ಯ ಕ್ಷೇತ್ರವೂ ವಿಶಾಲವಾಗಿದೆ. ಅವರು ಬಹುಶ್ರುತರು. ಹಲವು ಶಾಸ್ತ್ರಗಳಿಂದ ವಿಚಾರಗಳನ್ನು ಪಡೆದು ಚರ್ಚಿಸಿದವರು. ಮನಃಶಾಸ್ತ್ರ, ರಾಜ್ಯಶಾಸ್ತ್ರ, ಇತಿಹಾಸ, ನೀತಿಶಾಸ್ತ್ರ, ತಂತ್ರಜ್ಞಾನ ಮೊದಲಾದ ಜ್ಞಾನಕ್ಷೇತ್ರಗಳಿಗೆ ಸಂಬಂಧಿಸಿದ ಕೃತಿಗಳನ್ನು ಅವರು ರಚಿಸಿದ್ದಾರೆ. ಇವುಗಳಲ್ಲಿ ಹೆಚ್ಚಿನ ಕೃತಿಗಳು ಅವರು ಕುಮಟೆಯಲ್ಲಿದ್ದಾಗ (1951–1962) ರಚಿಸಿದವು.

ಬಿ.ಆರ್. ಪಾಂಡೇಶ್ವರ, ಗೌರೀಶ್ ಕಾಯ್ಕಿಣಿ ಹಾಗೂ ಬಿ.ಎಚ್. ಶ್ರೀಧರ ಪರಸ್ಪರ ಉತ್ತಮ ಸ್ನೇಹಿತರು ಮತ್ತು ಸದಾ ಸತ್ಯಾರ್ಥಿಗಳಾಗಿ ಪರಸ್ಪರ ಚರ್ಚೆಯಲ್ಲಿ ತೊಡಗಿರುತ್ತಿದ್ದ ಕ್ರಮವನ್ನು ಗೆಳೆಯ ಜಯಂತ ಕಾಯ್ಕಿಣಿ ಒಮ್ಮೆ ವಿವರಿಸಿದ್ದರು. ಅವರು ಪರಸ್ಪರ ಬಸ್‌ಸ್ಟ್ಯಾಂಡ್‌ಗಳಲ್ಲಿ, ಸ್ಟಾಫ್ ರೂಮ್‌ನಲ್ಲಿ ಅಥವಾ ಒಬ್ಬರು ಇನ್ನೊಬ್ಬರ ಮನೆಗಳಲ್ಲಿ ಭೇಟಿಯಾದಾಗಲೆಲ್ಲಾ ಸುದೀರ್ಘ ವಿಚಾರ ವಿನಿಮಯ–ಚರ್ಚೆ. ಅದರ ಮುಂದಿನ ಚಿಂತನೆಗಳು ಪರಸ್ಪರ ಚಿಂತನೆಗಳು ಪರಸ್ಪರ ಪೋಸ್ಟ್‌ಕಾರ್ಡುಗಳಲ್ಲಿ ಮುಂದುವರಿಯುತ್ತಿದ್ದುವಂತೆ. ಸದಾ ಚಿಂತನೆಯಲ್ಲಿ ತೊಡಗಿರುವ ಮನಸ್ಸುಗಳಿಗೆ ಮಾತ್ರ ಇಂತಹ ಧ್ಯಾನಸ್ಥ ವಿಚಾರ ವಿನಿಮಯಗಳು ಸಾಧ್ಯ. ಇಲ್ಲವಾದಲ್ಲಿ ಈಗ ಹಲವು ಸ್ನೇಹಿತರೊಡನೆ ಆಗುವಂತೆ ಭೇಟಿಯಾಗಿ ಎರಡನೇ ನಿಮಿಷಕ್ಕೆ ಸೈಟುಗಳ ಬೆಲೆ, ಕೊಂಡುಕೊಳ್ಳಬಹುದಾದ ಹೊಸಕಾರು, ಯಾವ ಷೇರು ಉತ್ತಮ ಅಥವಾ ಇನ್ಯಾವುದೋ ಚಿಲ್ಲರೆ ಹರಟೆಯಲ್ಲಿ ಕಾಲ ಕಳೆದುಹೋಗುತ್ತದೆ.

ಭಾರತೀಯ ಹಾಗೂ ಪಾಶ್ಚಾತ್ಯ ಚಿಂತನೆಗಳ ಸ್ಥೂಲ ಪರಿಚಯ ಮಾಡಿಕೊಡುತ್ತಾ ಅವನ್ನು ತೌಲನಿಕವಾಗಿ ವಿಶ್ಲೇಷಿಸಿ ವಿಮರ್ಶಿಸುವುದು ಶ್ರೀಧರ ಅವರ ವಿಚಾರ ಸಾಹಿತ್ಯದ ಒಂದು ಕೊಡುಗೆ. ವಿಮರ್ಶಕ ಎಂ.ಜಿ. ಹೆಗಡೆ ಸೂಚಿಸಿರುವಂತೆ ಭಾವ ತೀವ್ರತೆಗೆ

ಒಪ್ಪಿಸಿಕೊಂಡೂ ವಿಚಾರ ವಿಜಯಕ್ಕಾಗಿ ಹಂಬಲಿಸಿದ, ವಿಚಾರ ಸಮನ್ವಯತೆಯ ಅಸಾಧ್ಯತೆಯ ಗಾಢ ಅರಿವಿನಲ್ಲೂ ಭಾವ ಸಮನ್ವಯಕ್ಕಾಗಿ ತುಡಿಯುತ್ತಿದ್ದ ಮನಸ್ಸು ಅವರದು.

ಕನ್ನಡವು ತನ್ನ ತಾಯಿನುಡಿ, ಸಂಸ್ಕೃತವು ತಂದೆ ನುಡಿ ಎಂದು ಹೇಳಿದ ಶ್ರೀಧರ ಅವರ ಭಾವ ತುಡಿತದ ಅಭಿವ್ಯಕ್ತಿಯೇ ಅವರ ಕಾವ್ಯ. ಮೇಘನಾದ, ಕಿನ್ನರಗೀತ, ಅಮೃತಬಿಂದು, ರಸಯಜ್ಞ, ಮುತ್ತುರತ್ನ, ನೌಕಾಗೀತ, ಕದಂಬ ವೈಭವ, ಕಂಟಕಾರಿ ಮಹಾಕಾವ್ಯ ಮತ್ತು ಜಾತವೇದ ಎಂಬ ಒಂಬತ್ತು ಕವನ ಸಂಕಲನಗಳನ್ನು ಅವರು ಪ್ರಕಟಿಸಿದ್ದಾರೆ. ಪ್ರೊ. ಎಚ್.ಆರ್. ಅಮರನಾಥ ಅವರು ಮಾಡಿರುವ ಕಾವ್ಯಸಮೀಕ್ಷೆ ಶ್ರೀಧರ ಅವರ ಕಾವ್ಯಕ್ಕೆ ಸಮರ್ಥವಾದೊಂದು ಪ್ರವೇಶ ನೀಡುತ್ತದೆ.

ಶ್ರೀಧರ ಅವರ ಕಾವ್ಯದ ಸಿಟ್ಟು ಸಾತ್ವಿಕ ಸಂತಾಪ (Righteous Indignation). ಅದು ಅಡಿಗರ ಕಾವ್ಯದಂತೆ ಅನುಭವದ ಶೋಧನೆಗೆ ಇಳಿಯುವ ಕ್ರಮ ಅಲ್ಲ. ಶ್ರೀಧರ ಅವರ ಕಾವ್ಯಗಳಲ್ಲಿ ವಿವರಣೆ ಹೆಚ್ಚು. “ಬಾ ಮುದ್ದು ಬಂಗಾರ, ನಿನ್ನ ಎಳಮ್ಮೆಗಿಂದು/ ಅಳಲಾಯ್ತು ಪರಿಕಾರ, ದೀನ ಮುದ್ರೆ / ನಿನಗಾಯ್ತಲಂಕಾರ, ನನ್ನ ಭುಜಕಾಷ್ಠಗಳ/ ದಿಂಬಿನಲಿ ಬಡತನದ ಯೋಗ ನಿದ್ರೆ” ಎಂಬ ಸಾಲುಗಳು ಅವರ ಭಾವಾಭಿವ್ಯಕ್ತಿಯ ಕ್ರಮವನ್ನು ಸೂಚಿಸುತ್ತದೆ. ‘ಗುಮಾಸ್ತಪ್ರಜ್ಞೆ’ ಎಂಬ ಅವರ ಕವನವನ್ನು (ಫೈಲಗಾತ್ರ ಬೆಳೆಸುವಂಥ ನನ್ನ ದಿವ್ಯ ತತ್ವಶಾಸ್ತ್ರ) ಕವಿ ಅಡಿಗರ ‘ಹಿಮಗಿರಿಯ ಕಂದರ’ ಕವನದ ಜೊತೆ (ಕುಳಿತು ಕಮರುವ ಕ್ಲಾರ್ಕುಗಳ ಸುತ್ತ ಕೆನ್ನೀಲಿ / ಜೋಲು ನಾಲಗೆ ನೆಕ್ಕುತಿತ್ತು ಪಚ ಪಚ ಪಚ್ಚ!) ಹೋಲಿಸಿಕೊಂಡರೆ ಶ್ರೀಧರ ಕಾವ್ಯದ ಸ್ವರೂಪ ಸ್ಪಷ್ಟವಾದೀತು. ಅವರ ‘ಕದಂಬ ವೈಭವ’ ಮಯೂರ ವರ್ಮನಿಂದ ಮೊದಲ್ಗೊಂಡು ಹರಿವರ್ಮನ ತನಕ ಮೂರು ನೂರು ವರುಷಗಳ ಕನ್ನಡದ ರಾಜಮನೆತನದ ಇತಿಹಾಸದ ಬಗ್ಗೆ ಹೇಳುತ್ತದೆ. ಪುರಾಣ ದೃಷ್ಟಿಯಿಂದ ಪ್ರತ್ಯೇಕ ಪ್ರಶ್ನೆಗೊಳ್ಳಬೇಕಾದ ಇತಿಹಾಸ ದೃಷ್ಟಿಯ ಸಂಪೂರ್ಣ ಅರಿವು ಇರುವ ಕಾವ್ಯ ಅದು.

ಪ್ರೊ. ಬಿ.ಎಚ್. ಶ್ರೀಧರ ಜ್ಞಾನಾರ್ಜನೆಯಿಂದ ಪಡೆಯುವ ತಿಳಿವು ಬದುಕನ್ನು ಅರ್ಥಪೂರ್ಣಗೊಳಿಸಬಲ್ಲದೆಂದು ನಂಬಿದವರು. ವಿಚಾರಗಳ ಜೊತೆ ಭಾವ ಸಮನ್ವಯುವನ್ನು ಆಶಿಸಿದವರು. ಸಂಪತ್ತಿನ ಉತ್ಪತ್ತಿಯೇ ಪ್ರಗತಿಯು ಮಾನದಂಡವಾಗುತ್ತಿರುವ ಇಂದಿನ ಕಾಲದಲ್ಲಿ ಜ್ಞಾನದ ಆರ್ಜನೆಯೂ ಬದುಕಿನ ಸಫಲತೆಯ ದಾರಿ ಎಂದು ನಂಬಿದ್ದ ಪ್ರೊ. ಬಿ.ಎಚ್. ಶ್ರೀಧರರಂತಹವರ ಶತಮಾನದ ಸ್ಮರಣೆ ಇಂದು ನಮ್ಮ ಬಾಳಿನ ಚಿಂತನೆಗೆ ಹೊಸ ಸೂಕ್ಷ್ಮಗಳನ್ನು ಒದಗಿಸಬಲ್ಲವು.

17–04–18

***

6. ವೇದಾನುಭವ ಚಿಂತಕ : ಪ್ರೊ. ಜಿ.ಎನ್. ಚಕ್ರವರ್ತಿ

ವೇದಗಳ ಬಗೆಗಿನ ಚಿಂತನೆಯನ್ನು ಹೊಸ ವೈಚಾರಿಕ ಅನುಭವವಾಗಿ ತೋರಿಸಿಕೊಡಲು ಪ್ರಯತ್ನಿಸಿದ ವೇದಜ್ಞ, ಸಂಸ್ಕೃತ ವಿದ್ವಾಂಸ, ಗುರುಗಂಗೇಶ್ವರಾನಂದ ವೇದರತ್ನ ಪುರಸ್ಕಾರ ಪಡೆದ ಪ್ರೊ. ಜಿ.ಎನ್. ಚಕ್ರವರ್ತಿಗಳು, ನಾವು ಕೆಲವರಿಗೆ ನಮ್ಮ ಗೆಳೆಯ ಮನುವಿನ ಅಪ್ಪ. ಕನ್ನಡ ಚಿಂತಕ, ವಿಮರ್ಶಕ ಮನುಚಕ್ರವರ್ತಿ ಮೈಸೂರಿನಲ್ಲಿ ಇಂಗ್ಲಿಷ್ ಎಂ.ಎ. ಓದುತ್ತಿದ್ದಾಗಲೆ ಗೆಳೆಯರ ನಡುವೆ ಬಹಳ ಬುದ್ಧಿವಂತ ಎಂದು ಪ್ರಸಿದ್ಧ. ಮನು ನನಗೆ ಹಿರಿಯ. 1975–80 ನಡುವೆ ಮೈಸೂರಲ್ಲಿ ನಾನು ಓದುತ್ತಿದ್ದಾಗ ಮನು ಇದ್ದ ಸಾಹಿತ್ಯಾಸಕ್ತರ ಗುಂಪಲ್ಲಿ ನಾನೇ ಬಾಲಕ. ಪ್ರೊ. ಸಿ.ಡಿ. ನರಸಿಂಹಯ್ಯ, ಡಾ॥ ಅನಂತಮೂರ್ತಿಯವರಿಂದ ಪ್ರಾರಂಭಿಸಿ ದೊಡ್ಡವರೆಲ್ಲಾ ತಮಗೆ ಯಾವುದೋ ಒಂದು ಪುಸ್ತಕದ ಹೆಸರೋ, ಇನ್ಯಾರೋ ಬರಹಗಾರ ಅಥವಾ ಕವಿಗಳ ಒಂದು ವಾಕ್ಯವೋ ಹೊಟ್ಟೆಯಲ್ಲಿದ್ದು ಬಾಯಿಗೆ ಬರದಂತಾದಾಗ ಮನುವಿನ ಮುಖ ನೋಡಿದರೆ ಅವ ಅದನ್ನು ಹೇಳಿದ ಎಂದೇ ಲೆಕ್ಕ. ಚ್ಹಾಸರ್, ಶೇಕ್ಸ್ಪಿಯರ್, ಕೀಟ್ಸ್, ಎಲಿಯಟ್, ಲಾರೆನ್ಸ್, ರಿಚರ್ಡ್ಸ್ ಯಾರೇ ಇರಲಿ ಅದು ಹೇಗೋ ಮನುವಿಗೆ ಆ ವಾಕ್ಯಗಳು ಮಾತ್ರವಲ್ಲದೆ ಪುಸ್ತಕಗಳ ಪುಟಗಳು ಕೂಡಾ ನೆನಪಿರುತ್ತಿತ್ತು.

ಹೀಗೆ ಮನುವನ್ನು ಬೆರಗು ಕಣ್ಣುಗಳಿಂದ ನೋಡುತ್ತಿದ್ದ ನನಗೆ ಹಾಗೂ ನಮ್ಮ ಗುಂಪಿನ ಸ್ನೇಹಿತರಿಗೆ ಪ್ರೊ. ಜಿ.ಎನ್. ಚಕ್ರವರ್ತಿಗಳು ಅಂದರೆ ನಮ್ಮ ಮನುವಿನ ಅಪ್ಪ, ಮೈಸೂರಿನ ಸಂತ ಫಿಲೋಮಿನಾ ಕಾಲೇಜಿನಲ್ಲಿ ಸಂಸ್ಕೃತ ಪ್ರೊಫೆಸರ್ ಆಗಿ ನಿವೃತ್ತರಾಗಿದ್ದಾರೆ, ಗಂಗೋತ್ರಿಯಲ್ಲಿ ಇನ್ನೂ ಹೆಚ್ಚಿನ ಅಧ್ಯಯನದಲ್ಲಿ ನಿವೃತ್ತರಾದ ಮೇಲೆ ತೊಡಗಿಕೊಂಡಿದ್ದಾರೆ, ವೇದಗಳ ಅನುವಾದ ಮಾಡಿದ ವಿದ್ವಾಂಸರು ಇತ್ಯಾದಿ. ನಾನಂತೂ ಆಗ ಅವರು ಬರೆದುದೇನನ್ನೂ ಓದಿರಲಿಲ್ಲ. ಓದುವುದಕ್ಕೆ ಪ್ರಯತ್ನವೂ ಪಡಲಿಲ್ಲ. ವೇದ, ಉಪನಿಷತ್ತುಗಳ ಬಗ್ಗೆ ದಯಾನಂದ ಸರಸ್ವತಿ, ಸೋಮನಾಥಾನಂದಜಿ ಇವರನ್ನಾಗ ಓದಿಕೊಂಡದ್ದೆ ದೊಡ್ಡ ವಿಚಾರ ಎಂದು ತಿಳಿದಿದ್ದೆ. ಅಲ್ಲಿ ಇಲ್ಲಿ ಚರ್ಚಾ ಸ್ಪರ್ಧೆಗಳಲ್ಲಿ ಮಾತನಾಡುವಾಗ ಸ್ವಲ್ಪ ಉದ್ಧರಿಸಿ ಹೇಳಿಕೊಳ್ಳಲು ಅಲ್ಪ ಸ್ವಲ್ಪ ಓದಿಕೊಂಡಿದ್ದ ಮ್ಯಾಕ್ಸ್ ಮುಲ್ಲರ್ ವಾಕ್ಯಗಳಂತೂ ಬತ್ತಳಿಕೆಯಲ್ಲಿ ತಯಾರಾಗಿತ್ತು.

ಹೀಗಿದ್ದ ನಾನು ಮೈಸೂರು ಬಿಟ್ಟು ಹದಿನೈದು ವರುಷಗಳ ಬಳಿಕ ಪ್ರೊ.

ಜಿ.ಎನ್. ಚಕ್ರವರ್ತಿಗಳ 'ಧರ್ಮಚಕ್ರ' ಎಂಬ ಪುಸ್ತಕ ಓದಿ ಬೆಕ್ಕಸ ಬೆರಗಾಗಿ ಹೋದೆ. ಆ ಬಳಿಕ ಅವರು ಮಹಾಭಾರತವನ್ನು ಆಧರಿಸಿ ಬರೆದ 'ಇತಿಹಾಸ ಪ್ರದೀಪ' ಎಂಬ ಪುಸ್ತಕವನ್ನು ಓದಿ ಮನುವಿಗೆ ಫೋನು ಮಾಡಿ "ನಿಜವಾದ ಬುದ್ಧಿವಂತರು ಎಂದರೆ ನಿನ್ನ ಅಪ್ಪ ಕಣೊ. ಅವರ ಎದುರು ನೀನು ಏನೂ ಅಲ್ಲ" ಎಂದು ಗೆಳೆತನದ ಸಲುಗೆಯಲ್ಲಿ ಹೇಳಿದೆ. ಮೈಸೂರಲ್ಲಿ ಇದ್ದೂ ಪ್ರೊ. ಜಿ.ಎನ್. ಚಕ್ರವರ್ತಿಗಳ ಆಪ್ತ ಒಡನಾಟ ಸಾಧಿಸದೆ ಹೋದೆನಲ್ಲಾ ಎಂಬ ಬೇಸರವೂ ಆಗ ಮನಸ್ಸಿಗೆ ಬಂದಿತ್ತು. ಅವೆಲ್ಲಾ ಮೊನ್ನೆ ತಮ್ಮ 96ನೇ ವಯಸ್ಸಿನಲ್ಲಿ ದಿನಾಂಕ 27–06–2008ರಂದು ಪ್ರೊ. ಜಿ.ಎನ್. ಚಕ್ರವರ್ತಿಗಳು ಮೈಸೂರಲ್ಲಿ ತೀರಿಕೊಂಡಾಗ ಮತ್ತೆ ನೆನಪಾಯಿತು.

ಮನು ಬೆಂಗಳೂರಿನಿಂದ ಮೈಸೂರಿಗೆ ಹೋಗಿದ್ದ. ಫೋನಿಗೆ ಸಿಗುತ್ತಿರಲಿಲ್ಲ. ಗೆಳೆಯರಾದ ಎನ್. ವಿದ್ಯಾಶಂಕರ, ಕೆ. ಸತ್ಯನಾರಾಯಣ ಇವರೊಡನೆ ನಾವು ಓದಿದ ಚಕ್ರವರ್ತಿಗಳ ಪುಸ್ತಕಗಳು, ಅವರ ವಿಚಾರಗಳು, ಇಂದಿನ ಮತೀಯ ದ್ವೇಷ, ಕುರುಡು ವಾದಗಳ ಸಂದರ್ಭದಲ್ಲಿ ಚಕ್ರವರ್ತಿಗಳು ಪ್ರತಿಪಾದಿಸಿದ ತತ್ವಗಳ ಪ್ರಾಮುಖ್ಯತೆ ಇತ್ಯಾದಿ ಯೋಚಿಸುತ್ತಾ ಅದನ್ನೇ ಮಾತನಾಡುತ್ತಾ ಇದ್ದುಬಿಟ್ಟೆವು. ನಮ್ಮ ಕಾಲದ ಶ್ರೇಷ್ಠ ಮನಸ್ಸಿನ ಹೊಸ ಚಿಂತನೆಯ ಸಾತ್ವಿಕ, ಸಜ್ಜನ ವಿದ್ವಾಂಸರೊಬ್ಬರು ಇಹಲೋಕದ ಯಾತ್ರೆ ಮುಗಿಸಿದ್ದರು.

ಪ್ರೊ. ಜಿ.ಎನ್. (ನಿಗಮಾನ) ಚಕ್ರವರ್ತಿಗಳನ್ನು ನಾನು ಓದಲು ಕಾರಣವಾದ್ದು ಪ್ರೊ. ಮಲ್ಲೇಪುರಂ ಜಿ. ವೆಂಕಟೇಶ್ ಹಾಗೂ ದಿವಂಗತ ಡಾ॥ ಡಿ.ಆರ್. ನಾಗರಾಜ್ ಅವರ ಗೆಳೆತನ. ಇವರಿಬ್ಬರೂ ತಮ್ಮದೇ ಆದ ವಿಶಿಷ್ಟ ರೀತಿಗಳಲ್ಲಿ ಚಕ್ರವರ್ತಿಗಳ ವಿಚಾರಗಳನ್ನು ಹೇಳಿ ಅವರನ್ನು ಓದಲು ಕಾರಣರಾದರು. ಮಲ್ಲೇಪುರಂ ಸ್ವತಃ ಸಂಸ್ಕೃತ ಬಲ್ಲ ವಿದ್ವಾಂಸರು ಹಾಗೂ ಪ್ರೊ. ಜಿ.ಎನ್. ಚಕ್ರವರ್ತಿಗಳ ಒಡನಾಟವೂ ಇದ್ದವರು. ಡಿ.ಆರ್. ನಾಗರಾಜರಿಗೆ ತಮ್ಮ 'ವಿಸ್ಮೃತಿ' ಪರಿಕಲ್ಪನೆಯ ಪ್ರತಿಪಾದನೆಯಲ್ಲಿ ಹೊಸ ಚಿಂತನೆಗೆ ಒದಗಿ ಬಂದವರಲ್ಲಿ ಪ್ರೊ. ಚಕ್ರವರ್ತಿಗಳೂ ಒಬ್ಬರು.

ಕನ್ನಡದಲ್ಲಿ ಪ್ರೊ. ಜಿ.ಎನ್. ಚಕ್ರವರ್ತಿಗಳು ಬರೆದ 'ಧರ್ಮಚಕ್ರ', 'ಇತಿಹಾಸ ಪ್ರದೀಪ', 'ಋಕ್ಸಂಹಿತಾ ಸಾರ', 'ಋಗ್ವೇದದಲ್ಲಿ ವಿಶ್ವ ಸಾಮರಸ್ಯ' ಅವರ ಚಿಂತನಾ ಕ್ರಮವನ್ನು ತಿಳಿಯುವಲ್ಲಿ ಸಹಾಯ ಮಾಡಿತು. ಇದಲ್ಲದೆ ನಾನಿನ್ನೂ ಅಧ್ಯಯನ ಮಾಡಬೇಕಾಗಿರುವ 'ಮಹಾಭಾರತದ ದುರಂತ ಪ್ರಜ್ಞೆ' 'ಮಂಕುತಿಮ್ಮನ ಕಗ್ಗ ಒಂದು ತತ್ವ ಮಥನ' ಹಾಗೂ ಶ್ರೀ ಜಯಚಾಮರಾಜೇಂದ್ರ ವೇದರತ್ನ ಮಾಲಿಕೆಯಲ್ಲಿ ಸಂಪಾದಿಸಿರುವ ಋಕ್‌ಸಂಹಿತಾ ಎಂಬ ಋಗ್ವೇದ ಹಾಗೂ ವೇದಾಧ್ಯಯನದ ಮೂವತ್ತ ಆರು (36) ಸಂಪುಟಗಳಿವೆ.

ಇಂಗ್ಲಿಷಿನಲ್ಲಿ ಅವರು ಬರೆದ 'The Concept of Cosmic Harmony in Rig-Veda' ಎಂಬ ಪುಸ್ತಕ ವಿಶ್ವ ಸಾಮರಸ್ಯ ಋಗ್ವೇದ ದರ್ಶನದ ಮೂಲ ತಳಹದಿ ಎಂಬ ಅವರ ವಿಚಾರವನ್ನು ತಿಳಿಯಲು ತುಂಬಾ ಸಹಕಾರಿ. ಪ್ರೊ. ಜಿ.ಎನ್.

ಚಕ್ರವರ್ತಿಗಳಿಗೆ ಒಪ್ಪಿತವಾಗುವ 'ಆನಂದ ಕುಮಾರಸ್ವಾಮಿ' ಕುರಿತಾಗಿ ಅವರು ಇಂಗ್ಲಿಷಿನಲ್ಲಿ ಬರೆದ 'Ananda Coomaraswamy : A Reassessment' ಎಂಬ ಮುಖ್ಯವಾದೊಂದು ಕೃತಿಯಿದೆ. ಅದಲ್ಲದೆ ಅವರು 'The Problem of Evil in Mahabharata' ಎಂಬ ಇನ್ನೊಂದು ಕೃತಿಯನ್ನೂ ಇಂಗ್ಲೀಷಿನಲ್ಲಿ ಬರೆದಿದ್ದಾರೆ.

ಪ್ರೊ. ಮಲ್ಲೇಪುರಂ ಜಿ. ವೆಂಕಟೇಶ್ ಹಾಗೂ ಡಾ॥ ಡಿ.ಆರ್. ನಾಗರಾಜ್ ಇವರ ಮೂಲಕ 1990ರ ದಶಕದಲ್ಲಿ ಕನ್ನಡ ಸಾಹಿತ್ಯ ಸಂಸ್ಕೃತಿ ಸಂದರ್ಭದಲ್ಲಿ ನನ್ನ ಓದಿಗೆ ಪ್ರೊ. ಚಕ್ರವರ್ತಿಗಳು ಹೇಗೆ ಒದಗಿ ಬಂದರು ಎಂಬ ಸಂದರ್ಭವನ್ನು ಹೇಳಬೇಕು. ಇಲ್ಲಿ 'ನನ್ನ ಓದು' ಎಂದರೆ ವಿಜಯಶಂಕರ ಎಂಬ ವ್ಯಕ್ತಿಯ ಓದು ಎಂದು ತಿಳಿಯಬಾರದು. ಕನ್ನಡ ಸಾಹಿತ್ಯದ ಹೊಸ ಚರ್ಚೆ, ಬೆಳವಣಿಗೆಗಳನ್ನು ಗಂಭೀರವಾಗಿ ಗಮನಿಸಿ ಅದನ್ನೊಂದು ಮುಖ್ಯ ವಿಷಯ ಎಂದು ಪರಿಗಣಿಸುವ ಓದುಗರ ಹೊಸ ಓದಿಗೆ, ನೂತನ ವ್ಯಾಖ್ಯಾನಗಳಿಗೆ ಪ್ರೊ. ಜಿ.ಎನ್. ಚಕ್ರವರ್ತಿಗಳ ಬರಹಗಳು ಹಾಗೂ ಚಿಂತನೆ ಹೇಗೆ ಸಹಾಯ ಮಾಡಿತು ಎಂದು ಹೇಳುವುದು ಇಲ್ಲಿ ನನ್ನ ಉದ್ದೇಶ. ಅದಕ್ಕಾಗಿ ಒಂದು ಹೆಜ್ಜೆ ಹಿಂದೆ ಹೋಗಿ ಆ ಸಂದರ್ಭಗಳನ್ನು ತಿಳಿಸಿ ಪುನಃ ಚಕ್ರವರ್ತಿಗಳ ವಿಚಾರಕ್ಕೆ ಬರಬೇಕು.

ಈಗ ಗಿರಿಜನರ ಹಕ್ಕು ಹೋರಾಟ ಇತ್ಯಾದಿಗಳಲ್ಲಿ ತೊಡಗಿಸಿಕೊಂಡಿರುವ ಎಡಚಿಂತಕ, ಪ್ರಾಧ್ಯಾಪಕರಾಗಿದ್ದ ಡಾ॥ ಗಣೇಶ್ ಎನ್ ದೇವಿಯವರು 1992ರಲ್ಲಿ "ಆಫ್ಟರ್ ಅಮ್ನ್ಯೇಸಿಯಾ" ಎಂಬ ಕೃತಿಯನ್ನು ಪ್ರಕಟಿಸಿದರು. ಅದರಲ್ಲಿ ಪಶ್ಚಿಮ ಲೋಕದೃಷ್ಟಿ ನಮ್ಮನ್ನು ಹೇಗೆ ಆಕ್ರಮಿಸಿಕೊಂಡಿದೆ ಎಂಬುದನ್ನವರು ವಿವರಿಸುತ್ತಾರೆ. ಅದರಿಂದಾಗಿ ನಾವು ಹೇಗೆ ನಮ್ಮ ಸ್ಥಳೀಯ ಹಾಗೂ ಪ್ರಾದೇಶಿಕ ಚಿಂತನೆಗಳಿಂದ ಮತ್ತು ಜ್ಞಾನ ಪ್ರಕಾರಗಳಿಗೆ ಹೊರಗಿನವರಾಗಿ ಹೋಗಿದ್ದೇವೆ ಎಂಬುದನ್ನವರು ಹೇಳುತ್ತಾರೆ. ಹಾಗೆಯೇ ನಮ್ಮ ಮುಖ್ಯ ವಸಾಹತೋತ್ತರ ಚಿಂತಕರಾದ ಡಾ॥ ಆಶೀಶ್ ನಂದಿಯವರ ಚಿಂತನೆಯ ಪ್ರಭಾವವೂ ಕನ್ನಡದ ಮೇಲಾಯಿತು. ಡಾ॥ ಡಿ.ಆರ್. ನಾಗರಾಜ್ ಅವರು 'ವಿಸ್ಮೃತಿ' ಪರಿಕಲ್ಪನೆಯನ್ನು ಬಹಳ ದೊಡ್ಡದಾಗಿ ಕನ್ನಡದಲ್ಲಿ ತಂದರು. ('ವಿಸ್ಮೃತಿ' ಎನ್ನುವುದು 'ಆ್ಯಮ್ನೇಸಿಯಾ' ಶಬ್ದದ ಕನ್ನಡ ಅವತರಣಿಕೆ) ಜೊತೆಗೆ ಡಾ॥ ಯು.ಆರ್. ಅನಂತಮೂರ್ತಿ ಮೊದಲಾದವರು ಪ್ರತಿಪಾದಿಸಿದ 'ಪರ್ಯಾಯ ಚಿಂತನೆ'ಯ ಪರಿಕಲ್ಪನೆಯೂ ಕನ್ನಡದ ಈ ಹೊಸ ಬೆಳವಣಿಗೆಯ ಹಿನ್ನೆಲೆಯಲ್ಲಿತ್ತು. ಆ ಮೊದಲೆ ತಮ್ಮ 'ಲೋಕ ಶಾಕುಂತಲ' ಲೇಖನದ ಮೂಲಕ ಕಾಳಿದಾಸ ಉಪಯೋಗಿಸಿದ 'ಮರೆವು' ಕಲ್ಪನೆಯನ್ನು ತಾತ್ವಿಕ ನೆಲೆಗಳಲ್ಲಿ ಚರ್ಚಿಸಿದ ಕೆ.ವಿ. ಸುಬ್ಬಣ್ಣ 'ಅಕ್ಷರ ಚಿಂತನ ಮಾಲೆ' ಕೃತಿ ಸರಣಿ ಮೂಲಕ ಡಿ.ಆರ್. ನಾಗರಾಜರ ಹೊಸ ಚಿಂತನೆಯ ಬೆಂಬಲಕ್ಕೆ ನಿಂತರು. ಹೀಗೆ ಕನ್ನಡದಲ್ಲಿ 'ವಿಸ್ಮೃತಿ' ಪರಿಕಲ್ಪನೆ ಒಂದು ಪ್ರಮುಖ ವಸಾಹತೋತ್ತರ ಚಿಂತನೆಯಾಗಿ ಬೆಳೆಯಲು ಒಂದು ಕಾರಣವಾಯಿತು.

"ವಸಾಹತುಶಾಹಿ ನಂತರ ಭಾರತೀಯ ಸಮಾಜಕ್ಕೆ ಈ ರೀತಿಯ ವಿಸ್ಮೃತಿ ಈಗ

ಆವರಿಸಿಬಿಟ್ಟಿದೆ. ನಮ್ಮ ಸಮಾಜದೊಳಗೆ ಅಂತರ್ಗತವಾಗಿದ್ದ ವೈಚಾರಿಕ ರಚನೆಗಳು ಮರೆತು ಹೋಗಿರುವುದರಿಂದ, ಈಗ ಲಭ್ಯವಿರುವ ಚಿಂತನ ಕ್ರಮಗಳು ಪೂರ್ಣವಾಗಿ ಪಶ್ಚಿಮ ಮುಖಿಯಾಗಿಬಿಟ್ಟಿವೆ. ನಮ್ಮನ್ನು ಕಾಡುತ್ತಿರುವ ಬಿಕ್ಕಟ್ಟುಗಳನ್ನು ಅವುಗಳ ಮೂಲಕ ಸಮಗ್ರವಾಗಿ ಅರ್ಥಮಾಡಿಕೊಳ್ಳಲು ಸಾಧ್ಯವಾಗುತ್ತಿಲ್ಲ. 'ಅಕ್ಷರ ಚಿಂತನ'ದ ಪ್ರಮುಖ ಗುರಿ ಈ ವೈಚಾರಿಕ ವಿಸ್ಮೃತಿಯನ್ನು ದಾಟುವುದೇ ಆಗಿದೆ' ಎಂದು 1993ರಲ್ಲಿ ಡಿ.ಆರ್. ನಾಗರಾಜ್ ಅಕ್ಷರ ಚಿಂತನದ ಪ್ರಣಾಳಿಕೆಯಲ್ಲಿ ಬರೆದರು.

ಅಕ್ಷರ ಚಿಂತನ ಮಾಲೆಯ ಪರಿಕಲ್ಪನೆ ಹಾಗೂ ವಸಾಹತೋತ್ತರ ಚಿಂತನೆಯ ಮೂಲ ದ್ರವ್ಯಗಳು ಪ್ರೊ. ಜಿ.ಎನ್. ಚಕ್ರವರ್ತಿಗಳು ತಮ್ಮ ಅಧ್ಯಯನದ ಮೂಲಕ ಪ್ರತಿಪಾದಿಸುತ್ತಾ ಬಂದ ತತ್ವಗಳಿಗೆ ಬಹು ಸಮೀಪವಾಗಿತ್ತು. ವೇದಗಳ ವಿಚಾರದಲ್ಲಿ ಪಶ್ಚಿಮದ ಚಿಂತನೆಯ ದೊಡ್ಡ ಪ್ರತಿನಿಧಿಯಾದ ಮ್ಯಾಕ್ಸ್‌ಮುಲ್ಲರ್ ಅವರ 'ಇಂಟರ್‌ಪ್ರಿಟೇಷನ್' ಅನ್ನು (ವ್ಯಾಖ್ಯಾನ ಎಂಬ ಪದವನ್ನು ಉದ್ದೇಶಪೂರ್ವಕ ಉಪಯೋಗಿಸುತ್ತಿಲ್ಲ) ಪ್ರೊ. ಚಕ್ರವರ್ತಿಗಳು ಒಪ್ಪುತ್ತಿರಲಿಲ್ಲ. ಮ್ಯಾಕ್ಸ್‌ಮುಲ್ಲರ್ ಅವರ ಋಗ್ವೇದ ಸಂಹಿತೆ ಸಾಯಣ ಭಾಷ್ಯ ಸಹಿತ ಮೊದಲು ಮುದ್ರಿತವಾಯಿತು. ಮ್ಯಾಕ್ಸ್‌ಮುಲ್ಲರ್ ಮುಂತಾದ ಪಾಶ್ಚಿಮಾತ್ಯ ವಿದ್ವಾಂಸರು ವೇದಗಳ ಲೌಕಿಕ ವಿವರಗಳ ಕಡೆ ಹೆಚ್ಚಿನ ಗಮನವಿತ್ತರು. ಯಜ್ಞ ಯಾಗಾದಿ ವಿವರಗಳ ಕಡೆ ಹೆಚ್ಚಿನ ಗಮನ ಹರಿಯಿತು. ಋಗ್ವೇದವು ಪ್ರಕೃತಿಯ ಅಂಶಗಳನ್ನು ವ್ಯಕ್ತೀಕರಿಸಿ (Personification) 'ದೇವತೆಗಳನ್ನು ತಯಾರಿಸುವ ಕಾರ್ಖಾನೆ' ಎಂಬರ್ಥದ ಮಾತುಗಳನ್ನು ಪಶ್ಚಿಮದ ವಿದ್ವಾಂಸರು ಹೇಳಿದರು.

ಈ ಪಾಶ್ಚಿಮಾತ್ಯ ವಿಚಾರಗಳನ್ನು ಒಪ್ಪದ ಡಾ॥ ಆನಂದ ಕುಮಾರಸ್ವಾಮಿ ಅವರ ಚಿಂತನೆಗಳು ಪ್ರೊ. ಚಕ್ರವರ್ತಿ ಅವರನ್ನು ಹೆಚ್ಚು ಆಕರ್ಷಿಸಿತ್ತು. ಭಾರತೀಯ ಚಿಂತನೆಯ ಮೂಲ ಸತ್ವ ಹಾಗೂ ತತ್ವಗಳತ್ತ ನಮ್ಮ ಗಮನ ಸೆಳೆಯುವ ಪ್ರೊ. ಎಂ. ಹಿರಿಯಣ್ಣನವರಿಂದ ಪ್ರೊ. ಚಕ್ರವರ್ತಿಗಳು ಪ್ರಭಾವಿತರಾಗಿದ್ದರು. ತನಗೆ ವೇದ-ದರ್ಶನಗಳಲ್ಲಿ ಅನುಮಾನ ಬಂದಾಗ ಸಂದೇಹ ಪರಿಹಾರಕ್ಕಾಗಿ ಪ್ರೊ. ಎಂ. ಹಿರಿಯಣ್ಣನವರ ಬಳಿ ಹೋಗುತ್ತಿದ್ದೆ ಎಂಬುದಾಗಿ ಹೇಳಿಕೊಂಡಿದ್ದಾರೆ. ಹೊಸ ಸಾಹಿತ್ಯದ ಬಗ್ಗೆ ಒಲವಿದ್ದೂ ಭಾರತೀಯ ಕಾವ್ಯ ಮೀಮಾಂಸೆಯ ಮೂಲ ಸತ್ವದ ದರ್ಶನವೇನು ಎಂಬ ಬಗ್ಗೆ ಚಿಂತಿಸುತ್ತಿದ್ದ, ಹೊಸ ಬೆಳಕಿನಲ್ಲಿ ಹಳೆ ತತ್ವಗಳ ನಿಗೂಢ ರಹಸ್ಯಗಳನ್ನು ಕಾಣಬೇಕು ಎಂಬಂತೆ ಇದ್ದ ಪ್ರೊ. ತೀ.ನಂ.ಶ್ರೀ ಅವರು ಚಕ್ರವರ್ತಿಗಳ ಸ್ನೇಹಿತರು. ಡಿ.ವಿ.ಜಿ., ಎ.ಎನ್.ಮೂರ್ತಿರಾವ್, ವಿ.ಸೀ ಇಂತಹವರ ಜೊತೆ ಇದ್ದವರು ಪ್ರೊ. ಚಕ್ರವರ್ತಿ. ಆಧುನಿಕರಲ್ಲಿ ಚಕ್ರವರ್ತಿಗಳು ಸಾಮಾಜಿಕ ಬದ್ಧತೆಯ, ಹೊಸ ಚಿಂತನೆಯ ಕುವೆಂಪು ಅವರನ್ನು ಇಷ್ಟಪಟ್ಟವರು.

ಈ ಹಿನ್ನೆಲೆಯ ಪ್ರೊ. ಚಕ್ರವರ್ತಿಗಳು ಮ್ಯಾಕ್ಸ್‌ಮುಲ್ಲರ್ ಅವರ ವೇದದ ವ್ಯಾಖ್ಯಾನಗಳನ್ನು (ಇಂಟರ್‌ಪ್ರಿಟೇಷನ್) ಒಪ್ಪದೆ ಶೌನಕನ 'ಬೃಹದ್ದೇವತಾ' ಮತ್ತು ಯಾಸ್ಕನ 'ನಿರುಕ್ತ'ದ ಮೊರೆಹೊಕ್ಕರು. ಹೀಗೆ ಋಗ್ವೇದದ ಅಧ್ಯಯನಕ್ಕೆ ತೊಡಗಿದ ಅವರು ಋಗ್ವೇದವು ಜ್ಞಾನಕಾಂಡ ಎಂಬುದನ್ನು ಕಂಡುಕೊಂಡರು. ಅದು ಪರತತ್ವವನ್ನು

ಕುರಿತು ಹೇಳುತ್ತದೆ. 'ಶ್ರೇಷ್ಠಂ ಜ್ಯೋತಿಷಾಂ ಜ್ಯೋತಿಃ' ಎಂಬ ಮಾತನ್ನು ಜ್ಞಾನ ಹಾಗೂ ಪರತತ್ವಗಳ ಆಧಾರಗಳಲ್ಲಿ ಅರ್ಥಮಾಡಿಕೊಳ್ಳಬೇಕು ಇತ್ಯಾದಿ ವಿಚಾರಗಳನ್ನು ಹೇಳುತ್ತಿದ್ದರು. ಅಗ್ನಿ, ವಾಯು, ಸೂರ್ಯ ಮುಂತಾದ ದೇವತೆಗಳ ಮೂಲಕ ಒಂದೇ ಪರಬ್ರಹ್ಮವನ್ನು ಋಗ್ವೇದ ಪ್ರತಿಪಾದಿಸುತ್ತಿದೆ. ಈ ಚಿಂತನೆ ಮೂಲಕ ಅವರು ವೇದಗಳಲ್ಲಿರುವ ವಿಶ್ವಸಾಮರಸ್ಯದ ಒಳನೋಟಗಳನ್ನು ತೋರಿಸಿಕೊಟ್ಟರು. ಈ ರೀತಿಯ ಹೊಸ ಚಿಂತನೆಯ ಪ್ರೊ. ಚಕ್ರವರ್ತಿಗಳ ವಿಚಾರಗಳತ್ತ ಅಕ್ಷರ ಚಿಂತನ ವರ್ಗ ಆಕರ್ಷಿತವಾದದ್ದು ಬಹಳ ಸಹಜವೇ ಆಗಿದೆ. ಹೀಗಾಗಿ ಕನ್ನಡದಲ್ಲಿ 1994ರಲ್ಲಿ ಅಕ್ಷರ ಚಿಂತನ ಮಾಲಿಕೆಯಲ್ಲಿ ಪ್ರೊ. ಜಿ.ಎನ್. ಚಕ್ರವರ್ತಿಗಳ 'ಧರ್ಮಚಕ್ರ' ಎಂಬ ಪುಸ್ತಕ ಹೊರಬಂತು. 'ಧರ್ಮಚಕ್ರ' ಪರತತ್ವ ಹಾಗೂ ಇತಿಹಾಸಕ್ಕೆ ಇರುವ ಸಂಬಂಧಗಳ ಬಗ್ಗೆ ಬೆಳಕು ಚೆಲ್ಲುತ್ತದೆ. ವಿಶ್ವಸಾಮರಸ್ಯ ಚಿಂತನೆಯ ಮೂಲವನ್ನು ಆರ್ಷ ಸಂಸ್ಕೃತಿಯಲ್ಲಿ ಪ್ರತಿಷ್ಠಾಪಿಸುತ್ತದೆ.

'ವಿಸ್ಮೃತಿ' ಪರಿಕಲ್ಪನೆಯ ಹಿನ್ನೆಲೆಯಲ್ಲಿ ಪ್ರೊ. ಚಕ್ರವರ್ತಿಗಳ ವಿಚಾರಗಳ ಹೊಸ ಓದನ್ನು ಕನ್ನಡದ ಗಂಭೀರ ಸಾಹಿತ್ಯಾಸಕ್ತರು ಪ್ರಾರಂಭಿಸಿದರು ಎಂಬುದು ಒಂದು ಮುಖ. ಅದೇ ರೀತಿ ಪ್ರೊ. ಮಲ್ಲೇಪುರಂ ಜಿ. ವೆಂಕಟೇಶ್ ಹೊಸದಾಗಿ ಪ್ರಾರಂಭಿಸಿದ ಶಂಬಾ ವಿಚಾರಗಳ ಪುನರವಲೋಕನ ಕೂಡಾ ಪರೋಕ್ಷವಾಗಿ ಪ್ರೊ. ಚಕ್ರವರ್ತಿಗಳ ವಿಚಾರಗಳನ್ನು ಪುನಃ ಓದುವಂತೆ ಅನೇಕರನ್ನು ಪ್ರೇರೇಪಿಸಿತು. ಅದರ ಹಿಂದಿನ ವಿವರ ಹೇಳಿಯೇ ಪುನಃ ಚಕ್ರವರ್ತಿಗಳ ಬಗ್ಗೆ ಬರಬೇಕಷ್ಟೆ.

ನನಗೆ ತಿಳಿದಿರುವ ಹೊಸ ಚಿಂತನೆಯ ಸಂಸ್ಕೃತ ವಿದ್ವಾಂಸರಲ್ಲಿ ಪ್ರೊ. ಮಲ್ಲೇಪುರಂ ಒಬ್ಬರು. ಅವರು ಪ್ರೊ. ಚಕ್ರವರ್ತಿಗಳನ್ನು ಗುರು ಸಮಾನರೆಂದು ಗೌರವಿಸುವವರು. ಶಂಬಾರ ಬಹಳ ದೊಡ್ಡ ಅಭಿಮಾನಿ. ಸಾಹಿತ್ಯ ಸ್ನೇಹಿತರ ಲಘು ಹರಟೆಗಳಲ್ಲಿ 'ಶಂಬಾ ಸ್ಪೆಷಲಿಸ್ಟ್' ಎಂಬ ಅಡ್ಡ ಹೆಸರೂ ಮಲ್ಲೇಪುರಂ ಅವರಿಗಿದೆ. ನಾನು ಶಂಬಾ ಕೃತಿಗಳನ್ನು ಇಟ್ಟುಕೊಂಡು ನಿಧಾನವಾಗಿ ಓದುತ್ತಾ ಅರಗಿಸಿಕೊಳ್ಳಲು ಪ್ರಯತ್ನ ಪಡುವಾಗ ನನ್ನ ಕೆಲವು ಸ್ನೇಹಿತರು, ಯಾಕೆ ಕಷ್ಟ ಬೀಳುತ್ತೀಯಾ ? ಮಲ್ಲೇಪುರಂ ಬಳಿ ಕೇಳಿಬಿಡು. ಅವರೇ ಎಲ್ಲಾ ಹೇಳುತ್ತಾರೆ. ಇನ್ನು ಮೇಲೆ ಶಂಬಾ ಬಗ್ಗೆ ಮಲ್ಲೇಪುರಂ ಶಂಬಾರಿಗಿಂತಲೂ ದೊಡ್ಡ ಅಥಾರಿಟಿ ಎಂದು ಸ್ನೇಹಿತರಾಗಿ ಹಾಸ್ಯ ಮಾಡುವುದಿತ್ತು. ಈ ತಮಾಷೆಯ ಮಾತುಗಳಾಚೆ, ಮಲ್ಲೇಪುರಂ ಪುಸ್ತಕ ಪ್ರಾಧಿಕಾರದ ಅಧ್ಯಕ್ಷರಾಗಿದ್ದಾಗ ಶಂಬಾರ ಅನೇಕ ಕೃತಿಗಳನ್ನು ಪುನಃ ಅಚ್ಚು ಹಾಕಿಸಿದರು. ಶಂಬಾ ಬಗ್ಗೆ ಅನೇಕ ಗೋಷ್ಠಿಗಳನ್ನು ನಡೆಸಿದರು. ಭಾಷಣ ಮಾಡಿದರು. ಹಂಪಿಯ ಕನ್ನಡ ವಿಶ್ವವಿದ್ಯಾನಿಲಯದಿಂದಲೂ ಶಂಬಾ ಬಗ್ಗೆ ಕೆಲಸ ಮಾಡಿದರು.

ಬೇಂದ್ರೆ ವಿಚಾರಗಳಿಂದ ಬೇರೆಯಾದ ಶಂಬಾ ವಿಚಾರಗಳು ಎಂದು ಓದುತ್ತಿದ್ದ ನನಗೆ ಮಲ್ಲೇಪುರಂ ಸ್ನೇಹದಿಂದ ಹೊಸ ಶಂಬಾ ಸಿಕ್ಕಂತಾದರು. ಮಾತೃಪ್ರಧಾನ ಬೇಂದ್ರೆ ತತ್ವಕ್ಕಿಂತ ಬೇರೆಯಾದ ಪಿತೃಪ್ರಧಾನ ಶಂಬಾ; ಚಂದ್ರನ ಪರವಾದ ಬೇಂದ್ರೆ,

ಸೂರ್ಯತತ್ತ್ವದ ಶಂಬಾ; ನಾನಾ ಸಾಂಕೇತಿಕ ತತ್ವಗಳನ್ನು ಆದಿಗ್ರಂಥಗಳ ಬೇರು ಬಿಡದೆ ಅಗೆಯುವ ಶಂಬಾ ಎಂಬಿತ್ಯಾದಿ ಸರಳ ಗ್ರಹಿಕೆಗಳಲ್ಲಿ ನಾನು ಮುಳುಗಿ ಹೋಗಿದ್ದೆ. ಆ ಸಂದರ್ಭದಲ್ಲಿ, ವೇದಗಳನ್ನು ಅದರಲ್ಲೂ ಮುಖ್ಯವಾಗಿ ಋಗ್ವೇದವನ್ನು ಸಾಂಸ್ಕೃತಿಕ ಅಧ್ಯಯನದ ಒಂದು ಭಾಗವಾಗಿ ನೋಡುವ ಡಾ॥ ಶಂಬಾ ಜೋಶಿ ಅವರ ಕ್ರಮವನ್ನು ಪ್ರೊ. ಮಲ್ಲೇಪುರಂ ತೋರಿಸಿಕೊಟ್ಟರು. ಕನ್ನಡದ ಆ ಸಾಂಸ್ಕೃತಿಕ ಅಧ್ಯಯನದ ಮುಂದುವರಿಕೆಯಂತೆ ಪ್ರೊ. ಜಿ.ಎನ್. ಚಕ್ರವರ್ತಿಗಳು ವಿಜ್ಞಾನ ಮತ್ತು ತತ್ವಜ್ಞಾನಗಳ ಹಿನ್ನೆಲೆಯಲ್ಲಿ ವೇದಗಳ ಅಧ್ಯಯನಕ್ಕೆ ತೊಡಗಿದ್ದಾರೆ. ಈ ಹಿನ್ನೆಲೆಯಲ್ಲಿ ನಾವು ಚಕ್ರವರ್ತಿಗಳ 'ಋಕ್ ಸಂಹಿತಾ ಸಾರ'ವನ್ನು ಓದಬೇಕೆಂಬುದು ಮಲ್ಲೇಪುರಂ ಅವರ ಅಭಿಪ್ರಾಯವಾಗಿತ್ತು.

'ಋಕ್ಸಂಹಿತಾ ಸಾರ' ಸುಮಾರು ಆರುನೂರು ಪುಟಗಳಷ್ಟಿರುವ ಕೇಂದ್ರ ಸಾಹಿತ್ಯ ಅಕಾಡೆಮಿ ಪ್ರಕಟಿಸಿದ ಪುಸ್ತಕ. ಆ ಕೃತಿಯ ಕೊನೆಯಲ್ಲಿ ಪ್ರೊ. ಚಕ್ರವರ್ತಿಗಳು ನೀಡಿರುವ ಇನ್ನೂರು ಪುಟಗಳ ಟಿಪ್ಪಣಿ ಅವರ ಆಳವಾದ ವ್ಯಾಸಂಗ ಹಾಗೂ ಒಳನೋಟಗಳಿಗೆ ಸಾಕ್ಷಿ. ಅವು ವೇದಗಳನ್ನು ಸಾಂಸ್ಕೃತಿಕ ಮತ್ತಿತರ ನೆಲೆಗಳಲ್ಲಿ ವ್ಯಾಸಂಗ ಮಾಡಬಯಸುವವರಿಗೆ ಮತ್ತು ನನ್ನ ಹಾಗೆ ಅಲ್ಲೇನಿದೆ ಎಂದು ತಿಳಿಯಬಯಸುವ ಕುತೂಹಲಿಗಳು – ಇಬ್ಬರಿಗೂ ಅನುಕೂಲವಾಗುವಂತಿದೆ. ಗ್ರಂಥದ ಮೊದಲ ಭಾಗದ ಪ್ರಸ್ತಾವನೆ ಗ್ರಂಥದ ಆಶಯವನ್ನು ಚಕ್ರವರ್ತಿಗಳ ಒಳನೋಟಗಳಲ್ಲಿ ವಿವರಿಸುತ್ತದೆ. ಅವರು ಆಯ್ದುಕೊಂಡ ವಿಶೇಷ ಋಕ್ಕುಗಳ ಪ್ರತಿಪದಾರ್ಥ ಸಹಿತವಾದ ಅನುವಾದಗಳಿವೆ. ಅವು ದೇವತಾ ಪ್ರಶಂಸೆ, ತತ್ವ ಪ್ರತಿಪಾದನೆ, ಜೀವನ ಸೌಂದರ್ಯ ಎಂಬ ಮೂರು ಭಾಗಗಳಲ್ಲಿ ಮಂಡಿತವಾಗಿವೆ.

ಈ ಕೃತಿಯ ಪ್ರಸ್ತಾವನೆಯಲ್ಲಿ ಪ್ರೊ. ಚಕ್ರವರ್ತಿಗಳು ಕೆಲವಾರು ಮುಖ್ಯ ಅಂಶಗಳನ್ನು ಚರ್ಚಿಸುತ್ತಾರೆ. ಪಾಶ್ಚಾತ್ಯ ಸಂಸ್ಕೃತಿಯು ಭೌತ ವಿಜ್ಞಾನದ ಅನ್ವೇಷಣೆಯಲ್ಲಿ ಮನುಷ್ಯ ಜೀವನದ ಸಾಧನೆಗಳ ಕುರಿತು ಚಿಂತಿಸಿತು. ಆದರೆ ವಿಶ್ವದ ಅನಂತತೆ ಹಾಗೂ ವ್ಯಾಪಕತೆ ಅದರ ಕಲ್ಪನೆಯೊಳಗೆ ಬರಲಿಲ್ಲ. ಪಾಶ್ಚಿಮಾತ್ಯ ಸಂಸ್ಕೃತಿಯಲ್ಲಿ ಬೌದ್ಧಿಕ ಶಕ್ತಿಯನ್ನು ಹೆಚ್ಚು ನಂಬಿ ಭಾವಕ ಶಕ್ತಿಯ ಸಮ್ಮಿಲನವಿಲ್ಲದೆ ಸತ್ಯವನ್ನು ತಿಳಿಯಲು ಮಾಡಿದ ಪ್ರಯತ್ನ ಯಶಸ್ವಿಯಾಗಲಿಲ್ಲ. ವೈಜ್ಞಾನಿಕ ಅನ್ವೇಷಣೆ ಅಪಾರವಾಗಿದ್ದೂ ಲೋಕ ಕಲ್ಯಾಣಕ್ಕೆ ಪ್ರೇರಕವಾಗಿ ಲೋಕೋನ್ನತಿಯನ್ನು ಉಂಟುಮಾಡುವ ಹಿರಿಮೆಯನ್ನು ಸಾಧಿಸುವಲ್ಲಿ ಅದಕ್ಕೆ ಸಮಸ್ಯೆಯಾಯಿತು. ಚಕ್ರವರ್ತಿಗಳ ವಿಶ್ವಸಾಮರಸ್ಯ ಚಿಂತನೆಯ ಭಾಗವಾಗಿಯೇ ವಿಶ್ವ ವ್ಯವಹಾರವೆಲ್ಲವೂ ಚೈತನ್ಯ ಪ್ರೇರಿತ, ನಿಯಮ ಪಾಲಿತ ಹಾಗೂ ದೇವಮಾನವ ಸಂಬಂಧವೂ ಪರಸ್ಪರ ಪೋಷಕ ಎಂಬ ವಿಚಾರಕ್ಕೆ ವೇದ ಮತ್ತು ಭಾರತೀಯ ಸಂಸ್ಕೃತಿ ಕುರಿತು ನಡೆಸಿದ ಅಧ್ಯಯನ ಮೂಲಕ ತಲುಪುತ್ತಾರೆ. ವೇದಗಳನ್ನು ತಾತ್ವಿಕ ಹಾಗೂ ದಾರ್ಶನಿಕ ನೆಲೆಗಳಲ್ಲಿ ತಿಳಿಸಿದ ಮಹರ್ಷಿ ಅರವಿಂದ ಹಾಗೂ ಆನಂದ ಕುಮಾರಸ್ವಾಮಿಗಳು ಮುಖ್ಯರು. ಕನ್ನಡದಲ್ಲಿ ಅರವಿಂದರ ಅಧ್ಯಯನ ನಡೆದಿದೆ.

ಕನ್ನಡ ಜನ ಆನಂದ ಕುಮಾರಸ್ವಾಮಿ ಅವರ ಬರಹಗಳ ಕಡೆಗೂ ಗಮನ ಕೊಡಬೇಕೆಂದು ಪ್ರೊ. ಚಕ್ರವರ್ತಿ ಹೇಳುತ್ತಿದ್ದರು.

'ಋಕ್ಸಂಹಿತಾ ಸಾರ'ದಲ್ಲಿ ಒಂದು ಋಕ್‌ನ ಸಾರವನ್ನು ಹೀಗೆ ನೀಡುತ್ತಾರೆ : "ಮಾನವ ವ್ಯಕ್ತಿ ತನ್ನ ವ್ಯವಹಾರವನ್ನೆಲ್ಲ ಕೇವಲ ಆತ್ಮ ಪ್ರಯೋಜನಕ್ಕಾಗಿ ಉಪಯೋಗಿಸಿದರೆ ಅದು ದುಃಖಕಾರಕ, ಜಗತ್ತೆಲ್ಲ ತನಗಾಗಿ ಎನ್ನುವ ಅಜ್ಞಾನಿಗೆ ಸುಖವಿಲ್ಲ. ಅಷ್ಟೇ ಅಲ್ಲ, ತನ್ನ ಸೌಖ್ಯವನ್ನು ಮಾತ್ರ ಸಂಪಾದಿಸಲಿಚ್ಚಿಸುವವನು; ಪಾಪಿಷ್ಠ. ತಾನು ಜಗತ್ತಿಗಾಗಿ ಎಂಬ ಅರಿವುಂಟಾದರೆ ಆಗ ತ್ಯಾಗ, ಭೋಗ ಎರಡೂ ಲಭ್ಯ."

ಆ ಬಳಿಕ ತಮ್ಮ ಪೀಠಿಕೆಯಲ್ಲಿ ಸಾರಸಂಗ್ರಹದ ರೀತಿ ಅವರು ಹೇಳುವ ಈ ಮಾತುಗಳು ಮನನೀಯ : "ಪ್ರಕೃತಿ ಪ್ರಪಂಚಕ್ಕೂ ಮಾನವ ಪ್ರಪಂಚಕ್ಕೂ ಪ್ರತ್ಯೇಕತೆಯನ್ನು ಕಲ್ಪಿಸದೆ, ಜಗತ್ತಿನ ಇತಿಹಾಸದಲ್ಲಿ ಮಾನವನ ಪ್ರಪಂಚಕ್ಕೂ ಪ್ರತ್ಯೇಕತೆಯನ್ನು ಕಲ್ಪಿಸದೆ, ಜಗತ್ತಿನ ಇತಿಹಾಸದಲ್ಲಿ ಮಾನವನ ಇತಿಹಾಸವೂ ಒಂದು ಸಣ್ಣ ಅಧ್ಯಾಯ, ಮಾನವನೂ ವಿಶ್ವಪ್ರಜೆ ಎಂದು ಮರ್ತ್ಯವಾದ ಮಾನವನಿಗೂ ಅಮರ್ತ್ಯವಾದ ದಿವ್ಯತತ್ವಕ್ಕೂ ಇರುವ ನಿತ್ಯ ಸಂಬಂಧವನ್ನು ತೋರಿಸಿ ಸುಂದರವಾದ ನಿತ್ಯ ತತ್ವದ ಅಂಶವಾದ್ದರಿಂದ ಮಾನವನ ಇತಿಹಾಸವು ಸೌಂದರ್ಯಮಯ ಎಂಬ ಶ್ರದ್ಧೆಯನ್ನು ಪ್ರೇರೇಪಿಸುವುದೇ ವೈದಿಕ ಸಂಸ್ಕೃತಿಯ ವೈಶಿಷ್ಟ್ಯ."

ಶಂಬಾ ಜೋಶಿಯವರು ಸಂಕೇತಗಳ ಮೂಲಕ ವೇದಗಳ ಅಧ್ಯಯನ ನಡೆಸುವವರು. ಪ್ರೊ. ಚಕ್ರವರ್ತಿಗಳು ಕಥನ ಕ್ರಮಗಳ ಮೂಲಕ ಋಗ್ವೇದದ ಅಧ್ಯಯನದಲ್ಲಿ ತೊಡಗುತ್ತಾರೆ. ಇದರಿಂದಾಗಿ ಇವರಿಬ್ಬರೂ ಹೇಳುವ ಕ್ರಮ ಬೇರೆಯಾಗುತ್ತದೆ. ಒಂದು ರೀತಿಯಲ್ಲಿ ಈ ಆಕೃತಿಗಳ ವ್ಯತ್ಯಾಸ; ಆಶಯಗಳಲ್ಲಿನ ವ್ಯತ್ಯಾಸವಲ್ಲ ಎಂಬುದನ್ನು ಮಲ್ಲೇಪುರಂ ಸ್ಪಷ್ಟಪಡಿಸಿದರು.

ಚಕ್ರವರ್ತಿಗಳ ವಿಶ್ವರೂಪೀ ಕಥನ ಕ್ರಮಗಳ ಅಧ್ಯಯನಕ್ಕೆ ಅನೇಕ ಉದಾಹರಣೆಗಳನ್ನು ನೀಡಬಹುದು. ಒಂದು ರೀತಿಯಲ್ಲಿ ಅವರ 'ಇತಿಹಾಸ ಪ್ರದೀಪ' ಕೃತಿಯೂ ಮಹಾಭಾರತ ಕಥೆಯನ್ನು ಇಟ್ಟುಕೊಂಡು ಮಾಡುವ ತಾತ್ವಿಕ ಅಧ್ಯಯನದ ವಿಚಾರಗಳನ್ನು ಹೇಳಲಿರುವ ಬಹು ದೊಡ್ಡದಾದೊಂದು ಕಥನದ ಕ್ಯಾನ್ವಾಸ್ ಎಂಬಂತೆ ನನಗೆ ಅನೇಕ ಸಲ ಭಾಸವಾಗಿದೆ. ಅನುಭವರೂಪಿ ಸಂವಹನಕ್ಕೂ ಕಥನ ಕ್ರಮಗಳು ಸಹಕಾರಿ ಎಂಬುದನ್ನೂ ನಾವು ಮರೆಯಬಾರದು.

ಬಹುಶಃ ಅವರ ವಿಶ್ವರೂಪೀ ಕಥನ ಕ್ರಮದ ಉತ್ತಮ ಉದಾಹರಣೆಯನ್ನು The Concept of Cosmic Harmony in the Rig-Veda ಎಂಬ ಕೃತಿಯಿಂದ ನೀಡಬಹುದು. (ಈ ಪುಸ್ತಕ ಬೆಂಗಳೂರಿನ ನಾಗಶ್ರೀ ಬುಕ್ ಹೌಸಿನ ಪ್ರಕಟಣೆ). ಈ ಕೃತಿಯಲ್ಲಿ The Capture of Soma... Gayathri as Syena, the golden eagle (ಪುಟ 120) ಎಂಬ ಭಾಗವಿದೆ. ಅದು ಗಾಯತ್ರಿ ಸೋಮರಸವನ್ನು ತರುವ

ಕಥೆಯಿಂದ ಪ್ರಾರಂಭವಾಗುತ್ತದೆ. ಮುಂದೆ ಐತರೇಯ ಬ್ರಾಹ್ಮಣದಲ್ಲಿರುವ ಇನ್ನೊಂದು ಕತೆಯ ವ್ಯತ್ಯಾಸದಲ್ಲಿ ವಿವರಿಸುತ್ತದೆ. ಮುಂದುವರಿಯುತ್ತಾ ಗಾಯತ್ರಿ ಮಂತ್ರ, ಛಂದಸ್ಸು ಇತ್ಯಾದಿಗಳನ್ನು ಗಾಯತ್ರಿ ಕಥೆಗಳ ಹಿನ್ನೆಲೆಯಲ್ಲಿ ಮುಂದಿನ ಐವತ್ತಮೂರು ಪುಟಗಳಲ್ಲಿ ವಿವರಿಸಿ ವಿಶ್ವ ಸಾಮರಸ್ಯದ ಹೊಳಹುಗಳನ್ನೂ ತಾತ್ವಿಕ ದರ್ಶನಗಳನ್ನೂ ನೀಡುತ್ತದೆ.

ಬದುಕನ್ನು ಬಿಟ್ಟ ಚಿಂತನೆ ಅವರದಲ್ಲ. ಬದುಕಲ್ಲಿ ಅನುಭವವು ಮುಖ್ಯ. ಹಾಗಾಗಿ ಜ್ಞಾನವು ಅನುಭವಕ್ಕೆ ಬರಬೇಕು. ಅದನ್ನು ಹೇಳಲು ಅವರಿಗೆ ಕಥನ ರೂಪ ಪ್ರಿಯವಾದದ್ದು. ಕಥನಗಳ ರೂಪಕ ಶಕ್ತಿಯಲ್ಲಿ ಅವರು ತಾತ್ವಿಕ ದರ್ಶನವನ್ನೂ ಸೂಚಿಸುತ್ತಾರೆ. 'ಇತಿಹಾಸ ಪ್ರದೀಪ'ವೂ (ಅಕ್ಷರ ಪ್ರಕಾಶನ) ಹೀಗೆ ಅವರು ಲೋಕಸತ್ಯವನ್ನೂ ವಿಶ್ವಚೈತನ್ಯವನ್ನೂ ಒಟ್ಟಿಗೆ ಕಾಣಿಸುವ ಒಂದು ಪ್ರಯತ್ನ.

ಮಹಾಭಾರತವನ್ನು ವ್ಯಾಸರು 'ಇತಿಹಾಸ ಪ್ರದೀಪ' ಎಂದು ಕರೆದುಕೊಂಡಿದ್ದಾರೆ. (ಇತಿಹಾಸ ಪ್ರದೀಪೇನ ಮೋಹಾವರಣ ಘಾತಿನಾ । ಲೋಕಗರ್ಭ ಗೃಹಂ ಕೃತ್ಸ್ನಂ ಯಥಾವತ್ ಸಂಪ್ರಕಾಶಿತಮ್ ॥) ವ್ಯಾಸರ ಈ ಮಾತಿನೆಡೆಗೆ ನಮ್ಮ ಗಮನ ಸೆಳೆದು ಮಹಾಭಾರತವನ್ನು ಒಂದು ನೆಪ ಮಾಡಿಕೊಂಡು ಚಕ್ರವರ್ತಿಗಳು ಬರೆಯುತ್ತಾರೆ. ಜಗತ್ತಿನ ಪ್ರಮುಖ ಇತಿಹಾಸಜ್ಞರ ಚಿಂತನೆಯ ಸಾರವನ್ನು ಚರ್ಚಿಸುತ್ತಾ ಇತಿಹಾಸ ತತ್ವದ ಚಿಂತನೆಗೆ ಪ್ರೇರೇಪಿಸುವ ಕೃತಿ ಇದು. ಮಹಾಭಾರತದಲ್ಲಿ ಬಲಿಷ್ಠವಾಗಿರುವ ಇತಿಹಾಸ ಸಂಬಂಧ ತತ್ವಚಿಂತನದ ಕಡೆಗೂ ಓದುಗರ ಗಮನ ಸೆಳೆಯುವುದು ಈ ಕೃತಿಯ ಪ್ರಯತ್ನಗಳಲ್ಲಿ ಒಂದು.

ಇದರಲ್ಲಿರುವ ಎಂಟು ಲೇಖನಗಳು ಮೂಲತಃ ಚಕ್ರವರ್ತಿಗಳು ಇಂಗ್ಲೀಷಿನಲ್ಲಿ ಬರೆದವು. ಅವನ್ನು ಮಾ. ವರದರಾಜು ಕನ್ನಡಕ್ಕೆ ಅನುವಾದಿಸಿದ್ದಾರೆ. ಉಳಿದ ಮೂರು ಚಕ್ರವರ್ತಿಗಳು ಸ್ವತಃ ಕನ್ನಡದಲ್ಲಿ ಬರೆದುದು. ಇತಿಹಾಸ, ಪುರಾಣ, ಕಾವ್ಯ ಇವುಗಳ ಸಮನ್ವಯತೆಯಲ್ಲಿ ಒಂದು ವೈಚಾರಿಕ ದರ್ಶನ ಕಾಣಬಲ್ಲ ಅನೇಕ ಒಳನೋಟಗಳೂ ಇಲ್ಲಿವೆ. ಈ ನನ್ನ ಬರಹ ತುಂಬಾ ದೀರ್ಘವಾಗಬಾರದು ಎಂಬ ಕಾರಣದಿಂದ ಈ ಕೃತಿಯ ವಿವರಗಳಿಗೆ ಇಲ್ಲಿ ಇಳಿಯುವುದಿಲ್ಲ. ನಮ್ಮ ನಡುವಿನ ಮುಖ್ಯ ಸಂಸ್ಕೃತ ವಿದ್ವಾಂಸರಲ್ಲಿ ಒಬ್ಬರಾದ ಡಾ॥ ಶ್ರೀರಾಮ ಭಟ್ಟರು 'ಇತಿಹಾಸ ಪ್ರದೀಪ'ದ ಮೇಲೆ ಬರೆದಿರುವ ಲೇಖನವೊಂದು ಅವರ 'ಅಭಿಮುಖಿ' ಎಂಬ ವಿಮರ್ಶಾ ಲೇಖನಗಳ ಸಂಗ್ರಹದಲ್ಲಿದೆ. ಆ ಕೃತಿಗೆ ಮುನ್ನುಡಿ ಬರೆದ ಕತೆಗಾರ ಕೆ. ಸತ್ಯನಾರಾಯಣ ಮುನ್ನುಡಿಯಲ್ಲೇ ಶ್ರೀರಾಮಭಟ್ಟರ ಜೊತೆ 'ಇತಿಹಾಸ ಪ್ರದೀಪ'ದ ಬಗ್ಗೆ ಒಂದು ಚರ್ಚೆಯನ್ನು ಪ್ರಾರಂಭಿಸಿದ್ದಾರೆ. ಆಸಕ್ತರು ಅದನ್ನು ಗಮನಿಸಿ ಈ ಚರ್ಚೆಯನ್ನು ಮುಂದುವರಿಸಿದರೆ ಕನ್ನಡಕ್ಕೆ ಒಳ್ಳೆಯದು.

'ಇತಿಹಾಸ ಪ್ರದೀಪ'ದ ಪ್ರೊ. ಚಕ್ರವರ್ತಿಗಳ ಚಿಂತನೆ ಇಂದು ಕನ್ನಡದ ಮೇಲೆ ಯಾವ ರೀತಿ ಪ್ರತ್ಯಕ್ಷ-ಪರೋಕ್ಷ ಪ್ರಭಾವ ಬೀರಿದೆ ಎಂಬುದನ್ನು ಕೆಲವು ಸರಳ ಉದಾಹರಣೆಗಳ ಮೂಲಕ ಹೇಳಬೇಕೆನಿಸುತ್ತದೆ.

ಇಂದು ಧಾರ್ಮಿಕ ಅಂಧಾಭಿಮಾನ ಸಮಾಜದಲ್ಲಿ ಹೆಚ್ಚಾಗಿದೆ. ಹಿಂದುತ್ವದ ಕುರುಡು ಆವೇಶ ಹಾಗೂ ಮುಸ್ಲಿಂ ಮೂಲಭೂತವಾದಿಗಳ ಅಮಾನವೀಯ ಚಿಂತನೆಗಳು ಎರಡೂ ಸೇರಿ ಸಮಾಜದಲ್ಲಿ ಶಾಂತಿ ಕಲಕಿದೆ. 'ಚರಿತ್ರೆ' ಈ ಅಶಾಂತಿಯಲ್ಲಿ ಒಂದು ಚರ್ಚೆಯ ವಸ್ತು. ಚರಿತ್ರೆಯಲ್ಲಿ ನಡೆದ ಅನ್ಯಾಯಗಳಿಗೆ ಯಾರು ಹೊಣೆ ? ಅದರ ಪಾಪ ಇಂದಿನವರ ಮೇಲೆ ಇದೆಯೆ ? ಇಲ್ಲವೆ ? ನೈತಿಕವಾಗಿ ಇಂದಿನವರು ಅವರ ಜನಾಂಗ, ಧರ್ಮ ಅಥವಾ ಜಾತಿ ಚರಿತ್ರೆಯಲ್ಲಿ ಮಾಡಿದ ತಪ್ಪಿಗೆ ಹೊಣೆಗಾರರೆ? ಅಲ್ಲವೆ ? ಎಂಬಿತ್ಯಾದಿ ಪ್ರಶ್ನೆಗಳು ಪದೇ ಪದೇ ಕೇಳಲ್ಪಡುತ್ತವೆ.

ಅಂತಹ ಒಂದು ಚರ್ಚೆ ಎಸ್.ಎಲ್. ಭೈರಪ್ಪನವರ 'ಆವರಣ' ಕಾದಂಬರಿಯ ಸಂದರ್ಭದಲ್ಲಿ ಬಹು ಜೋರಾಗಿ ನಡೆಯಿತು. ಆ ಸಂದರ್ಭದಲ್ಲಿ ಕನ್ನಡ ವಿಮರ್ಶಾವಲಯ ಆವರಣದ ಪರ–ವಿರೋಧವಾಗಿ ಅಥವಾ ಸಾಹಿತ್ಯ, ಸಾಂಸ್ಕೃತಿಕ ವಿಮರ್ಶೆಯ ಭಾಗವಾಗಿ ಐತಿಹಾಸಿಕ ಸತ್ಯ ಹಾಗೂ ಕಾವ್ಯ ಸತ್ಯ ಕಲ್ಪನೆಗಳ ಸಂಬಂಧಗಳ ಕುರಿತಾಗಿ ಚರ್ಚಿಸಿತು.

ಆಗ 'ಆವರಣ' ಕುರಿತಾಗಿ ನಡೆದ ಚರ್ಚೆಗಳಲ್ಲಿ ಕತೆಗಾರ ಕೆ. ಸತ್ಯನಾರಾಯಣ ಕನ್ನಡಪ್ರಭದಲ್ಲಿ ಬರೆದ ಲೇಖನ ಬಹಳ ಮುಖ್ಯವಾದ ಒಂದು ಚಿಂತನೆ. (ಡಾ॥ ಸುಮತೀಂದ್ರ ನಾಡಿಗರು ತಮ್ಮ ಕನ್ನಡ ಸಾಹಿತ್ಯ ಚರಿತ್ರೆಯ ಹೊಸ ಸಂಪುಟದಲ್ಲಿ – ಸಂಪುಟ ಐದು – ಕೆ. ಸತ್ಯನಾರಾಯಣ ಅವರ ವಾದವನ್ನು ನಿಷ್ಠುರವಾಗಿ ಖಂಡಿಸಿದ್ದಾರೆ. ಆದಾಗ್ಯೂ ಕೆ. ಸತ್ಯನಾರಾಯಣ ಅವರ ಲೇಖನ ಬಹು ಮುಖ್ಯವಾದದ್ದೆಂದು ನನ್ನ ಅಭಿಪ್ರಾಯ.) ಅದರಲ್ಲಿ ಅವರು ಐತಿಹಾಸಿಕ ಸತ್ಯ ಹಾಗೂ ಕಾದಂಬರಿ ಕಾಣಬಹುದಾದ ಸೃಜನಶೀಲ ಅನುಭವ ಸತ್ಯವನ್ನು ತಾರ್ಕಿಕವಾಗಿ ವಿಶ್ಲೇಷಿಸುತ್ತಾರೆ. ಆ ಲೇಖನದ ಕೊನೆಯಲ್ಲಿ 'ಆವರಣ' ಕಾದಂಬರಿ ಯಾಕೆ ಒಂದು 'ಬ್ಯಾಡ್ ಫೈತ್'ನ ಕಾದಂಬರಿ ಎಂಬ ನಿರ್ಣಯಕ್ಕೆ ಬರುತ್ತಾರೆ. ನಮ್ಮ ಸಾಮಾಜಿಕ ಹಾಗೂ ಕನ್ನಡ ಸಾಂಸ್ಕೃತಿಕ, ಸಾಹಿತ್ಯಿಕ ಸಂದರ್ಭದಲ್ಲಿ ಬಹು ಮುಖ್ಯವಾದ ಈ ಲೇಖನದ ಹಿಂದೆ ಪ್ರೊ. ಚಕ್ರವರ್ತಿಗಳ 'ಇತಿಹಾಸ ಪ್ರದೀಪ' ಕೃತಿಯ ಓದಿನ ಸ್ಪಷ್ಟ ಪ್ರಭಾವ ಇದೆ ಎಂದು ನನಗನಿಸಿತು. ಈ ಬಗ್ಗೆ ನಾನು ಪ್ರಸ್ತಾಪಿಸಿದಾಗ ತನ್ನ ಮೇಲೆ ಪ್ರೊ. ಚಕ್ರವರ್ತಿಗಳ 'ಇತಿಹಾಸ ಪ್ರದೀಪ' ಪುಸ್ತಕದ ಪ್ರಭಾವ ಆಗಿದೆ ಎಂದು ಗುರುತಿಸುವುದೇ ಒಂದು ಗೌರವದ ವಿಚಾರ ಎಂಬ ಸಂತೋಷದ ಧಾಟಿಯಲ್ಲಿ ಕೆ. ಸತ್ಯನಾರಾಯಣ ನನಗೆ ನೀಡಿದ ಪ್ರತಿಕ್ರಿಯೆ ಇನ್ನೂ ನನಗೆ ನೆನಪಿದೆ.

ಕೆ. ಸತ್ಯನಾರಾಯಣ ಪ್ರಾರಂಭಿಸಿದ ಚರ್ಚೆಯ ಮುಂದುವರಿಕೆಯ ರೀತಿಯಲ್ಲಿ ನಾನು ಬರೆದ ಪುಟ್ಟದೊಂದು ಪತ್ರ/ಬರಹ ವೆಂಕಟಲಕ್ಷ್ಮಿ ಅವರು ಸಂಪಾದಿಸುತ್ತಿರುವ 'ಚಾವಡಿ' ಪತ್ರಿಕೆಯಲ್ಲಿ ಪ್ರಕಟವಾಗಿದೆ. 'ಆವರಣ' ಕಾದಂಬರಿ ಸಂದರ್ಭದಲ್ಲಿ ಬರೆಯುತ್ತಾ ನಾನು ಚಾರಿತ್ರಿಕ ಸತ್ಯಕ್ಕೂ ಕಾವ್ಯ ಸತ್ಯಕ್ಕೂ ಇರುವ ವ್ಯತ್ಯಾಸವನ್ನು ಮಹಾಭಾರತದ ಉದಾಹರಣೆಯಿಂದ ಆ ಬರಹದಲ್ಲಿ ನನ್ನದೇ ಆದ ರೀತಿಯಲ್ಲಿ ವಿವರಿಸಿದೆ. ಅದರಲ್ಲಿ ಒಂದು ಮಾತು ಹೀಗಿದೆ :

"ಇಂದು ನಾವು ಗ್ರಹಿಸುವ ಚಾರಿತ್ರಿಕ ಸತ್ಯಕ್ಕೂ, ಕಾವ್ಯ ಸತ್ಯಕ್ಕೂ ಇರುವ ಸತ್ಯದ ಕಾಣ್ಕೆಯ ವ್ಯತ್ಯಾಸಗಳೇನು ? ಚರಿತ್ರೆಯ ಸತ್ಯ ಒಂದು ಕಾವ್ಯ ಸತ್ಯದ ಕಾಣ್ಕೆಯಾದಾಗ ಮುಸ್ಲಿಂ ದ್ವೇಷವನ್ನು ಬೆಳೆಸುವ, ಈಗಿನ ಮುಸ್ಲಿಂ ದ್ವೇಷಕ್ಕೆ ಅಧಿಕೃತತೆ ತಂದುಕೊಡುವ ವಾದಮಂಡನೆ ಉತ್ತಮ ಕಾದಂಬರಿಯಾಗಲು ಸಾಧ್ಯವಿಲ್ಲ. ಸೃಜನಶೀಲ ಕಾವ್ಯ (ಕಾದಂಬರಿ) ಚರಿತ್ರೆ ತೋರಿಸುವ ಸಾಮಾನ್ಯ ದಾಖಲೆಯ ವಿಚಾರಗಳಾಚೆಗಿನ ಸತ್ಯವನ್ನು ಕಾಣಿಸಬೇಕು. ಎಲ್ಲರೂ ಯುದ್ಧದ ವೀರ ರಸವನ್ನು ಸುಖಿಸುತ್ತಿದ್ದರೆ 'ಸ್ಮಶಾನ ಕುರುಕ್ಷೇತ್ರ'ದಲ್ಲಿ ಕುವೆಂಪು ಮಗನನ್ನು ಕಳೆದುಕೊಂಡ ತಾಯಿ, ಗಂಡಂದಿರನ್ನು ಕಳಕೊಂಡ ಹೆಂಡತಿಯರು, ತಂದೆಯನ್ನು ಕಳಕೊಂಡ ಮಕ್ಕಳು, ಹೀಗೆ ವೀರಾವೇಶದ ಸೋಗಿನ ಹಿಂದಿನ ದುಃಖವನ್ನು ಕಾಣುತ್ತಾರೆ. ಅಲ್ಲೊಂದು ವಿಷಾದ ಮಡುಗಟ್ಟಿದೆ. ತಮ್ಮ ಕಾಲದಲ್ಲಿ ಜಾಗತಿಕ ಮಹಾಯುದ್ಧಗಳನ್ನು ಕಂಡ ಕುವೆಂಪು; ಯುದ್ಧದ ಹಿಂಸೆ ಬೇಡ ಎಂಬ ವಿಷಾದ ಅವರಿಗೆ ಕಾಣಿಸಿಕೊಟ್ಟಿರುವ ಸತ್ಯದ ಕಾಣ್ಕೆಯ ಶಕ್ತಿ ಅದು. ಇಂದಿನ ಹಿಂದು ಮುಸ್ಲಿಂ ಪರಿಸ್ಥಿತಿಯ ಬಗ್ಗೆ ವಿಷಾದ, ದುಃಖ ಯಾವುದೂ ಇಲ್ಲದೆ ಇಂದು ಮುಸ್ಲಿಂರನ್ನು ಹಿಂದುಗಳೆದುರು ತಪ್ಪಿತಸ್ಥರನ್ನಾಗಿ ನಿಲ್ಲಿಸುವ ವಾದ ವಕೀಲನ ಚಳಕ. ಅದು ಸತ್ಯದ ಹುಡುಕಾಟ ಹೇಗಾದೀತು?"

'ಆವರಣ'ದ ಚರ್ಚೆಯ ಸಂದರ್ಭದಲ್ಲಿ ಮೇಲಿನ ಮಾತುಗಳು ನನ್ನ ಒಳಗಿದ್ದ ನೋವನ್ನು ಸೂಚಿಸುತ್ತದೆಂದು ನಂಬುತ್ತೇನೆ. ಇಲ್ಲಿ ನನಗೆ ಯಾವ ರಾಜಕೀಯ ಉದ್ದೇಶವೂ ಇಲ್ಲ. 'ಸರ್ವೇ ಜನಾಃ ಸುಖಿನೋ ಭವಂತು' ಎಂಬುದನ್ನು ಪ್ರಾಮಾಣಿಕವಾಗಿ ಬಯಸುವವ ನಾನು. ಆದರೆ ಮೇಲೆ ಉದಾಹರಿಸಿದ ಮಾತುಗಳಲ್ಲಿ 'ಚಾರಿತ್ರಿಕ ಸತ್ಯ' ಹಾಗೂ 'ಕಾವ್ಯ ಸತ್ಯ'ವನ್ನು ಕುವೆಂಪು ಅವರ 'ಸ್ಮಶಾನ ಕುರುಕ್ಷೇತ್ರ' ನಾಟಕದ ಸಂದರ್ಭದಲ್ಲಿ ವಿವರಿಸುವಾಗ ನನ್ನ ಚಿಂತನೆ ಮೇಲೆ ಪ್ರೊ. ಚಕ್ರವರ್ತಿಗಳ 'ಇತಿಹಾಸ ಪ್ರದೀಪ'ವನ್ನು ಓದಿ ನಾನು ಅರ್ಥಮಾಡಿಕೊಂಡ ಕ್ರಮದ ಪ್ರಭಾವ ಇತ್ತು. ಕನ್ನಡದಲ್ಲಿ ಇನ್ನು ಮುಂದೆ ಹೀಗೆ ಪ್ರೊ. ಚಕ್ರವರ್ತಿಗಳ ಬರಹಗಳ ಪ್ರಭಾವ ಯಾವುದೋ ಒಂದು ಸೂಕ್ಷ್ಮ ರೀತಿಯಲ್ಲಿ ಆಗುತ್ತಿರುತ್ತದೆ ಎಂದು ನಾನು ತಿಳಿಯುತ್ತೇನೆ.

ಇಂತಹ ಘನ ವಿದ್ವಾಂಸರಾದ ಚಕ್ರವರ್ತಿಗಳು ಬಹು ಸರಳ ಸಜ್ಜನ ವ್ಯಕ್ತಿ. ವಯಸ್ಸಿನ ಹಿರಿತನದಲ್ಲಿ ನನ್ನ ತಂದೆಯವರಿಗಿಂತಲೂ ಇಪ್ಪತ್ತು ವರುಷಗಳಷ್ಟು ಹಿರಿಯರಾದ ಪ್ರೊ. ಜಿ.ಎನ್. ಚಕ್ರವರ್ತಿಗಳು ನನ್ನೊಡನೆ ನಡೆದುಕೊಂಡ ಕ್ರಮವನ್ನು ಒಂದು ಉದಾಹರಣೆ ಸಹಿತ ವಿವರಿಸುತ್ತೇನೆ.

ಪ್ರೊ. ಚಕ್ರವರ್ತಿಗಳಿಗೆ 2001ನೇ ಇಸವಿಯಲ್ಲಿ ಅಂದರೆ ಅವರ ತೊಂಬತ್ತು ವರ್ಷಗಳ ಪ್ರಾಯದಲ್ಲಿ ಭಾರತೀಯ ವಿದ್ಯಾಭವನವು ನೀಡುವ ಒಂದು ಲಕ್ಷ ರೂಪಾಯಿಗಳ ನಗದು ಬಹುಮಾನವನ್ನು ಹೊಂದಿರುವ ಗುರು ಗಂಗೇಶ್ವರಾನಂದ ವೇದರತ್ನ ಪುರಸ್ಕಾರ ನೀಡಿ ಗೌರವಿಸಲಾಯಿತು. ಆ ಸಂದರ್ಭದಲ್ಲಿ ಮಲ್ಲೇಪುರಂ ಜಿ. ವೆಂಕಟೇಶ್ ಅವರು

ಪ್ರೊ. ಚಕ್ರವರ್ತಿಗಳನ್ನು ಸಂದರ್ಶಿಸಿ, ಅದನ್ನು ಕನ್ನಡಪ್ರಭ ಪತ್ರಿಕೆಯಲ್ಲಿ ಪ್ರಕಟಿಸಿದರು. ಆ ಸಂದರ್ಶನ ಓದಿ, ಕನ್ನಡಪ್ರಭ ಪತ್ರಿಕೆಯ ಸಂಪಾಕರಿಗೆ ನಾನು ಬರೆದ ಪತ್ರವೊಂದು ಪ್ರಕಟವಾಗಿತ್ತು. ಚಕ್ರವರ್ತಿಗಳು ತೀರಿಕೊಂಡ ಸಂದರ್ಭದಲ್ಲಿ ಕನ್ನಡಪ್ರಭದಲ್ಲಿ ಉದ್ಯೋಗಿಯಾಗಿರುವ ಬಹುಕಾಲದ ಗೆಳೆಯ ಆರ್. ಚಂದ್ರಶೇಖರ್ ಆ ಪತ್ರವನ್ನು ಹುಡುಕಿಕೊಟ್ಟರು. 27–05–2001ರಂದು ಸಾಪ್ತಾಹಿಕ ಪ್ರಭದಲ್ಲಿ ಪ್ರಕಟವಾದ ಆ ಚಿಕ್ಕ ಪತ್ರ ಹೀಗಿದೆ:

"13–05–2001ರ ಸಾಪ್ರಾಹಿಕ ಪ್ರಭದಲ್ಲಿ ವೇದಜ್ಞ ಪ್ರೊ. ಜಿ.ಎನ್. ಚಕ್ರವರ್ತಿಯವರ ಸಂದರ್ಶನ ಅತ್ಯಂತ ಸಮಯೋಚಿತವಾಗಿ ಪ್ರಕಟವಾಗಿದೆ. ಸ್ವತಃ ಸಂಸ್ಕೃತ ವಿದ್ವಾಂಸರಾದ ಮಲ್ಲೇಪುರಂ ಜಿ. ವೆಂಕಟೇಶ್ ಚಕ್ರವರ್ತಿಯವರ ಆಳವಾದ ಪಾಂಡಿತ್ಯದ ಬಗ್ಗೆ ಕ್ಷ-ಕಿರಣ ಬೀರುವ ಹಾಗೆ ಅದನ್ನು ನೀಡಿದ್ದಾರೆ.

ವೇದಾಧ್ಯಯನ ಇಂದು ಪುನರುತ್ಥಾನ ವಾದಿಗಳ ಕೈಯಿಂದ ಬಿಡುಗಡೆ ಪಡೆದುಕೊಳ್ಳಬೇಕಾಗಿದೆ. ಅದು ಕೇವಲ ವ್ಯಾಕರಣ, ಶಬ್ದಾರ್ಥಗಳ – ಅರ್ಥಾತ್ ಭಾಷೆಯ ಸಾಧ್ಯತೆ ಮಾತ್ರವಲ್ಲ. ಚಾರಿತ್ರಿಕ, ಸಮಾಜ ಶಾಸ್ತ್ರದ ದೃಷ್ಟಿಕೋನ ಮಾತ್ರವಲ್ಲ. ಐತಿಹಾಸಿಕ ದರ್ಶನದ ಮೂಲಕ ನೋಡಿದ ಪ್ರೊ. ಜಿ.ಎನ್. ಚಕ್ರವರ್ತಿಗಳಂತಹವರ ಅಧ್ಯಯನ ಈ ದೃಷ್ಟಿಯಿಂದ ಬಹಳ ಮುಖ್ಯ.

ಅಕ್ಷರ ಪ್ರಕಾಶನ ಅವರ ಕೃತಿ 'ಧರ್ಮಚಕ್ರ'ವನ್ನು ಕೆಲವು ವರ್ಷ ಮೊದಲೇ ಪ್ರಕಟಿಸಿದೆ. ಕನ್ನಡಪ್ರಭ, ವೇದರತ್ನ ಪುರಸ್ಕಾರ ನೀಡುವ ಸಂದರ್ಭದಲ್ಲಿ ಅವರ ಸಂದರ್ಶನ ಪ್ರಕಟಿಸಿದ ಮೊದಲ ಪತ್ರಿಕೆ. ಓದುಗರ ಪರವಾಗಿ ಪ್ರೊ. ಚಕ್ರವರ್ತಿಯವರಿಗೆ ಅಭಿನಂದನೆಗಳು."

ಆ ಪತ್ರವನ್ನು ಬರೆದು ನಾನು ಮರೆತಿದ್ದೆ. ಪ್ರೊ. ಚಕ್ರವರ್ತಿಗಳಿಗೆ ನೀಡಿದ ವೇದರತ್ನ ಪುರಸ್ಕಾರವನ್ನು ದೂರದಲ್ಲಿ ಸಭೆಯಲ್ಲಿ ಕುಳಿತು ವೀಕ್ಷಿಸಿದ್ದೆ. ಈ ಪುಟ್ಟ ಪತ್ರ ಪ್ರಕಟವಾದಾಗ ಗೆಳೆಯ ಮನು ಚಕ್ರವರ್ತಿ ಅದನ್ನು ಗಮನಿಸಿಯಾರೆಂಬ ನಿರೀಕ್ಷೆಯೂ ನನಗಿರಲಿಲ್ಲ. ಪ್ರೊ. ಚಕ್ರವರ್ತಿಗಳು ಎಲೆಮರೆಯ ಕಾಯಿಯಂತೆ ಇದ್ದವರು. ಸದ್ದು ಗದ್ದಲಗಳಿಲ್ಲದೆ ಕೆಲಸ ಮಾಡಿದ ಅವರು ತಮ್ಮ ಜೀವನವನ್ನು ಜ್ಞಾನೋಪಾಸನೆಗೆ ಅರ್ಪಿಸಿಕೊಂಡವರು. ಅವರ ಕೃತಿಗಳು ಬಹಳ ಜನಪ್ರಿಯವಾಗಿ ಎಲ್ಲರ ಕಣ್ಣಿಗೆ ಬಿದ್ದವಲ್ಲ. ಆದರೆ ಅವು ಜ್ಞಾನಾರ್ಜನೆಗೆ ಬಹುಮುಖ್ಯವಾದವು. ಹಾಗೆ ಅವರಿಗೊಂದು ಸಾರ್ವಜನಿಕವಾಗಿ ಕೃತಜ್ಞತೆಯನ್ನು ದಾಖಲಿಸುವುದು ಮಾತ್ರ ಆ ಪತ್ರದ ಉದ್ದೇಶವಾಗಿತ್ತು.

ಆದರೆ, ಕನ್ನಡ ಪ್ರಭದಲ್ಲಿ ಪ್ರಕಟವಾದ ಆ ಪುಟ್ಟ ಪತ್ರವನ್ನು ಓದಿ ಪ್ರೊ. ಚಕ್ರವರ್ತಿಗಳು ತಮ್ಮ ಸ್ವ ಹಸ್ತಾಕ್ಷರದಲ್ಲಿ ಬರೆದ 29–5–2001 ಎಂದು ದಿನಾಂಕ ನಮೂದಾಗಿರುವ ಪತ್ರ ಅಂಚೆ ಮೂಲಕ ನನಗೆ ತಲುಪಿದಾಗ ಬಹು ಆಶ್ಚರ್ಯವಾಯಿತು. ನಾನು ಗೌರವಪೂರ್ವಕ ಕಾಯ್ದಿರಿಸಿರುವ ಆ ಪತ್ರ ಇಂತಿದೆ :

"ನನ್ನ ಕೃತಿಗಳನ್ನು ಕುರಿತು ಪ್ರೋತ್ಸಾಹಕವಾದ ಮಾತನ್ನು ಹೇಳಿರುವ ತಮ್ಮ ಬರಹದ ವಿಷಯವನ್ನು ಮನು ನನಗೆ ತಿಳಿಸಿದಾಗ ನಾನು ಅದನ್ನು ಓದಿದೆ. ನನ್ನ ವಿಷಯ ನಿರೂಪಣೆಯ ಧ್ಯೇಯವನ್ನು ತಮ್ಮ ಬರಹ ತಿಳಿಸುತ್ತದೆ. ಆಕಾರ ಸಣ್ಣದಾಗಿದ್ದರೂ ಉತ್ತೇಜಕವಾಗಿದೆ.

ಪ್ರತಿ ಶತಮಾನದಲ್ಲೂ ಪರಸ್ಪರ ವಿರುದ್ಧ ಧ್ಯೇಯಗಳನ್ನು ತಿಳಿಸುವ ವಿಶ್ವಕ್ಯ ಐತಿಹಾಸಿಕ ತತ್ವ ಪ್ರತಿಪಾದನಗಳಿಂದ ಭಿನ್ನವಾಗಿ ಭಾರತೀಯ ಐತಿಹಾಸಿಕ ಸಂಸ್ಕೃತಿ ವೇದಕಾಲದಿಂದ ಒಂದೇ ವಿಧವಾಗಿ ಮುಂದುವರಿಯುತ್ತಿದೆ.

ಪರತತ್ವಕ್ಕೂ ಇತಿಹಾಸಕ್ಕೂ ಇರುವ ಸಂಬಂಧವನ್ನು ಪ್ರತಿಪಾದಿಸುವ ಧರ್ಮಚಕ್ರ ಮತ್ತು ಋತ-ಸತ್ಯ ಇವುಗಳ ಆದರ್ಶಗಳನ್ನು ತಿಳಿಸುವ ಸಂಕೇತಗಳು ಇಂದಿನ ರಾಷ್ಟ್ರ ಧ್ವಜದಲ್ಲಿ ನಿರ್ದಿಷ್ಟವಾಗಿದೆ. ಆರ್ಷ ಸಂಸ್ಕೃತಿ ಇಂದಿಗೂ ರಾಜಕೀಯ ನಾಯಕರಿಂದ ಪೂಜಿತವಾಗಿದೆ – ಇದಕ್ಕೆ ವೈದಿಕ ಋಷಿಗಳ ಸಂದೇಶವೇ ಮೂಲ ಎಂದು ತಿಳಿಸುವುದೇ ನನ್ನ ಉದ್ದಿಶ್ಯ. ಈ ವಿಷಯವನ್ನು ತಾವು ಸ್ಪಷ್ಟಪಡಿಸಿದ್ದೀರಿ. ಅನಂತ ವಂದನೆಗಳು."

ನಿಜವಾದ ಜ್ಞಾನಿಗಳಾದ ಸುಸಂಸ್ಕೃತ ಸಜ್ಜನರ ಕ್ರಮವೇ ಬೇರೆ ಎನ್ನುವುದಕ್ಕೆ ಮೇಲಿನ ಪತ್ರವೇ ಉದಾಹರಣೆ.

ಪ್ರೊ. ಜಿ.ಎನ್. ಚಕ್ರವರ್ತಿಗಳು 1912ನೇ ಇಸವಿಯಲ್ಲಿ ಮೈಸೂರು ಜಿಲ್ಲೆಯ ನಂಜನಗೂಡು ತಾಲೂಕಿನ ಹೆಡ್ತಲೆ (ಹೆಡತಲೆ) ಗ್ರಾಮದ ವೈದಿಕ ಮನೆತನದಲ್ಲಿ ವೈದಿಕರಾಗಿದ್ದ ಗೋಪಾಲ ಕೃಷ್ಣಮಾಚಾರ್ ಹಾಗೂ ರಂಗನಾಯಕಮ್ಮ ದಂಪತಿಗಳ ಪುತ್ರನಾಗಿ ಜನಿಸಿದರು. ವೈದಿಕ ಶ್ರದ್ಧೆ ತುಂಬಾ ಇದ್ದ ಆ ಮನೆತನದಲ್ಲಿ ಸಂಸ್ಕೃತ ಭಾಷೆ ಸ್ತೋತ್ರ, ವೇದಾಂತ, ದೇಶಿಕರ ಬರಹಗಳು ಹಾಗೂ ರಘುವಂಶ, ಕಿರಾತಾರ್ಜುನೀಯ ಮೊದಲಾದ ಕೃತಿಗಳನ್ನು ಸ್ವತಃ ಅಣ್ಣನಿಂದ ಕಲಿಯುತ್ತಾ ಬೆಳೆದರು. 1923ರ ಸುಮಾರಿಗೆ ಮೈಸೂರಿಗೆ ಬಂದ ಅವರು ಮೈಸೂರಿನಲ್ಲಿ ಇಂಗ್ಲಿಷ್ ಕಲಿಯಲು ಪ್ರಾರಂಭಿಸಿದರು. ಜೊತೆಗೆ ಶ್ರೀ ಶ್ರೀಶೈಲದೇಶಿಕಾಚಾರ್ಯ ಮತ್ತು ಘನದಾರೀ ಚಕ್ರವರ್ತಿ ಶ್ರೀನಿವಾಸ ವರದಾಚಾರ್ಯ ಬಳಿ ವೇದಾಭ್ಯಾಸವನ್ನು ಮಾಡಿದ್ದರು. 1936ರಲ್ಲಿ ಸಂಸ್ಕೃತ ಎಂ.ಎ. ಪಾಸು ಮಾಡಿದ ಚಕ್ರವರ್ತಿಗಳು 1948ರಲ್ಲಿ ಮೈಸೂರಿನ ಸಂತ ಫಿಲೋಮಿನಾ ಕಾಲೇಜಿನಲ್ಲಿ ಸಂಸ್ಕೃತ ವಿಭಾಗ ಪ್ರಾರಂಭವಾದಾಗ ಅಲ್ಲಿ ಸಂಸ್ಕೃತ ಅಧ್ಯಾಪಕರಾಗಿ ಸೇರಿ ಸಂತ ಫಿಲೋಮಿನಾ ಕಾಲೇಜಿನಲ್ಲೆ ಸೇವೆಯಿಂದ ನಿವೃತ್ತಿ ಹೊಂದಿದರು. ಫಿಲೋಮಿನಾ ಕಾಲೇಜಿನಲ್ಲಿ ಕವಿ ಗೋಪಾಲಕೃಷ್ಣ ಅಡಿಗ, ಕನ್ನಡ ಪ್ರಾಧ್ಯಾಪಕ ಕೆ.ಎಸ್. ಕೃಷ್ಣಮೂರ್ತಿ ಮೊದಲಾದವರ ಸಹೋದ್ಯೋಗಿಗಳಾಗಿದ್ದರು.

ಚಕ್ರವರ್ತಿಗಳಿಗೆ ವರ್ಣಾಶ್ರಮ, ಜಾತಿ, ವರ್ಗಗಳಲ್ಲಿ ನಂಬಿಕೆ ಇರಲಿಲ್ಲ. ನೆಹರೂ ಯುಗದ ವಿಜ್ಞಾನ-ಧರ್ಮದ ಸೃಜನಶೀಲ ಸಾಮರಸ್ಯದಿಂದ ಒಂದು ರೀತಿಯಲ್ಲಿ ಅವರು ಪ್ರಭಾವಿತರಾದವರು ಎಂದರೂ ತಪ್ಪಲ್ಲ. ಸಾಮರಸ್ಯ ಕಲ್ಪನೆಯೆ ಋಕ್ಸಂಹಿತಾ

ಸಾರದ ಒಂದು ಮಿತಿಯೂ ಹೌದು ಎಂಬ ವಾದವನ್ನು ಡಾ॥ ಡಿ.ಆರ್. ನಾಗರಾಜರು ಒಮ್ಮೆ ಮಂಡಿಸಿದ್ದರು. ವಿಶ್ವ ಸಾಮರಸ್ಯ ಋಗ್ವೇದದಲ್ಲಿರುವ ಚಿಂತನೆಗಳಲ್ಲಿ ಒಂದು ಅಂಶ ಮಾತ್ರ; ಎಲ್ಲವೂ ಅಲ್ಲ ಎಂಬ ಕಲ್ಪನೆ ಡಿ.ಆರ್.ಗೆ ಇದ್ದಂತೆ ಭಾಸವಾಗುತ್ತದೆ. (ಹೆಚ್ಚಿನ ವಿವರಕ್ಕೆ ಅಗ್ರಹಾರ ಕೃಷ್ಣಮೂರ್ತಿ ಸಂಪಾದಿಸಿರುವ ಡಿ.ಆರ್. ನಾಗರಾಜರ 'ಸಂಸ್ಕೃತಿ ಕಥನ' ಕೃತಿಯಲ್ಲಿರುವ – ಕನ್ನಡ ಪುಸ್ತಕ ಪ್ರಾಧಿಕಾರ ಪ್ರಕಟಣೆ – ಋಕ್ಸಂಹಿತಾಸಾರ : ಜಿ.ಎನ್. ಚಕ್ರವರ್ತಿ ಎಂಬ ಲೇಖನ ನೋಡಬಹುದು) ಅದೇನೇ ಇದ್ದರೂ ಸಮನ್ವಯ, ಸಮಾನತೆಯನ್ನು ಅವರು ಮುಖ್ಯವಾದ ಮೌಲ್ಯವಾಗಿ ನಂಬಿದ್ದರು.

ಸ್ಫಟಿಕ ಶುಭ್ರ ಬಿಳಿ ಧೋತಿ, ಬಿಳಿ ಕಂದು ಮಿಶ್ರಿತ ಬಣ್ಣದ ಕ್ಲೋಸ್ ಕಾಲರ್ ಕೋಟು, ಬಂಗಾರದ ಜರಿಯ ಮೈಸೂರು ಪೇಟ, ಯಾವತ್ತೂ ಹಣೆಯಲ್ಲೊಂದು ಕೆಂಪು ನಾಮ ಇರುತ್ತಿದ್ದ ಅವರು ಘನತೆ, ಗಾಂಭೀರ್ಯ ಮೂರ್ತಿವೆತ್ತಂತೆ ಇದ್ದರು. ಹಣೆಯ ಮೇಲೆ ಎದ್ದು ಕಾಣುತ್ತಿದ್ದ ಕೆಂಪುನಾಮ ಅವರ ಮುಖ ಲಕ್ಷಣಗಳಲ್ಲಿ ಒಂದಾಗಿತ್ತು.

ಶ್ರೀ ವೈಷ್ಣವ ಅಯ್ಯಂಗಾರರಾದ ಅವರ ಧರ್ಮ, ಜಾತಿ ಸೂಚಕವಾದ ಹಣೆಯ ಮೇಲಿನ ಕೆಂಪು ನಾಮದ ಬಗ್ಗೆ ಒಮ್ಮೆ ಪ್ರೊ. ಮಲ್ಲೇಪುರಂ ವೆಂಕಟೇಶ್ ಅವರು ಸಂದರ್ಶನದಲ್ಲಿ ಕೇಳಿದ ಪ್ರಶ್ನೆ "ಋಗ್ವೇದ ಓದಿ ಅದ್ವೈತಿಗಳಾದ ನೀವು ನಾಮ ಹಾಕಿದ್ದೀರಿ?" ಅದಕ್ಕೆ ಚಕ್ರವರ್ತಿಗಳು ನೀಡಿದ ಉತ್ತರ : "ಇದು ಕೇವಲ ನಾಮಕಾವಾಸ್ತೆ. ಗತಾನುಗತೋ ಲೋಕಃ ಎಂಬಂತೆ ಸುಮ್ಮನೆ ಹಾಕಿದ್ದೇನೆ. ನನಗೆ ವರ್ಣಾಶ್ರಮ, ಜಾತಿ–ವರ್ಗಗಳಲ್ಲಿ ನಂಬಿಕೆ ಇಲ್ಲ. ನಾನು ಸಮಾಜ ಸಮಷ್ಟಿಪೂಜಕ ಮತ್ತು ಉಪಾಸಕ. ನಾನು ವಿಶ್ವಸಾಮರಸ್ಯವನ್ನು ಕಳೆದ ಐವತ್ತು ವರ್ಷಗಳಿಂದಲೂ ಹೇಳುತ್ತ, ಬರೆಯುತ್ತ ಬಂದಿದ್ದೇನೆ. ಅದು ನಿಮಗೂ ಗೊತ್ತು."

ಪ್ರೊ. ಚಕ್ರವರ್ತಿಗಳು ಅಧ್ಯಯನದ ಆಚೆ ಸಾಮಾಜಿಕ ನೆಲೆಗಳಲ್ಲೂ ಕೆಲಸ ಮಾಡಿದ್ದಾರೆ. ಖಾಸಗಿ ಕಾಲೇಜು/ವಿದ್ಯಾಸಂಸ್ಥೆಗಳ ಅಧ್ಯಾಪಕರ ಉದ್ಯೋಗ ಹಾಗೂ ವೇತನ ಭದ್ರತೆಗಳಿಗೆ ಸಂಬಂಧಪಟ್ಟಂತೆ ಕೂಡಾ ಅವರು ಸಂಘಟಕರಾಗಿ ಕೆಲಸ ಮಾಡಿದ್ದಾರೆ. ಒಮ್ಮೆ ಕಾಲೇಜು ಆಡಳಿತ ಮಾತಿನಂತೆ ಅಧ್ಯಾಪಕರುಗಳಿಗೆ ಸಂಬಳದ ಜೊತೆ ಡಿ.ಎ. ಭತ್ಯೆ ನೀಡದಿದ್ದಾಗ ಅಧ್ಯಾಪಕರುಗಳ ಪರವಾಗಿ ಚಕ್ರವರ್ತಿಗಳು ಸಿಂಡಿಕೇಟ್ ಸದಸ್ಯರನ್ನು, ವಿಧಾನ ಪರಿಷತ್ತಿನಲ್ಲಿದ್ದ ಪ್ರತಿನಿಧಿಗಳನ್ನು ಭೇಟಿ ಮಾಡಿದ್ದರು, ಪತ್ರಿಕಾ ಗೋಷ್ಠಿಗಳನ್ನು ನಡೆಸಿದರು. ಕೊನೆಯಲ್ಲಿ ಆಗ ಮೈಸೂರು ವಿಶ್ವವಿದ್ಯಾಲಯದ ಉಪಕುಲಪತಿಗಳಾಗಿದ್ದ ಕೆ.ವಿ. ಪುಟ್ಟಪ್ಪ (ಕುವೆಂಪು) ಅವರನ್ನು ಭೇಟಿ ಮಾಡಿದರು. ಕುವೆಂಪು ಕಾಲದಲ್ಲಿ ಯುನಿವರ್ಸಿಟಿಯಿಂದ ಖಾಸಗಿ ಕಾಲೇಜುಗಳ ಅಧ್ಯಾಪಕರುಗಳ ಭದ್ರತೆ ದೃಷ್ಟಿಯಿಂದ ರೂಲ್ಸ್ ಹಾಗೂ ರೆಗ್ಯುಲೇಶನ್ಸ್ ರಚನೆಯಾಯಿತು. ಚಕ್ರವರ್ತಿಗಳು ಅಧ್ಯಾಪಕ ಸಮೂಹದ ಕಲ್ಯಾಣಕ್ಕಾಗಿ ಪಾದರಸದಂತೆ ಓಡಾಡಿ, ಸಂಬಂಧಪಟ್ಟ ಒಬ್ಬರನ್ನೂ ಬಿಡದೆ ಮಾತಾಡಿ, ಒತ್ತಡ ತಂದು ಅಧ್ಯಾಪಕರುಗಳ ಭವಿಷ್ಯದ ಹಿತದೃಷ್ಟಿಯಿಂದ

ಮಾಡಿದ ಕೆಲಸಗಳನ್ನು ಅಧ್ಯಾಪಕ ವೃಂದ ಮರೆಯಬಾರದು ಎಂದು ಫಿಲೋಮಿನಾ ಕಾಲೇಜಿನ ಇತರ ಕೆಲವು ಅಧ್ಯಾಪಕರು ಹೇಳಿದ್ದಾರೆ. ಈ ಬಗ್ಗೆ ಕನ್ನಡ ಪ್ರಾಧ್ಯಾಪಕ ಕೆ.ಎಸ್. ಕೃಷ್ಣಮೂರ್ತಿ ಅವರ ಮಾತುಗಳನ್ನು ಓದಿದಾಗ ನನಗೆ ಪ್ರೊ. ಚಕ್ರವರ್ತಿಗಳ ಸಮಷ್ಟಿ ಕಾರ್ಯದ ಇನ್ನೊಂದು ಮುಖ ತಿಳಿಯಿತು.

ಮತ್ತೆ ಪುನಃ ಅವರ ಅಧ್ಯಯನ ಕ್ಷೇತ್ರಕ್ಕೆ ಹಿಂತಿರುಗಿ ಹೇಳುವುದಾದರೆ ವಿಜ್ಞಾನ ಮತ್ತು ತತ್ವಜ್ಞಾನದ ಹಿನ್ನೆಲೆಗಳಲ್ಲಿ ಅವರು ಮಾಡಿರುವ ವೇದಗಳ ಅಧ್ಯಯನ ಇಂದಿನ ಸಂದರ್ಭದಲ್ಲಿ ಬಹಳ ಮಹತ್ವವಾದುದು. 20ನೇ ಶತಮಾನದಲ್ಲಿ ಐನ್‌ಸ್ಟೈನ್‌ನ ಪ್ರತಿಪಾದನೆ ಬಳಿಕ ಭೌತವಿಜ್ಞಾನವೂ ಈ ಭೂಮಿಗೆ ಮಾತ್ರ ಸೀಮಿತವಾಗಿಲ್ಲ. ಕಣ್ಣಿಗೆ ಕಾಣುವ ಭೂಮಿಗೆ ಬದ್ಧವಾದ ವಿಜ್ಞಾನ ಸಂಪೂರ್ಣ ಬದಲಾಗಿದೆ. ಕಣ್ಣಿಗೆ ಕಾಣದಿರುವ ಆದರೆ ಪರಿಣಾಮಗಳಲ್ಲಿ ಗೋಚರಿಸುವ ಅಮೂರ್ತದ ಕಡೆಗೆ ವಿಜ್ಞಾನ ಸಾಗಿದೆ. ಪ್ರೋಟೋನ್, ನೂಟ್ರಾನ್, ಇಲೆಕ್ಟ್ರಾನ್‌ಗಳ ಅನೂಹ್ಯವಾದ ಚಲನೆಗಳ ಹಿನ್ನೆಲೆಯಲ್ಲಿ ರೂಪುತಾಳಿರುವ ಅನಿಶ್ಚಿತ ತತ್ವ (Theory of Uncertainity) ಕೂಡಾ ಹೊಸ ಸಾಧ್ಯತೆಗಳನ್ನು ತೋರಿಸುತ್ತದೆ. ಆದ್ದರಿಂದ ತತ್ವಜ್ಞಾನದ ಮೂಲಕ ವಿಜ್ಞಾನವನ್ನು, ವಿಜ್ಞಾನದ ಮೂಲಕ ತತ್ವಜ್ಞಾನವನ್ನೂ ವಿಸ್ತರಿಸಿಕೊಳ್ಳುವ ಸಾಮರಸ್ಯ ಸಮೀಕರಣಗಳು ಇಂದು ಬಹು ಪ್ರಸ್ತುತವಾಗಿವೆ.

'ಭಾರತದ ಆರ್ಷೇಯ ಇತಿಹಾಸ ದರ್ಶನ ಭಾಗ 2–ಆಧ್ಯಾತ್ಮಿಕ ಹಿನ್ನೆಲೆ' ಎಂಬ 'ಇತಿಹಾಸ ಪ್ರದೀಪ'ದಲ್ಲಿ ಸೇರಿರುವ ಲೇಖನದಲ್ಲಿ ಇತಿಹಾಸ ಮತ್ತು ಕಾಲದ ಬಗ್ಗೆ ಅವರು ಮಾಡಿರುವ ಚರ್ಚೆಯನ್ನು ನಾವು ಗಮನಿಸಬೇಕು. ಕಾಲದ ಒಂದು ಹೊಸ ಸಾಧ್ಯತೆಯನ್ನು ಐನ್‌ಸ್ಟೈನ್ 20ನೇ ಶತಮಾನದಲ್ಲಿ ವಿಜ್ಞಾನ ಚಿಂತನೆಗೆ ಸೇರಿಸಿದರು. 'ಭಾರತೀಯ ಸಂದರ್ಭದಲ್ಲಿ ಯಾವ ಪ್ರಪಂಚದಲ್ಲಿ ಕಾಲ ಮತ್ತು ಪರಿವರ್ತನೆ ಅಸ್ತಿತ್ವದಲ್ಲಿರುವಂತೆ ಕಾಣಿಸುವುದೋ ಅದೊಂದು ಭ್ರಮೆ ಮಾತ್ರ' ಎಂದ ಪ್ರಿಸ್ಲಿ ಎಂಬ ವಿದ್ವಾಂಸರ ವಾದವನ್ನು ಖಂಡಿಸುತ್ತಾ ಚಕ್ರವರ್ತಿಗಳು ಅದು (ಪ್ರಿಸ್ಲಿಯವಾದ) ಯಾಕೆ ತೃಪ್ತಿಕರ ನಿರೂಪಣೆ ಅಲ್ಲ ಎಂಬುದಕ್ಕೆ ವೈದಿಕ ವಾಕ್ಯಗಳಿಂದ ಕಾಲದ ಸುಂದರ ಪ್ರತಿಮೆಗಳನ್ನು ಉದಾಹರಣೆಯಾಗಿ ನೀಡುತ್ತಾರೆ.

ವಿಜ್ಞಾನ–ತತ್ವಜ್ಞಾನಗಳ ಸತ್ವಗಳ ಸಮೀಕರಣಕ್ಕಾಗಿ ಕಥನ ಶೋಧನೆಯ ಜೊತೆಗೆ ಪ್ರತಿಮಾ ಮಾರ್ಗವನ್ನು ಚಕ್ರವರ್ತಿಗಳು ಬಳಸಿಕೊಳ್ಳುತ್ತಾರೆ. ಪ್ರತಿಮೆಗಳಿಗೆ ಒಂದು ಇನ್ನೊಂದಾಗುವ ಸಂವಹನ ಶಕ್ತಿಯಿದೆ ಎಂಬುದು ಸಾಹಿತ್ಯ ವಿಮರ್ಶೆಯ ಮಾತು. ಮಾನವನ ಧೀಃಶಕ್ತಿ ಮೂಲಭೂತ ಸತ್ಯದ ಹುಡುಕಾಟದಲ್ಲಿ ಪ್ರತಿಮೆಗಳನ್ನು ಮಾತ್ರ ಸೃಷ್ಟಿಸುತ್ತದೆ ಎಂಬ ಅರ್ಥದ ಮಾತುಗಳನ್ನು ಅನೇಕ ಮಾನವಿಕ ಶಾಸ್ತ್ರದ ಅಧ್ಯಯನಗಳೂ ರೂಪಿಸಿವೆ. ಕಥನ ವಿಧಾನಗಳಲ್ಲಿ ವೇದ, ಸತ್ಯಗಳ ಶೋಧನೆ, ಪ್ರತಿಮಾ ವಿಶ್ಲೇಷಣೆಗಳಲ್ಲಿ ವಾದಗಳ ಪುಷ್ಟೀಕರಣ ವಿಧಾನದಿಂದ ಚಕ್ರವರ್ತಿಗಳು ವಿಜ್ಞಾನ–ತತ್ವಜ್ಞಾನಗಳ ಸಮೀಕರಣವನ್ನು ಓದುಗರ ಅನುಭವವನ್ನಾಗಿ ಪರಿವರ್ತಿಸಲು ಪ್ರಯತ್ನಿಸುತ್ತಾರೆ.

ಚಕ್ರವರ್ತಿಗಳು ಸೂಚಿಸುವಂತೆ ಅನೇಕ ವೈಜ್ಞಾನಿಕರ ಸಂಶೋಧನೆಯ ಫಲವಾದ ವಿವರಣೆಯಲ್ಲೆ ಸ್ವಾನುಭವಕ್ಕಿಂತ ತರ್ಕವೆ ಪ್ರಧಾನವಾಗಿದೆ. ಸೃಷ್ಟಿವಾದ ಹಾಗೂ ವಿಕಾಸವಾದಗಳು ತಮ್ಮ ದೃಷ್ಟಿಯಲ್ಲೆ ತಾವು ಬಂಧಿತವಾದರೆ ನಿರಂತರ ಸಮಾನಾಂತರ ಚಲನೆಯಾಗಿ ಮಾತ್ರ ಉಳಿಯಬೇಕಷ್ಟೆ. ಆದ್ದರಿಂದ ಸತ್ಯಾನ್ವೇಷಣೆಯನ್ನು ಅನುಭವ ಪ್ರಾಮಾಣ್ಯದಿಂದ ಹೇಗೆ ಕಾಣಿಸಬಹುದು ಎಂಬುದರ ಕಡೆಗೆ ಅವರ ಗಮನ. ಹೀಗಾಗಿ "ಸ್ವಾನುಭವ ಪ್ರಕಾಶನ"ವಾದ ವ್ಯಾಸ ಭಾರತದ ಬಗ್ಗೆ ಚಕ್ರವರ್ತಿಗಳಿಗೆ ಹೆಚ್ಚಿನ ಆಸಕ್ತಿ. ಅದಕ್ಕೆ 'ಇತಿಹಾಸ ಪ್ರದೀಪ'ದಲ್ಲಿ 'ಲೋಕ ಗರ್ಭ ಗೃಹಂ ಕೃತ್ಸ್ನಂ' ಆಗಿ ಯಥಾವತ್ ಪ್ರಕಾಶಗೊಳಿಸಿದ ವ್ಯಾಸ ಕೃತಿಯನ್ನು ತಮ್ಮ ಶೋಧನೆಗೆ ಬಳಸಿಕೊಳ್ಳುತ್ತಾರೆ.

ಲೋಕಗರ್ಭಗೃಹದಲ್ಲಿ ಅನುಭವ ಮೈತಳೆಯುತ್ತದೆ. ಚಕ್ರವರ್ತಿಗಳ ಅನುಭವ ಕೇಂದ್ರಿತ ಶೋಧನೆ ಸಾಹಿತ್ಯಾಸಕ್ತರಿಗೆ ಅವರನ್ನು ಹೆಚ್ಚು ಹತ್ತಿರ ತಂದಿದೆ. ಸಾಹಿತ್ಯ ಅನುಭವ ಸ್ವರೂಪಿ. ಶ್ರೇಷ್ಠ ಕಾವ್ಯ ಅದರ ಅತ್ಯುತ್ತಮ ಮಾನದಂಡ ಎಂಬ ಸಾಹಿತ್ಯ ವಿಮರ್ಶಾ ನಿಲುವನ್ನು ಹೊಂದಿರುವ ನನಗೆ ಚಕ್ರವರ್ತಿಗಳ ಅನುಭವರೂಪಿ ಚಿಂತನೆ ಹೆಚ್ಚು ಆಪ್ತವೆನ್ನಿಸುತ್ತದೆ.

ಕವಿ ಕುವೆಂಪು ಅವರು ಪ್ರೊ. ಚಕ್ರವರ್ತಿಗಳ ವೇದ ಚಿಂತನೆಯ ಬಗ್ಗೆ ಹೀಗೆ ಹೇಳುತ್ತಾರೆ : "ಸ್ವತಃ ಮಂತ್ರ ದ್ರಷ್ಟಾರರೂ ಸಿದ್ಧ ಪುರುಷರೂ ಪ್ರಾಚ್ಯ ಪಾಶ್ಚಾತ್ಯ ತತ್ವಜ್ಞಾನ ಭಾಂಡಾರಿಗಳೂ ಆದ ಅರವಿಂದರ ಪೂರ್ಣ ದೃಷ್ಟಿಯ ದೀಪ್ತಿಯಲ್ಲಿ ವೇದಗಳು ಜೀವಂತವಾಗಿವೆ. ಅತೀಂದ್ರಿಯಾನುಭವಗಳಿಗೆ ಪ್ರತಿಮಾ ವಿಧಾನವು ಕಲ್ಪಿಸಿದ್ದ ಸಂಕೇತ ಮತ್ತು ಪ್ರತೀಕಗಳಿಗೆಲ್ಲ ನಿತ್ಯ ಸತ್ಯದ ಶಾಶ್ವತಾರ್ಥ ದೊರಕೊಳ್ಳುವಂತಾಗಿದೆ. ಆ ಸಮನ್ವಯ ದೃಷ್ಟಿಯ ಹಾದಿಯಲ್ಲಿಯೇ ಈ ಗ್ರಂಥ ಹೆಜ್ಜೆ ಹಾಕಿದೆ." (ಋಕ್ಸಂಹಿತೆ ಭಾಗ–1ಕ್ಕೆ ಬರೆದ ಮುನ್ನುಡಿ)

ಕುವೆಂಪು ಅವರು ಹೇಳುವ 'ಸಮನ್ವಯ' ದೃಷ್ಟಿ ಚಕ್ರವರ್ತಿಗಳ ವಿಶ್ವ ಸಾಮರಸ್ಯ ಚಿಂತನೆಯ ಭಾಗವೇ ಆಗಿದೆ. ಕುವೆಂಪು ಅವರು ಮಹರ್ಷಿ ಅರವಿಂದರ ಸಂದರ್ಭದಲ್ಲಿ ಹೇಳಿದ ಮಾತುಗಳಿಗೆ ಒಂದು ಹಿನ್ನೆಲೆ ಇದೆ. ಕುವೆಂಪು ಸೂಚಿಸಿರುವ ಸಮನ್ವಯ ದೃಷ್ಟಿಯ ಹಿನ್ನೆಲೆಯನ್ನು ಅವರದೇ ಮಾತುಗಳಲ್ಲಿ ಹೇಳುವುದಾದರೆ : "ವೇದ ವಾಙ್ಮಯವನ್ನು ಜ್ಞಾನಕಾಂಡ, ಕರ್ಮಕಾಂಡ – ಎಂದು ವಿಭಾಗಿಸಿ ಸಂಹಿತಾ ಮತ್ತು ಬ್ರಾಹ್ಮಣಗಳನ್ನು ಕರ್ಮಕಾಂಡವೆಂದೂ, ಉಪನಿಷತ್ತುಗಳನ್ನು ಜ್ಞಾನಕಾಂಡವೆಂದೂ ನಿರ್ದೇಶಿಸುವುದು ನಮ್ಮ ಸಂಪ್ರದಾಯವಾದಿಗಳ ಮತ. ಕರ್ಮಕಾಂಡವು ಕೇವಲ ಯಜ್ಞಯಾಗದ ಕರ್ಮಗಳಿಗೆ ಮೀಸಲಾದುವೆಂದು ಇವರ ಭಾವನೆ. ವೇದವಾಕ್ಯಗಳಿಂದ ಸ್ತುತವಾದ ಗುಹ್ಯತಮ ತತ್ವಸ್ವರೂಪವನ್ನು ಅರಿಯದೆ ಋಕ್ಕುಗಳನ್ನು ಪಠಿಸುವುದು ನಿಷ್ಪ್ರಯೋಜಕವೆಂದು ಸಂಹಿತಾ ವಾಕ್ಯಗಳೇ ಸಾರುತ್ತಿದ್ದರೂ ಸಂಪ್ರದಾಯವಾದಿಗಳ ಗಮನ ಅತ್ತ ಹರಿಯುವಂತಿಲ್ಲ. ಇನ್ನು ಪಾಶ್ಚಾತ್ಯ ವಿದ್ವಾಂಸರಾದರೋ ಕೇವಲ ಭಾಷಾ ದೃಷ್ಟಿಯಿಂದ ನಿರ್ವಚನವನ್ನು ಹೇಳಿ ತತ್ವಾರ್ಥ ಪ್ರತಿಪಾದಕವಾದ ವಾಕ್ಯಗಳೇ ಸಂಹಿತೆಗಳಲ್ಲಿ

ಅಪೂರ್ವ ಎಂದು ತಿಳಿಯುತ್ತಾರೆ. ಅವರ ಅನುಯಾಯಿಗಳಾದ ಕೆಲವು ಭಾರತೀಯ ವಿದ್ವಾಂಸರೂ ಅದೇ ಹಾದಿಯನ್ನೆ ತುಳಿದಿದ್ದಾರೆ.”

ವೇದಗಳ ಅಧ್ಯಯನದ ಒಂದು ಚರಿತ್ರೆಯೆ ಕನ್ನಡದಲ್ಲಿದೆ. ಅದರ ಮೊದಲ ಹಂತ ವೇದಗಳ ಕನ್ನಡ ಅನುವಾದ. ಆ ಬಳಿಕ ವೇದಗಳ ಆಧ್ಯಾತ್ಮಿಕ ವ್ಯಾಖ್ಯಾನ ನಡೆಯಿತು. ಮುಂದಿನದು ಅವುಗಳ ಸಾಂಸ್ಕೃತಿಕ ಆಶಯದ ಅಧ್ಯಯನ. ಈ ಚರಿತ್ರೆಯಲ್ಲಿ ವೇದ, ಪುರಾಣ, ಇತಿಹಾಸಗಳ ಕೇವಲ ಆರಾಧ್ಯ ಭಾವನೆಯ ವೈಭವೀಕರಣ ಹಾಗೂ ಅಲ್ಲಿನ ದರ್ಶನಗಳನ್ನು ಸರಳೀಕರಿಸಿ ತಪ್ಪಾಗಿ ಗ್ರಹಿಸಿದ ಪಾಶ್ಚಿಮಾತ್ಯ ಹಾಗೂ ಅದರ ಪ್ರಭಾವದ ಪೌರ್ವಾತ್ಯ ವ್ಯಾಖ್ಯಾನಗಳು ನಡೆದಿವೆ. ಈ ಎರಡೂ ಅತಿಯಾದ ಅಥವಾ ಉಗ್ರ ನಿಲುವುಗಳಿಂದ ಬಿಡುಗಡೆ ಪಡೆದವರು ಪ್ರೊಫೆಸರ್ ಚಕ್ರವರ್ತಿಗಳು. ಅವರು ತಮ್ಮದೇ ಆದ ಅನುಭವ ನಿಷ್ಠ ಚಿಂತನೆಯಿಂದ ಭಾರತೀಯ ಜ್ಞಾನಮಾರ್ಗದ ಮೂಲ ಸತ್ವವನ್ನು ಪುನರವಲೋಕನಕ್ಕೆ ಒಳಪಡಿಸಿದ್ದಾರೆ.

ಶ್ರೀ ಜಯಚಾಮರಾಜೇಂದ್ರ ವೇದರತ್ನ ಮಾಲಿಕೆಯಲ್ಲಿ ಅವರು ಸಂಪಾದಿಸಿ ಪ್ರಕಟಿಸಿದ ಋಗ್ವೇದದ ಮೂವತ್ತ ಆರು ಸಂಪುಟಗಳ ಕೆಲಸವನ್ನು 1948ರಿಂದ ಪ್ರಾರಂಭಿಸಿದ್ದರು. ಅವರ ವಿದ್ವತ್ತು ಹಾಗೂ ಸಂಶೋಧನೆಗಳನ್ನು ಗೌರವಿಸಿ 1967ರಲ್ಲಿ ಅವರಿಗೆ ಮೈಸೂರು ವಿಶ್ವವಿದ್ಯಾನಿಲಯದ ಸ್ವರ್ಣ ಮಹೋತ್ಸವ ಪ್ರಶಸ್ತಿಯನ್ನು ನೀಡಲಾಯಿತು. 2001ನೇ ಇಸವಿಯಲ್ಲಿ ಭಾರತೀಯ ವಿದ್ಯಾಭವನದ ಗುರು ಗಂಗೇಶ್ವರಾನಂದ ವೇದರತ್ನ ಪುರಸ್ಕಾರ ನೀಡಿ ಗೌರವಿಸಲಾಯಿತು. 2007ರಲ್ಲಿ ಅವರಿಗೆ ಕನ್ನಡದ ಇನ್ನೊಬ್ಬ ವಿದ್ವಾಂಸ ಪಂಡಿತ ಸೇಡಿಯಾಪು ಕೃಷ್ಣಭಟ್ಟರ ಹೆಸರಲ್ಲಿ ನೀಡಲಾಗುವ ಗೌರವ ‘ಸೇಡಿಯಾಪು ಪ್ರಶಸ್ತಿ’ ಸಂದಿತು. ಅದೇ 2007ನೇ ಇಸವಿಯಲ್ಲಿ ಕರ್ನಾಟಕ ಸರ್ಕಾರ ಅವರಿಗೆ ರಾಜ್ಯ ಪ್ರಶಸ್ತಿ ನೀಡಿ ಗೌರವಿಸಿತು.

ಈ ಹಿನ್ನೆಲೆಯ, 1940ನೇ ಇಸವಿಯಿಂದಲೂ ಜ್ಞಾನಮಾರ್ಗ ಶೋಧನೆಯಲ್ಲಿ ತೊಡಗಿರುವವರ ಅಧ್ಯಯನ ಸರಳ ವಿಚಾರವೇನಲ್ಲ. ಕೊನೆಯವರೆಗೂ ಅವರು ತಮ್ಮ ಜ್ಞಾನಶೋಧವನ್ನು ಮುಂದುವರಿಸಿದರು. ತಮ್ಮ 90ನೇ ಇಳಿ ವಯಸ್ಸಿನ ಬಳಿಕವೂ ಸಂಸ್ಕೃತ–ಕನ್ನಡ ನಿಘಂಟಿಗಾಗಿ ಕೆಲಸ ಮಾಡಿದರು. 2006ರಲ್ಲಿ ಮೈಸೂರಿನ ಗೀತಾಬುಕ್ ಹೌಸ್ ನಲವತ್ತು ಸಾವಿರಕ್ಕೂ ಹೆಚ್ಚು ಸಂಸ್ಕೃತ ಪದಗಳ ಅವರ ‘ಸಂಸ್ಕೃತ–ಕನ್ನಡ ನಿಘಂಟು’ ಪ್ರಕಟಿಸಿತು. (ಈ ನಿಘಂಟಿನ ಅರಿಕೆಯಲ್ಲಿ ಅವರು ಮಾಡಿರುವ ನಮ್ಮ ಐತಿಹಾಸಿಕ ವಿಪರ್ಯಾಸಗಳ ಕುರಿತ ವಿಶ್ಲೇಷಣೆ ಹಾಗೂ ನಿಘಂಟಿನ ಪ್ರಸ್ತುತತೆ ಮನನೀಯ.)

ಪ್ರೊ. ಜಿ.ಎನ್. ಚಕ್ರವರ್ತಿಗಳು ತೀರಿಕೊಂಡ ಸಂದರ್ಭದಲ್ಲಿ ಅವರ ವ್ಯಕ್ತಿತ್ವ ಹಾಗೂ ಅವರನ್ನು ಓದಿದ ನೆನಪಲ್ಲಿ ಬರೆಯತೊಡಗಿದಾಗ ಅವರ ಬಗ್ಗೆ ಬರೆಯಲು ನನಗಿರುವ ಚಿಂತನೆಯ ಹಾಗೂ ಓದಿನ ಮಿತಿಗಳು ಈ ಬರಹ ಮುಂದುವರಿಯುತ್ತಿದ್ದಂತೆ ಹೆಚ್ಚು ಸ್ಪಷ್ಟವಾಗತೊಡಗಿತು. ವೈದಿಕ ವಿಚಾರಗಳನ್ನು ಪ್ರಶ್ನಿಸುತ್ತಾ ಊಹೆಗೂ ಅನುಭವಕ್ಕೂ

ಇರುವ ವ್ಯತ್ಯಾಸಗಳೇನು ಎಂಬ ಪ್ರಶ್ನೆಯನ್ನು ಬೌದ್ಧರು ಎತ್ತಿದ್ದಾರೆ. ಬೌದ್ಧದರ್ಶನ, ಅದರಲ್ಲೂ ನಾಗಾರ್ಜುನ ವೈದಿಕ ಸಾಹಿತ್ಯದ ಬಗ್ಗೆ ಮುಖ್ಯವಾದ ಅನುಮಾನಗಳನ್ನೆತ್ತಿದ್ದಾನೆ. ಚಕ್ರವರ್ತಿಗಳ ವಿಚಾರಗಳನ್ನು ಆ ಹಿನ್ನೆಲೆಯಲ್ಲೂ ಅರ್ಥಮಾಡಿಕೊಳ್ಳುವುದಕ್ಕೆ ಸಾಕಷ್ಟು ಪೂರ್ವ ತಯಾರಿ ಮಾಡಿಕೊಳ್ಳಬೇಕಾಗುತ್ತದೆ. ಕನ್ನಡದಲ್ಲಿ ನಾಗಾರ್ಜುನನ ಬಗ್ಗೆ ಇತ್ತೀಚೆಗೆ ದೊಡ್ಡ ಚಿಂತನೆ ಮಾಡುತ್ತಿರುವ ಪ್ರೊ. ಸುರೇಂದ್ರನಾಥ ಮಿಣಜಗಿ ಅವರ ವಿಚಾರಗಳು ಆ ಬಗ್ಗೆ ಏನಿದೆ ಎಂಬುದೇ ನನಗಿನ್ನೂ ಸಮಂಜಸವಾಗಿ ತಿಳಿದಿಲ್ಲ. ಅದಕ್ಕೂ ಮಿಗಿಲಾಗಿ ಪ್ರೊ. ಚಕ್ರವರ್ತಿಗಳ ವಿಚಾರಗಳನ್ನು ಸರಿಯಾಗಿ ಓದಿ ತಕ್ಕ ಮಟ್ಟಿಗೆ ಅರ್ಥಮಾಡಿಕೊಂಡಿದ್ದೇನೆ ಎನ್ನುವುದಕ್ಕೂ ಈ ಬರಹ ಕೊನೆಯಾಗುತ್ತಿದ್ದಂತೆ ಧೈರ್ಯ ಸಾಲದಾಗಿದೆ. (ಪ್ರೊ. ಚಕ್ರವರ್ತಿಗಳು ತಮ್ಮ ಜೀವಿತದ ಕೊನೆಯ ಅವಧಿಯಲ್ಲಿ ಬಹು ಗಂಭೀರವಾಗಿ ಪುನಃ ಬೌದ್ಧರ ಹಾಗೂ ಅವರ ತತ್ವಗಳ ಅಧ್ಯಯನಕ್ಕೆ ತೊಡಗಿದ್ದರಂತೆ. ಬೌದ್ಧರ ಚಿಂತನೆಗಳ ಹಿನ್ನೆಲೆಯಲ್ಲಿ ಋಗ್ವೇದವನ್ನು ಪುನಃ ಅಧ್ಯಯನ ಮಾಡುವುದು ಅವರ ಉದ್ದೇಶವಾಗಿದ್ದಿರಬಹುದು.)

ಆದರೂ ಅವರ ಬಗ್ಗೆ ಬರೆಯ ಹೊರಟಿರುವುದಕ್ಕೆ ಕಾರಣವಿದೆ. ಇಂದು ನಾವು ಗ್ರಾಹಕ ಸಂಸ್ಕೃತಿ ಹಾಗೂ ಧನ ಲಾಭದ ಬಗ್ಗೆ ಹಿಂದಿಗಿಂತ ಹೆಚ್ಚು ಕೇಂದ್ರೀಕೃತರಾಗಿದ್ದೇವೆ. ಇಂತಹ ಸಂದರ್ಭದಲ್ಲಿ ಪ್ರಸಿದ್ಧಿ, ಪ್ರಶಸ್ತಿ, ಪ್ರತಿಷ್ಠೆಗಳ ಯಾವ ಆಸೆಯೂ ಇಲ್ಲದೆ ತಪಸ್ಸಿನಂತೆ ಜೀವಮಾನವಿಡೀ ಜ್ಞಾನ ಶೋಧನೆಯಲ್ಲಿ ತೊಡಗಿದವರು ತೋರಿಸಿಕೊಡುತ್ತಿರುವ ಮೌಲ್ಯಗಳನ್ನು ನಾವೀಗ ಪುನರಪಿ ಮನನ ಮಾಡಿಕೊಳ್ಳಬೇಕಾದ ಕಾಲ ಬಂದಿದೆ.

ಕನ್ನಡ ಮಾಧ್ಯಮಗಳ ಸಂಪಾದಕರುಗಳು ಪ್ರೊ. ಚಕ್ರವರ್ತಿಗಳು ತೀರಿಕೊಂಡ ಸಂದರ್ಭದಲ್ಲಿ ವಿದ್ವಾಂಸರುಗಳಿಂದ ಕನಿಷ್ಠ ಅವರ ಬಗ್ಗೆ ಲೇಖನಗಳನ್ನು ಬರೆಯಿಸಬೇಕಾಗಿತ್ತು. ಆದರೆ 'ಉದಯವಾಣಿ' ಹಾಗೂ ಇಂಗ್ಲೀಷಿನಲ್ಲಿ 'ದ ಹಿಂದೂ' ಎರಡು ಪತ್ರಿಕೆಗಳನ್ನು ಬಿಟ್ಟರೆ ಉಳಿದ ಯಾವ ಪತ್ರಿಕೆಗಳ ಸಂಪಾದಕರುಗಳಿಗೂ ಅದು ತಮ್ಮ ಸಾಂಸ್ಕೃತಿಕ ಜವಾಬ್ದಾರಿ ಎಂದು ಅನಿಸಲಿಲ್ಲ. ಭಾರತೀಯ ತತ್ವಶಾಸ್ತ್ರ ವಿಶ್ವಕೋಶ ಮೊದಲಾದ ಅನೇಕ ಕಡೆ ಬಹು ಮುಖ್ಯ ಚಿಂತಕ ಎಂದು ಗುರುತಿಸಲ್ಪಟ್ಟಿರುವ ನಮ್ಮವರೇ ಆದ ಕನ್ನಡಿಗ ಪ್ರೊ. ಜಿ.ಎನ್. ಚಕ್ರವರ್ತಿಗಳ ವಿಚಾರಗಳನ್ನು ಈ ಸಂದರ್ಭದಲ್ಲಿ ನೆನಪಿಸಿ ಮನನ ಮಾಡುವುದು ನಮ್ಮ ಸಮಾಜದ ದೀರ್ಘಕಾಲದ ಸಾಂಸ್ಕೃತಿಕ ಆರೋಗ್ಯದ ದೃಷ್ಟಿಯಿಂದ ಅಗತ್ಯ ಎಂಬುದು ನನ್ನ ಅಭಿಪ್ರಾಯ. ಆದ್ದರಿಂದಲೇ ಪ್ರೊ. ಚಕ್ರವರ್ತಿಗಳ ನೆನಪಿನ ಚಿತ್ರದ ಜೊತೆ ನನಗೆ ಅರ್ಥವಾದಂತೆ ಅವರ ಬರಹಗಳ ಬಗೆಗೆ ಬರೆದೆ. ಅವರ ಮುಂದಿನ ಪೀಳಿಗೆಗಳೂ ಪ್ರೊ. ಚಕ್ರವರ್ತಿಗಳನ್ನು ಪುನಃ ಓದಲು ತೊಡಗುತ್ತದೆ ಎಂಬುದಕ್ಕೆ ಇದೊಂದು ಸೂಚನೆಯಾಗಲಿ ಎಂದು ಆಶಿಸಿ ಅವರಿಗೆ ಕನ್ನಡ ಓದುಗರ ಪರವಾಗಿ ಗೌರವ ಸಲ್ಲಿಸುತ್ತೇನೆ.

– ಆಗಸ್ಟ್ 2008

7. ವೈಜ್ಞಾನಿಕ ಮನೋಧರ್ಮದ ಪ್ರತಿಪಾದಕ ಪ್ರೊ. ಜಿ.ಟಿ. ನಾರಾಯಣರಾವ್

ಕನ್ನಡದಲ್ಲಿ ಬರಹ, ಬೋಧನೆಗಳಿಂದ ಯುವ ಜನಾಂಗದಲ್ಲಿ ವೈಜ್ಞಾನಿಕ ಮನೋಧರ್ಮವನ್ನು ಹಾಗೂ ಶಿಸ್ತಿನಿಂದ ಒಡಗೂಡಿದ ಸಾಹಸ ಪ್ರವೃತ್ತಿಯನ್ನು ಬೆಳೆಸಬೇಕೆಂದು ನಿರಂತರವಾಗಿ ಶ್ರಮಿಸಿದವರು ಪ್ರೊ. ಜಿ.ಟಿ. ನಾರಾಯಣರಾವ್. ಅವರ 'ವೈಜ್ಞಾನಿಕ ಮನೋಧರ್ಮ' ಎಂಬ ಕೃತಿಯಲ್ಲಿ "ಕಾರ್ಯಕಾರಣ ಮಾರ್ಗದಲ್ಲಿ ಸಾಗುವ ವ್ಯಕ್ತಿಯ ಮನಸ್ಸು ತಳೆಯುವ ಸ್ಥಿತಿಯೇ ವೈಜ್ಞಾನಿಕ ಮನೋಧರ್ಮ. ಜ್ಞೇಯ ನಿಷ್ಠತೆ ಇದರ ಪ್ರಧಾನ ಗುಣ. ನಮ್ಮ ವ್ಯಾಖ್ಯಾನವನ್ನು ನಿಸರ್ಗ ಒಪ್ಪುವುದೇ ಇಲ್ಲವೇ ಎಂಬುದು ಮಾತ್ರ ಇಲ್ಲಿಯ ನಿರ್ಣಾಯಕ ಅಂಶ. ಅವರಿವರು ಏನೆಂದರು ಎಂಬುದಲ್ಲ" ಎಂದು ಹೇಳಿದ್ದಾರೆ. ತಮ್ಮ ಎಂಭತ್ತು ಎರಡು ವರುಷಗಳ ಜೀವಿತಾವಧಿಯಲ್ಲಿ (ಜನನ : 30–01–1926; ಮರಣ : 07–06–2008) ಕಾರ್ಯ–ಕಾರಣ ಸಂಬಂಧಗಳನ್ನು ಹುಡುಕಿ ಅದನ್ನು ನಿಸರ್ಗದ ನಿಯಮದಲ್ಲಿ ವಿಶ್ಲೇಷಿಸಿ ಆರ್ಜಿಸಿಕೊಳ್ಳಬೇಕಾದ ವೈಜ್ಞಾನಿಕ ಮನೋಧರ್ಮವನ್ನು ತಮ್ಮ ಬರಹ, ಭಾಷಣ ಹಾಗೂ ಚಿಂತನೆಗಳ ಮೂಲಕ ಪ್ರತಿಪಾದಿಸಿ ಬೆಳೆಸಲು ಅವರು ಪ್ರಯತ್ನಿಸಿದರು. ವಿಜ್ಞಾನದ ಜೊತೆಗೆ ಅವರ ಇನ್ನೊಂದು ಆಸಕ್ತಿ ಸಂಗೀತ ಹಾಗೂ ಸಾಹಿತ್ಯ. ವಿಜ್ಞಾನದ ಜೊತೆ ಅವರಲ್ಲಿದ್ದ ಸಂಗೀತ, ಅವರಿಗೇ ವಿಶಿಷ್ಟವಾದ ರೀತಿಯ ಜೀವ ಪ್ರೀತಿಯ ಪ್ರತೀಕ.

ಬರಹದಲ್ಲಿ ಅವರು ಭಾವನೆಗಳಿಗೆ ಮಹತ್ವ ನೀಡುತ್ತಿದ್ದರು. ಕರ್ನಾಟಕ ಸಂಗೀತದ ಬಹುಮಾನ್ಯ ಶ್ರೋತೃ ಹಾಗೂ ಹಿರಿಯ ವಿಮರ್ಶಕರಾಗಿದ್ದ ಅವರಿಗೆ ಸಂಗೀತವು ಸಂಸ್ಕೃತಿಯ ಒಂದು ಅವಿಭಾಜ್ಯ ಅಂಗ. ಸಂಗೀತ, ಸಾಹಿತ್ಯ ಹಾಗೂ ವಿಜ್ಞಾನ ಅವರಲ್ಲಿ ವಿಶೇಷ ರೀತಿಯಲ್ಲಿ ಸೇರಿಕೊಂಡಿತ್ತು. ಆ ಸಂಗಮ ಅವರನ್ನು ಬಹು ಸಂಕೀರ್ಣ ವ್ಯಕ್ತಿಯಾಗಿ ರೂಪಿಸಿತ್ತು. ಅವರು ವೈಜ್ಞಾನಿಕ ಚಿಂತನೆ ಮೂಲಕ ನಾಸ್ತಿಕರಾಗಿದ್ದರು. ಆದರೆ ಭಕ್ತಿಪುರಸ್ಸರವಾದ ದಾಸ ಸಾಹಿತ್ಯ, ಹಾಗೂ ಸಂಗೀತ ಅವರ ನಾಲಗೆ ತುದಿಯಲ್ಲಿ, ಹೊರಳಾಡುತ್ತಿತ್ತು. ಯಾವ ಧಾರ್ಮಿಕ ಅಡಚಣೆಯೂ ಬೇಡ ಎಂದು ಹೇಳಿ, ತೀರಿಕೊಂಡ ಬಳಿಕ ತಮ್ಮ ದೇಹವನ್ನು ಮೆಡಿಕಲ್ ಕಾಲೇಜಿಗೆ ದಾನವಿತ್ತರು. ಇಷ್ಟು ಸ್ಪಷ್ಟವಾಗಿದ್ದ ತಮ್ಮ ಅಭಿಮಾನದ ಮಾಸ್ತಿ, ಡಿ.ವಿ.ಜಿ.ಯವರ ಬಗ್ಗೆ ಪೂಜ್ಯ ಎನ್ನುವ ಪದ ಪ್ರಯೋಗಿಸದಿದ್ದ

ಅವರು, ಪ್ರೊ. ದೇ. ಜವರೇ ಗೌಡರನ್ನು 'ಪೂಜ್ಯ' ಎಂದು ಸಂಬೋಧಿಸಿ 'ಭಕ್ತಿಗೌರವ ಪೂರ್ವಕ'ವಾಗಿ ತಮ್ಮ ಜೀವನ ಚರಿತ್ರೆ 'ಮುಗಿಯದ ಪಯಣ'ವನ್ನು ದೇಜಗೌ ಅವರಿಗೆ ಅರ್ಪಿಸಿದರು.

ಗಾಂಧೀಜಿ ಏಳು ಸಾಮಾಜಿಕ ಪಾಪಗಳನ್ನು ಸೂಚಿಸುತ್ತಾರೆ. ಅವುಗಳಲ್ಲಿ ಒಂದು 'ಮಾನವೀಯತೆಯಿಲ್ಲದ ವಿಜ್ಞಾನ' (Science without humanity) ಪ್ರೊ. ಜಿ.ಟಿ. ನಾರಾಯಣರಾಯರಿಗೆ ಅದರ ಅರಿವು ಚೆನ್ನಾಗಿತ್ತು. ಅವರು ಸತತವಾಗಿ ವಿಜ್ಞಾನ ಮಾನವೀಯತೆಯನ್ನು ಒಳಗೊಳ್ಳಬೇಕು ಎಂದು ಪ್ರತಿಪಾದಿಸಿದರು. ಆ ನೆಲೆಯಲ್ಲೆ ನಡೆದುಕೊಂಡರು.

ವೈಜ್ಞಾನಿಕ ಚಿಂತನೆ ಯೂರೋಪಿನಲ್ಲಿ ಧರ್ಮದ ಜೊತೆ (ಮುಖ್ಯವಾಗಿ ಅಧಿಕಾರ ಸ್ಥಾನದಲ್ಲಿದ್ದ ಚರ್ಚ್ ಜೊತೆ) ಗುದ್ದಾಡುತ್ತಾ ಬೆಳೆಯಿತು. ಕೊಪರ್‌ನಿಕಸ್ ಭೂಮಿ ಗುಂಡಗಿದೆ ಎಂದರೆ ಅದನ್ನು ಒಪ್ಪಿಕೊಳ್ಳಲು ಮುನ್ನೂರು ವರುಷ ಬೇಕಾಯಿತು. ಗೆಲಿಲಿಯೋ ಪಟ್ಟ ಪಾಡು ಎಲ್ಲರಿಗೂ ತಿಳಿದದ್ದೆ. ಡಾರ್ವಿನ್ ತನ್ನ ವಿಕಾಸವಾದವನ್ನು ಬರೆದು ಚರ್ಚಿಗೆ ಹೆದರಿ ಎಷ್ಟೋ ವರುಷಗಳ ಕಾಲ ಅದನ್ನು ಪ್ರಕಟಿಸಲೇ ಇಲ್ಲ. ಹಾಗೆ ವೈಚಾರಿಕ ಸಂಘರ್ಷದಲ್ಲಿ ಬೆಳೆದ ವೈಜ್ಞಾನಿಕ ಚಿಂತನೆ ಸೃಷ್ಟಿಸಿದ ತಂತ್ರಜ್ಞಾನ ಅವರ ಜೀವನವನ್ನು ಬದಲಾಯಿಸಿತು. ತಂತ್ರಜ್ಞಾನದ ಉಪಯೋಗದೊಡನೆ ಅವರ ಧಾರ್ಮಿಕ ಚಿಂತನಾ ಕ್ರಮಗಳೂ ಬದಲಾದವು. ತರ್ಕಬದ್ಧವಾದ, ಕಾರ್ಯ-ಕಾರಣ ಚಿಂತನೆ ಅಲ್ಲಿ ಸಹಜವಾಗಿ ಬೆಳೆದು ವೈಜ್ಞಾನಿಕ ಮನೋಧರ್ಮ ಒಂದು ಮಜಲು ಮುಟ್ಟಿತು.

ಭಾರತದಲ್ಲಿ ಬ್ರಿಟಿಷರ ಮೂಲಕ ಆಧುನಿಕ ತಂತ್ರಜ್ಞಾನ ಪ್ರವೇಶ ಪಡೆಯಿತು. ರೈಲು, ವಾಹನಗಳು, ವೈದ್ಯಕೀಯ, ಹೀಗೆ ವಿಜ್ಞಾನದ ಉಪ ಉತ್ಪನ್ನವಾದ ತಂತ್ರಜ್ಞಾನವೇ ಮೊದಲಿಗೆ ಪ್ರವೇಶ ಪಡೆದುದರಿಂದ ವೈಜ್ಞಾನಿಕ ಮನೋಧರ್ಮ ಪಶ್ಚಿಮದ ರೀತಿ ನಮ್ಮಲ್ಲಿ ಬೆಳೆಯಲಿಲ್ಲ. ವಸಾಹತು ಶಾಹಿ ಪ್ರವೇಶದ ಮೊದಲು ಬೆಳೆದಿದ್ದ ಚಿಂತನಾಕ್ರಮಗಳು ಕುಂಠಿತಗೊಂಡವು. ಹೀಗಾಗಿ ಆಧುನಿಕ ವಿಜ್ಞಾನ ಈಗಾಗಲೇ ಇರುವ ಧಾರ್ಮಿಕ ಮನೋಭಾವದ ಜೊತೆ ಸೆಣೆಸಾಟದಲ್ಲಿ ಬೆಳೆಯಲಿಲ್ಲ. ಒಂದು ರೀತಿಯಲ್ಲಿ ನಮ್ಮ ಇಂದಿನ ವಿಜ್ಞಾನ ಆಮದಾಗಿ ಬಂದ ಜ್ಞಾನ ಎಂದರೂ ಸರಿಯೆ. ಅದರಿಂದಾಗಿ ಕನ್ನಡದಲ್ಲಿ ವಿಜ್ಞಾನ ಸಾಹಿತ್ಯದ ಬೆಳವಣಿಗೆಗೆ ಟೊಂಕಕಟ್ಟಿದ ಜಿ.ಟಿ. ನಾರಾಯಣರಾಯರಂತಹವರಿಗೆ ವೈಜ್ಞಾನಿಕ ಮನೋಧರ್ಮ ಕೇವಲ ವೃತ್ತಿ ವಿಜ್ಞಾನಿಗಳ ಸೊತ್ತಲ್ಲ ಎಂಬುದನ್ನು ಬಿಡಿಸಿ ಹೇಳಬೇಕಾಯಿತು. ಬದುಕಿನ ಎಲ್ಲಾ ಚಟುವಟಿಕೆಗಳ ಕಾರಣಗಳನ್ನು ಶೋಧಿಸಬಹುದು. ಸತ್ಯ ಶೋಧನೆಗೆ ಕಾರ್ಯ-ಕಾರಣ ವಿಧಾನವೇ ಋಜುಮಾರ್ಗ. ಅದುವೇ ವೈಜ್ಞಾನಿಕ ಮನೋಧರ್ಮವನ್ನು ರೂಢಿಸಿಕೊಳ್ಳುವ ವಿಧಾನ. ಸಮಾಜದಲ್ಲಿರುವ ಎಲ್ಲರೂ ಈ ವೈಜ್ಞಾನಿಕ ಮನೋಧರ್ಮವನ್ನು ರೂಢಿಸಿಕೊಳ್ಳಬೇಕಾದವರು ಎಂಬುದನ್ನು ಅವರು ಪುನರಪಿ ಪ್ರತಿಷ್ಠಾಪಿಸುತ್ತಾ ಹೋದುದು ಚಾರಿತ್ರಿಕವಾಗಿಯೂ ಒಂದು ಮಹತ್ವದ ಕೆಲಸ.

ಹೀಗೆ ವಿಜ್ಞಾನ ಚಿಂತನಾಕ್ರಮವನ್ನು ಪ್ರತಿಪಾದಿಸುವ ರೀತಿಯಲ್ಲಿ ಅವರಿಗೆ ಕನ್ನಡ ಭಾಷೆಯ ಉಪಯೋಗ ಹಾಗೂ ವಿಜ್ಞಾನವನ್ನು ಬರೆಯಬೇಕಾದ ಸಂವಹನ ಕ್ರಮ ಎರಡೂ ಬಹಳ ಮುಖ್ಯವಾದುದು. ವೈಜ್ಞಾನಿಕ ಬರಹಗಳು ಚಿಂತನೆಗೆ ಪ್ರೇರಕವಲ್ಲದ ಮಾರ್ಗವನ್ನು ಅನುಸರಿಸಕೂಡದು. ವಿಜ್ಞಾನ ಬರಹಗಳು ಅವರಿಗೆ ಚಿಂತನೆಯ ಪ್ರಕ್ರಿಯೆಯನ್ನು ಪ್ರೇರೇಪಿಸಬೇಕು. ಬಳಸುವ ಭಾಷೆ ಕನ್ನಡದ ಜಾಯಮಾನಕ್ಕೆ ಹೊಂದಿ ಓದುಗ ಗ್ರಹಿಸುವ ಪ್ರಕ್ರಿಯೆ ವೈಜ್ಞಾನಿಕ ಮನೋಧರ್ಮಕ್ಕೆ ಪ್ರೇರಣೆಯಾಗಿರಬೇಕು. ಮೈಸೂರು ವಿಶ್ವವಿದ್ಯಾಲಯ ಹೊರತಂದ ಕನ್ನಡ ವಿಶ್ವಕೋಶದ ವಿಜ್ಞಾನ ವಿಭಾಗದ ಸಂಪಾದಕರಾಗಿ ಅವರು ತಮ್ಮ ವಿಚಾರಗಳಿಗೆ ಬದ್ಧರಾಗಿದ್ದು ವಿಜ್ಞಾನ ಬರಹದಲ್ಲಿ ಒಂದು ಶಾಸ್ತ್ರಬದ್ಧ ಗುಣಮಟ್ಟ (standard) ಸ್ಥಾಪಿಸಲು ಪ್ರಯತ್ನಿಸಿದರು. ಈ ಗ್ರಹಿಕೆಯಿಂದಾಗಿ, ಜಿ.ಟಿ.ಎನ್. ಅವರಿಗೆ ಶಿವರಾಮ ಕಾರಂತ, ಬಿ.ಜಿ.ಎಲ್. ಸ್ವಾಮಿ, ಪೂರ್ಣಚಂದ್ರ ತೇಜಸ್ವಿ ಮೊದಲಾದವರ ವಿಜ್ಞಾನ ಬರಹಗಳ ಬಗ್ಗೆ ಸಾಕಷ್ಟು ಭಿನ್ನಾಭಿಪ್ರಾಯ ಇತ್ತು. ಕನ್ನಡ ವಿಶ್ವಕೋಶದ ವಿಜ್ಞಾನ ವಿಭಾಗದಲ್ಲಿ ಡಾ॥ ಶಿವರಾಮ ಕಾರಂತರ ಆಹ್ವಾನಿತ ಲೇಖನವೊಂದನ್ನು ಅವರು ಪ್ರಕಟಿಸದೆ ಇದ್ದುದು ಚರ್ಚೆಗೆ ಕಾರಣವಾಗಿತ್ತು. ಅದರ ಬಗೆಗಿನ ಒಂದು ವಿವರಣೆ ಜಿ.ಟಿ.ಎನ್. ಅವರ ಜೀವನ ಚರಿತ್ರೆಯಲ್ಲೂ ಇದೆ.

ಕನ್ನಡ ವಿಜ್ಞಾನ ಬರಹದ ಬಗ್ಗೆ ಜಿ.ಟಿ.ಎನ್. ಅವರು ಬಹಳ ಸ್ಪಷ್ಟ ವಿಚಾರ ಹೊಂದಿದ್ದರು. ವಿಜ್ಞಾನವನ್ನು ವಿಸ್ಮಯದಿಂದ ನೋಡುವ ತೇಜಸ್ವಿ ಅವರ ಮನೋಭಾವವೇ ಅವರಿಗೆ ಒಪ್ಪಿತವಾದುದಲ್ಲ. ವಿಜ್ಞಾನವನ್ನು ಲಘು ಮಾದರಿಯಲ್ಲಿ ಪ್ರವೇಶಿಸಿ ನಗುವಿನ ನಡುವೆ ವೈಜ್ಞಾನಿಕ ಮಾಹಿತಿಯನ್ನು ಬಿತ್ತರಿಸುವ ಬಿ.ಜಿ.ಎಲ್. ಸ್ವಾಮಿಯವರ ಶೈಲಿಯನ್ನೇ ಅವರು ವಿರೋಧಿಸುತ್ತಿದ್ದರು. ಶಿವರಾಮ ಕಾರಂತರ ಬಾಲಪ್ರಪಂಚ, ವಿಜ್ಞಾನ ಪ್ರಪಂಚಗಳು ಬಂದ ಕಾಲಕ್ಕೆ ಚಾರಿತ್ರಿಕವಾಗಿ ಅವು ಕನ್ನಡದಲ್ಲಿ ಮಹತ್ವದವು. ಆದರೆ ಜಿ.ಟಿ.ಎನ್. ತಿಳಿಯುವಂತೆ, ಚಾರಿತ್ರಿಕವಾಗಿ ವೈಜ್ಞಾನಿಕ ಬರವಣಿಗೆಯನ್ನು ಕಲಿಯಲು ಎಲ್ಲರಿಗೂ ಸಮಾನವಾದ ಶಾಸ್ತ್ರ ಸಂಹಿತೆಯಾಗಿ ವಿಜ್ಞಾನದ ಭಾಷೆಯನ್ನು ಬೆಳೆಸುವ ಕಡೆ ಗಮನವಿರಲಿಲ್ಲ. ಕನ್ನಡ ಜನಕ್ಕೆ ವಿಜ್ಞಾನವನ್ನು ತಿಳಿಸುವುದು ಮಾತ್ರ ಅವರ ಉದ್ದೇಶ. ವಿಜ್ಞಾನವನ್ನು ಕಲಿಯುವ ಭಾಷೆಯಾಗಿ ಕನ್ನಡವನ್ನು ಬೆಳೆಸಬೇಕು. ಆದ್ದರಿಂದಾಗಿ ಅಲ್ಲೊಂದು ನಿಯಮವಿದೆ ಎಂದುಕೊಂಡಿದ್ದ ಜಿ.ಟಿ.ಎನ್. ಅವರಿಗೆ ಶಿವರಾಮ ಕಾರಂತರೊಡನೆ ಅನೇಕ ಭಿನ್ನಾಭಿಪ್ರಾಯಗಳಿದ್ದವು. ಕಾರಂತರ ವಿಜ್ಞಾನ ಬರಹಗಳ ಪುಸ್ತಕಗಳು ಪುನರ್ ಮುದ್ರಣಗೊಳ್ಳುವಾಗ ಅದರಲ್ಲಿ ವಿಜ್ಞಾನ ಮಾಹಿತಿ ಇಂದಿನವರೆಗೆ ಅನ್ವಯವಾಗುವಂತೆ ಆಧುನೀಕರಣ ಅಥವಾ ಅಪ್‌ಡೇಟ್ (update) ಆಗುತ್ತಿರಲಿಲ್ಲ ಎಂದು ಅವರು ತೀವ್ರವಾಗಿ ಆಕ್ಷೇಪಿಸುತ್ತಿದ್ದರು.

ವೈಯಕ್ತಿಕವಾಗಿ ನಾನು ಶಿವರಾಮ ಕಾರಂತರನ್ನು ಓದುತ್ತಾ ವಿಜ್ಞಾನದ ಬಗ್ಗೆ ತಿಳಿದವನು. ಬಿ.ಜಿ.ಎಲ್. ಸ್ವಾಮಿ, ತೇಜಸ್ವಿ ಅವರನ್ನೆಲ್ಲಾ ಇಷ್ಟಪಟ್ಟು ಓದಿದವನು.

ಜಿ.ಟಿ.ಎನ್., ಜೆ.ಆರ್. ಲಕ್ಷ್ಮಣರಾವ್ ಹಾಗೂ ಅಡ್ಯನಡ್ಕ ಕೃಷ್ಣಭಟ್ ಇವರುಗಳನ್ನು ಓದುತ್ತಾ ಇದ್ದವನು. ವಿಜ್ಞಾನ ಭಾಷೆಯಾಗಿ ಕನ್ನಡ ಹೇಗೆ ಬೆಳೆಯಬೇಕು ? ನಮ್ಮ ಭಾಷೆಯಲ್ಲೇ ವಿಜ್ಞಾನ ಕಲಿಯುವಂತಾಗಬೇಕಾದರೆ ಕನ್ನಡ ಹೇಗೆ ರೂಪುಗೊಳ್ಳಬೇಕು ಎಂಬ ಚಿಂತನೆಗೆ ತೊಡಗಿದಾಗ ಜಿ.ಟಿ. ನಾರಾಯಣರಾಯರ ಪರ ಹಾಗೂ ವಿರೋಧ ಮನಸ್ಸು ಹೊಯ್ದಾಡುತ್ತಿತ್ತು.

ಜನಕ್ಕೆ ಸುಲಭವಾಗಿ ತಲುಪಬೇಕು ಎಂಬುದರ ಬಗ್ಗೆ ಅವರಿಗೆ ನಂಬುಗೆ ಇಲ್ಲ. ಕಲಿಯುವುದರಲ್ಲೂ ಒಂದು ಶಿಸ್ತು ಹಾಗೂ ಬದ್ಧತೆ ಇರಬೇಕೆಂಬ ನಂಬುಗೆ ಅವರದ್ದು. ಭಾಷೆಯಲ್ಲಿ ಪದಪದಕ್ಕೂ ಅವರು ಹೋರಾಡುತ್ತಾರೆ. ಉದಾಹರಣೆಗೆ ಇಂಗ್ಲೀಷಿನ "OBJECTIVE" ಹಾಗೂ "SUBJECTIVE" ಪದಗಳಿಗೆ 'ವಸ್ತು ನಿಷ್ಠ' ಹಾಗೂ 'ವ್ಯಕ್ತಿ ನಿಷ್ಠ' ಎಂಬ ಪ್ರಯೋಗಗಳು ಬಳಕೆಯಲ್ಲಿವೆ. ಆದರೆ ಜಿ.ಟಿ.ಎನ್. ಅವರು objective ಪದಕ್ಕೆ 'ಜ್ಞೇಯ ನಿಷ್ಠ' ಎಂದೂ subjective ಪದಕ್ಕೆ 'ಜ್ಞಾತೃನಿಷ್ಠ' ಎಂಬ ಪದಗಳನ್ನು ಉದ್ದೇಶಪೂರ್ವಕವಾಗಿ ಬಳಸುತ್ತಾರೆ. ಅವರ 'ವೈಜ್ಞಾನಿಕ ಮನೋಧರ್ಮ' (ನವಕರ್ನಾಟಕ ಪ್ರಕಾಶನ) ಕೃತಿಯಲ್ಲಿ ಧರ್ಮವು 'ಜ್ಞಾತೃ ನಿಷ್ಠ' (subjective) ಹಾಗೂ ವಿಜ್ಞಾನ 'ಜ್ಞೇಯ ನಿಷ್ಠ' (objective) ಆಗಿವೆ. ಹೀಗೆ ಇವೆರಡರ ಮೂಲಗಳಲ್ಲೇ ಹುದುಗಿರುವ ಭಿನ್ನತೆಗಳು ಅವುಗಳ ಸಮನ್ವಯತೆ ಸಾಧ್ಯವಿಲ್ಲದಂತೆ ಮಾಡಿವೆ ಎಂಬ ಅನುಮಾನ ವ್ಯಕ್ತಪಡಿಸುತ್ತಾರೆ.

ಅವರ ಈ ಭಾಷೆ, ಪದ ಪ್ರಯೋಗಗಳ ಬಗೆಗಿನ ನಿಶ್ಚಿತ ಧೋರಣೆ ಕೇವಲ ವಿಜ್ಞಾನಕ್ಕೆ ಮಾತ್ರ ಸೀಮಿತವಲ್ಲ. ಎಲ್ಲಾ ಕಡೆ ಅವರಿಗೆ ಇಂತಹ ಸ್ಪಷ್ಟ ನಿಲುವುಗಳಿವೆ. ಉದಾಹರಣೆಗೆ ಕನ್ನಡಕ್ಕೆ 'ಶಾಸ್ತ್ರೀಯ ಸ್ಥಾನಮಾನ ದೊರಕಬೇಕು' ಎಂಬಲ್ಲಿ ಅವರು 'ಶಾಸ್ತ್ರೀಯ' ಪದ ಬಳಕೆಯನ್ನು ವಿರೋಧಿಸುತ್ತಾರೆ. 'ಅಭಿಜಾತ'ಕ್ಕೆ ಶಾಸ್ತ್ರೀಯ ಎಂಬ ತಪ್ಪು ಪದ ಬಳಕೆಗೆ ಬಂದಿದೆ ಎಂದು ವಾದಿಸಿ 'ಕನ್ನಡಕ್ಕೆ ಅಭಿಜಾತ ಅಂತಸ್ತು ಸಿಗಬೇಕು' ಎಂದು ಬರೆಯುತ್ತಾರೆ. ಅವರ ಇಂತಹ ಅನೇಕ ಸ್ಪಷ್ಟ ನಿಲುವುಗಳೊಂದಿಗೆ "ಜಿಟಿಎನ್ ಅವರದ್ದು ಸಂಸ್ಕೃತ ಭೂಯಿಷ್ಠ ಕನ್ನಡ. ಎಷ್ಟಾದರೂ ಅವರು ಕುವೆಂಪು ಅವರ ಅಭಿಮಾನಿಯಲ್ಲವೆ" ಎಂಬಿತ್ಯಾದಿ ಒಳಮಾತುಗಳನ್ನಾಡುವವರೂ ಇದ್ದರು.

ಇವೆಲ್ಲದರ ನಡುವೆಯೂ ಜಿ.ಟಿ. ನಾರಾಯಣರಾಯರಿಗೆ ತಮ್ಮ ಭಾಷಾ ಪ್ರತಿಪಾದನೆ ಬಗ್ಗೆ ಬಹು ಸ್ಪಷ್ಟ ಚಿಂತನೆ ಇತ್ತು. ಅದನ್ನವರು ಸರ್ವಗ್ರಾಹ್ಯವಾದ ಒಂದು ಗುಣಮಟ್ಟವನ್ನಾಗಿ ಪ್ರತಿಷ್ಠಾಪಿಸಲು ಪ್ರಯತ್ನಿಸುತ್ತಿದ್ದರು. ಅಂತಹ ಒಂದು ಭಾಷಾ ನಿಯಮಕ್ಕಾಗಿ ಪ್ರಯತ್ನಪಟ್ಟರು. ಆ ಬಗ್ಗೆ ಅವರು ಅನೇಕ ಕಡೆ ಬರೆದಿದ್ದಾರೆ. ಕನ್ನಡ ವಿಜ್ಞಾನ ವಿಶ್ವಕೋಶಗಳ ಸಂದರ್ಭದಲ್ಲಿ ಹೇಳಿದ್ದಾರೆ. ತಮ್ಮ ವಿಚಾರಗಳನ್ನು ಸಂಗ್ರಹವಾಗಿ ಸೂತ್ರರೂಪದಲ್ಲಿ ಹೇಳಿ ವಿವರಿಸಿದ ಲೇಖನಗಳೂ ಇವೆ. ಅವುಗಳಲ್ಲಿ ಮುಖ್ಯವಾದ ಲೇಖನಗಳೆಂದರೆ : "ವಿಜ್ಞಾನದ ಭಾಷೆ", "ವಿಜ್ಞಾನ ವಾಙ್ಮಯದ ಭಾಷಾಂತರ-ವಿಶಿಷ್ಟ ಸಮಸ್ಯೆಗಳು", "ವಿಜ್ಞಾನ ಸಂವಹನ ಮಾಧ್ಯಮವಾಗಿ ಕನ್ನಡ", "ಜನಪ್ರಿಯ ವಿಜ್ಞಾನ

ವಾಙ್ಮಯ ರಚನೆಯಲ್ಲಿ ಸಾಹಿತ್ಯದ ಪಾತ್ರ" ಮೊದಲಾದ ಲೇಖನಗಳನ್ನು ಗಮನಿಸಬಹುದು. (ಈ ಮುಖ್ಯ ಲೇಖನಗಳು ಮಂಗಳೂರಿನ ಅತ್ರಿ ಬುಕ್ ಸೆಂಟರ್ ಪ್ರಕಟಿಸಿದ 'ಕುವೆಂಪು ದರ್ಶನ ಸಂದರ್ಶನ' ಎಂಬ ಜಿ.ಟಿ.ಎನ್. ಪುಸ್ತಕದಲ್ಲಿ ಸೇರ್ಪಡೆಯಾಗಿವೆ.) ಅಲ್ಲೆಲ್ಲಾ ಅವರು ಕನ್ನಡದಲ್ಲಿರಬೇಕಾದ ವಿಜ್ಞಾನ ಭಾಷೆಯ ಬಗ್ಗೆ ಸ್ಪಷ್ಟವಾಗಿ ತಮ್ಮ ಸಿದ್ಧಾಂತಗಳನ್ನು (Theory) ಒಪ್ಪಿಕೊಳ್ಳಬೇಕಾದ ನಿಯಮಗಳನ್ನೂ ಮುಂದಿಡುತ್ತಾರೆ.

ತಮ್ಮ ಭಾಷಾ ಸಿದ್ಧಾಂತವನ್ನು ಕೂಡಾ ಅವರು ವಿಜ್ಞಾನದ ಶಿಸ್ತಿನ ಸ್ಪಷ್ಟ ವ್ಯಾಖ್ಯೆ ವರ್ಗೀಕರಣಗಳಲ್ಲಿ ಉದಾಹರಣೆ ಸಹಿತ ಮಂಡಿಸುತ್ತಾರೆ. ಉದಾಹರಣೆಗೆ ವಿಜ್ಞಾನ ಬರಹಗಳಲ್ಲಿ ಪಾರಿಭಾಷಿಕ ಶಬ್ದಗಳ ಆಯ್ಕೆಯಲ್ಲಿ ಗಮನಿಸಬೇಕಾದ ಅಂಶಗಳನ್ನು ಅವರು ಹೀಗೆ ಹೇಳುತ್ತಾರೆ :

"ರೂಢಿಯಲ್ಲಿ ನೀಹಾರಿಕಾ ರೂಪದಲ್ಲಿ ಅರ್ಥವಿರುವ ಪದಗಳನ್ನು ಆರಿಸಿಕೊಂಡು ವಿವರಣೆ ಉದಾಹರಣೆಗಳಿಂದ ಅವುಗಳ ಅರ್ಥವನ್ನು ನಿರ್ದಿಷ್ಟಗೊಳಿಸಿದೆ. ಉದಾಹರಣೆಗೆ, ಭೌತ ವಿಜ್ಞಾನದಲ್ಲಿ ಫೋರ್ಸ್, ಪವರ್, ಎನರ್ಜಿ, ಸ್ಟ್ರೆಂಗ್ತ್ ಪದಗಳು. ನಮ್ಮ ಭಾಷೆಯಲ್ಲಿ ಇವು ಕ್ರಮವಾಗಿ ಬಲ, ಅಶ್ವಸಾಮರ್ಥ್ಯ, ಶಕ್ತಿ, ತ್ರಾಣ ಎಂಬುದಾಗಿ ಬಳಕೆಗೆ ಬಂದಿವೆ. ಸಾಮಾನ್ಯವಾಗಿ ಇವು ಪರ್ಯಾಯ ಪದಗಳಾದರೂ, ಭೌತಿಕ ಪದಗಳಾದರೂ, ಭೌತವಿಜ್ಞಾನದಲ್ಲಿ ಖಚಿತ ಭಾವನೆಗಳನ್ನು ಪ್ರತಿನಿಧಿಸುವುದರಿಂದ ಬೇರೆ ಬೇರೆ ಎಂದೇ ಪರಿಗಣಿಸಬೇಕಾಗುತ್ತದೆ. ಗುರುತ್ವಾಕರ್ಷಣ ಬಲ, ಅಶ್ವ ಸಾಮರ್ಥ್ಯ, ಪರಮಾಣು ಶಕ್ತಿ, ಉಕ್ಕಿನ ತ್ರಾಣ – ಇವು ಸರಿಯಾದ ಪ್ರಯೋಗಗಳು. ಗುರುತ್ವಾಕರ್ಷಣ ಶಕ್ತಿ, ಅಶ್ವಬಲ, ಪರಮಾಣು ತ್ರಾಣ, ಉಕ್ಕಿನ ಸಾಮರ್ಥ್ಯ ಇವು ತಪ್ಪು ಪ್ರಯೋಗಗಳು.

ಬರಹದಲ್ಲಿ ಒಂದು ಗುಣಮಟ್ಟ (Standard) ಹಾಗೂ ನಿಯಮಗಳನ್ನು ಸೂಚಿಸುವುದು ಎಷ್ಟು ಕಷ್ಟ ಎಂಬುದನ್ನು ವಿವರಿಸಬೇಕಾಗಿಲ್ಲ. ಮೇಲೆ ಸೂಚಿಸಿದ ಉದಾಹರಣೆಗಳಲ್ಲಿ 'ಉಕ್ಕಿನ ತ್ರಾಣ' ಎಂಬುದು ಜಿ.ಟಿ.ಎನ್. ಅವರಿಗೆ ಸರಿಯಾದ ಪ್ರಯೋಗ. ಆದರೆ ಆಡುಮಾತಿನಲ್ಲಿ 'ತ್ರಾಣ' ಎಂಬುದು ಜೀವಂತವಾಗಿರುವ ಶಕ್ತಿ ಸೂಚನೆಯಲ್ಲಿ ಪ್ರಯೋಗವಾಗುವಂತಹದ್ದು. ಉದಾಹರಣೆಗೆ 'ಅವನ ತ್ರಾಣ ನೋಡು. ಒಂದು ಕ್ವಿಂಟಾಲ್ ಚೀಲ ಎತ್ತಬಲ್ಲ.' , 'ಆ ಆಳದ ಬಾವಿಯಿಂದ ನೀರು ಸೇದಲು ಒಳ್ಳೆ ತ್ರಾಣ ಬೇಕು' ಇತ್ಯಾದಿ. ನಿರ್ಜೀವವಾದ ಕಬ್ಬಿಣದಲ್ಲಿ ಸಾಂದ್ರತೆ (Density) ಅದರ ಶಕ್ತಿಯನ್ನು ನಿರ್ಣಯಿಸುವ ಅಂಶ. ನಿರ್ಜೀವವಾದ ಕಬ್ಬಿಣಕ್ಕೆ ಸಜೀವ ಪ್ರಯೋಗವಾದ ಪ್ರಾಣ ಇರುವಲ್ಲಿ ಉಪಯೋಗಿಸುವ 'ತ್ರಾಣ' ಎಷ್ಟು ಸರಿ ಎಂಬ ಪ್ರಶ್ನೆ ಏಳುತ್ತದೆ. ಉಕ್ಕಿನ ಸಂದರ್ಭದಲ್ಲಿ 'ಗಟ್ಟಿ' ಅಥವಾ 'ಸಾಮರ್ಥ್ಯ' ಎಂಬ ಪದ ಪ್ರಯೋಗವಾದರೆ ಹೇಗೆ ತಪ್ಪು ಎಂದೂ ಕೇಳಬಹುದು. ಇದು ನಿಯಮ ರಚನೆಯ ಕಷ್ಟ.

ವಿಜ್ಞಾನಕ್ಕೆ ಒಂದು ಭಾಷೆ ಇದೆ. ಅದಕ್ಕೊಂದು ಸರ್ವ ಸಮ್ಮತವೂ, ವೈಜ್ಞಾನಿಕ ಚಿಂತನೆಗೆ ಅನುಕೂಲವೂ ಆದ ಕನ್ನಡ ಬರವಣಿಗೆಯ ನಿಯಮಗಳ ಶಾಸ್ತ್ರ ಒಂದನ್ನು ಬೆಳೆಸಲು ಅವರು ಪ್ರಯತ್ನಪಡುತ್ತಾ ವಿಜ್ಞಾನದ ಭಾಷೆ ವಾಸ್ತವಿಕತೆಗೆ ಬರೆದ ಭಾಷ್ಯ

ಎಂದು ಹೇಳಿದರು. ಅದರ "ಮೂಲ ಇಟ್ಟಿಗೆಗಳು ಪಾರಿಭಾಷಿಕ ಪದಗಳು, ತಳಹದಿ ಆದ್ಯುಕ್ತಿಗಳು, ಗಾರೆ ಪ್ರತೀಕಗಳು, ಆಲೇಖ್ಯ ಆಧಾರ ಭಾವನೆಗಳು, ಸೌಧ ಸಿದ್ಧಾಂತ. ಇದು ತಾರ್ಕಿಕವಾಗಿ ಸಮಂಜಸವಾಗಿರಬೇಕು ಮತ್ತು ಸಾಹಿತ್ಯ ಸೌಂದರ್ಯ ಪೂರಿತವಾಗಿರಬೇಕು" ಎಂದು ವಿವರಿಸಿದರು.

ಕನ್ನಡದಲ್ಲಿ ಒಂದು ವಿಜ್ಞಾನ ಗ್ರಂಥ 'ಬೆಳಕು'. ಅದರಲ್ಲೊಂದು ಅಧ್ಯಾಯ 'ಬೆಳಕು ಎಂದರೇನು? ಅದರ ಸ್ವಭಾವವೇನು?' ಎಂದು ಪ್ರಾರಂಭವಾಗುವ ರಸ ಹೀನ ಕ್ರಮವನ್ನು ಆಕ್ಷೇಪಿಸುತ್ತಾ ಅವರು ಕೇಳುವುದು "ಬೆಳ್ಳನೆ ಬೆಳಗಾಯಿತು" ಎಂಬ ಕವಿವಾಣಿಗೆ ಅವರು ಕಿವುಡಾಗಿದ್ದರೆ ? ಅಂತರಾಷ್ಟ್ರೀಯ ಶಬ್ದಗಳನ್ನೆ ವಿಜ್ಞಾನ ಬರಹಗಳಲ್ಲಿ ಅಗತ್ಯ ಬಿದ್ದಾಗ ಇದ್ದಕ್ಕಿದ್ದಂತೆ ಉಪಯೋಗಿಸಿಕೊಳ್ಳಬಹುದು ಎಂಬ ಕುವೆಂಪು ಮಾತನ್ನು ಅವರು ಒಪ್ಪುತ್ತಿದ್ದರು. ಆದರೂ ಅವರ ಬರಹ ಅನೇಕ ಸಲ ಚಿಂತನೆಯ ಸಕಲ (ಚಿಂತನಾ) ಪ್ರಕ್ರಿಯೆಗಳನ್ನು ದಾಖಲಿಸಲು ಹೊರಟು ಓದುಗರನ್ನು ತ್ರಾಸಕ್ಕೆ ಒಳಪಡಿಸುತ್ತಿತ್ತು ಎಂಬ ಆಕ್ಷೇಪಗಳೂ ಇವೆ.

ಇಲ್ಲೇ ಇನ್ನೊಂದು ಮಾತು ಹೇಳಬೇಕು. ಕನ್ನಡ ಸಾಹಿತ್ಯದ ಆಳವಾದ ಅಧ್ಯಯನ ತಿಳುವಳಿಕೆ ಇರುವ ಜಿ.ಟಿ.ಎನ್. ಅವರು ವಿಜ್ಞಾನ ಭಾಷೆಯಲ್ಲಿ ಭಾವನೆ ಕುರುಡಾಗಿರಬೇಕು ಎನ್ನುವವರಲ್ಲ. ವಿಜ್ಞಾನದಲ್ಲಿ ಕಾರ್ಯಕಾರಣ ಗ್ರಹಿಕೆಗೆ ಬೇಕಾದ ವಸ್ತುನಿಷ್ಠ ಚಿಂತನೆಗೆ (ಅವರ ಪ್ರಕಾರ ಜ್ಞೇಯನಿಷ್ಠ ಚಿಂತನೆ) ಭಾವನೆಗಳು ಮತ್ತಿತರ ವ್ಯಕ್ತಿನಿಷ್ಠ (ಜಿ.ಟಿ.ಎನ್. ಪ್ರಕಾರ ಜ್ಞೇಯ ನಿಷ್ಠ) ಚಿಂತನೆಗಳು, ಗ್ರಹಿಸಿ ಆರ್ಜಿಸಿಕೊಳ್ಳಲು ತೊಡರು ಉಂಟುಮಾಡಬಾರದು. ವಿಜ್ಞಾನ ಚಿಂತನೆ ಹಾಗೂ ಅದನ್ನು ಹೇಳುವ ಕನ್ನಡ ಭಾಷೆ ವೈಜ್ಞಾನಿಕ ಮನೋಧರ್ಮದ ನೇಯ್ಗೆಯಲ್ಲೆ ಅವರಿಗೆ ಹಾಸು ಹೊಕ್ಕಾಗಿರಬೇಕು.

ಇಂತಹ ಜಿ.ಟಿ.ಎನ್. ಅವರಿಗೆ ಪ್ರಕೃತಿ ಸಾಹಸಗಳು, ಚಾರಣಗಳು, ಪರ್ವತಾರೋಹಣ ಇತ್ಯಾದಿಗಳು ಬಹು ಪ್ರಿಯವಾದ ಸಾಹಸ ಕಾರ್ಯಗಳು. ಅವರ ಪುಸ್ತಕಗಳಾದ 'ಕುದುರೆಮುಖದೆಡೆಗೆ' ಅಥವಾ 'ಎನ್.ಸಿ.ಸಿ. ದಿನಗಳು' ಓದಿದವರಿಗೆ ಅದರ ಪರಿಚಯವಿದೆ. ಆ ರೀತಿಯ ಬರವಣಿಗೆಗಳಲ್ಲಿ ಅಂತಲ್ಲೆಲ್ಲಾ ಅವರು ಬೇರೆಯೇ ಭಾಷೆಯನ್ನು ಬಳಸಬಲ್ಲರು. ಬಂಡೆಗಳನ್ನು ಹತ್ತುವ ಸಂದರ್ಭದಲ್ಲಿ ಅವರ ಒಂದು ಮಾತು : "ಬಂಡೆಯೊಡನೆ ಸೆಣಸಾಟ ಸಲ್ಲದು. ವಿನಯಶೀಲರಾಗಿ ಅದರ ಮೈಗನುಗುಣವಾಗಿ ವರ್ತಿಸಿದರೆ ಬಂಡೆ ನಮ್ಮನ್ನು ಅದರ ಮಂಡೆಯ ಮೇಲೆ ಹೊತ್ತು ಕುಣಿಯಬಿಡುವುದು." ಅವರ ಪ್ರಕಾರ ಕಲ್ಲುಗಳಲ್ಲಿ ಎರಡೇ ವಿಧ : ಹತ್ತಿರುವ ಕಲ್ಲು, ಹತ್ತದಿರುವ ಕಲ್ಲು. ಹತ್ತಲಾಗದ ಕಲ್ಲೆಂಬುದು ಇಲ್ಲ.

ವಿಜ್ಞಾನ ಲೇಖಕನೊಬ್ಬ ಜಿ.ಟಿ.ಎನ್. ಸೂತ್ರದ ಪ್ರಕಾರ ಭಾಷಾ ಪ್ರಭುತ್ವದ ಜೊತೆ ಇತರ ಮೂರು ಅಂಶಗಳನ್ನು ಹೊಂದಿರಬೇಕು. ಅವೆಂದರೆ : ವಿಷಯ ಪ್ರಾವೀಣ್ಯ, ಪರಿಪೂರ್ಣ ನಿಷ್ಠೆ ಹಾಗೂ ಸಮಕಾಲೀನ ವಿಜ್ಞಾನ ಪ್ರಜ್ಞೆ (ವರ್ತಮಾನ ವಿಜ್ಞಾನದ

ಸ್ಥಿತಿಗತಿ ಬಗ್ಗೆ ಸರಿಯಾದ ಅರಿವು). ಈ ನಾಲ್ಕರ ಸಂಗಮವೇ ಉತ್ತಮ ವಿಜ್ಞಾನ ಸಾಹಿತ್ಯ ನಿರ್ಮಾಣದ ತಳಹದಿ.

ಆದರೆ ನಮ್ಮಲ್ಲಿ ವೈಜ್ಞಾನಿಕ ಮನೋಧರ್ಮದ ತಾಯಿಬೇರಿಗೆ ಹಿಡಿದಿರುವ ಗೆದ್ದಲು, 'ದೇವರು' ಎಂದವರು ಹೇಳುತ್ತಾರೆ. ದೇವರ ಸುತ್ತ ಗುರು, ಮಠ, ಮಂದಿರ, ಜಾತಿ, ಮತ, ಅಂಧಶ್ರದ್ಧೆ ಮುಂತಾದ ವಿಗತಿಗಾಮಿ ಬಲಗಳೆಲ್ಲವೂ ನೇಯ್ದುಕೊಂಡು ಬದುಕನ್ನು ಕಳ್ಳಹಾದಿಯಲ್ಲಿ ತಳ್ಳಿಕೊಂಡು ಹೋಗುತ್ತಿವೆ ಎಂದವರು ಭಾವಿಸಿದ್ದರು. ಹಾಗೆ ಬರೆದೂ ಇದ್ದಾರೆ. ಜ್ಞಾನವೇ ದೇವರು ಎಂಬ ತಿಳುವಳಿಕೆ ಬಂದಾಗ ಈ ಅಂಧಶ್ರದ್ಧೆಯಿಂದ ಬಿಡುಗಡೆ ಎಂದವರು ತಿಳಿದಿದ್ದರು. ವೈಜ್ಞಾನಿಕ ಮನೋಧರ್ಮ ವೃದ್ಧಿಸದೆ ಮನುಷ್ಯನ ಸಾಮರ್ಥ್ಯದ ಪೂರ್ಣ ವಿಕಾಸವಾಗಲು ಸಾಧ್ಯವಿಲ್ಲ ಎಂದವರು ಹೇಳುತ್ತಿದ್ದರು.

ನಂಬಿಕೆಯಲ್ಲಿ ನಾಸ್ತಿಕರಾಗಿದ್ದರೂ, ತಮ್ಮ ನಾಸ್ತಿಕವಾದದ ನಿಲುವನ್ನೆಂದೂ ಅವರು ಸಾಮಾಜಿಕವಾಗಿ ಝಳಪಿಸುತ್ತಾ ತಿರುಗಾಡಿದವರಲ್ಲ. ಜಾತಕ, ಜ್ಯೋತಿಷ್ಯಗಳಲ್ಲಿ ಅವರಿಗೆ ನಂಬಿಕೆ ಇರಲಿಲ್ಲ. ನಕ್ಷತ್ರ ವೀಕ್ಷಣೆ, ಖಗೋಳ ಶಾಸ್ತ್ರ ಇತ್ಯಾದಿಗಳ ಬಗ್ಗೆ ತಿಳುವಳಿಕೆ ನೀಡುತ್ತಿದ್ದರು. ನಕ್ಷತ್ರ ವೀಕ್ಷಣೆಯ ಅವರ ಆಕಾಶವಾಣಿ ಕಾರ್ಯಕ್ರಮಗಳು ಬಹು ಜನಪ್ರಿಯವಾಗಿದ್ದವು. ಆದರೆ ಅವರ ವಿಚಾರಗಳೆಲ್ಲವೂ ಬೌದ್ಧಿಕವಾಗಿ ಜ್ಯೋತಿಷಿಗಳನ್ನು ವಿರೋಧಿಸುವುದು, ಜಾತಕ ಶಾಸ್ತ್ರಗಳ ಬಗ್ಗೆ ಇರುವ ತಪ್ಪು ನಂಬುಗೆಗಳನ್ನು ವೈಜ್ಞಾನಿಕ ಆಧಾರದಲ್ಲಿ ವಿವರಿಸುವ ಕಡೆಗೆ ಇತ್ತು. ತಿಥಿ, ವಾರ, ನಕ್ಷತ್ರ, ಯೋಗ, ಕರಣ ಎಂಬ ಪಂಚ ಅಂಗಗಳ ಸಂಯುಕ್ತವೇ ಪಂಚಾಂಗ. ಮಾನವನಿಗೆ ಕಾಣುವ ಆಕಾಶದ, ತತ್ರಾಪಿ ಸೌರವ್ಯೂಹದ, ಗಣಿತ ಪ್ರತಿಬಿಂಬವಿದು ಎಂದವರು ವಿವರಿಸುತ್ತಿದ್ದರು. (ಹೆಚ್ಚಿನ ಮಾಹಿತಿಗೆ ಅವರ 'ನಕ್ಷತ್ರ ವೀಕ್ಷಣೆ' ಪುಸ್ತಕ ನೋಡಿ.)

ಆಸ್ತಿಕ ಸಮುದಾಯವನ್ನು ನಾಸ್ತಿಕವಾದದಿಂದ ಕಲಕಿ ಕೆಣಕಿ ನಡೆಸುವ ಸಾಮಾಜಿಕ ಆಂದೋಲನ ಚಳವಳಿ ಕಡೆ ಅವರ ಆಸಕ್ತಿ ಇರಲಿಲ್ಲ. ವಿಜ್ಞಾನ, ವೈಚಾರಿಕತೆ, ಓದು, ಬೋಧನೆಗಳಿಂದ ಬದಲಾವಣೆಯನ್ನು ತರಬಹುದೆಂದು ಅವರು ನಂಬಿದ್ದರು. ಆದ್ದರಿಂದ ಮೈಸೂರಿನವರೇ ಆದ ನಾಸ್ತಿಕ, ಚಾರ್ವಾಕ ಪಂಥದ ಪ್ರೊ. ಕೆ. ರಾಮದಾಸ್ ಅವರ ಆಂದೋಲನ ಕ್ರಮಕ್ಕೂ, ಪ್ರೊ. ಜಿ.ಟಿ. ನಾರಾಯಣ ರಾಯರ ನಾಸ್ತಿಕವಾದದ ವೈಜ್ಞಾನಿಕ ಮನೋಧರ್ಮದ ಕ್ರಮಕ್ಕೂ ತುಂಬಾ ವ್ಯತ್ಯಾಸಗಳಿವೆ. ನಾಸ್ತಿಕವಾದದಲ್ಲೆ 'ಚಿಂತನಶೀಲ' ಹಾಗೂ ಸಾಮಾಜಿಕ 'ಪ್ರಯೋಗಶೀಲ' ಕ್ರಮಗಳಲ್ಲಿ ವ್ಯತ್ಯಾಸಗಳಿವೆ. ಪವಾಡಗಳನ್ನು ಬಯಲಿಗೆಳೆಯುವ ಮಂಗಳೂರಿನ ನರೇಂದ್ರ ನಾಯಕ್ ಅವರದ್ದು ಮತ್ತೊಂದು ಕ್ರಮ. ನಾಸ್ತಿಕ ವಾದದಲ್ಲಿ ಜಿ.ಟಿ.ಎನ್. ಅವರದ್ದು ವೈಜ್ಞಾನಿಕ ಮನೋಧರ್ಮದ ಚಿಂತನಶೀಲಕ್ರಮ. ಅವರು ಅಲ್ಲಿ ಆಕ್ರಮಣಕಾರಿಯಲ್ಲ.

ಕನ್ನಡದಲ್ಲಿ ಕಳೆದ ಶತಮಾನದಲ್ಲಿ ನಾಸ್ತಿಕವಾದವನ್ನು ಪ್ರತಿಪಾದಿಸಿದ ಅನೇಕರು ತಮ್ಮದೇ ಆದ ಮಾರ್ಗಗಳನ್ನು ಅನುಸರಿಸಿದ್ದಾರೆ. ಡಾ॥ ಕೋಟ ಶಿವರಾಮ ಕಾರಂತರು

ಸಾರ್ವಜನಿಕವಾಗಿ ತಮಗೆ ದೇವರಲ್ಲಿ ನಂಬಿಕೆ ಇಲ್ಲ ಎನ್ನುತ್ತಿದ್ದರು. ಆದರೆ ಪ್ರಕೃತಿ ಹಾಗೂ ಕಲೆಯ ತೊಡಗುವಿಕೆಯಲ್ಲಿ ತನ್ಮಯತೆ ಸಾಧಿಸಿ ವೈಚಾರಿಕತೆಯನ್ನು ಮೀರುತ್ತಿದ್ದರು. ಗೌರೀಶ ಕಾಯ್ಕಿಣಿಯವರೂ ನಾಸ್ತಿಕರೆ. ಎಡಪಂಥದ ಒಲವಿದ್ದ ಅವರಿಗೆ ಸಾಮಾಜಿಕ ತತ್ವ ಸಿದ್ಧಾಂತಗಳು ಹಾಗೂ ಮನೋವಿಜ್ಞಾನ; ತರ್ಕದ ಆಚೆಗಿನ ಲೋಕವನ್ನು ಕಾಣಲು ನೆರವಾಗುತ್ತಿತ್ತು. ಪ್ರೊ. ಎ.ಎನ್. ಮೂರ್ತಿರಾಯರೂ ನಾಸ್ತಿಕರು. ಅವರು ಬದುಕಿನ ಲಾಲಿತ್ಯದಲ್ಲಿ ತರ್ಕದಾಚೆಗಿನ ಸೌಂದರ್ಯ ಲೋಕವನ್ನು ಪ್ರವೇಶಿಸುತ್ತಿದ್ದರು. ದೇವರಲ್ಲಿ ನಂಬಿಕೆ, ಧರ್ಮದಲ್ಲಿ ಶ್ರದ್ಧೆ ಚಿ. ಶ್ರೀನಿವಾಸ ರಾಜು ಅವರಿಗೂ ಇರಲಿಲ್ಲ. ಮನುಷ್ಯ ನೆಮ್ಮದಿಯಾಗಿ ಬದುಕುವುದಕ್ಕೆ ಮತಧರ್ಮಗಳ ಊರುಗೋಲಿನ ಅವಶ್ಯಕತೆ ಇಲ್ಲ ಎಂದು ಅವರು ನಂಬಿದ್ದರು. ಅವರು ಪ್ರಕೃತಿಯ ಸಹಜ ಧರ್ಮದಲ್ಲಿ ಸಂತೋಷ ಕಾಣುತ್ತಿದ್ದರು. ಸಂಸ್ಕೃತಿಯ ಶಕ್ತಿಯನ್ನು ಪ್ರತಿಪಾದಿಸುತ್ತಿದ್ದರು.

ಪ್ರೊ. ಜಿ.ಟಿ. ನಾರಾಯಣ ರಾಯರೂ ನಾಸ್ತಿಕರು. ಅವರ ಭಾವನೆಗಳಿಗೆ ಪುಟವೀಯಲು, ಮನಸ್ಸನ್ನು ಮೃದುಗೊಳಿಸಲು, ಸೌಂದರ್ಯದ ಆಸ್ವಾದನೆಗೆ ಅವರಿಗೆ 'ಸಂಗೀತ' ಇತ್ತು. ಪ್ರಕೃತಿ ಪ್ರೇಮ ಇತ್ತು. ಇನ್ನೊಬ್ಬರ ಮೇಲೆ ಅವರ ನಂಬಿಕೆಯ ಒತ್ತಡ ಇಲ್ಲ. ಅವರ ಆಪ್ತಮಿತ್ರರಾದ ಬಂಟ್ವಾಳ ಜನಾರ್ದನ ಬಾಳಿಗರು ಪರಮ ಆಸ್ತಿಕರು. ಬಾಳಿಗರಿಗೆ ಭಜನಾ ಮಂದಿರ ಕಟ್ಟಲು ಜಿ.ಟಿ.ಎನ್. ಮಾಡಿದ ಆರ್ಥಿಕ ಸಹಾಯದ ಹಿನ್ನೆಲೆಯನ್ನು ತಮ್ಮ ಜೀವನ ಚರಿತ್ರೆಯಲ್ಲಿ ಬರೆದುಕೊಂಡಿದ್ದಾರೆ. ದಾಸ ಸಾಹಿತ್ಯ ಅವರ ಬಾಯಲ್ಲಿತ್ತು. ಡಿ.ವಿ.ಜಿ. ಅವರ ಆದರ್ಶ ಗುರುಗಳಲ್ಲೊಬ್ಬರು. ಮಂಕುತಿಮ್ಮನಕಗ್ಗದಿಂದ ಅವರು ಅಪರಿಮಿತವಾದ ಪ್ರಭಾವಕ್ಕೆ ಒಳಗಾದವರು. ಮಾಸ್ತಿಯವರೊಡನೆ ಆಪ್ತವಾಗಿ ಒಡನಾಡಿದವರು. ಮಾಸ್ತಿಯವರ ದೈವಭಕ್ತಿ ಅವರ ನಾಸ್ತಿಕ ವಾದಕ್ಕೇನೂ ತೊಂದರೆ ಮಾಡಿಲ್ಲ. ಅವರಿಗೆ ನಾಸ್ತಿಕತೆ ವೈಜ್ಞಾನಿಕ ಮನೋಧರ್ಮದ ಒಂದು ಸಹಜ ಉತ್ಪನ್ನ. ಅದು ಸಂಗೀತ ಸಂಸ್ಕೃತಿಗಳ ಸೌಂದರ್ಯೋಸ್ವಾದನೆಗೆ ಮಾರಕವೂ ಅಲ್ಲ, ಸಾಮಾಜಿಕ ಆಂದೋಲನಗಳ ಮೂಲಕ ಬೆಳೆಸಬೇಕಾದ ವಿಚಾರವೂ ಅಲ್ಲ. ವೈಜ್ಞಾನಿಕ ಮನೋಧರ್ಮವನ್ನು ಚಿಂತನೆ ಮೂಲಕ ಬೆಳೆಸಲು ತಮ್ಮ ಕ್ಷೇತ್ರದಲ್ಲಿ ಅವರು ಪ್ರಯತ್ನಿಸಿದರು.

ಪ್ರೊ. ಜಿ.ಟಿ. ನಾರಾಯಣರಾಯರು ಕೊಡಗಿನಲ್ಲಿ ಜನಿಸಿದವರು. ಮಂಗಳೂರು, ಮದ್ರಾಸುಗಳಲ್ಲಿ ವಿದ್ಯಾಭ್ಯಾಸ ಮಾಡಿದರು. ಮದ್ರಾಸು ಯೂನಿವರ್ಸಿಟಿಯಿಂದ 1940ನೇ ದಶಕದ ಕೊನೆಗೆ ಗಣಿತ ಶಾಸ್ತ್ರದಲ್ಲಿ ಸ್ನಾತಕೋತ್ತರ ಪದವಿ ಪಡೆದು (ಆಗಿನ ಡಿಗ್ರಿ ಎಂ.ಎ. ಗಣಿತಶಾಸ್ತ್ರ ಆಗಿತ್ತು. ಎಂ.ಎಸ್ಸಿ. ಅಲ್ಲ) 1950ರ ಆದಿಯಲ್ಲಿ ಮಂಗಳೂರಿನ ಸಂತ ಅಲೋಸಿಯಸ್ ಕಾಲೇಜಿನಲ್ಲಿ ಅಧ್ಯಾಪಕರಾಗಿ ಸೇರಿದರು. ಕೊಡಗಿನ ಮಡಿಕೇರಿಯಲ್ಲಿ ಪ್ರಥಮ ದರ್ಜೆ ಕಾಲೇಜು ಪ್ರಾರಂಭವಾದಾಗ ಆಗಿನ ಕೊಡಗು ಪ್ರಾಂತ್ಯದ (ರಾಜ್ಯದ) ಕಾಲೇಜಿಗೆ ಸೇರಿದರು. ಅಲ್ಲಿಂದ ಲೀನ್ ಮೇಲೆ ಪೂರ್ಣಾವಧಿ ಎನ್.ಸಿ.ಸಿ. ಅಧಿಕಾರಿಯಾಗಿ ಬಳ್ಳಾರಿಗೆ ಹೋದರು. 1956ರಲ್ಲಿ ಕೊಡಗು ಕರ್ನಾಟಕದಲ್ಲಿ

ಲೀನವಾಯಿತು. (ಆಗಿನ ಹೆಸರು ಮೈಸೂರು ರಾಜ್ಯ). ಬಳ್ಳಾರಿಯಿಂದ ಹಿಂತಿರುಗಿದ ಬಳಿಕ ಸರ್ಕಾರಿ ಕಾಲೇಜಿಗೆ ಸೇರಿ ಬೆಂಗಳೂರಿನಲ್ಲಿ ಉದ್ಯೋಗ ಮಾಡಿದರು. ಬೆಂಗಳೂರಿನಲ್ಲಿ ವಿದ್ಯಾರ್ಥಿಗಳಿಗೆ ಪಾಠ ಹೇಳುತ್ತಿದ್ದ ಜಿ.ಟಿ.ಎನ್. ಅವರನ್ನು ಆಗಿನ ಮೈಸೂರು ವಿಶ್ವವಿದ್ಯಾನಿಲಯದ ಉಪಕುಲಪತಿಗಳಾಗಿದ್ದ ಪ್ರೊ. ದೇ. ಜವರೇಗೌಡರು ಕನ್ನಡ ವಿಶ್ವಕೋಶದ ಸಂಪಾದಕ ಮಂಡಳಿಗೆ ಆಹ್ವಾನಿಸಿ ಅವರನ್ನು ವಿಜ್ಞಾನ ವಿಭಾಗದ ಸಂಪಾದಕರನ್ನಾಗಿ ಮಾಡಿದರು. ಹಾಗೆ 1960ನೇ ದಶಕದ ಕೊನೆಗೆ ಮೈಸೂರಿಗೆ ಬಂದ ಜಿ.ಟಿ.ಎನ್. ಕೊನೆಯವರೆಗೂ ಅಲ್ಲೇ ನೆಲೆ ನಿಂತರು.

ಕಳೆದ ಶತಮಾನದ ಆದಿಯ ಬಳಿಕ (1920ರ ಬಳಿಕ) ಎಂ. ನಾರಾಯಣರಾವ್, ಆರ್.ಎಲ್. ನರಸಿಂಹಯ್ಯ, ನಂಗಪುರಂ ವೆಂಕಟೇಶ ಅಯ್ಯಂಗಾರ್, ಕೋಟ ಲಕ್ಷ್ಮೀನಾರಾಯಣ ಕಾರಂತ, ಸಿ.ಎನ್. ಶ್ರೀನಿವಾಸ ಅಯ್ಯಂಗಾರ್, ಬೆಳ್ಳಾವೆ ವೆಂಕ ನಾರಾಯಣಪ್ಪ, ಕೋಟ ಶಿವರಾಮ ಕಾರಂತ ಮೊದಲಾದ ಶಿಕ್ಷಣ ತಜ್ಞರು ಕನ್ನಡದಲ್ಲಿ ಆಧುನಿಕ ವಿಜ್ಞಾನ ವಿಷಯಗಳನ್ನು ಜನಪ್ರಿಯಗೊಳಿಸಲು ಪ್ರಾರಂಭಿಸಿದ ಮೊದಲಿಗರು. ಅವರಲ್ಲಿ ಕೋಟ ಲಕ್ಷ್ಮೀನಾರಾಯಣ ಕಾರಂತರು ನಾಸ್ತಿಕರು ಹಾಗೂ ವೈಜ್ಞಾನಿಕ ಚಿಂತನೆಗಳನ್ನು ಪ್ರಖರಗೊಳಿಸಲು ಆಗಿನ ದಕ್ಷಿಣ ಕನ್ನಡ ಜಿಲ್ಲೆಯಲ್ಲಿ ಅವಿರತ ಪ್ರಯತ್ನ ಮಾಡಿದರು. ಅದರ ಬಗ್ಗೆ ಜಿ.ಟಿ.ಎನ್. ತುಂಬಾ ತಿಳಿದಿದ್ದರು.

ಆ ಬಳಿಕ ವಿಜ್ಞಾನ ಸಾಹಿತ್ಯವನ್ನು ಜೀವನ ಧ್ಯೇಯವಾಗಿ ಜೆ.ಆರ್. ಲಕ್ಷ್ಮಣರಾವ್, ಜಿ.ಟಿ. ನಾರಾಯಣರಾವ್, ಅಡ್ಯನಡ್ಕ ಕೃಷ್ಣಭಟ್ ಮೊದಲಾದವರು ಮುಂದುವರಿಸಿದರು. ಕನ್ನಡ ವಿಶ್ವಕೋಶದ ವಿಜ್ಞಾನ ವಿಭಾಗದ ಸಂಪಾದಕರಾದುದರಿಂದ ಜಿ.ಟಿ.ಎನ್. ಅವರಿಗೆ ವಿಜ್ಞಾನ ಬರಹಗಳ ಬಗ್ಗೆ ಕೆಲಸ ಮಾಡಲು ಸಾಂಸ್ಥಿಕ ಬೆಂಬಲ ದೊರಕಿತು. ಒಬ್ಬಂಟಿಯಾಗಿ ವಿಜ್ಞಾನದ ಕೆಲಸ ಮಾಡಿದ ಶಿವರಾಮ ಕಾರಂತರಿಗೂ ವಿಶ್ವವಿದ್ಯಾನಿಲಯದಲ್ಲಿದ್ದು ಕನ್ನಡದಲ್ಲಿ ವಿಜ್ಞಾನವನ್ನು ಬೆಳೆಸಿದ ಜಿ.ಟಿ.ಎನ್. ಅವರಿಗೂ ಇರುವ ವ್ಯತ್ಯಾಸಗಳನ್ನು ನಾವು ಮರೆಯಬಾರದು. ಮುಂದೆ ನವಕರ್ನಾಟಕ ಪ್ರಕಾಶನ ಸಂಸ್ಥೆಯ ಪರವಾಗಿಯೂ ಜಿ.ಟಿ.ಎನ್. ತುಂಬಾ ಕೆಲಸ ಮಾಡಿದರು. 2001ರಲ್ಲಿ ಅವರು ನವಕರ್ನಾಟಕದಿಂದ "ವಿಜ್ಞಾನ ಪದವಿವರಣ ಕೋಶ" ಎಂಬ ಮುಖ್ಯ ನಿಘಂಟು ರೂಪದ ಕೃತಿಯನ್ನು ಹೊರತಂದರು. ಹತ್ತು ಮಂದಿ ತಜ್ಞರು ಜಿ.ಟಿ.ಎನ್. ಅವರ ಪ್ರಧಾನ ಸಂಪಾದಕತ್ವದಲ್ಲಿ ಈ ಕೃತಿಗಾಗಿ ಕೆಲಸ ಮಾಡಿದರು.

ಹೀಗೆ ತಮ್ಮ ಜೀವಮಾನವಿಡೀ ಶಿಕ್ಷಣ, ವಿಜ್ಞಾನ, ಕನ್ನಡದಲ್ಲಿ ವಿಜ್ಞಾನ ಎಂದು ದುಡಿದ ಜೀವ ಅವರದು. ಅವರ ವಿಜ್ಞಾನ ಬರಹಗಳ ಜೊತೆ ಸಂಗೀತ ವಿಮರ್ಶೆಯೂ ಅವಿರತವಾಗಿ ಸಾಗಿತ್ತು. ಆ ಬಗ್ಗೆ ಮೊದಲಿಗೆ 'ಶ್ರುತಗಾನ' ಎಂಬ ಪುಸ್ತಕ ಪ್ರಕಟವಾಗಿತ್ತು. 'ಸಂಗೀತ ರಸನಿಮಿಷಗಳು' ಎಂಬ ಅವರ ಒಂದು ಕೃತಿಯನ್ನು ಕಳೆದ ವರ್ಷವಷ್ಟೆ ಮಂಗಳೂರಿನ ಅತ್ರಿ ಬುಕ್ ಸೆಂಟರ್ ಪ್ರಕಟಿಸಿದೆ.

* * *

ಪ್ರೊ. ಜಿ.ಟಿ. ನಾರಾಯಣರಾಯರ ನೆನಪಿನ ಬಗ್ಗೆ ಹೇಳಬೇಕೆಂದು ಹೊರಟ ನನಗೆ ಅವರ ಬರಹ, ಬೋಧನೆ ಮತ್ತು ತಮ್ಮ ವ್ಯಕ್ತಿತ್ವದಿಂದ ಪ್ರತಿಪಾದಿಸಿದ ವೈಜ್ಞಾನಿಕ ಮನೋಧರ್ಮದ ಅವರ ವಿಧಾನಗಳನ್ನು ಹೇಳುವುದು ಮುಖ್ಯ ಅನಿಸಿತು. ಅವರು ಸುಮಾರು 60ಕ್ಕೂ ಹೆಚ್ಚು ಪುಸ್ತಕಗಳನ್ನು ಬರೆದಿದ್ದಾರೆ. ಅದರಲ್ಲಿ ಮೂರು ಪುಸ್ತಕಗಳು ಇಂಗ್ಲಿಷಿನಲ್ಲಿವೆ. ಅವುಗಳಲ್ಲಿ ಎಲ್ಲವೂ ಅಲ್ಲದಿದ್ದರೂ ಸಾಕಷ್ಟು ಮುಖ್ಯವಾದವುಗಳನ್ನೆಲ್ಲ ನಾನು ಓದಿರುವುದರಿಂದ ಅವರು ತಮ್ಮ ಕೃತಿಗಳಲ್ಲಿ ಪ್ರತಿಪಾದಿಸಿದ ವಿಚಾರಗಳೇ ಮೊದಲು ಬಂತು. ನನ್ನ ತಂದೆಯವರ ಮನೆ ಲೈಬ್ರರಿಯಲ್ಲಿ ಅವರ ಅನೇಕ ಪುಸ್ತಕಗಳಿದ್ದುದರಿಂದ ನನಗೆ ಹೈಸ್ಕೂಲಿನಿಂದಲೇ ಅವರನ್ನು ಓದುವ ಅವಕಾಶವಾಯಿತು.

ಅದಲ್ಲದೆ ಅವರು 'ಸುಧಾ' ಮುಂತಾದ ಪತ್ರಿಕೆಗಳಲ್ಲೂ, ಕನ್ನಡದ ವಿಜ್ಞಾನ ಪತ್ರಿಕೆಗಳಲ್ಲೂ ಬರೆಯುತ್ತಿದ್ದುದನ್ನು ನಾನು ಓದುತ್ತಿದ್ದೆ. ನನ್ನ ತಂದೆಯವರೂ 1950ರ ಆದಿಯಲ್ಲಿ ಮಂಗಳೂರಿನ ಸಂತ ಅಲೋಶಿಯಸ್ ಕಾಲೇಜಿನ ವಿದ್ಯಾರ್ಥಿ. ಅವರು ಜಿ.ಟಿ.ಎನ್. ಅವರ ನೇರ ವಿದ್ಯಾರ್ಥಿ ಅಲ್ಲದಿದ್ದರೂ, ಅವರಿಗೆ ಜಿ.ಟಿ.ಎನ್. ಬಗ್ಗೆ ಚೆನ್ನಾಗಿ ತಿಳಿದಿತ್ತು.

ನನಗೆ ವಯ್ಯಕ್ತಿಕವಾಗಿ ಜಿ.ಟಿ.ಎನ್. ಅವರಿಗಿಂತಲೂ ಅವರ ಮಕ್ಕಳಾದ ಜಿ.ಎನ್. ಅಶೋಕವರ್ಧನ ಹಾಗೂ ಜಿ.ಎನ್. ಆನಂದವರ್ಧನ ಹೆಚ್ಚು ಪರಿಚಯ. ನನಗೆ ಮೊದಲಿಗೆ ಜಿ.ಟಿ.ಎನ್. ಅಂದರೆ ಗುಡ್ಡೆಹಿತ್ಲು ತಿಮ್ಮಪ್ಪಯ್ಯ ನಾರಾಯಣರಾವ್ ಪರಿಚಯವಾದುದೂ ಅವರ ಮಗ ಜಿ.ಎನ್. ಅಶೋಕ ವರ್ಧನರ ಮೂಲಕ. ಅದೂ ಒಂದು ವಿಶಿಷ್ಟ ರೀತಿಯಲ್ಲಿ.

1970ರ ಆದಿ. ಆಗ ಜಿ.ಎನ್. ಅಶೋಕ ವರ್ಧನ ಇನ್ನೂ ಮಂಗಳೂರಲ್ಲಿ ತಮ್ಮ ಅತ್ರಿ ಬುಕ್ ಸೆಂಟರ್ ಎಂಬ ಪುಸ್ತಕ ಅಂಗಡಿಯನ್ನು ತೆರೆದಿರಲಿಲ್ಲ. ಅವರು ಅನೇಕ ಕಡೆ ಪುಸ್ತಕಗಳನ್ನು ಕೊಂಡು ಹೋಗಿ ವ್ಯಾಪಾರ ಮಾಡುತ್ತಿದ್ದರು. ಒಂದು ಸಲ ಪುತ್ತೂರಿನ ವಿವೇಕಾನಂದ ಕಾಲೇಜಿನಲ್ಲಿ ಒಂದು ಸಾಹಿತ್ಯ ಕಾರ್ಯಕ್ರಮಕ್ಕೆ ನಾನು ಹೋಗಿದ್ದೆ. ನಾನಾಗ ವಿಟ್ಲದಲ್ಲಿ ಹೈಸ್ಕೂಲ್ ವಿದ್ಯಾರ್ಥಿ. ಸಾಹಿತ್ಯ ಕಾರ್ಯಕ್ರಮದ ಹೊರಗೆ ಜಗಲಿಯ ನೆಲದಲ್ಲಿ ಪುಸ್ತಕ ಹರಡಿ ಅಶೋಕವರ್ಧನ ಪುಸ್ತಕ ಮಾರಾಟ ಮಾಡುತ್ತಾ ಕುಳಿತಿದ್ದರು. ಅವರನ್ನು ತೋರಿಸಿ ನನ್ನ ತಂದೆಯವರು "ಇಂಗ್ಲಿಷ್ ಎಂ.ಎ. ಓದುವ ವಿದ್ಯಾರ್ಥಿ. ಜಿ.ಟಿ. ನಾರಾಯಣರಾಯರ ಮಗ" ಎಂದು ಹೇಳಿದರು. ನಾನು ಜಿ.ಟಿ. ನಾರಾಯಣರಾಯರು ಯಾರು ಎಂದಾಗ ಸುಧಾದಲ್ಲಿದ್ದ ಜಿ.ಟಿ.ಎನ್. ಲೇಖನ ತೋರಿಸಿದರು. ಕೊಡಗಿನ ಬಗ್ಗೆ ಜಿ.ಟಿ.ಎನ್. ಬರೆದ ಒಂದು ಪುಸ್ತಕ ಕಪಾಟಿನಿಂದ ತೆಗೆದುಕೊಟ್ಟರು. ಅಲ್ಲಿಂದ ಪ್ರಾರಂಭವಾಯಿತು ನನ್ನ ಹಾಗೂ ಜಿ.ಟಿ.ಎನ್. ಓದಿನ ನಂಟು.

ಇನ್ನೂ ಒಂದು ವಿಶಿಷ್ಟ ಸಂದರ್ಭದಲ್ಲಿ ಜಿ.ಟಿ.ಎನ್. ಹೆಸರು ಮನೆಯಲ್ಲಿ ಪ್ರಸ್ತಾಪವಾಗಿತ್ತು. ನನ್ನ ತಂದೆಯವರು ದೇರಾಜೆ ಸೀತಾರಾಮಯ್ಯನವರ ಬಗ್ಗೆ ಒಂದು

ಅಭಿನಂದನಾ ಗ್ರಂಥವನ್ನು ಸಂಪಾದಿಸಿದ್ದರು. ದೇರಾಜೆ ಎಂ. ಸೀತಾರಾಮಯ್ಯನವರು ದಕ್ಷಿಣ ಕನ್ನಡ ಜಿಲ್ಲೆಯಲ್ಲಿ ಪ್ರಸಿದ್ಧ ಯಕ್ಷಗಾನ ಅರ್ಥಧಾರಿಯಾಗಿದ್ದವರು. ಮಹಾಭಾರತ ಹಾಗೂ ರಾಮಾಯಣ ಎರಡೂ ಕೃತಿಗಳನ್ನು ತಮ್ಮ ಯಕ್ಷಗಾನದ ಹಿನ್ನೆಲೆಯಲ್ಲಿ ಬರೆದವರು. 'ಕುರುಕ್ಷೇತ್ರಕ್ಕೊಂದು ಆಯೋಗ' ಎಂಬ ಅವರ ಪುಸ್ತಕ ಬಹುಜನರ ಗಮನ ಸೆಳೆದಿದೆ. ಅವರು ಬರೆದ ರಾಮಾಯಣದ ಬಗ್ಗೆ ಡಿ.ವಿ.ಜಿ. ಪ್ರಸ್ತಾಪಿಸಿದ್ದಾರೆ. ಅವರ ಅಭಿನಂದನಾ ಗ್ರಂಥದಲ್ಲಿ ಶಿವರಾಮ ಕಾರಂತರ ಲೇಖನವೂ ಇದೆ.

ದೇರಾಜೆಯವರ ಅಭಿನಂದನಾ ಗ್ರಂಥ ಬಿಡುಗಡೆ ಆಗುವಾಗ ಪತ್ರಿಕೆಯಲ್ಲಿ ಆ ಬಗ್ಗೆ ಏನಾದರೂ ಬರಬೇಕೆಂಬುದು ಚೊಕ್ಕಾಡಿ ಸೀಮೆಯ ಜನರ ಆಸೆ. ಆಗ ಸುಧಾ ವಾರಪತ್ರಿಕೆಯಲ್ಲಿ ಎಚ್ಚೆಸ್ಕೆ 'ವಾರದ ವ್ಯಕ್ತಿ' ಅಂಕಣ ಬರೆಯುತ್ತಿದ್ದರು. 1970ರ ಆದಿಯಲ್ಲಿ ಸುಧಾ ಬಹು ಜನಪ್ರಿಯ ಪತ್ರಿಕೆ. ಎಚ್ಚೆಸ್ಕೆ ಹಾಗೂ ಜಿ.ಟಿ.ಎನ್. ಬಹು ಹತ್ತಿರದ ಸ್ನೇಹಿತರೆಂದು ನನ್ನ ತಂದೆಯವರಿಗೆ ತಿಳಿದಿತ್ತು.

ಸುಧಾದ ವಾರದ ವ್ಯಕ್ತಿ ಅಂಕಣದಲ್ಲಿ ದೇರಾಜೆ ಬಗ್ಗೆ ಎಚ್ಚೆಸ್ಕೆ ಬರೆಯುವಂತೆ ವಿನಂತಿಸಬೇಕೆಂದು ಕೇಳಿ ನನ್ನ ತಂದೆಯವರು ಜಿ.ಟಿ.ಎನ್. ಅವರಿಗೆ ಪತ್ರ ಬರೆದು ದೇರಾಜೆ ಅಭಿನಂದನಾ ಗ್ರಂಥವನ್ನು ಮುಂಚಿತವಾಗಿ ಕಳುಹಿಸಿಕೊಟ್ಟರು. ದೇರಾಜೆ ಅಭಿನಂದನಾ ಗ್ರಂಥ ಬಿಡುಗಡೆಯಾಗುವ ವಾರದಲ್ಲಿ ಎಚ್ಚೆಸ್ಕೆ ಅವರ ಸುಧಾ ಅಂಕಣದಲ್ಲಿ ವಾರದ ವ್ಯಕ್ತಿಯಾಗಿ ದೇರಾಜೆ ಸೀತಾರಾಮಯ್ಯ. ಊರಲ್ಲೆಲ್ಲಾ ಅದೇ ಮಾತು. ಎಲ್ಲರಿಗೂ ಸಂತೋಷ.

ನಾನು 1975 ರಿಂದ 1980ರ ನಡುವೆ ಮೈಸೂರಿನಲ್ಲಿ ಓದಿದೆ. ಆಗ ನನ್ನ ತಂದೆಯವರ ಹೆಸರು ಹೇಳಿ ಜಿ.ಟಿ.ಎನ್. ಅವರನ್ನು ಕೆಲವಾರು ಬಾರಿ ಕಂಡು ಮಾತಾಡಿದ್ದೆ. ಆಗ ನಾನು ಮೈಸೂರಿನಲ್ಲಿ ಮುಖ್ಯವಾದ ಎಲ್ಲಾ ಸಂಗೀತ ಕಚೇರಿಗಳಿಗೂ ಹೋಗುತ್ತಿದ್ದೆ. ಶ್ವೇತ ವಸನ ಧಾರಿ – ಬಿಳಿ ಪ್ಯಾಂಟು ಶರಟು – ಜಿ.ಟಿ.ಎನ್. ಸಂಗೀತ ಕಚೇರಿಗಳಲ್ಲಿ ಯಾವಾಗಲೂ ಹಾಜರ್. ಅವರ ಸೈಕಲ್ ಕಂಡೊಡನೆ ನಿಗದಿಯಾದ ಸಂಗೀತ ಕಚೇರಿ ಪ್ರಾರಂಭಿಸುವ ಸಮಯ ಆಯಿತು ಎಂದೇ ಅರ್ಥ. ಅಲ್ಲಿ ಆಗೀಗ ನಮಸ್ಕಾರ ಬಿಟ್ಟರೆ ಏನಾದರೂ ಕೆಲಸ ಇದ್ದಾಗ ಮಾತ್ರ ಅವರನ್ನು ಕಾಣುವುದಿತ್ತು. ಕೊಡಗಿನವರಾದರೂ ಜಿ.ಟಿ.ಎನ್. ಅವರಿಗೆ ಮೀಸೆ ಇಲ್ಲ. ಕೊಡಗಲ್ಲಿ ಬೆಳೆಯದೇ ಇದ್ದರೂ ಅವರ ಮೂವರು ಗಂಡು ಮಕ್ಕಳಿಗೂ ಭರ್ಜರಿ ಮೀಸೆ. ಅದು ನನಗೂ ಆಗ ಒಂದು ಕೌತುಕದ ವಿಷಯವಾಗಿತ್ತು.

ಮೈಸೂರಿನಲ್ಲಿ ನಮ್ಮ ಒಂದು ಗುಂಪು ಎಮರ್ಜೆನ್ಸಿ ವಿರುದ್ಧ ಕೆಲಸ ಮಾಡಿತ್ತು. ನಮಗೆ ಸಾಹಿತ್ಯ ವಿಮರ್ಶೆ ಅಧ್ಯಯನ ಇತ್ಯಾದಿಗಳಲ್ಲಿ ಡಾ॥ ಬಿ. ದಾಮೋದರ ರಾವ್, ಪ್ರೊ. ಜಿ.ಎಚ್. ನಾಯಕ್ ಇವರೊಡನೆ ಬಳಕೆ ಹೆಚ್ಚು. ನಾವು ಓಡಾಡುತ್ತಿದ್ದ ಗುಂಪಿನವರು ದೇಜಗೌ ಅವರ ಸಹಾನುಭೂತಿಗೆ ಸೇರಿದವರಾಗಿರಲಿಲ್ಲ. ಜಿ.ಟಿ.ಎನ್., ಹಾ.ಮಾ.

ನಾಯಕ ಮೊದಲಾದವರು ದೇಜಗೌ ಕಡೆಯವರು ಎಂಬುದು ಆಗ ಮೈಸೂರಲ್ಲಿ ಪ್ರತೀತಿ. ನಾನಿದ್ದ ವಿದ್ಯಾರ್ಥಿಗಳ ಗುಂಪು ಒಂದು ಸಂದರ್ಭದಲ್ಲಿ ಹಾ.ಮಾ. ನಾಯಕರ ವಿರುದ್ಧ ಘೋಷಣೆ ಕೂಗಿತ್ತು. ಅವೆಲ್ಲಾ ಜಿ.ಟಿ.ಎನ್. ಅವರಿಗೆ ಇಷ್ಟವಾದ ವಿಚಾರಗಳಲ್ಲ.

ಅದಲ್ಲದೆ ಜಿ.ಟಿ.ಎನ್. ಒಂದು ರೀತಿ ಗಡಸು ಪ್ರೀತಿಯವರು. ಅವರೇ ಮುಗಿಯದ ಪಯಣದಲ್ಲಿ ಹೇಳಿಕೊಂಡ ಹಾಗೆ "ನಾನೋ ಒಂಟಿ ಸಲಗನಾಗಿ ಬೆಳೆಯುತ್ತ ಮನೆಯವರಿಂದಲೂ ಹೊರಗಿನವರಿಂದಲೂ ಜೈ ಜೈ ಎಂದು ಹೇಳಿಸಿಕೊಂಡು ಬೀಗುತ್ತಿದ್ದ ನಿರಂಕುಶ ಮನೋವೃತ್ತಿಯ ಗಂಡು." ಅವರು ಎನ್.ಸಿ.ಸಿ.ಯಲ್ಲಿದ್ದು ಸಿಪಾಯಿಯ ಶಿಸ್ತು ರೂಢಿಸಿಕೊಂಡವರು. ನಾನಂತು ರಾತ್ರಿ ಎಷ್ಟೋ ಹೊತ್ತು ಓದಿ, ಮಧ್ಯಾಹ್ನ ಯಾವಾಗಲೋ ಉಂಡು ಸಾಹಿತ್ಯಾಸಕ್ತರೊಡನೆ ಎಲ್ಲೆಂದರಲ್ಲಿ ಹೊತ್ತುಗೊತ್ತಿಲ್ಲದೆ ಓಡಾಡುತ್ತಿದ್ದವ. ನನ್ನ ಶಿಸ್ತಿನ ಕ್ರಮ ಬೇರೆ. ಹಾಗಾಗಿ ಅವರೊಡನೆ ಬಹು ದೊಡ್ಡ ಬಳಕೆ ಬೆಳೆಯಲಿಲ್ಲ. ಸರ್ವೇಸಾಧಾರಣ ಪರಿಚಯ ಇತ್ತು.

1980–88ರ ನಡುವೆ ನಾನು ಉಡುಪಿಯಲ್ಲಿ ಉದ್ಯೋಗದಲ್ಲಿದ್ದಾಗ ಜಿ.ಟಿ.ಎನ್. ಪುತ್ರ ಅಶೋಕ ವರ್ಧನರ ಜೊತೆ ಹೆಚ್ಚಿನ ಪರಿಚಯ ಬೆಳೆಯಿತು. ಮಂಗಳೂರಲ್ಲಿ ಅತ್ರಿ ಬುಕ್ ಸೆಂಟರ್ ಸಾಹಿತ್ಯಾಸಕ್ತರು ನಿತ್ಯ ಹೋಗುವ ಒಂದು ಜಾಗವಾಗಿತ್ತು. ಅಶೋಕವರ್ಧನರ ಮೂಲಕ ನಾನು ಕೇಳಿದಷ್ಟಕ್ಕೆ ಆಗ ಜಿ.ಟಿ.ಎನ್. ಸುದ್ದಿ ಸಿಕ್ಕುತ್ತಿತ್ತು.

1988ರ ಬಳಿಕ ನಾನು ಎಚ್.ಎಂ.ಟಿ. ಸಂಸ್ಥೆ ಸೇರಿದೆ. ಎಚ್‌ಎಂಟಿಯಲ್ಲಿದ್ದಾಗ ನೀನಾಸಂ ತಿರುಗಾಟಕ್ಕೆ ಎಚ್‌ಎಂಟಿಯ ಪ್ರಚಾರ ಸಹಾಯ ದೊರಕಿಸುವಲ್ಲಿ ಕೆಲಸ ಮಾಡಿದ್ದೆ. ಆ ವಿಚಾರ ತಿಳಿದು ಒಮ್ಮೆ ಜಿ.ಟಿ.ಎನ್. ಎಚ್‌ಎಂಟಿಯ ನನ್ನ ಕಚೇರಿಗೆ ಬಂದಿದ್ದರು. ಮೈಸೂರಿನ ಒಂದು ಸಂಗೀತ ಸಭಾಕ್ಕೆ ಯಾವ ರೀತಿಯ ಸಹಾಯವಾದರೂ ಸಾಧ್ಯವೇ ಎಂದು ವಿಚಾರಿಸುವುದು ಅವರ ಉದ್ದೇಶ. ಅಲ್ಲೂ ಅಷ್ಟೆ. ಯಾವುದೇ ರೀತಿಯ ದಾಕ್ಷಿಣ್ಯ ಬೇಡ. ಸಾಧ್ಯವಿದ್ದರೆ ಮಾತ್ರ ಎಂದು ಒತ್ತಿ ಹೇಳಿದರು.

ಕಳೆದ ಐದು ವರುಷಗಳಲ್ಲಿ ಜಿ.ಟಿ.ಎನ್. ಮಗ ಅಮೆರಿಕಾದಲ್ಲಿ ನೆಲೆಸಿರುವ ಆನಂದವರ್ಧನರ ಜೊತೆ ನನ್ನ ಬಳಕೆ ಹೆಚ್ಚಾಯಿತು. ನಾವಿಬ್ಬರೂ ಇಂಟೆಲ್ ಸಂಸ್ಥೆಯ ಉದ್ಯೋಗಿಗಳು. ನನ್ನ ಮೀಟಿಂಗ್‌ಗಳಿಗಾಗಿ ನಾನು ಹಲವಾರು ಬಾರಿ ಅಮೆರಿಕಾದ ಹಿಲ್ಸ್‌ಬರೋಕ್ಕೆ (ಒರೆಗಾನ್ ರಾಜ್ಯದ ಪೋರ್ಟ್‌ಲ್ಯಾಂಡ್ ಸಮೀಪ) ಹೋಗಬೇಕಾಗುತ್ತದೆ. ಅಲ್ಲೇ ಇಂಟೆಲ್‌ನಲ್ಲಿ ಉದ್ಯೋಗದಲ್ಲಿರುವ ಆನಂದರ ಮನೆಗೆ ಹೋಗುವುದು ಇತ್ತೀಚಿನ ಒಂದು ಅಂಗವೇ ಆಗಿದೆ.

ಆನಂದ ಕೂಡಾ ಜಿ.ಟಿ.ಎನ್.ರಂತೆ ತುಂಬಾ ಶಿಸ್ತಿನ ಹಾಗೂ ಸಾಹಸ ಪ್ರವೃತ್ತಿಯವರು. ಯಾವುದೇ ಬೆಟ್ಟ ಕಂಡರೂ ಅದನ್ನು ಹತ್ತಿ ನೆತ್ತಿ ಮೆಟ್ಟದಿದ್ದರೆ ಅವರಿಗೆ ಸಮಾಧಾನ ಇಲ್ಲ. ವಾರಾಂತ್ಯದಲ್ಲಿ ನಾನು ಹಿಲ್ಸ್‌ಬರೋದಲ್ಲಿದ್ದರೆ ಆ ಊರಿನ ಸುತ್ತಮುತ್ತಲಿನ ಬೆಟ್ಟಗುಡ್ಡಗಳನ್ನು ಏರುವ ಕಾರ್ಯಕ್ರಮ ಹಾಕಲೆ ಎಂಬುದು ಅವರ ಮೊದಲ ಪ್ರಶ್ನೆ.

ಅವರ ಅಪ್ಪನಂತೆ ದೈಹಿಕ ವ್ಯಾಯಾಮಕ್ಕೂ ಆನಂದರಿಗೊಂದು ಶಿಸ್ತು. ಹತ್ತು ಮೈಲಿಗೂ ದೂರವಿರುವ ಮನೆಯಿಂದ ನಿತ್ಯ ಆಫೀಸಿಗೆ ಅವರು ಸೈಕಲಿನಲ್ಲಿ ಬರುವುದು. ಮಳೆಯಿದ್ದರೆ ರೈನ್‌ಕೋಟು. ಸಂಜೆ ಅವರ ಮನೆಗೆ ನನ್ನನ್ನು ಊಟಕ್ಕೆ ಕರಕೊಂಡು ಹೋಗಲಿದ್ದರೂ ಸೈಕಲಿನಲ್ಲೇ ಆಫೀಸಿಗೆ ಬಂದು ಸಂಜೆ ಮನೆಗೆ ಹೋಗಿ ಅಲ್ಲಿ ಸೈಕಲ್ ಇಟ್ಟು ಪುನಃ ಕಾರು ತೆಗೆದುಕೊಂಡು ಆಫೀಸಿಗೆ ಸಮೀಪ ಇರುವ ನನ್ನ ಹೋಟೆಲಿಗೆ ಹೇಳಿದ ಸಮಯಕ್ಕಿಂತ ಸರಿಯಾಗಿ ಎರಡು ನಿಮಿಷ ಮೊದಲು ಹಾಜರ್. ಜಿ.ಟಿ.ಎನ್. ಕೂಡಾ ಹಾಗೆ ಯಾವಾಗಲೂ ಸಮಯಕ್ಕಿಂತ ಎರಡು ನಿಮಿಷ ಮೊದಲು ಹಾಜರ್. ಕಳೆದ ನಾಲ್ಕಾರು ವರುಷಗಳಲ್ಲಿ ಜಿ.ಟಿ.ಎನ್. ಬಗ್ಗೆ ಹೆಚ್ಚಿನ ಮಾಹಿತಿ ಅಮೆರಿಕಾದ ಅವರ ಮಗನಿಂದ ಸಿಗುತ್ತಿತ್ತು.

ಜಿ.ಟಿ.ಎನ್. ಅವರ ಇನ್ನೂ ಒಂದು ಪರೋಕ್ಷ ಸಂಪರ್ಕ ನನಗಿತ್ತು. ಜಿ.ಟಿ.ಎನ್. ಅವರ ಮಾವ (ಪತ್ನಿಯ ತಂದೆ) ಎ.ಪಿ. ಸುಬ್ಬಯ್ಯ, ಫ್ರೆಂಚ್ ಲೇಖಕ ವಿಕ್ಟರ್ ಹ್ಯೂಗೋನ ಪ್ರಸಿದ್ಧ ಕಾದಂಬರಿ 'ಲಾ ಮಿಸರೇಬಲ್ಸ್'ನ್ನು 'ದುಃಖಾರ್ತರು' ಎಂದು ಕನ್ನಡಕ್ಕೆ ಅನುವಾದಿಸಿದವರು. (ಮಂಗಳೂರಿನ ಅತ್ರಿ ಬುಕ್ ಸೆಂಟರ್ ಈ ಕೃತಿಯನ್ನು ಈಗ ಪುನರ್ ಮುದ್ರಿಸಿದೆ) ಎಲಿಮೆಂಟರಿ ಶಾಲೆಯಲ್ಲಿದ್ದಾಗ ಆ ಅನುವಾದವನ್ನು ಮೊದಲ ಸಲ ಓದಿದಾಗ ನನ್ನ ಮೇಲೆ ಅದು ಬಹುವಾಗಿ ಪ್ರಭಾವ ಬೀರಿತು. ಎ.ಪಿ. ಸುಬ್ಬಯ್ಯನವರ ಮಗ ಗೌರಿಶಂಕರ ನನ್ನ ತಂದೆಯವರ ಹತ್ತಿರದ ಸ್ನೇಹಿತರು. ಮಂಗಳೂರಿನಲ್ಲಿರುವ ಅವರು ಶಿವರಾಮ ಕಾರಂತರ ವಕೀಲರು. ಕಾರಂತರ ಜೀವಚರಿತ್ರೆ 'ಸ್ಮೃತಿಪಟಲ'ದಲ್ಲಿಯೂ ಗೌರಿಶಂಕರ ಅವರ ಬಗ್ಗೆ ವಿವರಗಳಿವೆ. ಈ ಎಲ್ಲಾ ಕಾರಣಗಳಿಂದಾಗಿ ಬರಹಗಳ ಹೊರತಾಗಿಯೂ ಜಿ.ಟಿ.ಎನ್. ಪರಿಚಯ. ಆದರೆ ಅವರ ನಿಷ್ಠುರ ಮನುಷ್ಯ ಪ್ರೀತಿಯ ಸೈನಿಕ ಶಿಸ್ತಿನ ಎದುರು ಏನೋ ಒಂದು ನನ್ನದೇ ಆದ ಹೊಂದಾಣಿಕೆಯ ಸಮಸ್ಯೆ. ಹೀಗಾಗಿ ನಿಮ್ಮೊಡನಿದ್ದೂ ನಿಮ್ಮಂತಾಗದ ಒಂದು ದೂರ.

ಜಿ.ಟಿ.ಎನ್. ಅವರನ್ನು ನಾನು ಕೊನೆಯ ಸಲ ಕಂಡುದು 2007 ಸೆಪ್ಟೆಂಬರ್‌ನಲ್ಲಿ. ಮೈಸೂರಿನಲ್ಲಿ ನಡೆದ ಬಾಲಸುಬ್ರಹ್ಮಣ್ಯ ಕಂಜರ್ಪಣೆ ಅವರ 'ಬಿಸಿಲ ಹಂದರ' ಪುಸ್ತಕ ಬಿಡುಗಡೆ (ಜಿ.ಟಿ.ಎನ್. ಭಾಷೆಯಲ್ಲಿ ಲೋಕಾರ್ಪಣೆ) ಸಮಾರಂಭಕ್ಕೆ ಬಂದು ಕೊನೆವರೆಗೂ ಕೂತಿದ್ದರು. ಈಗ ಹೇಗಿದ್ದೀರಿ, ತಂದೆಯವರು ಏನು ಮಾಡುತ್ತಾರೆ ಇತ್ಯಾದಿ ನನ್ನಲ್ಲಿ ಕುಶಲ ಪ್ರಶ್ನೆಗಳು.

1990ರ ದಶಕದಲ್ಲಿ ಆಕಾಶವಾಣಿಯಲ್ಲಿ ಪುಸ್ತಕ ಪರಿಚಯ ಎಂಬ ಕಾರ್ಯಕ್ರಮ ಪ್ರಸಾರವಾಗುತ್ತಿತ್ತು. ಆ ಕಾಲದಲ್ಲಿ ನಾನು ಜಿ.ಟಿ.ಎನ್. ಅವರ ಎರಡು ಪುಸ್ತಕಗಳನ್ನು ವಿವರವಾಗಿ ಆಕಾಶವಾಣಿಯಲ್ಲಿ ಪರಿಚಯಿಸಿದ್ದೆ. ಅವರ 'ವೈಜ್ಞಾನಿಕ ಮನೋಧರ್ಮ' ಹಾಗೂ 'ಶ್ರೀನಿವಾಸ ರಾಮಾನುಜನ್' ಎಂಬ ಎರಡೂ ಪುಸ್ತಕಗಳನ್ನೂ ನಾನು ಪರಿಚಯಿಸಿದ ಕ್ರಮ ಪುಸ್ತಕದ ಮೂಲ ದ್ರವ್ಯವನ್ನು ತೋರಿಸಿ ಅದರ ಬಗ್ಗೆ ಕುತೂಹಲ

ಹುಟ್ಟಿಸುವಂತಿತ್ತು ಎಂದವರು ನನ್ನನ್ನು ಕಂಡಾಗ ಒಮ್ಮೆ ಹೇಳಿದ್ದರು. ನನ್ನ ಆಕಾಶವಾಣಿ ಭಾಷಣಗಳು, ಲೇಖನವಾಗಿ ಎಲ್ಲೂ ಪ್ರಕಟವಾಗಿರಲಿಲ್ಲ. ನನ್ನನ್ನು ಮೈಸೂರಿನಲ್ಲಿ ಕಂಡಾಗ ಹಿಂದೆ ನಾನು ಏನೋ ಬರೆದ್ದೋ, ಮಾತಾಡಿಯೋ ಮಾಡಿದ್ದೇನೆ ಎಂಬುದಷ್ಟೆ ಜ್ಞಾಪಕ ಇತ್ತು. ಈಗ ಮೊದಲಿನಷ್ಟು ನೆನಪು ಉಳಿಯುವುದಿಲ್ಲ. ವಯಸ್ಸಿನ ಮಹಿಮೆ ಎಂದು ಹೇಳಿ ಅವರದೇ ಆದ ರೀತಿಯಲ್ಲಿ ದೊಡ್ಡ ಸ್ವರದ ಗಟ್ಟಿನಗೆ ನಕ್ಕರು.

ಆ ಬಳಿಕ ಮೈಸೂರಿಗೆ ಹೋದಾಗ ಅವರ ಮನೆಗೆ ಹೋಗಿ ಭೇಟಿ ಮಾಡಬೇಕು ಎಂದು ಯೋಚಿಸುತ್ತಿದ್ದೆ. ಸಮಯವಾಗಲಿಲ್ಲ. ಈ ನಡುವೆ ನಾನು ಬರೆದ ವ್ಯಕ್ತಿ ಚಿತ್ರಗಳ ಸಂಗ್ರಹ 'ಒಡನಾಟ' ಎಂಬ ಪುಸ್ತಕವನ್ನು ಮಲ್ಲಾಡಿ ಹಳ್ಳಿಯ ಆನಂದಕಂದ ಗ್ರಂಥಮಾಲೆಯವರು ಪ್ರಕಟಿಸಿದರು. ಅದರ ಒಂದು ಪ್ರತಿಯನ್ನು ಜಿ.ಟಿ.ಎನ್. ಅವರಿಗೆ ಗೌರವಪೂರ್ವಕವಾಗಿ ಕೊರಿಯರ್ ಮೂಲಕ ಕಳುಹಿಸಿಕೊಟ್ಟೆ. ಪುಸ್ತಕ ಕಳುಹಿಸಿ ಒಂದು ವಾರದ ಒಳಗೆ ಅವರಿಂದ ಅಂಚೆಯಲ್ಲಿ ಒಂದು ಕಾರ್ಡ್ ಜೊತೆಗೆ ಅವರದೊಂದು ಪುಸ್ತಕವೂ ಬಂತು. ಅಡಕವಾಗಿ ಹೇಳುವ ಮತ್ತು ಅವರ ಅಧ್ಯಯನದ ಆಳವನ್ನು ಸೂಚಿಸುವ ಆ ಪುಟ್ಟ ಪತ್ರದ ಪೂರ್ಣ ಪಾಠ ಇಂತಿದೆ :

"ನಿಮ್ಮ 'ಒಡನಾಟ'ವೀಗ ನನ್ನ ಒಡನಾಡಿಯಾಗಿದೆ ! ಧನ್ಯವಾದಗಳು. ಈ ಗುರುತಿಗಾಗಿ ನಾನೊಂದು ಹೊತ್ತಗೆಯನ್ನು ಪ್ರತ್ಯೇಕ ತೆರೆದಂಚೆ ಮೂಲಕ ಇಂದು ನಿಮಗೆ ರವಾನಿಸಿದ್ದೇನೆ.

'ಸಜ್ಜನರ ಒಡನಾಟ ಹೆಜ್ಜೇನು ಸವಿದಂತೆ' (ಸರ್ವಜ್ಞನ ಕ್ಷಮೆ ಕೋರಿ) – ಇಂಥ ಜೇನಿನ ಸವಿಯನ್ನು ಕನ್ನಡಿಗರಿಗೆ ಉಣ ಬಡಿಸಿರುವ (ಹಾಗೇ ಉಣಬಡಿಸುತ್ತಿರುವ) ನಿಮಗೆ ಅಭಿನಂದನೆಗಳು.

ನಿಮಗೆ ಶುಭವಾಗಲಿ. ನಿಮ್ಮ ವಾಙ್ಮಯ ಕೈಂಕರ್ಯ ಸದಾ ಹಸುರಾಗಿರಲಿ. ನಿಮ್ಮ 'ಒಡನಾಡಿ' ಗೃಹಸ್ತ್ರೀ–ಗೃಹಶ್ರೀಗೆ (ಮನೆಮನೆಯು ನೀನಾಗಿಹೆ ಗೃಹಶ್ರೀ–ಪೆಸರಿಲ್ಲದ ಪೆಸರಿದೆ ನಿನಗದು ಗೃಹ ಸ್ತ್ರೀ; ಕುವೆಂಪು) ಅಧಿಕ ಅಭಿನಂದನೆಗಳು."

ಈ ಪತ್ರದ ಜೊತೆ 'ಆಲ್ಬರ್ಟ್ ಐನ್‌ಸ್ಟೈನ್ : ಮಾನವೀಯ ಮುಖ" ಎಂಬ ಜಿ.ಟಿ.ಎನ್. ಮಾಡಿದ ಐನ್‌ಸ್ಟೈನ್ ಪತ್ರಗಳ ಅನುವಾದದ ಅವರ ಹೊಸ ಪುಸ್ತಕದ (2008ರಲ್ಲಿ ಅತ್ರಿ ಬುಕ್ ಸೆಂಟರ್‌ನಿಂದ ಪ್ರಕಟಿತ) ಒಂದು ಪ್ರತಿ ಕೈ ಸೇರಿತು. ಅವರಿಗೆ ಯಾವುದೂ ಉಚಿತವಾಗಿ ಬೇಡ. ನನ್ನ ಪುಸ್ತಕ ಅವರಿಗೆ ಇಷ್ಟವಾಗಿದೆ. ಧನ್ಯವಾದದ ಗುರುತಾಗಿ ಅವರ ಇನ್ನೊಂದು ಪುಸ್ತಕ ಅದರ ನಿರೀಕ್ಷೆಯೇ ಇಲ್ಲದಿದ್ದ ನನಗೆ ಸಂತೋಷ ಆಶ್ಚರ್ಯ. ಜೊತೆಗೆ ನನಗೆ ತಿಳಿದೇ ಇರದಿದ್ದ ಜಿ.ಟಿ.ಎನ್. ವ್ಯಕ್ತಿತ್ವದ ಮತ್ತೊಂದು ಮುಖದ ದರ್ಶನ.

ಪ್ರೊ. ಜಿ.ಟಿ. ನಾರಾಯಣ ರಾಯರಿಗೆ ಅವರ ಜೀವಿತ ಕಾಲದಲ್ಲೇ ಅನೇಕ ಪ್ರಶಸ್ತಿಗಳು ಸಂದವು. 2007ರಲ್ಲಿ ಕರ್ನಾಟಕ ರಾಜ್ಯೋತ್ಸವ ಪ್ರಶಸ್ತಿ ನೀಡಲಾಗಿತ್ತು.

ಇತ್ತೀಚೆಗೆ ಕರ್ನಾಟಕ ರಾಜ್ಯ ಮುಕ್ತ ವಿಶ್ವವಿದ್ಯಾನಿಲಯ ಗೌರವ ಡಾಕ್ಟರೇಟ್ (ಡಿ.ಲಿಟ್) ಪದವಿ ನೀಡಿ ಗೌರವಿಸಿತ್ತು. ಅವಲ್ಲದೆ, ಕರ್ನಾಟಕ ಸಾಹಿತ್ಯ ಅಕಾಡೆಮಿ ಪ್ರಶಸ್ತಿ, ಕನ್ನಡ ಸಾಹಿತ್ಯ ಪರಿಷತ್ತಿನ ಎಚ್. ನರಸಿಂಹಯ್ಯ ಪ್ರಶಸ್ತಿ, ಕರ್ನಾಟಕ ವಿಶ್ವವಿದ್ಯಾಲಯದ ಮಾಳವಾಡ ಪ್ರಶಸ್ತಿ, ದಿಲ್ಲಿ ಕನ್ನಡ ಸಂಘದ ಶಿವರಾಮ ಕಾರಂತ ವಿಜ್ಞಾನ ಪ್ರಶಸ್ತಿ, ದೇಜಗೌ ಪ್ರತಿಷ್ಠಾನದ ವಿಶ್ವಮಾನವ ಪ್ರಶಸ್ತಿ, ಕನ್ನಡ ವಿಜ್ಞಾನ ಪರಿಷತ್ತಿನ ಪ್ರಶಸ್ತಿ ಅವುಗಳಲ್ಲಿ ಕೆಲವು.

ಇವೆಲ್ಲಾ ಇದ್ದರೂ ಅವರದ್ದು ಸರಳ ಶಿಸ್ತಿನ ವ್ಯಕ್ತಿತ್ವ. ಮೈಸೂರಲ್ಲಿ ಅವರನ್ನು ಬಲ್ಲವರಿಗೆಲ್ಲಾ ಜಿ.ಟಿ.ಎನ್. ಅವರನ್ನು ಅವರ ಸೈಕಲ್ ಇಲ್ಲದೆ ಊಹಿಸುವುದೂ ಸಾಧ್ಯವಿಲ್ಲ. ಅವರು ಅನೇಕ ವಿಜ್ಞಾನ ಹಾಗೂ ಕನ್ನಡದಲ್ಲಿ ವಿಜ್ಞಾನ ಕಾರ್ಯಗಳಲ್ಲಿ ತೊಡಗಿಕೊಂಡಾಗ ಸದಸ್ಯರನ್ನು ಕಂಡು ಮಾತಾಡಲು ಸೈಕಲ್ ಏರುತ್ತಿದ್ದುದೇ ಹೆಚ್ಚು. ಮೈಸೂರಲ್ಲಿ ಎಲ್ಲಿ ಹೋಗುವುದಕ್ಕೂ ಅವರಿಗೊಂದು ಸೈಕಲ್. ಅವರ ಬೈಸಿಕಲ್ಲಿನ ಎರಡು ಚಕ್ರಗಳೆಂದರೆ ಅವರ ಎರಡು ಕಾಲುಗಳಿದ್ದಂತೆ.

ಒಂದು ನಿಶ್ಚಯ ಮಾಡಿದರೆ ಅವರು ಅದನ್ನು ಸಾಧಿಸಿಯೇ ಬಿಡುತ್ತಿದ್ದರು. ಅವರ ಈ 'ಬಿಡದ ಪಟ್ಟು'ಗೆ ಉತ್ತಮ ಉದಾಹರಣೆ ನೊಬೆಲ್ ಪ್ರಶಸ್ತಿ ವಿಜೇತ ಸಿ.ವಿ. ರಾಮನ್ ಅವರನ್ನು ಭೇಟಿ ಮಾಡಿ ಅವರ ಜೀವನ ಚರಿತ್ರೆ ಬರೆದ ಕ್ರಮ. ನೀವು ತೊಲಗಬಹುದು (you may go out) ಎಂದು ಸಿ.ವಿ. ರಾಮನ್ ಅವರಿಂದ ಪದೇ ಪದೇ ಹೇಳಿಸಿಕೊಂಡೂ, ಪಟ್ಟು ಬಿಡದೆ ಅಧ್ಯಯನ ಮಾಡಿ ರಾಮನ್ ಸಂಪರ್ಕ ಸಾಧಿಸಿದ ಅವರ ಸಾಧನೆಯನ್ನು 'ಸಿಂಹದ ಗವಿ ಹೊಕ್ಕ ಮೇಕೆ' ಎಂಬ ಅಧ್ಯಾಯದಲ್ಲಿ ('ಮುಗಿಯದ ಪಯಣ' ಪುಸ್ತಕ) ಓದಬೇಕು, ವ್ಯಕ್ತಿತ್ವ ವಿಕಸನದ ತರಬೇತಿಗೆ ಹೋಗುವ ಇಂದಿನ ಯುವಕರು ಓದಬೇಕಾದ ಅಧ್ಯಾಯವದು.

ಜಿ.ಟಿ.ಎನ್. ಮೇಲೆ ಆಲ್ಬರ್ಟ್ ಐನ್‌ಸ್ಟೈನ್ ಅವರ ಜೀವನ ಹಾಗೂ ವಿಚಾರಗಳು ತುಂಬಾ ಪ್ರಭಾವ ಬೀರಿವೆ. ಐನ್‌ಸ್ಟೈನ್ ಬಗ್ಗೆ ಅವರು ಬಹಳ ಬರೆದಿದ್ದಾರೆ ಕೂಡಾ. ಬ್ಯಾಪ್ಟಿಸ್ಟ್ ಧರ್ಮಾಧಿಕಾರಿಣಿಯೊಬ್ಬರು ಅವರಿಗೆ ಬರೆದ ಪತ್ರದಲ್ಲಿ ಐನ್‌ಸ್ಟೈನ್ ಮಾಡಿದ ನೋಟ್ಸ್ : 'ವ್ಯಕ್ತಿಯ ಅಮರತ್ವದಲ್ಲಿ ನನಗೆ ನಂಬಿಕೆ ಇಲ್ಲ. ನೀತಿಶಾಸ್ತ್ರ ಮನುಕುಲಕ್ಕೆ ಮಾತ್ರ ಸಂಬಂಧಿಸಿದ ಕಾಳಜಿ. ಇದಕ್ಕೆ ಬೆಂಬಲವಾಗಿ ಯಾವ ಅತಿಮಾನವ ಅಧಿಕಾರವೂ ಇಲ್ಲ ಎಂಬುದಾಗಿ ಭಾವಿಸಿದ್ದೇನೆ." ಈ ಮಾನವಕುಲಕ್ಕೆ ಸಂಬಂಧಿಸಿದ ನೀತಿಶಾಸ್ತ್ರದ ಬಗ್ಗೆ ಸ್ಪಷ್ಟ ಹಾಗೂ ಶಿಸ್ತುಬದ್ಧ ಕಾಳಜಿ ಜಿ.ಟಿ.ಎನ್. ಅವರಿಗಿತ್ತು. ಅತಿಮಾನವ ಅಧಿಕಾರಿ ಎಂಬುದಾಗಿ ಧರ್ಮಗಳಲ್ಲಿ ಚಿತ್ರಿತವಾದ ದೇವರ ಬಗ್ಗೆ ನಂಬಿಕೆ ಇರಲಿಲ್ಲ. ಮನುಷ್ಯನ ಸ್ವತಂತ್ರ ಚಿಂತನೆಯಲ್ಲಿ ನಂಬುಗೆ ಇತ್ತು. ಗೋಪಾಲಕೃಷ್ಣ ಅಡಿಗರ 'ನಿನಗೆ ನೀನೇ ಗೆಳೆಯ/ ನಿನಗೆ ನೀನೆ' ಎಂಬ ಕವನ ಅವರಿಗೆ ಬಹು ಪ್ರಿಯವಾಗಿತ್ತು.

ಅತ್ರಿ ಸೂನು ಎಂಬ ಹೆಸರಿನಲ್ಲಿ (ಅthree, ಅಶೋಕ, ಆನಂದ, ಅನಂತ

ಎಂಬ ಅವರ ಮಕ್ಕಳ ಹೆಸರುಗಳ ಮೊದಲಕ್ಷರಗಳು) ಚುಟುಕಗಳನ್ನು ಬರೆದಿರುವ ಅವರು ಹೇಳಿರುವುದು :

ನಿರಪೇಕ್ಷ ದೃಷ್ಟಿಯನು ಮತಧರ್ಮವೀಯುವುದೆ?
ಪರಿಪೂರ್ಣ ವಿಜ್ಞಾನಿಗಳ ಮರೀಚಿಕೆಯದು
ವಿಚಾರಿಪೊಡೆ ಧರ್ಮ ವಿಜ್ಞಾನಗಳ ಮೀರಿರುವ
ಪರಿಶುಭ್ರ ನೀತಿಗದು ಲಭ್ಯ ತಿಳಿ ಅತ್ರಿಸೂನು.

27–06–2008ರಂದು ನಾನು ಹಾಗೂ ಕೈಗಾರಿಕೆಗಳ ಕೆಲವಾರು ಪ್ರತಿನಿಧಿಗಳು ವಿಧಾನಸೌಧದ ಸಮೀಪದ ಬಹುಮಹಡಿ ಕಟ್ಟಡದಲ್ಲಿ ರಾಜ್ಯದ ಐ.ಟಿ. (Information Technology) ಸೆಕ್ರೆಟರಿ ಶ್ರೀ. ಅಶೋಕ್ ಮನೋಳಿ ಅವರೊಡನೆ ನಡೆಯಬೇಕಾಗಿದ್ದ ಮೀಟಿಂಗ್‌ಗಾಗಿ ಕಾಯುತ್ತಾ ಕುಳಿತಿದ್ದೆವು. ಗಣಿತದ ವಿದ್ಯಾರ್ಥಿಯಾದ ಸಿನಿಮಾ ವಿಮರ್ಶಕ ಹಾಗೂ ಚಿಂತಕ ಗೆಳೆಯ ಎನ್. ವಿದ್ಯಾಶಂಕರ್ ಅವರು ಕಳುಹಿಸಿದ ಎಸ್.ಎಮ್.ಎಸ್. ಬಂತು. "Matter doesn't die. So GTN has only changed" ಎಂಬ ವಾಕ್ಯದೊಡನೆ ಪ್ರೊ. ಜಿ.ಟಿ. ನಾರಾಯಣ ರಾಯರ ನಿಧನದ ವಾರ್ತೆ ತಿಳಿಸಿದ್ದರು. ಅಲ್ಲಿದ್ದ ಕೆಲವರಿಗೆ ಜಿ.ಟಿ.ಎನ್. ಬಗ್ಗೆ ತಿಳಿದಿತ್ತು. ಒಂದು ಕ್ಷಣ ನಾವೆಲ್ಲ ಮೌನವಾದೆವು. ಅವರಲ್ಲೊಬ್ಬರು ಗಂಭೀರವಾಗಿ, ಜಿ.ಟಿ.ಎನ್. ಹೇಳಿದ ವೈಜ್ಞಾನಿಕ ಚಿಂತನೆ ನಮ್ಮ ಅರಿವಿಗೆ ಬಂದರೆ ನಾವೀಗ ಅವರ ಆತ್ಮಕ್ಕೆ ಶಾಂತಿಯನ್ನು ಕೋರುವ ಪ್ರಾರ್ಥನೆ ಮಾಡುವಂತಿಲ್ಲ ಎಂದರು. ಜಿ.ಟಿ.ಎನ್. ಅವರು ನುಡಿದಂತೆ ನಡೆದರು. ತಮ್ಮ ದೇಹವನ್ನೆ ಮೆಡಿಕಲ್ ಕಾಲೇಜಿಗೆ ದಾನವಿತ್ತಿದ್ದಾರೆ ಎಂದರು. ನನಗೆ ಏನು ಉತ್ತರ ಹೇಳಬೇಕೆಂದು ತಿಳಿಯಲಿಲ್ಲ. ಜಿ.ಟಿ.ಎನ್. ಪ್ರತಿಪಾದಿಸುತ್ತಿದ್ದ ವೈಜ್ಞಾನಿಕ ಮನೋಧರ್ಮದ ಬಗ್ಗೆ ಯೋಚಿಸುತ್ತಾ ಮೌನವಾಗಿಬಿಟ್ಟೆ.

– ಅಕ್ಟೋಬರ್ 2008

***

8. ಯು.ಆರ್. ಅನಂತಮೂರ್ತಿ : ಒಂದು ನೆನಪಿನ ಚಿತ್ರ

ಡಾ. ಯು.ಆರ್. ಅನಂತಮೂರ್ತಿಯವರ ಒಡನಾಟದ ಬಗ್ಗೆ ಬರೆಯುವುದೆಂದರೆ ಸಮುದ್ರದ ದಡದಲ್ಲಿ ಕೂತು ಯಾವುದೋ ಒಂದು ತೆರೆಯನ್ನು ಗ್ರಹಿಸುವುದು ಹೇಗೆ ಎಂದು ಯೋಚಿಸಿದ ಹಾಗೆ. ಒಂದರ ಮೇಲೊಂದು ಹೊಸದು ಅಲ್ಲಿ ಆಗ ಹಾಗೆ ಹುಟ್ಟಿ ಬೆಳೆಯುತ್ತಾ ಇರುತ್ತದೆ. ಅವರಿಗೂ ಹಾಗೆಯೇ ಚಲನೆ ಮಾತ್ರವಲ್ಲ ಸ್ಥಾವರದಲ್ಲೂ ಅಡಗಿರುವ ಚಲನಶೀಲತೆ ಬಗ್ಗೆ ನಿರಂತರ ಗಮನ.

ಬಹಳ ಹಿಂದೆ, 1978ರಲ್ಲಿ ಮೇಷ್ಟ್ರು ಮೊದಲ ಸಲ ನಮ್ಮ ಸಂಪಾಜೆ ಮನೆಗೆ ಅವರ ಪತ್ನಿ ಎಸ್ತರ್ ಹಾಗೂ ಮಕ್ಕಳ ಜೊತೆ ಬಂದಿದ್ದರು. ಮಲೆನಾಡಿನ ಆ ಜಾಗದಲ್ಲಿ ಮನೆ ಅಂಗಳ ಎದುರು ತಗ್ಗಿಗೆ ತೋಟ. ಕೆಳಗೆ ಹರಿಯುವ ಪುಟ್ಟ ನದಿ. ಅದು ಪಯಸ್ವಿನಿಗೆ ಸೇರಲಿರುವ ಉಪನದಿ. ಅದರ ಆಚೆ ಎತ್ತರವಾದೊಂದು ಬೆಟ್ಟ. ಸಂಜೆ ಆಗುವವರೆಗೆ ಅನಂತಮೂರ್ತಿಯವರು ಆ ಹಸಿರು ಬೆಟ್ಟದ ಮೇಲಿನ ಬಿಸಿಲು ಮೋಡಗಳ ಆಟವನ್ನು ನೋಡುತ್ತಿದ್ದರು. ಚಲಿಸದ ಬೆಟ್ಟದ ಮೇಲೆ ಚಲಿಸುವ ಬಿಸಿಲು ನೆರಳುಗಳನ್ನು ನೋಡುತ್ತಾ ಎಷ್ಟು ಹೊತ್ತು ಬೇಕಾದರೂ ಇರಬಹುದು ಎಂದರು.

ಆ ದಿನ ಅವರು ನನ್ನ ತಂದೆಯವರೊಡನೆ ಮಾತನಾಡುತ್ತಾ ಇದ್ದಾಗ ಹೇಳಿದ ಮಾತಿನ ಒಂದು ತಾತ್ಪರ್ಯ : ಇದ್ದಲ್ಲೇ ಇರುವ ಈ ಬೆಟ್ಟಕ್ಕೆ ಚಲಿಸುವ ಆಕಾಶದ ಜೊತೆ ಎಂತಹ ಸಂಬಂಧ. ನೀವು ಈ ಚಾವಡಿಯ ಈಸಿಚೇಯರ್‌ನಲ್ಲಿ ಕೂತು ಬೆಟ್ಟದ ಬದಿ ಹಾರುವ ಹಕ್ಕಿಗಳು ಹಾಗೂ ಬೆಟ್ಟದ ಬಣ್ಣಗಳನ್ನು ನೋಡುತ್ತಾ ಇರುತ್ತೀರಿ ಎಂದು ತೋರುತ್ತದೆ ಅಲ್ಲವೆ ? ನವೋದಯದ ಒಲವಿನ ನನ್ನ ತಂದೆಯವರಿಗೆ ಖುಷಿ ಆಗುವ ಮಾತು ಎಂದು ಆಗ ನಾನು ಅಂದುಕೊಂಡೆ. ಆದರೆ ಆ ಮಾತನ್ನು ಅವರು ಹೇಳುವಾಗ ಭೂಮಿಯ ಅಮೂರ್ತ ತತ್ವ ಅವರಲ್ಲೊಂದು ಬೌದ್ಧಿಕ ಅನುಭವವಾಗಿ ಬೆಳೆಯುತ್ತಾ ಇತ್ತು ಎಂಬುದು ನನಗೆ ಹೊಳೆದದ್ದು 2001ರಲ್ಲಿ ಹೊರಬಂದ ಅವರ 'ದಿವ್ಯ' ಕಾದಂಬರಿ ಓದಿದಾಗ. ದಯನೆಯ ಗುಡ್ಡದ ಬದಿಯಲ್ಲಿರುವ ಕೇಶವನ ಸಂದರ್ಭದ 'ದಿವ್ಯ'ದ ಒಂದು ಮಾತು, "ಯಾವ ಕೊಂಪೆಯಲ್ಲಿದ್ದರೂ, ಅಖಂಡ ವಿಶ್ವದಲ್ಲಿ ತಾನಿದ್ದೇನೆ ಎಂದು ನಿತ್ಯ ತೋರುವ ಆಕಾಶವನ್ನು ದಿಟ್ಟಿಸುತ್ತ ಕೇಶವ ನಿಂತ."

ಅನಂತಮೂರ್ತಿಯವರಿಗೆ ಅಮೂರ್ತ ಚಿಂತನೆಯಿಂದ ಏನನ್ನೂ ಗ್ರಹಿಕೆಗೆ ತಂದುಕೊಳ್ಳಬಹುದು ಎಂಬ ನಿರಂತರ ವಿಶ್ವಾಸ ಇತ್ತು. ಹಾಗೆ ಸಿಕ್ಕಿದ್ದನ್ನು ಭಾಷೆಯಲ್ಲಿ ಹೇಳುವುದು ಯಾವತ್ತೂ ಸವಾಲು. ಅಂತಹ ಅಸ್ಪಷ್ಟವನ್ನು ಭಾಷೆಯ ಪ್ರಾತಿನಿಧಿಕ ಗುಣದಲ್ಲಿ ಹೇಳಿದಷ್ಟು ಸಮರ್ಥವಾಗಿ ವಿವರಣೆಯಿಂದ ಸೃಷ್ಟಿಸಲು ಸಾಧ್ಯವಿಲ್ಲ ಎಂದು ಅವರು ತಿಳಿದಿದ್ದರು. ಅಮೂರ್ತ (Abstract) ಚಿಂತನೆ ಭಾಷೆಯಲ್ಲಿ ಬೆಳೆಯುವ ಕ್ರಮ ಅವರನ್ನು ಅನೇಕ ಸಲ ಬೆರಗುಗೊಳಿಸುತ್ತಿತ್ತು. ಅವರ ಮನೆಗೆ ಹೋದಾಗ ಒಂದು ಘಟನೆ. ಮೊಮ್ಮಗ ಏನೋ ಕೇಳಿದಾಗ ಎಸ್ತರ್ ಮೇಡಂ ಅದನ್ನು ಕೊಡಬೇಡಿ ಎಂದರು. ಆಗ ಅವರ ಮೊಮ್ಮಗ "ಈ ಅಜ್ಜಿ ಒಂದು" ಎಂದು ಹೇಳಿದ. ಮೊಮ್ಮಗ ಹೇಳಿದ, "ಈ ಅಜ್ಜಿ ಒಂದು" ಎಂಬ ಮಾತನ್ನು ಬಹಳ ವಿಸ್ಮಯದಿಂದ ಪುನರಾವರ್ತಿಸುತ್ತಾ ಅವರು "ಈ ಅಜ್ಜಿ ಒಂದು" ಎಂಬ ಮಾತಿನಲ್ಲಿರುವ "ಒಂದು" ಎಂದರೆ ಏನು? ಅದು ಸಂಖ್ಯೆ (Number) ಅಲ್ಲ. ಅಲ್ಲಿಂದಲೇ ಅಮೂರ್ತ ಚಿಂತನೆ (Abstract thinking) ಪ್ರಾರಂಭ ಎಂದರು. ಅಮೂರ್ತದ ಗ್ರಹಿಕೆ ಬಾಲ್ಯದಿಂದಲೂ ಇರುತ್ತದೆ. ಆದರೆ ಬರಬರುತ್ತಾ ಅದನ್ನು ಬಿಟ್ಟು ಬಿಡುತ್ತೇವೆ. ಹಾಗಾಗಬಾರದು ಎಂಬುದು ಅವರ ಆಶಯ.

1975ರಲ್ಲಿ ನಾನು ಮೈಸೂರಿಗೆ ಕಾಲೇಜಿಗೆ ಸೇರಲು ಹೋಗುವ ಮೊದಲು ಅಡಿಗ, ಅನಂತಮೂರ್ತಿಯವರನ್ನು ಒಂದಷ್ಟು ಓದಿಕೊಂಡಿದ್ದೆ. ದ.ಕ.ಜಿಲ್ಲೆಯಲ್ಲಿ ನಮಗೆ ಆಗ ಯಶವಂತ ಚಿತ್ತಾಲರ ಪುಸ್ತಕಗಳು ಕೂಡಾ ಸಿಗುತ್ತಿದ್ದವು. ಅನಂತಮೂರ್ತಿಯವರಿಗೆ ನನ್ನನ್ನು ಪರಿಚಯಿಸಲು ಯಾರೂ ಇಲ್ಲ. ನನಗೆ ಆಗ ಸ್ವಲ್ಪ ಪರಿಚಯವಾಗಿದ್ದ ದೇವನೂರು ಮಹದೇವ ಅವರನ್ನು ಕೇಳಿದಾಗ ನೀವೇ ಸ್ವಂತ ಪರಿಚಯ ಮಾಡಿಕೊಂಡು ಮಾತನಾಡಬಹುದು ಎಂದು ಹೇಳಿದ್ದರು. 1975ರಲ್ಲಿ ಹೀಗೆ ಒಮ್ಮೆ ಅನಂತಮೂರ್ತಿಯವರೊಡನೆ ನಾನೇ ಹೋಗಿ ಮಾತನಾಡಿದ ಬಳಿಕ ಅವರ ಕೊನೆವರೆಗೂ ನಿರಂತರ ಒಡನಾಟ ಉಳಿದು ಬೆಳೆದು ಬಂತು. ಅವರ ಜೊತೆ ಇದ್ದಷ್ಟು ಹೊತ್ತು ಕನ್ನಡದ ನೆಲದಲ್ಲಿ ಭದ್ರವಾಗಿ ಕಾಲೂರಿ ಜಗತ್ತಿನ ಸಕಲ ವಿಚಾರಗಳಿಗೂ ಕೈಚಾಚಿ ಅದನ್ನು ಕನ್ನಡದ ಅನುಭವವಾಗಿಸುವ ಪ್ರಕ್ರಿಯೆಯಲ್ಲಿ ಭಾಗವಹಿಸಿದ ಅನುಭವ.

ಮೇಷ್ಟ್ರಿಗೆ ದೇಶ–ಕಾಲಗಳ ಅಂತರದಲ್ಲಿ ಹರಿದು ಹಂಚಿರುವ ವಿಚಾರಗಳ ನಡುವೆ ಸಂಬಂಧ ಕಲ್ಪಿಸಿ ಅದನ್ನು ಇಂದಿನ ಬೌದ್ಧಿಕ ಹಾಗೂ ಸೃಜನಶೀಲ ಅನುಭವವಾಗಿ ಪರಿವರ್ತಿಸುವ ಅಸಾಮಾನ್ಯವಾದೊಂದು ಪ್ರತಿಭೆ ಇತ್ತು. ಇದನ್ನೊಂದು ಉದಾಹರಣೆಯಿಂದ ತೋರಿಸಬಹುದು. ನವ್ಯ ಸಾಹಿತ್ಯದ ಬಗ್ಗೆ ಮಾತನಾಡುವ ಒಂದು ಪೀಠಿಕೆಯಾಗಿ ಅವರು ಭಾಷೆಯಲ್ಲಿ ಹೊಸ ಲಯ ತರುವ ಬದಲಾವಣೆಯನ್ನು ವಿವರಿಸಿದ್ದರು. ಅದರ ತಾತ್ಪರ್ಯ ಹೀಗೆ–

ಪ್ಲೇಟೋನ ಆದರ್ಶ ರಿಪಬ್ಲಿಕ್‌ನಲ್ಲಿ ಕವಿಗಳಿಗೆ ಜಾಗವಿಲ್ಲ. ಕವಿಗಳು,

ಸಂಗೀತಗಾರರು ಒಂದು ಲಯವನ್ನೇ ಬದಲಾವಣೆ ಮಾಡುವುದರ ಮೂಲಕ ನಾಗರಿಕತೆಯನ್ನೇ ಬದಲು ಮಾಡುತ್ತಾರೆ. ಇಂಗ್ಲೆಂಡಿನಲ್ಲಿ 1960ರ ದಶಕದ ಬೀಟಲ್ಸ್ ಸಂಗೀತಗಾರರನ್ನು ನೋಡಿ. ಅವರು ಲಯದಲ್ಲಿ ಬದಲಾವಣೆ ತಂದರು. ಆ ಮೂಲಕ ಮುಂದೆ ಅಲ್ಲಿನ ನಾಗರಿಕತೆಯಲ್ಲಿ ಬದಲಾವಣೆಯಾಯಿತು. ಚಿಂತನೆಯಲ್ಲಿ ಬದಲಾಯಿತು. ಕನ್ನಡದಲ್ಲಿ ಬಿ.ಎಂ.ಶ್ರೀ ಹಾಗೆ ಹೊಸ ಲಯವನ್ನು ತಂದರು– ಅವರ ಸಾಲುಗಳು ನೋಡಿ: ಚುಕ್ಕಿ ಕಣ್ಣು ಮಿಟುಕುತ್ತಿತ್ತು/ ಹಿಡಿದು ಮಂಜು ಬೀಳುತ್ತಿತ್ತು. ಹೀಗೆ ಹೊಸದಾಗಿ ಬಂದ ನವೋದಯಕ್ಕೆ ಕ್ರಮೇಣ ಅರವಿಂದರು ಮುಖ್ಯರಾದರು. ಅರವಿಂದರ ವಿಕಾಸದ ಕಲ್ಪನೆ ಆಕರ್ಷಿಸಿತು... ಹೀಗೆ ಅದು ಒಂದಕ್ಕೊಂದು ಸೇರುತ್ತಾ ಹೊಸ ಬೌದ್ಧಿಕ ವಿಶ್ಲೇಷಣೆಯಾಗಿ, ವಿಚಾರವಾಗಿ ಅನಂತಮೂರ್ತಿಯವರ ಪ್ರತಿಪಾದನೆ ಜೀವ ತಳೆಯುತ್ತದೆ.

ಸಂಬಂಧವಿಲ್ಲದಂತೆ ದೂರದಲ್ಲಿದ್ದ ಗ್ರೀಸ್, ಇಂಗ್ಲೆಂಡ್ ಹಾಗೂ ಕರ್ನಾಟಕಕ್ಕೆ ಲಯದ ಬದಲಾವಣೆ ತತ್ವದ ಮೂಲಕ ಅವರು ನೀಡುವ ಸಂಪರ್ಕ ಕೊಂಡಿಗಳನ್ನು ಗ್ರಹಿಸಲು ಸಾಧ್ಯವಾಗದವರು ಅವರ ಸೃಜನಶೀಲತೆ ಎದುರು ತಬ್ಬಿಬ್ಬಾಗುತ್ತಾರೆ. ಅನೇಕ ಸಲ ಅವರ ಭಾಷಣಗಳು, ಪತ್ರಿಕೆಗಳಲ್ಲಿ ತಪ್ಪಾಗಿ ವರದಿಯಾಗಿ ಗೊಂದಲ ಏರ್ಪಡುವುದಕ್ಕೆ ಅವರ ಅಮೂರ್ತ ಚಿಂತನೆಯ ಸಂಕೀರ್ಣ ಕೊಂಡಿಗಳನ್ನು ಅನೇಕ ವರದಿಗಾರರಿಗೆ ಗ್ರಹಿಸಲು ಸಾಧ್ಯವಾಗದಿರುವುದೇ ಕಾರಣವಾಗುತ್ತಿತ್ತು.

ಅನಂತಮೂರ್ತಿಯವರಿಗೆ ಈ ಕೊಂಡಿಗಳನ್ನು ಹುಡುಕಿ ಸಂಪರ್ಕ ಕಲ್ಪಿಸುವುದು ಮುಖ್ಯವಾಗುತ್ತಿತ್ತು. ಬರೆಯುವುದು ಎಂದರೆ ಅವರಿಗೊಂದು ಶೋಧನೆ. ಅವರ 'ಕಾರ್ತಿಕ' ಕಥೆಯ ರಾಘವ ಹೇಳುವುದು: "ಬರೆಯುವುದೆಂದರೆ ಹುಡುಕುವುದು. ಒಂದನ್ನೊಂದಕ್ಕೆ ತಾಳಿಸಿ, ಮೇಳಿಸಿ ತಡಕಾಡಿ ಹುಡುಕುವುದು. ಸೂರಿನಿಂದ ಕೆಳಗೆ ಇಳಿದ ಒಂದು ಬೆಳಕಿನ ಕೋಲಿನಲ್ಲಿ ಜೀವನದ ಸುಖ ದುಃಖವನ್ನೆಲ್ಲ ಅನಂತತೆಯನ್ನೆಲ್ಲಾ ಕಾಣುವುದು, ಕಾಣಿಸುವುದು."

ಅವರ ಸೃಜನಶೀಲ ಬರಹಗಳು, ವೈಚಾರಿಕ ಚಿಂತನಾ ಬರಹಗಳು ಹಾಗೂ ಸಾಹಿತ್ಯ ವಿಮರ್ಶೆ ಈ ಮೂರು ರೀತಿಯ ಬರಹಗಳಲ್ಲೂ ಅವರಿಗೆ ಅಮೂರ್ತ ತಾತ್ವಿಕತೆಯನ್ನು ಭಾಷೆಯ ಪ್ರಾತಿನಿಧಿಕ ಸ್ವರೂಪದಲ್ಲಿ ಮಂಡಿಸುವುದು ಹೇಗೆಂಬುದು ಸದಾ ಕಾಡುತ್ತಿದ್ದ ವಿಚಾರ. ಪ್ರಾತಿನಿಧಿಕ ಸ್ವರೂಪವನ್ನು ಬಿಟ್ಟು ವಿವರಣೆ ಹೆಚ್ಚಾಗುವ ಕೃತಿಗಳ ಬಗ್ಗೆ ಯಾವತ್ತೂ ಅವರಿಗೆ ಹೆಚ್ಚಿನ ಆಸಕ್ತಿ ಹುಟ್ಟುತ್ತಿರಲಿಲ್ಲ. ವಿವರಗಳಲ್ಲಿ ಕಟ್ಟುವ ಕಾವ್ಯ ಅವರಿಗೆ ಜಾಳು ಅನಿಸುತ್ತಿತ್ತು. ಬಿಗಿಯಾಗಿ ಭಾಷೆಯ ಪ್ರಾತಿನಿಧಿಕ (Representative) ಶಕ್ತಿಯನ್ನು ಬಳಸಿದ ಬರಹಗಳಲ್ಲಿ ಅವರಿಗೆ ತಕ್ಷಣ ತನ್ಮಯತೆ ಉಂಟಾಗುತ್ತಿತ್ತು.

ಮಾತಿನ ಎಲ್ಲಾ ಸಂದರ್ಭಗಳಲ್ಲಿ, ಬದುಕಿನ ನಾನಾ ವಿವರಣೆಗಳಿಗೆ ಅವರಿಗೆ ಅಡಿಗರ ಕಾವ್ಯ ಒದಗಿ ಬರುತ್ತಿತ್ತು. ಅಡಿಗರ ಕಾವ್ಯದಲ್ಲಿ ಇರುವ ಸಾವಯವ ಶಿಲ್ಪದ

ಸಮಗ್ರೀಕರಣ ತತ್ವದ ಬಗ್ಗೆ ಒಂದು ಸಲ ಮಾತನಾಡುವಾಗ ಅಡಿಗರ ಸ್ವಭಾವದಲ್ಲೇ ಶಿಲ್ಪ ಸಮಗ್ರೀಕರಣ ತತ್ವ ಹೇಗೆ ಅಡಗಿದೆ ಎಂಬುದಕ್ಕೆ ಮೇಷ್ಟ್ರು ಒಮ್ಮೆ ಸೊಳ್ಳೆ ಪರದೆ ಉದಾಹರಣೆಯಿಂದ ಹೇಳಿದ್ದರು. ಅಡಿಗರ ಮನೆಯಲ್ಲಿ ಮಲಗುವ ಸಂದರ್ಭ ಬಂದಾಗ ಅಡಿಗರೇ ಸ್ವತಃ ಸೊಳ್ಳೆ ಪರದೆ ಕಟ್ಟುತ್ತಿದ್ದರಂತೆ. ಆ ಸೊಳ್ಳೆ ಪರದೆ ಕಟ್ಟುವ ನಾಜೂಕು ಹೇಗೆ ಇರುತ್ತಿತ್ತು ಎಂದರೆ, ಒಂದು ಬದಿ ತುಸು ಎತ್ತರವಾದರೂ ಅಡಿಗರು ಕಟ್ಟಿದ ದಾರ ಬಿಚ್ಚಿ ಎಲ್ಲವನ್ನೂ ಸಮಾನ ಎತ್ತರದಲ್ಲಿ ನೋಡಿ, ಎಲ್ಲೂ ಒಂದೂ ಚೂರೂ ನೆರಿಗೆ ಬೀಳದ ಹಾಗೆ; ಅಷ್ಟು ನಾಜೂಕಾಗಿ ಕಟ್ಟುತ್ತಿದ್ದರು. ಕಾವ್ಯದಲ್ಲೂ ಹಾಗೆ ಅಷ್ಟು ಅಚ್ಚುಕಟ್ಟು. ಅಂತಹ ಸಮಗ್ರ ಶಿಲ್ಪದಲ್ಲಿ ಮೂಡಿ ಬರಬೇಕು. ಇಲ್ಲವಾದರೆ ಅದು ಬೇಡ.

ಅಡಿಗರ 'ಚೆಂಡೆ ಮದ್ದಳೆ' ಸಂಕಲನದ ಎಲ್ಲಾ ಕವನಗಳೂ ಮೇಷ್ಟ್ರಿಗೆ ಯಾವ ಯಾವದೋ ಕಾರಣಗಳಿಗಾಗಿ ನೆನಪಾಗುತ್ತಿದ್ದವು. ಅಡಿಗರ ಕಾವ್ಯದಲ್ಲಿ ಭಾವಾಭಿನಯಕ್ಕೆ ಉದಾಹರಣೆಯಾಗಿ 'ಗೊಂದಲಪುರ' ಕವನದ "ಬಾ, ಬಾ, ಬಾ ಎಂದು ಕರೆದಿತ್ತು. ಹಸುರು ಕೊಕ್ಕಿನ ಹಕ್ಕಿ ನನ್ನ ಕರುಳನು ಮೂರು ಬಾರಿ ಕುಕ್ಕಿ" ಎಂದು ಅವರು ಹೇಳುವುದೇ ಒಂದು ಸೊಗಸು. ಬಾ, ಬಾ, ಬಾ ಎಂಬುದನ್ನು ಮೇಷ್ಟ್ರು ಪುನರಾವರ್ತನೆ ಮಾಡುವುದರಲ್ಲೇ ಒಂದು ಭಾವಾಭಿನಯ ಸೃಷ್ಟಿಯಾಗಿ ಬಿಡುತ್ತಿತ್ತು. ಅವರು ಅದನ್ನು ಹೇಳುವಾಗ ನನಗೇನಾದರೂ ತಕ್ಷಣ ನೆನಪಾಗಿ ಮುಂದಿನ ವಾಕ್ಯ "ಚಿಗುರುಗೊಂಬಿನ ಹುಂಬಮನ ಮೂಸಿ ಮಣ್ಣ ನೆಗೆದಿತ್ತು ನಾಗಾಲೋಟ ಗಾಳಿಗುಂಟ" ಎಂದು ಹೇಳಿಬಿಟ್ಟರೆ ಆ ದಿನ ಅವರ ಮನೆಯಲ್ಲಿ ಇರುವಷ್ಟು ಹೊತ್ತು ಅದ್ಭುತವಾದ ಕಾವ್ಯಾನುಭವ. ಕೇಳುವವರು ಕಾವ್ಯಕ್ಕೆ ಸ್ಪಂದಿಸುತ್ತಾರೆ ಎಂದಾದರೆ ಮೇಷ್ಟ್ರಿಗೆ ಕಾವ್ಯದ ಬಗ್ಗೆ ಮಾತನಾಡುವ ಉತ್ಸಾಹ ಹೆಚ್ಚಾಗುತ್ತಿತ್ತು.

ಅವರ ಕಾವ್ಯದ ಕೊಂಡಿಗಳೂ ಹಾಗೆ ಮಾತಿನಲ್ಲಿ ಒಂದಕ್ಕೊಂದು ಸೇರಿ ಬೆಳೆಯುತ್ತಿತ್ತು. ಅವರು ಮನೆಯಲ್ಲಿ ಮಾತನಾಡುವ ಮೂಡ್‌ನಲ್ಲಿದ್ದರೆ ನಾವು ಎಷ್ಟು ಹೊತ್ತು ಕೂತರೂ ಅವರಿಗೆ ಬೇಜಾರಿಲ್ಲ. ಮನೆ ನಡೆಸಬೇಕಾದ ಎಸ್ತರ್ ಹೀಗೆ ಹೊತ್ತು ಗೊತ್ತು ಇಲ್ಲದೆ ಯಾವಾಗ ಬೇಕಾದರೂ ಆಗೆಲ್ಲಾ ಅನಂತಮೂರ್ತಿಯವರ ಮನೆಗೆ ಹೋಗಿ ಬಿಡುತ್ತಿದ್ದ ನಮ್ಮಂತಹ ಅನೇಕರೊಡನೆ ಅವರ ಮನೆಯ ನಿತ್ಯ ಕೆಲಸಗಳನ್ನು ಹೇಗೆ ನಡೆಸಿಯಾರೆಂದು ನಾನಂತೂ ಯೋಚಿಸುವ ಸ್ಥಿತಿಯಲ್ಲಿರಲಿಲ್ಲ. ಮೇಷ್ಟ್ರ ಮಾತೆಂದರೆ ಅಂತಹ ಆಕರ್ಷಣೆ.

ಅವರಿಗೆ ನೆನಪದು ಹೇಗೆ ಬರುತ್ತಿತ್ತೋ. 'Dying in to life' ಎಂಬ ಕೀಟ್ಸ್‌ನ ಪದ ಪುಂಜವನ್ನು ವಿವರಿಸುವಾಗಲೂ ಅವರಿಗೆ ಅಡಿಗರ 'ಬದುಕಬೇಕೇ, ಸಾಯಬೇಕು ಪ್ರತಿದಿನ, ನಿಮಿಷ' ಎಂಬ ಸಾಲು ನೆನಪಾಗುತ್ತದೆ. ನಿನ್ನೆಯ ನಾನು ಸತ್ತು ಇಂದಿನ ನಾನು ಹುಟ್ಟುವುದು ಎಂದರೇನು ಎಂಬುದರ ಬಗ್ಗೆ ಆ ಬಳಿಕ ಅದ್ಭುತ ವ್ಯಾಖ್ಯಾನ ಇರುತ್ತದೆ.

ವರ್ಡ್ಸ್‌ವರ್ತ್‌ನ ದಿ ರೈನ್‌ಬೋ (The Rainbow) ಕವನದ 'The Child is father of the man' ಎಂಬ ಮಾತು ಮೇಷ್ಟ್ರಿಗೆ ಬಹಳ ಪ್ರಿಯವಾದ ಮಾತು. ಪ್ರಾಯಸ್ಥನಾದವ ಮಗುವಿನ ತಂದೆ ಎಂಬುದು ಭೌತ ಸತ್ಯ. ಆದರೆ ಮಗುವು ಪ್ರಾಯಸ್ಥನ ತಂದೆಯಾಗುವ ಭಾವ ಸತ್ಯವನ್ನು ಕವನ ಹೇಗೆ ಕಟ್ಟಿಕೊಡುತ್ತಾ ಬೆಳೆಯುತ್ತದೆ ಎಂಬುದನ್ನು ಅವರು ಒಂದೊಂದು ಸಲ ಒಂದೊಂದು ರೀತಿಯಲ್ಲಿ ಕಾಣಿಸುತ್ತಿದ್ದರು. ಕವಿ ಬಾಲ್ಯಾವಸ್ಥೆಯಲ್ಲಿ ಕಾಮನಬಿಲ್ಲನ್ನು ನೋಡಿದಾಗ ಮನಸ್ಸು ನಲಿಯುತ್ತಿತ್ತು. ಪ್ರೌಢಾವಸ್ಥೆಯಲ್ಲೂ ಈಗ ಹಾಗೆಯೇ ನಲಿಯುತ್ತಿದೆ. ವೃದ್ಧಾವಸ್ಥೆಯಲ್ಲೂ ಕಾಮನಬಿಲ್ಲನ್ನು ಕಂಡು ಮನಸ್ಸು ಹಾಗೆಯೇ ಕುಣಿಯಲಿ ಎಂಬುದು ಕವಿಯ ಆಶಯ. ಮಗುವೇ ಪ್ರೌಢನ ತಂದೆ ಎಂಬ ಮನಸ್ಸಿನ ಸ್ಥಿತಿಗೆ ಒಮ್ಮೆ ಒತ್ತು ಇದ್ದರೆ ಇನ್ನೊಂದು ಸಲ ವಿವರಿಸುವಾಗ ಕವಿಗೆ ಪ್ರಕೃತಿಯ ಗ್ರಹಿಕೆಯಲ್ಲೇ ಬೆಳೆಯುವ ಧರ್ಮಶ್ರದ್ಧೆ (piety) ಬಗ್ಗೆ ಒತ್ತು ಇರುತ್ತಿತ್ತು. ಮತ್ತೊಂದು ಸಲ ಗ್ರೀಕಿನ ಹೆಲನಿಕ್ ದೇವತೆಗಳ ಧಾರ್ಮಿಕ ನೆಲೆಗಳು ಹೇಗೆ ಕಾವ್ಯ ಸತ್ಯಗಳಾಗಿವೆ ಎಂಬುದನ್ನು ವಿವರಿಸುತ್ತಿದ್ದರು. ಆ ಸಂದರ್ಭದಲ್ಲಿ ಅವರು ಯಾವ ವಿಚಾರವನ್ನು ಚಿಂತಿಸುತ್ತಿದ್ದರೋ– ಅದಕ್ಕೆ ಅನುಗುಣವಾಗಿ ಎಲ್ಲಾ ಚಿಂತನಾಕೊಂಡಿಗಳೂ ಒಂದಕ್ಕೊಂದು ಸೇರಿ ಸುಂದರವಾದೊಂದು ನೇಯ್ಗೆಯಾಗುತ್ತಿತ್ತು.

ಅಡಿಗರ 'ಪ್ರಾರ್ಥನೆ' ಕವನದ ಸಾಲುಗಳಾದ–

ಕಲಿಸು ಬಾಗದೆ ಸೆಟೆವುದನ್ನು, ಬಾಗುವುದನ್ನು;

ಹೊತ್ತಿನ ಮುಖಕ್ಕೆ ಶಿಖೆ ತಿವಿವುದನ್ನೂ ಹಾಗೆ

ಗಾಳಿಗಲ್ಲಾಡಿ ಬಳುಕಾಡಿ ತಾಳುವುದನ್ನು;

ಇವುಗಳು ಅವರಿಗೆ ಪ್ರಿಯವಾದ ಕೆಲವು ವಿಶೇಷ ಸಾಲುಗಳು. ಒಮ್ಮೆ ನಾನು ಹಿರಿಯ ಅಧಿಕಾರಿಯೊಬ್ಬರ ಬಗ್ಗೆ ಬಹಳ ಸಿಡಿಮಿಡಿಗೊಂಡಿದ್ದೆ. ನಮ್ಮ ಊರಿನ ಬಡ ಕೂಲಿಕಾರ ಹರಿಜನನೊಬ್ಬನ ಪುಟ್ಟ ಮನೆಸ್ಥಳದ ಭೂಮಿಗೆ ತೊಂದರೆಯಾಗಿತ್ತು. ಅವನ ಮನೆ ಉಳಿಸಬಲ್ಲ ಪುಟ್ಟ ಆಜ್ಞೆಯೊಂದಕ್ಕೆ ಹಿರಿಯ ಅಧಿಕಾರಿ ಸಹಿಹಾಕಲು ಒಪ್ಪಿರಲಿಲ್ಲ. ಬದುಕು ಎಂದರೆ ಸೆಟೆಯುವುದು ಮಾತ್ರವಲ್ಲ. ಬಾಗುವುದನ್ನೂ ಕಲಿಯಬೇಕಾಗುತ್ತದೆ. ಸೂರ್ಯನ ಮುಖಕ್ಕೇ ಕೈಯಲ್ಲಿರುವ ಜ್ವಾಲೆಯಿಂದ ತಿವಿಯಬಲ್ಲೆ ಎಂಬ ಧೈರ್ಯ ಸರಿ. ಇರಬೇಕಾದ್ದೆ. ಆದರೆ ನಿನ್ನ ಉದ್ದೇಶ ಈಡೇರಬೇಕಾದರೆ ಗಾಳಿಗೆ ಅಲ್ಲಾಡಿ ಬಳುಕಾಡಿದರೂ ತಾಳುವುದನ್ನು ಕಲಿಯಬೇಕು. ಹೊತ್ತಿನ ಮುಖಕ್ಕೆ ತಿವಿಯಲು ಹೊರಟ ಶಿಖೆ ಒಂದು ಗಾಳಿಯನ್ನೂ ತಾಳದೆ ಹೋದರೆ ಮುಂದೆಗೆ ಏನಿದೆ? ಎಂದು ಆಗ ನನಗನಿಸಿತು. ರಾಜಕೀಯ, ವಿಚಾರ, ವಿವರಣೆ ಎಲ್ಲದಕ್ಕೂ ಅವರಿಗೆ ಕಾವ್ಯ ಒದಗಿ ಬರುತ್ತಿತ್ತು. ಮುಂದೆ ಕೂಲಿಕಾರನ ಸಮಸ್ಯೆಯನ್ನು ವಕೀಲನಾದ ನನ್ನ ಸಹೋದರ ಬಗೆಹರಿಸಿಕೊಟ್ಟ.

ಅವರಿಗೆ ಸಾಹಿತ್ಯದಲ್ಲಾಗಲಿ ಆಡಳಿತದಲ್ಲಾಗಲಿ ಕಾಣಬೇಕಾದ್ದನ್ನು ಕಾಣಿಸುವ

ಒಂದು ವಿಶೇಷ ಶಕ್ತಿ ಇರುತ್ತಿತ್ತು. ಉಪಕುಲಪತಿಗಳಾಗಿ ಕೇರಳದ ಕೊಟ್ಟಾಯಂನಲ್ಲಿ ಅವರು ಪಿಎಚ್.ಡಿ ಇಲ್ಲದ ಕೆಲವು ಪ್ರತಿಭಾವಂತರನ್ನು ಕೆಲಸಕ್ಕೆ ತೆಗೆದುಕೊಂಡಿದ್ದರು. (ವಿನಯ ಚಂದ್ರನ್ ಹಾಗೂ ನರೇಂದ್ರ ಪ್ರಸಾದ್) ಸಾಹಿತ್ಯ ಅಕಾಡೆಮಿಯ ಅಧ್ಯಕ್ಷರಾಗಿದ್ದಾಗ ಸಂವಿಧಾನಾತ್ಮಕ ಮಾನ್ಯತೆ ಸಿಗದೆ ಇರುವ ಬುಡಕಟ್ಟು ಭಾಷೆಗಳ ಸಾಹಿತ್ಯಿಕ ಕೊಡುಗೆಗಳನ್ನು ಗೌರವಿಸುವ ಪರಿಪಾಠವನ್ನು ಪ್ರಾರಂಭಿಸಿದರು. ಇದಕ್ಕೆಲ್ಲಾ ವ್ಯವಸ್ಥೆಯನ್ನೂ ಹಿಂದಿನ ಪರಿಪಾಠದವರನ್ನೂ ಎದುರಿಸಬಲ್ಲ, ಒಂದು ರೀತಿಯ ವಿಶೇಷ ಧೈರ್ಯ ಬೇಕು ಎಂದಾಗ ಅದನ್ನು ಕಾನೂನಿನ ಒಳಗೆ ಸರಿಯಾದ ವ್ಯಾಖ್ಯಾನಗಳಿಂದ ಸಾಧಿಸುವ ಕ್ರಮ ಹೇಗೆಂದು ನನಗೊಮ್ಮೆ ವಿವರಿಸಿದ್ದರು. ಅದರ ಜೊತೆಗೆ ಅಂತಹವನ್ನು ದುರುಪಯೋಗ ಪಡಿಸುವವರು ಅವುಗಳನ್ನು ಹೇಗೆ ಬಳಸುತ್ತಾರೆ ಎಂಬುದನ್ನು ಸೂಚಿಸಿದರು. ಒಮ್ಮೆಯಂತೂ ಈ ಲಂಚದಿಂದಾಗಿ ಏನೂ ಮಾಡಲು ಸಾಧ್ಯವಿಲ್ಲ ಎಂದು ಕುಳಿತರೆ ಪ್ರಗತಿಪರ ಕೆಲಸಗಳು ಆಗುವುದು ಹೇಗೆ ಎಂದು ತೀವ್ರ ಅಸಮಾಧಾನದಿಂದ ಒದ್ದಾಡುತ್ತಿದ್ದರು. ಅಂತಹ ವಿಚಾರಗಳ ಬಗ್ಗೆ ತಕ್ಷಣದ ತುರ್ತಿನಿಂದ ಅವರಂತೆ ಪ್ರತಿಕ್ರಿಯಿಸಬಲ್ಲವರು ಬಹಳ ಮಂದಿಯಿಲ್ಲ.

ಅನಂತಮೂರ್ತಿಯವರ ಪ್ರತಿಕ್ರಿಯೆಗಳು ಸೃಜನಶೀಲವಾಗಿ ತನ್ನ ಒಳಗನ್ನು ಸತ್ವ ಪರೀಕ್ಷೆಗೆ ಒಡ್ಡದೆ ಹುಟ್ಟುತ್ತಿರಲಿಲ್ಲ. ಅವರಿಗೆ ಐಡಿಯಾಗಳು (Ideas) ಬಹಳ ಮುಖ್ಯ. ಒಮ್ಮೆ ವಿಚಾರವೊಂದು ಸೃಷ್ಟಿಯಾದರೆ ಅದಕ್ಕೆ ಸಾವಿಲ್ಲ ಎಂದು ಅವರು ನಂಬಿದ್ದರು. ಪ್ರೊ ಕೆ. ರಾಮದಾಸ್ ತೀರಿಕೊಂಡಾಗ ಅವರು ಮೈಸೂರಲ್ಲಿ ಹೇಳಿದ್ದು: ನಮ್ಮಲ್ಲಿ ಚಾರ್ವಾಕ ಸತ್ತಿಲ್ಲ. ರಾಮದಾಸ್‌ರ ಈ ಮನೆಯಲ್ಲಿ ಬದುಕಿದ್ದ. ಇನ್ನು ಮುಂದೆ ರಾಮದಾಸರ ವಿದ್ಯಾರ್ಥಿಗಳಲ್ಲಿ ಅವರಿಂದ ಪ್ರೇರಿತರಾದವರಲ್ಲಿ ಬದುಕುತ್ತಾನೆ ಎಂಬುದು ಆ ಸಂದರ್ಭದಲ್ಲಿ ಅವರು ಹೇಳಿದ ಮಾತುಗಳ ಭಾವಾರ್ಥ.

ಅವರ ವಿಭಿನ್ನ ನೆಲೆಗಳ ಮಾತುಗಳ ಶಕ್ತಿಗೆ ಉದಾಹರಣೆಯಾಗಿ 'ಅವಸ್ಥೆ' ಕಾದಂಬರಿಯಲ್ಲಿ ಕೃಷ್ಣಪ್ಪ, ದೇವರು ಇದ್ದಾನೆ ಅಂತ ನಿಶ್ಚಯವಾಗಿ ಒಬ್ಬನಿಗೆ ಗೊತ್ತಾದರೆ ಆತ ರಿಲಿಜಸ್ ಆಗೋದು ದೊಡ್ಡ ವಿಷಯ ಅಲ್ಲ ಎಂದ ಬಳಿಕ ನಾಗೇಶನಿಗೆ ಹೇಳುವ ಈ ಮಾತುಗಳನ್ನು ಗಮನಿಸಿ: "ಆದರೆ ದೇವರು ಇದಾನೋ ಇಲ್ವೋ ಅನ್ನುವ ಆತಂಕದಲ್ಲೂ ದೇವರನ್ನು ನಂಬೋ ನಿರ್ಧಾರ ಮಾಡೋದಿದೆ ನೋಡು– ಅದು ನಿಜವಾದ ಶೌರ್ಯ." ಹಾಗೇನೇ ರಾಜಕೀಯದಲ್ಲಿ ಹೋರಾಟದಿಂದ ಪ್ರಗತಿಯಾಗುತ್ತೆ ಅಂತ ನಂಬಿ ಬಡವರ ಪರ ನಿಂತು ಕ್ರಾಂತಿಗೆ ಕೆಲಸ ಮಾಡೋದು ಒಂದು ವಿಧ. ಅದು ಬಹುಜನರ ಮಾರ್ಗ. ಆದರೆ ಕೃಷ್ಣಪ್ಪನ ಸ್ವಭಾವ ಬೇರೆ. ವಾರಂಗಲ್‌ನಿಂದ ಬಂದ ಮೇಲೆ ರಾಜಕೀಯಕ್ಕೆ ಕೃಷ್ಣಪ್ಪ ಧುಮುಕುವ ಮೊದಲು ಪ್ರಗತಿಯಿಂದ ಒಳ್ಳೆಯದೇ ಆಗುತ್ತೆ ಎನ್ನುವ ನಂಬಿಕೆ ಕೃಷ್ಣಪ್ಪನಿಗೆ ಇರಲಿಲ್ಲ. "ಆದರೆ ಸುತ್ತಮುತ್ತಲಿನ ಕ್ಷುದ್ರತೆ ದುಃಖ ಕಂಡಾಗ ಇದರ ವಿರುದ್ಧ ಹೋರಾಡೋದು ಅಗತ್ಯ ಅನ್ನೋದು ಮಾತ್ರ ನನಗೆ ಸ್ವಯಂಸಿದ್ಧ. ದೈನಿಕ ಜೀವನವೇ ಹೊಳೀಬೇಕು ಅಂತ

ನನಗಿದ್ದ ಆಸೆ ಮಾತ್ರ ಸಫಲವಾಗಿಲ್ಲ." ಕೃಷ್ಣಪ್ಪನ ಆದರ್ಶದಂತೆ ದೈನಿಕದ ಜೀವನ ಹೊಳೆಯಬೇಕು ಎಂದಾದರೆ ಪಶ್ಚಿಮದ ಲೌಕಿಕ ಹಾಗೂ ಪೂರ್ವದ ಅಧ್ಯಾತ್ಮ ಎರಡೂ ಫಲಪ್ರದವಾಗಿ ಸೇರಬೇಕು. ಅದನ್ನು ಸಾಧಿಸಬಲ್ಲ ರಾಜಕೀಯ ಹಾಗೂ ಸಾಮಾಜಿಕ ಪರಿವರ್ತನೆ ಆಗಬೇಕು.

ವ್ಯಕ್ತಿ, ನಂಬಿಕೆ, ಧರ್ಮ, ರಾಜಕೀಯ, ಸಮಾಜ– ಹೀಗೆ ನಾನಾ ಸ್ತರಗಳಲ್ಲಿ ಅವರ ಮಾತುಗಳೂ ಪ್ರತಿಕ್ರಿಯೆಗಳೂ ಕೆಲಸ ಮಾಡುತ್ತವೆ. ಆದರೆ ಅವರ ಬೌದ್ಧಿಕತೆಗೆ ಅನುಭವವಾಗುವ ಶಕ್ತಿ ಇರುವುದು ಕಾರಣ. ಬೌದ್ಧಿಕತೆ ವೈಚಾರಿಕ ಚಿಂತನೆಯಾಗದೆ ಅನುಭವವಾಗಿ ಪರಿವರ್ತನೆಗೊಳ್ಳುವುದು ಅಪರೂಪದ ಶಕ್ತಿ. ವಿಚಾರ ಮಂಡನೆಯೇ ರೂಪಕದ ಶಕ್ತಿಯನ್ನು ಅವರ ಮಾತುಗಳಲ್ಲಿ ತಾಳುತ್ತದೆ. ಅದರ ಮೂಲದಲ್ಲಿ ಇನ್ನಾವುದೋ ಸೃಜನಶೀಲ ಕೊಂಡಿಗಳು ಕೆಲಸ ಮಾಡುತ್ತವೆ.

ಅನಂತಮೂರ್ತಿಯವರು 'ಅವಸ್ಥೆ' ಕಾದಂಬರಿಯನ್ನು 1978ರಲ್ಲಿ ಒಂದು ತಿಂಗಳ ಕಾಲ ನಿತ್ಯ ಬರೆದು ಮುಗಿಸಿದರು. ಆಗ ಮೈಸೂರಿನಲ್ಲಿ ವಿದ್ಯಾರ್ಥಿಯಾಗಿದ್ದ ನಾನು ಪ್ರತಿದಿನ ಸಂಜೆ ಅವರು ಒಂದು ಹಂತದ ಬರವಣಿಗೆ ಮುಗಿಸಿದಾಗ ಮೇಷ್ಟ್ರ ಮನೆಗೆ ಹೋಗುತ್ತಿದ್ದೆ. ಬಳಿಕ ಮನೆಯಿಂದ ಹೊರಟು ಕನಿಷ್ಠ ಒಂದು ಗಂಟೆ ಅವರ ಜೊತೆ ವಾಕಿಂಗ್ ಇರುತ್ತಿತ್ತು. ಆ ವಾಕಿಂಗ್‌ಗಳಲ್ಲಿ ಅವರು ಚರ್ಚಿಸಿದ್ದ ಕವಿ ಯೇಟ್ಸ್, ತತ್ವಜ್ಞಾನಿ ನೀತ್ಸೆ ಮೊದಲಾದವರು ಯಾವಯಾವುದೋ ಸೃಜನಶೀಲ ಹುಟ್ಟುಗಳಲ್ಲಿ ಅವಸ್ಥೆಯೊಳಗಿದ್ದಾರೆ.

ಮೇಲೆ ನಾನು ಉಲ್ಲೇಖಿಸಿದ ಕೃಷ್ಣಪ್ಪನ ಮಾತುಗಳನ್ನು ನೆನಪಿಸಿಕೊಳ್ಳಿ. ಆ ದಿನದ ವಾಕಿಂಗ್‌ನಲ್ಲಿ ಅವರು ಸತತವಾಗಿ ಮಾತನಾಡುತ್ತಿದ್ದುದು ನೀತ್ಸೆಯ ಬಗ್ಗೆ. ದೇವರ ಬಗ್ಗೆ ನಂಬಿಕೆ ಇಲ್ಲದವರಿಗೆ ನಾಸ್ತಿಕನಾಗುವುದು ಸುಲಭ. ಹಾಗೆಯೇ ನಂಬಿಕೆ ಉಳ್ಳವನಿಗೆ ಭಕ್ತನಾಗುವುದೂ ಸರಳ. ಆದರೆ ದೇವರು ಇದ್ದಾನೋ ಇಲ್ಲವೋ ಎಂಬುದು ತಿಳಿಯದೆ ಆತನ ಬಗ್ಗೆ ಯೋಚಿಸುವುದು ಆ ಆತಂಕದಲ್ಲಿ ನಂಬಿ ಒಂದು ನಿರ್ಣಯಕ್ಕೆ ತಲುಪುವುದು ಬಹಳ ಕಷ್ಟ ಎಂದು ನೀತ್ಸೆ ಹೇಳುತ್ತಾನೆ. ಅದು ಅನಂತಮೂರ್ತಿಯವರನ್ನು ಬಹಳವಾಗಿ ಕಾಡುತ್ತಿತ್ತು. ಆ ವಿಚಾರ ಸೃಜನಶೀಲ ರೂಪಕವಾಗಿ ಕೃಷ್ಣಪ್ಪನ ಮಾತುಗಳಲ್ಲಿ ಸೃಷ್ಟಿಯಾಗುತ್ತದೆ. ಬೌದ್ಧಿಕತೆ ಅನುಭವವಾಗಿ ಮಾರ್ಪಡುವುದೂ ರೂಪಕದ ಅಂತರ್ಗತ ಶಕ್ತಿಯಿಂದಲೇ ಆಗಿದೆ.

'ಸಮಾಹಿತ'ದ ಸಂಪಾದಕರು ಅನಂತಮೂರ್ತಿಯವರ ಒಡನಾಟದ ಮೂಲಕ ಅವರ ನೆನಪಿನ ಚಿತ್ರ ನೀಡುವ ಒಂದು ಲೇಖನ ಬರೆಯಬೇಕೆಂದು ಹೇಳಿದಾಗ ಮೇಷ್ಟ್ರ ಭೇಟಿಯ ಪ್ರತಿಯೊಂದು ವಿವರವೂ ವಿಚಾರವೊಂದರ ಚರ್ಚೆಗೆ ಮೀಸಲಾಗಿರುತ್ತದೆ ಎಂದು ಹೇಳಿದೆ. ಅನಂತಮೂರ್ತಿಯವರೊಡನೆ ವೃಥಾ ಹರಟೆಯ ಒಂದು ಮಾತು ಕೂಡಾ ಇರುವುದಿಲ್ಲ. ಅವರು ಆಗ ಯಾವುದನ್ನು ಚಿಂತಿಸುತ್ತಿರುತ್ತಾರೋ ಅದನ್ನು

ನಿರಂತರವಾಗಿ ಮಾತನಾಡುತ್ತಿದ್ದರು. ಮಾತು ಹೀಗೆ ಅವರಿಗೆ ಸತತ ಧ್ಯಾನದಲ್ಲಿರುವ ಕ್ರಮ. ಆ ಏಕಾಗ್ರತೆಯಲ್ಲಿ ಅವರೊಡನೆ ಇದ್ದವರು ಅದನ್ನು ಬಿಟ್ಟು ಇನ್ನೇನು ಬರೆಯಲು ಸಾಧ್ಯ.

ಸತತವಾಗಿ ಅನಂತಮೂರ್ತಿಯವರೊಳಗೆ ಯಾವಾಗಲೂ ಒಬ್ಬ ಅಧ್ಯಾಪಕ (Teacher) ಮತ್ತೊಬ್ಬ ಲೇಖಕ (Writer) ಹಾಗೂ ಇನ್ನೊಬ್ಬ ಹೋರಾಟಗಾರ (Activist) ಒಟ್ಟಿಗೇ ಜೀವಿಸುತ್ತಿದ್ದರು. ಅವರ ಮಾತು ಚಿಂತನೆಗಳು ಈ ಮೂವರ ಒಟ್ಟು ಸಾಂಗತ್ಯದ ಫಲ. ಅದರ ಜೊತೆ ಅವರಿಗೆ ಪೂರ್ವಪಶ್ಚಿಮಗಳ ಶೋಧನೆಯಲ್ಲಿ ಸತತವಾದ ಆಸಕ್ತಿ.

ಪಶ್ಚಿಮದ ನಾಗರಿಕತೆಯ ಅತ್ಯುತ್ತಮ ಫಲವೆಂದರೆ ಒಬ್ಬ ಸಭ್ಯನ ನಿರ್ಮಾಣ. ಆತ ಜಂಟಲ್‌ಮ್ಯಾನ್ (Gentleman). ಸುಸಂಸ್ಕೃತ ನಾಗರಿಕತೆಯ ಉತ್ಕೃಷ್ಟ ನಿರ್ಮಾಣ. ಆತನ ಲೋಕ ಬಹಿರಂಗದ ನಾಜೂಕು. ಪೂರ್ವದ ನಮ್ಮ ನಾಗರಿಕತೆಯ ಶ್ರೇಷ್ಠ ಫಲವೆಂದರೆ ಸಂತ. ಆತನೆ ನಿಜವಾದ ಸ್ಯೆಯಿಂಟ್ (Saint). ಶ್ರೇಷ್ಠ ಸಂತನಿಗೆ ಬಹಿರಂಗದ ಲೌಕಿಕ ಮುಖ್ಯ ಅಲ್ಲ. ಅಂತರಂಗದ ಸಾಫಲ್ಯವೇ ಅವನ ಸಾಧನೆ. ಹೀಗೆ ಸಭ್ಯ ಹಾಗೂ ಸಂತತನದ ಸಮಾನ ಶೋಧನೆ ಅವರ ಕ್ಲಿಪ್ ಜಾಯಿಂಟ್ ಕಥೆ ಬಳಿಕ ನಡೆಯಲಿಲ್ಲ. ಮುಂದೆ ಅವರು 'ಸೃಜನಶೀಲ' ಬರಹಗಳಲ್ಲಿ ನಡೆಸಿದ್ದೆಲ್ಲಾ ಪೂರ್ವದ ನಾನಾ ಶೋಧನೆಗಳು. ಸಂತನ ಬಹುಮುಖಗಳ ಹುಡುಕಾಟ. ನೀವು ಕ್ಲಿಪ್ ಜಾಯಿಂಟ್‌ನ ಹಾಗೆ ಪೂರ್ವ-ಪಶ್ಚಿಮಗಳ ಸಮಾನ ಶೋಧನೆಯನ್ನು ಸೃಜನಶೀಲತೆಯಲ್ಲಿ ಕಾಣಿಸಬೇಕು. ಪೂರ್ವ ಪಶ್ಚಿಮಗಳೆರಡನ್ನೂ ನೀವು ಇತ್ತೀಚೆಗೆ ಸಮಾನವಾಗಿ ಪರಿಗಣಿಸುವುದು ವೈಚಾರಿಕ ಲೇಖನಗಳಲ್ಲಿ ಮಾತ್ರ ಎಂದೊಮ್ಮೆ ನಾನು ಹೇಳಿದೆ. ತುಸು ಮೌನ ತಾಳಿ ಆ ಮೇಲೆ ಮೇಷ್ಟ್ರು ಹೇಳಿದರು, "ನೋಡೋ ವಿಜಯ, ಅವನ್ನು ನೀನು ಹೇಳಿದ ಹಾಗೆ ಬರೆಯುವುದಕ್ಕೆ ಒಂದು ರೂಪಕ ಒದಗಿ ಬರಬೇಕಲ್ಲಪ್ಪ. ಏನೋ ಅದೃಷ್ಟಕ್ಕೆ ಸೂರ್ಯನ ಕುದುರೆಯಲ್ಲೊಂದು ರೂಪಕ ಒಲಿದು ಬಂತು. ಬಯಸಿದಂತೆಲ್ಲಾ ಬರುತ್ತವೇನೋ ಅವು. ಸಿಕ್ಕಿದರೆ ಪುಣ್ಯ."

ಆಮೇಲಾಮೇಲೆ ಅವರಿಗೆ ಕವಿ ಏಟ್ಸ್ ತುಂಬಾ ಪ್ರಿಯನಾಗಿ ಬಿಟ್ಟ. ಬ್ಲೇಕ್ ಹಾಗೂ ಯೇಟ್ಸ್‌ರಲ್ಲಿ ಅವರಿಗೊಂದು ಅಧ್ಯಾತ್ಮದ ಒಳಸುಳಿ ಸದಾ ಗೋಚರಿಸುತ್ತಿತ್ತು. ಮನುಷ್ಯ ಪಾಡನ್ನು ವಿವರಿಸುವುದಕ್ಕೆ ಯೇಟ್ಸ್‌ನಲ್ಲಿ ಅನೇಕ ಕಾವ್ಯದ ಸಾಲುಗಳು ಅವರಿಗೆ ಒದಗಿ ಬರುತ್ತಿದ್ದವು. ಒಂದು ಸಂಜೆ ನಾಲ್ಕು ರೌಂಡ್ ವಾಕಿಂಗ್ ಮುಗಿಸಿ ಪಾರ್ಕಿನ ಕಲ್ಲು ಬೆಂಚಲ್ಲಿ ಕುಳಿತಿದ್ದೆವು. ಮುಳುಗುವ ಸೂರ್ಯನನ್ನು ನೋಡಿ ಬೆಳಗಿನ ಬಗ್ಗೆ ಯೇಟ್ಸ್ ಬರೆದೊಂದು ವಿವರ ಅವರಿಗೆ ನೆನಪಾಯಿತು. ಉಷಃಕಾಲದಲ್ಲಿ ಕೊಳದ ಮೇಲಿನ ಸೂರ್ಯನನ್ನು ನೋಡಿ ದಿವ್ಯ ಎನಿಸುತ್ತದೆ. ಆದರೆ ಆ ದಿವ್ಯ ಮುಟ್ಟಿ ಅನುಭವಿಸಲು ಸಿಗುವುದಿಲ್ಲ. ಕೊಳದ ಮೂಲಕ ಅನುಭವಿಸಿದ ದಿವ್ಯವನ್ನು ಸ್ಪರ್ಶಿಸಲು

ಹೊರಟರೆ ಸಿಗುವುದು ಚಳಿಯಲ್ಲಿ ಚುಚ್ಚುವ ತಣ್ಣೀರು. ಮುಂದೆ ಅವರು ಅದರ ಬಗ್ಗೆ ಒಂದು ಕವನವನ್ನೂ ಬರೆದರು. 'ಮಿಥುನ' ಸಂಕಲನದಲ್ಲಿದೆ.

ಅವರಿಗೆ ಹೀಗೆ ಮನಸ್ಸಿನ ಸೂಕ್ಷ್ಮ ಸಂಕೀರ್ಣ ಎಳೆಗಳಲ್ಲಿ ಅನುಭವವನ್ನು ಹಿಡಿಯಬೇಕು. ಹಾಗಾಗಿ ಅವರಿಗೆ ರುಚಿಸುವ ವಿಮರ್ಶೆ ಬರೆಯುವುದು ಅಷ್ಟು ಸುಲಭವಲ್ಲ. 'ಅರಿವು' ಹಾಗೂ 'ಅನುಭವ'ಗಳ ವ್ಯತ್ಯಾಸದ ಬಗ್ಗೆ ಅವರು ಬಹಳ ಸ್ಪಷ್ಟ. ಕೃತಿಯೊಂದರ ಸೃಜನಶೀಲ ಮೂಲಗಳನ್ನು ಕಾಣಿಸಿ ಅದನ್ನು ಇನ್ಯಾವುದಕ್ಕೋ ಹೋಲಿಸಿ ಅರಿವನ್ನು ಹೆಚ್ಚಿಸುವ ಬರಹಗಳಿಂದ ಅವರಿಗೆ ನಮ್ಮ ಕಾವ್ಯಾನುಭವವನ್ನು ಸಮೃದ್ಧಗೊಳಿಸುವ ವಿಮರ್ಶೆ ಹೆಚ್ಚು ಇಷ್ಟವಾಗುತ್ತಿತ್ತು. ನನ್ನ ಮಟ್ಟಿಗೆ ಹೇಳುವುದಾದರೆ ನಾನು ಕಾವ್ಯದ ಬಗ್ಗೆ ಬರೆದ ವಿಮರ್ಶೆಗಳನ್ನು ಅವರು ನನ್ನಲ್ಲಿ ಹೆಚ್ಚು ಚರ್ಚಿಸುತ್ತಿದ್ದರು. ನಾನು ಶುದ್ಧಾಂಗ ಸಾಹಿತ್ಯ ವಿಮರ್ಶೆಯ ಶಿಸ್ತಿನಲ್ಲಿ ಪ್ರೊ. ಜಿ.ಎಚ್. ನಾಯಕರ ವಿಧಾನಗಳ ಕಡೆಗೆ ವಾಲಿದವನು ಎಂದು ತಿಳಿದಿದ್ದರು. ಅವರ ಕವನಗಳ ಬಗ್ಗೆ ನಾನು ಹೆಚ್ಚು ಉತ್ಸಾಹ ತೋರುವುದಿಲ್ಲ ಎಂಬುದು ಅವರಿಗೆ ಸ್ಪಷ್ಟವಿತ್ತು. ಅವರ ಕಾವ್ಯ ಮಾತ್ರವಲ್ಲ, ಅವರ ಅನೇಕ ಪ್ರಿಯ ಶಿಷ್ಯರ ಕಾವ್ಯದ ಬಗೆಗೂ ನನಗಿದ್ದ ಭಿನ್ನಾಭಿಪ್ರಾಯ ಅವರಿಗೆ ತಿಳಿದಿತ್ತು. ಆ ಬಗ್ಗೆ ನಮ್ಮ ನಡುವೆ ಸಾಕಷ್ಟು ವಾದಗಳೂ ಆಗಿದ್ದವು. ಆದರೆ ಅವು ಯಾವುವೂ ಅವರ ಜೊತೆಗಿನ ಒಡನಾಟಕ್ಕೆ ಏನೂ ಕುಂದು ತರಲಿಲ್ಲ.

ಸಪ್ನಾ ಬುಕ್‌ಹೌಸ್‌ನವರು, ಅನಂತಮೂರ್ತಿಯವರ ಆಯ್ದ ಲೇಖನಗಳ ಸಂಕಲನವೊಂದನ್ನು ತರುವ ಬಗ್ಗೆ ಸಲಹೆ ಕೇಳಿದಾಗ ನಾನು ಅವರು ಬರೆದ ಶುದ್ಧಾಂಗ ಸಾಹಿತ್ಯ ವಿಮರ್ಶೆಗಳ ಆಯ್ದ ಲೇಖನಗಳ ಸಂಗ್ರಹ ಮಾಡಿ ಎಂದು ಸೂಚಿಸಿದೆ. ಅನಂತಮೂರ್ತಿಯವರು ಸಪ್ನಾದವರಲ್ಲಿ ವಿಜಯಶಂಕರ ಸಂಪಾದಕನಾಗಿ ಕೆಲಸ ಮಾಡುವುದಾದರೆ ಒಪ್ಪುತ್ತೇನೆ ಎಂದರು. ನಾನು ಒಪ್ಪಿದಾಗ ನನಗೊಂದು ಫೋನು ಮಾಡಿ, ನೀನು ಯಾವ ಲೇಖನಗಳನ್ನು ಆಯ್ಕೆ ಮಾಡುತ್ತಿ, ಏನು ಪ್ರಸ್ತಾವನೆ ಬರೆಯುತ್ತಿ ಎಂಬ ಯಾವ ವಿಚಾರವನ್ನೂ ತನ್ನಲ್ಲಿ ಚರ್ಚಿಸಬೇಡ. ಪುಸ್ತಕ ಪ್ರಿಂಟಾದ ಮೇಲೆ ತಂದುಕೊಡು. ನೀನು ಆಯ್ಕೆ ಮಾಡಿದ್ದಕ್ಕೆ, ಬರೆದದ್ದಕ್ಕೆ, ಟಿಪ್ಪಣಿಗಳಿಗೆ ಪ್ರತಿಯೊಂದಕ್ಕೂ ಅವರ ಒಪ್ಪಿಗೆ ಇದೆ ಎಂದರು. ಹಾಗೆಯೇ ನಡೆದುಕೊಂಡರು. ನಾನು ಅವರ ಕೃತಿನಿಷ್ಠ, ವಸ್ತುನಿಷ್ಠ ಹಾಗೂ ಸಂಸ್ಕೃತಿ ನಿಷ್ಠ ಎಳೆಗಳಲ್ಲಿ ಹಾದ ಕನ್ನಡದ ಆಧುನಿಕ ವಿಮರ್ಶಾ ಬೆಳವಣಿಗೆಗಳನ್ನು ಪ್ರತಿನಿಧಿಸುವ ಮೂವತ್ತಮೂರು ಶುದ್ಧ ಸಾಹಿತ್ಯ ವಿಮರ್ಶೆಯ ಲೇಖನಗಳನ್ನು ಒಟ್ಟು ಮಾಡಿ, ಪ್ರತಿಯೊಂದಕ್ಕೂ ಅವರ ಅಧ್ಯಯನ ಸೂಚಿ, ಇತರ ಸಂಬಂಧಿತ ಲೇಖನಗಳ ಸಂಪರ್ಕ ಸೂಚಿ ಟಿಪ್ಪಣಿ ಸಹಿತ ವಿವರಣೆ ನೀಡಿದೆ. ಪ್ರಸ್ತಾವನೆ, ಲೇಖನ, ಟಿಪ್ಪಣಿ ಎಲ್ಲವನ್ನೂ ಅವರು ಪ್ರಕಟಣೆ ಬಳಿಕವೇ ನೋಡಿ ಸಂತೋಷಪಟ್ಟರು. ಎ.ಆರ್.ಕೃ. ನೆನಪಾಗುವಂತೆ ಆಧುನಿಕ ಲೇಖನಗಳ ಸಂಪಾದನೆ ಮಾಡಿದ್ದೀಯ, ಅವರ ಸಾಹಿತ್ಯ ವಿಮರ್ಶೆ ಮಾತ್ರ ಅಧ್ಯಯನ ಮಾಡುವವರಿಗೆ ಇದೊಂದು

ಆಕರ ಗ್ರಂಥವಾಗುತ್ತದೆ ಎಂದು ಮೇಷ್ಟ್ರು ಪ್ರೀತಿಯಿಂದ ಹೇಳಿದ ಮಾತು ನನಗೆ ತುಂಬಾ ಸಂತೋಷ ನೀಡಿತು.

ಹೊಸ ತಾತ್ವಿಕತೆಯನ್ನು ಅದರ ಮೂಲ ತಿರುಳಿನ ಸಹಿತ ನೀಡುವುದು ಅವರ ಶೈಲಿ. ಸಬಾಲ್ಟ್ರನ್ ಚಿಂತನೆಯನ್ನು ಅವರು ಕನ್ನಡದಲ್ಲಿ ಪ್ರಚುರ ಪಡಿಸಿದ್ದು ಆ ರೀತಿ. ಹಾಗೆಯೇ ಅವರು ಪ್ರಜ್ಞೆ ಹಾಗೂ ಪರಿಸರದ ತಾತ್ವಿಕತೆಯನ್ನು ವಿಶ್ಲೇಷಣೆ ಹಾಗೂ ನೂತನ ದೃಷ್ಟಿಕೋನಗಳಿಂದ ಪ್ರಸ್ತುತ ಪಡಿಸಿದರು. ಎಫ್.ಆರ್. ಲಿವೀಸ್, ಟ್ರಿಲ್ಲಿಂಗ್ ಮೊದಲಾದವರು ಅವರ ಪ್ರಿಯವಿಮರ್ಶಕರು. ಲುಕಾಕ್ಸ್‌ನ ಯುರೋಪಿಯನ್ ರಿಯಲಿಸಂ ಬಗ್ಗೆ ನಮಗೆ ಸ್ಪಷ್ಟನೆ ಬೇಕು ಎನ್ನುತ್ತಿದ್ದರು. ಲಿವೀಸ್ ಹೇಳುವ ವಿಮರ್ಶೆಯಲ್ಲಿರಬೇಕಾದ ನೈತಿಕ ಆಯ್ಕೆ, ತರತಮದಲ್ಲಿ ಗ್ರಹಿಸಿ ಶ್ರೇಷ್ಠವಾದ್ದನ್ನು ಮಾತ್ರ ಗುರುತಿಸಬೇಕಾದ ವಿಮರ್ಶಾ ನಿಲುವುಗಳು ಕೊನೆವರೆಗೂ ಅವರ ಅತಿಪ್ರಿಯ ವಿಚಾರಗಳೇ ಆಗಿದ್ದವು.

ಅನಂತಮೂರ್ತಿಯವರ ಜೊತೆ ಚುನಾವಣಾ ಪ್ರಚಾರ, ಸಾಹಿತ್ಯ ಸಭೆಗಳು, ಸಂಗೀತ ಕಛೇರಿ, ನಾಟಕ, ಸಿನಿಮಾ, ಪ್ರತಿಭಟನಾ ಸಭೆಗಳು, ಪ್ರತಿಭಟನಾ ಮೆರವಣಿಗೆಗಳು ಹೀಗೆ ಹೋಗದ ಜಾಗವಿಲ್ಲ. ವಿದ್ಯಾರ್ಥಿಯಾಗಿ ಅವರ ತರಗತಿಗಳಲ್ಲಿ ಮಾತ್ರವಲ್ಲ ಅವರ ಮನೆಯಲ್ಲೂ ಅವರೊಡನೆ ಒಡನಾಟ ಮಾತುಕತೆಗಳಿಂದ ಕಲಿತಿರುವುದು ಅಸಾಮಾನ್ಯವಾದದ್ದು. ಅವರು ಗಂಭೀರ ಚಿಂತನೆಯಲ್ಲಿ ತೊಡಗದೇ ಇರುವ ಕ್ಷಣಗಳೇ ಇಲ್ಲ. ಗಂಭೀರ ನಿರಂತರ ವಿಚಾರ ಮಂಥನವೇ ಅವರ ಜೀವನಕ್ರಮ. ಇಂತಹ ಪ್ರಿಯ ಮೇಷ್ಟ್ರ ಬಗ್ಗೆ ಒಡನಾಟದ ನೆನಪಿನಿಂದ ಇನ್ನೊಂದು ಲೇಖನವನ್ನು ಬರೆಯುವಂತೆ ಸಂಪಾದಕರು ಹೇಳಿದ್ದರಿಂದ ಅನೇಕ ನೆನಪುಗಳಲ್ಲಿ ಕೆಲವನ್ನು ವಿವರಿಸಿದ್ದೇನೆ. ಈ ಮೊದಲೇ ನಾನು ಅನಂತಮೂರ್ತಿಯವರ ಬಗ್ಗೆ ಕೆಲವಾರು ಲೇಖನಗಳನ್ನು ಬರೆದಿದ್ದೇನೆ. ಈ ಬರಹದ ಮೂಲಕ ಅವರ ಮತ್ತೊಂದಷ್ಟು ನೆನಪುಗಳನ್ನು ಹಂಚಿಕೊಳ್ಳುವುದು ಸಾಧ್ಯವಾಗಿದೆ. ಇದನ್ನು ಓದಿದ ಬಳಿಕ ಅವರ ಬಗ್ಗೆ ಈ ಮೊದಲೇ ಬರೆದ ನನ್ನ 'ಒಡನಾಟ' ಕೃತಿಯಲ್ಲಿರುವ ವ್ಯಕ್ತಿಚಿತ್ರವನ್ನು ನೋಡಿದರೆ ಅನಂತಮೂರ್ತಿಯವರ ಬಹುಶ್ರುತ ವ್ಯಕ್ತಿತ್ವವನ್ನು, ಸೃಜನಶೀಲ ಚಿಂತನಾಕ್ರಮವನ್ನು ಇನ್ನಷ್ಟು ವಿಸ್ತಾರದಲ್ಲಿ ಊಹಿಸಿಕೊಳ್ಳಬಹುದು.

– ಏಪ್ರಿಲ್, 2016

***

9. ತಲಸ್ಪರ್ಶಿ ವಿಮರ್ಶಕ: ಪ್ರೊ. ಗಿರಡ್ಡಿ ಗೋವಿಂದರಾಜ

ಹಿರಿಯ ವಿಮರ್ಶಕ ಡಾ. ಗಿರಡ್ಡಿಗೋವಿಂದರಾಜರು ಇನ್ನಿಲ್ಲ ಎಂದು ಹರಿದಾಡುತ್ತಿದ್ದ ವಾಟ್ಸ್ಯಾಪ್ ಸಂದೇಶಗಳನ್ನು ನೋಡಿದಾಗ ನಂಬಲೋ ಬೇಡವೋ ಎಂಬ ಅನುಮಾನ. ಕೆಲವು ದಿನಗಳ ಹಿಂದೆ ಮಾತನಾಡಿದಾಗ ಆರೋಗ್ಯವಾಗಿದ್ದರು. ಕಿವಿಯ ತೊಂದರೆಯಿಂದ ಫೋನಲ್ಲಿ ಹೆಚ್ಚು ಮಾತನಾಡಲಾಗುವುದಿಲ್ಲ ಎಂಬುದೊಂದು ಬಿಟ್ಟರೆ ಬೇರೆ ಏನೂ ಸಮಸ್ಯೆ ಇರಲಿಲ್ಲ. ಫೋನಲ್ಲಿ ಮಾತನಾಡಿದ ಬಳಿಕವೂ ಅವರಿಗೆ ಸ್ಪಷ್ಟವಾಗಿ ಹೇಳಬೇಕು ಅನಿಸಿದ್ದು ಏನಾದರೂ ಇದ್ದರೆ ಒಂದು ಅಂಚೆ ಕಾರ್ಡು ಬರೆದು ಹಾಕುತ್ತಿದ್ದರು. ಅವರಿಗೆ ಕಳುಹಿಸಿದ ಪುಸ್ತಕಗಳಿಗೂ ಅಷ್ಟೆ. ಇಷ್ಟವಾದರೆ ಒಂದು ಅಂಚೆ ಕಾರ್ಡು ಬರೆಯುತ್ತಿದ್ದರು. ಮುಖ್ಯ ಮಾತುಗಳ ಬಳಿಕ ಆರೋಗ್ಯವಾಗಿದ್ದೀರಲ್ಲ ಸರ್ ಎಂದೆ. ಹೂಂ ಚೆನ್ನಾಗಿದ್ದೇನೆ ಎಂದರು. ನಮಸ್ಕಾರ ಎಂದು ಮಾತು ಮುಗಿಸಿದ್ದು ಇನ್ನೂ ಕಿವಿಯಲ್ಲಿ ಕೇಳಿದಂತಿದೆ. ಅಷ್ಟರಲ್ಲಿ ಈ ದುಃಖದ ಸುದ್ದಿ.

ಅವರ ಪ್ರಬುದ್ಧ ತಿಳಿವಳಿಕೆ, ಪಾಂಡಿತ್ಯ ಇನ್ನೂ ಹತ್ತು ವರುಷಗಳ ಕಾಲವಾದರೂ ಕನ್ನಡಕ್ಕೆ ಸಿಗಬೇಕಾಗಿತ್ತು ಎಂದು ಮನಸ್ಸು ಹೇಳುತ್ತಿತ್ತು. ಆಗ ಗಿರಡ್ಡಿ ಗೋವಿಂದರಾಜರ (22–09–1939ರಿಂದ 12–05–2018) ಬಗ್ಗೆ ನಮ್ಮ ನಡುವಿನ ಮುಖ್ಯ ಕವಿಗಳಲ್ಲಿ ಒಬ್ಬರಾದ ಜಿ.ಕೆ. ರವೀಂದ್ರಕುಮಾರ್ ವಾಟ್ಸ್ಯಾಪ್ ಸಂದೇಶದಲ್ಲಿ ಹಂಚಿಕೊಂಡ ಒಂದು ನೆನಪು ಬಂತು. ಧಾರವಾಡ ಆಕಾಶವಾಣಿಯಲ್ಲಿ ಕೆಲಸ ಮಾಡುತ್ತಿದ್ದ ಜಿಕೆಆರ್ ಆಕಾಶವಾಣಿ ಮತ್ತಿತರ ಕಡೆ ಗಿರಡ್ಡಿಯವರ ಭಾಷಣಗಳನ್ನು ಕೇಳಿದ ಅನುಭವವನ್ನು ಹೀಗೆ ಬರೆದುಕೊಂಡಿದ್ದರು: “ಗಿರಡ್ಡಿಯವರು ಭಾಷಣಕ್ಕೆ ನಿಂತರೆ ಅದೊಂದು ತಣ್ಣನೆಯ ನದಿ. ಏರಿಳಿತವಿಲ್ಲದೆ ತನ್ನ ಪಾಡಿಗೆ ತಾನು ಹೇಳಿಕೊಳ್ಳುವ ಹಾಗೆ ಎಲ್ಲವನ್ನೂ ಅತ್ಯಂತ ವ್ಯವಧಾನದಿಂದ ಹೇಳುತ್ತಿದ್ದರು”. ಕವಿ ಸಹಜ ರೂಪಕದಲ್ಲಿ ಜಿಕೆಆರ್ ಹೇಳಿದ್ದು ನಮ್ಮೆಲ್ಲರ ಅನುಭವ ಕೂಡ ಆಗಿದೆ. ವಿಚಾರದ ಎಳೆ ಹಿಡಿದು ವಿಶ್ಲೇಷಣಾತ್ಮಕವಾಗಿ ಅವರು ವಿಷಯವನ್ನು ತಮ್ಮ ಭಾಷಣಗಳಲ್ಲಿ ಮಂಡಿಸುತ್ತಿದ್ದ ಕ್ರಮ ಅವರ ವಿಮರ್ಶಕನ ವ್ಯಕ್ತಿತ್ವವನ್ನು ಕಣ್ಣಿಗೆ ಕಟ್ಟುತ್ತಿತ್ತು. ಎಲ್ಲೂ ಪಾಂಡಿತ್ಯದ ಪ್ರದರ್ಶನವಿಲ್ಲದೆ ಪ್ರತಿಪಾದನೆಗೆ ಅಗತ್ಯವಾದಷ್ಟು ವಿವರಗಳನ್ನು ಮಾತ್ರ ಭಾರತೀಯ, ಪಾಶ್ಚಾತ್ಯ, ಕನ್ನಡ, ಇಂಗ್ಲಿಷ್, ಗ್ರೀಕ್– ಹೀಗೆ ಎಲ್ಲಿಂದ ಬೇಕಾದರೂ ತಂದು ವಿವರಿಸುತ್ತಿದ್ದರು.

ಕೆಲವು ವರುಷಗಳ ಹಿಂದೆ, ಮುಖ್ಯವಾಗಿ 1990ರ ದಶಕ ಹಾಗೂ ಆ ಬಳಿಕ ನೀನಾಸಂ ಪ್ರತಿಷ್ಠಾನ ರಾಜ್ಯದಾದ್ಯಂತ ಹಲವು ಕಾಲೇಜುಗಳಲ್ಲಿ ಹಾಗೂ ಚಿಕ್ಕ ಊರುಗಳಲ್ಲಿ ಸಾಹಿತ್ಯ ಶಿಬಿರಗಳನ್ನು ಏರ್ಪಡಿಸುತ್ತಿತ್ತು. ಟಿ.ಪಿ. ಅಶೋಕ ಎಲ್ಲಾ ಕಡೆ ಶಿಬಿರದ ನಿರ್ದೇಶಕರು. ಅವರು ವಿಶೇಷ ಉಪನ್ಯಾಸಗಳಿಗಾಗಿ ಆ ಶಿಬಿರಗಳಿಗೆ ಗಿರಡ್ಡಿ, ಕುರ್ತಕೋಟಿ ಮೊದಲಾದವರನ್ನು ಕರೆಸುತ್ತಿದ್ದರು. ಹಲವಾರು ಚಿಕ್ಕ ಪುಟ್ಟ ಊರುಗಳಿಗೂ ಪ್ರೀತಿಯಿಂದ ಬಂದು ಗಿರಡ್ಡಿಯವರು ಸಾಹಿತ್ಯ ಶಿಬಿರದ ವಿದ್ಯಾರ್ಥಿಗಳನ್ನು ಉದ್ದೇಶಿಸಿ ಮಾತನಾಡುತ್ತಿದ್ದರು. ಅಂತಹ ಹಲವಾರು ಶಿಬಿರಗಳಿಗೆ ಸಂಪನ್ಮೂಲ ವ್ಯಕ್ತಿಯಾಗಿ ನಾನು ಗೆಳೆಯ ಅಶೋಕರ ಜತೆ ಭಾಗವಹಿಸುತ್ತಿದ್ದೆ. ಆ ಸಂದರ್ಭದಲ್ಲಿ ಗಿರಡ್ಡಿಯವರ ಹೆಚ್ಚಿನ ಪರಿಚಯವಾಯಿತು. ಮುಂದೆ ಆ ಪರಿಚಯ ಒಡನಾಟವಾಗಿ ಬೆಳೆಯಿತು. ಅವರು ಹಲವಾರು ವರುಷ ಪಾಠ ಹೇಳಿ ಅನೇಕ ಭಾಷಣಗಳನ್ನು ಮಾಡಿದ ವಿಚಾರವಾದರೂ (ಉದಾ: ಕನ್ನಡ ಸಾಹಿತ್ಯದಲ್ಲಿ ಆಧುನಿಕತೆಯ ಪ್ರವೇಶ) ಕೇಳುವವರು ಪದವಿ ತರಗತಿಗಳ ಕಮ್ಮಟದ ವಿದ್ಯಾರ್ಥಿಗಳಾದರೂ ಕೂಡಾ ಯಾವುದೇ ಆಲಸ್ಯವಿಲ್ಲದೆ ಅಚ್ಚುಕಟ್ಟಾಗಿ ವಿವರಗಳನ್ನು ಗಿರಡ್ಡಿಯವರು ನೆನಪಿನಿಂದ ಆಯ್ದು ವ್ಯವಸ್ಥಿತವಾಗಿ ಜೋಡಿಸಿಕೊಂಡು ಗಂಭೀರವಾಗಿ ಮಾತನಾಡುತ್ತಿದ್ದರು. ಇತರ ಅನೇಕ ಪ್ರೊಫೆಸರ್‌ಗಳ ಭಾಷಣಗಳಲ್ಲಿ ಆಗುವ ಹಾಗೆ, ಗಿರಡ್ಡಿಯವರ ಕಮ್ಮಟದ ಮಾತುಗಳು ಎಂಎ ತರಗತಿಯ ಪಾಠಗಳಂತೆ ಇರುತ್ತಿರಲಿಲ್ಲ. ಅವು ವಿಶೇಷ ಉಪನ್ಯಾಸಗಳ ಗುಣಮಟ್ಟಕ್ಕೆ ಹೊಂದುವ ವಿಚಾರಶೀಲ ಮಾತುಗಳ ಮಂಡನೆಯಾಗಿರುತ್ತಿತ್ತು. ಏಕಾಗ್ರತೆಯ ಚಿಂತನಪೂರ್ಣ ವಾಕ್‌ಸರಣಿ ಅಲ್ಲಿರುತ್ತಿತ್ತು. ಭಾಷಣದಲ್ಲಿ ಹಾಸ್ಯ ಅವರ ಸ್ವಭಾವ ಅಲ್ಲ. ಆದರೆ ಸಾಹಿತ್ಯ ಪಠ್ಯಗಳಿಂದ ಹೆಕ್ಕಿದ ಕಥನಗಳನ್ನು ಹಾಗೂ ರೂಪಕಗಳನ್ನು ಅವರು ಗಂಭೀರವಾಗಿಯೇ ಪ್ರಸ್ತುತ ಪಡಿಸುತ್ತಿದ್ದರು.

ಕಲೆಗಳ ಬಗ್ಗೆ ಮಾತನಾಡುತ್ತಾ ಅವರೊಮ್ಮೆ ಅರಿಸ್ಟಾಟಲನ ಕುದುರೆಗಳ ಉದಾಹರಣೆ ನೀಡಿದ್ದರು. ನಿತ್ಯ ಜೀವನದಲ್ಲಿ ಕಾಣುವ ಕುದುರೆಗಳೆಲ್ಲಾ ನಾಲ್ಕು ಕಾಲುಗಳಲ್ಲಿ ನಿಲ್ಲುವಂತಹವು. ಒಮ್ಮೊಮ್ಮೆ ಹುಮ್ಮಸ್ಸಿನಲ್ಲಿ ಉದ್ರೇಕದಲ್ಲಿ ಕುದುರೆಗಳು ಮುಂದಿನ ಕಾಲುಗಳನ್ನು ಮೇಲೆತ್ತಬಹುದು. ಚಿತ್ರಕಾರರು, ಶಿಲ್ಪಿಗಳು ಅವುಗಳನ್ನು ಹಾಗೆ ಚಿತ್ರಿಸಿರಬಹುದು ಅಥವಾ ಕಟೆದಿರಬಹುದು. ಕವಿಗಳು ವರ್ಣಿಸಿರಲೂ ಬಹುದು. ಆದರೆ ಹಿಂಗಾಲುಗಳನ್ನು ಎತ್ತಿ ಮುಂಗಾಲುಗಳ ಮೇಲೆ ನಿಂತಿರುವ ಕುದುರೆಗಳನ್ನು ಯಾರೂ ಚಿತ್ರಿಸಿಲ್ಲ. ಅವು ವಾಸ್ತವವೂ ಅಲ್ಲ. ಆದರೆ ಹಿಂಗಾಲುಗಳನ್ನೆತ್ತಿ ಮುಂಗಾಲುಗಳ ಮೇಲೆ ನಿಂತಿರುವ ಕುದುರೆಯ ಚಿತ್ರ ಪ್ರಮಾದವೇನೂ ಅಲ್ಲ ಎಂದು ಅರಿಸ್ಟಾಟಲ್ ಹೇಳುತ್ತಾನೆ. ಚಿತ್ರ ಕಲಾತ್ಮಕವಾಗಿದ್ದರೆ ಅದನ್ನು ಒಪ್ಪಬಹುದು. ಆದರೆ ವಾಸ್ತವದ ದೃಷ್ಟಿಯಿಂದ ಸರಿಯಾಗಿದ್ದು ಕೃತಿ ಕಲಾತ್ಮಕವಾಗಿ ಇರದಿದ್ದರೆ ಮಾತ್ರ ಅದು ದೊಡ್ಡ ದೋಷ ಎನ್ನುತ್ತಾನೆ ಅರಿಸ್ಟಾಟಲ್. ಈ ಉದಾಹರಣೆಯನ್ನು ಕಲೆ ಮತ್ತು ವಾಸ್ತವ ಜಗತ್ತಿನ ಸಂದರ್ಭದಲ್ಲಿ ಗಿರಡ್ಡಿಯವರು ಹೇಳಿದಾಗ ಅವರ ವಿಚಾರ ಮಂಡನೆಗೆ

ಅದು ಸರಿಯಾಗಿ ಹೊಂದುತ್ತಿತ್ತು. ಅದು ಹೇಗೋ ಅವರ ಹೆಚ್ಚಿನ ಉದಾಹರಣೆಗಳು ಸಾಹಿತ್ಯದಿಂದಲೇ ಮೂಡಿಬರುತ್ತಿತ್ತು. ('ಕಲೆಗಳು ಮತ್ತು ವಾಸ್ತವವಾದ' ಎಂಬ ಲೇಖನದಲ್ಲೂ ಗಿರಡ್ಡಿಯವರು ಅರಿಸ್ಟಾಟಲನ ಈ ಉದಾಹರಣೆಯನ್ನು ಬಳಸುತ್ತಾರೆ).

'ತುಷಾರ' ಪತ್ರಿಕೆ ಬಹಳ ಹಿಂದೆ ಗಿರಡ್ಡಿಯವರ ಸಂದರ್ಶನ ಮಾಡಿದಾಗ, "ನಿಮ್ಮ ಜೀವನದಲ್ಲಿ ಎಂದಾದರೂ ನೀವು ನಕ್ಕಿದ್ದೀರಾ?" ಎಂದು ಸಂದರ್ಶಕರು ಒಂದು ಪ್ರಶ್ನೆ ಕೇಳಿದ್ದರು. ತಮ್ಮ 'ಹಿಡಿಯದ ಹಾದಿ' ಪುಸ್ತಕದ ಲೇಖಕೀಯದಲ್ಲಿ ಗಿರಡ್ಡಿಯವರು ಆ ಬಗ್ಗೆ ಬರೆದಿದ್ದಾರೆ. ಅವರನ್ನು ಹತ್ತಿರದಿಂದ ಬಲ್ಲವರಿಗೆ ಅವರು ಗಾಂಭೀರ್ಯವನ್ನು ಕಾಳಜಿಪೂರ್ವಕವಾಗಿ ಕಾಪಾಡಿಕೊಂಡು ಬಂದವರು ಅಲ್ಲವೇ ಅಲ್ಲ ಎಂದು ತಿಳಿದಿರುತ್ತದೆ. ಗಿರಡ್ಡಿಯವರ ಪ್ರಕಾರ ವಿಮರ್ಶೆಯಲ್ಲಿ ಮಾತ್ರ ನಗಲಿಕ್ಕೇ ಬರುವುದಿಲ್ಲ. ಗಿರಡ್ಡಿಯವರೇ ಹೇಳಿರುವ ಹಾಗೆ, "ಪ್ರತಿಯೊಂದು ಸಾಹಿತ್ಯ ಪ್ರಕಾರದ ಜೀವವಾಹಿನಿಯಲ್ಲೂ ಅದಕ್ಕೇ ವಿಶಿಷ್ಟವಾದ ಲಕ್ಷಣಗಳಿರುತ್ತವೆ. ವಿಧಿಲಿಖಿತದಂತೆ ಅವುಗಳನ್ನು ಸುಲಭವಾಗಿ ಮೀರಲಾಗದು. ಹಾಗೆ ವಿಮರ್ಶೆಗೆ ಗಾಂಭೀರ್ಯ ವೆನ್ನುವುದೊಂದು ಶಾಪ. ತುಸು ಸಡಿಲ ಬಿಟ್ಟರೆ ಅದು ಹರಟೆಯಾಗಿ, ಅಪಹಾಸ್ಯವಾಗಿ, ಅನಿಸಿಕೆಗಳ ಸಡಿಲ ಲಹರಿಯಾಗಿ– ವಿಮರ್ಶೆಯೊಂದನ್ನು ಬಿಟ್ಟು –ಇನ್ನೇನೋ ಆಗಿ ಬಿಡುತ್ತದೆ" 'ಹಿಡಿಯದ ಹಾದಿ' ಪುಸ್ತಕದ ತಮ್ಮ ಬರವಣಿಗೆಯ ಲಹರಿಯಲ್ಲಿ ಗಿರಡ್ಡಿಯವರು "ಜನ ನನ್ನನ್ನು ವಿಮರ್ಶಕ ಎಂದು ಒಪ್ಪಿದ್ದೇ ನೆಪವಾಗಿ, ಅದರ ಗಾಂಭೀರ್ಯ ನನ್ನ ಬರವಣಿಗೆ, ಭಾಷಣ ಅಧ್ಯಾಪನ, ಸ್ವಭಾವಗಳನ್ನು ಆವರಿಸಿಕೊಂಡಿರಬೇಕು," ಎಂದು ಹೇಳುತ್ತಾರೆ. ಗಿರಡ್ಡಿಯವರ 'ಹಿಡಿಯದ ಹಾದಿ' ಲಲಿತ ಪ್ರಬಂಧಗಳ ಸಂಕಲನಕ್ಕೆ ಇನ್ನೊಬ್ಬ ಬಹು ಗಂಭೀರ ವಿಮರ್ಶಕ ಡಾ. ಸಿ.ಎನ್. ರಾಮಚಂದ್ರನ್ ಅವರು ಹರಟೆಯ ರೂಪದ ಲಘು ಲಹರಿಯ ಒಂದು ಮುನ್ನುಡಿಯನ್ನು ಬರೆದಿದ್ದಾರೆ ಎಂದರೆ, ಇಂತಹ ಎಲ್ಲಾ ಗಂಭೀರ ವಿಮರ್ಶಕರಿಗೂ ನಗಬಲ್ಲ ಇನ್ನೊಂದು ಮುಖವೂ ಇರುತ್ತದೆ ಎಂದು ಬೇರೆ ಹೇಳಬೇಕಾಗಿಲ್ಲ. 'ಆ ಮುಖಾ, ಈ ಮುಖಾ' ಎಂಬ ಕಥಾಸಂಕಲನವನ್ನು 1970ರಷ್ಟು ಹಿಂದೆಯೇ ಪ್ರಕಟಿಸಿದ ಗಿರಡ್ಡಿಯವರಿಗೆ ಮನುಷ್ಯನಿಗೆ ಇರಬಹುದಾದ ಹಲವು ಮುಖಗಳ ಅರಿವು ಇಲ್ಲದೆ ಇರಲು ಸಾಧ್ಯವೂ ಇಲ್ಲ.

ಗಿರಡ್ಡಿಯವರು 14 ವಿಮರ್ಶಾ ಸಂಕಲನಗಳನ್ನು ಪ್ರಕಟಿಸಿರುವರಾದರೂ ಅದರ ಜತೆ ಎರಡು ಕವನ ಸಂಕಲನ ಹಾಗೂ ನಾಲ್ಕು ಕಥಾ ಸಂಕಲನಗಳನ್ನೂ ಪ್ರಕಟಿಸಿದ್ದಾರೆ. ಈಚೆಗೆ ಪ್ರಬಂಧಗಳು (ಹಿಡಿಯದ ಹಾದಿ), ಸಾಹಿತ್ಯ ಪ್ರಸಂಗಗಳು (ಸಾಹಿತ್ಯ ಲೋಕದ ಸುತ್ತ–ಮುತ್ತ) ಹಾಗೂ ವ್ಯಕ್ತಿಚಿತ್ರಗಳ (ಆತ್ಮೀಯ) ಸಂಕಲನಗಳನ್ನೂ ಪ್ರಕಟಿಸಿದ್ದಾರೆ. ಇತ್ತೀಚೆಗೆ ಗಿರಡ್ಡಿಯವರು ಈಗಿನ ವಿಮರ್ಶಾ ವಾತಾವರಣ ಉತ್ತೇಜಕವಾಗಿ ಇಲ್ಲ ಎಂಬ ಅಭಿಪ್ರಾಯ ಪಟ್ಟಿದ್ದರು. 'ಆತ್ಮೀಯ' ಕೃತಿಯ ಲೇಖಕೀಯದಲ್ಲಿ ಗಿರಡ್ಡಿಯವರು,

'ನಮ್ಮ ಸಾಹಿತ್ಯ ವಿಮರ್ಶೆ ಇತ್ತೀಚೆಗೆ ತೀರಾ ಅಕಡೆಮಿಕ್ ಆಗಿ, ಪರಿಭಾಷಾ ಜಡವಾಗಿ, ಅಮೂರ್ತ ವೈಚಾರಿಕತೆಯಾಗಿ, ಶಾಬ್ದಿಕ ಗೊಂದಲವಾಗಿ, ನೀರಸವಾಗಿ ಎಷ್ಟೋ ಸಲ ಅರ್ಥವೇ ಆಗದಂಥ ವಿಚಿತ್ರ ಸ್ಥಿತಿ ತಲುಪಿದೆ," ಎಂದರು. 'ಇದರಿಂದಾಗಿ ವಿಮರ್ಶೆ ಬರೆಯುವುದೇ ಬೇಜಾರಾಗಿದೆ' ಎಂದು ಕೂಡಾ ಹೇಳಿದರು.

ಈಗ ನಮ್ಮ ವಿಮರ್ಶೆಗೆ ಲಾಲಿತ್ಯದ ತಿರುವು ಕೊಟ್ಟು ಅದನ್ನು ಹಗುರಗೊಳಿಸುವ ವಿಧಾನಗಳನ್ನು ಕಂಡುಕೊಳ್ಳುವ ಅಗತ್ಯವಿದೆ ಎಂದ ಗಿರಡ್ಡಿಯವರಿಗೆ ವ್ಯಕ್ತಿಚಿತ್ರಗಳು ಈ ದಿಕ್ಕಿನಲ್ಲಿ ಒಳ್ಳೆಯ ಕೆಲಸ ಮಾಡಬಹುದು ಅನಿಸಿತ್ತು. ಅದೇ ಬರಹದಲ್ಲಿ ಮುಂದುವರಿದು ಗಿರಡ್ಡಿಯವರು, "ವಿಮರ್ಶೆಯನ್ನು ಹಗುರಗೊಳಿಸುವ ಮತ್ತು ಜನಪ್ರಿಯಗೊಳಿಸುವ ಇಂಥ ಕೆಲವು ಪ್ರಯತ್ನಗಳನ್ನು ಅನಂತಮೂರ್ತಿಯವರ ಭಾಷಣ– ಲೇಖನಗಳಲ್ಲೂ ಇತ್ತೀಚೆಗೆ ಎಸ್.ಆರ್. ವಿಜಯಶಂಕರರ 'ಒಡನಾಟ'ದ ವ್ಯಕ್ತಿಚಿತ್ರಗಳಲ್ಲೂ, ಜೋಗಿಯವರ 'ಜಾನಕಿ ಕಾಲಂ' ಬರಹಗಳಲ್ಲೂ ಕಾಣಬಹುದು," ಎಂದು ಬರೆದರು. ವಿಮರ್ಶೆಯನ್ನು ಹಲವು ರೀತಿಗಳಲ್ಲಿ ಜನರಿಗೆ ತಲುಪಿಸಬೇಕು ಎಂದು ಯೋಚಿಸುವ ನನಗೆ ಅದು ಸಾಹಿತ್ಯ ಅಂಕಣಗಳನ್ನು ಬರೆಯುವಾಗ ಬೆಂಬಲದ ಮಾತಾಗಿ ಮನಸ್ಸಿನಲ್ಲಿ ಉಳಿಯಿತು. ಮನೋಹರ ಗ್ರಂಥಮಾಲೆಯ ಸಾಹಿತ್ಯ ಸಲಹೆಗಾರರಾಗಿ ಅವರು ನನ್ನ ಬರಹಗಳಿಂದ ಹದಿನಾರು ವ್ಯಕ್ತಿಚಿತ್ರಗಳನ್ನು ಗ್ರಂಥಮಾಲೆಯ ಪ್ರಕಟಣೆಗಾಗಿ ಆರಿಸಿದರು. ಗಿರಡ್ಡಿಯವರೇ ಸ್ವತಃ ನೋಡಿ ಸೂಚಿಸಿದ ಬರಹಗಳಿವು ಎಂದು ಸಮೀರ ಜೋಶಿಯವರು ಹೇಳಿದಾಗ ನನ್ನ ಮನಸ್ಸು ತುಂಬಿ ಬಂದಿತ್ತು. ಆದರೆ ಈ ವರುಷದ ಆಗಸ್ಟ್ ತಿಂಗಳಲ್ಲಿ 'ಅಕ್ಷರ ಚಿತ್ರಗಳು' ಎಂಬ ಆ ನನ್ನ ಪುಸ್ತಕ ಬಿಡುಗಡೆಯಾಗುವಾಗ ಧಾರವಾಡದಲ್ಲಿ ಗಿರಡ್ಡಿಯವರು ಇರುವುದಿಲ್ಲ ಎಂಬ ವಿಚಾರ ಮನಸ್ಸನ್ನು ಭಾರಗೊಳಿಸುತ್ತದೆ.

ಈಚೆಗೆ ಅವರ ಪ್ರಧಾನ ಸಂಪಾದಕತ್ವದಲ್ಲಿ ಹೊರಬರುತ್ತಿರುವ 'ಸಮಾಹಿತ' ಸಾಹಿತ್ಯ ಪತ್ರಿಕೆ ಕೂಡಾ ವಿಮರ್ಶೆಯನ್ನೂ ಗಂಭೀರವಾಗಿ ಪುನರುಜ್ಜೀವನಗೊಳಿಸಲು ಮಾಡಿದ ಪ್ರಯತ್ನವೇ ಆಗಿದೆ. ವಿಮರ್ಶೆ ಬಗೆಗೆ ಗಿರಡ್ಡಿಯವರಿಗೆ ಉಂಟಾದ ಬೇಜಾರು ಸ್ಪಷ್ಟವಾಗಿಯೇ ಇದೆ. 2007ರಲ್ಲಿ ಅವರ 'ಪ್ರಮಾಣು' ಸಂಕಲನ ಹೊರಬಂದ ಬಳಿಕ 2017 ರಲ್ಲಿ ಅವರ 'ವಿಲಂಬಿತ' ಪ್ರಕಟವಾದುದು. (ಈ ಸಂಗ್ರಹದಲ್ಲೇ ಅವರ ಪ್ರಸಿದ್ಧ 'ಕಲ್ಪಿತವಾಸ್ತವ' ಲೇಖನವಿದೆ). ಈ ಹತ್ತು ವರುಷಗಳಲ್ಲಿ ಅವರು ಬರೆದುದೆಲ್ಲಾ ವಿಮರ್ಶೆಯಲ್ಲದ ಇತರ ಪ್ರಕಾರದ ಬರಹಗಳು. ಆದರೆ ಈ ನಡುವೆ ಅವರು ಪ್ರೊ. ಕೀರ್ತಿನಾಥ ಕುರ್ತಕೋಟಿಯವರ ಸಮಗ್ರ ವಿಮರ್ಶೆಯನ್ನು ಸಂಪಾದಿಸಿ, ಅವುಗಳನ್ನು ವಿವರವಾದ ಟಿಪ್ಪಣಿ, ಪ್ರಸ್ತಾವನೆ ಸಹಿತ ಹನ್ನೆರಡು ಸಂಪುಟಗಳಾಗಿ ವಿಂಗಡಿಸಿ ಕನ್ನಡ ಮತ್ತು ಸಂಸ್ಕೃತಿ ಇಲಾಖೆಗೆ ಪ್ರಕಟಣೆಗೆ ನೀಡಿದರು. ಅವುಗಳಲ್ಲಿ ನಾಲ್ಕು ಸಂಪುಟಗಳು ಮಾತ್ರ ಈ ತನಕ ಪ್ರಕಟವಾಗಿವೆ. ಆಧುನಿಕ ಗ್ರಂಥ ಸಂಪಾದನೆ ಎಷ್ಟು ಜವಾಬ್ದಾರಿಯ ಕೆಲಸ ಹಾಗೂ ಅದನ್ನು ಸಮರ್ಥವಾಗಿ ನಿರ್ವಹಿಸಬೇಕಾದ ಕ್ರಮ ಯಾವುದು ಎಂಬುದಕ್ಕೊಂದು ಮಾದರಿಯ ರೀತಿಯಲ್ಲಿ ಗಿರಡ್ಡಿಯವರು ಈ ಸಂಪುಟಗಳನ್ನು

ಸಂಪಾದಿಸಿದ್ದಾರೆ. ಕೀರ್ತಿಯವರ ಬರಹಗಳಿಗೆ ಸಂಪಾದಕರಾಗಿ ಗಿರಡ್ಡಿಯವರು ನೀಡಿದ ಅಡಿ ಟಿಪ್ಪಣಿಗಳೇ ಅಭ್ಯಾಸಯೋಗ್ಯ ಪ್ರಮಾಣದಲ್ಲಿವೆ. ಈ ಸಂಪಾದನೆಯೂ ಗಿರಡ್ಡಿಯವರು ವಿಮರ್ಶಾ ಕ್ಷೇತ್ರಕ್ಕೆ ನೀಡಿದ ದೊಡ್ಡ ಕೊಡುಗೆಯೇ ಆಗಿದೆ. (ಈ ಬಗ್ಗೆ ಹೆಚ್ಚಿನ ಓದಿಗೆ ಆಸಕ್ತರು ನನ್ನ 'ಅಪ್ರಮೇಯ' ವಿಮರ್ಶಾ ಸಂಕಲನದಲ್ಲಿರುವ 'ಕೀರ್ತಿನಾಥ ಕುರ್ತಕೋಟಿಯವರ ಬೇಂದ್ರೆ ಕಾವ್ಯ ವಿಮರ್ಶೆ ಸಂಪುಟ' ಎಂಬ ಲೇಖನವನ್ನು ಗಮನಿಸಬಹುದು.)

ದೇವದತ್ತ ಪಟ್ಟನಾಯಕರ ಮಹಾಭಾರತ ಕುರಿತಾದ ಕೃತಿ 'ಜಯ'ದ ಗಿರಡ್ಡಿಯವರು ಮಾಡಿದ ಕನ್ನಡ ಅನುವಾದವೂ ಅನುವಾದಕನಿಗೆ ಇರಬೇಕಾದ ವ್ಯುತ್ಪತ್ತಿ ಹಾಗೂ ಅನುವಾದಕ ಮಾಡಿಕೊಳ್ಳಬೇಕಾದ ಸಿದ್ಧತೆಗೆ ಮಾದರಿಯಾಗಿ ತೋರಿಸಬಹುದಾದ ಇನ್ನೊಂದು ಕೃತಿ. ಈ ಅನುವಾದಕ್ಕೆ ಗಿರಡ್ಡಿಯವರು ಸೇರಿಸಿದ ಅಡಿಟಿಪ್ಪಣಿಗಳು ಮೂಲ ಲೇಖನ, ಅಭಿಪ್ರಾಯಗಳನ್ನು ಸಮರ್ಥಿಸುವ ಹಾಗೂ ಕೆಲವೆಡೆ ಪ್ರಶ್ನಿಸುವುದರ ಜತೆಗೆ ಕನ್ನಡ ಸಾಹಿತ್ಯ ಹಾಗೂ ಸಂಸ್ಕೃತಿಗಳ ಹೆಚ್ಚಿನ ಮಾಹಿತಿ ನೀಡುತ್ತವೆ. ಗಿರಡ್ಡಿಯವರು ಸಂಪಾದಿತ ಕೃತಿಗಳಲ್ಲಿ ಅನುಸರಿಸುತ್ತಿದ್ದ ಈ ವಿಧಾನ ಅನುವಾದಕ್ಕೆ ಹೆಚ್ಚಿನ ಶಕ್ತಿ ತುಂಬಿದೆ. ಗಿರಡ್ಡಿಯವರಂತಹ ವಿಸ್ತಾರವಾದ ಓದಿನ ಹರಹು ಹಾಗೂ ವಿಮರ್ಶನ ಪ್ರಜ್ಞೆ ಇಲ್ಲವಾದಲ್ಲಿ ಇಂತಹುದೊಂದು ಅನುವಾದ ಕೃತಿ ಹೊರಬರಲು ಸಾಧ್ಯವಿಲ್ಲ.

ಗಿರಡ್ಡಿಯವರು ರಾಜ್ಯ ಸಾಹಿತ್ಯ ಅಕಾಡೆಮಿ ಅಧ್ಯಕ್ಷ ಮತ್ತಿತರ ಹಲವು ಜವಾಬ್ದಾರಿಗಳ ಹಿನ್ನೆಲೆಯಲ್ಲಿ ಸುಮಾರು ಎಂಬತ್ತಕ್ಕೂ ಅಧಿಕ ಪುಸ್ತಕಗಳನ್ನು ಸಂಪಾದಿಸಿದ್ದಾರೆ. ಸಾಹಿತ್ಯ ಅಕಾಡೆಮಿ ಅಧ್ಯಕ್ಷರಾಗಿ ಅವರು ಹೊರತಂದ ಕನ್ನಡದ ಕ್ರಿಟಿಕಲ್ ಈಡಿಯಂ (ವಿಮರ್ಶಾ ಪಾರಿಭಾಷಿಕ ಮಾಲೆ)ಗಳ ಸರಣಿ ಈಗಲೂ ಪುನರ್ ಮುದ್ರಣಗೊಳ್ಳುತ್ತಿವೆ. ದಿನಾಂಕ 26-03-2017ರಂದು ಧಾರವಾಡದಲ್ಲಿ ನಡೆದ ಗಿರಡ್ಡಿಯವರ ಸಾಹಿತ್ಯ ಸಮೀಕ್ಷೆ ಹಾಗೂ ಅಭಿನಂದನಾ ಕಾರ್ಯಕ್ರಮದಲ್ಲಿ ಅವರ ಅನುವಾದ ಹಾಗೂ ಸಂಪಾದನೆ ಕೃತಿಗಳ ಕುರಿತಾಗಿ ಮಾತನಾಡುತ್ತಾ ನಾನು, ಗಿರಡ್ಡಿಯವರ ಕೃತಿ ಸಂಪಾದನಾ ಕೆಲಸ ಹೇಗೆ ಅವರ ವಿಮರ್ಶೆಯ ಸಮಾಜಮುಖೀ ಮುಂದುವರಿಕೆಯಾಗಿದೆ ಎಂಬುದನ್ನು ವಿವರಿಸಿದ್ದೆ. ಸಾಹಿತ್ಯ ವಿಮರ್ಶೆಯ ಶಿಸ್ತಿಗೆ ಊನ ಬರುವಂತೆ ಅವರು ಸಾಮಾಜಿಕ ಆಶಯನಿರತ ವಿಮರ್ಶಾ ವಿಧಾನಕ್ಕೆ ಬಲಿ ಬೀಳಲಿಲ್ಲ. ಆದರೆ ಸಾಮಾಜಿಕ ಅಗತ್ಯಗಳಿಗಾಗಿಯೇ ಅವರು ಹಲವು ಕೃತಿಗಳನ್ನು ಸಂಪಾದಿಸಿದರು. ಅವರಿಗೆ ಅದೊಂದು ಸ್ವ-ಜವಾಬ್ದಾರಿ ಹಾಗೂ ಸಾಹಿತ್ಯ ಸಂಸ್ಕೃತಿಗಳನ್ನು ಕಟ್ಟುವ ಕೆಲಸವಾಗಿತ್ತು.

'ಸಣ್ಣ ಕತೆಯ ಹೊಸ ಒಲವುಗಳು' ಕೃತಿಯ ಬಳಿಕ ತಮ್ಮ ಹಿಂದಿನ ಕಾವ್ಯ, ಕತೆ ಮುಂತಾದ ಸೃಜನಶೀಲ ಪ್ರಕಾರಗಳನ್ನು ಬದಿಗಿಟ್ಟು ವಿಮರ್ಶಾ ಪ್ರಕಾರದಲ್ಲಿಯೇ ಗಿರಡ್ಡಿಯವರು ಹೆಚ್ಚಿನ ಕೆಲಸ ಮಾಡಿದರು. ಚಂದ್ರಶೇಖರ ಪಾಟೀಲ (ಚಂಪಾ) ಹಾಗೂ ಸಿದ್ಧಲಿಂಗ ಪಟ್ಟಣಶೆಟ್ಟಿ ಅವರೊಡಗೂಡಿ ಪ್ರಾರಂಭಿಸಿದ 'ಸಂಕ್ರಮಣ' ಪತ್ರಿಕೆಯೂ

ಅವರಿಂದ ವಿಮರ್ಶಾ ಲೇಖನಗಳನ್ನು ಹೆಚ್ಚು ಬೇಡಿತು. ಧಾರವಾಡದ ಸಾಹಿತ್ಯ ಸಂಭ್ರಮ, ಸಾಹಿತ್ಯ ಅಕಾಡೆಮಿ ಅಧ್ಯಕ್ಷರಾಗಿ ಮಾಡಿದ ಕೆಲಸಗಳು ಮೊದಲಾದವು ಅವರೊಬ್ಬ ಉತ್ತಮ ಸಂಘಟಕ ಹಾಗೂ ಆಡಳಿತ ನಿಪುಣ ಎಂಬುದನ್ನೂ ತೋರಿಸಿ ಕೊಟ್ಟಿವೆ.

ವಚನಗಳಲ್ಲಿ ಭಕ್ತಿಯ ಸಮಸ್ಯೆ (ನೋಡಿ: ವಚನ ವಿನ್ಯಾಸ) ಮೊದಲಾದ ಬರಹಗಳನ್ನು ಓದಿದಾಗ ಗಿರಡ್ಡಿಯವರ ವಿಮರ್ಶಾ ಜಿಜ್ಞಾಸೆ, ತೌಲನಿಕ ವಿಶ್ಲೇಷಣೆ ಮುಂತಾದವು ಅನುಭವಕ್ಕೆ ಬಾರದೆ ಇರದು. ವಿಮರ್ಶೆಯ ದೇಶೀಯ ಮಾದರಿಗಳನ್ನು ಹುಡುಕಿಕೊಳ್ಳುವುದು ಅವಶ್ಯವಾದರೂ, ಪಶ್ಚಿಮದ ಹೊಸ ಸಿದ್ಧಾಂತಗಳಿಂದ ಹೊಳೆಯುವ ಒಳನೋಟಗಳಿಂದ ನಮ್ಮ ಸಾಹಿತ್ಯವನ್ನು ನೋಡುವ ಹೊಸ ದಾರಿಗಳು ಸಿಕ್ಕುವುದಾದರೆ ಅವು ಪಶ್ಚಿಮದ ಮಾದರಿಗಳು ಎಂಬ ಒಂದೇ ಕಾರಣಕ್ಕಾಗಿ ಅವುಗಳನ್ನು ತಿರಸ್ಕರಿಸಬೇಕಾಗಿಲ್ಲ ಎಂಬ ನಿಲುವು ಅವರದಾಗಿತ್ತು.

ಹಾಗೆಯೇ, 'ಮರೆಯಬಾರದ ಹಳೆಯ ಕತೆಗಳು' ಕೃತಿ ಮೂಲಕ ಗಿರಡ್ಡಿಯವರು, ವಿಮರ್ಶೆಯು ಮಾಡಬೇಕಾದ ಮುಖ್ಯ ಕೆಲಸಗಳಲ್ಲಿ ಜನರ ಮನಸ್ಸಿನಿಂದ ಮಾಸಿಹೋಗುವ ಒಳ್ಳೆಯ ಕೃತಿಗಳನ್ನು ಮತ್ತೆ ಬೆಳಕಿಗೆ ತರುವುದೂ ಒಂದಾಗಿದೆ; ಅದು ಕೃತಿಗಳ ಪುನರ್ ಮೌಲ್ಯಮಾಪನದ ಕೆಲಸವನ್ನು ಮಾಡುತ್ತವೆ ಎಂಬುದನ್ನು ತೋರಿಸಿಕೊಟ್ಟರು. ನಮ್ಮ ಸಾಹಿತ್ಯ ಕ್ಷೇತ್ರ ಇಂತಹ ಮಹತ್ವದ ಒಬ್ಬ ವಿಮರ್ಶಕ ಚಿಂತಕ ಜಿಜ್ಞಾಸುವನ್ನು ಕಳೆದುಕೊಂಡು ಬಡವಾಗಿದೆ. ಅಗಲಿದ ಚೇತನಕ್ಕೆ ಕನ್ನಡ ಓದುಗರೆಲ್ಲರ ಪರವಾಗಿ ಶ್ರದ್ಧೆ ಗೌರವಪೂರ್ವಕ ನಮನಗಳು.

– 20.05.2018

***

10. ಅಖಂಡ ಅರಿವಿಗೆ ಆಶಿಸಿದ ಅವಧೂತ: ಕಿ.ರಂ. ನಾಗರಾಜ

ತಾನು ನಂಬಿದ ಸಾಹಿತ್ಯ, ಭಾಷೆ, ಚಿಂತನೆಗಳನ್ನು ಸದಾ ಆವಾಹಿಸಿಕೊಂಡು ಕಾವ್ಯಲೋಕದ ಅವಧೂತನಂತೆ ಬದುಕಿದ ಕಿ.ರಂ. ಈಚೆಗೆ ನಿಧನರಾದರು. ಮೂಲತಃ ಹಾಸನ ಜಿಲ್ಲೆಗೆ ಸೇರಿದ ಬೆಂಗಳೂರಲ್ಲಿ ನೆಲೆಸಿದ ಕಿತ್ತಾನೆ ರಂಗಪ್ಪ ನಾಗರಾಜ (1943–2010) ನಾಡಿನಾದ್ಯಂತ ಕಿ.ರಂ. ಎಂದೇ ಪರಿಚಿತರು. ಬೆಂಗಳೂರು ವಿಶ್ವವಿದ್ಯಾಲಯದಲ್ಲಿ ಪ್ರೊಫೆಸರ್ ಆಗಿ ನಿವೃತ್ತರಾಗಿದ್ದ ಅವರು ಕಳೆದ ನಾಲ್ಕು ದಶಕಗಳಲ್ಲಿ ಕನ್ನಡ ರಾಜ್ಯದಾದ್ಯಂತ ಹೆಚ್ಚಿನ ಎಲ್ಲಾ ಸಣ್ಣ–ಪುಟ್ಟ ಊರುಗಳಲ್ಲೂ ಒಂದಲ್ಲ ಒಂದು ಸಂದರ್ಭದಲ್ಲಿ ಸಾಹಿತ್ಯ, ಸಂಸ್ಕೃತಿ ಕುರಿತು ಮಾತನಾಡಿದ್ದರು. ಸಾಹಿತ್ಯ ಜಂಗಮನಂತಿದ್ದ ಅವರು ಮಾತಿನ ಮಾಯಕಾರ. ಅವರು ಬರೆದದ್ದು ಕಡಿಮೆ. ಆದರೆ ಮಾತಿನ ಮೂಲಕವೇ ಕೃತಿಯೊಂದನ್ನು ಓದಬೇಕಾದ ಕ್ರಮ ಯಾವುದೆಂದು ತಮ್ಮ ತರಗತಿಗಳ ಹೊರಗೂ ಸಾವಿರಾರು ಜನರಿಗೆ ಕಲಿಸಿದರು. ಅವರಿಗೆ ಬರಹಕ್ಕಿಂತ ಮಾತಿನಲ್ಲಿ ಹೆಚ್ಚು ನಂಬಿಕೆ. ಭಾರತೀಯ ಭಾಷೆ, ಚಿಂತನೆ, ಸಾಹಿತ್ಯಗಳ ಒಳಹರಿವಿನಲ್ಲಿ ಸೇರಿರುವ ಮೌಖಿಕ ಪರಂಪರೆಯ ಆಧುನಿಕ ಪ್ರತಿನಿಧಿಯಂತೆ ಅವರು ಬದುಕಿದರು. ಕಿ.ರಂ. ಅವರ ಸಾವಿನೊಂದಿಗೆ ನಮ್ಮ ಮೌಖಿಕ ಪರಂಪರೆಯ ಉಜ್ವಲ ನಕ್ಷತ್ರವೊಂದು ಉರಿದು ಬೂದಿಯಾಯಿತು.

ಕಿ.ರಂ. ಅವರ ಇನ್ನೊಂದು ಬಲಿಷ್ಠ ನಂಬುಗೆ ಕಾಲದ ಅಖಂಡ ಹರಿವು. ರೊಮ್ಯಾಂಟಿಸಿಸಂ ಸಂದರ್ಭದಲ್ಲಿ ಬೆಳೆದ ಯುರೋಪಿಯನ್ ಚಾರಿತ್ರಿಕ ಮಾದರಿಗಳು ಭಾಗಗಳಾಗಿ ವಿಭಾಗಿಸಿ ನೋಡುವುದನ್ನು ನಮಗೆ ಕಲಿಸಿದವು. ರೊಮ್ಯಾಂಟಿಕ್ ಚಿಂತನೆಯ ಬಳಿಕದ ಆಧುನಿಕ ಮನಸ್ಸು ಭಾವನೆಗಳ ಆಚೆ ಅನುಭವಗಳಿಗೆ ಹೆಚ್ಚು ತೆರೆದುಕೊಂಡಿತು. ಸಾಹಿತ್ಯದಲ್ಲಿ ಅನುಭವವೇ ಪ್ರಮಾಣ ಎಂಬ ರೀತಿ ಚಿಂತಿಸಿತು. ಅಂತಹ ಆಧುನಿಕ ಮನಸ್ಸು ಭೂತ–ವರ್ತಮಾನ–ಭವಿಷ್ಯಗಳೆಂಬ ನೇರ ಗತಿಯಲ್ಲಿ ಕಾಲ ಚಲಿಸುತ್ತದೆ ಎಂದು ನಂಬಲಿಲ್ಲ. ಸಾಹಿತ್ಯಾನುಭವದ ಸಂದರ್ಭದಲ್ಲಿ ಕಾಲದ ಇಂತಹ ನೇರ ಗತಿಯ ಬಗೆಗಿನ ಅಪನಂಬುಗೆ ಕಿ.ರಂ. ಅವರಲ್ಲಿ ಕಾಲದ ಅಖಂಡತ್ವದ ನಂಬುಗೆಯಾಗಿ ಪರಿವರ್ತನೆಗೊಂಡಿತ್ತು.

ಅವರ ಇತ್ತೀಚೆಗಿನ ಅನೇಕ ಭಾಷಣಗಳಲ್ಲಂತೂ ಅವರು ಪಂಪ ಹಳೆಗನ್ನಡದವನೆಂದು ಯಾರ್ರೀ ಹೇಳಿದ್ದು? ಅವ ಇವತ್ತು ನಮ್ಮ ಜೊತೆಗಿರುವವ ಎಂದು ಹೇಳಿ ಆಧುನಿಕ ಅನುಭವದಿಂದ ಪಂಪನನ್ನು ವ್ಯಾಖ್ಯಾನಿಸುತ್ತಿದ್ದರು. ಅಥವಾ ಅನೇಕ ಸಲ ಪಂಪನಿಂದ ಆಧುನಿಕ ಅನುಭವವನ್ನು ತಮ್ಮ ವಿವರಣೆಗಳಿಂದ ಸೃಜಿಸಿ ತೋರಿಸುತ್ತಿದ್ದರು.

ಒಂದು ರಜಾದ ದಿನ ಬೆಳಿಗ್ಗೆ ಅವರಿಗೊಮ್ಮೆ ಫೋನು ಮಾಡಿದ್ದೆ. ಕುಶಲೋಪರಿ ಮಾತು. ಬೆಳಗ್ಗಿನ ತಿಂಡಿ ಆಯಿತಾ ಸಾರ್. ಇಲ್ಲಪ್ಪ. ಈಗ ಸ್ವಲ್ಪ ವಾಕ್ ಹೋಗಿ ಬಂದೆ ಎಂದರು. ಒಬ್ಬರೆ ಹೋಗಿದ್ರಾ ಸಾರ್ ಎಂದು ಕೇಳಿದರೆ, ಇಲ್ಲಪ್ಪ ಜೊತೆಗೆ ಪಂಪ ಇದ್ದ ಎಂದರು. ಆ ಬಳಿಕ ಪಂಪನ ಬಗ್ಗೆ ಅದು ಇದು ಮಾತನಾಡುತ್ತಾ ಫೋನಿನಲ್ಲೇ ಅಳಕದ ಕೇಡು ಕಲ್ಪನೆ ಬಗ್ಗೆ ಕೇಳಿದೆ. ಹೀಗೆ ಉತ್ತಮ ಕಾವ್ಯ ಗುಣವಿಲ್ಲದ ಪೊಣ್ದಿ ಹೇಳಿದ ಕಾವ್ಯವು ಬರಹಗಾರನ ಕೈಗಳ ಕೇಡು, ಓಲೆಯ ಕೇಡು, ಅರ್ಥದ ಕೇಡು ಎಂಬುದನ್ನು ವಿವರಿಸುವ ಹಿನ್ನೆಲೆಯಲ್ಲಿ ಉತ್ತಮ ಕಾವ್ಯ ಗುಣದ ಬಗ್ಗೆ ಮಾತನಾಡಿದರು. ನಾನು ನಡು ನಡುವೆ ಬಾಯಿ ಹಾಕಿ ಕುರ್ತಕೋಟಿಯವರ ಬರಹದ ನೆನಪಲ್ಲಿ ಏನೋ ಕೇಳಿದರೆ, ಅವರು ತಕ್ಷಣ, ಅದು ಸರಿ ಎಂದು ಹೇಳಿ ಮತ್ತೆ ತಮ್ಮದೇ ಪಂಪನ ಲಹರಿಗೆ ಇಳಿಯುವವರು. ಅವೆಲ್ಲಾ ಕೇವಲ ನೆನಪಲ್ಲ ಪಂಪ ನಮ್ಮ ಅನುಭವವಾಗುವ ಕ್ರಮ.

ಒಮ್ಮೆ ನಾನು ಹಾಗೆಯೇ ಶೌಚ ಎಂದರೆ ಪಂಪನ ಸಂದರ್ಭದಲ್ಲಿ ಏನೆಂದು ಫೋನಿನಲ್ಲಿ ಪ್ರೊ. ಜಿ.ಎಚ್. ನಾಯಕರನ್ನು ಕೇಳಿದ್ದೆ. ಅವರು ಪಂಪನ ಕೃತಿಗಳ ಒಳಗಿನಿಂದಲೇ ಅದನ್ನು ಜೈನ ತತ್ವಗಳಿಗೂ ಸಮೀಕರಿಸಿ ಅನೇಕ ಉದಾಹರಣೆಗಳಿಂದ ತಿಳಿಸಿದ್ದರು. ಕುಮಾರವ್ಯಾಸನ ಅರ್ಜುನ-ಊರ್ವಶಿ ಪ್ರಸಂಗಕ್ಕೂ ಪಂಪನ ಅರ್ಜುನ-ರಂಬೆ ಪ್ರಸಂಗಕ್ಕೂ ಹೋಲಿಕೆ ಮಾಡಿ ಅಂತರ್ಯದ ಶೌಚದ ಅನೇಕ ನೆಲೆಗಳನ್ನು ವಿವರಿಸಿದ್ದರು. ಕೃತಿ ನಿಷ್ಠವಾಗಿ ಅರಳುವ ಜಿ.ಎಚ್. ನಾಯಕರ ಕ್ರಮಕ್ಕೂ, ತತ್ವನಿಷ್ಠವಾಗಿ ಲಹರಿಯಲ್ಲಿ ಆವಿರ್ಭವಿಸುವ ಕಿ.ರಂ. ಕ್ರಮಕ್ಕೂ ಇರುವ ವ್ಯತ್ಯಾಸ ಸೂಚಿಸುವುದಕ್ಕಾಗಿ ಈ ಮಾತು ಹೇಳಿದೆ.

ಇನ್ನೊಮ್ಮೆ ಕಿ.ರಂ. ಜೊತೆ ಮಾತನಾಡುತ್ತಾ ಲಕ್ಷ್ಮೀಶನ ಬಗ್ಗೆ ಮಾತು ಬಂತು. ಆ ಸಂದರ್ಭದಲ್ಲಿ ಅವರು ಹೇಳಿದ್ದು-

ಲಕ್ಷ್ಮಣ ಸೀತೆಯನ್ನು ಕಾಡಿನಲ್ಲಿ ಬಿಟ್ಟು ಹಿಂತಿರುಗುವ-

ತಾಯನೆಳಗರು ಬಿಚ್ಚುವಂತೊಯ್ಯನೊಯ್ಯನ
ತ್ಯಾಯಾಸದಿಂದಗಲ್ದಮರನದಿಯಂ ದಾಂಟಿ
ರಾಯ ಕೇಳ್ ದುಃಖಾರ್ತನಾಗಿ ಸೌಮಿತ್ರಿ ಸಾಗಿದನತ್ತಲಿವಳಿತ್ತಲು,

ಎಳೆಗರುವು ತಾಯಿಂದ ಬಿಡಿಸಿಕೊಂಡು ಹೋಗುವಂತೆ ಬಹು ಪ್ರಯಾಸದಿಂದ, ನಿಧನಿಧಾನವಾಗಿ- ಒಯ್ಯುವ ಅತ್ಯಾಯಾಸದ ಇತ್ಯಾದಿ ಭಾವ, ಅರ್ಥಗಳು ಭಾಷೆಯಲ್ಲಿ

ಸಾಧಿಸುವ ಕ್ರಮವನ್ನು ಅವರು ವಿವರಿಸುವುದೇ ಒಂದು ಸೊಗಸು. ಭಾವಾಭಿನಯ ಭಾಷೆಯಲ್ಲಿ ಸಾಧಿಸುವ ನಾನಾ ಕ್ರಮಗಳಲ್ಲಿ ಅರ್ಥಾನುಸಾರಿ ಲಯವೂ ಒಂದೆಂಬುದನ್ನು ಅಡಿಗರಿಂದ ಕಲಿತವರಿಗೆ ಕಿ.ರಂ. ವಿವರಿಸುವ ಸೊಗಸು ಇನ್ನಷ್ಟು ಆಪ್ತವಾಗಿ ಮನಸ್ಸಿಗೆ ತಟ್ಟುತ್ತದೆ.

ಎಲ್ಲರಿಗೂ ತಿಳಿದಿರುವ ಹಾಗೆ ಅಡಿಗ ಹಾಗೂ ಬೇಂದ್ರೆ ಕಿ.ರಂ.ಗೆ ಪರಮಾಪ್ತ ಕವಿಗಳು. ಆತ್ಮಾಭಿವ್ಯಕ್ತಿಯ ತೀವ್ರತೆ ಅಡಿಗರ ಕಾವ್ಯದ ಮೂಲ ದನಿಯಾದರೂ ವ್ಯಕ್ತಿ ಹೇಗೆ ವಿಕಾಸಗೊಳ್ಳಬಲ್ಲ ಅದರಲ್ಲಿ ಸಂಕಲ್ಪ ಬಲದ ಸ್ಥಾನವೇನು ಎಂಬುದರ ಶೋಧನೆ ಅಡಿಗರ ಕಾವ್ಯದ ಮುಖ್ಯನೆಲೆ ಎಂದು ಕಿ.ರಂ. ನಂಬಿದ್ದರು. ವ್ಯಕ್ತಿಯ ವಿಕಾಸಕ್ಕೂ ಸಮಾಜದ ವಿಕಾಸಕ್ಕೂ ಇರುವ ಸಂಬಂಧ ಹಾಗೂ ವ್ಯಕ್ತಿ ಹಾಗೂ ಸಮಾಜದ ನಡುವಿನ ಸಂಬಂಧಗಳ ಎಳೆಗಳನ್ನು ಅಡಿಗರ ಕಾವ್ಯದಿಂದ ಕಿ.ರಂ. ಸದಾ ಹೆಕ್ಕಿ ತೋರಿಸುತ್ತಿದ್ದರು. ಅಡಿಗರಲ್ಲಿ ಆತ್ಮಾಭಿವ್ಯಕ್ತಿಯ ತೀವ್ರತೆ ತನ್ನನ್ನು ಹಾಗೆ ಕಾಪಾಡಿಕೊಳ್ಳುವ ಕ್ರಮ. ಸ್ವಾತಂತ್ರ್ಯ ಎಂಬುದು ವ್ಯಕ್ತಿ, ಸಮಾಜ ಹಾಗೂ ರಾಷ್ಟ್ರಗಳಿಗೆ ಪ್ರತ್ಯೇಕವಾದ ತತ್ವವಲ್ಲ. ಅದೆಲ್ಲಕ್ಕೂ ವ್ಯಕ್ತಿ ಸ್ವಾತಂತ್ರ್ಯವನ್ನು ಕಾಪಾಡುವ ಸ್ವಾತಂತ್ರ್ಯದ ಮೂಲ ಕಲ್ಪನೆಯೇ ತಳಹದಿ ಎಂಬುದು ಕಿ.ರಂ. ನಂಬುಗೆಗಳಲ್ಲಿ ಒಂದು.

ಅನುಕರಣೆಯನ್ನು ಮೀರಬೇಕು. ಸ್ವಂತಿಕೆಯನ್ನು ಸಾಧಿಸಬೇಕು ಎಂಬ ಅಡಿಗರ ಕಾವ್ಯದ ನೆಲೆಗಳು ಕಿ.ರಂ. ಅವರು ಸದಾ ತೋರಿಸಿಕೊಡುತ್ತಿದ್ದ ಇನ್ನೊಂದು ಅಂಶ. ಏಕಮುಖವಾಗದೆ ತನ್ನೊಳಗೆ ತಾನು ನಡೆಸುವ ಸಂವಾದ ಪ್ರಕ್ರಿಯೆಯಂತೆ ಅಡಿಗರ ಕಾವ್ಯ ಬೆಳೆಯುವ ಕ್ರಮವನ್ನು ಕಿ.ರಂ. ವಾಗ್ವಾದ ಕಾವ್ಯ ಎಂದು ಹೆಸರಿಸಿದ್ದರು.

ಅಡಿಗರ ಕಾವ್ಯ ಸೃಷ್ಟಿಯೆ ವಿಮರ್ಶನ ನೆಲೆಯಿಂದ ಸೃಷ್ಟಿಯಾದ್ದು. ಕವಿಯೇ ತನ್ನ ಕಾವ್ಯದಲ್ಲಿ ವಿಮರ್ಶನ ನೆಲೆಯನ್ನು ಸೃಷ್ಟಿ ಮಾಡಿದ್ದಾನೆ. ಆದ್ದರಿಂದಲೇ ಉಗ್ರವಾಗಿ ಸ್ವ-ವಿಮರ್ಶನ ಪ್ರಜ್ಞೆಯನ್ನು ಅಡಿಗರ ಕಾವ್ಯ ತನ್ನೊಳಗೆ ಒಳಗೊಂಡಿದೆ ಎಂಬುದಾಗಿ ಒಮ್ಮೆ ಕಿ.ರಂ. ಅಡಿಗರ 'ವಿಮರ್ಶಕ' ಕವನವನ್ನು ವಿವರಿಸುತ್ತ ಅಲ್ಲಿನ,

ಒಳಗಣ್ಣಿನಲ್ಲೋಲದಲ್ಲಿ ಮೂಡುವ ನೀನು
ಹೊರಗಿನವನಂತೂ ಅಲ್ಲ. ನನ್ನೊಳಗಿನವ:
ಒರೆಗಿಕ್ಕುವ, ಸಾಣೆ ಹಿಡಿವ, ತೂಗುವ, ಅಳೆವ
ಕಾರುಬಾರೆಲ್ಲವೂ ನಿನ್ನದೇ ; ನಿದ್ದೆ ಮಂಪರಿನಲ್ಲಿ
ಸೂಜಿ ಚುಚ್ಚಿ ಎಬ್ಬಿರಿಸಿದ...

ಸಾಲುಗಳನ್ನು ಹೆಕ್ಕಿ ವಿವರಿಸುತ್ತ ಹೇಳಿದ್ದು ಇನ್ನೂ ನೆನಪಿದೆ.

'ಸ್ವಾತಂತ್ರ್ಯ: 1958ರ ಪಾಠ' ಎಂಬ ಅಡಿಗರ ಇನ್ನೊಂದು ಕವನವೂ ಕಿ.ರಂ. ಅವರಿಗೆ ಬಹುಪ್ರಿಯವಾದ್ದು.

'ಸಾಕು ಮಕ್ಕಳೆ ಸಾಕು ಎಂದೆ ನಾಲ್ಕು ಮಕ್ಕಳ ತಂದೆ

ದತ್ತು. ತಂದೆ?....'

ಎಂದು ಪ್ರಾರಂಭವಾಗುವ ಈ ಕವನವನ್ನು ಕಿ.ರಂ. ಓದುವುದೇ ಒಂದು ಸೊಗಸು. ಅಡಿಗರು ಹೇಳಿದ 'ಅರ್ಥಾನುಸಾರಿ ಲಯ'ದ ಕಲ್ಪನೆ ಸಂಪೂರ್ಣ ನಮ್ಮ ಅನುಭವವಾಗಬೇಕು. ಹಾಗೆ ಓದುತ್ತಿದ್ದರು. 'ಸಾಕು...' 'ಮಕ್ಕಳೆ ಸಾಕು' ಎಂದೊಮ್ಮೆ 'ಸಾಕು ಮಕ್ಕಳೆ...' 'ಸಾಕು' ಎಂದು ಇನ್ನೊಮ್ಮೆ; ಮಕ್ಕಳೆ ಎಂಬಲ್ಲಿ 'ಳೆ' ಅನ್ನು ಉಚ್ಚರಿಸುವ ದನಿಯನ್ನು ಪ್ರಶ್ನಾರ್ಥಕವಾಗುವಂತೆ ಜಂಕಿಸಿ ಮತ್ತೊಮ್ಮೆ... ಹೀಗೆ 'ನಾಲ್ಕು ಮಕ್ಕಳ ತಂದೆ' ಮಗದೊಮ್ಮೆ ನಾಕು ಮಕ್ಕಳ... 'ತಂದೆ' ಎಂಬಲ್ಲಿಗೆ 'ಪಿತ'– ಅಪ್ಪ ಎಂಬ ಅರ್ಥ ಬರುವಂತೆ ಇನ್ನೊಮ್ಮೆ. 'ಪ್ರಾಣವೋ ಅಸ್ಥಿಪಂಜರ ಬದ್ಧ; ಮೋಡವೇ/ ಇಳಿವಾಗ ತನುರೂಪಿ ಬಿಂದು' ಎಂಬುದನ್ನು ಹೇಳುತ್ತಾ ಮುಂದೆ ಗೃಹಸ್ಥ ಧರ್ಮದ ಗಂಧ ತೇಯುವ ಸಂದರ್ಭದಲ್ಲಿ ಸಮಾಜ ಹಾಗೂ ವ್ಯಕ್ತಿಯ ನಡುವಿನ ಕುಟುಂಬದ ಸ್ಥಾನವನ್ನು ವಿವರಿಸಿ, ಕೊನೆಗೆ–

'ಇಲ್ಲದಿದ್ದರು ಸರಿಯೆ ಮನೆಗೆ ತೊದಲಿನ ರಕ್ಷೆ;

ತರಬೇಡ ದತ್ತುಗಳ ಜಿಗಣೆಯೊಲುಮೆ'

ಎಂಬಲ್ಲಿಗೆ ತಲುಪುವಾಗ ಅವರ ವಿವರಣೆ ತನ್ಮಯ ಸ್ಥಿತಿಗೆ ತಲುಪುತ್ತಿತ್ತು. 'ನಿನ್ನ ಬೀಜದ ಫಲಕೆ ಕಾದು ಕುಳಿತಿರುವ ಬರುವ/ ವರೆಗೆ ಹಣ್ಣನುಣ್ಣದ ಅಮರ ಪಕ್ಷಿ' ಎಂಬ ಕೊನೆ ಸಾಲಿಗೆ ಬಂದಾಗ ಆ ಕವನದ ಎರಡನೇ ಭಾಗದ ಕೊನೆಗೆ ಬರುವ 'ಹಕ್ಕಿ'ಯನ್ನು ಮತ್ತೆ ಹಿಡಿದುಕೊಂಡು ಕವನದ ಒಳಸುಳಿಗಳಲ್ಲಿ ಅವರು ತನ್ಮಯವಾಗುವ ಕ್ರಮವೇ ಒಂದು ಸೊಗಸು. 1958ರಲ್ಲಿ ಭಾರತದಲ್ಲಿ ಮೊದಲ ಬಾರಿಗೆ ಸಹವರ್ತಿ (Collabration) ಕೈಗಾರಿಕೆಗಳು ಪ್ರಾರಂಭವಾದವು. ಜಾಗತೀಕರಣದ ಮೊದಲ ಬೀಜ ಅಲ್ಲಿಯೇ ಬಿದ್ದಿತು. ಇದೊಂದು ರೀತಿಯಲ್ಲಿ ಕವಿಯಾಗಿ ಅಡಿಗರ ಮುಂಗಾಣ್ಕೆ ಎಂದು ಕಿ.ರಂ. ವಿವರಿಸುತ್ತಿದ್ದರು.

ದ.ರಾ. ಬೇಂದ್ರೆಯಂತೂ ಕಿ.ರಂ.ಗೆ ಜೀವದ ಜೀವ. ಬೇಂದ್ರೆ ಬಗ್ಗೆ ಅವರು ಹೇಳಿದ್ದು ಬರೆಯುತ್ತ ಹೋದರೆ ಮುಗಿತಾಯವೆ ಇಲ್ಲವೇನೋ. ಹಗಲು, ಮಧ್ಯಾಹ್ನ ರಾತ್ರೆ ಎಂಬ ಭೇದ ತಿಳಿಯದೆ ಅವರು ಬೇಂದ್ರೆ ಬಗ್ಗೆ ಹೇಳುತ್ತಿದ್ದುದನ್ನು ಸುಮ್ಮನೆ ಕೇಳುತ್ತ ಇದ್ದ ಕಾಲವೊಂದಿತ್ತು. ಆಗ ಬೆಂಗಳೂರು ಈಗಿನಂತಲ್ಲ. ಜಾಲಹಳ್ಳಿಯಿಂದ ಒಂದು ಸ್ಕೂಟರ್‌ನಲ್ಲಿ ಬಸವನಗುಡಿಯ ಡಿ.ವಿ.ಜಿ. ರಸ್ತೆಯ ಕಿ.ರಂ. ಮನೆಗೆ ಮನಸ್ಸು ಬಂದಾಗಲೆಲ್ಲ ಹೋಗಲು ಸಾಧ್ಯವಾಗುತ್ತಿತ್ತು. ಈಗಿನಂತೆ ಟ್ರಾಫಿಕ್ ಇಲ್ಲದ ಅಂತಹ ಒಂದು ಸಂಜೆ ಕಿ.ರಂ. ಮನೆಯಲ್ಲಿ ಅವರ ಪತ್ನಿ 'ಮೇಡಂ ವಿಜಯಲಕ್ಷ್ಮಿಯವರು ಕೊಟ್ಟ ತಿಂಡಿ ತಿಂದಾದ ಬಳಿಕ 'ಗರಿ' ಸಂಕಲನ ತೆರೆದು ಲಹರಿಯಿಂದ 'ಓ ಹಾಡೆ!' ಕವನ ಓದಿದರು.

'ನನ್ನ ನಾಲಗೆ ನಿನ್ನ ಬರಿ ಸೂಲಗಿತ್ತಿ' ಎಂಬುದನ್ನು ನವೋದಯದ ಸ್ಫೂರ್ತಿ ತತ್ವದ ಹಿನ್ನೆಲೆಯಲ್ಲಿ ವಿವರಿಸ ಹೊರಟವರು. ಅದಕ್ಕಿಂತ ಮೊದಲಿನ ಭಾಗದಲ್ಲಿ:

'ಬಿತ್ತಿದರೆ ಬಿತ್ತುವುದು ಮುಕ್ಕು ಚಿಕ್ಕೆಯ ಕಾಳು
ಮುತ್ತು ರತುನವ ಬಿತ್ತಿ ಮಾಡದಿರು ಹೊಲಹಾಳು'

ಎಂಬಲ್ಲಿನ ಚಿತ್ರಗಳನ್ನು ಕಾವ್ಯ ಸಂದರ್ಭದಲ್ಲಿ ಕಾವ್ಯ ಭಾಷೆಯ ಸಂದರ್ಭಗಳಲ್ಲಿಟ್ಟು ವಿಸ್ತರಿಸಿ ವಿವರಿಸತೊಡಗಿದರು. 'ರಾಜ ಗಂಭೀರ' ಕವನದ ನೆನಪಲ್ಲಿ ಭಾಷೆಯ ಮುಕ್ತವಲಯದ ಹಿನ್ನೆಲೆ ಕಾವ್ಯದಲ್ಲಿ ಹೇಗಿರುತ್ತದೆ ಎಂಬುದನ್ನು ವಿವರಿಸಿದರು. ಬಹು ದೊಡ್ಡ ಘನವಾದ ಶಬ್ದಗಳ ಮುತ್ತು-ರತ್ನಗಳು ಕಾವ್ಯಕ್ಕೆ ಬೇಕೆನ್ರಿ? ಎಂದು ಕೇಳಿದರು. ಬೇಂದ್ರೆಯ ಸರಳ ಶಬ್ದಗಳು ಹೇಗೆ ಚಿಗುರುವ ಮುಕ್ಕು ಚಿಕ್ಕೆಯ ಕಾಳೆಂದು ವಿವರಿಸಿದರು.

ಅಲಂಕಾರಕ್ಕೆಂದು ಅರ್ಥಹೀನವಾಗಿ ದೊಡ್ಡ ಶಬ್ದಗಳನ್ನು ಅನಗತ್ಯವಾಗಿ ಬಳಸಿ ಕಾವ್ಯ ರಚಿಸುವವರ ಎದುರು ಪಕ್ಷವೊಂದು, 'ದೊಡ್ಡ ಘನವಾದ ಶಬ್ದಗಳ ಮುತ್ತು ರತ್ನಗಳು ಬೇಕೇನ್ರೀ?' ಎಂದು ಕಿ.ರಂ. ಭಾವಾವೇಶದ ಸಿಟ್ಟಿನಿಂದ ಕೇಳಿದ ಕ್ರಮ ಇನ್ನೂ ನೆನಪಿದೆ. ಹಾಗೆ ಕೇಳಿದ ಹಿನ್ನೆಲೆಯಲ್ಲಿ ಅವರ ಕಾವ್ಯಲೋಕದಲ್ಲಿ ಅದಕ್ಕೆ ವಿರುದ್ಧವಾದ ಪ್ರತಿಪಕ್ಷವೊಂದು ನಿರ್ಮಾಣವಾಗುತ್ತಿತ್ತು. ಹೀಗೆ ಕಿ.ರಂ. ಮನಸ್ಸಿನಲ್ಲಿ ನಿರ್ಮಾಣಗೊಳ್ಳುವ ಪೂರ್ವಪಕ್ಷವೊಂದರ ಬಗ್ಗೆ ಸಿಟ್ಟಿನಿಂದಲೇ ಅವರು ಅನೇಕ ಸಲ ಪ್ರತಿಕ್ರಿಯಿಸುತ್ತಿದ್ದರು. ಕೆ. ಸತ್ಯನಾರಾಯಣ ಅವರು 'ರಿಲ್ಕೆ ಕಂಡ ಕಿ.ರಂ' ಎಂಬ ತಮ್ಮ ಲೇಖನದಲ್ಲಿ ಹೇಳಿದಂತೆ- 'ಕಾಲ್ಪನಿಕ ಪೂರ್ವಪಕ್ಷದ ಎದುರಿನಲ್ಲೆ, ಒತ್ತಾಸೆಯಲ್ಲೇ ಕಿ.ರಂ. ಓದು, ಗ್ರಹಿಕೆ, ತೀವ್ರತೆ, ವ್ಯಾಖ್ಯಾನ performance, ಎಲ್ಲವೂ ನಿರ್ಮಾಣವಾಗಿರುತ್ತದೆ. ಇಂತಹುದೊಂದು ಪೂರ್ವಪಕ್ಷ ನಮ್ಮೆದುರಿಗೇ ಇದೆಯೆಂದು, ಇದರ ಅಪಾಯ, ಉಪಾಯಗಳನ್ನು ಗಂಭೀರವಾಗಿ ಪರಿಗ್ರಹಿಸಿ ನಮ್ಮ ಓದು-ಗ್ರಹಿಕೆ ರೂಪುಗೊಳ್ಳಬೇಕೆಂದು ನಮಗೆ ಮನದಟ್ಟಾಗುವಂತೆ ಕಿ.ರಂ. ಮಾಡಿಬಿಡುತ್ತಾರೆ.' ಅವರು ಯಾವ ಕ್ಷಣದಲ್ಲಾದರೂ ತಮಗೆ ಬೇಕಾದ ಪೂರ್ವಪಕ್ಷವನ್ನು ನಿರ್ಮಾಣ ಮಾಡಿಕೊಂಡು ಅದರ ಎದುರಾಗಿ ತಮ್ಮ ಲಹರಿಗೆ ಇಳಿದು ತಮ್ಮ ಕಾವ್ಯಾನುಭವವನ್ನು ಪ್ರಕಟಿಸಿ ಪ್ರದರ್ಶಿಸಬಲ್ಲರು.

ಮಧುರಚೆನ್ನರ ಬಗ್ಗೆ ಮಾತನಾಡುತ್ತ ಅನುಭಾವ ಅನೇಕ ನೆಲೆಗಳಲ್ಲಿ ಇದೆ. ಅದು ಏಕಾಕೃತಿ ಅಲ್ಲ. ಕಾವ್ಯ ಅನುಭಾವವಲ್ಲ. ಅನುಭಾವಿಯೊಬ್ಬನ ಉತ್ಕಟತೆಯ ಅಭಿವ್ಯಕ್ತಿ ಎಂಬುದನ್ನು ಸಾಬೀತು ಪಡಿಸುವಾಗಲೂ ಅನುಭಾವದ ಬಗೆಗಿನ ಪೂರ್ವಪಕ್ಷ ಅವರಲ್ಲಿ ಕೆಲಸ ಮಾಡುತ್ತದೆ.

ಅವರು ಹೇಳುವಾಗಲೇ ತೀವ್ರವಾದ ಕಾವ್ಯಾಸಕ್ತರಿಗೆ ಇನ್ನೇನೊ ಹೊಳೆಯುತ್ತಿರುತ್ತದೆ. ಅವರು ತೀರಿಕೊಂಡ ದಿನ (07-08-2010) ಶನಿವಾರ ಸಂಜೆ ಸುಚಿತ್ರಾದಲ್ಲಿ ಬೇಂದ್ರೆ ಬಗ್ಗೆ ಮಾತನಾಡುತ್ತಾ ಅವರು ಸೂಚಿಸಿದ್ದು ಸೃಷ್ಟಿ ಹಾಗೂ ಕಾವ್ಯ; ದ್ವಂದ್ವಗಳನ್ನು

ಸಾಕ್ಷಾತ್ಕರಿಸಿಕೊಳ್ಳುವ ಬಗೆ. 'ಜೋಗಿ' ಕವನದಿಂದ ಪ್ರವೇಶಿಸಿ, 'ಏಳು ಕನ್ನಿಕೆಗಳು' ಕವನದೊಡನೆ ಇನ್ನೂ ಅನೇಕ ಕವನಗಳನ್ನು ಓದಿ ಅವರು ಹೇಳಿದ್ದು – ಇಡೀ ಸೃಷ್ಟಿಯಲ್ಲಿಯೇ ಹೆಣೆದುಕೊಂಡಿರುವ ದ್ವಂದ್ವಗಳು – ವಿರೋಧಗಳು ಬೇಂದ್ರೆ ಕಾವ್ಯದ ಜೀವ.

ಅನೇಕ ಸಲ ಅವರು ಕಾವ್ಯದ ಪಠ್ಯಕ್ಕಿಂತ ಹೊರಗೆ ಹೋಗಿ ಕವಿಯ ಬಗೆಗಿನ ಕತೆಗಳನ್ನು ಮಾಹಿತಿಯನ್ನೂ ನೀಡಿ ಅವರ ಕಾವ್ಯದೊಳಗಿಗೆ ಇನ್ನೊಂದು ರೀತಿಯ ಪ್ರವೇಶವನ್ನು ಒದಗಿಸುತ್ತಾರೆ. ಅವರೊಮ್ಮೆ ನನಗೆ ಬೇಂದ್ರೆಯೊಡನೆ ಅವರಿಗೆ ಒದಗಿದ ಒಂದು ಸಾಹಚರ್ಯದ ಸಂದರ್ಭವನ್ನು ವಿವರಿಸಿದ್ದರು. ಬಹುಶಃ ಆ ದಿನ ಬೇಂದ್ರೆ 'ಪಂಪನ ನೆನೆದು' ಕವನ ಚರ್ಚೆಗೆ ಬಂದಿತ್ತು. 'ಹರಿವ ಕಾಲು ಇಲ್ಲಿ ನಿಂತೆ ಅಲ್ಲಿ ಮುಗಿಲ ಮೆಟ್ಟಿತು' ಎಂಬೊಂದು ಸಾಲು ಆ ಕವನದಲ್ಲಿದೆ. ನಾನು ನನ್ನಷ್ಟಕ್ಕೆ ಬೇಂದ್ರೆಗೆ 'ದೇಹ, ನೆಲ ಬಿಟ್ಟು ಅಧ್ಯಾತ್ಮ ಇಲ್ಲ ಅಲ್ಲವೆ ಸರ್' ಎಂಬರ್ಥದ ಒಂದು ಪ್ರಶ್ನೆ ಕೇಳಿದೆ. ಕಿ.ರಂ. ಲಹರಿಯಲ್ಲಿ ಬೇಂದ್ರೆ ಪಂಪನ ಬಗ್ಗೆ ಬರೆದ ಕವನಗಳ ಹಿನ್ನೆಲೆಯಲ್ಲಿ ಇದೊಂದು ಕತೆ ಬಂತು.

ಆಗ ಕಿ.ರಂ. ಬಸವನಗುಡಿ ನ್ಯಾಷನಲ್ ಕಾಲೇಜಿನಲ್ಲಿ ಅಧ್ಯಾಪಕರಾಗಿದ್ದ ಕಾಲ. ಅವರು ಮದುವೆಯಾದ ಹೊಸದು. ಬೆಂಗಳೂರಿಗೆ ಬಂದಿದ್ದ ಕವಿ ಬೇಂದ್ರೆ ಜಯನಗರದಲ್ಲಿ ಅವರ ಸ್ನೇಹಿತರ ಮನೆಯಲ್ಲಿ ಉಳಿದಿದ್ದರು. ಕವಿ ದರ್ಶನಕ್ಕೆ ಕಿ.ರಂ. ಜಯನಗರದ ವಾಸ್ತವ್ಯಕ್ಕೆ ಹೋಗಿದ್ದರು.

ಕಿ.ರಂ. ಬಾಯಲ್ಲಿದ್ದ ಬೇಂದ್ರೆ ಸಾಲುಗಳನ್ನು ಕೇಳಿ ಕವಿ ಉಲ್ಲಸಿತರಾಗಿಬಿಟ್ಟರು. 'ಈ ಕಡೆ ಮಂದಿನೂ ನನ್ನ ಕವನ ಓದ್ಯಾರ' ಎಂದು ಸಂತೋಷ ಪ್ರಕಟಿಸಿದರು. ಅದೇ ಸಂದರ್ಭ ನೋಡಿ, ತಮ್ಮ ಕಾಲೇಜಿಗೆ ಬಂದು ವಿದ್ಯಾರ್ಥಿಗಳನ್ನು ಉದ್ದೇಶಿಸಿ ಭಾಷಣ ಮಾಡಬೇಕೆಂದು ಕಿ.ರಂ. ಪ್ರಾರ್ಥಿಸಿದರು. 'ಒಲ್ಲೆ' ಎಂದರಂತೆ ಬೇಂದ್ರೆ. 'ನಿನ್ನ ಮನ್ಯಾಗ ಬರಹೇಳು ಬರೋಣ. ಕಾಲೇಜಿಗೆ ಒಲ್ಲೆ' ಎಂದರಂತೆ.

ಕಿ.ರಂ. ಮದುವೆಯಾಗಿ ಹೊಸದಾಗಿ ಸಂಸಾರ ಹೂಡಿದ, ಇನ್ನೂ ಏನೂ ಪೀಠೋಪಕರಣ ಇತ್ಯಾದಿ ಇರದಿದ್ದ ತಮ್ಮ ಮನೆಗೆ ಕವಿ ಬೇಂದ್ರೆಯವರನ್ನು ಮಾರನೇ ದಿನ ಬರುವಂತೆ ಆಹ್ವಾನಿಸಿದರು. ಮಾರನೇ ದಿನ ಸಂಜೆ ಒಂದು ಟಾಂಗಾದಲ್ಲಿ ಬೇಂದ್ರೆ ಕಿ.ರಂ. ಮನೆಯೆದುರು ಜಯನಗರದಿಂದ ಬಂದಿಳಿದರು. ಕಿ.ರಂ. ಮಾತಲ್ಲೇ ಕೇಳಬೇಕು: ಹೊಸ ಮನೆ. ಇದ್ದ ಒಂದೇ ಒಂದು ಬಿದಿರು ಮಂಚದ ಮೇಲೆ ಕವಿಯನ್ನು ಕೂರಿಸಿ ಕೆಳಗೆ ಜಮಖಾನ ಹಾಸಿ ಭೇಟಿಗೆ ಆಹ್ವಾನಿಸಿದ್ದ ಕೆಲವಾರು ಸ್ನೇಹಿತರನ್ನು ಕೂರಿಸಿದ್ದರಂತೆ. ಹೊಸದಾಗಿ ಹೂಡಿದ ಸಂಸಾರ. ಮೇಡಂ ವಿಜಯಲಕ್ಷ್ಮಿ ಇದ್ದುದರಲ್ಲೇ ಹೊಂದಿಸಿಕೊಂಡು ಉಪಚಾರ ಮಾಡುತ್ತಿದ್ದರಂತೆ. ಅವರು ಮಾಡಿದ ಕೇಸರಿ ಬಾತ್‌ನಿಂದ ಒಂದೇ ಒಂದು ಚಮಚದಷ್ಟು ತಿಂದ ಬೇಂದ್ರೆ ಚೆನ್ನಾಗಿದೆ ಎಂದು ಹೊಗಳಿ ಬಳಿಕ

ಮಾತು ಮಾತು ಮಾತು. ಕಿ.ರಂ. ಕಾವ್ಯಮೋಹಕ್ಕೆ ಮರುಳಾದ ಬೇಂದ್ರೆ ಧಾರವಾಡದ ತಮ್ಮ ಮನೆಗೆ ಯಾವತ್ತು ಬೇಕಾದರೂ ಬಾ. ನಿನಗೆ ಸದಾ ಸ್ವಾಗತವಿದೆ ಎಂದು ಆಹ್ವಾನಿಸಿದರಂತೆ.

ಮತ್ತೆ ಕೇಳಬೇಕೆ? ಒಂದು ವಾರ ಬಿಟ್ಟು ಮುಂದಿನ ಭಾನುವಾರ ಬೆಳಗ್ಗೆ ಕಿ.ರಂ. ಧಾರವಾಡದಲ್ಲಿ ರೈಲಿನಿಂದಿಳಿದರು. ಬೆಳಗ್ಗೆ ಹೋಟೆಲ್‌ನಲ್ಲಿ ಸ್ನಾನ ಮುಗಿಸಿ ಬೇಂದ್ರೆ ಮನೆಯಲ್ಲಿ ಕಿ.ರಂ. ಹಾಜರ್. ಅದು ಇದು ಮಾತನಾಡುತ್ತ ಸಮಯ ಹೋದದ್ದೇ ತಿಳಿಯಲಿಲ್ಲ. ಆ ದಿನ ಕವಿಗಳು ಲಕ್ಷ್ಮೀಶ, ಹರಿಹರ, ಕುಮಾರವ್ಯಾಸನ ಲಹರಿಯಲ್ಲಿದ್ದರಂತೆ. ಮಧ್ಯಾಹ್ನವಾಗುತ್ತಾ ಬಂದರೂ ಮಾತು ಈ ಕವಿಗಳಲ್ಲಿ ಸುತ್ತಿ ವಚನಕಾರರಿಂದ ಹಿಂದಕ್ಕೆ ಹೋಗುತ್ತಲೇ ಇಲ್ಲ. ಕಿ.ರಂ.ಗೆ ಬೇಂದ್ರೆ ಪಂಪನ ಬಗ್ಗೆ ಏನು ಹೇಳುತ್ತಾರೆ ಎಂದು ಕೇಳುವ ತವಕ. ಇನ್ನು ಹೀಗೇ ಬಿಟ್ಟರೆ ಊಟದ ಹೊತ್ತಾಗುತ್ತದೆ ಎಂದು ಯೋಚಿಸಿ, ಸಮಯ ನೋಡಿ ಬೇಂದ್ರೆಯವರಲ್ಲಿ ಕಿ.ರಂ. 'ಪಂಪನ ಬಗ್ಗೆ ಏನು ಹೇಳುತ್ತೀರಿ?' ಎಂದು ಕೇಳಿದರಂತೆ.

ಬೇರೆ ಲಹರಿಯಲ್ಲಿದ್ದ ಕವಿ ಬೇಂದ್ರೆ, ಕಿ.ರಂ. ಪಂಪನ ಹೆಸರು ತೆಗೆದೊಡನೆ ಮನಸ್ಸಿಗೆ ರಗಳೆಯಾಗಿ ಸಿಟ್ಟಿಗೆದ್ದರು. 'ನಿನ್ನ ಮನಸ್ಯಾಗ ಏನೈತಿ ಅಂತ ನಾ ಬಲ್ಲೆ. ನಿನಗೆ ಪಂಪನ ಬಗ್ಗೆ ಬೇಕಲ್ಲ ಕೇಳು–' ಎಂದು ಹೇಳಿ ತುಸು ಸಿಟ್ಟಿನಿಂದ, 'ನಾನು ಸಿದ್ಧ ಶಿಲೆಗೆ ಹೋಗುವನಲ್ಲ. ನಾನು ಸುಡುಗಾಡು ಸಿದ್ಧರ ಪಂಥದವನು' ಎಂದು ಹೇಳಿದರಂತೆ.

ನಾನು ಸಿದ್ಧಶಿಲೆಗೆ ಹೋಗುವನಲ್ಲ ಎಂದು ಬೇಂದ್ರೆ ಹೇಳಿದ ಮಾತನ್ನು ಕಿ.ರಂ. ಘಂಟೆ ಹೊಡೆದಂತೆ ಹೇಳಿದ್ದರು. ಜೈನ ಸಾಹಿತ್ಯ ಓದಿದವರಿಗೆ ಗೊತ್ತು. 'ಸಿದ್ಧಶಿಲೆ' ಜೈನರ ಕೈವಲ್ಯ. ಅಲ್ಲಿಗೆ ತಲುಪಿದವನಿಗೆ ಮೋಕ್ಷ. ಮತ್ತೆ ಜನ್ಮಗಳ ಹಂಗಿಲ್ಲ. ನಾಥ ಪಂಥಕ್ಕೆ ಸೇರುವ ಸುಡುಗಾಡ ಸಿದ್ಧರಿಗೆ ದೇಹವನ್ನು ಬಿಟ್ಟು ಆತ್ಮವಿಲ್ಲ. ದೇಹದ ಮೂಲಕವೇ ಅವರಿಗೆ ದೇಹದ ಆಚೆಗಿನದೂ ಸಿಗಬೇಕು. 'ಅಳಿದು ಕೂಡುವ' ಹಾಗೂ 'ಅಳಿಯದೇ ಕೂಡುವ' ಯೋಗಗಳಲ್ಲಿ 'ಅಳಿಯದೇ ಕೂಡುವ ಯೋಗವ/ಅರಿದು ಕಾಣಾ ಗುಹೇಶ್ವರ' ಎಂದ ಪ್ರಭುದೇವರು ಭಕ್ತಿಯ ಆವೇಗಕ್ಕೆ ಚಿಂತನೆಯ ಕಡಿವಾಣ ಹಾಕಿದವರು. ಅಲ್ಲಮ ಪ್ರಭುವೂ ಬೇಂದ್ರೆಗೆ ಪ್ರಿಯ. ಅದಕ್ಕಿಂತ ಹೆಚ್ಚು ಬೇಂದ್ರೆಯ ಯಾವ ಕವನದಲ್ಲೂ ದೇಹವಿಲ್ಲದೆ ಕೇವಲ ಆತ್ಮವಿಲ್ಲ. 'ಬೆಳಗು' ಕವನದಲ್ಲೂ ಪಂಚೇಂದ್ರಿಯಗಳಿಂದ ಪ್ರಕೃತಿ ಅನುಭವಕ್ಕೆ ಬಂದು ದೇಹವೂ ತನ್ಮಯವಾಗಿ 'ದೇವರ – ದೀ ಮನಸಿನ ಗೇಹಾ' ಸ್ಥಿತಿಗೆ ತಲುಪಬೇಕು. ಆ ಮೇಲೆ ಶಾಂತಿರಸ ಮೈದೋರಬೇಕು. ಹೀಗೆಲ್ಲ ನಾನು ಕಿ.ರಂ. ಅವರ ಲಹರಿಗೆ ನನ್ನದೇ ಮಾತುಗಳನ್ನು ಸೇರಿಸುತ್ತಿದ್ದೆ.

ಆಗ ಕಿ.ರಂ. ಹೇಳಿದರು– 'ಸಿದ್ಧ' ಶಿಲೆ ಹಾಗೂ ಸುಡುಗಾಡು 'ಸಿದ್ಧ' ಇಲ್ಲೂ ನೋಡಿ, ಲಯ, ನಾದ, ಅರ್ಥದ ಹೊಂಚು ಅವು ಬೇಂದ್ರೆಗೆ ಸಹಜ ರೀ. ಸುಡುಗಾಡು ಸಿದ್ಧರ ತತ್ವದ ಹಿಂದಿರುವ ನಾಥ ಪಂಥದ ಹಿನ್ನೆಲೆಯಲ್ಲಿ ಬೇಂದ್ರೆಯನ್ನು ಪುನಃ

ಓದಬಹುದು. ಆ ಹಿನ್ನೆಲೆಯಲ್ಲಿ ಎಷ್ಟೆಷ್ಟು ಪ್ರತಿಮೆಗಳಿವೆ ನೋಡಿ ಎಂದು ಮಾತು ಶುರುವಾಗಿ ಅದು 'ಜೋಗಿ' ಪದ್ಯದ ಓದಿಗೆ ಹೋಗಿ ಅಲ್ಲಿಂದ ಮಾಯಾಕಿನ್ನರಿಗೆ ಹಾರಿ ಆ ದಿನ ಎಷ್ಟು ಹೊತ್ತಿಗೆ ಹಿಂತಿರುಗಿದೆ ಎಂಬುದೀಗ ನೆನಪಿಲ್ಲ.

ಬೇಂದ್ರೆಯಂತೆ, ವಚನಕಾರರನ್ನೂ ಕಿ.ರಂ. ಅತಿ ಪ್ರೀತಿಯಿಂದ ವಿವರಿಸುತ್ತಿದ್ದರು. ಅವರು ಪ್ರೊ. ಕೆ. ಮರುಳಸಿದ್ದಪ್ಪನರೊಡನೆ 'ವಚನ ಕಮ್ಮಟ' ಎಂಬ ಪುಸ್ತಕವನ್ನು ಸಂಪಾದಿಸಿದ್ದಾರೆ. ವಚನಕಾರರು ಹೇಳುವಂತೆ – ಅರಿವು ಕ್ರಿಯೆಯಲ್ಲಿ ಮೂಡದಿದ್ದರೆ ಅದು ಜ್ಞಾನವಲ್ಲ. ಬರಿಯ ತರ್ಕ, ವಿಚಾರ ಎಂದೇ ಕಿ.ರಂ. ನಂಬಿದ್ದರು – ಎಂದು ನನಗನಿಸುತ್ತದೆ. ಅವರಿಗೆ ಸಾಹಿತ್ಯದಂತೆ ಸಾಮಾಜಿಕ ಆಗುಹೋಗುಗಳ ಬಗೆಗೂ ತೀವ್ರವಾದ ಆಸಕ್ತಿ ಇತ್ತು. ಆದುದರಿಂದಲೇ ಅವರು ಆಧುನಿಕ ಸಾಂಸ್ಕೃತಿಕ ಪರಿಸರ ಎಂದರೆ, 'ನಮ್ಮ ಸಾಮಾಜಿಕ, ವೈಯಕ್ತಿಕ, ಆರ್ಥಿಕ, ರಾಜಕೀಯ, ಧಾರ್ಮಿಕ ಮತ್ತು ತಾತ್ವಿಕ ಸಂಬಂಧಗಳ ಅಂತರ್ ಪ್ರತಿಕ್ರಿಯೆಗಳ ಒಟ್ಟು ಮೊತ್ತ' ಎಂದೇ ತಿಳಿದಿದ್ದರು. ಜಾನಪದ ಮತ್ತು ಆಧುನಿಕ ಸಾಹಿತ್ಯಗಳ ಅವರ ವಿಶ್ಲೇಷಣೆಯಲ್ಲಿ ಇದರ ಅನೇಕ ಒಳನೋಟಗಳನ್ನು ನಾವು ಕಾಣಬಹುದು. (ಶತಮಾನದ ಸಾಹಿತ್ಯ ವಿಮರ್ಶೆ: ಸಂಪಾದಕರು– ಡಾ.ಎಚ್.ಎಸ್. ರಾಘವೇಂದ್ರ ರಾವ್)

ಅನೇಕ ಸಲ ಸಾಹಿತ್ಯ ಒಳಗೊಳ್ಳುವ ಸಾಮಾಜಿಕ ನೆಲೆಗಳೇ ಅವರು ಸಾಹಿತ್ಯದೊಳಗೆ ಗಮನಿಸುವ ರಾಜಕೀಯ ನೆಲೆಗಳಿಗೂ ವಿಸ್ತರಿಸುತ್ತಿತ್ತು. ಅವರು ಅಡಿಗರ ಕವನಗಳಲ್ಲಿ ರಾಜಕೀಯ ನೆಲೆಗಳನ್ನು ಗುರುತಿಸುವ ತೀವ್ರತೆಯಲ್ಲೇ ಪಂಪ, ಕುಮಾರವ್ಯಾಸ, ರನ್ನ, ಜನ್ನ ಎಲ್ಲರಲ್ಲೂ ಇರುವ ಸೂಕ್ಷ್ಮ ರಾಜಕೀಯ ನೆಲೆಗಳನ್ನು ತೋರಿಸಿ ಕೊಡುತ್ತಿದ್ದರು. ಅವರು ಸಾಹಿತ್ಯದೊಳಗೆ ರಾಜಕೀಯ ನೆಲೆಗಳನ್ನು ಗುರುತಿಸುವ ಕ್ರಮವನ್ನು ಈಗ ನೆನಪಿಗೆ ಬರುತ್ತಿರುವ ಒಂದು ಸಂದರ್ಭದಿಂದ ವಿವರಿಸಬಹುದು.

ಕಿ.ರಂ. ಅವರ ಒತ್ತಾಯಕ್ಕೆ ಕಟ್ಟು ಬಿದ್ದು ಅವರ ಜೊತೆ ನಾನು ಕೆಲವು ಸಭೆಗಳಲ್ಲಿ ಕುಮಾರವ್ಯಾಸನ ಬಗ್ಗೆ ಮಾತನಾಡುವ ಧೈರ್ಯ ಮಾಡಿದ್ದೆ. ಅಂತಹ ಒಂದು ಸಭೆಯಲ್ಲಿ ಕುಮಾರವ್ಯಾಸ ವಿಜಯನಗರದ ಅರಸರ ಆಡಳಿತವನ್ನು ನೆನಪಿಸುತ್ತಾನೇನೋ ಎಂಬಂತೆ 'ಲಂಚ' ಪದ ಪ್ರಯೋಗ ಮಾಡಿದ ಬಗ್ಗೆ ಉದ್ಯೋಗ ಪರ್ವದಿಂದ ನೆನಪಿಗೆ ಬಂದ ಕೆಳಗಿನ ಉದಾಹರಣೆ ಹೇಳಿದೆ:

ಬರೆದ ಬಳಿಕದು ವಿಧಿಯ ಸೀಮೆಯ
ಬರಹ ನಿಜಕಾರ್ಯಾರ್ಥ ಲಾಭವು
ದೊರಕಿದೊಡೆ ಪತಿಯರ್ಥ ನೀರಲಿ ಬರೆದ ಲಿಪಿಯಂತೆ
ಕರಗುಪಿತ ಲೋಲುಪರು ಲಂಚದ
ಪರಮ ಜೀವನ ಜಾಣರಾ ಸಿರಿ
ಕರಣದವರೊಪ್ಪಿದರು ಭೂಪಾಲಕನ ಸಭೆಯೊಳಗೆ

ಎಂಬುದನ್ನು ವಿವರಿಸಿ, ಕೌರವನ ಸಭೆಯಲ್ಲಿರುವ ರಾಜ–ಮಹಾರಾಜ ಇತ್ಯಾದಿಯವರ ಜೊತೆ ಈ ಲಂಚದ ಪರಮ ಜೀವನ ಜಾಣರ ವಿವರಣೆ ಹೇಗಿದೆ ಎಂದು ವಿವರಿಸಿದೆ.

ಆ ಬಳಿಕ ಮಾತನಾಡಿದ ಕಿ.ರಂ. ಅವರು ನಾನು ನೀಡಿದ ವಿವರಣೆ ಆಚೆಗೆ ಮಹತ್ತರವಾದ ಮನುಷ್ಯ, ಸಮಾಜ, ರಾಜ್ಯಶಕ್ತಿ ಇವುಗಳ ಹಿನ್ನೆಲೆಯಲ್ಲಿ ಮಾತನಾಡಿದರು. ರಾಜ್ಯದ ಶಕ್ತಿ ಮತ್ತು ಅಧಿಕಾರ ಮನುಷ್ಯನಿಗೆ ತರುವ ಠೇಂಕಾರ ಮತ್ತು ಧುಮ್ಮಿಕ್ಕಿಸುವ ಅಪರಿಮಿತ ಶಕ್ತಿಯನ್ನು ಹಾಗೂ ಆ ಮೂಲಕ ರಾಜಕೀಯ ಅಧಿಕಾರ ಇರುವಾಗ ತಾನು ಏನನ್ನೂ ನಿಯಂತ್ರಿಸಬಲ್ಲೆ ಎಂಬ ಆತ್ಮವಿಶ್ವಾಸವನ್ನು ಹೊಂದುವ ಶಕ್ತಿಯನ್ನು ವಿವರಿಸಿದರು. ಕೌರವನ ಅಂತಹ ಒಂದು ಆಧುನಿಕ ವಿಶ್ಲೇಷಣೆಗೆ ಅವರು ಬಳಸಿದ್ದು ಅದೇ ಕುಮಾರವ್ಯಾಸನ ಅದೇ ಉದ್ಯೋಗ ಪರ್ವದ ಈ ಕೆಳಗಿನ ಷಟ್ಪದಿ.

ಮುರಿದು ನೋಡಿದರಖಿಳ ರಾಯರು
ಶಿರವ ಬಾಗಲು ಲಾಳ ಮಾಳವ
ತುರುಕ ಕೊಂಕಣ ಗೌಳಗೂರ್ಜರ ವಂಗ ಹಮ್ಮೀರ
ವರತ್ರಿಗರ್ತರು ನೆರೆದು ಜೀಯೆನು
ತಿರಲು ಕೋಮಲಿಕೆಯರು ಸಿತ ಚೌ
ಮರವ ಚಿಮ್ಮಲು ಭೂಪ ಮೆರೆದನು ಸಿಂಹ ಪೀಠದಲಿ.

ಇದರ ಪ್ರಾಯೋಗಿಕ ವಿಮರ್ಶೆ ಅವರ ಉದ್ದೇಶವಾಗಿರಲಿಲ್ಲ. 'ಮುರಿದು' ನೋಡುವುದು ಎಂದರೆ ಏನು ಎಂಬುದನ್ನು ಕಿ.ರಂ. ಅಭಿನಯ ಮಾಡಿ ತೋರಿಸಿದರು. ಹಾಗೆ ನೋಡುವಾಗ ಕೊರಳು ಒಂದೊಂದು ಕಡೆ ತಿರುಗಿದಾಗಲೂ ಕೌರವನಿಗೆ ಇರುವ ಸಂಪೂರ್ಣ ನಿಯಂತ್ರಕ ಶಕ್ತಿ, ಕೌರವನ ಶಿರ ಹೊರಳಿದಾಗ ಶಿರಬಾಗುವ ಅಖಿಳರಾಯರು – ಆ ಸಭೆಯ ಸಮಗ್ರ ಚಿತ್ರವನ್ನು ಐದು ನಿಮಿಷಗಳಲ್ಲಿ ಕವಿಯ ಭಾವಾಭಿನಯ ಮನಸ್ಸಿಗೆ ಬರುವಂತೆ ವಿವರಿಸಿ, ಕೌರವನ ಸಭೆಯಲ್ಲಿದ್ದ ಕರಣಿಕರ ಲಂಚದ ಬಗ್ಗೆ ಹೇಳಿದರು. ಆ ರಾಜರ ದರ್ಪದ ಒಳಗೆ ಲಂಚ ತಿನ್ನುವ ಅಧಿಕಾರಿಗಳು. ವಿಜಯನಗರ ಕಾಲದ ಸಾಮಾನ್ಯ ಜನರ ಪಾಡನ್ನು ಈ ವಿವರಗಳ ನಡುವೆ ನಾವು ಊಹಿಸಬೇಕು. ಅಷ್ಟಕ್ಕೂ ಅಧಿಕಾರ ದುರ್ಯೋಧನನದ್ದೇ ಅಥವಾ ಯುಧಿಷ್ಠಿರನದ್ದೇ ಎಂಬುದೇ ಇನ್ನೂ ನಿರ್ಣಯವಾಗಿಲ್ಲ... ಇತ್ಯಾದಿ ಹೇಳುತ್ತಾ 'ಮುರಿದು' ಎಂಬ ಪದದ ಒಳಾರ್ಥಗಳನ್ನು ವಿವರಿಸಿ (ರಾಜನನ್ನು ನೋಡುವ ಜನರ/ಭೂಪರ ಧೈರ್ಯವನ್ನೂ ಅದು ಮುರಿದು ಹಾಕುತ್ತದಲ್ಲವೇ?) ಒಂದು ಕೃತಿಯನ್ನು ಓದುವ ಸೂಕ್ಷ್ಮಗಳನ್ನು ತೋರಿಸಿಕೊಟ್ಟರು. ಓದುವುದನ್ನು ಹೀಗೆ ಅವರು ಮಾತಿನ ಮೂಲಕ ಕಲಿಸಿಕೊಟ್ಟವರು.

ಸಾಹಿತ್ಯದ ಸಂದರ್ಭದಲ್ಲಿ ಅವರು ಕೇವಲ ಒಬ್ಬ ಮಾತುಗಾರನಲ್ಲ. ಅವರು

ಸಾಹಿತ್ಯದ, ಸಂಸ್ಕೃತಿ ಪ್ರಸರಣದ ಒಬ್ಬ ಆಕ್ಟಿವಿಸ್ಟ್ (Activist). ಇಂತಹ ಕಾರ್ಯಶೀಲತೆ ಅವರ ಪ್ರವೃತ್ತಿ ಮಾತ್ರವಲ್ಲ. ಬಲವಾದ ನಂಬುಗೆಯೂ ಹೌದು. ಆದುದರಿಂದಲೇ ಕರ್ನಾಟಕದ ಯಾವ ಊರಿನಲ್ಲಾದರೂ ಕಿ.ರಂ. ಅವರ ಭಾಷಣ ಏರ್ಪಡಿಸುವುದು ಸಾಧ್ಯವಿತ್ತು. ಕಾರ್ಯಕ್ರಮ ಸಂಯೋಜಕರಿಗೆ ಕಾರು ಮೊದಲಾದ ಸಂಚಾರ ಸೌಕರ್ಯ ಏರ್ಪಡಿಸುವ ಅನುಕೂಲ ಇಲ್ಲದಿದ್ದರೂ ಹೇಗಾದರೂ ಅವರು ಆ ಊರು ತಲುಪುತ್ತಿದ್ದರು. ರೈಲು, ರಾತ್ರಿ ಬಸ್ಸು, ರಿಕ್ಷಾ ಇನ್ನೇನಾದರೂ. ಒಂದು ಸಲವಂತೂ ತಾಲೂಕು ಕೇಂದ್ರದಲ್ಲಿ ಬಸ್ಸಿನಲ್ಲಿ ಬಂದಿಳಿದ ಕಿ.ರಂ. ರನ್ನು ಒಬ್ಬ ಸಂಘಟಕ ತನ್ನ ದ್ವಿಚಕ್ರ ವಾಹನದಲ್ಲಿ ಹಿಂದೆ ಕೂರಿಸಿಕೊಂಡು ಹತ್ತಿರದ ಇನ್ನೊಂದು ಊರಿಗೆ ಭಾಷಣಕ್ಕೆ ಕರೆದುಕೊಂಡು ಬಂದಿದ್ದರು. ಹೀಗೆ ಅವರ ತರಗತಿಗಳಿಂದ ಹೊರಗೆ ಕಿ.ರಂ. ಮಾತು ಕೇಳಿ ಕಲಿತ ಆಸಕ್ತರ ಸಂಖ್ಯೆ ದೊಡ್ಡದಿದೆ. ಆದುದರಿಂದಲೇ ಅವರಿಗೆ ಕನ್ನಡ ಪುಸ್ತಕ ಪ್ರಾಧಿಕಾರ ಜಿ.ಪಿ. ರಾಜರತ್ನಂ ಹೆಸರಿನಲ್ಲಿ ನೀಡಿದ 'ಸಾಹಿತ್ಯ ಪರಿಚಾರಕ' ಪ್ರಶಸ್ತಿ ಅವರ ಸಾಹಿತ್ಯ ಪ್ರಸರಣದ ಕೊಡುಗೆಗೆ ನೀಡಿದ ಪ್ರಶಸ್ತ ಗೌರವವಾಗಿದೆ.

ಕಿ.ರಂ. ಅವರ 'ಕಾಲಜ್ಞಾನಿ ಕನಕ' ನಾಟಕದಲ್ಲಿ ಯುದ್ಧದಿಂದ ಎಲ್ಲ ಸುಟ್ಟು ನಾಶವಾಗ್ತಾ ಇರೋವಾಗ ನಾವು ಮನುಷ್ಯರಾಗೋದು ಮುಖ್ಯ, ಎನ್ನುತ್ತಾ ಕನಕ ಹೇಳುವುದು 'ಎಲ್ಲಾ ಸುಟ್ಟು ನಾಶವಾಗ್ತಾ ಇರೋವಾಗ ನಮ್ಮ ಅಂತರಂಗದಲ್ಲಾದರೂ ಒಂದು ಗಿಡ ನೆಟ್ಟು ಪ್ರೀತಿಯ ಒಂದು ಹೂವು ಅರಳಿಸೋಣ.'

ಕಿ.ರಂ. ಅವರಿಗೆ ಪ್ರಜ್ಞಾವಂತ ಸಂಸ್ಕೃತಿ ನಿಷ್ಠ ಚಿಂತಕರಿಗೆ ಸಹಜವಾಗಿ ಇರುವ ರೀತಿಯಲ್ಲಿ ರಾಜಕೀಯ ಚಿಂತನೆಗಳಿದ್ದವು. ಅದು ಸಾಹಿತ್ಯದ ವಿಶ್ಲೇಷಣೆಗಳಲ್ಲಿ ಸಹಜವಾಗಿ ಮೈ ತಳೆಯುತ್ತಿದ್ದವು. ಕುವೆಂಪು ಕಾವ್ಯದಲ್ಲಿ ರೊಮ್ಯಾಂಟಿಕ್ ಚಿಂತನೆಗಿಂತ ಬೇರೆಯಾದ ದೇಶದ ಸ್ವಾತಂತ್ರ್ಯ ಪರ ವಿಚಾರಗಳು ಪ್ರಕೃತಿ-ಪ್ರತಿಮೆಗಳಲ್ಲೇ ಹೇಗೆ ಮೈ ತಾಳುತ್ತವೆ ಎಂಬುದನ್ನು ಕೆಲವಾರು ಉದಾಹರಣೆಗಳಿಂದ ಅವರೊಮ್ಮೆ ನನಗೆ ವಿವರಿಸಿದ್ದರು. ಆದರೆ, ಸಾಹಿತ್ಯ ವಿಶ್ಲೇಷಣೆಗಳ ಹೊರಗೆ ಅವರ ರಾಜಕೀಯ ಚಿಂತನೆಗಳು ಸಂದರ್ಭಕ್ಕೆ ಅನುಸಾರವಾಗಿ ಪ್ರಕಟಗೊಳ್ಳುತ್ತಿದ್ದವು. ಆದರೆ, ಅಲ್ಲೆಲ್ಲಾ ಕನಕ ಹೇಳಿದ ಹಾಗೆ ಮನುಷ್ಯರ ನಡುವೆ ಪ್ರೀತಿಯ ಹೂವು ಅರಳಬೇಕು ಎಂಬುದೇ ಅವರ ಆಶಯ. ಮುಂದಿನ ಕೆಲವು ಮಾತುಗಳಲ್ಲಿ, ಕಿ.ರಂ. ಅವರ ವ್ಯಕ್ತಿತ್ವದಲ್ಲಿ ಹೊರಗೆ ಸದಾ ಪ್ರಕಟಗೊಳ್ಳದೆ ತನ್ನ ಚಿಂತನೆಯ ಭಾಗವಾಗಿದ್ದ ಅವರ ರಾಜಕೀಯ ನಿಲುವುಗಳನ್ನು ಸೂಚಿಸುವುದು ಅವರ ಸಮಗ್ರ ವ್ಯಕ್ತಿತ್ವವನ್ನು ಅರ್ಥಮಾಡಿಕೊಳ್ಳುವಲ್ಲಿ ಸಹಕಾರಿ ಎಂದು ನಾನು ತಿಳಿಯುತ್ತೇನೆ.

ಕಿ.ರಂ. ಅವರದು ವಿಕೇಂದ್ರೀಕರಣದ ಪರವಾದ ಸೋಷಲಿಸ್ಟ್ ವಿಚಾರಧಾರೆಯಿಂದ ಪ್ರೇರೇಪಿತವಾದ; ವಿಶಾಲ ಅರ್ಥದಲ್ಲಿ ಎಡಪಂಥೀಯ ಎನ್ನಬಹುದಾದ; ಪ್ರಜಾಪ್ರಭುತ್ವವಾದಿ ನಿಲುವು. ರೈತ ಚಳವಳಿ ಸಂಘಟಿಸಿದ, ಸಮಾಜವಾದಿ ಚಿಂತಕ ಪ್ರೊ. ಎಂ.ಡಿ. ನಂಜುಂಡಸ್ವಾಮಿಯವರ ಆಪ್ತರಲ್ಲೊಬ್ಬರು. ಕಮ್ಯುನಿಸ್ಟ್ ಚಿಂತಕ ಎಂದೇ ಪ್ರಸಿದ್ಧರಾದ

ಡಾ. ಜಿ. ರಾಮಕೃಷ್ಣ ಅವರೊಡನೆ ಇದ್ದು ಸಾವಿರದ ಒಂಬೈನೂರ ಎಪ್ಪತ್ತರ ದಶಕದಲ್ಲಿ ಕಾಲೇಜು ಅಧ್ಯಾಪಕರ ಸಂಘಟಕ ಚಟುವಟಿಕೆಗಳಲ್ಲಿ ಆಸಕ್ತಿ ಬೆಳೆಸಿಕೊಂಡಿದ್ದರು. ಕಾಲೇಜು ಅಧ್ಯಾಪಕರ ಸಂಘಟನೆಯಲ್ಲಿ ಆಗ ಸಕ್ರಿಯವಾಗಿ ತೊಡಗಿ ನಾಯಕತ್ವ ವಹಿಸಿದ್ದ ಬರಹಗಾರ ಪ್ರೊ. ಟಿ.ಜಿ. ರಾಘವರಿಗೆ ಆಪ್ತರು.

ಇದರ ಜೊತೆ ಅವರ ಇನ್ನೊಂದು ಮುಖವೂ ಇದೆ. ಕವಿ ಅಡಿಗರ ಸಕ್ರಿಯ ರಾಜಕಾರಣದ ಬಲಪಂಥೀಯ ನಿಲುವಿನ ನಡುವೆಯೂ ಅವರ ಕಾವ್ಯವನ್ನು ಮೆಚ್ಚಿ ಓದಬಲ್ಲವರು. ಕೆಲವೊಮ್ಮೆ ಯಾವ ಒತ್ತಡಗಳಿಲ್ಲದೆಯೂ (ಬಹುಶಃ ತಮ್ಮ ಪೂರ್ವಪಕ್ಷ ಕಲ್ಪನೆಯ ಒತ್ತಡದಿಂದಲೋ ಏನೋ) ಸಾಹಿತ್ಯ ಸೆಮಿನಾರುಗಳಲ್ಲಿಯೂ ಅಡಿಗರು ಜನಸಂಘದಿಂದ ಚುನಾವಣೆಗೆ ನಿಲ್ಲಬೇಕಾಗಿ ಬಂದುದು ಯಾವ ಅನಿವಾರ್ಯತೆಯಿಂದ ಎಂಬುದನ್ನು ಸಮರ್ಥಿಸಿ ಮಾತನಾಡಬಲ್ಲವರು. ದಿನಾಂಕ 23–10–2009 ರಂದು ಬೆಂಗಳೂರಿನ ವಿಜಯಾ ಕಾಲೇಜಿನಲ್ಲಿ ಗೋಪಾಲಕೃಷ್ಣ ಅಡಿಗರ ಕಾವ್ಯದ ಬಗ್ಗೆ ನಡೆದ ಸೆಮಿನಾರ್‌ನಲ್ಲಿ ಮಾತನಾಡುತ್ತಾ ಅಡಿಗರಿಗೆ ಆಗ ಇದ್ದ ವಿರೋಧ ಪಕ್ಷಗಳ ಆಯ್ಕೆ ಜನಸಂಘ ಮಾತ್ರವಾಗಿತ್ತು. ಹಾಗಾಗಿ ಜನಸಂಘದಿಂದ ಸ್ಪರ್ಧಿಸುವುದು ಅಡಿಗರಿಗೆ ಅನಿವಾರ್ಯವಾಗಿತ್ತು ಎಂಬ ರೀತಿಯಲ್ಲಿ ಸಮರ್ಥಿಸಿದ್ದರು.

ಸಭಾಂಗಣದಲ್ಲಿ ಪ್ರೊ. ಜಿ.ಎಚ್. ನಾಯಕರ ಪಕ್ಕ ಕುಳಿತು ನಾನು ಕಿ.ರಂ. ಭಾಷಣ ಕೇಳುತ್ತಿದ್ದೆ. 'ಯಾಕೆ ಈಗ ಇಷ್ಟು ವರುಷಗಳ ಬಳಿಕ ಅಡಿಗರ ಕಾವ್ಯದ ಬಗ್ಗೆ ಮಾತನಾಡುತ್ತ ಅವರ ಸಕ್ರಿಯ ರಾಜಕಾರಣ ಜನಸಂಘ ಪರ ನಿಲುವನ್ನು ಕಿ.ರಂ. ಸಮರ್ಥಿಸುತ್ತಿದ್ದಾರೆ' ಎಂದು ತಿಳಿಯದೆ ಆಶ್ಚರ್ಯಪಟ್ಟಿದ್ದೆ. ಅಡಿಗರ ಸಕ್ರಿಯ ರಾಜಕಾರಣಕ್ಕಿರುವ ವಿರುದ್ಧ ನೆಲೆಗಳನ್ನು ಅಡಿಗರ ಕಾವ್ಯದಿಂದಲೇ ಹೆಕ್ಕಿ ತೋರಿಸುವುದು ಬಿಟ್ಟು ಕಿ.ರಂ. ಮೇಷ್ಟ್ರು ಅಡಿಗರ ರಾಜಕಾರಣದ ನಿಲುವಿನ ಸಮರ್ಥನೆಗೆ ಯಾಕೆ ಹೊರಟರೆಂಬುದು ತಿಳಿಯದೆ ಗೊಂದಲ ಪಟ್ಟುದನ್ನು ಪಕ್ಕದಲ್ಲಿ ಕುಳಿತ ಪ್ರೊ. ಜಿ.ಎಚ್. ನಾಯಕರ ಜೊತೆ ಹೇಳಿ ಆತಂಕಪಟ್ಟದ್ದು ನನಗಿನ್ನೂ ನೆನಪಿದೆ.

ಅಡಿಗರ ಮೇಲಿನ ಪ್ರೀತಿ ಹೀಗೆ ಕಿರಂ ಅವರಿಂದ ಹೇಳಿಸಿದ್ದೇ ಕಾರಣವಿರಬೇಕು. ಇಲ್ಲವಾದರೆ ನಕ್ಸಲರ ಬಗ್ಗೆ ಅವರ ನಿಲುವನ್ನು ಹೇಗೆ ಅರ್ಥೈಸುವುದು. ಇತ್ತಿಚೆಗೆ ಕರ್ನಾಟಕದ ನಕ್ಸಲಿಸಂ ಬಗ್ಗೆ ಮಾತನಾಡುತ್ತ ಕಿ.ರಂ. ಹೇಳಿದ್ದು – 'ನಕ್ಸಲರ ಜೊತೆಗೆ ಮಾತುಕತೆಗೆ ಒಂದು ವೇದಿಕೆಯೇ ಇಲ್ಲವಾಗಿದೆ. ಅವರೂ ಜನರ ಜೊತೆ ಇದ್ದಾರೆ ಎಂಬುದನ್ನು ನಾವು ಮರೆಯಬಾರದು. ಅವರು ಪ್ರತಿಪಾದಿಸುವ ಹಿಂಸಾತತ್ವವನ್ನು ನಾನು ಒಪ್ಪುವುದಿಲ್ಲ. ಆದರೆ, ಅವರ ಹೋರಾಟದ ಕಾರಣವನ್ನು ಕಂಡು ಹಿಡಿದು ಸರಿಪಡಿಸುವ ಕೆಲಸವಾಗಬೇಕು. ಅಲ್ಲಿ ಮಾನವ ಹಕ್ಕುಗಳ ದಮನ ರಾಜ್ಯಶಕ್ತಿಯಿಂದ ಆಗಬಾರದು. ಸಂಧಾನಕಾರರಾಗ ಬಲ್ಲವರನ್ನೂ ಸಂಶಯದಿಂದ ನೋಡಿ ಜೈಲಿಗೆ ಹಾಕಿದರೆ ಚರ್ಚೆಗೆ ಸಮಾನ ವೇದಿಕೆ ನಿರ್ಮಾಣವಾಗುವುದು ಹೇಗೆ?'

ಇತ್ತೀಚೆಗೆ 'ದ ಸಂಡೆ ಇಂಡಿಯನ್' ಪತ್ರಿಕೆಗೆ (21–02–2010) ನೀಡಿದ ಸಂದರ್ಶನವೊಂದರಲ್ಲಿ ಕಿ.ರಂ. ತಮ್ಮ ಅನೇಕ ರಾಜಕೀಯ ತತ್ವಗಳನ್ನು ವಿವರಿಸಿದ್ದಾರೆ. ಕೃಷ್ಣದೇವರಾಯ ಪಟ್ಟಕ್ಕೆ ಬಂದು 500 ವರುಷಗಳಾದ ಸಂಭ್ರಮ ಆಚರಣೆಗೆ ಖರ್ಚು ಮಾಡಿದ ಹಣವನ್ನು ಬಳ್ಳಾರಿ ಜಿಲ್ಲೆಯ ಪ್ರಾಥಮಿಕ ಶಾಲೆಗಳ ಶೌಚಾಲಯ ವ್ಯವಸ್ಥೆಗೆ ಬಳಸಬಹುದಿತ್ತು ಎಂದರು.

ಅವರಿಗೆ ರಾಜಕೀಯ ಎಂದರೆ ಕೇವಲ ಪವರ್ ಪೊಲಿಟಿಕ್ಸ್ ಅಲ್ಲ. ಅದರ ಹರವು ದೊಡ್ಡದು. ರೈತರ ಕಣ್ಣೀರಿನ ಕುರಿತು ಮಾತನಾಡುವುದು, ಭಾಷೆಯ ಕುರಿತ ಚರ್ಚೆಗಳು ಕೂಡ ರಾಜಕೀಯವೇ ಆಗಿದೆ ಎಂದವರು ನಂಬಿದ್ದರು. ರಾಜಕೀಯಕ್ಕೆ ನಮ್ಮ ಬದುಕಿನ ಚಿಕ್ಕ ಪುಟ್ಟ ಸಂಗತಿಗಳನ್ನೂ ನಿರ್ಧರಿಸುವ ಸಾಮರ್ಥ್ಯವಿದೆ. ಆದ್ದರಿಂದ ರಾಜಕೀಯದ ವ್ಯಾಪ್ತಿಯನ್ನು ಕೇವಲ ಚುನಾವಣಾ ಪ್ರಚಾರದ ಅಥವಾ ಮತದಾನದ ರಾಜಕೀಯಕ್ಕಿಂತಲೂ ದೊಡ್ಡದಾದ ನೆಲೆಯಲ್ಲಿ ಗುರುತಿಸಬೇಕೆಂದು ಹೇಳುತ್ತಿದ್ದರು.

ಬಂಡವಾಳ ಹೂಡಿಕೆಯೇ ರಾಜಕೀಯ ಪ್ರವೇಶಕ್ಕೆ ಅಡಿಗಲ್ಲು ಆಗಬಾರದು ಎಂಬ ನಿಲುವಿನಲ್ಲೇ ಅವರು ಚಿಂತಿಸುತ್ತಿದ್ದರು. ಪಕ್ಷ ರಾಜಕೀಯದ ಕ್ಷುಲ್ಲಕತನವನ್ನು ಮೀರಿ ಸಮುದಾಯದ ಹಿತಾಸಕ್ತಿಗೆ ಹೋರಾಟ ನಡೆಸುವುದು ಪ್ರಜಾಪ್ರಭುತ್ವದಲ್ಲಿ ಸ್ವರಾಜ್ಯದ ಕನಸನ್ನು ಜೀವಂತವಾಗಿಸುವ ಕ್ರಮ ಎಂದವರು ಹೇಳುತ್ತಿದ್ದರು.

ಎಡಪಂಥೀಯ ಎಂಬ ಪರಿಕಲ್ಪನೆಯನ್ನು ಅವರು ವಿಶಾಲವಾದ ಹರಹಿನಲ್ಲಿ ವಿವರಿಸುತ್ತಿದ್ದರು. ಎಡಪಂಥ ಎಂಬುದು ಎಲ್ಲ ಕಾಲದಲ್ಲೂ ಇರುವಂಥದ್ದು. ಸಮಾಜದಲ್ಲಿರುವ ಯಜಮಾನ್ಯ ಚಿಂತನಾಧಾಟಿ ಹಾಗೂ ಮನೋಧರ್ಮದ ಅಬ್ಬರಕ್ಕೆ ಸಿಲುಕಿ ಅರೆಜೀವಗೊಂಡ ವ್ಯವಸ್ಥೆಯ ದುರ್ಬಲ ವರ್ಗಗಳು ತೋರುವ ಪ್ರತಿರೋಧವೇ ಎಡಪಂಥ. ಅದು ಸರ್ವಾಧಿಕಾರಿ ವ್ಯವಸ್ಥೆಯ ವಿರೋಧಿ ಎಂದವರು ಹೇಳುತ್ತಿದ್ದರು. ಶತಮಾನಗಳಿಂದ ತುಳಿತಕ್ಕೊಳಗಾದ ಸ್ತ್ರೀಶಕ್ತಿ, ಪುರುಷ ಪ್ರಾಧಾನ್ಯಕ್ಕೆ ತೋರುವ ಪ್ರತಿರೋಧವೂ ಎಡಪಂಥೀಯವೇ. ಉಳ್ಳವರ ದರ್ಪದ ಎದುರು ನಿರ್ಗತಿಕರು ತೋರುವ ಚಿಕ್ಕ ಎದೆಗಾರಿಕೆ ಕೂಡ ಎಡಪಂಥೀಯವಾಗಬಲ್ಲದು ಎಂಬುದವರ ಸ್ಪಷ್ಟ ನಿಲುವು.

ಇಲ್ಲಿ ನಾವು ಗಮನಿಸಬೇಕಾದ್ದು ಕಿ.ರಂ. ರಾಜಕೀಯವನ್ನು ವಿವರಿಸುವ ನಿಲುವು. ತಾತ್ವಿಕತೆಗಿಂತಲೂ ಹೆಚ್ಚು ಅನುಭವ ನಿಷ್ಠರಾಗಿ ಅವರು ರಾಜಕೀಯ ವಿಚಾರಧಾರೆಯನ್ನು ಪ್ರವೇಶಿಸುತ್ತಾರೆ. ಆಗ ಅನುಭವಕ್ಕೆ ಸಿದ್ಧಿಸುವುದು ಸತ್ಯವಾಗಿ ಕಾಣುತ್ತದೆ. ಇಂತಹ ನಿಲುವುಗಳು ರಾಜಕೀಯ ವಿಚಾರ ಧಾರೆ ದೃಷ್ಟಿಯಿಂದ ಸೃಷ್ಟಿಸುವ ಸಮಸ್ಯೆಗಳು ಅನೇಕ. ಆದರೆ ಸಾಹಿತ್ಯ ವಿಶ್ಲೇಷಣೆಯಲ್ಲಿ ಅದು ಅವರ ಬಿಚ್ಚು ಮನಸ್ಸಿನ ಶಕ್ತಿಯಾಗಿಯೂ ಮಾರ್ಪಡುತ್ತದೆ.

ನೆಲ, ಜಲ, ಭಾಷೆ ಈ ಮೂರು ಕೂಡ ನಮ್ಮ ರಾಜ್ಯದಲ್ಲಿ ಈಗ ಹೋರಾಟದ ವಿಚಾರಗಳು. ಈ ಮೂರು ವಿಚಾರಗಳಲ್ಲಿ ಕಿ.ರಂ. ಅವರದು ಪ್ರಜಾಪ್ರಭುತ್ವವಾದಿ

ನಿಲುವು. ಭಾಷೆಯ ಬಗ್ಗೆ ಅವರೆಂದೂ ಮಡಿವಂತರಲ್ಲ. ಇಂಗ್ಲಿಷ್ ಭಾಷೆ ಹಾಗೂ ಪದಗಳು ನಮಗೆ ಬೇಡ ಎಂದವರಲ್ಲ. ಅಸ್ಪೃಶ್ಯ ಜನಾಂಗಕ್ಕೆ ಇಂಗ್ಲಿಷ್ ಭಾಷೆ ನಮ್ಮ ನಾಡಿನಲ್ಲಿ ಒಂದು ಬಿಡುಗಡೆಯ ಹಾದಿ ಎಂದೇ ನಂಬಿದವರು. ಆ ವಿಚಾರದಲ್ಲಿ ಅವರು ದೇವನೂರು ಮಹಾದೇವ ಮೊದಲಾದವರ ಜೊತೆ ಸಮಾನ ಚಿಂತನೆ ಹೊಂದಿದ್ದರು.

ಕನ್ನಡದ ಜೊತೆ ಇಂಗ್ಲಿಷ್ ಅಧ್ಯಯನಕ್ಕೆ ಅವರ ಆಕ್ಷೇಪ ಇರಲಿಲ್ಲ. ಈ ದೃಷ್ಟಿಯಿಂದ ಬರಹ ಮಾತುಗಳಲ್ಲಿ ಅವರು ಭಾಷಾ ಮಂಡಿವಂತರಲ್ಲ. ಉದಾಹರಣೆಗೆ ಅವರು ತಮ್ಮ ಲೇಖನವೊಂದರಲ್ಲಿ (ನೋಡಿ: ಶತಮಾನದ ಸಾಹಿತ್ಯ ವಿಮರ್ಶೆ – ಸಂಪಾದಕರು: ಡಾ. ಎಚ್.ಎಸ್. ರಾಘವೇಂದ್ರರಾವ್) –"ಪ್ರತೀಕವೆಂದರೆ ಒಂದು ಮಾತಿನ ಮಾದರಿ" ಎಂದು ಹೇಳಿ, "ಯಾವುದೇ ಪ್ರತೀಕ ವಿವರಣೆ ಅದರ ಪರ್‌ಫಾರ್‌ಮೆನ್ಸ್‌ನಿಂದ ನಮಗೆ ಅನುಭವವಾಗುವಂಥದ್ದು" ಎಂದು ಬರೆಯುತ್ತಾರೆ. ಪರ್‌ಫಾರ್‌ಮೆನ್ಸ್ (performance) ಎಂಬ ಇಂಗ್ಲಿಷ್ ಪದ ಕಾವ್ಯಶಾಸ್ತ್ರದ ಚರ್ಚೆಯ ಸಂದರ್ಭದಲ್ಲಿ ಯಾಕಿರಬೇಕು ಎಂಬ ಮಡಿವಂತಿಕೆ ಅವರದಲ್ಲ.

ಯಾವ ಹಂತದಲ್ಲೂ ಯಾರ ಎದುರಿಗೂ ಅವರು ಹೇಳಬೇಕಾದುದನ್ನು, ತಮಗೆ ಸತ್ಯವೆಂದು ತೋರಿದ್ದನ್ನು ನಿರ್ಭಯವಾಗಿ ಹೇಳಬಲ್ಲವರಾಗಿದ್ದರು. ಡಾ. ಜಿ.ಎಸ್. ಶಿವರುದ್ರಪ್ಪ ಕನ್ನಡ ವಿಭಾಗದ ಮುಖ್ಯಸ್ಥರಾಗಿದ್ದಾಗಲೂ ಅವರ ಕಾವ್ಯವನ್ನು ತಮ್ಮ ನಿಷ್ಠುರ ನಿಲುವಿನ ಕಾವ್ಯ ವಿಮರ್ಶೆಗೆ ಹಚ್ಚುತ್ತಿದ್ದರು. ಸ್ವತಂತ್ರವಾಗಿ ಚಿಂತಿಸಬಲ್ಲ ಪ್ರತಿಭಾನ್ವಿತ ಉತ್ತಮ ಅಧ್ಯಾಪಕರ ತಂಡವೊಂದನ್ನು ಡಾ. ಜಿ.ಎಸ್. ಶಿವರುದ್ರಪ್ಪ ಬೆಂಗಳೂರು ವಿಶ್ವವಿದ್ಯಾನಿಲಯದಲ್ಲಿ ಕಟ್ಟಿದರು ಎಂಬ ಮಾತು ಕೂಡ ಅಷ್ಟೇ ಸತ್ಯ. ಇಂತಹ ಒಂದು ತೆರೆದ ಮನಸ್ಸಿನ ಸ್ವತಂತ್ರ ವಾತಾವರಣವನ್ನು ವಿಶ್ವವಿದ್ಯಾನಿಲಯದಲ್ಲಿ ನಿರ್ಮಿಸಿದ್ದಕ್ಕೆ ಡಾ. ಜಿ.ಎಸ್.ಎಸ್. ಕೂಡ ಅಭಿನಂದನೆಗೆ ಅರ್ಹರು. ಅದರ ಹೊರಗೂ, ಕಿ.ರಂ. ಎಲ್ಲಿಯೂ ಲಾಭ–ನಷ್ಟಗಳ ಲೆಕ್ಕಾಚಾರವಿಲ್ಲದೆ ತಮಗೆ ಸತ್ಯ ಅನಿಸಿದ್ದನ್ನು ಸ್ಪಷ್ಟವಾಗಿ ಹೇಳಬಲ್ಲವರಾಗಿದ್ದರು. ಆದ್ದರಿಂದ ಎಲ್ಲರ ಎದುರು ಅವರು ಹೇಳುವ ಮಾತಿಗೆ ತನ್ನಿಂದ ತಾನೆ ಒಂದು ನೈತಿಕ ಶಕ್ತಿ ದತ್ತವಾಗುತ್ತಿತ್ತು.

ಚಿತ್ರದುರ್ಗದ ಸಾಹಿತ್ಯ ಸಮ್ಮೇಳನದ ಅಧ್ಯಕ್ಷ ಭಾಷಣದಲ್ಲಿ ಪ್ರೊ. ಎಲ್. ಬಸವರಾಜು ಅವರು ಮಠಗಳ ಅನಗತ್ಯ ಪಾತ್ರದ ಬಗ್ಗೆ ಟೀಕೆ ಮಾಡಿದ್ದರು. ಆ ಸಂದರ್ಭದಲ್ಲಿ ಕಿ.ರಂ. ಯಾವ ಶಂಕೆಯೂ ಇಲ್ಲದೆ ನಿರ್ಭಯರಾಗಿ ಪ್ರೊ. ಎಲ್. ಬಸವರಾಜು ಅವರ ಸಮರ್ಥನೆ ಮಾಡಿದ್ದರು. ಅವರ ಸಮರ್ಥನೆಯೇ ಆಗ ಪತ್ರಿಕೆಗಳಲ್ಲಿ ದೊಡ್ಡದಾದೊಂದು ಸುದ್ದಿಯಾಗಿತ್ತು.

ಕಿ.ರಂ. ಅವರ ರಾಜಕೀಯ ನಿಲುವು ಹಾಗೂ ಪ್ರಜಾಪ್ರಭುತ್ವದ ನಂಬಿಕೆ ನೇರವಾಗಿ ಮೊದಲಿಗೆ ನನ್ನ ಗಮನಕ್ಕೆ ಬಂದುದು ತುರ್ತು ಪರಿಸ್ಥಿತಿ ಸಂದರ್ಭದಲ್ಲಿ. ಪತ್ರಿಕಾ

ನಿಯಂತ್ರಣ ಇದ್ದ ಆ ಕಾಲದಲ್ಲಿ ಸುಳ್ಯ ತಾಲೂಕಿನ ಒಂದು ಗುಂಪಿನ ಜೊತೆ ಸೇರಿ ತುರ್ತು ಪರಿಸ್ಥಿತಿಯನ್ನು ವಿರೋಧಿಸುವ ಕೈ ಬರಹದ ಅಜ್ಞಾತ ಪತ್ರಿಕೆಯೊಂದನ್ನು ನಾವು ಕೆಲವರು ಹೊರತರುತ್ತಿದ್ದೆವು. ಆಗ ಮೈಸೂರಿನಲ್ಲಿದ್ದ ನಾವು, ಕೆಲವಾರು ಮಂದಿ ವಿದ್ಯಾರ್ಥಿಗಳು, ನಿಯಮಿತವಾಗಿ ಬರುತ್ತಿದ್ದ ಆ ಪತ್ರಿಕೆಯ ಎರಡು ಪುಟಗಳನ್ನು ಕೈಯಲ್ಲಿ ಬರೆದು ಕಾರ್ಬನ್ ಕಾಪಿ ಮಾಡುತ್ತಿದ್ದೆವು. ಜಗನ್ನಾಥ್ ಎಂಬ ಗುಪ್ತ ಹೆಸರಿನಲ್ಲಿ ಆಗ ನಮ್ಮೊಡನಿದ್ದ ದಯಾನಾಥ್ ಕೋಟ್ಯಾನ್ ಅವರು ಆ ಪತ್ರಿಕೆಯ ವಿತರಣೆಗೆ ನೆರವಾಗುತ್ತಿದ್ದರು. ಬೆಂಗಳೂರಿನಲ್ಲಿ ನಮ್ಮ ಪತ್ರಿಕೆಯ ವಿತರಣೆಗೆ ಇದ್ದ ಒಂದು ಕೇಂದ್ರ ಕಿ.ರಂ. ಅವರ ಮನೆ. ಕಿ.ರಂ.ಗೆ ತಲುಪಿದ ಆ ಕೈಬರಹದ ಪತ್ರಿಕೆ ಅವರ ಮೂಲಕ ಹೇಗೋ ಇನ್ನೂ ಕೆಲವರಿಗೆ ತಲುಪುತ್ತಿತ್ತು. ನೇರವಾಗಿ ಕಿ.ರಂ. ಅವರನ್ನು ಅದಕ್ಕಾಗಿ ನಾವು ಪ್ರತಿ ಸಲ ಸಂಪರ್ಕಿಸದಿದ್ದರೂ ಕೈಯಾನು ಕೈ ಅದು ಅವರನ್ನು ತಲುಪುತ್ತಿತ್ತು.

ಕಿ.ರಂ. ಎಲ್ಲರನ್ನೂ ಸಮಾನವಾಗಿ ಕಾಣಬಲ್ಲ ಪ್ರಜಾಪ್ರಭುತ್ವವಾದಿ. ಯಾವ ತರತಮ ವ್ಯತ್ಯಾಸ ಮಾಡದೆ ಎಲ್ಲರನ್ನೂ ಸಮಾನವಾಗಿ ಕಾಣಬಲ್ಲವರಾಗಿದ್ದರು. ಆದ್ದರಿಂದಲೇ, ನಮ್ಮಲ್ಲಿ ಸರಕಾರ, ವ್ಯವಸ್ಥೆ ಎಲ್ಲವೂ ಪ್ರಜಾಪ್ರಭುತ್ವದ ರಕ್ಷಣೆಗೆ ಇರಬೇಕೇ ಹೊರತು ಸರ್ವಾಧಿಕಾರದ ಕಡೆಗೆ ಚಲಿಸಬಾರದು ಎನ್ನುತ್ತಿದ್ದರು.

ಜೀವಮಾನದ ಸಾಧನೆಗಾಗಿ ಕರ್ನಾಟಕ ಸಾಹಿತ್ಯ ಅಕಾಡೆಮಿ ಅವರಿಗೆ ಇತ್ತೀಚೆಗೆ ಪ್ರಶಸ್ತಿ ನೀಡಿ ಗೌರವಿಸಿತು. ಉಡುಪಿಯಲ್ಲಿ ನಡೆದ ಸಮಾರಂಭದಲ್ಲಿ ಆ ಪ್ರಶಸ್ತಿಯನ್ನು ಸ್ವೀಕರಿಸಿ ಮಾತನಾಡಿದ ಕಿ.ರಂ. ಮಾತಿನಲ್ಲಿ ಅವರ ಪ್ರಖರ ರಾಜಕೀಯ ಪ್ರಜ್ಞೆ ಸ್ಪಷ್ಟವಿತ್ತು. ಭಾಷೆ ಮತ್ತು ಸಾಹಿತ್ಯದ ಬಗ್ಗೆ ಇಂದು ಮಾತನಾಡುವಾಗ ನಮ್ಮ ಕಾಲದ ರಾಜಕೀಯವನ್ನು ಮೈಮೇಲೆ ಎಳೆದುಹಾಕಿಕೊಳ್ಳದೆ ಮಾತನಾಡುವುದು ಸಾಧ್ಯವಿಲ್ಲ ಎಂದವರು ಹೇಳಿದರು. ರಾಜಕೀಯ ಇಂದು ಒಂದು ಉದ್ಯಮವಾಗಿದೆ. ಹಾಗಾದಾಗ ನಾಯಕರಿಗೆ ಅಲ್ಲಿನ ಲಾಭ ಮುಖ್ಯವಾಗುತ್ತದೆ. ಲಾಭವೊಂದೇ ಗಮನವಾದಾಗ, ಮನೋಭಾವ ಸರ್ವಾಧಿಕಾರಿ ಪ್ರವೃತ್ತಿ ಕಡೆಗೆ ವಾಲುತ್ತದೆ. ಅಧಿಕಾರ ಎನ್ನುವುದು ಒಂದು ಸಾಮಾಜಿಕ ಜವಾಬ್ದಾರಿಯಾಗಬೇಕು. ಹಾಗಾಗದಿದ್ದಾಗ ಅದರ ವಿರುದ್ಧ ದನಿ ಎತ್ತುವುದು ಪ್ರಜ್ಞಾವಂತರಾದ ಎಲ್ಲರ ಕರ್ತವ್ಯ ಎಂದು ಹೇಳಿದರು.

ಇಷ್ಟೆಲ್ಲಾ ಅವರ ವಿಚಾರ, ಚಿಂತನೆ ಬಗ್ಗೆ ಮಾತನಾಡಿದರೂ, ಅವರೊಳಗೆ ಅಡಗಿದ್ದ ತಾಯಿ ಹೃದಯವನ್ನು ನಾವು ಮರೆಯುವಂತಿಲ್ಲ. ತಮ್ಮ ಹೆಂಡತಿ ತೀರಿದ ಬಳಿಕ ಮನೆಯಲ್ಲಿ ಮಕ್ಕಳಿಗೆ ಅಪ್ಪ-ಅಮ್ಮ ಎರಡೂ ಆಗಿದ್ದರು. ಅಡುಗೆ ಬಗ್ಗೆ ಮಾತನಾಡುತ್ತಿದ್ದರು. ಅವರ ಬಳಿ ಹೋದವರ ಕಷ್ಟ-ಸುಖ ಕೇಳುತ್ತಿದ್ದರು. ಒಮ್ಮೆ ಅವರಿಗೆ ಬಹಳ ಬೇಕಾದವರಿಗೆ ಕಿ.ರಂ. ಹೇಳಿದರೆಂದು ನಾನೊಂದು ಸಣ್ಣ ಸಹಾಯ ಮಾಡಿದೆ. ನನಗೆ ನಾಚಿಕೆ ಆಗುವಷ್ಟು ಸಲ ಅವರು ನನಗದಕ್ಕೆ ಕೃತಜ್ಞತೆ ಹೇಳಿದರು. ಅವರು ಒಮ್ಮೆಯೂ ನೋಡದಿದ್ದ ಅನಾರೋಗ್ಯ ಪೀಡಿತನಾದ ನನ್ನ ತಮ್ಮನ ಬಗ್ಗೆ

ಕಂಡಷ್ಟು ಸಲ ವಿಚಾರಿಸುತ್ತಿದ್ದರು. ಅವರೊಡನೆ ಒಡನಾಡಿದ ಎಲ್ಲರಿಗೂ ಒಂದಲ್ಲ ಒಂದು ಸಲ ಕಿ.ರಂ. ಅವರ ತಾಯಿ ಹೃದಯದ ಪರಿಚಯ ಆಗದೇ ಇರಲಾರದು.

ಅವರೊಳಗಿದ್ದ ತಾಯಿಯ ಹೃದಯದಂತೆ ಅವರದೇ ಆದೊಂದು ಪ್ರೇಮದ ಹೃದಯವೂ ಇತ್ತು. ಆ ಅವಧೂತನಂತಹ ಮನುಷ್ಯನ ಜೊತೆ ಮೇಡಂ ವಿಜಯಲಕ್ಷ್ಮಿ ಹೇಗೆ ಸಂಸಾರ ಮಾಡಿದರಪ್ಪಾ ಅಂತ ಅನೇಕ ಸಲ ನನಗೆ ಅನಿಸಿದ್ದಿದೆ. ಆದರೆ ಅವರೊಳಗಿದ್ದ ಆಪ್ತ ಮುಖದ ಇನ್ನೊಂದು ನೋಟ ನನಗೆ ಸಿಕ್ಕಿದ್ದು ಗೌರಿ ಲಂಕೇಶ ಬರೆದೊಂದು ಬರಹದಲ್ಲಿ. ತಮ್ಮ ಗೌರಿ ಲಂಕೇಶ್ ಪತ್ರಿಕೆಯಲ್ಲಿ (25-08-2010) ಕಿ.ರಂ. ಮದುವೆಗೆ ಮೊದಲಿನ ತಮ್ಮ ಬಾಲ್ಯದ ಅನುಭವದ ನೆನಪಿನಲ್ಲಿ ಗೌರಿ ಹೇಳುತ್ತಾರೆ:

"ಆಗಿನ ದಿನಗಳಲ್ಲಿ ಕಿ.ರಂ. ಅವರು ತಮ್ಮ ಗರ್ಲ್‌ಫ್ರೆಂಡ್ ವಿಜಯಲಕ್ಷ್ಮಿಯವರೊಂದಿಗೆ ನಮ್ಮ ಮನೆಗೆ ಬರುತ್ತಿದ್ದುದು ನನಗೆ ಇನ್ನೂ ಚೆನ್ನಾಗಿ ನೆನಪಿದೆ. ಬೆಳ್ಳಗಿದ್ದ ಬೆಕ್ಕಿನ ಕಣ್ಣಿನ ವಿಜಯಲಕ್ಷ್ಮಿ ಅವರು ಚಿಕ್ಕಮಕ್ಕಳಾದ ನಮಗೆ ಅಪ್ರತಿಮ ಸುಂದರಿಯಂತೆ ಕಾಣಿಸುತ್ತಿದ್ದರು. ಕಿ.ರಂ. ಜೊತೆಗಿನ ಸ್ನೇಹ ವಿಜಯಲಕ್ಷ್ಮಿ ಅವರ ಕುಟುಂಬದವರಿಗೆ ಆಗ ಇಷ್ಟವಿರಲಿಲ್ಲವಾದ್ದರಿಂದ ಅವರಿಬ್ಬರು ನಮ್ಮ ಮನೆಯಲ್ಲಿ ಭೇಟಿಯಾಗುತ್ತಿದ್ದರು. ಅಷ್ಟೇ ಅಲ್ಲ, ಅಲ್ಲಿಂದ ಕಿ.ರಂ. ಜೊತೆಗೆ ಸಿನಿಮಾಗೆಂದೊ, ಪಾರ್ಕಿನಲ್ಲಿ ಸುತ್ತಾಡಲೆಂದೊ ಹೊರಡುವ ಮುನ್ನ ವಿಜಯಲಕ್ಷ್ಮಿ ಅವರು ತಮ್ಮ ಮನೆಯಿಂದ ಮರೆಮಾಚಿ ತಂದಿರುತ್ತಿದ್ದ ಚೆನ್ನಾಗಿದ್ದ ಸೀರೆಯನ್ನು ನಮ್ಮ ಮನೆಯಲ್ಲೇ ಉಟ್ಟು ಶೃಂಗಾರ ಮಾಡಿಕೊಂಡು ಹೊರಡುತ್ತಿದ್ದರು. ಇದೆಲ್ಲ ಕೊನೆಗೂ ವಿಜಯಲಕ್ಷ್ಮಿ ಅವರ ಕುಟುಂಬದವರಿಗೆ ಗೊತ್ತಾಗಿ ದೊಡ್ಡ ರಾದ್ಧಾಂತವಾಗುವ ಮುನ್ನ ನನ್ನ ಅಪ್ಪ ಮತ್ತು ಅಮ್ಮನೇ ನಿಂತು ಕಿ.ರಂ. ಮತ್ತು ವಿಜಯಲಕ್ಷ್ಮಿ ಅವರ ಮದುವೆ ಮಾಡಿಸಿದ್ದರು."

ಹೀಗೆ ಅವರ ಕುಟುಂಬದ ಪ್ರೀತಿಯ ಬದುಕು ಹೊರಕಣ್ಣಿಗೆ ಕಾಣದ ಹಾಗೆ ಅವರ ಓದಿನ ಗುಪ್ತ ಶಿಸ್ತು ಕೂಡ ಹೊರಕಣ್ಣಿಗೆ ಸುಲಭವಾಗಿ ಕಾಣಿಸುತ್ತಿರಲಿಲ್ಲ. ಅವರಿಗೆ ಇದ್ದ ಜೀವನಶ್ರದ್ಧೆ, ಏಕಾಗ್ರತೆ, ಅಧ್ಯಯನಶೀಲತೆ ಅವರನ್ನು ಸುಮ್ಮನೆ ನೋಡಿದಾಗ ಗೋಚರಿಸುವಂತಿರಲಿಲ್ಲ. ಮನೆಯಲ್ಲಿ ಅಸ್ತವ್ಯಸ್ತವೆಂಬಂತೆ ತೋರುತ್ತ ಬಿದ್ದಿರುತ್ತಿದ್ದ ಪುಸ್ತಕಗಳ ರಾಶಿಯಿಂದ ಯಾವಾಗ ಏನನ್ನು ಹೆಕ್ಕಿ ತೆಗೆದು ಓದಬೇಕೆಂದು ಅವರಿಗೆ ತಿಳಿದಿರುತ್ತಿತ್ತು. ಆ ಕಡೆಯಿಂದ ಕೆಳಗಿನ ಇಷ್ಟನೇ ಪುಸ್ತಕ ತೆಗೆದು ಅಷ್ಟನೇ ಪುಟ ತೆರೆ ಅಲ್ಲಿ ಕೆಳಗಿನ ಪ್ಯಾರಾ ನೋಡು ಎಂಬಷ್ಟು ನಿಖರವಾಗಿ ಹೇಳಬಲ್ಲವರಾಗಿದ್ದರು. ಅವರು ದೊಡ್ಡ ಪಂಡಿತರು ಮಾತ್ರವಲ್ಲದೆ ಬಹುಶ್ರುತರು. ಕಿ.ರಂ.ಗೆ ತಿಳಿದಿರುವ ಇಂಗ್ಲಿಷ್‌ನ ಅರ್ಧದಷ್ಟು ಕನ್ನಡ ತನಗೆ ತಿಳಿದಿದ್ದರೆ ಬಹುದೊಡ್ಡ ಪಂಡಿತನೆಂಬ ಹೆಸರು ಪಡೆಯುತ್ತಿದ್ದೆ ಎಂದು ತಮ್ಮ ರಸಘಳಿಗೆಯಲ್ಲಿ ಡಾ॥ ಜಿ. ರಾಮಕೃಷ್ಣ ಹೇಳಿದ್ದನ್ನು ಅವರೇ ಸ್ವತಃ ಬರೆದಿದ್ದಾರೆ. ನಾನಂತೂ ಕಿ.ರಂ. ಅವರಿಂದ ಎಷ್ಟೋ ವಿಷಯ ತಿಳಿಯುತ್ತಿದ್ದೆ. ಲೇಖಕ,

ಉಂಬರ್ಟೋ ಇಕೋನ ಬಗ್ಗೆ ನಮಗೆ ಮೊದಲು ತಿಳಿದದ್ದು ಕಿ.ರಂ. ಅವರಿಂದಲೇ.

ಕಿ.ರಂ. ಅವರ ಕಾಲಜ್ಞಾನಿ ಕನಕ ನಾಟಕದಲ್ಲಿ, ಕನಕನ ಬಯಕೆ 'ಕೇಶವನ ಅಂತರಂಗವನ್ನು ಜನರ ಅಂತರಂಗದ ಜೊತೆ ಸೇರಿಸಬೇಕು' ಎಂಬುದು. ದೇವರು ಅನ್ನುವ ಕಲ್ಪನೆಯಲ್ಲಿರುವ ಮನುಷ್ಯತ್ವ ದೊಡ್ಡದು ಎಂಬ ಕನಕನ ಮಾತು ಕಿ.ರಂ. ಅವರ ಅಂತರಂಗದ ಮಾತೂ ಹೌದು. ಹಿರಿ–ಕಿರಿಯರು, ತಿಳಿದವರು–ದಡ್ಡರು, ಶ್ರೀಮಂತರು–ಬಡವರು ಎಂಬ ಯಾವ ವ್ಯತ್ಯಾಸಗಳೂ ಇಲ್ಲದ, ಎಲ್ಲರನ್ನೂ ಮನಸ್ಸಿನ ಒಳಗೂ ಹೊರಗಿನ ನಡವಳಿಕೆಗಳಲ್ಲೂ ಸಮಾನವಾಗಿ ಕಾಣುತ್ತಿದ್ದ ಕಿ.ರಂ. ನಿಜವಾದ ದೊಡ್ಡ ಮನುಷ್ಯರಾಗಿದ್ದರು.

– ಆಗಸ್ಟ್ 2010

***

11. ಸದ್ವಿನಯದ ತುಂಬಿದ ಕೊಡ: ಪ್ರೊ. ಚಿ. ಶ್ರೀನಿವಾಸರಾಜು

ಚಿ. ಶ್ರೀನಿವಾಸರಾಜು ಅವರು ತೀರಿಹೋಗಿ ಆರು ತಿಂಗಳು ಕಳೆಯಿತು. (ಜನನ: 28.11.1942, ಮರಣ: 28.12.2007) ಈ ಆರೂ ತಿಂಗಳು ನಾನಾ ಕಾರಣಗಳಿಂದ ಪ್ರತಿದಿನ ಎಂಬಂತೆ ಅವರ ನೆನಪಾಗುತ್ತಿದೆ. ಅವರಿಗೂ ನಮಗೂ ಇದ್ದ ಸಮಾನ ಸಾಹಿತ್ಯ ಆಸಕ್ತಿಯ ಸಂದರ್ಭಗಳು ಅದಕ್ಕೊಂದು ಕಾರಣ. ಇನ್ನೊಂದು ಅವರೊಡನೆ ಇದ್ದ ಆಪ್ತತೆ. ವೈಯಕ್ತಿಕ ಸಮಸ್ಯೆಗಳಿಗೂ ಅವರಲ್ಲಿ ಪರಿಹಾರ ಕೇಳುವಂತಹ ಸಲುಗೆ.

ಈ ಐದೂ ತಿಂಗಳು ಯಾಕೋ ಏನೋ ಅವರ ಜೊತೆ ಅವರಿಗೆ ಪ್ರಿಯವಾದ ಚೆನ್ನವೀರ ಕಣವಿಯವರ ಒಂದು ಕವನವೂ ನೆನಪಾಗುತ್ತಿದೆ. ರಾಜು ಅವರ ಬಾಯಲ್ಲಿ ನೂರಾರು ಕವನಗಳ ಸಾಲುಗಳಿದ್ದವು. ಆದರೂ ಅವರ ಕೊನೆಯ ದಿನಗಳಲ್ಲಿ ಕಣವಿಯವರ 'ನೀಲಾಂಬಿಕೆ' ಎಂಬ ಕವನವನ್ನು ಅನೇಕ ಸಲ ಜ್ಞಾಪಿಸಿಕೊಳ್ಳುತ್ತಿದ್ದರು. ಅದು ಪ್ರಾರಂಭವಾಗುವುದು:

ಸದುವಿನಯದ ತುಂಬಿದ ಕೊಡ
ತಂದಳು ನೀಲಾಂಬಿಕೆ
ಕಲ್ಯಾಣದ ಅಂಗಳದಲಿ
ತಳಿ ಹೊಡೆದಳು ಛಂದಕೆ.
ಸಮಚಿತ್ತದ ರಂಗೋಲಿಯು
ಒಳ–ಹೊರಗೂ ಧೂಪವು.
ಹಾದಾಡುವ ಹೊಸತಿಲಲ್ಲಿ
ಹೊಯ್ದಾಡದ ದೀಪವು.

ಸದುವಿನಯದ ತುಂಬಿದ ಕೊಡ 'ನೀಲಾಂಬಿಕೆ'ಯನ್ನು ಬಸವಣ್ಣ, ಭಕ್ತಿ ಹಾಗೂ ಶರಣ ಸಮೂಹದಲ್ಲಿ ಕಣವಿಯವರು ಚಿತ್ರಿಸಿದರು. ಸರಳ ಸುಂದರ ವಾಕ್ಯ ರಚನೆಯ ಈ ಕವನ ಸಂಸಾರ, ಸಮಾಜಗಳ ಸಾಮರಸ್ಯವನ್ನು ಸೂಚಿಸುವಂತೆ ಉಭಯವಳಿದು, ನೀಲಾಂಬಿಕೆ ಅನುಭಾವದ ಅಲಂಕಾರ ಆಚರಣೆಯನ್ನು ತೊಟ್ಟು ಜಗದ ಜೀವ

ಜಂಗಮವೆಂಬ ಸತ್ಯವನ್ನು ಕಾಣಿಸಿದ ಬಗೆಯನ್ನು ವಿವರಿಸುತ್ತದೆ. ಚಿ. ಶ್ರೀನಿವಾಸ ರಾಜು ಅವರೂ ತಮ್ಮದೇ ರೀತಿಯ ಸದುವಿನಯದ ತುಂಬಿದ ಕೊಡ. ಸಾಮಾಜಿಕ ಆದರ್ಶ ಹಾಗೂ ವೈಯಕ್ತಿಕ ತಾತ್ವಿಕ ನಂಬುಗೆಗಳಲ್ಲಿ ಉಭಯವಳಿದು ಬದುಕಿದವರು. ಈ ಕಾರಣಗಳಿಂದಲೇ ಬಹುಶಃ ರಾಜು ಅವರ ಜೊತೆ ಅವರ ಇಷ್ಟದ ಈ ಕವನವು ನೆನಪಾಗಲೂ ಕಾರಣವಿದ್ದೀತು.

ಚಿಕ್ಕರಾಜು ಶ್ರೀನಿವಾಸರಾಜು ಅವರು ಕಟ್ಟಿದ ಕ್ರೈಸ್ತ ಕಾಲೇಜು ಕನ್ನಡ ಸಂಘ ಹಾಗೂ ಕೆಲಸ ಮಾಡಿದ, ಬೆಳೆಸಿದ ಇನ್ನಿತರ ಅನೇಕ ಸಂಘ ಸಂಸ್ಥೆಗಳ ಹಿನ್ನೆಲೆಯಲ್ಲಿ ಅವರನ್ನೊಬ್ಬ ಯಶಸ್ವಿ ಸಂಘಟಕ. ಅನೇಕ ಯುವ ಬರಹಗಾರರನ್ನು ಪ್ರೋತ್ಸಾಹಿಸಿ ಬೆಳೆಸಿದ ಸಾಹಿತ್ಯ ಸಂಯೋಜಕ ಎಂದು ಮಾತ್ರ ಮುಂದಿನ ಜನಾಂಗ ನೆನಪಿಟ್ಟುಕೊಳ್ಳಬಾರದು ಎಂಬುದರಿಂದ ಅವರ 'ಆದರ್ಶ' ಹಾಗೂ ಅದಕ್ಕಿದ್ದ ನೈತಿಕ ಶಕ್ತಿಯ ಹಿನ್ನೆಲೆಯಲ್ಲಿ ಅವರನ್ನು ನೋಡಬೇಕು ಎಂದು ನನಗನಿಸುತ್ತಿದೆ.

ತಾನು ನಂಬಿದ್ದನ್ನು ಕೊನೆವರೆಗೆ ಸಾಧಿಸುವ ಶ್ರದ್ಧೆ ಹಾಗೂ ಒಪ್ಪಿದ ಆದರ್ಶದ ಬಗ್ಗೆ ಆಯಾಸಗೊಳ್ಳದೆ ಸಮರ್ಪಣೆಯ ನಿಷ್ಠೆ ಅವರು ಗೌರವಿಸಿದ ಮೌಲ್ಯಗಳು. 'ಸಮಾನತೆ' ಅರ್ಥಾತ್ Equalityಯ ವೈಯಕ್ತಿಕ, ಸಾಂಸಾರಿಕ, ಸಾಮಾಜಿಕ, ಹಾಗೂ ಆಧ್ಯಾತ್ಮಿಕ ನೆಲೆಗಳನ್ನು ಅವರು ತಮ್ಮದೇ ಆದ ರೀತಿಗಳಲ್ಲಿ ಶೋಧಿಸಿದ್ದಾರೆ. ಸ್ವಾರ್ಥ, ಸಂಪತ್ತು ಅಥವಾ ಅಧಿಕಾರಗಳು ಈ ಸಮಾನತೆಯ ತತ್ವಕ್ಕೆ, ಆ ಬಗ್ಗೆ ಅವರ ನಂಬುಗೆಯ ಆದರ್ಶಕ್ಕೆ ಎಲ್ಲೂ ತೊಂದರೆ ಮಾಡದ ಹಾಗೆ ಅವರು ಪರಿಪಾಲಿಸಿದ ಶ್ರದ್ಧೆಗೆ ಅವರ ಬದುಕು, ಕುಟುಂಬ ಹಾಗೂ ಬರಹಗಳಿಂದ ಉದಾಹರಣೆಗಳು ಕಾಣುತ್ತವೆ.

'ರಾಜು' ಕುಟುಂಬದ ಹಿರಿಯರು ರಾಜವಂಶಸ್ಥರು ಎಂದು ನಾನು ಕೇಳಿದ್ದೇನೆ. ನವರಾತ್ರಿ ವೇಳೆ ಆ ಹಳೆ ಸಂಪ್ರದಾಯದ ಪಳೆಯುಳಿಕೆಯಾಗಿ ಅವರ ಮನೆಯವರು ಪಟ್ಟುಬಿಡದೆ ಅವರಿಗೊಂದು ಆರತಿ ಮಾಡುವ ಸಂಪ್ರದಾಯ ಇತ್ತು. ಇವರು ಹೀಗೆ ಊರ ಉಸಾಬರಿ, ಕನ್ನಡ ಕೆಲಸ ಎಂದು ಮನೆ ಹೊರಗೆ ವರುಷವಿಡೀ ತಿರುಗಾಡುವುದಕ್ಕೆ ಬೇರೆ ಯಾವ ಹೆಂಡತಿಯಾದರೂ ದಿನನಿತ್ಯ 'ಮಂಗಳಾರತಿ' ಮಾಡುತ್ತಿದ್ದರು. ನೀವಾದ್ದರಿಂದ ವರುಷಕ್ಕೊಮ್ಮೆ ಮಾತ್ರ ಮಂಗಳಾರತಿ ಮಾಡುತ್ತೀರಿ ಎಂದು ರಾಜು ಅವರ ಹತ್ತಿರದ ಸ್ನೇಹಿತರು ಅವರ ಮನೆಯಲ್ಲಿ ತಮಾಷೆ ಮಾಡಿದ್ದೂ ಇತ್ತು. ರಾಜ ವಂಶಸ್ಥರಾದರೂ ಶ್ರೀನಿವಾಸರಾಜು ಆಗರ್ಭ ಶ್ರೀಮಂತರಲ್ಲ. ಮಧ್ಯಮ ವರ್ಗದ ಆರ್ಥಿಕ ಜೀವನ. ಅವರ ತಂದೆ ಪೊಲೀಸ್ ಇಲಾಖೆಯಲ್ಲಿ ನೌಕರಿಯಲ್ಲಿ ಇದ್ದವರು.

ರಾಜು ಅವರ ಪತ್ನಿಯವರಾದ ಶ್ರೀಮತಿ ಸರಸ್ವತಿ ಅವರ ತವರು ಮನೆ ಬಂಧು-ಬಳಗ ಬೆಂಗಳೂರಿನ ಶ್ರೀಮಂತ ವರ್ಗಕ್ಕೆ ಸೇರಿದವರು. ರಾಜು ಅವರ ಮದುವೆಗೆ ಮುಖ್ಯಮಂತ್ರಿ ಕೆಂಗಲ್ ಹನುಮಂತಯ್ಯ ಬಂದಿದ್ದರು. ರಾಜು ಅವರ ಮಾವ ಹಾಗೂ ಅವರ ಬಂಧುಗಳಿಗೆ ಬೆಂಗಳೂರಿನಲ್ಲಿ ಅನೇಕ ಉದ್ಯಮಗಳೂ, ದೊಡ್ಡ ದೊಡ್ಡ

ಹೋಟೆಲ್ ಮತ್ತಿತರ ವ್ಯವಹಾರಗಳೂ ಇವೆ. ಒಂದು ಚಿಕ್ಕ ಉದಾಹರಣೆಯಿಂದ ಸೂಚಿಸುವುದಾದರೆ ರಾಜು ಅವರ ಮಾವ ಬೆಂಗಳೂರಿನ ಸರ್ ಎಂ.ವಿಶ್ವೇಶ್ವರಯ್ಯ ಕಾಲೇಜ್ ಆಫ್ ಇಂಜಿನಿಯರಿಂಗ್‌ನ ಸ್ಥಾಪಕ ಟ್ರಸ್ಟಿಗಳಲ್ಲಿ ಒಬ್ಬರು.

ತಮ್ಮ ಬಂಧು ವರ್ಗದವರೆಲ್ಲಾ ಇಷ್ಟು ಶ್ರೀಮಂತ ಹಿನ್ನೆಲೆ ಹೊಂದಿದ್ದರೂ ರಾಜು ಹಾಗೂ ಸರಸ್ವತಿ ಅವರನ್ನು ನೋಡಿದರೆ ಈ ಹಿನ್ನೆಲೆ ಅವರ ಮೇಲೆ ಪ್ರಭಾವ ಬೀರಿಲ್ಲ ಎಂಬುದು ಸ್ಪಷ್ಟ. ರಾಜು ಪುಸ್ತಕ ಪ್ರಕಟಿಸುತ್ತಾ ಮುದ್ರಕರಲ್ಲಿ ಸಾಲ ನಿಲ್ಲಿಸಿಕೊಳ್ಳುತ್ತಿದ್ದರು. ಈಗ ಗಣ್ಯರಾಗಿರುವ ಒಬ್ಬ ಕವಿಗಳ ಕವನ ಸಂಕಲನ ಪ್ರಕಟಿಸಲು ರಾಜು ತಮ್ಮ ಪತ್ನಿಯ ಖಾಸಗಿ ಒಡವೆಯನ್ನು ಒಮ್ಮೆ ಅಡವು ಇಟ್ಟಿದ್ದರು. ರಾಜು ಅವರ ಸಾಹಿತ್ಯ ಸೇವೆಯ ಸ್ವಲ್ಪಮಟ್ಟಿನ ಪರಿಚಯ ಇದ್ದ ಬಂಧುಗಳೊಬ್ಬರು ಈ ಹತ್ತಾರು ಸಾವಿರ ರೂಪಾಯಿಗಳ ಸಣ್ಣ ಮೊತ್ತಕ್ಕೆ ಯಾಕೆ ಇಷ್ಟು ಪಡಿಪಾಟಲು ಪಡುತ್ತಾರೆ ಎಂದು ಆಶ್ಚರ್ಯಪಟ್ಟಿದ್ದರು ಎಂದು ಕತೆಗಾರ ಕೆ. ಸತ್ಯನಾರಾಯಣ ಬರೆದಿದ್ದಾರೆ. ಆದಾಯ ತೆರಿಗೆ ವಿಭಾಗದಲ್ಲಿ ಬಹಳ ಹಿರಿಯ ಅಧಿಕಾರಿಯಾಗಿರುವ ಕೆ. ಸತ್ಯನಾರಾಯಣ ಅವರಿಗೆ ರಾಜು ಅವರ ಅನೇಕ ಶ್ರೀಮಂತ ಬಂಧುಗಳ ಪರಿಚಯ ಇತ್ತು. ಬರಹಗಾರರಾದ ಸತ್ಯನಾರಾಯಣ ಅವರು ರಾಜು ಅವರ ಉತ್ತಮ ಸ್ನೇಹಿತರೆಂದು ಆ ಶ್ರೀಮಂತರಿಗೆ ತಿಳಿದಿತ್ತು. ಆದರೆ ತಮ್ಮಲ್ಲಿ ಯಾವ ಹಣದ ಸಹಾಯವೂ ಪಡೆಯದೆ ದೊಡ್ಡ ಉದ್ಯಮದಾರರ ದೃಷ್ಟಿಯಿಂದ ಸಣ್ಣದಾದ ಈ ಪುಸ್ತಕ ಪ್ರಕಟಣೆಗಳಿಗೆ ಬೇಕಾದ ದುಡ್ಡಿಗಾಗಿ ಈ ರಾಜು ಯಾಕೆ ಇಷ್ಟು ಒದ್ದಾಡುತ್ತಾರೆ ಎಂಬುದು ಅವರಿಗೆಲ್ಲಾ ಒಂದು ಒಗಟಿನಂತಾಗಿತ್ತು ಎಂದು ಕೆ. ಸತ್ಯನಾರಾಯಣ ಹೇಳಿದ್ದಾರೆ.

ರಾಜು ಮೇಷ್ಟ್ರು ಬೆಳೆಸಿದ ಕ್ರೈಸ್ತ ಕಾಲೇಜು ಕನ್ನಡ ಸಂಘ ಹಾಗೂ ಇನ್ನಿತರ ಸಂಘ ಸಂಸ್ಥೆಗಳ ಮೂಲಕ, ಪ್ರಕಟಣೆಗಳ ಮುಖಾಂತರ ಅವರು ಮೊದಲಿಗೆ ಪ್ರಕಟಿಸಿದ ನೂರಾರು ಜನ ಬರಹಗಾರರ ಪಟ್ಟಿ ಮಾಡಬಹುದು. ಕಿ.ರಂ. ನಾಗರಾಜ, ಕೆ.ವಿ. ನಾರಾಯಣ, ಟಿ.ಎನ್. ಸೀತಾರಾಂ, ಎಚ್.ಎಸ್. ಶಿವಪ್ರಕಾಶ್, ಸಿ.ಪಿ. ರವಿಕುಮಾರ್, ಪ್ರತಿಭಾ ನಂದಕುಮಾರ್, ಅಬ್ದುಲ್ ರಷೀದ್, ಹೆಚ್. ನಾಗವೇಣಿ, ನರಹಳ್ಳಿ ಬಾಲಸುಬ್ರಹ್ಮಣ್ಯ, ಲಕ್ಷ್ಮಣ ಕೊಡಸೆ ಹೀಗೆ ಒಂದು ಪಟ್ಟಿಯಾದರೆ ಈಗಿನ ಇನ್ನೊಂದು ಪಟ್ಟಿಯನ್ನೂ ಮಾಡಬಹುದು. ಅದರಲ್ಲಿ ಎಂ.ಆರ್. ಭಗವತಿ, ಎನ್.ವಿ. ಭಾಗ್ಯಲಕ್ಷ್ಮಿ, ವಿಕ್ರಮ ವಿಸಾಜಿ, ನಟರಾಜ ಹುಳಿಯಾರ್, ಜಿ.ಎನ್. ಮೋಹನ, ಕವಿತಾ ರೈ, ಎನ್.ಕೆ. ಹನುಮಂತಯ್ಯ... ಹೀಗೆ ಪಟ್ಟಿ ಮುಂದುವರಿಸುತ್ತಾ ಹೋಗುತ್ತದೆ. ಇದಲ್ಲದೆ ಅನೇಕ ಜನ ಪತ್ರಿಕೋದ್ಯಮದಲ್ಲಿರುವ ಬರಹಗಾರರನ್ನು ಹೆಸರಿಸಬಹುದು. ಮಾತ್ರವಲ್ಲದೆ, ಅನೇಕ ಹಿರಿಯ ಬರಹಗಾರರಾದ ಪುತಿನ, ಶ್ರೀರಂಗ, ಕ.ವೆಂ.ರಾಜಗೋಪಾಲ, ಎಚ್.ಎಸ್. ಬಿಳಿಗಿರಿ, ಸು.ರಂ.ಎಕ್ಕುಂಡಿ, ಗೋಪಾಲಕೃಷ್ಣ ಅಡಿಗ, ರಾಮಚಂದ್ರ ಶರ್ಮ, ಯಶವಂತ ಚಿತ್ತಾಲ, ಮೊದಲಾದವರ ಕೃತಿಗಳನ್ನು ಅವರು ಪ್ರಕಟಿಸಿದ್ದಾರೆ. ಇದಲ್ಲದೆ ಅವರು ಅನೇಕ ವಾರ್ಷಿಕ ಸಾಹಿತ್ಯ ಸ್ಪರ್ಧೆಗಳನ್ನು ಹೊಸಬರಹಗಾರರಿಗಾಗಿ ನಡೆಸಿದರು.

ಬೇಂದ್ರೆ, ಕುವೆಂಪು ಮೊದಲಾದ ಹಿರಿಯರ ಬಗ್ಗೆ ಅನೇಕ ಕಾರ್ಯಕ್ರಮಗಳನ್ನೂ ಗೋಷ್ಠಿಗಳನ್ನೂ ನಡೆಸಿದರು. ಅಲ್ಲಿ ಮಂಡಿತವಾದ ಲೇಖನಗಳನ್ನು ಸಂಗ್ರಹಿಸಿ ಪ್ರಕಟಿಸಿದರು.

ಇಷ್ಟು ದೊಡ್ಡ ಸಾಹಿತ್ಯ ಬಳಗದ ನಿಕಟ ಸಂಪರ್ಕದಲ್ಲಿರುವ ಶ್ರೀನಿವಾಸರಾಜು ಅವರಿಗೆ ಅದ್ದೂರಿಯಾಗಿ ಸಾಕಷ್ಟು ಜನ ಸೇರಿಸಿ, ಪತ್ರಿಕೆ, ಟಿವಿಗಳಲ್ಲಿ ಪ್ರಚಾರ ಪಡೆವ ಪುಸ್ತಕ ಬಿಡುಗಡೆ ಸಮಾರಂಭ ಮಾಡುವುದು ಖಂಡಿತಾ ಕಷ್ಟದ ಕೆಲಸವಾಗಿರಲಿಲ್ಲ. ಹತ್ತು ದಿನ ಅವರ ಮನೆಗೆ ಬಂದವರಲ್ಲಿ ಹೇಳಿದರೆ ಸುಲಭವಾಗಿ ಅವರು ಒಂದು ಸಭೆಗೆ ನೂರು ಜನ ಸೇರಿಸಬಹುದು. ಅದರಲ್ಲೂ ಅವರ ಮಗನ ಪುಸ್ತಕ ಬಿಡುಗಡೆಯನ್ನು ಗಡದ್ದಾಗಿ ಮಾಡಬೇಕು ಅನಿಸಿದರೆ ಅವರಿಗೆ ಜನ ಸೇರಿಸುವುದು, ಪತ್ರಿಕಾ ಪ್ರಚಾರ ಮಾಡುವುದು ಒಂದು ಲೆಕ್ಕವೇ ಅಲ್ಲ. ಆದರೆ ಅವರು ಎಂದೂ ಹಾಗೆ ಮಾಡಿದವರಲ್ಲ. ತಮ್ಮ ಮಗನನ್ನು ಇನ್ನೊಬ್ಬ ಬರಹಗಾರನಂತೆ ಕಂಡವರು.

ನನಗಿನ್ನೂ ನೆನಪಿದೆ. ರಾಜು ಅವರ ಮಗ ಸುಗತ ಶ್ರೀನಿವಾಸ ರಾಜು ಅವರ ಪುಸ್ತಕ 'ಎಕುಷೆ ಫೆಬ್ರವರಿ' ಬಿಡುಗಡೆಯಾದ ದಿನಾಂಕ 24.7.2004. ಸಂಚಯದ ಡಿ.ವಿ. ಪ್ರಹ್ಲಾದ್ ಪುಸ್ತಕದ ಪ್ರಕಾಶಕರು. ಜಾಗತೀಕರಣದ ಸಂದರ್ಭದಲ್ಲಿ ವಿಶ್ವಭಾಷೆಗಳೊಡನೆ ಸ್ಪರ್ಧಿಸಿ ಉಳಿಯಲು ಸ್ಥಳೀಯ ಭಾಷೆಗಳಿಗಿರುವ ಸಮಸ್ಯೆ, ಭಾಷೆ, ಸಂಸ್ಕೃತಿ ಸಂದರ್ಭ, ಸಮಸ್ಯೆಗಳು ಚಿಂತಿಸುವ ಸಾಂಸ್ಕೃತಿಕವಾಗಿ ಬಹುಮುಖ್ಯವಾದ ಪುಸ್ತಕ 'ಎಕುಷೆ ಫೆಬ್ರವರಿ'. ಬಾಂಗ್ಲಾ ದೇಶದಲ್ಲಿ ಸ್ಥಳೀಯ ಭಾಷೆಯ ಪರವಾಗಿ ಅವಿಭಿಜಿತ ಪಾಕಿಸ್ತಾನದ ವಿರುದ್ಧ ಪ್ರಾರಂಭವಾದ ಚಳವಳಿಯ ದಿನಾಂಕ 'ಎಕುಷೆ ಫೆಬ್ರವರಿ' ಅರ್ಥಾತ್ ಫೆಬ್ರವರಿ 21ನೇ ತಾರೀಕು. ಅದೇ ಮುಂದೆ ವಿಶ್ವಭಾಷಾ ದಿನವೆಂದು ವಿಶ್ವಸಂಸ್ಥೆಯಿಂದ ಘೋಷಣೆಯಾಯಿತು. ಆ ಪುಸ್ತಕ ಬಿಡುಗಡೆ ಸಮಾರಂಭ ನಡೆದುದು ಮಲ್ಲೇಶ್ವರಂನ ಗಾಂಧೀ ಸಾಹಿತ್ಯ ಸಂಘದ ಪುಟ್ಟ ಆವರಣದಲ್ಲಿ. ಡಾ. ಜಿ.ರಾಮಕೃಷ್ಣ ಅವರ ಅಧ್ಯಕ್ಷತೆ. ನಾನು ಪುಸ್ತಕದ ಬಗ್ಗೆ ಮಾತನಾಡಿದ್ದೆ. ಶ್ರೀನಿವಾಸ ರಾಜು ಎಲ್ಲರಂತೆ ಬಂದು ಸಭೆಯಲ್ಲಿ ಕುಳಿತಿದ್ದರು. ಪ್ರಸಿದ್ಧ ಪತ್ರಿಕಾಕರ್ತರಾದ ಸುಗತ ಕೂಡಾ ತನ್ನ ಜರ್ನಲಿಸ್ಟ್ ಸ್ನೇಹಿತರಿಗೆ ಹೇಳಿ ಪತ್ರಿಕಾ ಪ್ರಚಾರದ ಅದ್ದೂರಿ ವ್ಯವಸ್ಥೆ ಮಾಡಲಿಲ್ಲ. ಹತ್ತಾರು ಜನ ಸಾಹಿತ್ಯಾಸಕ್ತರು ಸೇರಿದ ಚೊಕ್ಕ, ಚಿಕ್ಕ ಸಮಾರಂಭ. ರಾಜು ಚೀಲಕ್ಕೆ ಸೇರಿದ ಕೆಲವಾರು 'ಎಕುಷೆ ಫೆಬ್ರವರಿ' ಪ್ರತಿಗಳು ಮುಂದೆ ನಾಲ್ಕಾರು ಜನ ಸಾಹಿತ್ಯಾಸಕ್ತರ ಕೈ ಸೇರಿದವು.

ಆ ದಿನ ರಾಜು ಅವರ ಅನೇಕ ನಿಕಟವರ್ತಿಗಳನ್ನೂ ನಾನು ಕಾಣಲಿಲ್ಲ. 'ಏನು ಸಾರ್, ನೀವು ಯಾರಿಗೂ ಹೇಳಿದ ಹಾಗಿಲ್ಲ' ಎಂದು ನಾನು ಕೇಳಿದ್ದಕ್ಕೆ ರಾಜು ಒಮ್ಮೆ ನಕ್ಕರು. ಆ ಬಳಿಕ ನಿಧಾನಕ್ಕೆ, ಪುಸ್ತಕದ ಸತ್ವ ಚೆನ್ನಾಗಿದ್ದರೆ ಜನ ತಾವಾಗಿಯೇ ಬಯಸುತ್ತಾರೆ. ವಿಚಾರ ಬೆಳೆಯುತ್ತದೆ ಎಂದು ಹೇಳಿದರು. ನಾವು ನೆನಪಿಡಬೇಕಾದ

ವಿಚಾರ. ಕ್ರೈಸ್ಟ್ ಕಾಲೇಜು ಕನ್ನಡ ಸಂಘದ ಇಷ್ಟು ವರ್ಷಗಳ ಸಾಹಿತ್ಯ ಕಾರ್ಯಕ್ರಮಗಳಿಗೆ ರಾಜು ಅವರು ಒಮ್ಮೆಯೂ ಒಬ್ಬನೇ ಒಬ್ಬ ರಾಜಕಾರಣಿಯನ್ನು ವೇದಿಕೆಗೆ ಅತಿಥಿಯಾಗಿ ಆಹ್ವಾನಿಸಲಿಲ್ಲ.

ರಾಜು ಅವರು ತೀರಿಕೊಂಡ ಬಳಿಕ 29.03.2008ರಂದು ಸುಗತ ಬರೆದ 'Keeping faith with the mother tongue' (ಮಾತೃಭಾಷೆಯಲ್ಲಿರುವ ನಂಬುಗೆ) ಎಂಬ ಮುನ್ನೂರು ಪುಟಗಳ ಸಾಂಸ್ಕೃತಿಕವಾಗಿ ಬಹುಮುಖ್ಯವಾದ ಪುಸ್ತಕ ಬೆಂಗಳೂರಿನ ಚಿತ್ರಕಲಾ ಪರಿಷತ್ತಿನಲ್ಲಿ ಬಿಡುಗಡೆಯಾದಾಗ ಸಭೆಯಲ್ಲಿ ಕುಳಿತಿದ್ದ ನನಗೆ ರಾಜು ಮಾತುಗಳು ನೆನಪಾದವು. ಪ್ರಸಿದ್ಧ ಬ್ರಿಟಿಷ್ ವಿದ್ವಾಂಸ ಜೆರೆಮಿ ಸೀಬ್ರೂಕ್ ಪುಸ್ತಕ ಬಿಡುಗಡೆ ಮಾಡಿ ಮಾತನಾಡುತ್ತಿದ್ದರು. ಕಳೆದ ನಾಲ್ಕು ವರುಷಗಳಲ್ಲಿ ಭಾಷೆ ಸಂಸ್ಕೃತಿಗಳ ಚಿಂತನೆ ಆಳ, ವಿಸ್ತಾರ, ಒಳನೋಟಗಳಿಂದ ಸುಗತ ಶ್ರೀನಿವಾಸರಾಜು ಅವರಲ್ಲಿ ಬೆಳೆದಿತ್ತು. ನೆಲ, ಜಲ, ಜನಗಳ ಹಿನ್ನೆಲೆಯಲ್ಲಿ ಭಾಷೆಯ ಸಾಂಸ್ಕೃತಿಕ ಸಂದರ್ಭದ ಆಳವಾದ ಚಿಂತನೆಯ ಲೇಖನಗಳವು. ಕನ್ನಡದ ಸಂವೇದನೆಯಿಂದ ಇಂಗ್ಲೀಷಿನಲ್ಲಿ ಬರೆದ ಲೇಖನಗಳವು. 'ಏಕುಷೆ ಫೆಬ್ರವರಿ'ಯಲ್ಲಿ ಪ್ರಕಟವಾದ ಚಿಂತನೆ ಜಾಗತೀಕರಣದ ಸಂದರ್ಭದಲ್ಲಿ ಭಾಷೆ ಸಂಸ್ಕೃತಿಗಳ ಚಿಂತನೆ ಹಾಗೂ ಸಾಂಸ್ಕೃತಿಕ ಅರಿವಾಗಿ ಬೆಳೆದಿತ್ತು.

ಶ್ರೀನಿವಾಸರಾಜು ಭಾಷೆ–ಸಂಸ್ಕೃತಿಗಳ ಸಕ್ರಿಯ ಕಾರ್ಯಕರ್ತರು (Activist). ಹಾಗೆಂದು ಅವರು ಭಾಷೆಯ ಹಿನ್ನೆಲೆ ಕೇವಲ ಭಾವಲೋಕ ಎಂದು ನಂಬಿದವರಲ್ಲ. ಭಾಷೆಯ ಅಂಧಾಭಿಮಾನವನ್ನು ಬೆಂಬಲಿಸುವವರಲ್ಲ. ಭಾಷೆ ವ್ಯವಹಾರ ಪ್ರಪಂಚದ ನಿತ್ಯ ಸಂವಹನದ ಅತ್ಯವಶ್ಯ ವಾಹಕ ಎಂದೂ ನಂಬಿದವರು. the human essence is no abstration inherent in each single individual. In its reality it is the ensemble of the social relations ಎಂಬ ಕಾರ್ಲ್‌ಮಾರ್ಕ್ಸ್‌ನ ಮಾತುಗಳಲ್ಲಿ ಒಪ್ಪಿಗೆ ಇರುವ ರೀತಿಯ ಚಿಂತನೆ ರಾಜು ಅವರದ್ದು. ಈ ಹಿನ್ನೆಲೆಯಲ್ಲಿ "ಸಾಹಿತ್ಯ ಸೃಷ್ಟಿಯ ಬಗ್ಗೆ ರಾಜು ಅವರದು ವಿಶಿಷ್ಟವಾದ ನಂಬಿಕೆ. ಸೃಜನಶೀಲತೆಗಿರುವ ವಿಶಿಷ್ಟ ವೈಯಕ್ತಿಕ ವ್ಯಕ್ತಿತ್ವವನ್ನು ಒಪ್ಪಿಯೂ ಅದು ಒಂದು ಸಮುದಾಯಕ ಚಟುವಟಿಕೆಯೆಂದು ಶ್ರೀನಿವಾಸರಾಜು ಅವರು ಗಾಢವಾಗಿ ನಂಬಿದ್ದಾರೆ. ಈ ನಂಬಿಕೆಯೇ ಕನ್ನಡ ಸೃಜನಶೀಲತೆಯಲ್ಲಿ ಹೊಸ ಹಾಗೂ ಉತ್ಕೃಷ್ಟ ಮನಸ್ಸುಗಳನ್ನು ಹುಡುಕಿ ಬೆಳೆಸುವತ್ತ ಅವರನ್ನು ಕಾರ್ಯಪ್ರವೃತ್ತಿಗೊಳಿಸಿದೆ" ಎಂದು ಡಾ. ಬಸವರಾಜ ಕಲ್ಗುಡಿ ಅವರ ಮಾತುಗಳನ್ನು ನೆನಪಿಡಬೇಕು. (ನೋಡಿ: 'ಅಂತರ್ಜಲ' ಚಿ. ಶ್ರೀನಿವಾಸರಾಜು ಅಭಿನಂದನ ಗ್ರಂಥ).

ಈ ಸಾಮಾಜಿಕ ಅರಿವು ಹಾಗೂ ವ್ಯಕ್ತಿಯೊಬ್ಬ ತನ್ನ ಸಾಮಾಜಿಕ ಜವಾಬ್ದಾರಿಯನ್ನು ಅರಿಯಬೇಕಾದ ಕ್ರಮ ಅವರು ರಚಿಸಿದ ಸಾಹಿತ್ಯ ಕೃತಿಗಳಲ್ಲೂ ಮೂಡಿವೆ. ಅವರ ನಾಟಕ 'ಹಳಿಯ ಮೇಲಿನ ಸದ್ದು' ಇದಕ್ಕೊಂದು ಉತ್ತಮ ಉದಾಹರಣೆ. ಈ ನಾಟಕ

ರೇಲ್ವೆ ಗೇಟಿನ ಕಾವಲುಗಾರನೊಬ್ಬನ ಸಂಸಾರದ ಕಥೆ. ಮಾಡುವ ಗೈಮೆ ಅಥವಾ ಕೆಲಸದ ಬಗೆಗಿನ ಗೌರವ. ಕಾರ್ಮಿಕನೊಬ್ಬನಿಗೆ ಇರುವ ಆತ್ಮಗೌರವದ ಸೂಕ್ಷ್ಮ ರೂಪಗಳು ಅವರ ಸಮಾನತೆಯ ತತ್ವದ ತಳಪಾಯ. ಈ ನಾಟಕದಲ್ಲಿ ಬರುವ 'ಗಾಡಿ ಹಣೆಬರಾ ಇರೋದು ಬಾವುಟದಾಗ' ಎಂಬಂತಹ ಮಾತುಗಳು ರಾಜು ಅವರ 'ಸಮಾನತೆಯ' ತಾತ್ವಿಕ ನಂಬಿಕೆಗಳ ನಾನಾ ನೆಲೆಗಳಿಗೆ ಒಂದು ಪುಟ್ಟ ಪ್ರತೀಕದಂತಿದೆ. ರೈಲು ಬದಲಾಗುವ ಕಾಲಗತಿಯನ್ನು ಸೂಚಿಸಿದಂತೆ ಹಳ್ಳಿಗೆ ಪ್ರವೇಶಿಸುವ ನಾಗರಿಕತೆಯ ಸಮಸ್ಯೆಗಳನ್ನೂ ಸೂಚಿಸುತ್ತದೆ.

ಈ ನಾಟಕದೊಳಗೆ ಶ್ರೀಮಂತರು, ಬಡವರು, ನಾಗರೀಕರು, ಹಳ್ಳಿಗರು ಈ ತರಹ ಅಂಶಗಳು ಎದುರಾ ಬದುರಾದಂತೆ ಮನುಷ್ಯನೊಳಗೇ ಇರುವ ಸ್ವಾರ್ಥದ ಸಂಘರ್ಷವನ್ನೂ ಎತ್ತಿ ತೋರಿಸುತ್ತದೆ. ಸಾಮಾನ್ಯ ಮನುಷ್ಯನ ಸರಳವಾದ ಆಸೆಗಳು ಹಾಗೂ ಅದೇ ಜನಸಾಮಾನ್ಯ ಮನುಷ್ಯನೊಳಗೇ ಇರುವ ಸ್ವಾರ್ಥವನ್ನೂ ಎದುರು ಬದುರಾಗಿಟ್ಟು ಮನುಷ್ಯ ಚೇತನ ಎದುರಿಸುವ ಸಂಘರ್ಷದ ಬಗ್ಗೆ ತಮಗಿರುವ ಎಚ್ಚರವನ್ನೂ ರಾಜು ಸೂಕ್ಷ್ಮವಾಗಿ ಸೂಚಿಸುತ್ತಾರೆ. ಸಮಾಜ ವ್ಯವಸ್ಥೆಯ ಅನ್ಯಾಯದ ವಿರುದ್ಧ ಹೋರಾಡುವ 'ಪ್ರಜಾಯುದ್ಧಂ' ಯುವಕರು ನಾಟಕದಲ್ಲಿ ಬಡ ಕಾವಲುಗಾರರನ್ನು ಹಿಂಸಿಸುತ್ತಾರೆ. ಆದರೂ ಆ ಬಡ ಕಾವಲುಗಾರ ಟ್ರಾಲಿ ಸಾಹುಕಾರನಿಗಿಂತ 'ಪ್ರಜಾಯುದ್ಧಂನ' ಯುವಕರೇ ಒಳ್ಳೆಯವರೆಂದು ತಿಳಿಯುತ್ತಾನೆ. ಅಲ್ಲಿ ರಾಜು ಬಹಳ ಸೂಕ್ಷ್ಮವಾಗಿ ಆದರ್ಶ ತತ್ವದ ನಂಬುಗೆ ಹಾಗೂ ವಾಸ್ತವದ ಹಿಂಸೆ ಇವನ್ನು ತೋರಿಸುತ್ತಾ ಹಿಂಸೆ ಆದರ್ಶಗಳ ಪರಿಭಾವನೆ ಬಗೆಗೂ ಸೂಕ್ಷ್ಮ ಎಚ್ಚರ ತೋರುತ್ತಾರೆ.

ಸಮಾಜದ ಸಾಮೂಹಿಕ ಜವಾಬ್ದಾರಿಯೊಂದು ಸೂಕ್ಷ್ಮವಾಗಿ ಭಾವ ಹಾಗೂ ಬುದ್ಧಿಯ ನೆಲೆಗಳಲ್ಲಿ ಸಂವೇದನಾ ಶೀಲ ವ್ಯಕ್ತಿಯನ್ನು ಹೇಗೆ ಕಾಡಬಹುದು ಎಂಬ ಉದಾಹರಣೆಗೆ ಕೆಲವಾರು ಕವನಗಳು ಅವರ 'ಭಸನಾಲ ಬಂಧು' ಕವನ ಸಂಕಲನದಲ್ಲಿ ಸಿಗುತ್ತದೆ. ಭಸನಾಲ ಗಣಿ ನೀರಿನಲ್ಲಿ ಕುಸಿದು ಗಣಿಯೊಳಗೆ ಮುಳುಗಿ ಕೊಳೆತ ಹೆಣವನ್ನು ಗುರುತು ಹಿಡಿಯುವುದಾದರೂ ಹೇಗೆ ಎಂದು ಪ್ರಾರಂಭವಾಗುವ 'ಭಸನಾಲ ಬಂಧು' ಎಂಬ ಕವನ ರಾಜು ಅವರ ಸಂವೇದನಾ ಶೀಲತೆಗೆ ಉತ್ತಮ ಉದಾಹರಣೆ. ಸ್ವಾರ್ಥ ಸಮಾಜ, ವ್ಯಂಗ್ಯ ಹಾಗೂ ವಿರೋಧಾಭಾಸಗಳಲ್ಲಿ ಸಂಕೀರ್ಣ ಸತ್ಯವೊಂದನ್ನು ತೆರೆದಿಡುತ್ತಾ ಭಸನಾಲ ಗಣಿ ಅಪಘಾತದಿಂದ ಜೀವತೆತ್ತವರ ಬಗ್ಗೆ 1976ರಲ್ಲಿ ರಾಜು ಬರೆದ ಕವನ ಕೊನೆಯಾಗುವ ಕ್ರಮ ನೋಡಿ:

ನಿನ್ನ ಸಾವಿನ ಮದ್ದಳೆಯಿಂದ ಎಚ್ಚರಾಗಿದ್ದೇವೆ
ನಿನ್ನ ಜಲಸಮಾಧಿಯಿಂದ ವಿಲಿ ವಿಲಿ ಒದ್ದಾಡಿದ್ದೇವೆ
ನಿನ್ನ ಸಾವಿನ ಸುದ್ದಿಯಲ್ಲಿ ಅನಾಥರಾಗಿದ್ದೇವೆ
ಕ್ಷಮಿಸು ಭಸನಾಲ ಬಂಧು

ಆದರೆ
ನಾಳೆ ಅರುಣೋದಯದಲ್ಲಿ
ನಿನ್ನ ಮಗ ಗಣಿ ಇಳಿದು ಮೇಲೆ ಬಂದಾಗ
ಅವನನ್ನು ಗುರುತು ಹಿಡಿಯುತ್ತೇವೆ.
ನಿನ್ನ
ಸಾವಿನ ಕಲ್ಲಿದ್ದಲಿಂದಲೇ
ನಮ್ಮ
ಇಂಜಿನ್ನು ಓಡಿಸುತ್ತೇವೆ
ಕುಲುಮೆ ಉರಿಸುತ್ತೇವೆ
ಬೆಳಕು ಬೆಳೆಯುತ್ತೇವೆ.

'ಮೌನ' ರಾಜು ಅವರ ಸೃಜನ ಶಕ್ತಿಯ ಒಂದು ರೂಪವೂ ಹೌದು. ಅವರ ಮೌನ ಮಂಥನ ಅನೇಕ ಸಲ ಮಾತಿನ ಶಕ್ತಿಗಿಂತಲೂ ಹೆಚ್ಚು ಬಲಶಾಲಿ. ಮೌನವೂ ಅವರ ಸೃಜನ ಪ್ರತಿಭೆಗೆ ಹೇಗೆ ರೂಪಕವಾಗಬಲ್ಲವು ಎಂಬುದಕ್ಕೆ ಅವರ 'ಐದು ಮೂಕ ನಾಟಕಗಳು' ಸಂಕಲನವೇ ಒಂದು ಉದಾಹರಣೆ. ಈ ಐದೂ ನಾಟಕಗಳು 1975ರಿಂದ 1977 ರ ನಡುವೆ ತುರ್ತುಪರಿಸ್ಥಿತಿ (National Emergency) ಕಾಲದಲ್ಲಿ ರಚಿತವಾದವು ಎಂಬುದು ಆ ಕಾಲದ ದಬ್ಬಾಳಿಕೆಯ ವಿರುದ್ಧ ಸೃಜನಶೀಲ ಪ್ರತಿಭಟನೆಯಾಗಿಯೂ ಅಧ್ಯಯನ ಮಾಡಬಲ್ಲ ವಿಚಾರ.

ಆ ಐದು ಮೂಕ ನಾಟಕಗಳಲ್ಲಿ ಮೊದಲನೆಯದಾದ 'ಬೀಗದ ಕೈ' ಎಂಬ ನಾಟಕದಲ್ಲಿ ರಂಗದ ಮೇಲೆ ಬೆಳಕು ಚೆಲ್ಲಿದ್ದಾಗ ಬೀದಿಯ ಮೂಲೆಯಲ್ಲಿ ಒಂದು ಹಳೆಯ ಪೆಟ್ಟಿಗೆ ಅಂಗಡಿ. ಅದರ ಮೇಲ್ಭಾಗದಲ್ಲಿ ನೇತುಹಾಕಿದ ಬೋರ್ಡ್‌ನಲ್ಲಿ 'ಇಂಡಿಯಾ ಟಯರ್‌ವರ್ಕ್ಸ್', 'ಭಾರತ್ ಬೀಗ ರಿಪೇರಿ ಅಂಗಡಿ' ಎಂದು ತಪ್ಪುತಪ್ಪಾಗಿ ಬರೆದಿದೆ. ಅಂಗಡಿಯ ದಾಲ ಬಂದ್ರಕ್ಕೆ ನಾಲ್ಕೈದು ಬೀಗಗಳು. ಅದರೊಳಗೆ 'ಬುಲ್ ಬುಲ್' ಪಕ್ಷಿ ಇರುವ ಪಂಜರ. ಆ ಪಂಜರಕ್ಕೆ ಊಟವಿರುವ ಬಟ್ಟೆಯ ಬುತ್ತಿ ತೂಗುಹಾಕಲಾಗಿದೆ. ಕನ್ನಡದಲ್ಲಿ ಮೈಮ್ ಪ್ಲೇಗಳು (Mime plays) ಕಮ್ಮಿ ಅದರಲ್ಲಿ ಇಷ್ಟು ಸೂಕ್ಷ್ಮವಾಗಿ ಒಂದು ನಾಟಕ ಸ್ವಾತಂತ್ರ್ಯಾಪಹರಣದ ತುರ್ತು ಪರಿಸ್ಥಿತಿ. ಕಾಲದ ವಾತಾವರಣವನ್ನು ಧ್ವನಿಸುವುದನ್ನು ಗಮನಿಸಬೇಕು.

ಸಾಮಾಜಿಕ ಕಳಕಳಿ, ಸಾಂಸ್ಕೃತಿಕ ಚಿಂತನೆ ಹಾಗೂ ಸೃಜನಶೀಲ ಅಭಿವ್ಯಕ್ತಿ ಈ ನೆಲೆಗಳನ್ನು ನಾವು ಅವರ ಅನೇಕ ಲೇಖನಗಳಲ್ಲೂ ಗಮನಿಸಬಹುದು. ಅವರ ಅನೇಕ ಬಿಡಿ ಲೇಖನಗಳು ಒಂದು ಸಂಗ್ರಹವಾಗಿ ಬಂದದ್ದು ನನಗೆ ನೆನಪಿಲ್ಲ. ನೂರಾರು ಪುಸ್ತಕಗಳನ್ನು ಪ್ರಕಟಿಸಿದ ಶ್ರೀನಿವಾಸ ರಾಜು ತಮ್ಮ ಲೇಖನಗಳನ್ನು

ಪುಸ್ತಕ ರೂಪದಲ್ಲಿ ಒಂದು ಮಾಡುವ ಕೆಲಸಕ್ಕೇ ಹೊರಡಲಿಲ್ಲ. ಮುಂದೆ ಯಾರಾದರೂ ಆ ಕೆಲಸ ಮಾಡಲೂಬಹುದು. ರಾಜು ಅವರಿಗೆ ತಮ್ಮ ಬರಹಗಳ ಬಗ್ಗೆ ಯಾವ ಭ್ರಮೆಗಳೂ ಇರಲಿಲ್ಲ. ಆದರೆ ತಮ್ಮ ಬರಹಗಳೂ ಸೇರಿ ಕನ್ನಡದಲ್ಲಿ ಅರಿವು ಹಾಗೂ ಅಭಿರುಚಿಯ ನಿರ್ಮಾಣದ ಕೆಲಸ ಆಗಬೇಕೆಂಬ ಶ್ರದ್ಧೆ ಇತ್ತು. ಅದೊಂದು ಪವಿತ್ರವಾದ ಕೆಲಸ ಎಂಬ ನಂಬುಗೆಯೂ ಅವರಿಗಿತ್ತು. ಆ ತನ್ಮಯತೆಯಲ್ಲಿ ಅವರ ಸಂಘಟನಾ ಚಾತುರ್ಯ ಹಾಗೂ ಸೃಜನಶೀಲ ಚೇತನ ಎರಡೂ ದುಡಿದಿವೆ. ಅದಕ್ಕೆ ಅವರಿಗೆ ಒದಗಿ ಬಂದದ್ದು ಪಿ.ಪಿ. ಬಳಗ ಹಾಗೂ 'ಅಂಕಣ' ಕಿರು ಸಾಹಿತ್ಯ ಪತ್ರಿಕೆ.

ಪಿ.ಪಿ. ಬಳಗ ಅಂದರೆ ಏನೆಂದು ಬೆಂಗಳೂರಿಗೆ ಬರುವವರೆಗೆ ನನಗೆ ಕಲ್ಪನೆ ಇರಲಿಲ್ಲ. ಜಿ.ಪಿ. ರಾಜರತ್ನಂ ಅವರ ಶಿಷ್ಯರಾದ ರಾಜು ಅವರ ಪೀಪಿ ಬಳಗ ಎಂದೇ ನಾನು ತಿಳಿದಿದ್ದೆ. ಮಕ್ಕಳು ಊದುವ ಪೀಪಿಯ ಹೆಸರಲ್ಲಿ (ಬಣ್ಣದ ತಗಡಿನ ತುತ್ತೂರಿ ಬರೆದ ರಾಜರತ್ನಂ ನೆನಪಲ್ಲಿ) ಅದೊಂದು ಮಕ್ಕಳ ಪುಸ್ತಕ ಪ್ರಕಟಣೆಯ ಕೂಟ ಎಂದೇ ನಾನು ತಪ್ಪು ತಿಳಿದಿದ್ದೆ. ಮಕ್ಕಳ ಸಾಹಿತ್ಯ ಪಿ.ಪಿ. ಬಳಗದಿಂದ ಪ್ರಕಟವಾದ್ದು ಅದಕ್ಕೆ ಕಾರಣವಿದ್ದರೂ ಇರಬಹುದು.

ಪಿ.ಪಿ. ಬಳಗ ಎಂದರೇನು ಎಂಬುದೇ ಒಂದು ಒಗಟು. ಅದೊಂದು ಪ್ರಗತಿಪರ ಚಿಂತಕರ ಗುಂಪು ಎಂದರೂ ಸರಿಯೆ. ಬೆಂಗಳೂರಿನ ಸೆಂಟ್ರಲ್ ಕಾಲೇಜಿನಲ್ಲಿ ರಾಜು, ಕೆ.ವಿ. ನಾರಾಯಣ, ಎಚ್.ಎಸ್. ರಾಘವೇಂದ್ರ ರಾವ್, ಕಿ.ರಂ. ನಾಗರಾಜ ಇಂತಹವರೆಲ್ಲಾ ಇದ್ದ ಒಂದು ಗುಂಪು ಎಂದು ಇನ್ನು ಕೆಲವರು ನಂಬಿದ್ದರು. ರಾಜು ಅದರ ಕೇಂದ್ರದಲ್ಲಿದ್ದರು. ಸೆಂಟ್ರಲ್ ಕಾಲೇಜಿನ ಮರದಡಿಯ ಬೆಂಚು/ಕಟ್ಟೆಗಳಲ್ಲಿ ಕೂತು ಹರಟೆ ಹೊಡೆಯುತ್ತಿದ್ದ ಗುಂಪು ತಮ್ಮನ್ನು ತಾವೇ ಪೋಲಿ ಪಟಾಲಂ ಎಂದು ಕರೆದುಕೊಂಡರಂತೆ. ಅದನ್ನೇ ಇವರೆಲ್ಲಾ ಪಿ.ಪಿ ಎಂದು ಹ್ರಸ್ವಗೊಳಿಸಿಕೊಂಡರು ಎಂದೂ ಒಂದು ಕತೆ ಇದೆ. ರಾಜು ಅವರ ಛಸನಾಲ ಬಂಧು ಎಂಬ ನಾಟಕವೊಂದನ್ನು ಸಮುದಾಯ ತಂಡದಿಂದ ನಾಟಕ ಆಡಿಸಿದ್ದ ಪ್ರಸನ್ನ ಅವರು "ಪೆನ್ನು ಪೇಪರ್ರು ಎಂದಿದ್ದೀತು. ಪುಸ್ತಕ ಪ್ರೋಗ್ರಸ್ ಎಂದಿದ್ದೀತು. ಅಥವಾ ಪೋಲಿ ಪಟಾಲಮ್ಮು ಎಂದಿದ್ದೀತು. ನನಗೆ ಈಗಲೂ ಗೊತ್ತಿಲ್ಲ" ಎಂದು ಬರೆದಿದ್ದಾರೆ.

ಡಾ. ಕೆ.ವಿ. ನಾರಾಯಣ ಅವರು 'ಅಂತರ್ಜಲ' ಬಿಡುಗಡೆ ಸಮಾರಂಭದಲ್ಲಿ ಬೆಂಗಳೂರಿನ ರವೀಂದ್ರ ಕಲಾಕ್ಷೇತ್ರದಲ್ಲಿ ಕಿಕ್ಕಿರಿದು ಸೇರಿದ್ದ ರಾಜು ಅಭಿಮಾನಿಗಳನ್ನು ಉದ್ದೇಶಿಸಿ ಮಾತನಾಡುತ್ತಾ ಪಿ.ಪಿ. ಎಂದರೆ ಪ್ರೋಗ್ರೆಸ್ಸಿವ್ ಪ್ಯೂಪಿಲ್ಸ್ (Progressive Pupils) ಅರ್ಥಾತ್ ಪ್ರಗತಿಪರ ವಿದ್ಯಾರ್ಥಿಗಳ ಬಳಗ ಎಂದು ಹೇಳಿದರು. ಆ ಸಮಾರಂಭದಲ್ಲಿ ನನ್ನ ಬಳಿ ಕುಳಿತು ಭಾಷಣ ಕೇಳುತ್ತಿದ್ದ ಮಿತ್ರರು ಇದು ಇನ್ನೊಂದು ಹೊಸ ವ್ಯಾಖ್ಯಾನ ಎಂದು ಹೇಳಿ ಮುಗುಳ್ ನಕ್ಕರು. ಪಿ.ಪಿ. ಬಳಗ ಸಂಘಟನೆಯಾಗಿ ತಿಳಿದರೂ ಮನಸ್ಸಲ್ಲಿ ಬೆಳೆಯುತ್ತಲೇ ಉಳಿದ ಕೂಟ. ಯಾರೂ ಪ್ರಕಟಣೆಗೆ ಸಿಗದಿದ್ದರೆ

ಚಿಂತಿಸಬೇಡಿ. ನಮ್ಮ ಪಿ.ಪಿ. ಬಳಗದಿಂದಲೇ ತರಬಹುದು ಎಂದು ರಾಜು ಹೇಳುತ್ತಿದ್ದುದು ಅವರ ಪರಿಚಯದವರಿಗೆಲ್ಲಾ ತಿಳಿದ ಮಾತು.

ಪಿ.ಪಿ. ಬಳಗದ ಜೊತೆ ನೆನಪಿಗೆ ಬರುವುದು ಕನ್ನಡ ಸಾಂಸ್ಕೃತಿಕ ಚರಿತ್ರೆಯ ಮಹತ್ವದ ಮೈಲಿಗಲ್ಲು 'ಅಂಕಣ' ಎಂಬ ಸಾಹಿತ್ಯಿಕ ಕಿರು ಪತ್ರಿಕೆ. ರಾಜು ಅದರ ಬೆನ್ನಲುಬಾಗಿದ್ದವರು. ಅಡಿಗರು ಸಂಪಾದಿಸುತ್ತಿದ್ದ 'ಸಾಕ್ಷಿ' ಪತ್ರಿಕೆ ಹಾಗೂ ಅದರ ನಂತರ ಬಂದ ಅನೇಕ ಕಿರು ಸಾಹಿತ್ಯ ಪತ್ರಿಕೆಗಳು ಕನ್ನಡದಲ್ಲಿ ಹೊಸ ಚಿಂತನೆಗಳನ್ನು ಬೆಳೆಸಿದವು. 'ಸಾಕ್ಷಿ' ಬಳಿಕ 'ಸಂಕ್ರಮಣ', 'ರುಜುವಾತು', 'ಶೂದ್ರ', 'ಸಂವಾದ', 'ಗಾಂಧಿಬಜಾರ್ ಪತ್ರಿಕೆ', 'ಸಂಚಯ' ಇತ್ಯಾದಿಗಳ ಜೊತೆ ನೆನಪಿಗೆ ಬರುವ ಬೆಂಗಳೂರಿನಿಂದ ಹೊರಡುತ್ತಿದ್ದ 'ಅಂಕಣ' ಪತ್ರಿಕೆ ನಿರಂತರವಾಗಿ ನಿರ್ಭಿಡೆಯ ಹೊಸ ವಿಚಾರಗಳಿಗೆ ಮುಖವಾಣಿಯಾಯಿತು. ಹೊಸ ವಿಚಾರಗಳ ಚರ್ಚೆಗೆ ಇಂದೂ ಅನೇಕ ಸಾಹಿತ್ಯ, ಸಾಂಸ್ಕೃತಿಕ ಕಿರು ಪತ್ರಿಕೆಗಳು ಸಹಕಾರಿ ಎಂಬುದೂ ಒಂದು ಕುತೂಹಲಕರ ಅಂಶ.

'ಅಂಕಣ' ಪತ್ರಿಕೆಯ ಮುಖ್ಯ ಬರಹಗಾರರೆಂದರೆ, ಡಾ. ಕೆ.ವಿ. ನಾರಾಯಣ, ಡಾ. ಎಚ್.ಎಸ್. ರಾಘವೇಂದ್ರರಾವ್ ಹಾಗೂ ಡಾ. ಬಸವರಾಜ ಕಲ್ಗುಡಿ. ಒಂದು ರೀತಿಯ ಉತ್ತಮ ಗುಣಮಟ್ಟ ಹಾಗೂ ವ್ಯವಸ್ಥಿತವಾಗಿ ಹೊಸ ವಿಚಾರಗಳ, ಹೊಸ ಪುಸ್ತಕಗಳ ಚರ್ಚೆಗಳಿಗಾಗಿ ಮೊದಲೇ ಗೊತ್ತು ಮಾಡಿದ ವಿಷಯಗಳನ್ನು ಹಂಚಿಕೊಂಡು ಅವರು ಬರೆಯುತ್ತಿದ್ದಂತೆ ಹಳೆಯ 'ಅಂಕಣ' ಸಂಚಿಕೆಗಳನ್ನು ನೋಡಿದರೆ ಯಾರಿಗಾದರೂ ಭಾಸವಾಗುತ್ತದೆ. ಆ ವ್ಯವಸ್ಥೆಯ ಹಿಂದೆ ಎಲೆಮರೆಯ ಕಾಯಿಯಂತೆ ರಾಜು ಅವರು ಸದಾ ಇದ್ದರು ಎಂದು ಬೇರೆ ಹೇಳಬೇಕಾಗಿಲ್ಲ. ಸಾಂಸ್ಕೃತಿಕವಾಗಿ ಹಾಗೂ ಸಾಹಿತ್ಯ ವಿಮರ್ಶಾ ಚರಿತ್ರೆಯ ದೃಷ್ಟಿಯಿಂದ ಬಹಳ ಮುಖ್ಯವಾದ ಅಂಕಣದ ಅನೇಕ ಲೇಖನಗಳು ಲೇಖಕರ ವಿಮರ್ಶಾ ಸಂಗ್ರಹಗಳಲ್ಲಿ ಸೇರಿ ಹೋಗಿವೆ. ಆದರೂ, ಯಾರಾದರೂ 'ಅಂಕಣ'ದ ಲೇಖನಗಳನ್ನು ಸಂಗ್ರಹಿಸಿ ಅವುಗಳ ಆಯ್ದ ವಾಚಿಕೆಗಳನ್ನು ಹೊರ ತರುವುದು ಸಾಧ್ಯವಾದರೆ ರಾಜು ಹಾಗೂ ಪಿ.ಪಿ. ಬಳಗದ ಸ್ನೇಹಿತರು ಎಂತಹ ಮುಖ್ಯವಾದ ಸಾಹಿತ್ಯ ಹಾಗೂ ಸಾಂಸ್ಕೃತಿಕ ಹೊಸ ಅಭಿರುಚಿಯನ್ನು ಬೆಳೆಸುವ ಕೆಲಸ ಮಾಡಿದರು ಎಂಬುದು ಸ್ಪಷ್ಟವಾಗಿ ಗೋಚರಿಸೀತು. 1980ರ ದಶಕದಲ್ಲಿ ಲಂಕೇಶ್ ಪತ್ರಿಕೆ ಮೊದಲಾದ ಟ್ಯಾಬ್ಲೋಡ್‌ಗಳು ಯುವ ಜನಾಂಗವನ್ನು ಆಕರ್ಷಿಸುತ್ತಾ ಹೊಸ ಚಿಂತನೆಗೆ ವೇದಿಕೆ ಎಂಬಂತೆ ಬಿಂಬಿತವಾಗಿದ್ದ ಕಾಲದಲ್ಲೂ 'ಅಂಕಣ' ಪತ್ರಿಕೆ ತನ್ನ ಪಾಡಿಗೆ ತಾನು ಆಳ ಹಾಗೂ ಸಮಗ್ರ ಚಿಂತನೆಯನ್ನು ಪ್ರೋತ್ಸಾಹಿಸುತ್ತಾ ಬೆಳೆಯಿತು ಎಂಬುದು ಮುಖ್ಯ ಮಾತು.

ಆದರ್ಶ ಹಾಗೂ ವ್ಯವಹಾರಗಳ ಸಮನ್ವಯ ಸಾಧ್ಯವೆ? ಅದು ಸಾಧ್ಯವಿದ್ದಲ್ಲಿ ಎಲ್ಲಿ? ಹೇಗೆ? ಎಂಬ ವಿಚಾರಗಳ ಬಗ್ಗೆ ರಾಜು ಅವರ ಗಮನ ಇತ್ತು. ಮನುಷ್ಯನನ್ನು

ಸ್ವಾರ್ಥ ಹೇಗೆ ಸಂಕುಚಿತಗೊಳಿಸುತ್ತದೆ ಮತ್ತು ಅದರಿಂದ ಬಿಡುಗಡೆ ಹೊಂದಿ ವಿಕಸನ ಮಾರ್ಗದಲ್ಲಿ ಸಾಗುವುದು ಹೇಗೆ ಎಂಬ ಬಗೆಗೂ ಅವರ ಚಿಂತನೆ ಸದಾ ನಡೆದಿತ್ತು.

ಅವರು ಬರೆದ ಪರಿಮಿತ ಸಾಹಿತ್ಯದಲ್ಲಿ ನಾವು ಈ ವಿಚಾರವನ್ನು ಗಮನಿಸಬಹುದೆಂದು ಅವರ 'ಹಳಿಯ ಮೇಲಿನ ಸದ್ದು' ಹಾಗೂ ಇತರ ಬರಹಗಳನ್ನು ಪ್ರಸ್ತಾಪಿಸುತ್ತಾ ಅದನ್ನು ಸೂಚ್ಯವಾಗಿ ಹೇಳಿದ್ದೇನೆ. ಅದರ ಸ್ಪಷ್ಟ ಅನುಭವವಾದ್ದು ಅವರೊಡನೆ ಮಾತಾಡುವ ಒಂದು ಸಂದರ್ಭದಲ್ಲಿ.

ಬೆಂಗಳೂರಿಗೆ ಕೇಂದ್ರ ಸಾಹಿತ್ಯ ಅಕಾಡೆಮಿ ಮೀಟಿಂಗ್‌ಗಾಗಿ ಬಂದಿದ್ದ ಕೀರ್ತಿನಾಥ ಕುರ್ತಕೋಟಿಯವರು ಹಾಗೂ ಅವರ ಜೊತೆ ರಮಾಕಾಂತ ಜೋಶಿಯವರು ಒಂದು ರಾತ್ರೆ ನಮ್ಮ ಮನೆಗೆ ಊಟಕ್ಕೆ ಬಂದಿದ್ದರು. ಅಪರೂಪಕ್ಕೆ ಕುರ್ತಕೋಟಿಯವರು ಮನೆಗೆ ಬರುವುದೇ ಒಂದು ಹಬ್ಬವಿದ್ದ ಹಾಗೆ. ಬಿಡುವು ಮಾಡಿಕೊಂಡು ಕುರ್ತಕೋಟಿಯವರನ್ನು ಕಾಣಲು ನಮ್ಮ ಮನೆಗೇ ಬರಲು ಪ್ರಯತ್ನಿಸುವುದಾಗಿ ಗೆಳೆಯ ವಿಶ್ವೇಶ್ವರ ಭಟ್ಟರು (ವಿಜಯ ಕರ್ನಾಟಕ ಪತ್ರಿಕೆ ಸಂಪಾದಕರು) ಹೇಳಿದ್ದರು. ವಿಚಾರವನ್ನು ಶ್ರೀನಿವಾಸರಾಜು ಅವರಿಗೆ ಹೇಳಿ ಆಹ್ವಾನಿಸಿದೆ. ಕುರ್ತಕೋಟಿಯವರನ್ನು ಕಾಣಲು ಬರುವುದಾಗಿ ಹೇಳಿ ಸಮಯಕ್ಕೆ ಸರಿಯಾಗಿ ಬಂದರು. ಧನ್ಯಕುಮಾರ್ ಮಿಣಜಗಿಯವರೂ (ಗ್ರಂಥಾಲಯ ವಿಭಾಗದ ಹಿರಿಯ ಅಧಿಕಾರಿ ಹಾಗೂ ಪ್ರೊ. ಸುರೇಂದ್ರನಾಥ ಮಿಣಜಿಗಿಯವರ ಸಹೋದರ) ಕುರ್ತಕೋಟಿಯವರೊಡನೆ ಮಾತನಾಡುವುದಕ್ಕೆ ಬಂದಿದ್ದರು.

ನಾವೆಲ್ಲಾ ಕುಳಿತು ಮನೆಯಲ್ಲಿ ಮಾತನಾಡುತ್ತಿದ್ದಾಗ ಮಾತು ಸ್ವಾರ್ಥ ಹಾಗೂ ಪರಹಿತಕ್ಕಾಗಿ ಅದನ್ನು ಮೀರುವ ವಿಚಾರಗಳತ್ತ ಹೊರಳಿತು. ಶಿಬಿ ಚಕ್ರವರ್ತಿ, ಶಿವನ ತಪಸ್ಸು ಕೆಡಿಸಲು ಸಾವಿನ ಭಯವಿದ್ದೂ ಸಂಮೋಹನಾಸ್ತ್ರವನ್ನು ಎಸೆದ ಮನ್ಮಥ, ಅಲ್ಲಿಂದ ಹೊರಟ ಮಾತು ಗಾಂಧೀಜಿ, ಅರವಿಂದ, ರಾಜಕೀಯ ಈ ನೆಲೆಗಳಲ್ಲಿ ಸಾಗುತ್ತಿತ್ತು. ರಾಜು ಪ್ರೀತಿ ಹಾಗೂ ಸ್ನೇಹ ಹೇಗೆ ಮನುಷ್ಯನನ್ನು 'ಸ್ವಾರ್ಥ'ದಿಂದ ಬಿಡುಗಡೆ ಮಾಡಲು ಸಹಕಾರಿ ಎಂಬುದನ್ನು ಸೂಚಿಸಿದರು. ಈಗ ಹಿಂತಿರುಗಿ ನೋಡುವಾಗ ಅವರ ಮನುಷ್ಯ ಪ್ರೀತಿ ಅಂತರಂಗ ವಿಕಸನದ ಒಂದು ಹಾದಿ ಎಂದು ನನಗೆ ತೋರುತ್ತದೆ.

'ಅಂತರ್ಜಲ' ಎಂಬ ಅವರಿಗೆ ಸಮರ್ಪಣೆಯಾದ ಅಭಿನಂದನಾ ಗ್ರಂಥದ ಬಿಡುಗಡೆ ಹಾಗೂ ರಾಜು ಅಭಿಮಾನಿಗಳು ಡಾ. ಜಿ.ಎಸ್. ಶಿವರುದ್ರಪ್ಪ ಅವರ ನೇತೃತ್ವದಲ್ಲಿ ಅವರಿಗೆ ನೀಡಿದ ಸನ್ಮಾನ ಸಮಾರಂಭಕ್ಕೆ ಹೋದವ 'ಅಂತರ್ಜಲ'ದ ಒಂದು ಪ್ರತಿ ಕೊಂಡುಕೊಂಡೆ. ಬೆಂಗಳೂರಿನ ರವೀಂದ್ರ ಕಲಾಕ್ಷೇತ್ರದಲ್ಲಿ ನಡೆದ ಸಮಾರಂಭದಲ್ಲಿ ಆ ದಿನ ವಿಪರೀತ ಜನಸಂದಣಿ. ಅದಲ್ಲದೆ ಆ ದಿನ ಸಂಜೆಯೇ ನಾನು ನನ್ನ ಕಂಪೆನಿ ಕೆಲಸದಲ್ಲಿ ವಿದೇಶ ಪ್ರಯಾಣ ಹೊರಡಬೇಕಾಗಿದ್ದುದರಿಂದ

ಕಾದು ಕುಳಿತು ಪುಸ್ತಕದಲ್ಲಿ ಅವರ ಸಹಿ ಹಾಕಿಸಿಕೊಳ್ಳಲು ಸಮಯವಾಗಲಿಲ್ಲ.

ಆ ಬಳಿಕ ಎರಡು ಸಲ ಅವರ ಮನೆಗೆ ಹೋಗಿದ್ದಾಗಲೂ ರಾಜು ಅವರು ಸಿಗಲಿಲ್ಲ. ನನಗೆ ನೆನಪಿನ ಕುರುಹಾಗಿ ಪುಸ್ತಕಕ್ಕೆ ಅವರ ಸಹಿ ಹಾಕಿಸಿಕೊಳ್ಳಬೇಕೆಂಬ ಆಸೆ. ಫೋನಿನಲ್ಲಿ ಪುಸ್ತಕ ಯಾಕೆ ಕೊಂಡಿದ್ದು, ತನ್ನಲ್ಲೆ ಒಂದೆರಡು ಪ್ರತಿಗಳಿವೆ ಅದರಲ್ಲೇ ಒಂದು ಕೊಡುತ್ತಿದ್ದೆ ಎಂದು ಹೇಳಿದರು. ಮೂರನೆ ಸಲ ಹೋದಾಗ ರಾಜು ಅವರ ಪತ್ನಿಯವರಲ್ಲಿ 'ಅಂತರ್ಜಲ'ದ ನನ್ನ ಪ್ರತಿಕೊಟ್ಟು ಮೇಷ್ಟ್ರ ಸಹಿ ಹಾಕಿಸಿ ಕೊಡಿ ಮೇಡಂ ಎಂದು ಹೇಳಿ ಬಂದೆ. ರಾಜು ಅವರು ನನ್ನ ಪ್ರತಿಯಲ್ಲಿ ಬರೆದ "ಪ್ರೀತಿಯಂಥಾ ವಸ್ತು ಭವದಲ್ಲಿ ಕಾಣೆ..." ಎಂಬ ಮಾತು ಅವರ ಚಿಂತನೆಯ ಸೂಕ್ಷ್ಮ ಸೂಚ್ಯದಂತೆ ನನ್ನ ಮನಸ್ಸಲ್ಲಿ ಉಳಿದಿದೆ.

ಶ್ರೀನಿವಾಸ ರಾಜು ಅವರಿಗೆ ಕೋಪ, ತಾಪ, ಬೈಗಳ, ಸೇಡು ಏನೂ ಗೊತ್ತಿಲ್ಲ ಎಂಬುದು ಅವರನ್ನು ಬಲ್ಲ ಹೆಚ್ಚಿನವರ ಅನುಭವ. ಅವರಿಗೆ ಅಸಮಾಧಾನವಾದರೆ ಒಂದು ಥರಾ ನಗುತ್ತಾ ಹೇಗೆ ಬೇರೆ ರೀತಿ ಮುಖ ಮಾಡುತ್ತಾರೆ ಅಂತ ಅವರನ್ನು ಹತ್ತಿರದಿಂದ ಬಲ್ಲ ಪ್ರತಿಭಾ ನಂದಕುಮಾರ್ ಬರೆದಿದ್ದಾರೆ. ಹಾಗೆಯೇ ರಾಜು ಅವರ ಮೌನದ ಶಕ್ತಿಯ ಬಗೆಗೂ ತುಂಬಾ ಜನ ಬರೆದಿದ್ದಾರೆ. ಮಾತು ಬೆಳ್ಳಿ ಮೌನ ಬಂಗಾರ ಎಂದು ನಂಬಿದವರು ಅವರು. ಅವರಿಗೆ ಕೇಳಿಸಿಕೊಳ್ಳುವ ಶಕ್ತಿ ಹೆಚ್ಚು. ಡಿ.ವಿ. ಪ್ರಹ್ಲಾದ್ 'ರಾಜು ಮೇಷ್ಟ್ರಿಗೆ' ಎಂಬ ಕವನದಲ್ಲಿ ಹೇಳುವ ಮಾತು:

ಮಾತಿನ ಮಲ್ಲರ ಸಂತೆಯೊಳಗೆ

ಮೌನಿಯೊಬ್ಬನ ಧ್ಯಾನ

ಅರ್ಥೈಸುವವರ ಸೂಕ್ಷ್ಮಕ್ಕೆ ಬಿಟ್ಟಿದ್ದು.

ಜಿ.ಪಿ. ರಾಜರತ್ನಂ ಅವರ ಪರಮ ಶಿಷ್ಯರಾದ ರಾಜು ಅವರಿಗೆ ರಾಜರತ್ನಂ ಹೇಳಿದ ಹಾಗೆ "ನಿಯಮಗಳಲ್ಲೆಲ್ಲಾ ಮಾತಿನ ನಿಯಮ ಅತ್ಯಂತ ಮುಖ್ಯ. ಅತ್ಯಂತ ಕಠಿಣ ಮೌನದಲ್ಲಿಯೂ ಒಂದು ಮಹಿಮೆಯುಂಟು" ಎಂದು ನಂಬಿದವರು.

'ಕಾವ್ಯ ಗುರುವಿಗೊಂದು ಕಾಡು ಮಲ್ಲಿಗೆ ದಂಡೆ' ಎಂಬ ಇನ್ನೊಂದು ಕವನದಲ್ಲಿ ಟಿ. ಯಲ್ಲಪ್ಪ ಹೇಳಿದ ಹಾಗೆ:

ಶಬ್ದದೊಳಗಣ
ನಿಶ್ಶಬ್ದದಲೇ ಮಿಂದು
ಮಾತಿನೊಳಗಣ
ಮೌನದಲೇ ಕರಗಿ
ಅಕ್ಷರದೊಳಗಣ
ಬೆಳಕನೇ ಹೊದ್ದ
ಶಬ್ದಾತೀತ ಜೀವ ಜಂಗಮ...

ಅವರ ಮೌನಕ್ಕೆ ಹಲವು ರೂಪಗಳುಂಟು. ಸೃಜನಶೀಲತೆಯಲ್ಲಿ ಅದು ಅನೇಕರಿಗೆ ಮಣ್ಣಿನ ಸಹಿಷ್ಣು ಕತ್ತಲಿನಲ್ಲಿ 'ಕಿಡಿ ಕುಳಿತ ಮೂಲಾಧಾರ ಜೀವಧಾತು'. ಬಹಿರಂಗದ ಸಂಘಟನೆಯಲ್ಲಿ ತೊಡಗಿರುವ ಅನೇಕರಿಗೆ 'ಮೌನ' ಒಂದು ಕೌಶಲ್ಯ. ಸಂದರ್ಭಗಳಲ್ಲಿ ಜಾಣತನ. ಇನ್ನು ಕೆಲವು ಸಲ ಜಾಗ್ರತೆ. ಆದರೆ ರಾಜು ಅವರ ಮೌನ ಅಷ್ಟು ಸರಳವಲ್ಲ. ತಿಳಿದವರಿಗೆ ಹೇಳಬೇಕಾಗಿಲ್ಲ, ಎಂಬ ಕೇವಲ ತಿಳುವಳಿಕೆಯೂ ಅಲ್ಲ. ಅವರ ಮೌನ ಅಂತರಂಗದ ಪರಿಭಾವನೆಯ ಆಚೆಗೂ ಸಾಗುವ ಅವರದ್ದೇ ಇನ್ನೊಂದು ಜೀವ. ನನಗೆ ಅವರ ದೀರ್ಘ ಮೌನದ ವಿಶಿಷ್ಟವಾದೊಂದು ಅನುಭವವಾಗಿದೆ:

ಬಾಲಸುಬ್ರಹ್ಮಣ್ಯ ಕಂಜರ್ಪಣೆ ನನಗೆ ಬಹು ಹತ್ತಿರದವರು. ಅವರ 'ಸ್ವಯಂ ಪ್ರಭೆ' ಕವನ ಸಂಕಲನ 1997ರಲ್ಲಿ ಹೊರಬಂದಾಗ ಅದರಲ್ಲಿ ಅನೇಕ ಭರವಸೆಯ ಕವನಗಳಿದ್ದವು. ವೃತ್ತಿಯಿಂದ ಅವರು ಮಡಿಕೇರಿಯಲ್ಲಿ ಬಹಳ ಪ್ರಸಿದ್ಧರಾದ ವಕೀಲರು. ಕೈತುಂಬಾ ವಕೀಲ ವೃತ್ತಿಯ ಕೆಲಸ. ವೃತ್ತಿಯ ಒತ್ತಡದಲ್ಲಿ ಕಾವ್ಯ ಧ್ಯಾನವನ್ನು ಮುಂದುವರಿಸುವುದು ಅಷ್ಟು ಸುಲಭವವಲ್ಲ. ಮೊದಲ ಸಂಕಲನದಲ್ಲಿ ಭರವಸೆ ಮೂಡಿಸಿದ ಅನೇಕ ಕವಿಗಳಿಗೆ ಆ ಬಳಿಕ ನಿರೀಕ್ಷಿತ ಬೆಳವಣಿಗೆ ಸಾಧ್ಯವಾಗುವುದಿಲ್ಲ. ಕಂಜರ್ಪಣೆಯವರ ಕಾವ್ಯಧ್ಯಾನಕ್ಕೆ ಹಾಗಾಗದಿರಲಿ ಎಂದು ನಾನು ಹೊರಗಿನ ಪ್ರೋತ್ಸಾಹದ ದೃಷ್ಟಿಯಿಂದ ಇನ್ನೊಂದು ಕವನ ಸಂಕಲನ ತರಬೇಕೆಂದು ಹೇಳುತ್ತಾ ಬಂದೆ. ಹಾಗೆ ಅವರು ಮುಂದಿನ ಸಂಕಲನಕ್ಕಾಗಿ ಕವನಗಳನ್ನು ಒಟ್ಟು ಮಾಡಿದರು.

ನನ್ನ ಈ ಉತ್ಸಾಹದ ಅಂಗವಾಗಿ ಒಂದು ದಿನ ಶ್ರೀನಿವಾಸ ರಾಜು ಅವರಲ್ಲಿ ಬಾಲಸುಬ್ರಹ್ಮಣ್ಯ ಕಂಜರ್ಪಣೆ ಅವರ ಮುಂದಿನ ಕವನ ಸಂಕಲನ ಪ್ರಕಟಿಸಲು ಸಾಧ್ಯವೆ ಎಂದು ಕೇಳಿದೆ. ಅದಾಗಲೇ ಅವರ 'ಸ್ವಯಂ ಪ್ರಭೆ' ಸಂಕಲನದ ಬಗ್ಗೆ ಸಂಪೂರ್ಣ ತಿಳಿದಿದ್ದ ಶ್ರೀನಿವಾಸ ರಾಜು, 'ಖಂಡಿತವಾಗಿ. ಬಹಳ ಸಂತೋಷದ ವಿಚಾರ. ಕಳುಹಿಸಿಕೊಡಲು ಹೇಳಿ' ಎಂದರು. ಹಾಗೆ ಕಂಜರ್ಪಣೆ 'ಒಡೆದ ಪ್ರತಿಮೆಗಳು' ಎಂದು ಕವನ ಸಂಕಲನಕ್ಕೆ ಹೆಸರಿಟ್ಟು ಸ್ಕ್ರಿಪ್ಟ್‌ನ್ನು ರಾಜು ಅವರಿಗೆ ನನ್ನ ಹೇಳಿಕೆಯಂತೆ ಕಳುಹಿಸಿಕೊಟ್ಟರು.

ಸ್ಕ್ರಿಪ್ಟ್ ತಲುಪಿದೆ ಎಂಬ ವಿಚಾರ ಬಿಟ್ಟರೆ ನನಗೆ ಮತ್ತೇನೂ ಮಾಹಿತಿ ರಾಜು ಅವರಿಂದ ಬರಲಿಲ್ಲ. ಪುಸ್ತಕವೂ ಕ್ರೈಸ್ತ ಕಾಲೇಜು ಕನ್ನಡ ಸಂಘದಿಂದ ಹೊರಬರಲಿಲ್ಲ. ಆಮೇಲೆ ರಾಜು ಅವರೂ ಕಾಲೇಜಿನಿಂದ ನಿವೃತ್ತರಾದರು. ನಾನಾಗಲೀ, ಕಂಜರ್ಪಣೆಯವರಾಗಲಿ ರಾಜು ಅವರಲ್ಲಿ ಆ ಬಳಿಕ ಪುಸ್ತಕದ ಬಗ್ಗೆ ಕೇಳಲಿಲ್ಲ. ರಾಜು ಅವರೂ ಏನೂ ಹೇಳಲಿಲ್ಲ. ಆಮೇಲೆ ಎಷ್ಟೋ ಸಮಯ ಕಳೆದು ಮಾತಿನ ಸಂದರ್ಭದಲ್ಲಿ ತಯಾರಿರುವ ಕಂಜರ್ಪಣೆ ಅವರ ಕವನ ಸಂಕಲನದ ಬಗ್ಗೆ ತಿಳಿದ ಬಾ.ಕಿ.ನ ಲಿಪಿ ಪ್ರಕಾಶನದಿಂದ 2002ರಲ್ಲಿ ಕಂಜರ್ಪಣೆ ಅವರ 'ಒಡೆದ ಪ್ರತಿಮೆಗಳು' ಕವನ ಸಂಗ್ರಹ ಪ್ರಕಟಿಸಿದರು. 2005ರಲ್ಲಿ 'ಪರಿಮಳದ ಸುಗ್ಗಿ' ಎಂಬ 'ಹೊಸತು'

ಪತ್ರಿಕೆಯ ಕಾವ್ಯ ವಾಚಿಕೆಯಲ್ಲಿ ರಾಜು ಅವರು ಕಂಜರ್ಪಣೆ ಅವರ ಕವನವೊಂದನ್ನು ಸೇರಿಸಿ ಕೊಂಡಿದ್ದರು.

ಅದಾಗಿ ವರ್ಷಗಳು ಸರಿದವು. ಬಾಲಸುಬ್ರಹ್ಮಣ್ಯ ಕಂಜರ್ಪಣೆ ಅವರ ಇತರ ಕೆಲವು ಪುಸ್ತಕಗಳೂ ಪ್ರಕಟವಾದವು. ಆ ಬಳಿಕ 2007ರಲ್ಲಿ ಸಂಚಯ ಪ್ರಕಾಶನದ ಡಿ.ವಿ. ಪ್ರಹ್ಲಾದ್ ಕಂಜರ್ಪಣೆ ಅವರ 'ಬಿಸಿಲ ಹಂದರ' ಎಂಬ ವಿಮರ್ಶೆ ಹಾಗೂ ವೈಚಾರಿಕ ಲೇಖನಗಳ ಸಂಗ್ರಹ ಪ್ರಕಟಿಸಿದರು. ಮೈಸೂರಿನಲ್ಲಿ ಜಿ.ಕೆ. ರವೀಂದ್ರ ಕುಮಾರ್ ಅವರ ಕವನ ಸಂಕಲನ 'ಒಂದು ನೂಲಿನ ಜಾಡು' ಹಾಗೂ ಕಂಜರ್ಪಣೆ ಅವರ 'ಬಿಸಿಲ ಹಂದರ'ವನ್ನು ಜೊತೆಯಾಗಿ ಬಿಡುಗಡೆ ಮಾಡುವ ಸಮಾರಂಭ 2007 ಸೆಪ್ಟೆಂಬರ್‌ನಲ್ಲಿ ನಡೆಯಿತು. ಪ್ರಧಾನ ಗುರುದತ್ ಅವರು ಪುಸ್ತಕ ಬಿಡುಗಡೆ ಮಾಡಿದರು. ಮಾಧವ ಕುಲಕರ್ಣಿ ಹಾಗೂ ಎ.ಆರ್. ನಾಗಭೂಷಣ ಕೃತಿಗಳ ಕುರಿತು ಮಾತನಾಡಿದರು. ಚಿ. ಶ್ರೀನಿವಾಸರಾಜು ಅವರು ಸಭೆಯ ಅಧ್ಯಕ್ಷತೆ ವಹಿಸಿದ್ದರು. ಡಿ.ವಿ. ಪ್ರಹ್ಲಾದ್ ಹಾಗೂ ಕಂಜರ್ಪಣೆ ಅವರುಗಳಿಗಾಗಿ ಬೆಂಗಳೂರಿನಿಂದ ಮೈಸೂರಿಗೆ ನಾನು ಆ ಕಾರ್ಯಕ್ರಮಕ್ಕೆ ಹೋಗಿದ್ದೆ.

ಅಧ್ಯಕ್ಷತೆ ವಹಿಸಿದ್ದ ರಾಜು ತಮ್ಮ ಅಧ್ಯಕ್ಷ ಭಾಷಣದ ಮೊದಲಲ್ಲಿ ಸಾರ್ವಜನಿಕವಾಗಿ ತಮ್ಮ ಎಷ್ಟೋ ವರ್ಷಗಳ ಮೌನ ಮುರಿದರು. ತಮ್ಮ ಭಾಷಣದ ಪ್ರಾರಂಭದಲ್ಲಿ ರಾಜು ಹೇಳಿದರು: ಎಷ್ಟೋ ವರುಷಗಳ ಮೊದಲು ತಾನು ಕಂಜರ್ಪಣೆ ಅವರ ಕವನ ಸಂಕಲನವೊಂದನ್ನು ಕ್ರೈಸ್ತ ಕಾಲೇಜಿನ ಕನ್ನಡ ಸಂಘದಿಂದ ಪ್ರಕಟಿಸಬೇಕಾಗಿತ್ತು. ತಾನು ಅಧ್ಯಾಪಕ ವೃತ್ತಿಯಿಂದ ನಿವೃತ್ತನಾಗುವ ಕೊನೆಯ ವರುಷ ಅದು ಕೈ ಸೇರಿತು. ಆದರೆ ಹಸ್ತಪ್ರತಿ ಕೈ ಸೇರುವಷ್ಟರಲ್ಲಿ ಕನ್ನಡ ಸಂಘಕ್ಕೆ ಪ್ರಕಟಣೆಗೆ ಬಾಕಿ ಇರುವ ವಿವರಗಳು ಹಣಕಾಸಿನ ವಿವರ ವರದಿ ಪತ್ರ ಎಲ್ಲವನ್ನೂ ಸಲ್ಲಿಸಿ ತನ್ನ ಪಾಲಿನ ಸಮಗ್ರ ವ್ಯವಹಾರವನ್ನು ಚುಕ್ತಾ ಮಾಡಿ ಆಗಿತ್ತು. ಪ್ರಿನ್ಸಿಪಾಲರಿಗೆ ಆ ಬಗ್ಗೆ ಎಲ್ಲಾ ವಿವರ ಸಲ್ಲಿಸಿ ಲೆಕ್ಕಾಚಾರ ಮುಗಿಸಿದ ಬಳಿಕ ಇನ್ನೊಮ್ಮೆ ಹೊಸದಾಗಿ ಕಂಜರ್ಪಣೆ ಪುಸ್ತಕದ ಬಗ್ಗೆ ಖಾತೆ ತೆರೆಯುವುದು ಸಾಧ್ಯವಾಗಲಿಲ್ಲ. ನಿಬಂಧನೆ ಹಾಗೂ ನಿಯಮಗಳ ಪ್ರಕಾರ ನಿವೃತ್ತಿಗೆ ಆರು ತಿಂಗಳ ಮೊದಲೆ ಎಲ್ಲಾ ವರದಿಗಳನ್ನು ಲೆಕ್ಕಾಚಾರಗಳನ್ನು ಮುಗಿಸಬೇಕಾಗಿತ್ತು. ಇದೀಗ ಇಷ್ಟು ವರುಷಗಳ ಬಳಿಕ ಕನ್ನಡ ಸಾಹಿತ್ಯ ಲೋಕದಲ್ಲಿ ನಿರಂತರವಾಗಿ ಬೆಳೆದಿರುವ ಕಂಜರ್ಪಣೆ ಅವರ ಒಂದು ಕಾರ್ಯಕ್ರಮದಲ್ಲಿ ಭಾಗವಹಿಸುತ್ತಿರುವುದರಿಂದ ತನಗೆ ಸಂತೋಷವಾಗಿದೆ.

ರಾಜು ಅವರ ಮೇಲಿನ ಮಾತುಗಳನ್ನು ಕೇಳಿದಾಗ ನನಗೆ ಯಾಕೋ ಏನೋ ಡಬ್ಲ್ಯು.ಬಿ.ಯೇಟ್ಸನ 'ಉದ್ದ ಕಾಲಿನ ಕೀಟ' ಎಂಬ ಕವನ ಜ್ಞಾಪಕಕ್ಕೆ ಬಂತು. ಹರಿಯುವ ತೊರೆಯ ನೀರನ್ನು ಮುಟ್ಟಿಯೂ ಮುಟ್ಟದಂತೆ ಉದ್ದಕಾಲಿನ ಕೀಟಗಳು ನಿಂತಿರುತ್ತವೆ. ನೀರಲ್ಲಿ ಕಾಲೂರಿದರೆ ಅದು ಕೊಚ್ಚಿಹೋಗಬಹುದು. ಹಾಗೆ ನಿಂತೇ ಇರಬೇಕಾದರೆ ಅದಕ್ಕೊಂದು ಏಕಾಗ್ರತೆ ಬೇಕು. ಮೌನದ ಆ ಕೀಟ ಯೇಟ್ಸ್‌ಗೆ ಏಕಾಗ್ರತೆಗೆ ಒಂದು

ಸಂಕೇತ. ತನ್ನ ಕವನದಲ್ಲಿ ಯೇಟ್ಸ್, ಯುದ್ಧಭೂಮಿಯಲ್ಲಿರುವ ಸೀಸರ್, ನೃತ್ಯ ಕಲಿಯುವ ಟ್ರಾಯ್ ಯುದ್ಧಕ್ಕೆ ಕಾರಣಳಾದ ಹೆಲೆನ್, ಮೈನೆರೆವ ಹುಡುಗಿಯರು ತಮ್ಮ ಮನಸ್ಸಿನ ಮೊದಲ ಏಡಮ್‌ನನ್ನು ಗುರುತಿಸಲಿ ಎಂಬಂತೆ, ಮೈಖೆಲೇಂಜಿಲೋ ಚಿತ್ರ ಬಿಡಿಸುವ ಸಂದರ್ಭಗಳನ್ನು ಸೂಚಿಸುತ್ತಾ ಯೇಟ್ಸ್ ಈ ಮೌನದ ಏಕಾಂತವನ್ನು ಸೂಚಿಸುತ್ತಾನೆ. ಇಷ್ಟು ಪರಿಚಯವಿದ್ದ ನನಗೂ ಹೇಳದೆ ಮನಸ್ಸಿನ ಏಕಾಂತದಲ್ಲಿ ಮೌನವಾಗಿಟ್ಟಿದ್ದ ಪುಸ್ತಕ ಪ್ರಕಟಣೆಯ ಒಂದು ವಿಚಾರವನ್ನು ನಾನು ಹಾಗೂ ಕಂಜರ್ಪಣೆ ಇದ್ದ ಸಭೆಯಲ್ಲಿ ಸಾರ್ವಜನಿಕವಾಗಿ ಹೇಳಿದ್ದು ಯೇಟ್ಸ್ ಪದ್ಯದಲ್ಲಿ ಸೂಚಿಸಿದ ಸೃಜನಶೀಲತೆಗೆ 'ಸಂಘಟನೆ'ಯ, ಒಂದು ನೂತನ ಆಯಾಮವನ್ನು ಸೇರಿಸಿದಂತೆ ಆ ಕ್ಷಣ ನನಗೆ ಭಾಸವಾಯಿತು.

ಅವರಿಗೆ ಸಂಸಾರ, ಸಮಾಜ ಹಾಗೂ ವೈಯಕ್ತಿಕ ನೆಲೆಗಳಲ್ಲಿ ನೈತಿಕತೆಗಳ ನೆಲೆಗಳ ಭೇದಗಳಿಲ್ಲ. ಅವರ ಮೇಲೆ ತುಂಬಾ ಪ್ರಭಾವ ಬೀರಿದವರೆಂದರೆ ಪ್ರೊ. ಎಂ.ವಿ. ಸೀತಾರಾಮಯ್ಯ, ಪ್ರೊ. ಜಿ.ಪಿ. ರಾಜರತ್ನಂ, ಪ್ರೊ. ಜಿ.ಎಸ್. ಶಿವರುದ್ರಪ್ಪ ಹಾಗೂ ಪ್ರೊ.ಕ.ವೆಂ. ರಾಜಗೋಪಾಲ್. ಇವರೆಲ್ಲರೂ ನೈತಿಕ ಮೌಲ್ಯಗಳನ್ನು ತಮ್ಮದೇ ಆದ ರೀತಿಯಲ್ಲಿ ಸದಾ ಎತ್ತಿ ಹಿಡಿದವರು. ರಾಜು ಅವರ ಶ್ರೀಮತಿಯವರ ಹೆಸರು ಸರಸ್ವತಿ. ಅವರ ಮದುವೆ ಮಂಟಪದಲ್ಲಿ ರಾಜು ಕಿವಿಯಲ್ಲಿ ಜಿ.ಪಿ. ರಾಜರತ್ನಂ ಹೇಳಿದ್ದರಂತೆ: 'ಈ ಸರಸ್ವತಿ ಬಂದಾಗ ಆ ಸರಸ್ವತಿಯನ್ನು ಮರೆತು ಬಿಡಬೇಡ.'

ತಮ್ಮ ನಂಬಿಕೆ, ಬದುಕು ಹಾಗೂ ಜೀವನ ಧರ್ಮ ಯಾವುವೂ ಪ್ರತ್ಯೇಕ ಘಟಕಗಳಲ್ಲ. ಸುಸಂಸ್ಕೃತ ಅಭಿರುಚಿ ಮನುಷ್ಯನನ್ನು ಇನ್ನಷ್ಟು ಉತ್ತಮಗೊಳಿಸಿ ಯೋಗ್ಯ ಸಮಾಜದ ನಿರ್ಮಾಣಕ್ಕೆ ಕಾರಣವಾಗಬೇಕು. ಅವರ ಮರಣ ಪತ್ರದಲ್ಲಿ ಮಕ್ಕಳಾದ ಸುಗತ ಹಾಗೂ ಋತರಿಗೆ ಹೇಳಿದ ಮಾತುಗಳು: 'ನೀವಿಬ್ಬರೂ ಅನ್ಯೋನ್ಯದಿಂದ ಸಂತೋಷದಿಂದ ಇರುವುದೇ ನನಗೆ ಪ್ರಿಯವಾದ ಸಂಗತಿ. ಮನುಷ್ಯ ಸಂಬಂಧಗಳು ಮುರಿದು ಬೀಳಬಾರದು. ನಿಮ್ಮ ಮಕ್ಕಳನ್ನು ಒಳ್ಳೆಯ ಪ್ರಜೆಗಳನ್ನಾಗಿ ಬೆಳೆಸಿ. ಈ ನಾಡು ನುಡಿಯ ಗಂಧ–ಗಾಳಿಯ ಅರಿವು ಅವರಿಗಿರಲಿ.'

ಇದೊಂದು ಸದಭಿರುಚಿಯ, ಸುಸಂಸ್ಕೃತ ಮನಸ್ಸಿನ ಸದಾಶಯ. ಮನುಷ್ಯ ಸಮಾಜ ಮುಂದುವರಿಯಬೇಕಾದ ಕ್ರಮ ಹೀಗೆ. ಒಬ್ಬ ಅಜ್ಜನಾಗಿ ಮೊಮ್ಮಕ್ಕಳ ಸದಭಿರುಚಿ, ಸಾಂಸ್ಕೃತಿಕ ಅವಶ್ಯಕತೆ ಬಗೆಗೂ ಚಿಂತಿಸಿದ್ದಾರೆ. ಅವರು ನುಡಿದಂತೆ ನಡೆವ ನಂಬಿಕೆಯವರು. ಮುದುಕರಾಗುವಾಗ ಎಲ್ಲರೂ ಧಾರ್ಮಿಕರಾಗುವುದು ಹೆಚ್ಚು. ರಾಜು ಅವರ ಹರಿತ ಚಿಂತನೆ, ನುಡಿದಂತೆ ನಡೆವ ಮನೋಧೈರ್ಯ ಹಾಗೂ ತನ್ನಿಂದ ಪರರಿಗೆ ಒಳ್ಳೆಯದಾಗಲು ಧಾರ್ಮಿಕ ಮಾರ್ಗ ಒಂದೇ ದಾರಿಯಲ್ಲ ಎಲ್ಲ ಸ್ಪಷ್ಟ ನಂಬಿಕೆ ಈ ಕೆಳಗಿನ ಅವರ ಮರಣ ಪತ್ರದ ಮಾತುಗಳಲ್ಲಿ ಸ್ಪಷ್ಟವಾಗಿ ಗೋಚರಿಸುತ್ತವೆ:

"ಜೀವ ಲೋಕದಲ್ಲಿ ಎಲ್ಲರಂತೆ ನಾನೂ ಪ್ರಕೃತಿಯಲ್ಲಿ ರೂಪುಗೊಂಡವನು.

ಪ್ರಕೃತಿಯೊಂದಿಗೆ ಬೆಳೆದವನು. ಪ್ರಕೃತಿಯಲ್ಲಿ ಲೀನನಾಗಿದ್ದೇನೆ. ನನಗೆ ಪ್ರಕೃತಿ ಧರ್ಮ ಪ್ರಿಯವಾದದ್ದು. ಮಾನವ ನಿರ್ಮಿತ, ಕಾಲಕಾಲಕ್ಕೆ ಬದಲಾಗದ ಯಾವುದೇ ಧರ್ಮದಲ್ಲಿ ನನಗೆ ನಂಬಿಕೆಯಿಲ್ಲ. ಮನುಷ್ಯನು ಮಾನ, ಮರ್ಯಾದೆಯಿಂದ ನೆಮ್ಮದಿಯಾಗಿ ಬದುಕುವುದಕ್ಕೆ ಮತ ಧರ್ಮಗಳ ಊರುಗೋಲಿನ ಅವಶ್ಯಕತೆ ಇಲ್ಲ. ನನ್ನ ದೇಹವನ್ನು ಯಾವುದಾದರೂ ಮೆಡಿಕಲ್ ಕಾಲೇಜಿಗೆ ದಾನಮಾಡಿ, ವಿದ್ಯಾರ್ಥಿಗಳಿಗಾದರೂ ಉಪಯೋಗವಾಗಲಿ. ಆ ನಂತರದ ಧಾರ್ಮಿಕ ಆಚರಣೆಗಳ ಅವಶ್ಯಕತೆ ಇಲ್ಲ."

ಬಹಳ ಧೈರ್ಯದ ಮಾತು. ನುಡಿದಂತೆ ನಡೆದು ಆಚರಿಸಿದ ಮಾತು. ಮೌನವಾಗಿ ಅವರು ಹೇಳಿದ್ದನ್ನೇ ರಾಜು ಅವರ ಮನೆಯವರೂ ನಡೆಸಿಕೊಟ್ಟರು. ಅದಕ್ಕೂ ಒಂದು ಅಪರಿಮಿತವಾದ ಧೈರ್ಯವಿರಬೇಕು.

ಡಿಸೆಂಬರ್ 26ರಂದು ರಾಜು ಅವರಲ್ಲಿ ಮಾತಾಡಿದ್ದೆ. ಆಗ ನಾನು ಸಂಪಾದಿಸುತ್ತಿದ್ದ ಅಡಿಗರ 'ಪ್ರತಿಮಾಲೋಕ' ಪುಸ್ತಕವನ್ನು ನಾವಿಬ್ಬರೂ ಡಿಸೆಂಬರ್ 31ರಂದು ಸಂಜೆ ಕುಳಿತು ಕೊನೆಗೊಳಿಸುವುದು ಎಂದು ನಿರ್ಧರಿಸಿದ್ದೆವು. ಆದರೆ ಡಿಸೆಂಬರ್ 28ರಂದು ಗೆಳೆಯ ಪ್ರಕಾಶ್ ಕಂಬತ್ತಳ್ಳಿ ಫೋನು ಮಾಡಿ ವಿಚಾರ ತಿಳಿಸಿದರು. ರಾಜು ಇಷ್ಟು ಬೇಗ ಹೀಗೆ ಹೋಗುತ್ತಾರೆ ಅಂದುಕೊಂಡಿರಲಿಲ್ಲ. ಅವರು ಬಿ.ಎಂ.ಶ್ರೀ ಪ್ರತಿಷ್ಠಾನಕ್ಕೆ ಕೆಲಸ ಮಾಡುತ್ತಿದ್ದರು. ಹಿಂದೆ ಸಾಹಿತ್ಯ ಪರಿಷತ್ತಿನ ಗೌರವ ಕಾರ್ಯದರ್ಶಿ ಆಗಿದ್ದರು. ಅನೇಕ ಸಂಘ, ಸಂಸ್ಥೆ, ಸಾಂಸ್ಕೃತಿಕ, ಸಾಹಿತ್ಯಿಕ ಚರಿತ್ರೆಯ ಸಂಪರ್ಕ ಇದ್ದವರು. ಅವರು ಮಾಡಿದ, ಬೆಳೆಸಿದ, ಬರೆದ, ಸಂಘಟಿಸಿದ ಎಲ್ಲಾ ಕಾರ್ಯಗಳಿಗಿಂತಲೂ ಹೆಚ್ಚಿನದ್ದೊಂದನ್ನು ಅವರು ಪ್ರತಿನಿಧಿಸುತ್ತಿದ್ದರು. ಅದುವೇ ಅವರ ಮೌಲ್ಯಾಧಾರಿತ ಜೀವನ. ಒಳಗೊಂದು ಹೊರಗೊಂದು ಎಂಬ ಕೃತ್ರಿಮತೆ ಇಲ್ಲದ, ಲೋಕದ ದುರಾಸೆ ಮೋಸ ಹಾಗೂ ಮನುಷ್ಯ ಸ್ವಭಾವದಲ್ಲಿ ಅಂತರ್ಗತವಾಗಿರುವುದು ಸ್ವಾರ್ಥ– ಅವುಗಳ ಅರಿವಿದ್ದೂ ಆದರ್ಶ ಹಾಗೂ ಮೌಲ್ಯಾಧಾರಿತ ಜೀವನಕ್ಕೆ ಬದ್ಧರಾಗಿದ್ದ ಜೀವಪ್ರೀತಿ. ಅವರು ಕೀರ್ತಿ ಮೋಹ ಇಲ್ಲದೆ ಮಾಡುತ್ತಿದ್ದ ಗುಪ್ತ ದಾನಗಳು, ಚಿಂತನೆಯನ್ನು, ಉತ್ತಮ ಕಾರ್ಯಗಳನ್ನು ಪ್ರೋತ್ಸಾಹಿಸುತ್ತಿದ್ದ ರೀತಿ ಎಲ್ಲವೂ ಅವರ ವ್ಯಕ್ತಿತ್ವದ ಭಾಗಗಳೇ.

ಈ ಸ್ನೇಹಜೀವಿ ಚಿ. ಶ್ರೀನಿವಾಸ ರಾಜು ಹೇಗೋ ಏನೋ ನಮ್ಮ ಅಂತರಂಗದ ಶಕ್ತಿಯಾಗಿ ಯಾವುದೋ ರೀತಿ ಉಳಿದುಬಿಟ್ಟಿದ್ದಾರೆ. ಉತ್ತಮ ಕಾರ್ಯವನ್ನು ಮಾಡಲು, ಉತ್ತಮ ಆದರ್ಶಕ್ಕೊಂದು ನೈತಿಕ ಶಕ್ತಿಯಿದೆ ಎಂದು ನಂಬಲು ಪ್ರೇರಕರಾಗುತ್ತಾರೆ. ಇಂತಹವರೆ ಸಮಾಜದ, ನಮ್ಮ ಅಂತರಂಗದ ಚಿಂತನೆಗಳನ್ನು, ಒಟ್ಟು ವಿಕಾಸವನ್ನು– ಮನುಷ್ಯತ್ವದಲ್ಲಿ ನಮ್ಮ ನಂಬುಗೆಯನ್ನು ಮೌನವಾಗಿ ತುಸು ವಿಸ್ತರಿಸಿ ಮುಂದುವರಿಸಲು ಕಾರಣವಾಗುವವರು.

– ಜೂನ್, 2008

***

12. ಕಲಾದರ್ಶನದ ಕಾಯಕ ಜೀವಿ: ವಿ.ಬಿ. ಹೊಸಮನೆ

ಕಲಾದರ್ಶನ ಎಂಬ ಕಲೆ, ಸಾಹಿತ್ಯ, ಸಂಸ್ಕೃತಿ, ಶಿಕ್ಷಣ, ಇತಿಹಾಸ, ಸಂಶೋಧನೆ ಮೊದಲಾದ ಲೇಖನಗಳಿಗೆ ಮೀಸಲಾಗಿದ್ದ ಮಾಸಿಕ ಪತ್ರಿಕೆಯೊಂದು ಮಂಗಳೂರಿನ ಕದ್ರಿಯಲ್ಲಿ 1971ನೇ ಇಸವಿಯಲ್ಲಿ ಪ್ರಾರಂಭವಾಯಿತು. ಭಾರದ್ವಾಜ ಪ್ರಕಾಶನದ ಲಾಂಛನದಲ್ಲಿ ಆ ಪತ್ರಿಕೆ ಮುಂದೆ ಮೂವತ್ತಮೂರು (33) ವರ್ಷಗಳ ಕಾಲ ಪ್ರಕಟವಾಯಿತು. ಅವಿಭಜಿತ ದಕ್ಷಿಣ ಕನ್ನಡ ಜಿಲ್ಲೆ ಹಾಗೂ ರಾಜ್ಯದ ಇನ್ನಿತರ ಅನೇಕ ಕಡೆ ಚಂದಾದಾರರು ಪ್ರತಿ ತಿಂಗಳೂ ಅಚ್ಚಾಗಿ ಅಂಚೆ ಮೂಲಕ ಕೈ ಸೇರುತ್ತಿದ್ದ ಈ ಪತ್ರಿಕೆಯನ್ನು ನೋಡಲು, ಓದಲು ಆಸಕ್ತರಾಗಿರುತ್ತಿದ್ದರು. ಕಲಾದರ್ಶನ ಪತ್ರಿಕೆಯ ಸಂಪಾದಕರೂ, ಪ್ರಕಾಶಕರೂ ಆಗಿದ್ದ ವಿ.ಬಿ. ಹೊಸಮನೆ ಅವರು ಈಗ ತಮ್ಮ 88ನೇ ವರುಷಕ್ಕೆ ಕಾಲಿರಿಸುತ್ತಿದ್ದಾರೆ. (ಜನನ: 03.06.1928)*

ಇಂದು ತಮ್ಮ ನಿವೃತ್ತ ಜೀವನದಲ್ಲಿ ಪತ್ನಿ ಶಾರದಾ ಅವರೊಡನೆ ಹೊಸಮನೆಯವರು ರಾಮಚಂದ್ರಾಪುರ ಮಠದ ಸಂಸ್ಕೃತ ಶಾಲೆಯ ಮಕ್ಕಳಿಗೆ ತಮ್ಮ ದೇಹಾರೋಗ್ಯ ಅವಕಾಶ ಕೊಟ್ಟಷ್ಟು ಪಾಠ ಮಾಡುತ್ತಾ ಹೊಸನಗರದಲ್ಲಿ ವಾಸಿಸುತ್ತಿದ್ದಾರೆ. ಕಳೆದ ಏಪ್ರಿಲ್ ತಿಂಗಳಿನಲ್ಲಿ ವಿ.ಬಿ. ಹೊಸಮನೆ ಅವರಿಗೆ ಕಾಸರಗೋಡಿನ ಸಮೀಪದ ನೀರ್ಚಾಲಿನ ಮಹಾಜನ ಸಂಸ್ಕೃತ ಕಾಲೇಜಿನ ಆವರಣದಲ್ಲಿ ಬಾಳಿನ ಪರಮೇಶ್ವರ ಭಟ್ಟ ಪ್ರಶಸ್ತಿಯನ್ನು ನೀಡಿ ಗೌರವಿಸಲಾಯಿತು. ಒಪ್ಪಣ್ಣ ನೆರೆಕೆರೆ ಪತ್ರಿಷ್ಠಾನ ನಡೆಸಿದ ಆ ಸಮಾರಂಭದ ವರದಿ ಹೆಚ್ಚಿನ ಕನ್ನಡ ದಿನಪತ್ರಿಕೆಗಳ ಸ್ಥಳೀಯ ಆವೃತ್ತಿಗಳಲ್ಲಿ ಮಾತ್ರ ಪ್ರಕಟವಾಯಿತು. ಅದನ್ನು ಓದಿದಾಗ ನನಗೆ ವಿ.ಬಿ. ಹೊಸಮನೆಯವರು ಸಂಸ್ಕೃತಿ, ಭಾಷೆ, ಸಾಹಿತ್ಯಗಳ ಪರಿಚಾರಿಕೆ ಮಾಡಿದ ಅನೇಕ ವಿವರಗಳು ಒಂದೊಂದಾಗಿ ನೆನಪಾದವು. ಅವರ ವಿಶಿಷ್ಟ ಸಾಂಸ್ಕೃತಿಕ ಕೊಡುಗೆಗಳನ್ನು ನೆನಪಿಸಿಕೊಳ್ಳುವುದೂ ಈ ಸಂದರ್ಭದಲ್ಲಿ ಅವರ ಸೇವೆಗೆ ಸಲ್ಲಿಸುವ ಗೌರವವೇ ಆಗಿದೆ. ಆದುದರಿಂದ ನನ್ನ ವೈಯಕ್ತಿಕ ನೆನಪುಗಳ ಜೊತೆಗೆ ಅವರ ಬಗೆಗಿನ ಈ ಪುಟ್ಟ ಬರಹ.

---

* ವಿ.ಬಿ. ಹೊಸಮನೆ ಅವರ 88ನೇ ಜನ್ಮದಿನ ಸಂದರ್ಭದಲ್ಲಿ ವಿಜಯವಾಣಿಯ 'ನುಡಿಸಸಿ' ಅಂಕಣದಲ್ಲಿ ಬರೆದ ಲೇಖನ. ಹೊಸಮನೆಯವರು ದಿನಾಂಕ 13.03.2018ರಂದು ನಿಧನರಾದರು.

ಈಗ ಕೇರಳಕ್ಕೆ ಸೇರಿರುವ ಕರ್ನಾಟಕದ ಪ್ರದೇಶವಾಗಿದ್ದ ಕಾಸರಗೋಡಿನ ಗಡಿನಾಡಿಗೆ ಸೇರಿದ ಕೈರಂಗಳದ ಹೊಸಮನೆಯವರಾದ ಶ್ರೀ ವೆಂಕಟರಮಣ ಭಟ್ಟರು ಸಾಹಿತ್ಯ ಸಂಸ್ಕೃತಿ ಕ್ಷೇತ್ರದಲ್ಲಿ ವಿ.ಬಿ. ಹೊಸಮನೆ ಎಂದೇ ಪರಿಚಿತರು. ಕನ್ನಡವಲ್ಲದೆ ಮಲಯಾಳ, ತುಳು, ಇಂಗ್ಲಿಷ್, ಹಿಂದಿ, ಸಂಸ್ಕೃತ ಬಲ್ಲ ವಿ.ಬಿ. ಹೊಸಮನೆಯವರ ಮನೆ ಮಾತು ಹವ್ಯಕ ಭಾಷೆ. ಅವರು ಗಳಿಕೆಯೊಡನೆ ಕಲಿಕೆ ರೀತಿಯಲ್ಲಿ ಸ್ವ–ವ್ಯಾಸಂಗದಿಂದ ಪದವಿ ಪಡೆದವರು.

ಗಡಿನಾಡಿನ ಮೊಂಟೆ ಪದವು, ಕೇರಳದ ನಿಲೇಶ್ವರ, ಮೈಸೂರಿನ ಮಹಾರಾಜಾ ಸಂಸ್ಕೃತ ಕಾಲೇಜು, ಉಡುಪಿಯ ಸಂಸ್ಕೃತ ಕಾಲೇಜು, ಭೂಪಾಲದಲ್ಲಿ ಇಂಟರ್‌ಮೀಡಿಯೆಟ್ ಕಾಲೇಜು ಹೀಗೆ ಅನೇಕ ಕಡೆ ಓದಿದರು. ಸಂಸ್ಕೃತ, ಕನ್ನಡಗಳಲ್ಲಿ ಎಂ.ಎ ಪದವಿ ಪಡೆದು, ಡಿ.ಲಿಟ್. ಮಾಡಿದರು. ಜೀವನೋಪಾಯಕ್ಕೆ ವೃತ್ತಿ, ಓದು, ವ್ಯಾಸಂಗ ಎಲ್ಲಾ ಜೊತೆಯಲ್ಲಿ.

ಹೊಸಮನೆಯವರು 1951ರಿಂದ ಎರಡು ವರ್ಷಗಳ ಕಾಲ ಮಂಗಳೂರಿನಿಂದ ಹೊರ ಬರುತ್ತಿದ್ದ 'ನವ ಭಾರತ' ದಿನ ಪತ್ರಿಕೆಯಲ್ಲಿ ಉಪಸಂಪಾದಕರಾಗಿ ಕೆಲಸ ಮಾಡಿದರು. 1953ರಿಂದ ಆರು ವರ್ಷಗಳ ಕಾಲ ಕವಿ ಲೇಖಕ ಕಡೆಂಗೋಡ್ಲು ಶಂಕರ ಭಟ್ಟರು ಹೊರ ತರುತ್ತಿದ್ದ ವಾರಪತ್ರಿಕೆ 'ರಾಷ್ಟ್ರಮತ'ದಲ್ಲಿ ವೃತ್ತಿ ಜೀವನ ನಡೆಸಿದರು. ಮುಂದೆ ಎರಡು ವರ್ಷಗಳ ಕಾಲ ಡಾ. ಶಿವರಾಮ ಕಾರಂತರು ನಡೆಸುತ್ತಿದ್ದ 'ವಿಚಾರವಾಣಿ' ವಾರಪತ್ರಿಕೆಯಲ್ಲಿ ಉದ್ಯೋಗಿಯಾದರು. ಆ ಬಳಿಕ 1963ರಲ್ಲಿ ದ.ಕ. ಜಿಲ್ಲೆಯ ಮೊಡಂಕಾಪು ಎಂಬ ಸಣ್ಣ ಊರಿನ ಕಾರ್ಮೆಂಟ್ ಕಾನ್ವೆಂಟ್ ಬಾಲಿಕೆಯರ ಪ್ರೌಢಶಾಲೆಯಲ್ಲಿ ಕನ್ನಡ–ಹಿಂದಿ ಪಂಡಿತರಾಗಿ ಅಧ್ಯಾಪಕ ವೃತ್ತಿ ಪ್ರಾರಂಭಿಸಿದರು. ಮೊಡಂಕಾಪಿನಲ್ಲಿ ಅಧ್ಯಾಪಕರಾಗಿರುವಾಗಲೇ ಬಿ.ಸಿ. ರೋಡಿನಲ್ಲಿ 'ವಾಣಿ ಮಂದಿರ' ಎಂಬ ಸಂಸ್ಥೆಯನ್ನು ಪ್ರಾರಂಭಿಸಿದರು. ಅದು ಕಲಿಕೆಯನ್ನು ಅರ್ಧದಲ್ಲೇ ಬಿಟ್ಟ ವಿದ್ಯಾರ್ಥಿಗಳಿಗೆ ವಿಶೇಷ ತರಬೇತಿ ನೀಡಿ ಎಸ್.ಎಸ್.ಎಲ್.ಸಿ. ವರೆಗೆ ಓದಿಸಿ ಉದ್ಯೋಗ ಮಾರ್ಗದರ್ಶನ ನೀಡುತ್ತಿದ್ದ ಸಂಸ್ಥೆ. ಮುಂದೆ 1971ರಲ್ಲಿ ಸೈಂಟ್ ಮೇರೀಸ್ ಬಾಲಿಕೆಯರ ಪ್ರೌಢಶಾಲೆ ಮಂಗಳೂರಿಗೆ ಬಂದು 1983ರಲ್ಲಿ ನಿವೃತ್ತರಾದರು. ಆ ಬಳಿಕವೂ ಅನೇಕ ವರುಷಗಳ ಕಾಲ ಸಾರ್ವಜನಿಕ ಹಾಗೂ ಸಾಮಾಜಿಕ ಕಾರ್ಯಗಳಲ್ಲಿ ತೊಡಗಿದರು. ಕಲಾದರ್ಶನ ಪತ್ರಿಕೆ ನಡೆಸಿದರು.

ಅವರು ಮಾಡಿದ ಕನ್ನಡ ಪರಿಚಾರಿಕೆ ಕೆಲಸವೂ ಬಹಳ ವಿಶಿಷ್ಟವಾದುದೇ ಆಗಿದೆ. 1956ರಲ್ಲಿ ಕರ್ನಾಟಕದ ಏಕೀಕರಣ ಆಗಿ ಅಂದಿನ ಹೊಸ ಮೈಸೂರು ರಾಜ್ಯ ಉದಯವಾಗುವವರೆಗೆ ಕಾಸರಗೋಡು ಕೂಡಾ ಸೇರಿದ್ದ ಅವಿಭಜಿತ ದ.ಕ.ಜಿಲ್ಲೆ ಬ್ರಿಟಿಷರ ಕಾಲದ ಮದ್ರಾಸ್ ಪ್ರಾಂತ್ಯದ ಆಡಳಿತಕ್ಕೆ ಸೇರಿತ್ತು. ಮದ್ರಾಸ್ ಸರ್ಕಾರ ಕನ್ನಡ ವಿದ್ವಾನ್ ಪರೀಕ್ಷೆಯಲ್ಲಿ ಉತ್ತೀರ್ಣರಾದವರನ್ನು ಪ್ರೌಢಶಾಲೆಯ ಅಧ್ಯಾಪಕರಾಗಲು ಮಾನ್ಯ ಮಾಡಿತ್ತು. ಆದರೆ ಮೈಸೂರು ರಾಜ್ಯ ವಿದ್ವಾನ್ ಪರೀಕ್ಷೆಗಳನ್ನು ಮಾನ್ಯ

ಮಾಡಲಿಲ್ಲ. ಹೀಗಾಗಿ ಅಧ್ಯಾಪಕರಾಗಲು ಕನ್ನಡ ಪಂಡಿತ ಪರೀಕ್ಷೆ ಪಾಸು ಮಾಡಬೇಕಾಗಿತ್ತು.

ಮದ್ರಾಸ್ ಪ್ರಾಂತ್ಯದ ಪ್ರಭಾವದಿಂದಾಗಿ ಕರಾವಳಿಯಲ್ಲಿ ಆಗ ಪಂಡಿತ ಪರೀಕ್ಷೆಗಳು ಇರಲಿಲ್ಲ. ಅಲ್ಲಿ ಪರಿಚಿತವಾಗಿದ್ದ ವಿದ್ವಾನ್ ಪರೀಕ್ಷೆಗಳಿಗೆ ಹೊಸ ಮೈಸೂರು ರಾಜ್ಯದಲ್ಲಿ ಮಾನ್ಯತೆ ಇರಲಿಲ್ಲ. ಸ್ವಾತಂತ್ರ್ಯ ಬಂದ ಹೊಸತರಲ್ಲಿ ವಿದ್ಯಾಭ್ಯಾಸಕ್ಕಾಗಿ ದ.ಕ. ಜಿಲ್ಲೆಯ ತಾಲೂಕು, ಕಸಬಾ ಕೇಂದ್ರಗಳಲ್ಲಿ ಕೂಡಾ ಹೊಸ ಪ್ರೌಢಶಾಲೆಗಳು ಹಾಗೂ ಅನೇಕ ಹಳ್ಳಿಗಳಲ್ಲಿ ಪ್ರಾಥಮಿಕ ಶಾಲೆಗಳು ಪ್ರಾರಂಭವಾಗತೊಡಗಿದವು. ಆಗ ಪಂಡಿತ ಪರೀಕ್ಷೆ ಪಾಸಾದ ಅಧ್ಯಾಪಕರು ಇಲ್ಲದೆ ತುಳು ಪ್ರದೇಶವಾದ ದ.ಕ. ಜಿಲ್ಲೆಯಲ್ಲಿ ಕನ್ನಡ ಭಾಷಾ ಕಲಿಕೆ ಹಿನ್ನಡೆ ಅನುಭವಿಸತೊಡಗಿತು. ಇದನ್ನು ಮನಗಂಡ ವಿ.ಬಿ. ಹೊಸಮನೆ ಸ್ವತಃ ಮೈಸೂರು, ಬೆಂಗಳೂರುಗಳಿಗೆ ಓಡಾಡಿ ಮಂಗಳೂರಿನಲ್ಲಿ ಕನ್ನಡ ಪಂಡಿತ ಪರೀಕ್ಷಾ ಕೇಂದ್ರವೊಂದನ್ನು ತೆರೆಯಲು ಕಾರಣವಾದರು. ಮುಂದೆ ಅವರು ಉಚಿತವಾಗಿ ಕನ್ನಡ ಪಂಡಿತ ಪರೀಕ್ಷಾ ತರಬೇತಿ ಕೇಂದ್ರಗಳನ್ನು ನಡೆಸಿ 200ಕ್ಕೂ ಹೆಚ್ಚು ಜನ ಆ ವರುಷಗಳಲ್ಲಿ ಕನ್ನಡ ಪಂಡಿತ ಪರೀಕ್ಷೆ ಬರೆಯಲು ನೆರವಾದರು. ಅವರಲ್ಲಿ ಸುಮಾರು 150ಕ್ಕೂ ಅಧಿಕ ಮಂದಿ ಕನ್ನಡ ಪಂಡಿತ ಪರೀಕ್ಷೆಗಳಲ್ಲಿ ತೇರ್ಗಡೆ ಹೊಂದಿ ಅಧ್ಯಾಪಕರಾದರು. ಮುಂದೆ ಬಿ.ಎಡ್. ಡಿಗ್ರಿಗಳು ಬಂದ ಬಳಿಕ ಹೈಸ್ಕೂಲು ಅಧ್ಯಾಪಕರ ನೇಮಕಾತಿ ಕ್ರಮಗಳು ಬದಲಾದವು. ದ.ಕ. ಜಿಲ್ಲೆಯ ಹಿಂದಿನ ತಲೆಮಾರಿನ ವಿದ್ಯಾಕ್ಷೇತ್ರದ ಅನೇಕರು ಇಂದಿಗೂ ಹೊಸ ಮನೆಯವರನ್ನು ಪ್ರೀತಿ, ಆದರಗಳಿಂದ ನೆನಪಿಸಿಕೊಳ್ಳುತ್ತಾರೆ.

ಹೊಸ ಮನೆಯವರಲ್ಲಿ ಕನ್ನಡ ಕರಾವಳಿಗೆ ಸಹಜವಾದ ಬಹುಭಾಷಾ ಸಮಾನ ಗೌರವ ಅಂತರ್ಗತವಾಗಿದೆ. ಕನ್ನಡದ ಕೆಲಸ ಮಾಡಿದಂತೆ, ರಾಷ್ಟ್ರ ಭಾಷೆಗಾಗಿ ಹಿಂದಿ ಪ್ರಚಾರಕರಾಗಿ ಉಚಿತ ಹಿಂದಿ ಶಿಕ್ಷಣ ಕೇಂದ್ರವನ್ನು ಅವರು ಆರಂಭಿಸಿದರು. ಮುಖ್ಯವಾಗಿ ಮಹಿಳಾ ಹಿಂದಿ ಸೇವಾ ಸಮಿತಿಯ ಪರವಾಗಿ ಹಲವು ಮಕ್ಕಳನ್ನು ಹಿಂದಿ ಭಾಷಾ ಪ್ರವೀಣರನ್ನಾಗಿಸಿದರು. ಇದರಿಂದಾಗಿ ಅನೇಕ ಹೆಣ್ಣುಮಕ್ಕಳು ಹಾಗೂ ಇತರ ವಿದ್ಯಾರ್ಥಿಗಳು ಹಿಂದಿ ಶಿಕ್ಷಕರಾದರು.

ಹೊಸ ಮನೆಯವರು 1971ರಲ್ಲಿ ಮಂಗಳೂರಿಗೆ ಕನ್ನಡ–ಹಿಂದಿ ಪಂಡಿತ ಅಧ್ಯಾಪಕರಾಗಿ ಬಂದ ಬಳಿಕ ಕಲಾದರ್ಶನ ಪತ್ರಿಕೆ ಪ್ರಾರಂಭಿಸಿದರು. ಮಂಗಳೂರಿನಿಂದ ದೂರದ ಬಂಟ್ವಾಳ ತಾಲೂಕಿನ ವಿಟ್ಲದ ಪ್ರೌಢಶಾಲೆಯಲ್ಲಿ ನಾನಾಗ ಹೈಸ್ಕೂಲಿಗೆ ಸೇರಿದ್ದೆ. ನನ್ನ ತಂದೆಯವರು ಕಲಾದರ್ಶನ ಪತ್ರಿಕೆಗೆ ಚಂದಾದಾರರಾಗಿದ್ದುದರಿಂದ ನನ್ನ ವಿಟ್ಲ ಪಡ್ನೂರು ಹಳ್ಳಿಯಲ್ಲಿ ನನಗದು ಓದಲು ಸಿಗುತ್ತಿತ್ತು. ಆಗಲೇ ಸಾಹಿತ್ಯದಲ್ಲಿ ಆಸಕ್ತಿ ಇದ್ದ ನಾನು ಬರೆದ ಲೇಖನಗಳನ್ನು ಗುಟ್ಟಾಗಿ ಅಂಚೆಯಲ್ಲಿ ಕಲಾದರ್ಶನದ ಸಂಪಾದಕರಿಗೆ ಕಳುಹಿಸಿದಾಗ ಅದು ಪ್ರಕಟವಾಗತೊಡಗಿತ್ತು. ನನ್ನ ಲೇಖನ ತಲುಪಿದಾಗ ಅದನ್ನು ಯಾವ ರೀತಿ ವಿಂಗಡಿಸಿ ಇನ್ನೂ ಉತ್ತಮ ಪಡಿಸಬಹುದು ಎಂದು

ಹೊಸಮನೆಯವರು ನನಗೆ ಪತ್ರ ಬರೆಯುತ್ತಿದ್ದರು. ಅವರ ಪತ್ರಗಳೆಲ್ಲಾ ಅಂಚೆ ಕಾರ್ಡಿನಲ್ಲಿ. ಒಮ್ಮೊಮ್ಮೆ ಹೇಳಲು ಹೆಚ್ಚು ವಿಷಯಗಳಿದ್ದಾಗ ಒಟ್ಟಿಗೆ ಎರಡು ಅಂಚೆ ಕಾರ್ಡ್‌ಗಳಲ್ಲಿ ಬರೆಯುತ್ತಿದ್ದರು. ಆಗ ಮಂಗಳೂರಿನಿಂದ ಬರುತ್ತಿದ್ದ ಕಲಾದರ್ಶನ, ಕಾರ್ಕಳದಿಂದ ಪ್ರಕಟವಾಗುತ್ತಿದ್ದ 'ಕೃಷಿಕರ ಸಂಘಟನೆ' ಎಂಬ ಪತ್ರಿಕೆಗಳು ಹೈಸ್ಕೂಲು ವಿದ್ಯಾರ್ಥಿಯಾಗಿದ್ದ ನನ್ನ ಲೇಖನಗಳನ್ನು ಪ್ರಕಟಿಸಿ ಪ್ರೋತ್ಸಾಹಿಸುತ್ತಿದ್ದವು. ಆ ಪ್ರಕಟಣೆಗಳೇ ನನ್ನ ಬರವಣಿಗೆಯ ಉತ್ಸಾಹಕ್ಕೆ ನೀರೆರೆದು ಬೆಳೆಸಿದವು. ನನ್ನ ತಂದೆಯವರಾದ ಶ್ರೀ ಸರವು ರಾಮಭಟ್ಟರು ಯಕ್ಷಗಾನದ ಪ್ರಸಿದ್ಧ ಸ್ತ್ರೀವೇಷಧಾರಿ ಕರ್ಗಲ್ಲು ಸುಬ್ಬಣ್ಣ ಭಟ್ಟರ ಬಗ್ಗೆ ಬರೆದ ಲೇಖನದ ರೀತಿಯಲ್ಲಿ ನಾನು ವಿಟ್ಲ ರಾಮಯ್ಯ ರೈ ಎಂಬ ಇನ್ನೊಬ್ಬ ಯಕ್ಷಗಾನ ಕಲಾವಿದರ ಬಗ್ಗೆ ಬರೆದ ವ್ಯಕ್ತಿಚಿತ್ರ ರೂಪದ ಬರಹವನ್ನು ಹೊಸಮನೆಯವರು ಪ್ರಕಟಿಸಿದರು.

ಅದರ ಜೊತೆಗೆ ಆಗ ನನಗೊಂದು ಪತ್ರ ಬರೆದು, ಕಲಾದರ್ಶನ 'ಎಳೆಯರ ಬಳಗ'ವನ್ನು ಪ್ರಾರಂಭಿಸುವುದಾಗಿಯೂ, ಅದರ ಉದ್ಘಾಟನೆ ಮಾಡಲು ನಾನು ಮಂಗಳೂರಿಗೆ ಬರಬೇಕೆಂದೂ ಆಹ್ವಾನಿಸಿದರು. 'ಅಚ್ಚಾದುದನು ಕಂಡು ಹುಚ್ಚಾಗಿ ಹೋಗಿಹೆನು' ಎಂಬ ಮನಸ್ಥಿತಿಯ ಆ ಕಾಲದಲ್ಲಿ ಉದ್ಘಾಟನೆಗೆ ನನ್ನನ್ನು ಆಹ್ವಾನಿಸಿದ್ದು ಕಿರೀಟ ತೊಡಿಸಿದೊಂದು ಭಾವನೆ ಉಂಟು ಮಾಡಿತ್ತು. ಆ ಕಾರ್ಯಕ್ರಮ ಮುಗಿಸಿ ಹೊರಡುವಾಗ ಹೊಸಮನೆಯವರು 'ಕಲಾದರ್ಶನ'ದಲ್ಲಿ ಇರುವ ಎಳೆಯರ ಬಳಗ ವಿಭಾಗಕ್ಕೆ ಪ್ರತಿ ತಿಂಗಳೂ ಬರೆಯುವಂತೆ ಹೇಳಿದರು. ಅವೆಲ್ಲಾ ಸಾಹಿತ್ಯವನ್ನು ಬಾಲ್ಯದಲ್ಲೇ ಆವಾಹಿಸಿ ಕೊಟ್ಟ ಕ್ಷಣಗಳು. ಮುಂದೆ 1975ರಲ್ಲಿ ನಾನು ಪದವಿ ಓದಿಗಾಗಿ ಮೈಸೂರಿಗೆ ಹೋದಾಗ, ಮೈಸೂರಿನ ಸಾಂಸ್ಕೃತಿಕ ಕಾರ್ಯಕ್ರಮಗಳ ವರದಿ, ವಿಮರ್ಶೆ ನೀಡುವಂತೆ ಹೇಳಿದರು. ಮೈಸೂರಿನ ಮಹಾರಾಜಾ ಕಾಲೇಜಿನ ಸೆಂಟಿನರಿ ಹಾಲ್‌ನಲ್ಲಿ ನಡೆಯುತ್ತಿದ್ದ ಅನೇಕ ನಾಟಕ, ನೃತ್ಯ ಮೊದಲಾದ ಕಾರ್ಯಕ್ರಮಗಳ ಪರಿಚಯ ವಿಮರ್ಶೆಗಳನ್ನು ನಾನು ಆಗ ಕಲಾದರ್ಶನಕ್ಕೆ ಬರೆದು ಕಳುಹಿಸುತ್ತಿದ್ದೆ. ಕೆಲವೊಮ್ಮೆ ಕಾರ್ಯಕ್ರಮದ ಬೇರೊಂದು ಉತ್ತಮ ಫೋಟೋ ಇನ್ನಷ್ಟು ವಿವರ ನೀಡುವಂತೆ ನನಗೆ ಬರುತ್ತಿದ್ದ ಹೊಸಮನೆಯವರ ಸಂಪಾದಕರ ಪತ್ರಗಳು ನಾನು ಬರವಣಿಗೆಯನ್ನು ಕಲಿತ ಕ್ರಮದಲ್ಲಿ ಸೇರಿ ಹೋಗಿವೆ.

ಮುಂದೆ ಕಾಲಕ್ರಮೇಣ ಕಲಾದರ್ಶನ ಪತ್ರಿಕೆ ಹವ್ಯಕ ಭಾಷೆ, ಹವ್ಯಕ ಸಾಹಿತ್ಯ ಕುರಿತಾಗಿ ಹೆಚ್ಚಿನ ಆಸಕ್ತಿ ವಹಿಸತೊಡಗಿತ್ತು. ಅಲ್ಲಿ ಹವ್ಯಕ ಭಾಷೆ, ವಿಚಾರಗಳ ಅಂಶ ಹೆಚ್ಚಾದಂತೆ, ತುಳು, ಕನ್ನಡ, ಸಂಸ್ಕೃತ, ಮತ್ತಿತರ ಕಲಾದರ್ಶನದ ಮೂಲ ವಿಚಾರಗಳಲ್ಲಿ ಹೆಚ್ಚಿನ ಆಸಕ್ತಿ ಇದ್ದವರ ಗಮನ ಆ ಪತ್ರಿಕೆಗೆ ಕಮ್ಮಿಯಾಗತೊಡಗಿತು. ವಯಸ್ಸಿನ ಕಾರಣದಿಂದ ಮುದ್ರಣ, ಅಂಚೆ ಕಚೇರಿಗಳಿಗೆ ಓಡಾಡಲು ಹೊಸ ಮನೆಯವರಿಗೂ ಶ್ರಮವಾಗತೊಡಗಿತು. ಆರ್ಥಿಕ ಭಾರವೂ ಹೆಚ್ಚಾಗಿ, ಈ ಕಾರಣಗಳಿಂದ ಮುಂದೆ ಆ ಪತ್ರಿಕೆಯ ಪ್ರಕಟಣೆ ನಿಂತು ಹೋಯಿತು.

ಅಪರಿಚಿತರಾದ, ಹೊಸದಾಗಿ ಬರೆಯಲು ಪ್ರಾರಂಭಿಸಿದ ಬರಹಗಾರರಿಗೆ ದೊಡ್ಡ ಪತ್ರಿಕೆಗಳಿಂದ ಬೆಂಬಲ, ಬರವಣಿಗೆಯ ಮಾರ್ಗದರ್ಶನ ಮೊದಲಿಗೆ ಸಿಕ್ಕುವುದು ಕಡಿಮೆ. ಹೊಸಮನೆಯವರು ಸಂಪಾದಕರಾಗಿ ನಾನು ಕಳುಹಿಸಿದ ಲೇಖನವನ್ನು ಹೇಗೆ ಬದಲಿಸಬಹುದು ಅಥವಾ ತಾನು ಯಾಕೆ ಹಾಗೆ ಎಡಿಟ್ ಮಾಡಿದೆ ಎಂದು ಅಂಚೆ ಕಾರ್ಡಿನಲ್ಲಿ ಬರೆಯುತ್ತಿದ್ದರು. ನಾನು ವಿದ್ಯಾರ್ಥಿಯಾಗಿದ್ದಾಗ ಅಂತಹ ಪತ್ರಗಳು ನನಗೆ ಇನ್ನೊಬ್ಬರಿಂದ ದೊರಕಿದ್ದು 'ತುಷಾರ'ದ ಸಂಪಾದಕರಾಗಿದ್ದ ಈಶ್ವರಯ್ಯನವರಿಂದ ಮಾತ್ರ. ಅನೇಕ ಸಲ ಈಶ್ವರಯ್ಯ ಅವರು ಬರಹವನ್ನು ಪ್ರಕಟಣೆಗೆ ಆಯ್ಕೆ ಮಾಡಿದೆ ಎಂದು ತಿಳಿಸುವಾಗಲೂ ಸಂಪಾದಕರ ಅಭಿಪ್ರಾಯ ಹೇಳುವ ಕೆಲವು ವಾಕ್ಯಗಳು ಇರುತ್ತಿದ್ದವು. ಒಂದೆರಡು ಸಲ ನನ್ನ ಬರಹ ಆಯ್ಕೆ ಆಗದೇ ಇದ್ದಾಗಲೂ ಯಾಕೆ ಅದನ್ನು ಪ್ರಕಟಿಸಲು ಸಾಧ್ಯವಾಗುತ್ತಿಲ್ಲ ಎಂದು ಪುಟ್ಟದಾದ ವಿವರ ಬರೆಯುತ್ತಿದ್ದರು. ಈಶ್ವರಯ್ಯ, ವಿ.ಬಿ. ಹೊಸಮನೆ ಇವರುಗಳೆಲ್ಲಾ ಸಂಪಾದಕರಾಗಿ ಬರೆದ ಪತ್ರಗಳು ಹೊಸ ಬರಹಗಾರರಿಗೆ ಮಾರ್ಗದರ್ಶನ ನೀಡುತ್ತಿದ್ದವು.

ಹೊಸ ಮನೆಯವರ ಎಳೆಯರ ಬಳಗ ಕೂಡಾ ಅನೇಕ ನವೀನ ಕೆಲಸಗಳನ್ನು ಮಾಡಿತ್ತು. ಪುಸ್ತಕ ಪ್ರಕಟಣೆಗಳಲ್ಲದೆ 1979ರಲ್ಲಿ ಅವರು ಅಖಿಲ ಕರ್ನಾಟಕ ಮಕ್ಕಳ ಸಾಹಿತ್ಯ ಸಮ್ಮೇಳವನ್ನು ಆಯೋಜಿಸಿದರು. ಕದಿರೆ ವಿಷ್ಣು ಸ್ಮಾರಕ ಯಕ್ಷಗಾನ ಸಂಘವನ್ನು ಸ್ಥಾಪಿಸಿ ಮಕ್ಕಳ ಯಕ್ಷಗಾನ ತರಬೇತಿ ಹಾಗೂ ಪ್ರದರ್ಶನಗಳನ್ನು ಪ್ರೋತ್ಸಾಹಿಸಿದರು. ಅವರು ನಾಟಕ ತರಬೇತಿ ನೀಡಿದ ಮಕ್ಕಳ ತಂಡಗಳಿಗೆ ರಾಜ್ಯಮಟ್ಟದ ಸ್ಪರ್ಧೆಗಳಲ್ಲೂ ಪ್ರಶಸ್ತಿಗಳು ಲಭಿಸಿದವು. ವಾಚನಾಲಯ, ಶಿಶುಗೀತೆ, ನಾಟಕಗಳ ಸ್ಪರ್ಧೆ ಮೊದಲಾದವುಗಳ ಮೂಲಕ ಮಕ್ಕಳ ಸರ್ವಾಂಗೀಣ ಅಭಿವೃದ್ಧಿಯನ್ನು ಪ್ರೋತ್ಸಾಹಿಸುವ ಕಾರ್ಯಕ್ರಮಗಳನ್ನು ಬೆಂಬಲಿಸಿದರು.

ವಿ.ಬಿ. ಹೊಸಮನೆಯವರು ವ್ಯಕ್ತಿಚಿತ್ರಗಳ ಸಂಗ್ರಹ (ನವಮೀ, ದಶಮೀ, ದ್ವಾದಶೀ), ಪ್ರಬಂಧಗಳ ಸಂಗ್ರಹ, ಭಾಷಾಂತರ, ಆಕಾಶವಾಣಿ ನಾಟಕಗಳು (ಮೂರು ನಭೋವಾಣಿ) ಮಕ್ಕಳ ಪುಸ್ತಕಗಳು ಮೊದಲಾದ ಸ್ವಂತ ಕೃತಿಗಳನ್ನು ರಚಿಸಿದ್ದಾರೆ. ಹವ್ಯಕ ಭಾಷೆಯ ಸಂಕಲನ, ಜಾನಪದ ಸಂಕಲನ ಹಾಗೂ ವೈಚಾರಿಕ ಲೇಖನಗಳ ಸಂಗ್ರಹವನ್ನು ಪ್ರಕಟಿಸಿದ್ದಾರೆ. ಕನ್ನಡ ಅಲಂಕಾರ ಪದಕೋಶ ಎಂಬುದು ಅವರ ವಿಶಿಷ್ಟ ಸಂಗ್ರಹ. ಅವರು ಬಂಟ್ವಾಳ ತಾಲೂಕು ಏಳನೇ ಕನ್ನಡ ಸಾಹಿತ್ಯ ಸಮ್ಮೇಳನದ ಅಧ್ಯಕ್ಷರಾಗಿದ್ದರು. ಅವರ ಅನೇಕ ಕಾರ್ಯಕ್ರಮಗಳಲ್ಲಿ ದ.ಕ.ಜಿಲ್ಲಾ ಚುಟುಕು ಸಾಹಿತ್ಯ ಪರಿಷತ್ ಸ್ಥಾಪನೆಯೂ ಒಂದು.

ಅವರನ್ನು ರಾಜ್ಯಮಟ್ಟದಲ್ಲಿ ಸರಕಾರ 'ರಾಜ್ಯೋತ್ಸವ ಪ್ರಶಸ್ತಿ', 'ಕನ್ನಡ ಪರಿಚಾರಕ' ಪ್ರಶಸ್ತಿಗಳಿಗೆ ಗಮನಿಸದೇ ಇರಬಹುದು. ನಮ್ಮ ಪ್ರಜಾಪ್ರಭುತ್ವ ವ್ಯವಸ್ಥೆಯಲ್ಲಿ ಮೇಲೆ ಹೋಗಲು ಬೇಕಾದ ಹಗ್ಗ ಎಳೆಯುವ ಆಸಕ್ತಿ, ಜಾಣ್ಮೆ ಎರಡೂ ಅವರಿಗೆ ಇಲ್ಲ. ಆದರೆ

ಅನೇಕ ಸ್ಥಳೀಯ ಸಂಘ ಸಂಸ್ಥೆಗಳು ಪ್ರೀತಿ, ಆದರಗಳಿಂದ ಅವರನ್ನು ಗುರುತಿಸಿ ಗೌರವಿಸಿವೆ. ಉಡುಪಿಯ ಕಲಾವೃಂದ, ಹೈದರಾಬಾದ್ ತುಳು ಸಾಹಿತ್ಯ ಸಮ್ಮೇಳನ, ಮಂಗಳೂರು ನಾಗರಿಕ ಸಮಿತಿ ಸಂಮಾನ, ಮಂಗಳೂರಿನ ಭಾರತೀಯ ಸಣ್ಣ ಮತ್ತು ಮಧ್ಯಮ ಪತ್ರಿಕೆಗಳ ಒಕ್ಕೂಟ ಮೊದಲಾದ ಇನ್ನೂ ಹಲವಾರು ಸಂಘ ಸಂಸ್ಥೆಗಳು ಹೊಸಮನೆಯವರನ್ನು ಸನ್ಮಾನಿಸಿವೆ. ಅವರು ಯಾವುದೇ ಮಾನ ಸಂಮಾನಗಳ ಬಯಕೆ ಇಲ್ಲದೆ ಇಂದಿಗೂ ಕನ್ನಡ, ಸಂಸ್ಕೃತ, ಹವ್ಯಕ ಮೊದಲಾದ ಭಾಷಾ ಕೆಲಸಗಳಲ್ಲಿ ತಮ್ಮದೇ ಆದ ರೀತಿಯಲ್ಲಿ ತೊಡಗಿದ್ದಾರೆ. ಅವರ ಮೂವರು ಗಂಡು ಹಾಗೂ ಇಬ್ಬರು ಹೆಣ್ಣು ಮಕ್ಕಳು ಸ್ವತಂತ್ರವಾಗಿದ್ದಾರೆ. ಹೊಸಮನೆಯವರು ತಮಗೆ ಸಾಧ್ಯವಾದಷ್ಟು ದಿನ ಭಾಷಾ ಬೋಧನೆ ಎನ್ನುತ್ತಾರೆ. ಬೆಂಗಳೂರಿನಲ್ಲಿ ಉನ್ನತ ಹುದ್ದೆಯ ಎಂಜಿನಿಯರ್ ಆಗಿರುವ ಅವರ ಮಗ ಮುರಳಿಕೃಷ್ಣ ಸಿಕ್ಕಿದಾಗಲೆಲ್ಲಾ ಹೊಸಮನೆಯವರ ವರ್ತಮಾನ ದೊರಕುತ್ತದೆ. ಈಗಲೂ ವಿಜಯವಾಣಿಯ 'ನುಡಿಸಸಿ' ಅಂಕಣದ ಯಾವುದಾದರೊಂದು ಬರಹ ಅವರಿಗೆ ತುಂಬಾ ಇಷ್ಟವಾಗಿ ಅವರಿಂದ ನನಗೊಂದು ಅಂಚೆಕಾರ್ಡು ಬಂದಾಗ ಅದನ್ನ ನಾನು ತುಂಬ ಸಂಭ್ರಮದಿಂದ ಓದುತ್ತೇನೆ.

ಶಬ್ದ ಸೂಕ್ಷ್ಮವನ್ನು ಮರೆಯಬಾರದು. ಸಮಂಜಸವಾದ ಪದಗಳನ್ನು ಸದಾ ಹುಡುಕುತ್ತಿರಬೇಕು ಎಂಬ ಅರ್ಥ ಬರುವ ಹಾಗೆ ಹೊಸಮನೆಯವರು ಬರೆದಿದ್ದ ಒಂದು ಅಂಚೆಕಾರ್ಡು ಈಗ ನೆನಪಾಗುತ್ತಿದೆ. ಯಾವ ಪ್ರಶಸ್ತಿಯ ಆಸೆಯೂ ಇಲ್ಲದೆ ಕೆಲಸ ಮಾಡುತ್ತಿರುವ ಹೊಸಮನೆಯಂತಹವರು ನಮ್ಮ ಸಂಸ್ಕೃತಿಯನ್ನು ನಿಜವಾಗಿ ಕಟ್ಟುವವರು.

– 23.05.2015

***

13. ಸ್ತ್ರೀವಾದಿ ಚಿಂತಕಿ, ಹೋರಾಟಗಾರ್ತಿ ಡಾ. ವಿಜಯಾ ದಬ್ಬೆ

ಡಾ. ವಿಜಯಾ ದಬ್ಬೆ ಅವರು ಇತ್ತೀಚೆಗೆ ತೀರಿಕೊಂಡಾಗ (1951ರಿಂದ 2018) ಕನ್ನಡದಲ್ಲಿ ಮಹಿಳಾ ಸಾಹಿತ್ಯ ಅಧ್ಯಯನ, ಚಳವಳಿಗಳಿಗೆ ಭದ್ರ ಬುನಾದಿ ಹಾಕಿದ ಚೇತನವೊಂದು ಕಣ್ಮರೆಯಾಯಿತು. ಇಂದು ಸ್ತ್ರೀವಾದಿ ಸಾಹಿತ್ಯ ಅಧ್ಯಯನ ಎಂಬುದು ವಿಶ್ವವಿದ್ಯಾನಿಲಯಗಳಲ್ಲಿ, ಪಾಠ ಪಠ್ಯಗಳಲ್ಲಿ ಸ್ಪಷ್ಟ ಸ್ಥಾನ ಪಡೆದಿದೆ. ಕಳೆದ ಶತಮಾನದ ಆದಿಯಿಂದಲೂ ಹೊಸಗನ್ನಡ ಸಾಹಿತ್ಯದಲ್ಲಿ ಹಲವಾರು ಬರಹಗಾರ್ತಿಯರು ಇರುವರಾದರೂ, 1970ನೇ ದಶಕದವರೆಗೆ ಕನ್ನಡದಲ್ಲಿ ಸ್ತ್ರೀವಾದಿ ಚಿಂತನೆಗೊಂದು ಸ್ಪಷ್ಟ ತಾತ್ವಿಕ ನೆಲೆ ರೂಪುಗೊಂಡಿರಲಿಲ್ಲ. ಆ ಮೊದಲು ಅನುಪಮಾ ನಿರಂಜನ, ಎಂ.ಕೆ. ಇಂದಿರಾ ಹಾಗೂ ತ್ರಿವೇಣಿ ಮಹಿಳಾ ಚಿಂತನಾ ಕ್ರಮಕ್ಕೆ ಸ್ಪಷ್ಟವಾದ ಹೊಸ ದಾರಿಯನ್ನು ತಮ್ಮ ಬರಹಗಳಲ್ಲಿ ಸೂಚಿಸುತ್ತಿದ್ದರು. ಆದರೆ ಅವರ ಕತೆ, ಕಾದಂಬರಿ ಮತ್ತಿತರ ಬರಹಗಳು ಮಹಿಳಾ ಸಾಹಿತ್ಯದ ಅಧ್ಯಯನಕ್ಕೆ ಹಾಗೂ ಸ್ತ್ರೀವಾದಿ ನೆಲೆಯ ಚಿಂತನೆಗೆ ಸ್ಪಷ್ಟ ವಿಮರ್ಶೆಯ ಹಾಗೂ ಪರಿಕಲ್ಪನಾತ್ಮಕ ತಾತ್ವಿಕ ಚೌಕಟ್ಟನ್ನು ಕನ್ನಡದಲ್ಲಿ ಕಟ್ಟಿರಲಿಲ್ಲ. ಸ್ತ್ರೀವಾದಿ ಚಿಂತನೆಗೆ ಕನ್ನಡದಲ್ಲಿ ಸ್ಪಷ್ಟ ಚೌಕಟ್ಟನ್ನು ನಿರ್ಮಿಸಿದ ಮೊದಲಿಗರೆಂದರೆ ಡಾ. ವಿಜಯಾ ದಬ್ಬೆ, ಡಾ. ಬಿ.ಎನ್. ಸುಮಿತ್ರಾಬಾಯಿ ಹಾಗೂ ಡಾ.ಎಚ್.ಎಸ್. ಶ್ರೀಮತಿ.

ವಿಜಯಾ ಅವರು ಹಾಸನ ಜಿಲ್ಲೆಯ ಬೇಲೂರು ತಾಲೂಕಿನ ದಬ್ಬೆ ಗ್ರಾಮದವರು. ಹಾಸನದಲ್ಲಿ ಹೈಸ್ಕೂಲು ಹಾಗೂ ಪದವಿ ವಿದ್ಯಾಭ್ಯಾಸಗಳನ್ನು ಮುಗಿಸಿದ ಅವರು ಮೈಸೂರಿನ ಮಾನಸ ಗಂಗೋತ್ರಿಯ ಕನ್ನಡ ಅಧ್ಯಯನ ಕೇಂದ್ರದಲ್ಲಿ ಎಂ.ಎ. ಓದಿ ಸ್ವಲ್ಪ ಕಾಲ ತುಮಕೂರು ಮೊದಲಾದ ಕಡೆ ಕೆಲಸ ಮಾಡಿದರು. 1973ರಲ್ಲಿ ಪಿಎಚ್.ಡಿ ಸಂಶೋಧನೆಗಾಗಿ ಮೈಸೂರಿಗೆ ಬಂದ ಅವರನ್ನು ಡಾ. ಹಾ.ಮಾ. ನಾಯಕರು ಕನ್ನಡ ಅಧ್ಯಯನ ಕೇಂದ್ರದಲ್ಲಿ ಅಧ್ಯಾಪಕಿಯಾಗಿ ನೇಮಿಸಿದರು. ಹಾಮಾನಾ ಮಾರ್ಗದರ್ಶನದಲ್ಲಿ ನಾಗಚಂದ್ರನ ಬಗ್ಗೆ ಸಂಶೋಧನಾ ಪ್ರಬಂಧ ಮಂಡಿಸಿ ಪಿಎಚ್.ಡಿ ಪಡೆದರು. ಮುಂದೆ ಮಹಿಳಾ ಅಧ್ಯಯನ, ಸಾಮಾಜಿಕ ಹೋರಾಟ, ವಿಮರ್ಶೆ, ಸಾಹಿತ್ಯ, ಅಧ್ಯಾಪನ,

ಸಂಶೋಧನಾ ಮಾರ್ಗದರ್ಶನ ಹೀಗೆ ನಿರಂತರವಾಗಿ ತೊಡಗಿಸಿಕೊಂಡರು. ಮೂರು ಕವನ ಸಂಕಲನಗಳು, 'ಇತಿಗೀತಿಕೆ' ಎಂಬ ಸಮಗ್ರ ಕವನಗಳ ಸಂಕಲನ, ಐದು ವಿಮರ್ಶಾ ಸಂಕಲನಗಳು, ಸಂಶೋಧನಾ ಕೃತಿಗಳು, ಸಂಪಾದಿತ ಕೃತಿಗಳು, ಅನುವಾದ, ಪ್ರವಾಸ ಕಥನ ಹೀಗೆ ಒಟ್ಟು 20 ಕೃತಿಗಳನ್ನು ಪ್ರಕಟಿಸಿದರು. ಮಹಿಳಾಪರ ಹೋರಾಟ, ಮೀಮಾಂಸೆಗಳನ್ನು ಸಮಗ್ರವಾಗಿ ಸ್ಥಾಪಿಸಲು ದುಡಿಯುತ್ತಿದ್ದ ಅವರು 1999ರಲ್ಲಿ ರಸ್ತೆ ಅಪಘಾತಕ್ಕೆ ಒಳಗಾಗಿ ಹಲವು ದಿನ ಕೋಮಾದಲ್ಲಿದ್ದರು. ಪ್ರಜ್ಞೆ ಮರಳಿದ ಬಳಿಕ ನೆನಪಿನ ಶಕ್ತಿ ಕಳೆದುಕೊಂಡರು. ಹಲವಾರು ವರುಷಗಳ ಚಿಕಿತ್ಸೆಯಿಂದ ನೆನಪು ಮರುಕಳಿಸಿ ನಡೆದಾಡುವ ಹಂತಕ್ಕೆ ಬಂದರು. ಆದರೆ ಆ ಬಳಿಕ ಮಹಿಳಾ ಚಳವಳಿ, ಬರಹಗಳಲ್ಲಿ ಸಕ್ರಿಯವಾಗಿ ಭಾಗವಹಿಸುವುದು ಸಾಧ್ಯವಾಗಲಿಲ್ಲ. ಅವರು ಆ ತನಕ ಮಾಡಿದ ಕೆಲಸ ಕನ್ನಡದ ಸ್ತ್ರೀವಾದಿ ಚಿಂತನೆಗೆ ಭದ್ರ ಬುನಾದಿಯೊಂದನ್ನು ಹಾಕುವಲ್ಲಿ ಯಶಸ್ವಿಯಾಗಿದೆ.

ವಿಜಯಾ ದಬ್ಬೆ ಮೊದಲಿಗೆ ಡಿ. ವಿಜಯಾ ಎಂಬ ಹೆಸರಿನಲ್ಲಿ ಬರೆಯುತ್ತಿದ್ದರು. ಅವರ ಹಿಂದಿನ ಪುಸ್ತಕಗಳು ಕೂಡಾ ಡಿ. ವಿಜಯಾ ಎಂಬ ಹೆಸರಿನಲ್ಲಿವೆ. ಆದರೆ ಕಾಲಕ್ರಮೇಣ ಪತ್ರಕರ್ತೆ ಡಾ. ವಿಜಯಾ ಹಾಗೂ ಅವರ ಹೆಸರುಗಳ ನಡುವೆ ಹಲವರಿಗೆ ಗೊಂದಲವಾಗುತ್ತಿತ್ತು. ಕೆಲವು ಕಡೆ ಲೇಖನಗಳೇ ಅದಲು ಬದಲಾದ ಹೆಸರುಗಳಲ್ಲಿ ಪ್ರಕಟಗೊಂಡವು. ಬಹುಶಃ ಈ ಕಾರಣದಿಂದ ತಮ್ಮ ಮುಂದಿನ ಬರಹಗಳನ್ನು ವಿಜಯಾ ದಬ್ಬೆ ಎಂಬ ಹೆಸರಿನಿಂದ ಪ್ರಕಟಿಸಲು ನಿರ್ಧರಿಸಿದರು. ಇದರಿಂದ ಇಬ್ಬರಿಗೂ ಅನುಕೂಲವಾಯಿತು ಎಂದು ಪತ್ರಕರ್ತೆ ಡಾ. ವಿಜಯಾ ಒಮ್ಮೆ ಹೇಳಿದ್ದರು.

ವಿಜಯಾ ದಬ್ಬೆ ಅವರ ಸ್ತ್ರೀ ಸ್ವಾತಂತ್ರ್ಯ ಚಿಂತನಾಕ್ರಮಕ್ಕೆ ಉದಾಹರಣೆಯಾಗಿ ಅವರ 'ಮಿಸ್ ಎಸ್. ಲಕ್ಷ್ಮೀ' ಎಂಬ ಕವನವನ್ನು ನೆನಪಿಸಿಕೊಳ್ಳಬಹುದು. ಸ್ವಾತಂತ್ರ್ಯ ಲಕ್ಷ್ಮೀ ಎಂಬ ಆಕೆಯ ಹೆಸರು ಕ್ರಮೇಣ 'ಮಿಸ್. ಎಸ್. ಲಕ್ಷ್ಮೀ' ಎಂದಾಗಿದೆ. ಸ್ವಾತಂತ್ರ್ಯ ಎಂಬುದು ಕೇವಲ ಸೂಚನೆಯ ಇನಿಷಿಯಲ್‌ನಲ್ಲಿ ಹ್ರಸ್ವವಾಗಿ ಉಳಿದಿದ್ದು ಪೂರ್ತಿ ಸ್ವಾತಂತ್ರ್ಯ ಇಲ್ಲ. ಅವಳ ಒಳಿತು ಅವಳನ್ನು ಹೆತ್ತವರಿಗಲ್ಲದೆ ಮತ್ತೆ ಯಾರಿಗೆ ತಿಳಿದೀತು? ಹೆತ್ತವರು "ಜಾತಿಯಿಲ್ಲದ ಜಾತಿಯವನಿಗೆ/ ಹುಡುಗಿ ಮನಸೋತರೆ/ ಅವರು ಸುಮ್ಮನಿರಲಾದೀತೇ" ಹಾಗಾಗಿ, ತಂದೆ ತಾಯಿಗಳು "ಸರಿಯಾದ ಗೋತ್ರ ಸೂತ್ರಕ್ಕೆ/ ಧಾರೆ ಎರೆದು ನಿಟ್ಟುಸಿರಿಟ್ಟರು". ಅದು ಮಗಳ ಹಿತವನ್ನು ಕಾದೆವು ಎಂಬ ತೃಪ್ತಿಯ, ನಿರಾಳತೆಯ ನಿಟ್ಟುಸಿರು. ಆದರೆ ಸ್ವಾತಂತ್ರ್ಯ ಲಕ್ಷ್ಮೀಯ ಸ್ವಾತಂತ್ರ್ಯ ಹರಣವಾಗಿದೆ. ಇನಿಷಿಯಲ್ಸ್‌ನಲ್ಲಿ ಮಾತ್ರ ಸ್ವಾತಂತ್ರ್ಯ ಹೇಳಿಕೊಳ್ಳಲು ಉಳಿದಿದೆ. ಅದನ್ನು ಅವರು ಆಕ್ರೋಶವಿಲ್ಲದೆ ಇರಿಯುವ ಹರಿತದ ವ್ಯಂಗ್ಯಧ್ವನಿಯಾಗಿಸಿದ್ದಾರೆ.

ಹೆಣ್ಣು ಮಗು ಮತ್ತು ಸ್ತ್ರೀ ಸಂವೇದನೆ ಕುರಿತ ಲೇಖನಗಳುಳ್ಳ ಪತ್ರಕರ್ತೆ ಸಿ.ಜಿ. ಮಂಜುಳಾ ಅವರ ಮೊದಲ ವಿಮರ್ಶಾ ಸಂಕಲನ 'ಪ್ರಜ್ಞಾ' ಎಂಬ ಕೃತಿಗೆ ಬರೆದ ಮುನ್ನುಡಿಯಲ್ಲಿ ವಿಜಯಾ ಹೇಳುವ ಮಾತುಗಳನ್ನು ಅವರ ಚಿಂತನಾ ಕ್ರಮಕ್ಕೆ ಒಂದು

ಉದಾಹರಣೆಯಾಗಿ ನೋಡಬಹುದು: "ಮಹಿಳಾ ಆಂದೋಲನ ಎಂಬುದು ಒಂದೆರಡು ವಿಷಯಗಳ ಮಾರ್ಪಾಟಿಗಾಗಿ ಕೆಲವು ಕ್ಷಣ ನಡೆಸುವ ಆವೇಶದ ಪ್ರದರ್ಶನವಲ್ಲ, ಬೊಬ್ಬಿರಿಯುವಿಕೆಯಲ್ಲ. ಆಳವಾದ, ಹಳೆಯ ಬೇರುಗಳನ್ನು ಕೀಳುವ, ಹೊಸ ಸಸಿಗಳನ್ನು ನೆಟ್ಟು ಬೆಳೆಸುವ ಈ ಕೆಲಸ ಶ್ರಮದಾಯಕವಾದ್ದು, ಬಣ್ಣರಹಿತವಾದದ್ದು, ಲಕ್ಷಾಂತರ ಜನ ಕೈ ಸೇರಿಸಿ ನೂರಾರು ಮಗ್ಗುಲುಗಳಲ್ಲಿ ಪ್ರೀತಿಯಿಂದ ಮಾಡಬೇಕಾದ್ದು. ನಾವೆಲ್ಲರೂ ನಮ್ಮ ನಮ್ಮ ಜಾಗದಿಂದ ನಮ್ಮ ನಮ್ಮ ಶಕ್ತಿಯಲ್ಲಿ ಈ ಕೆಲಸವನ್ನು ಮಾಡುತ್ತಾ ಹೋಗಬೇಕು."

ಹಳೆಯ ಬೇರುಗಳನ್ನು ಕೀಳುವ ಹಾಗೂ ಹೊಸ ಸಸಿಗಳನ್ನು ನೆಡುವ ಕೆಲಸವನ್ನು ವಿಜಯಾ ದಬ್ಬೆ ಸತತವಾಗಿ ಮಾಡಿದರು. ಅದನ್ನವರು ಸ್ತ್ರೀವಾದಿ 'ಪಾಯ ವಿಮರ್ಶೆ' ಎಂದು ಕರೆದರು. ವಿಸ್ಮೃತಿಗೆ ಸಂದಿದ್ದ ಹಿಂದಿನ ಬರಹಗಾರ್ತಿಯರ ಚರ್ಚೆಯೂ ಅವುಗಳಲ್ಲಿ ಒಂದು. ಮಾಹಿತಿ ಹಾಗೂ ಸಂಕ್ಷಿಪ್ತ ವಿಶ್ಲೇಷಣೆಗಳ ಸಹಿತ ತಿರುಮಲಾಂಬಾ, ಕಾತ್ಯಾಯಿನಿ, ಸಾವಿತ್ರಮ್ಮನಂತಹವರ ಸಾಹಿತ್ಯಾಧ್ಯಯನದಲ್ಲಿ ಮರೆವಿಗೆ ಸಂದಿದ್ದ ಲೇಖಕಿಯರನ್ನೂ ಒಳಗೊಂಡಿದ್ದ ಲೇಖನಗಳನ್ನು ಹೊಂದಿದ್ದ ಸಿ.ಜಿ. ಮಂಜುಳಾ ಅವರ ಈ ಪುಸ್ತಕ ಪ್ರಕಟವಾದ್ದು 1998ರಲ್ಲಿ.

ಹೊಸ ಸಸಿಗಳನ್ನು ನೆಡಲು ನೂತನ ಬರಹಗಾರ್ತಿಯರ ಕೃತಿಗಳಿಗೆ ಮುನ್ನುಡಿ, ವಿಮರ್ಶೆ ಮೊದಲಾದವನ್ನು ಬರೆದಂತೆ ಹಳೆ ಬೇರುಗಳನ್ನು ಕೀಳಲು ಅವರು ಹಿಂದಿನ ಬರಹಗಾರ್ತಿಯರ ಹೊಸ ವ್ಯಾಖ್ಯಾನ ಮತ್ತು ಅದರ ಜತೆ ಜತೆಗೆ ಮಹಿಳೆಯರ ವಿರುದ್ಧ ಇರುವ ಸಾಂಸ್ಕೃತಿಕ ಬೇರುಗಳ ಶೋಧನೆಯಲ್ಲಿ ತೊಡಗಿದರು. ಅವರ ವಿಮರ್ಶಾ ಕೃತಿಗಳಾದ 'ಮಹಿಳೆ ಸಾಹಿತ್ಯ ಸಮಾಜ' (1989), 'ನಾರಿ: ದಾರಿ–ದಿಗಂತ' (1997), 'ಮಹಿಳೆ ಮತ್ತು ಸಮಾನತೆ' (1996) ಮೊದಲಾದ ಪುಸ್ತಕಗಳಲ್ಲಿ ಈ ಪ್ರಯತ್ನಗಳಿಗೆ ಸಾಕಷ್ಟು ಉದಾಹರಣೆಗಳಿವೆ. ಡಾ. ಪ್ರೀತಿ ಶುಭಚಂದ್ರ ಅವರ 'ವಿಜಯಾ ದಬ್ಬೆಯವರ ಸಂಸ್ಕೃತಿ ಕಥನ' ಎಂಬ ಲೇಖನ ಆಸಕ್ತ ಓದುಗರಿಗೆ ಉತ್ತಮ ಆಕರ.

ಹಳೆಯ ಬೇರುಗಳನ್ನು ಕೀಳುವುದಕ್ಕೆ ಲಾಗಾಯ್ತಿನಿಂದ ಹೆಣ್ಣಿನ ಮೇಲೆ ಹೇರಿಕೊಂಡು ಬಂದ ಪಿತೃಪ್ರಧಾನ ವ್ಯವಸ್ಥೆಯ ವಿಚಾರ, ಮೌಲ್ಯಗಳನ್ನು ಪ್ರಶ್ನಿಸುವುದು ಹಾಗೂ ಅವುಗಳನ್ನು ಮರು ವ್ಯಾಖ್ಯಾನಕ್ಕೆ ಒಳಪಡಿಸುವುದು ಅಗತ್ಯ. ಈ ದೃಷ್ಟಿಯಿಂದ ವಿಜಯಾ ದಬ್ಬೆಯವರು ಸಂಚಿಯ ಹೊನ್ನಮ್ಮನ 'ಹದಿಬದೆಯ ಧರ್ಮ' ಕೃತಿಯ ಬಗ್ಗೆ ಬರೆದ 'ಹೊನ್ನಮ್ಮನ ಕಿವಿಮಾತಿಗೆ ಒಂದು ಪ್ರತಿಕ್ರಿಯೆ' ಎಂಬ ಲೇಖನ ಹಾಗೂ ಅಕ್ಕಮಹಾದೇವಿ ಬಗ್ಗೆ ಬರೆದ ಬರಹಗಳನ್ನು ಗಮನಿಸಬಹುದು.

'ಹದಿಬದೆಯ ಧರ್ಮ' ಕಾವ್ಯ ರಚಿಸಿದ ಹೊನ್ನಮ್ಮ 1680ರಲ್ಲಿ ಆಗಿ ಹೋದ ಒಬ್ಬ ಕವಯತ್ರಿ. ಪೆಣ್ಣು ಪೆಣ್ಣೆಂದೇಕೆ ಬೀಳುಗಳೆವರು ಎಂದು ಕೇಳಿದ ಆಕೆ ಹೆಣ್ಣನ್ನು ಕೀಳಾಗಿ ಕಂಡವರನ್ನು 'ಕುವರನಾದೊಡೆ ಬಂದ ಗುಣವೇನದರಿಂದ ಕುವರಿಯಾದೊಡೆ

ಕುಂದೇನು' ಎಂದು ಖಂಡಿಸಿರುವಳಾದರೂ, ಹೊನ್ನಮ್ಮನ ಕೃತಿಯ ಮೂಲ ಉದ್ದೇಶ ಪಿತೃಪ್ರಧಾನ ವ್ಯವಸ್ಥೆ ಒಪ್ಪಿರುವ 'ಸ್ತ್ರೀ ಧರ್ಮ'ವನ್ನು ಪ್ರಸರಿಸುವುದೇ ಆಗಿದೆ. ಹಾಗಾಗಿ ಅವಳು ಗಂಡ ಇದ್ದ ಕಡೆ ಪುಣ್ಯಕ್ಷೇತ್ರ, ಅವರಿದ್ದ ಮನೆ ದೇವ ಭವನ ಇತ್ಯಾದಿಯಾಗಿ ಹೇಳಿದ್ದಾಳೆ. ಇನ್ನೊಂದು ಕಡೆ, ಹೆಣ್ಣಿನ ಕ್ರಮ ಹೇಗಿರಬೇಕೆಂಬುದನ್ನು "ಮುನಿದಿನಿಯನ ಕಡು ಮೊನೆವಾತಿಗೆ ನೊಂದು/ ಕನಲದೆ ಗಾರವಡೆಯದೆ/ ತನು ಮನಗಳ ತನ್ನ ಬಸಗೈದು ದೈನ್ಯವ/ ಕೊನರಿಸಿ ತಂಪುಗೊಳಿಸುವುದು" ಎಂದಿದ್ದಾಳೆ. ಹೊನ್ನಮ್ಮ ಸೂಚಿಸಿದ 'ಪತಿವ್ರತಾ ಧರ್ಮ'ವು ನಮ್ಮ ಸಂಸ್ಕೃತಿಯ ಚೌಕಟ್ಟಿನೊಳಗೆ ನಡೆಯಬೇಕು. ಅವಳಿಗೆ 'ಪೊಸತಿಲ ಒಳಗಿನ' ಸಂರಕ್ಷಣೆಯ ಭದ್ರತೆ ಅಗತ್ಯ. ಆದರೆ ಇಂದು ಹೊಸತಿಲ (ಹೊಸ್ತಿಲ) ಒಳಗೆ ಮಾತ್ರ ಇರುವುದು ಹೆಣ್ಣಿಗೆ ಸಾಧ್ಯವೆ? ಎನ್ನುವ ವಿಜಯಾರಿಗೆ 'ಒಂದು ಕಾಲಿನಿಂದ ಒದ್ದರೆ ಇನ್ನೊಂದು ಕಾಲು ಹಿಡಿದು ಒಡಂಬಡಿಸು' ಎನ್ನುವ ಹೊನ್ನಮ್ಮನ ಮಾತು ಇಂದಿನ ಹುಡುಗಿಯರಿಗೆ ಎಚ್ಚರಿಕೆಯ ಘಂಟೆಯಂತೆ ಕೇಳಿದೆ. ಇಂದು ಹೊನ್ನಮ್ಮನ ಜಾಡಿನ ಚಿಂತನೆಯಿಂದ ಬೇರೆಯಾಗಿ ಯೋಚಿಸುವ ಸ್ವಾತಂತ್ರ್ಯವನ್ನು ಹುಡುಗಿಯರು ಯಾಕೆ ಪಡೆದುಕೊಳ್ಳಬೇಕು ಎಂಬುದನ್ನು ಸವಿವರವಾಗಿ ಮಹಿಳಾ ಅಸ್ಮಿತೆಯ ತಾತ್ವಿಕ ನೆಲೆಗಳಲ್ಲಿ ಅವರು ವಿವರಿಸುತ್ತಾರೆ. ಅದೇ ರೀತಿ ಅಕ್ಕಮಹಾದೇವಿ ಸಂದರ್ಭದಲ್ಲಿ ಹೆಣ್ಣಿನ ಆಧ್ಯಾತ್ಮಿಕ ಬಿಡುಗಡೆಗೂ ವಚನಕಾರರು ಸೂಚಿಸಿದ ಕಾಯಕ ತತ್ವದ ಮೂಲಕ ಪಡೆಯುವ ಬಿಡುಗಡೆಗೂ ಇರುವ ವ್ಯತ್ಯಾಸಗಳನ್ನು ಚರ್ಚಿಸುತ್ತಾರೆ. 'ವಚನಕಾರ್ತಿಯರು: ಒಂದು ವಿಮುಕ್ತಿ ಪರ ಚಿಂತನೆ' ಎಂಬ ಬರಹದಲ್ಲಿ ವಚನಕಾರರು ಸೂಚಿಸಿದ ಕಾಯಕತತ್ವ ಮಹಿಳೆಯರಿಗೆ ನೀಡುವ ಆರ್ಥಿಕ ಸ್ವಾತಂತ್ರ್ಯದ ಕುರಿತೂ ಬೆಳಕು ಚೆಲ್ಲುತ್ತಾರೆ.

'ದೈನ್ಯವ ಕೊನರಿಸಿ ತಂಪುಗೊಳಿಸಿ' ಗಂಡನ್ನು ಅನುಸರಿಸುವ ಮನೋಭಾವ ಇಂದು ಸ್ತ್ರೀಯರಿಗೆ ಬೇಕಾಗಿಲ್ಲ ಎಂಬುದು ಅವರ ಸ್ಪಷ್ಟ ನಿಲುವು. ಇಂದಿನ ಪ್ರಜಾಪ್ರಭುತ್ವದಲ್ಲಿ ವ್ಯಕ್ತಿ ಹಾಗೂ ಸಮಾಜ ಎರಡರಲ್ಲೂ ಸಮಾನತೆ ಎಂಬ ಮೌಲ್ಯ ಬಹಳ ಮುಖ್ಯ ಎಂದವರು ನಂಬಿದ್ದರು. ಅದಕ್ಕಾಗಿ ಅಧ್ಯಯನ ಒಂದೇ ಅಲ್ಲ, ಸಕ್ರಿಯ ಹೋರಾಟವೂ ಅಗತ್ಯ ಎಂಬುದನ್ನು ಮನಗಂಡು ಮಹಿಳಾ ಪರ ಹೋರಾಟದ ಒಂದು ಸಂಘಟನೆಯನ್ನು ರೂಪಿಸಿದರು. 'ಸಮತಾ ವೇದಿಕೆ' ಎಂಬ ಹೆಸರಿನಲ್ಲಿ 1978ರಲ್ಲಿ ಮೈಸೂರಿನಲ್ಲಿ ಆರಂಭವಾದ ಈ ಸಂಘಟನೆಯ ಮುಂಚೂಣಿಯಲ್ಲಿ ವಿಜಯಾ ಅವರ ಜತೆ ಡಾ. ರತಿ ರಾವ್, ಲತಾ ಬಿದ್ದಪ್ಪ, ಮೀರಾ ನಾಯಕ್, ಶ್ರೀದೇವಿ, ಕುಮುದವಲ್ಲಿ, ಸೂಸನ್ ಡ್ಯಾನಿಯಲ್ ಮೊದಲಾದವರು ಇದ್ದರು. ಸಮತಾ ವೇದಿಕೆ ಮಹಿಳಾ ನ್ಯಾಯಕ್ಕಾಗಿ ಬೀದಿಗೆ ಇಳಿದು ಪ್ರತಿಭಟನೆ ಮಾಡುವುದರಲ್ಲೂ ಹಿಂದೆ ಬೀಳುತ್ತಿರಲಿಲ್ಲ.

1979ರಲ್ಲಿ ತಮಿಳುನಾಡಿನ ತಾಳವಾಡಿ ಫಿರ್ಕಾದ ಕೊಂಗಳ್ಳಿ ಮಲ್ಲಪ್ಪ ದೇವಾಲಯವನ್ನು ವಿಜಯಾ ನೇತೃತ್ವದ ಸ್ತ್ರೀಯರ ಪುಟ್ಟ ಗುಂಪೊಂದು ಪ್ರವೇಶಿಸಿದ್ದು

ಪತ್ರಿಕೆಗಳಲ್ಲಿ ಸಣ್ಣದಾಗಿ ವರದಿಯಾಗಿತ್ತು. ಶತಮಾನಗಳಿಂದ ಆ ದೇವಸ್ಥಾನಕ್ಕೆ ಸ್ತ್ರೀಯರ ಪ್ರವೇಶ ನಿಷಿದ್ಧವಾಗಿತ್ತು. ದಲಿತರ ದೇವಾಲಯ ಪ್ರವೇಶದ ರೀತಿ ಸ್ತ್ರೀಯರ ದೇವಾಲಯ ಪ್ರವೇಶ ಹೊಸತೊಂದು ಚರ್ಚೆಗೆ ಗ್ರಾಸವಾಯಿತು. ಆ ದೇವಾಲಯವನ್ನು ಪ್ರವೇಶಿಸಿದ ಸ್ತ್ರೀಯರು ರಕ್ತ ಕಾರಿ ಸಾಯುತ್ತಾರೆ ಎಂಬ ಪ್ರತೀತಿ ಸುಳ್ಳಾಯಿತು. ಧರ್ಮ, ದೈವ ನಂಬಿಕೆಗಳು ವ್ಯಕ್ತಿ ಸ್ವಾತಂತ್ರ್ಯ. ಆದರೆ ದೇವಾಲಯಕ್ಕೆ ಸ್ತ್ರೀಯರಿಗೆ ಪ್ರವೇಶ ಇಲ್ಲ ಎನ್ನುವುದು ವ್ಯಕ್ತಿ ಸ್ವಾತಂತ್ರ್ಯ ಹರಣ. ಅದು ಖಂಡನಾರ್ಹ ಎಂಬುದು ಅವರ ನಿಲುವಾಗಿತ್ತು.

ದಬ್ಬೆಯವರ ಸ್ತ್ರೀವಾದಿ ಚಿಂತನೆ ಹಿಂದೆ ಸಕ್ರಿಯ ಸಾಮಾಜಿಕ ಹೋರಾಟದ ಪ್ರೇರಣೆ ಇತ್ತು. ಆದರೆ ಅದಕ್ಕೆ ಭದ್ರವಾದ ತಾತ್ವಿಕ ತಳಹದಿ ಸಮರ್ಥ ಅಧ್ಯಯನದ ಅಗತ್ಯವೂ ಇದೆ ಎಂಬುದನ್ನವರು ಕಂಡುಕೊಂಡಿದ್ದರು. ಮೊದಲ ಹಂತದಲ್ಲಿ ಅವರು ಮೇರಿ ಮೆಕ್‌ಲಿಯಾಡ್ ಬೆಥೂನೆಯನ್ನು ಕನ್ನಡಕ್ಕೆ 1979ರಲ್ಲಿ ಸಮರ್ಥವಾಗಿ ಪರಿಚಯಿಸಿದರು. (ಮುಂದೆ ಈ ತಾತ್ವಿಕ ತಳಹದಿಯನ್ನು ಹಲವು ಕೃತಿ ಹಾಗೂ ಅನುವಾದಗಳ ಸಹಾಯದಿಂದ ಡಾ. ಎಚ್.ಎಸ್ ಶ್ರೀಮತಿ ಬಲಿಷ್ಠಗೊಳಿಸಿದರು). ಹಾಗೆಯೇ ಸಂಕಟದಲ್ಲಿರುವ ಮಹಿಳೆಯರಿಗಾಗಿ ಸ್ಥಾಪಿಸಿದ ಮೈಸೂರಿನ ಶಕ್ತಿಧಾಮ ಅವರು ತೊಡಗಿಕೊಂಡಿದ್ದ ಇನ್ನೊಂದು ಸಂಸ್ಥೆ.

ದಬ್ಬೆಯವರು ನೆದರ್‌ಲ್ಯಾಂಡ್ ದೇಶದ ಪ್ರಜೆಯಾದ ರಾಬರ್ಟ್ ಜೆಯ್ಡನ್‌ಬೋಸ್ ಅವರನ್ನು ವಿವಾಹವಾದರು. ರಾಬರ್ಟ್, ಜೈನ ದೇವಾಲಯಗಳ ಅಧ್ಯಯನಕ್ಕಾಗಿ ಭಾರತಕ್ಕೆ ಬಂದಿದ್ದರು. ಈ ದಂಪತಿಗಳ ಏಕಮಾತ್ರ ಪುತ್ರಿ ಚಾರುಮತಿ. ಈ ಇಬ್ಬರೂ ಈಗ ನೆದರ್‌ಲ್ಯಾಂಡ್‌ನಲ್ಲೇ ನೆಲೆಸಿದ್ದಾರೆ. ವಿಜಯಾ ದಬ್ಬೆ ಬರೆದ ಸ್ತ್ರೀವಾದಿ ವಿಮರ್ಶೆಯಂತೆ 'ಬೇಂದ್ರೆ ಕಾವ್ಯದಲ್ಲಿ ಅನುಭಾವ' ಮುಂತಾದ ಬರಹಗಳು ಕನ್ನಡದಲ್ಲಿ ಬಹಳ ಕಾಲ ಉಳಿಯುತ್ತವೆ. ಅವರಿಗೆ ಅನುಪಮಾ ಪ್ರಶಸ್ತಿ, ಕರ್ನಾಟಕ ಸಾಹಿತ್ಯ ಅಕಾಡೆಮಿ ಪ್ರಶಸ್ತಿ, ರಾಜ್ಯ ಪ್ರಶಸ್ತಿ ಹೀಗೆ ಹಲವಾರು ಪ್ರಶಸ್ತಿಗಳು ಸಂದಿವೆ. ಕರ್ನಾಟಕ ಲೇಖಕಿಯರ ಸಂಘ ಅವರ ಬಗ್ಗೆ ಸಾಕ್ಷ್ಯಚಿತ್ರ ನಿರ್ಮಿಸಿದೆ. (ನಿರ್ದೇಶನ: ಚಿಕ್ಕ ಸುರೇಶ್) ಅವರ ವಿದ್ಯಾರ್ಥಿಗಳು ಹಾಗೂ ಅಭಿಮಾನಿಗಳು ಸೇರಿ 'ವಿಜಯಾನ್ವೇಷಣೆ' ಎಂಬ ಅಭಿನಂದನ ಗ್ರಂಥ ತಂದಿದ್ದಾರೆ. ಈಗ ಡಾ. ವಿಜಯಾ ದಬ್ಬೆ ದೈಹಿಕವಾಗಿ ನಮ್ಮೊಡನೆ ಇಲ್ಲ. ಆದರೆ ಅವರು ಸ್ತ್ರೀವಾದಿ ಅಧ್ಯಯನಕ್ಕೆ ನೀಡಿದ ಕೊಡುಗೆ ಕನ್ನಡ ಸಾಹಿತ್ಯದಲ್ಲಿ ಬಹುಕಾಲ ಉಳಿದಿರುತ್ತದೆ.

(ವಿಜಯಾ ದಬ್ಬೆಯವರು ತೀರಿಕೊಂಡ ಸಂದರ್ಭದಲ್ಲಿ ವಿಜಯ ಕರ್ನಾಟಕ ಪತ್ರಿಕೆಯ 'ಹೂ ಬೆರಳು' ಅಂಕಣದಲ್ಲಿ ಬರೆದ ಲೇಖನ.)

– 01.04.2018

***

14. ಕಾವ್ಯನಾಮ ಸೌರಭ– ಆದರ್ಶದ ಆಪ್ತಭಾವ: ಸರವು ರಾಮಭಟ್ಟ

ಯಾರಿಗೇ ಆದರೂ ತಮ್ಮ ತಂದೆ–ತಾಯಿ ಬಗ್ಗೆ ಬರೆಯುವುದು ಸುಲಭದ ಕೆಲಸವಲ್ಲ. ಅಲ್ಲಿ ಪ್ರೀತಿ, ಭಿನ್ನಾಭಿಪ್ರಾಯ, ಕವಲೊಡೆಯಬೇಕಾದ ಅನಿವಾರ್ಯ ಸತ್ಯ ಹೀಗೆ ಪರ ವಿರೋಧಗಳ ಅನೇಕ ಭಾಸಗಳು ಒಟ್ಟಿಗೆ ನೇಯ್ದಿರುತ್ತವೆ. ನನ್ನ ಸಾಹಿತ್ಯ ಆಸಕ್ತಿಗೆ ಮೂಲ ಕಾರಣರಾದ ತಂದೆಯವರ ಬಗ್ಗೆ ಬರೆಯಬೇಕೆಂಬ ಯೋಚನೆ ಅನೇಕ ಸಲ ಬಂದರೂ ಅಲ್ಲಿ 'ಸ್ವಪ್ರಜ್ಞೆ'ಯ ವಿಚಾರ ಹೆಚ್ಚಾಗಬಹುದೆಂಬ ಸಂಕೋಚದಿಂದ ಸುಮ್ಮನಿದ್ದೆ. ಆದರೆ ಈಗ ನನ್ನ ತಂದೆ ಸರವು ರಾಮ ಭಟ್ಟ ಹಾಗೂ ತಾಯಿ ರತ್ನವೇಣಿ ಅವರಿಗೆ ಮದುವೆಯಾಗಿ 60 ವರುಷಗಳಾದವು. ಆದ್ದರಿಂದ ನಮ್ಮ ಊರಿನವರು, ಬಂಧು ಬಳಗದವರು ಹಾಗೂ ಅವರ ಸ್ನೇಹಿತರು ಸೇರಿ 2018 ಜುಲೈ 26ರಂದು ಭಾನುವಾರ ನಮ್ಮ ಹಳ್ಳಿ ದ.ಕ. ಜಿಲ್ಲೆ ಬಂಟ್ವಾಳ ತಾಲೂಕಿನ ವಿಟ್ಲ ಪಡ್ನೂರು ಗ್ರಾಮದ ಕೋಡಪದವಿನಲ್ಲಿ ಅವರಿಬ್ಬರಿಗೂ ಸಂಭ್ರಮದ ಶುಭಾಸಂಸನೆಯ ಕಾರ್ಯಕ್ರಮ ಇರಿಸಿಕೊಂಡಿದ್ದಾರೆ. ಈ ಸಂದರ್ಭದಲ್ಲಿ ಅವರ ಬಗೆಗಿನ ನನ್ನ ಭಾವನೆಗಳನ್ನು ಓದುಗರೊಡನೆ ಹಂಚಿಕೊಳ್ಳಬೇಕು ಎಂಬ ಅದಮ್ಯ ಆಸೆಯೇ ಇಂದಿನ ವಸ್ತುವಿನ ಆಯ್ಕೆಗೆ ಕಾರಣ. ಅವರೊಡನೆ ನಾನು ಸಾಹಿತ್ಯಕ್ಕೆ ಇಳಿದ ಕ್ರಮ ಇಂದಿನವರು ಓದಿಗೆ ತೊಡಗುವಾಗ ಅನುಕೂಲವಾದೀತು ಎಂಬ ಯೋಚನೆ ನನ್ನದು. ಇಲ್ಲವಾದಲ್ಲಿ ಹೀಗೆ ಖಾಸಗಿ ಆದದ್ದನ್ನು ಸಾರ್ವಜನಿಕವಾಗಿ ಬರೆಯುವುದರಿಂದ ಏನೂ ಉಪಯೋಗವಾಗುವುದಿಲ್ಲ.

ನನ್ನ ತಂದೆ ಸರವು ರಾಮಭಟ್ಟರು 'ಸೌರಭ' ಎಂಬ ಕಾವ್ಯನಾಮದಲ್ಲಿ ಬರೆಯುತ್ತಿದ್ದರು. ಅವರು 1956ರಲ್ಲಿ ಆಗಿನ ಮದ್ರಾಸು ಯೂನಿವರ್ಸಿಟಿ ಲಾ ಕಾಲೇಜಿನಲ್ಲಿ ಕಾನೂನು ಪದವಿ ಪಡೆದರು. ಬಳಿಕ ತಮ್ಮ ಪುತ್ತೂರು ತಾಲೂಕಿನಲ್ಲೇ ವಕೀಲರಾಗಿ ನೆಲೆನಿಂತರು. ಅವರ ಸಹಪಾಠಿಗಳು ಹಾಗೂ ಸ್ನೇಹಿತರಲ್ಲಿ ಅನೇಕರು ಬೆಂಗಳೂರು, ಮದ್ರಾಸು ಹಾಗೂ ಬೊಂಬಾಯಿ ಹೈಕೋರ್ಟುಗಳಲ್ಲಿ ವೃತ್ತಿ ಆರಂಭಿಸಿದರು. ಇನ್ನು ಕೆಲವರು ಜಿಲ್ಲಾ ಕೇಂದ್ರಗಳಿಗೆ ಹೋದರು. ಆದರೆ ನನ್ನ ತಂದೆಯವರು ಹಳ್ಳಿಯ

ತೋಟ, ಸಾಹಿತ್ಯ, ವಕೀಲ ವೃತ್ತಿ ಇವು ಮೂರನ್ನು ಇದ್ದಲ್ಲೇ ನಡೆಸುತ್ತ ತೃಪ್ತಿ ಕಂಡರು. ನನ್ನ ಬಾಲ್ಯದಲ್ಲಿ ಅವರ ಬಳಿ ಇದ್ದ ಸುಮಾರು 7,000ಗಳಿಗೂ ಮಿಕ್ಕ ಕನ್ನಡ, ಇಂಗ್ಲಿಷ್ ಹಾಗೂ ಅನೇಕ ಅನುವಾದಿತ ಪುಸ್ತಕಗಳು ಹಾಗೂ ಪತ್ರಿಕೆಗಳ ಸಂಗ್ರಹ, ಓದು, ಬರಹಗಳ ಆಸಕ್ತಿಯಲ್ಲಿ ಅವರ ಮಕ್ಕಳನ್ನು ಹಾಗೂ ಮನೆಗೆ ಬರುತ್ತಿದ್ದ ಅನೇಕರನ್ನು ಅದ್ದಿಬಿಟ್ಟವು.

ವಿದ್ಯಾರ್ಥಿಯಾಗಿದ್ದಾಗ ಅವರು ಆಗ ಇದ್ದ ರಾಷ್ಟ್ರಮತ, ನವಭಾರತ ಮೊದಲಾದ ಪತ್ರಿಕೆಗಳಿಗೆ ಮದ್ರಾಸಿನಿಂದ ನಿಯತವಾಗಿ ರಾಜಕೀಯ ಹಾಗೂ ಮತ್ತಿತರ ವಿಚಾರ ವಿಶ್ಲೇಷಣೆಗಳ ಲೇಖನಗಳನ್ನು ಬರೆಯುತ್ತಿದ್ದರು. ಕತೆಗಾರ, ಜಯಂತಿ ಇತ್ಯಾದಿ ಪತ್ರಿಕೆಗಳಲ್ಲಿ 'ಸೌರಭ ಪುತ್ತೂರು' ಎಂಬ ಹೆಸರಿನಲ್ಲಿ ಕತೆಗಳನ್ನು ಬರೆದರು. ಇನ್ನೂ ಅನೇಕ ಪತ್ರಿಕೆಗಳಲ್ಲಿ ಅವರ ಕವನಗಳೂ ಪ್ರಕಟವಾಗಿದ್ದವು. ಅನೇಕ ಕಲಾವಿದರು, ಸಾಮಾಜಿಕ ಹೋರಾಟಗಾರರ ಬಗ್ಗೆ ವ್ಯಕ್ತಿಚಿತ್ರಗಳನ್ನು ಬರೆದರು. ಕೆಲವಾರು ವಿಮರ್ಶಾ ಲೇಖನಗಳನ್ನೂ ಪ್ರಕಟಿಸಿದ್ದರು. ಅವರ ಬಳಿ ಡಾ. ಶಿವರಾಮ ಕಾರಂತರ ಹೆಚ್ಚಿನ ಎಲ್ಲ ಪುಸ್ತಕಗಳೂ ಇದ್ದು ಅವನ್ನೆಲ್ಲ ನಮಗೆ ಓದಿಸಿದರು. ಬೇಂದ್ರೆ, ಕುವೆಂಪು, ಮಾಸ್ತಿ, ತ.ರಾ.ಸು, ಅನಕೃ, ನಿರಂಜನ ಮೊದಲಾದವರು ಅವರ ಪ್ರಿಯ ಲೇಖಕರು. ರಾಷ್ಟ್ರಮತ ಪತ್ರಿಕೆಯ ಸಂಪಾದಕರಾಗಿದ್ದ ಕವಿ ಕಡೆಂಗೋಡ್ಲು ಶಂಕರ ಭಟ್ಟರ ಕಚೇರಿ ಒಳಗೆ ಹೋಗುವಷ್ಟು ಸ್ವಾತಂತ್ರ್ಯ ಅವರಿಗಿತ್ತು. (ಹಿಂದೆ ಕಡೆಂಗೋಡ್ಲು ರಾಷ್ಟ್ರಬಂಧುವಿನಲ್ಲೂ ಕೆಲಸ ಮಾಡಿದ್ದರು. ಮುಂದೆ ರಾಷ್ಟ್ರಮತ ಪ್ರಾರಂಭಿಸಿದರು.)

ಇಷ್ಟು ಬರೆದರೂ ಅವರ ಹೆಸರಿನಲ್ಲಿ ಯಾವ ಪುಸ್ತಕವೂ ಇಲ್ಲ. ಅವರ ಹೆಸರಿರುವ ಒಂದೇ ಒಂದು ಪುಸ್ತಕ ಎಂದರೆ, ಅವರು ಸಂಪಾದಕರಾಗಿ ದೇರಾಜೆ ಸೀತಾರಾಮಯ್ಯ ಅವರಿಗೆ ಅರ್ಪಿಸಿದ ಅಭಿನಂದನ ಗ್ರಂಥ 'ರಸ ಋಷಿ' ಮಾತ್ರ. ಬೇಂದ್ರೆ ಅವರ ಪ್ರಿಯ ಕವಿ. ಅವರು ಇಷ್ಟಪಟ್ಟುದು ಕುವೆಂಪು ಅವರ ಭಾಷೆ. ಕತೆಗಳಲ್ಲಿ ಪ್ರಗತಿಶೀಲರ ಪ್ರಭಾವ. ಆದರ್ಶ ಹಾಗೂ ಜೀವನ ಮೌಲ್ಯಗಳು ಅವರಿಗೆ ಹಣಕ್ಕಿಂತ ದೊಡ್ಡದು. ಈಗ ನಾಲ್ಕು ವರುಷಗಳ ಹಿಂದೆ, ಅವರು ಬರೆದ ಕವನಗಳು, ಗದ್ಯ ಬರಹಗಳನ್ನೆಲ್ಲ ಒಟ್ಟು ಮಾಡಿ ಪುಸ್ತಕಗಳಾಗಿ ಹೊರತರೋಣ ಎಂದೆ. ಅದಕ್ಕೆ ಅವರ ಉತ್ತರ. "ಅಪ್ಪನ ಬರಹಗಳನ್ನು ಪುಸ್ತಕ ಮಾಡಿದ್ದೇವೆಂದು ಮಕ್ಕಳ ತೃಪ್ತಿಗೆ ಕಾರಣ ಆದೀತಷ್ಟೆ. ಸಾಹಿತ್ಯಕ್ಕೆ ಅದರಿಂದೇನೂ ಪ್ರಯೋಜನವಾಗಲಾರದು."

ತಾವು ಬರೆದ ಸಾಹಿತ್ಯ ದೊಡ್ಡದೆಂದು ಅವರು ಎಂದೂ ಪರಿಗಣಿಸಲೇ ಇಲ್ಲ. ಅವರ ಸಾಹಿತ್ಯಾಸಕ್ತ ಗೆಳೆಯರೆಲ್ಲ ತಮ್ಮ ಪುಸ್ತಕಗಳನ್ನು ಪ್ರಕಟಿಸಿದರೂ (ಉದಾ: ಎಂ.ಬಿ. ಮರಕಿಣಿ, ಶಂಪಾ ದೈತೋಟ, ಶ್ರೀಕಂಠ ಪುತ್ತೂರು, ಕೈಂತಜೆ ಗೋವಿಂದ ಭಟ್ಟ, ಕೆ. ಶಿವಶಂಕರ ಭಟ್ಟ, ಕೈನಭ) ಅವರಿಗೆ ತಮ್ಮ ಕೆಲವು ಬರಹಗಳನ್ನಾದರೂ ಒಂದು ಪುಸ್ತಕವಾಗಿ ಸೇರಿಸಬೇಕೆಂಬ ಉತ್ಸಾಹವೇ ಇರಲಿಲ್ಲ. ಆದರೆ ಇಂದಿನವರೆಗೂ

ಓದುವುದನ್ನು ಹಾಗೂ ಹೊಸ ಪುಸ್ತಕಗಳ ಸಂಗ್ರಹವನ್ನು ನಿಲ್ಲಿಸಲಿಲ್ಲ. ತಾವು ಓದಿದ್ದನ್ನು ಮಕ್ಕಳು ಹಾಗೂ ಇತರರ ಜೊತೆ ಚರ್ಚಿಸುವುದನ್ನು ಕಮ್ಮಿ ಮಾಡಲಿಲ್ಲ.

ತಮ್ಮ ಬರಹಗಳನ್ನೆಲ್ಲ ಅವರು ಒಟ್ಟು ಮಾಡಿ ಇಡಲೂ ಇಲ್ಲ. ನನಗೆ ನೆನಪಿರುವ ಸೌರಭರ ಕೆಲವು ಕತೆ, ಲೇಖನಗಳ ಬಗೆಗೂ ಹೇಳಬಹುದು. ಅವರ ವಿಮರ್ಶಾತ್ಮಕ ಬರಹಗಳು ಕೆಲವು ಆಂಥಾಲಜಿಗಳಲ್ಲಿ ಪ್ರಕಟವಾಗಿವೆ. ಡಾ. ಕಾರಂತರ 'ಮೈ ಮನಗಳ ಸುಳಿಯಲ್ಲಿ' ಕಾದಂಬರಿ ಬಗ್ಗೆ ಬರೆದ ಒಂದು ಲೇಖನವನ್ನು ಟಿ.ಪಿ.ಅಶೋಕ ತಾವು ಸಂಪಾದಿಸಿದ ಕಾರಂತರ ಬಗೆಗಿನ ಆಯ್ದ ಲೇಖನಗಳ ಸಂಗ್ರಹದಲ್ಲೂ ಸೇರಿಸಿಕೊಂಡಿದ್ದಾರೆ. ಆದರೆ ನನ್ನ ತಾಯಿ ಕೆಲವೊಮ್ಮೆ ಒಂದು ಕವರಿನಲ್ಲಿ ಹಾಕಿಟ್ಟಿದ್ದ ಅವರ ಅಚ್ಚಾದ ಕೆಲವು ಬರಹಗಳು ಈಚೆಗೆ ಸಿಕ್ಕವು. ಅದರಲ್ಲಿ ಹದಿಮೂರನೇ ಶತಮಾನದ ಇಟಲಿಯ ಪಾದ್ರಿ ಫ್ರಾನ್ಸಿಸ್ ಆಸೀ ವಿಚಾರಗಳ ನೆನಪಲ್ಲಿ ಬರೆದ 'ಪ್ರಾರ್ಥನೆ' ಎಂಬ ಪದ್ಯ 1960ರ ದಶಕದಲ್ಲಿ ಪುತ್ತೂರಿನ ಸುತ್ತಮುತ್ತಲಿನ ಅನೇಕ ಸಭೆ ಸಮಾರಂಭಗಳಲ್ಲಿ ಪ್ರಾರ್ಥನೆಯಾಗಿ ಹಾಡುವ ಗೀತೆಯಾಗಿತ್ತು. ಅದರ ಪಾಠ ಹೀಗಿದೆ:

ಓ ತಂದೆ!
ದ್ವೇಷ ಮದ ಮಾತ್ಸರ್ಯ ಹೊಗೆಯಾಡುವೆಡೆಯಲ್ಲಿ
ಪ್ರೇಮ ಬೀಜವ ಬಿತ್ತಿ ಬೆಳೆಸಿ ಕಾಪಾಡು
ನ್ಯಾಯ ನೀತಿಗಳನ್ನು ಮರೆತ ಮಾನವರೆಡೆಗೆ
ಕ್ಷಮೆಯೆಂಬ ಕುಡಿನೋಟ ಬೀರಿ ಸೊಗನೀಡು.
ಸಂಶಯದ ವಿಷದುರಿಯು ಉರಿವ ಎದೆ ಎದೆಯೊಳಗೆ
ನಂಬಿಕೆಯ ತಂಬೆಲರ ಬೀಸಿ ಉರಿ ತಣಿಸು
ಆಶಾ ನಿರಾಶೆಗಳ ಹೊನಲೊಳಗೆ ಹೋಗುವಗೆ
ಭರವಸೆಯ ಕೈಗೋಲನಿತ್ತು ಭಯ ನೀಗು
ಕತ್ತಲೆಯ ಪರಿಹರಿಸಿ ಜ್ಞಾನ ದೀವಿಗೆಯುರಿಸಿ
ನಿತ್ಯ ದುಃಖಿಗಳೆಡೆಗೆ ಸಂತಸವ ನೀಡು

ಕಾರ್ಡಿನಲ್ ನ್ಯೂಮನ್ (Cardinal Newman) ಅವರ ಕರುಣಾಳು ಬಾ ಬೆಳಕೆ (Lead Kindly Light) ಎಂಬ ಬಿ.ಎಂ.ಶ್ರೀ. ಅನುವಾದ ಓದಿದವರಿಗೆ ಈ ಕವನ ನೋಡುವಾಗ ಆ ಕಾಲದ ಆದರ್ಶ ಮನೋಭಾವ ಅರ್ಥವಾಗದೆ ಇರದು. ಆದೇ ರೀತಿ 1960ರ ದಶಕದಲ್ಲಿ ಚೀನಿ ಆಕ್ರಮಣದ ಸಂದರ್ಭದಲ್ಲಿ ಪುತ್ತೂರಿನ ಸುತ್ತಮುತ್ತ ಸೌರಭ ಬರೆದ 'ಕಹಳೆ' ಎಂಬೊಂದು ಗೀತೆ ಜನಪ್ರಿಯವಾಗಿತ್ತು. ಆ ಗೀತೆಯನ್ನು ಕೇಳಿದ ನೆನಪಿನಲ್ಲಿ ಕೆಲವು ವಾಕ್ಯಗಳು ಹೀಗಿವೆ:

ಏಳಿರೇಳಿರೇಳಿರೆಲ್ಲ ನಾಡ ಮಕ್ಕಳೇಳಿರಿ
ತಾಯಿ ಭಾರತಾಂಬೆಗೆದ್ದು ಮೈಯ್ಯ ನೀಡಿ ನಮಿಸಿರಿ
ಅವಳ ತಲೆಯ ಧವಳ ತೊಡುಗೆ ಹಿಮಗಿರಿಯ ಕಂದರ
ತುಚ್ಛ ಮ್ಲೇಂಛ ಚೀನಿ ಕೈಯ್ಯನಿಟ್ಟಿಹನು ಎಚ್ಚರ

ಬೆಂಡರವಾಡಿ ಸುಬ್ರಹ್ಮಣ್ಯ ಶರ್ಮರು ಹಾಡುತ್ತಿದ್ದ ಆ ಗೀತೆಯಲ್ಲಿ ದೇಶ ಭಕ್ತ ಭಾರತೀಯರ ಚಿತ್ರಣ ನೀಡುವ ಕೆಲವು ಸಾಲುಗಳು:

ಕನ್ನಡದ ಕಲಿ ಟಿಪ್ಪುವನ್ನು ಮರೆದಿರೇನು ಹುಲಿಗಳೆ
ಕಟ್ಟ ಬೊಮ್ಮನನುಜರೆ ತೆಲುಗು ಯೋಧ ಪುಂಗರೆ
ಪಡುವ ಕಡಲ ತಡಿಯ ಕುವರ ಕುವರಿ ಕೇರಳೀಯರೆ
ವಂಗ ಬಾಬು ಬಂಟರೆ ಮರಾಠ ವೀರ ಯೋಧರೆ

ಕನ್ನಡ ನಾಡಿನ 'ಏಕೀಕರಣ'ದ ಬಗ್ಗೆ ಬರೆದ ಇನ್ನೊಂದು ಕವನ, ಕನ್ನಡ ನಾಡಿನ ಮಾಂದಳಿರೆಡೆಯಲಿ ಕೂಗುವ ಕನ್ನಡ ಕೋಗಿಲೆಯ ಚಿತ್ರದಿಂದ ಪ್ರಾರಂಭವಾಗಿ "ಕನ್ನಡ ನಾಡಿನ ಕನ್ನಡಿಗರೆಲ್ಲ ಒಂದಾಗಲೆಬೇಕು. ಕನ್ನಡ ನಾಡಿನ ಏಕೀಕರಣಕ್ಕೆ ಹೋರಾಡಲೆಬೇಕು" ಎಂದು ಮುಂದುವರಿಯುತ್ತದೆ.

ಸೌರಭರ ಈ ಕವನಗಳ ಹಿಂದೆ ಒಂದು ವೈಯಕ್ತಿಕ ನಂಬುಗೆಯೂ ಇದೆ. ಸ್ವಾತಂತ್ರ್ಯ ಹೋರಾಟ ಕಾಲದ ಆದರ್ಶ, ದೇಶಭಕ್ತಿ ಹಾಗೂ ಸಮಾನತೆಯ ಕುರಿತಾದ ಓದಿನ ಪ್ರಭಾವ ಅವರ ಮೇಲಾಗಿತ್ತು. ಆ ಪ್ರಭಾವದಿಂದಾಗಿ ತಮ್ಮ ಹೆಸರಿನಿಂದ 'ಭಟ್ಟ' ತೆಗೆಯಲಾಗದಿದ್ದರೂ ಕಾವ್ಯನಾಮವಾಗಿ ಹೆಸರನ್ನು ಬದಲಿಸಿಕೊಂಡರು. ನಾನೂ ಸೇರಿ ಅವರ ನಾಲ್ಕು ಮಕ್ಕಳಲ್ಲಿ ಯಾರಿಗೂ ಹೆಸರಲ್ಲಿ ಜಾತಿ ಸೂಚಕ 'ಭಟ್ಟ' ಎಂಬ ಪದವನ್ನು ಸೇರಿಸಲಿಲ್ಲ. ಮಾತ್ರವಲ್ಲ ಎಲ್ಲ ಜಾತಿ ಮತದವರೂ ಸಮಾನರೆಂದು ನಮಗೆಲ್ಲ ಹೇಳುತ್ತಿದ್ದರು. (ಅಂತಹ ಆದರ್ಶವಿದ್ದ ಅನೇಕ ಮನಸ್ಸುಗಳ ಮೇಲೆ ಸ್ವಾತಂತ್ರ್ಯೋತ್ತರ ಭಾರತೀಯ ಸಮಾಜ ನಡೆಸಿದ ದಾಳಿಯನ್ನು ಗಮನಿಸುವುದೂ ಮುಖ್ಯವಾದೊಂದು ಅಧ್ಯಯನವಾದೀತು).

ಅವರು 'ಸೌರಭ' ಎಂಬ ಕಾವ್ಯನಾಮದಲ್ಲಿ ಬರೆಯುವ ಮೊದಲು ಸ್ವಲ್ಪ ಕಾಲ ಆರ್.ಬಿ. ಸರವು ಎಂದೂ ಬರೆದಿದ್ದರು 'ಸೌರಭ' ಎಂಬ ಕಾವ್ಯನಾಮಕ್ಕೆ 'ಕುವೆಂಪು', 'ತ.ರಾ.ಸು', 'ಅ.ನ.ಕೃ.' ಹೀಗೆ ಹೆಸರು ಹ್ರಸ್ವಗೊಳಿಸುವುದು ಮಾತ್ರ ಕಾರಣವಾಗಿರಲಿಲ್ಲ. ಅದರ ಹಿಂದೆ ಬಾಲ್ಯದಲ್ಲಿ ಅವರು ಹತ್ತಿರದಿಂದ ಕಂಡ ಸ್ವಾತಂತ್ರ್ಯ ಹೋರಾಟದ 'ಆದರ್ಶ'ದ ಆಪ್ತ ಭಾವವಿತ್ತು. ಭಾರತಾಂಬೆಯ ಮಕ್ಕಳಲ್ಲಿ ಜಾತಿ, ಮತಗಳಿಲ್ಲದೆ ಎಲ್ಲರೂ ಸಮಾನರು ಎಂಬ ಅರಿವಿಗಾಗಿ ಹೆಸರಿನಲ್ಲಿರುವ ಜಾತಿ ಸೂಚಕ ಪದಗಳು ಬರಹಗಾರನ ಹೆಸರಲ್ಲಿ ಬೇಡ ಎಂಬ ಯೋಚನೆ ಅದು.

ನನ್ನ ತಂದೆಯವರ ಅಕ್ಕನ ಗಂಡ ಎ.ಜಿ.ಟಿ. ಭಟ್ಟ ಎಂದೇ ಪರಿಚಿತರಾಗಿದ್ದ ಆಲಂಗಾರು ತಿರುಮಲೇಶ್ವರ ಭಟ್ಟರು ವಿಟ್ಲ ಪ್ರಾಂತ್ಯದ ಪ್ರಸಿದ್ಧ ಸ್ವಾತಂತ್ರ್ಯ ಹೋರಾಟಗಾರರು. ಅದಕ್ಕಾಗಿ ಹಿಂಡಲಗಿಯಲ್ಲಿ ಸೆರೆಮನೆವಾಸಿಗಳಾಗಿದ್ದವರು. ವಿಟ್ಲದ ಹೈಸ್ಕೂಲು, ಗೋಆಸ್ಪತ್ರೆ, ಸಾರ್ವಜನಿಕ ವಾಚನಾಲಯ, ಸಹಕಾರಿ ಬ್ಯಾಂಕ್ ಮೊದಲಾದ ಅನೇಕ ಸಂಸ್ಥೆಗಳ ಹುಟ್ಟಿಗೆ ಕಾರಣರಾದವರು, ಬರಹಗಾರರು, ಮಂಜೇಶ್ವರ ಗೋವಿಂದ ಪೈಗಳ ಹತ್ತಿರದ ಪರಿಚಯವಿದ್ದವರು, ಡಾ. ಶಿವರಾಮ ಕಾರಂತರ ಆಪ್ತರು. ಬರ್ಟ್ರೆಂಡ್‌ರಸೆಲ್ ಮೊದಲಾದ ಇಂಗ್ಲಿಷ್ ಬರಹಗಾರರ ಹಾಗೂ ಅನೇಕ ಕನ್ನಡ ಲೇಖಕರ ಪುಸ್ತಕಗಳಿದ್ದ ಅಗಾಧ ಗ್ರಂಥ ಭಂಡಾರ ಅವರ ಬಳಿ ಇತ್ತು. ಮುಂದಿನ ಜನಾಂಗದ ಹೆಸರಲ್ಲಿ ಜಾತಿ ಸೂಚನೆ ಇರಬಾರದು. ಎಲ್ಲರೂ ಸಮಾನರು ಎಂದು ಅವರ ಮಕ್ಕಳ ಹೆಸರಲ್ಲಿ 'ಭಟ್ಟ' ಎಂಬ ಜಾತಿ ಸೂಚಕವನ್ನು ಅವರು ಸೇರಿಸಲಿಲ್ಲ. (ಅವರ ಮಗ ಡಾ.ಎ. ಜಯಗೋವಿಂದ್ ಬೆಂಗಳೂರಿನ ನ್ಯಾಷನಲ್ ಸ್ಕೂಲ್ ಆಫ್ ಲಾ ಯೂನಿವರ್ಷಿಟಿಯ ವೈಸ್‌ಛಾನ್ಸಲರ್ ಆಗಿದ್ದರು). ಅವರ ಪ್ರಭಾವವು ನನ್ನ ತಂದೆಯವರ ಮೇಲಾಗಿತ್ತು.

ತಂದೆಯವರ ವಕೀಲ ವೃತ್ತಿಯ ಆಫೀಸಿನ ಮೇಜಿನ ಮೇಲೆ ಗಾಜಿನ ಫ್ರೇಮ್ ಹಾಕಿದ ರಾಬರ್ಟ್ ಫ್ರಾಸ್ಟ್ ಕವಿಯ ಪ್ರಖ್ಯಾತ 'The woods are lovely dark and deep/ But I have promises to keep/ And miles to go before I sleep/ And miles to go before I sleep' ಎಂಬ Stopping by woodson a snowy evening ಎಂಬ ಕವನದ ಕೊನೆಯ ಸ್ಟಾಂಜಾ. ಅದರ ಪಕ್ಕದಲ್ಲಿ ಕುಳಿತ ಭಂಗಿಯ ಬುದ್ಧನ ಮೂರ್ತಿ. ಮಲಗುವ ಕೋಣೆಯ ಗೋಡೆಗೆ ಕನ್ನಡಿ ಫ್ರೇಮಿನೊಳಗೆ ಅಚ್ಚು ಹಾಕಿದ ಡಿವಿಜಿ ಯವರ ಮಂಕುತಿಮ್ಮನ ಕಗ್ಗದ 'ಬದುಕು ಜಟಕಾ ಬಂಡಿ' ಸಾಲುಗಳು. ಅವಲ್ಲದೆ 'ನಗುವು ಸಹಜದ ಧರ್ಮ'. 'ಹುಲ್ಲಾಗು ಬೆಟ್ಟದಡಿ' ಮೊದಲಾದ ಕಗ್ಗದ ಅನೇಕ ಸಾಲುಗಳು ಅವರು ದಿನ ನಿತ್ಯ ಹೇಳುವುದನ್ನು ಕೇಳಿಯೇ ನಮಗೆ ಬಾಯಿಗೆ ಬರುತ್ತಿತ್ತು.

ಮಾಳಿಗೆಯ (ಮಹಡಿ) ಓದುವ ಕೋಣೆಯ ಒಂದು ಗೋಡೆಗೆ ಧರ್ಮಸ್ಥಳ ಮಂಜಯ್ಯ ಹೆಗಡೆಯವರು ಬಿಡಿಸಿದ್ದು ಎನ್ನಲಾದ ಪಂಪನ ಕಾಲ್ಪನಿಕ ಚಿತ್ರದ ಫ್ರೇಮ್. ಬೇಂದ್ರೆ, ಕುವೆಂಪು, ಡಿ.ವಿ.ಜಿ, ಕಾರಂತರ ಚಿತ್ರಗಳು ಮೇಜಿನ ಮೇಲೆ. ಗೋಡೆಯಲ್ಲಿದ್ದ ರಾಧಾಕೃಷ್ಣ ಚಿತ್ರದ ಕೆಳಗೆ ಸರ್ವಜ್ಞನ ಒಂದು ವಚನ. ಪುಸ್ತಕಗಳನ್ನಿಟ್ಟ ಕನ್ನಡಿ ಕಪಾಟಿನ ಬಾಗಿಲಿಗೆ ಅಂಟಿಸಿದ ವಿವೇಕಾನಂದ, ಮಾಸ್ತಿ, ರವೀಂದ್ರನಾಥ ಟಾಗೂರ್, ಗೋವಿಂದ ಪೈ, ಕೈಯಾರ ಮೊದಲಾದವರ ಚಿತ್ರಗಳು. ಕಪಾಟಿನ ಒಳಗೆ ಸಾಲು ಸಾಲಾಗಿ ಪ್ರತಿ ಪುಸ್ತಕಕ್ಕೂ ಅಚ್ಚುಕಟ್ಟಾಗಿ ಕಾಗದದ ತಟ್ಟಿ (Bind) ಹಾಕಿ ಅದರ ಮೇಲೆ ಪೆನ್ನಲ್ಲಿ ಬರೆದ ಪುಸ್ತಕ, ಲೇಖಕರ ಹೆಸರುಗಳು. ಪುಸ್ತಕ ಓದುವ ಯಾರೂ ಗುರುತಿಗೆಂದು ಪುಟದ ತುದಿ ಮಡಚಿ ಇಡಬಾರದು. ಓದುವಾಗ ಗುರುತಿಗಾಗಿ ಪುಸ್ತಕದ ನಡುವೆ ಕಾಗದ ಚೀಟಿ ಇಡಬೇಕು. ಅವರು ಓದುವಾಗ ಅಲ್ಲಲ್ಲಿ ಪುಸ್ತಕಗಳ ವಾಕ್ಯಗಳಿಗೆ ಕೆಂಪು, ನೀಲಿ, ಕಪ್ಪು ಪೆನ್ಸಿಲ್ ಗುರುತುಗಳು. ಇನ್ನೂ ಮುಖ್ಯವಾಕ್ಯಗಳಿಗೆ ಹಸಿರು ಶಾಯಿಯ ಅಡ್ಡಗೆರೆ.

ಸಾಹಿತ್ಯ ಸೂಕ್ಷ್ಮದ ಮೊದಲ ಪಾಠ:

ಇಂದಿನ ಅಂಕಣ, ಓದು ಬರಹ ಕಲಿತ ಖಾಸಗಿ ಅನುಭವವಾದರೂ ಸಾಹಿತ್ಯವನ್ನು ಪ್ರವೇಶಿಸುವ ಹೊಸಬರಿಗೆ ಹಾಗೂ ಮಕ್ಕಳನ್ನು ಓದಲು ಪ್ರೇರೇಪಿಸುವ ಹಿರಿಯರಿಗೆ ಈ ಅನುಭವದಿಂದ ಪ್ರಯೋಜನ ಆಗಬಹುದು ಎಂಬುದರಿಂದ ಹೇಳುತ್ತಿದ್ದೇನೆ. ನನಗೆ ಭಾಷೆಯ ಹಾಗೂ ಸಾಹಿತ್ಯದ ಮೋಹ ಹಿಡಿಸಿದ್ದು ನನ್ನ ತಂದೆಯವರಾದ ಸರವು ರಾಮಭಟ್ಟರು ('ಸೌರಭ' ಪುತ್ತೂರು). ನಾವೆಲ್ಲ ಹತ್ತನೇ ಕ್ಲಾಸಿನವರೆಗೆ ನಮ್ಮ ಊರಿನ ಕನ್ನಡ ಮಾಧ್ಯಮ ಶಾಲೆಗಳಲ್ಲೇ ಓದಿದ್ದಾದರೂ ಹೈಸ್ಕೂಲಿನಲ್ಲೇ ನನಗೆ ಶೇಕ್ಸ್‌ಪಿಯರ್ ಮೋಹ ಶುರುವಾದ್ದು ಅವರಿಂದ. 1950ರ ದಶಕದ ಆದಿಯಲ್ಲಿ ಮಂಗಳೂರಿನ ಸೈಂಟ್ ಅಲೋಶಿಯಸ್ ಕಾಲೇಜಿನಲ್ಲಿ ಬಿ.ಎ. ಓದುವಾಗ ಅವರು ಇಂಗ್ಲಿಷ್ ಸಾಹಿತ್ಯಕ್ಕೆ ತೆರೆದುಕೊಂಡಿದ್ದರು. ತಾರು ರಸ್ತೆ ಕಾಣಬೇಕಾದರೆ ಮೂರು ಮೈಲಿ ದೂರ ನಡೆಯಬೇಕಾಗಿದ್ದ ನಮ್ಮ ಹಳ್ಳಿ ಮನೆಯಲ್ಲಿ ಶೇಕ್ಸ್‌ಪಿಯರ್ ನಾಟಕಗಳನ್ನು ಓದಿ ತಂದೆಯವರು ವಿವರಿಸುತ್ತಿದ್ದರು. ಮೊದಲಿಗೆ ಚಾರ್ಲ್ಸ್ ಆಂಡ್ ಮೇರಿ ಲ್ಯಾಂಬ್ ಬರೆದ ಶೇಕ್ಸ್‌ಪಿಯರ್‌ನ ಕತೆಗಳನ್ನು (Tales from Shakespeare) ಓದಿಸಿ ಅರ್ಥವಾಗದ್ದನ್ನು ಹೇಳುತ್ತಿದ್ದರು. ಆ ಮೇಲೆ ಸಂಜೆ ಕಚೇರಿಯಲ್ಲಿ ವಕೀಲ ವೃತ್ತಿಯ ಕೆಲಸ ಮುಗಿಸಿ ಆಫೀಸಿನಿಂದ ಹಿಂತಿರುಗಿದ ಬಳಿಕ ರಾತ್ರಿ ಶೇಕ್ಸ್‌ಪಿಯರ್ ನಾಟಕಗಳ ಓದು. ಹಗಲು ನಮಗೆ ಮನೆಯಲ್ಲಿ ಅಜ್ಜನಿಂದ ರಾಮಾಯಣ, ಮಹಾಭಾರತ, ಭಾಗವತಗಳ ವಿವರವಾದ ಕಥಾಶ್ರವಣ. ಸಂಜೆ ತಡವಾಗಿ ತುಸು ಶೇಕ್ಸ್‌ಪಿಯರ್ ಮತ್ತಿತರ ಇಂಗ್ಲಿಷ್ ಸಾಹಿತ್ಯ ಪರಿಚಯ.

ಸಾಹಿತ್ಯ ಸೂಕ್ಷ್ಮದ ಮೊದಲ ಪಾಠ ನನಗೆ ಸಿಕ್ಕಿದ್ದು ಅಲ್ಲಿ. ಅವರಿಗೆ ಶೇಕ್ಸ್ ಪಿಯರ್‌ನ 'ಜ್ಯೂಲಿಯಸ್ ಸೀಸರ್' ಪ್ರಿಯ ನಾಟಕಗಳಲ್ಲಿ ಒಂದು. ಕೊಲೆಯಾದ ಸೀಸರ್‌ನ ದೇಹದ ಒಂದು ಗಾಯವನ್ನು ಬ್ರೂಟಸ್ ಇರಿದದ್ದು ಎಂದು ತೋರಿಸಿ ಆಂಟನಿ ತನ್ನ ಭಾಷಣದಲ್ಲಿ This was most unkindest cut of all ಎಂದು ಹೇಳುತ್ತಾನೆ. ಆ ವಾಕ್ಯವನ್ನು ಓದಿ ತಂದೆಯವರು good, better, best ಇದ್ದಹಾಗೆ Kind ಪದದ ಡಿಗ್ರಿಗಳೇನು ಎಂದು ಕೇಳಿದರು– ನಾನು Kind, Kinder, Kindest ಎಂದೆ. Most ಎಂಬುದು ಯಾವ ಡಿಗ್ರಿ? ಅದು ಸುಪರ್‌ಲೈಟಿವ್ ಡಿಗ್ರಿ (Superlative Degree). ಇಂಗ್ಲಿಷ್ ವ್ಯಾಕರಣದಲ್ಲಿ ಎರಡು ಸುಪರ್‌ಲೈಟಿವ್ ಡಿಗ್ರಿಗಳು ಅಕ್ಕ ಪಕ್ಕ ಬರುವಂತಿಲ್ಲ. ಆದರೆ ಇಲ್ಲಿ ಶೇಕ್ಸ್ ಪಿಯರ್ ವ್ಯಾಕರಣವನ್ನು ಮುರಿದು ತನಗೆ ಬೇಕಾದ ಪ್ರಭಾವವನ್ನು ಜನರ ಮೇಲೆ ಬೀರಲು ಪುನಾ ಕಟ್ಟಿದ್ದಾನೆ. ಅಂತಹ ನಂಬಿಗಸ್ತ ಬ್ರೂಟಸ್ ಇರಿದದ್ದರಿಂದ ಅತ್ಯಂತ ಕ್ರೂರ ಗಾಯ (ಶೇಕ್ಸ್‌ಪಿಯರ್ ಕಾಲದಲ್ಲಿ ಅದು ಸ್ವೀಕೃತ ವ್ಯಾಕರಣ ಎಂದು ವಾದಿಸುವ ಪಂಡಿತರೂ ಇದ್ದಾರೆ ಎಂದು ನಾನು ಇತ್ತೀಚೆಗೆ ಓದಿದ್ದೇನೆ). ಆ ನಾಟಕದಲ್ಲಿ 'ಸಿನ್ನಾ' ಎಂಬ ಕವಿ ಹಾಗೂ 'ಸಿನ್ನಾ' ಎಂಬ ದೇಶದ್ರೋಹಿ

(Conspirator) ಇಬ್ಬರಿರುತ್ತಾರೆ. ಆಂಟನಿ ಭಾಷಣದಿಂದ ರೊಚ್ಚಿಗೆದ್ದ ಜನ ಸಮುದಾಯ ಸಿನ್ನಾ ಎಂಬ ಹೆಸರಿನ ಕವಿಯನ್ನು ಕೊಲ್ಲುತ್ತಾರೆ. ಆ ಸಂದರ್ಭ ಹಾಸ್ಯದಂತೆ ಕಂಡರೂ, ಜನರ ಮನೋಭಾವದಿಂದ ಉಂಟಾಗುವ ತಪ್ಪು ಹಾಗೂ ವ್ಯಕ್ತಿಗೆ (ಸತ್ತ ಕವಿ ಸಿನ್ನಾಗೆ) ಆಗುವ ದುರಂತವನ್ನು ಗಮನಿಸಬೇಕು ಎನ್ನುತ್ತಿದ್ದರು.

ಕನ್ನಡ ಪದಗಳನ್ನು ತಪ್ಪು ಬರೆದರೂ ಅವರು ಸಹಿಸುತ್ತಿರಲಿಲ್ಲ. 'ಕೂಲಂಕುಷ' ಎಂದು ಬರೆದಾಗ ಅದು ತಪ್ಪು ಎಂದು ಹೇಳಿ 'ಕೂಲಂಕಷ' (ಸೂಕ್ಷ್ಮ ವಿವರ ಎಂದು ಅರ್ಥ) ಎಂದು ತಿದ್ದಿದ್ದು ನನಗಿನ್ನೂ ನೆನಪಿದೆ. ಮಂಗಳೂರಿನಲ್ಲಿ ಅವರಿಗೆ ಅಧ್ಯಾಪಕರಾಗಿದ್ದ ಪಂಡಿತ ಸೇಡಿಯಾಪು ಕೃಷ್ಣ ಭಟ್ಟರು ಸಂಸ್ಕೃತ ಮೂಲದ ಶಬ್ದದ ಸ್ಪಷ್ಟತೆ ಬಗ್ಗೆ ನೀಡಿದ್ದ ವಿವರಗಳನ್ನು ಅವರು ಆಗ ಹೇಳಿದ್ದರು.

ವಿಟ್ಲ ಪಡ್ನೂರು ಅಥವಾ ಈಚೆಗೆ ಸಂಪಾಜೆ (ಅಲ್ಲಿಯೂ ನಮಗೊಂದು ಪುಟ್ಟ ತೋಟವಿದೆ) ಹಳ್ಳಿ ಮೂಲೆಯಲ್ಲಿ ಇದ್ದರೂ ಅವರಿಗೆ ಬೇಕಾದ ಪುಸ್ತಕ ಸಂಗ್ರಹ ನಡೆಯುತ್ತಿತ್ತು. ಶಿರೀಶ್ ಜೋಶಿಯವರು ಕುಮಾರ ಗಂಧರ್ವ ಬಗ್ಗೆ ಬರೆದ ಪುಸ್ತಕದ ವಿವರವನ್ನು ಸಾದರ ಸ್ವೀಕಾರದ ಯಾವುದೋ ಮೂಲೆಯಲ್ಲಿ ನೋಡಿ ಅದರ ಪ್ರಕಾಶಕರಿಗೆ ಪತ್ರ ಬರೆದು ಹಣ ಮನಿ ಆರ್ಡರ್ ಮಾಡಿ ಪುಸ್ತಕ ತರಿಸಿ ಅವರು ಓದಿ ಆದ ಮೇಲೆಯೇ ಬೆಂಗಳೂರಿನಲ್ಲಿದ್ದ ನನಗೆ ಆ ಪುಸ್ತಕದ ಬಗ್ಗೆ ತಿಳಿದದ್ದು. ಅವರ ಕಾಗದ ತಲುಪಿದೊಡನೆ ಮಂಗಳೂರಿನ ಅತ್ರಿ ಬುಕ್ ಸೆಂಟರ್‌ನ ಅಶೋಕ ವರ್ಧನ ಪುಸ್ತಕ ಕಳುಹಿಸುತ್ತಿದ್ದರು. ಮೈಸೂರಿನ ಗೀತಾ ಬುಕ್ ಹೌಸಿನ ಸತ್ಯನಾರಾಯಣರಿಗೆ ನನ್ನ ತಂದೆಯವರು ಎಂ. ಓ. ಮೂಲಕ ಪರಿಚಿತರು. ಧಾರವಾಡದಲ್ಲಿ ಮೊದಲ ಸಲ ನಾನು ಜಿ.ಬಿ. ಜೋಶಿರವರಿಗೆ ನನ್ನ ಪರಿಚಯ ಹೇಳಿಕೊಂಡಾಗ ನನ್ನ ತಂದೆಯವರು ಪುಸ್ತಕ ಖರೀದಿಗಾಗಿ ಕಳುಹಿಸುತ್ತಿದ್ದ ಹಣದಿಂದಾಗಿ ನಾನು ಯಾರ ಮಗ ಎಂದು ಅವರಿಗೆ ತಿಳಿಯಿತು. ಹೀಗೆ ಪುಸ್ತಕ ಸಂಗ್ರಹವನ್ನು ಹತ್ತಿರದಿಂದ ಕಂಡ ನನಗೆ ಯಾರಾದರೂ ಪುಸ್ತಕ ಸಿಗುವುದಿಲ್ಲ ಎಂದರೆ ಪುಸ್ತಕ ಪಡೆಯಲು ಬೇಕಾದ ಪ್ರಯತ್ನ ಮಾಡುತ್ತಿಲ್ಲ ಎಂದೇ ಭಾಸವಾಗುವುದು.

ಅಂಕಿತ ಪುಸ್ತಕಕ್ಕೆ ಬರೆದು, ಹಣ ಕಳುಹಿಸಿ ಅವರು ಅನೇಕ ಪುಸ್ತಕ ತರಿಸಿಕೊಳ್ಳುತ್ತಿದ್ದರು. ಈಗ ಕೆಲವು ವರುಷದ ಹಿಂದೆ ಅನಾರೋಗ್ಯವಾಗಿ ಅವರಿಗೆ ಅಂಚೆ ಕಚೇರಿಗೆ ಹೋಗಲು ಕಷ್ಟವಾಯಿತು. ಆಗ ಒಮ್ಮೆ ಅಂಕಿತದಿಂದ ಪುಸ್ತಕ ತರಿಸಿಕೊಂಡ ಎರಡು ಪುಸ್ತಕಗಳಿಗೆ ಹಣ ತಲುಪಿಸುವಂತೆ ನನಗೆ ತಿಳಿಸಿದರು. ನಾನು ಹೋದಾಗ ಪ್ರಕಾಶ್ ಕಂಬತ್ತಳ್ಳಿ ಹಣ ತೆಗೆದುಕೊಳ್ಳಲಿಲ್ಲ. ಅಷ್ಟು ವಯಸ್ಸಾದ ಹಿರಿಯರು ನಮ್ಮ ಪುಸ್ತಕ ಓದುವುದೇ ಸಂತೋಷ. ಆ ಎರಡೂ ಪುಸ್ತಕಗಳೂ ಅವರಿಗೆ ನಮ್ಮ ಪ್ರೀತಿಯ ಪುಸ್ತಕ ಉಡುಗೊರೆ. ನಮ್ಮ ಯಾವ ಪ್ರಕಟಣೆ ಬೇಕಾದರೂ ಬರೆಯಲು ಹೇಳಿ ಎಂದರು. ಅದನ್ನು ತಿಳಿಸಿದಾಗ ತಂದೆಯವರು ನನ್ನಲ್ಲಿ "ಪುಸ್ತಕ ಅಂಗಡಿ

ಇಟ್ಟವರು ಉಚಿತವಾಗಿ ಕೊಟ್ಟರೆ ಹೇಗೆ? ಇನ್ನಿನ ಸಲ ಅಂಕಿತಕ್ಕೆ ಹೋದಾಗ ಇಂತಹ ಪುಸ್ತಕಗಳನ್ನು ದುಡ್ಡುಕೊಟ್ಟು ತಾ. ಊರಿಗೆ ಬಂದಾಗ ನಿನಗೆ ಹಣ ನೀಡುತ್ತೇನೆ" ಎಂದರು.

ಬಂದ ಪುಸ್ತಕಗಳನ್ನೆಲ್ಲ ಗಮನಿಸದೆ ವಿಮರ್ಶೆ ಬರೆಯುವುದು ನನಗೆ ಸಾಧ್ಯವೇ ಇಲ್ಲ ಎಂಬ ಭಾವನೆ ಬರುವ ಹಾಗೆ ಅವರ ಕೆಲವು ಪತ್ರಗಳು ಇರುತ್ತಿದ್ದವು. ಈಗ ನಾಲ್ಕಾರು ವರುಷಗಳ ಹಿಂದೆ ವಿಟೇಕರ್ (Romulus Whitaker) ಅವರು ಭಾರತೀಯ ಹಾವುಗಳ ಬಗ್ಗೆ ಇಂಗ್ಲಿಷಿನಲ್ಲಿ ಬರೆದ (Snakes of India- the Field guide) ಪುಸ್ತಕ ಪರಿಚಯ ವಿಮರ್ಶೆಯನ್ನು ನಾನು ಪ್ರಜಾವಾಣಿ ಸಾಪ್ತಾಹಿಕದಲ್ಲಿ ಬರೆದೆ. (ಮದ್ರಾಸಿನ ಸ್ನೇಕ್ ಪಾರ್ಕ್ ಸ್ಥಾಪಿಸಿದ ಉರಗ ತಜ್ಞ ವಿಟೇಕರ್ ಕಾಳಿಂಗ ಸರ್ಪ ಅಧ್ಯಯನ ಕೇಂದ್ರವೊಂದನ್ನು ಆಗುಂಬೆಯಲ್ಲಿ ಪ್ರಾರಂಭಿಸಿದ್ದಾರೆ) ನಾನು ಬರೆದುದರಲ್ಲಿ ಒಂದು ವಾಕ್ಯ ಕನ್ನಡದಲ್ಲೂ ಇಂತಹ ಪುಸ್ತಕಗಳು ಬೇಕು ಎಂಬ ಅರ್ಥದಲ್ಲಿತ್ತು. ಊರಿನಿಂದ ಅಂದಿನ ದಿನಾಂಕ ನಮೂದಿಸಿದ್ದ ತಂದೆಯವರ ಒಂದು ಪತ್ರ ಬಂತು. ಅದರಲ್ಲಿ, "ನೀನು ವಿಟೇಕರ್ ಪುಸ್ತಕದ ಬಗ್ಗೆ ಬರೆದುದು ಓದಿದೆ. ಉದಯವಾಣಿಯ ಪುಸ್ತಕ ಸ್ವೀಕಾರದಲ್ಲಿ ಹಾವುಗಳ ಬಗ್ಗೆ ಕನ್ನಡದಲ್ಲಿ ಎರಡು ಹೊಸ ಪುಸ್ತಕಗಳು ಪ್ರಕಟವಾದುದು ಸೂಚಿತವಾಗಿದೆ. ನೀನು ಅವನ್ನು ಗಮನಿಸಿದಂತೆ ಇಲ್ಲ. ಗುರುರಾಜ ಸನಿಲ್ ಅವರ 'ಹಾವು ನಾವು' ಹಾಗೂ 'ದೇವರ ಹಾವು, ನಂಬಿಕೆ ವಾಸ್ತವ' ಎಂಬ ಪುಸ್ತಕಗಳನ್ನು ನಾನು ನೋಡಿಲ್ಲ. ಆದರೆ ಅಶೋಕರ ಅತ್ರಿಬುಕ್ ಸೆಂಟರ್‌ನಲ್ಲಿ ಸಿಗಬಹುದು." ಆ ಬಳಿಕ ನಾನು ಮಂಗಳೂರಿಗೆ ಫೋನ್ ಮಾಡಿ ಅಶೋಕ ವರ್ಧನರಿಂದ ಆ ಪುಸ್ತಕಗಳನ್ನು ಪಡೆದ ಬಳಿಕವೇ ನನಗೆ ಸಮಾಧಾನವಾದದ್ದು.

ನವ್ಯ ಸಾಹಿತ್ಯದ ಪ್ರಭಾವ ಜೋರಾಗ ತೊಡಗಿದಾಗ ಅವರಿಗೆ ಆ ಕಾವ್ಯವನ್ನು ಅರ್ಥಮಾಡಿಕೊಳ್ಳಬೇಕಾದ ಕ್ರಮ ಹೇಗೆಂದು ಗಲಿಬಿಲಿಯಾಗತೊಡಗಿತು. ಅಕ್ಷರ ಪ್ರಕಾಶನದ ಎಲ್ಲ ಪುಸ್ತಕಗಳನ್ನು ತರಿಸಿಕೊಂಡು ಓದುತ್ತಿದ್ದರು. ಅಡಿಗ, ಅನಂತಮೂರ್ತಿ, ಲಂಕೇಶ್, ಆಲನಹಳ್ಳಿ ಮೊದಲಾದವರ ಪುಸ್ತಕಗಳ ಮೊದಲ ಆವೃತ್ತಿಯೇ ಅವರ ಬಳಿ ಇರುತ್ತಿದ್ದವು. ಮನೆಗೆ ಆ ತನಕ ಬರುತ್ತಿದ್ದ ಪ್ರಬುದ್ಧ ಕರ್ನಾಟಕ, ಕರ್ನಾಟಕ ಭಾರತಿ, ಸಾಧನೆ, ಸುಧಾ, ಕಸ್ತೂರಿ, ಕಲಾದರ್ಶನ. ಕೃಷಿಕರ ಸಂಘಟನೆ, ಪಬ್ಲಿಕ್ ಅಫೇರ್ಸ್. ಒಪಿನಿಯನ್, ಕೆಲವಾರು ಲಾ ಜರ್ನಲ್‌ಗಳು ಮೊದಲಾದ ಪತ್ರಿಕೆಗಳ ಸಾಲಿಗೆ ಅಡಿಗರ 'ಸಾಕ್ಷಿ'ಯೂ ಸೇರಿತು. ಆದರೆ, ಕುಮಾರವ್ಯಾಸನ "ನರಶರದ ಜೋಡು ಜುಂಜು ಹೊಳೆಯಲಿ ಜಾರುವನೆ ಜಾಹ್ನವೀಧರನು" ಎಂದಾಗ ಅರ್ಜುನನ ಬಾಣಗಳು ಹೊಳೆಯಾಗುವ ಅರ್ಥ ರೂಪಕದಿಂದ ತಿಳಿಯುತ್ತದೆ. ಆಗ 'ಶರ' ಎಂದರೆ ಕೇವಲ ಬಾಣ ಅಲ್ಲ 'ನೀರು' ಎಂಬುದೂ ಅರ್ಥವಾಗುತ್ತದೆ. ಆದರೆ ಅಡಿಗರ ಈ "ಜಾಮೂನು ನಾದದಲಿ ಜಾಳಿಸಿದಳು" (ಭೂಮಿಗೀತ) ಎಂದರೆ ಏನು ಅರ್ಥ? 'ಜ' ಕಾರಕ್ಕೆ 'ಜ'ಕಾರ ಇದ್ದರೆ ಸಾಕೋ? ಅರ್ಥ ಏನು? ಎಂದು ನಮ್ಮ ಮನೆಗೆ ಬಂದಿದ್ದ ಆಗಲೇ ನವ್ಯ ಕವಿ ಎಂದು

ಹೆಸರು ಮಾಡಿದ್ದ ಸುಬ್ರಾಯ ಚೊಕ್ಕಾಡಿಯವರಲ್ಲಿ ಅವರು ಕೇಳುತ್ತಿದ್ದುದು ನನಗಿನ್ನೂ ನೆನಪಿದೆ.

ಮುಂದೆ ನಾನು ಹೈಸ್ಕೂಲು ಮುಗಿಸಿದ ಬಳಿಕ ವಿಚಿತ್ರ ಸಂದರ್ಭದಲ್ಲಿ ಅವರಿಗೆ ಒಮ್ಮಿಂದೊಮ್ಮೆಗೆ ಅಡಿಗರ ಕವನಗಳ ಅರ್ಥ 'ವರ್ಧಮಾನ' ಕವನದ ಮೂಲಕ ಹೊಳೆಯತೊಡಗಿದ ಹಿನ್ನೆಲೆ ಹೀಗಿದೆ: ವಕೀಲರಾದ ತಂದೆಯವರು ಸದಾ ಬಿಳಿ ಅಂಗಿ, ಬಿಳಿ ಪಂಚೆ ಅಥವಾ ಇಜಾರ (ಪ್ಯಾಂಟು) ತಪ್ಪಿದರೆ ಕಪ್ಪು ಅಥವಾ ಬೂದು ಬಣ್ಣದ ಪ್ಯಾಂಟುಗಳು. ಪ್ರತಿ ತಿಂಗಳು ಸ್ವಚ್ಚ ಕ್ಷೌರ, ದಿನ ನಿತ್ಯ ಮುಖ ಕ್ಷೌರ, ಇಸ್ತ್ರಿ ಹಾಕಿದ ವಸ್ತ್ರಗಳು, ಹೀಗೆ ಅವರದ್ದೇ ಒಂದು ಶಿಸ್ತು. ಹೈಸ್ಕೂಲು ಮುಗಿಸಿದ್ದ ನಾನು ಹಿಪ್ಪಿ ಡ್ರೆಸ್‌ನ ಫ್ಯಾಷನ್‌ನಲ್ಲಿ ತಾರಾಮಾರಾ ಹೊಂದಿಕೆ ಇಲ್ಲದ ಬಣ್ಣದ ಅಂಗಿ ಪ್ಯಾಂಟುಗಳು ಕಿವಿಯಿಂದ ಕೆಳಗಿಳಿವ ಉದ್ದ ಕೂದಲು, ಒಟ್ಟಲ್ಲಿ ಏನೆಂದು ತಿಳಿಯದ ರೂಪು. ಈ ನನ್ನ ಹೊಸ ಅವತಾರ ಅವರಿಗೆ ಇಷ್ಟವಾಗುತ್ತಿರಲಿಲ್ಲ. ಒಂದು ದಿನ ಅವರು ಸುಬ್ರಾಯ ಚೊಕ್ಕಾಡಿಯವರಲ್ಲಿ "ಈಗ ನನಗ ಅಡಿಗರು ಸ್ವಲ್ಪ ಅರ್ಥ ಆದ ಹಾಗೆ ಕಾಣಿಸುತ್ತದೆ– 'ಹಿಪ್ಪಿ ಗೆಳೆಯರು ದೂರ ದೂರ ಗೆಲ್ಲಿನ ಮೇಲೆ/ ಹುಬ್ಬೇರಿಸುವರು, ಹಲ್ಕಿರಿಯುವರು' ಈ ಮಂಗಗಳ ಹಾಗಿರುವ ವರ್ಧಮಾನದ ಮಕ್ಕಳು ಹನುಮಂತನ ಹಾಗೆ ಹಾರಿಯಾರೋ?" ಎಂದು ಕೇಳಿದರು. ('ಹನುಮದ್ವಿಕಾಸಕ್ಕೆ ಇಲ್ಲ ಎಲ್ಲೆ'). ಆ ಬಳಿಕ ತಮ್ಮಷ್ಟಕ್ಕೆ ತಾವೇ ಎಂಬಂತೆ "ಅವರು ಹಾಗೆ ಹಾರಿದರೆ ಆಗ ತಿಳಿದೀತಷ್ಟೆ. ಈಗ ಈ ಮರಿ ಮಂಗಗಳಲ್ಲಿ ಯಾರು ಹನುಮಂತನೋ ಯಾರಿಗೆ ಗೊತ್ತು?" ಎಂದರು. ಈಗ ಹಿಂತಿರುಗಿ ನೋಡುವಾಗ ಅದು 'ವರ್ಧಮಾನ' ಕವನದ ಮುಖ್ಯ ತತ್ತ್ವಗಳಲ್ಲೊಂದು ಅನಿಸುತ್ತದೆ.

ಟೆನ್ನಿಸನ್, ಕೀಟ್ಸ್. ಶೆಲ್ಲಿ, ಬ್ರೌನಿಂಗ್, ವರ್ಡ್ಸ್‌ವರ್ಥ್ ಮೊದಲಾದ ಕವಿಗಳು ಅವರಿಗೆ ಪ್ರಿಯ. ಅವರ ಕವನಗಳೊಳಗಿರುವ ಪೂರಕ ಹಾಗೂ ವಿರುದ್ಧ ಚಿತ್ರಗಳನ್ನು ಗುರುತಿಸುವ ಮೂಲಕ ಕವಿಗಳು ಹೆಚ್ಚು ಸ್ಪಷ್ಟವಾಗುತ್ತಾರೆ ಎನ್ನುತ್ತಿದ್ದರು. ಆಗ ನಾನು ಹೈಸ್ಕೂಲಿನ ವಾರ್ಷಿಕ ಪತ್ರಿಕೆಗೆ ಸೇಡಿಯಾಪು ಕೃಷ್ಣ ಭಟ್ಟರ 'ಕೃಷ್ಣಾ ಕುಮಾರಿ' ಕವನದ ಮೇಲೊಂದು ಲೇಖನ ಬರೆದೆ. ವಿರೋಧಿಗಳ ಕೈಗೆ ಸಿಗಬಾರದೆಂದು ವಿಷ ಕುಡಿದು ಜೀವ ಬಿಡುವ ರಾಜಕುಮಾರಿ ಕತೆ. ಅದನ್ನು ಗಮನಿಸಿದ ತಂದೆಯವರು ನನ್ನಲ್ಲಿ ಬೇಂದ್ರೆಯವರ 'ಕೃಷ್ಣಾಕುಮಾರಿ' ಕವನವನ್ನು ಓದು ಎಂದರು. ಅದು ಬೇಂದ್ರೆ ಕವನದ ಬಗ್ಗೆ ನಾನು ಮಾಡಿದ ಮೊತ್ತ ಮೊದಲ ಗಂಭೀರ ಓದು. ಆ ಎರಡು ಕವನಗಳ ಪ್ರಾಥಮಿಕ ನೆಲೆಯ ತೌಲನಿಕ ಅಧ್ಯಯನ ಮಾಡಿ ಬರೆದ ನನ್ನ ಲೇಖನ ಹೈಸ್ಕೂಲಿನ ವಾರ್ಷಿಕ ಪತ್ರಿಕೆಯಲ್ಲಿ ಪ್ರಕಟವಾಯಿತು. ಆ ಲೇಖನದ ಬಗ್ಗೆ ತಂದೆಯವರಲ್ಲಿ ಮಾತನಾಡುತ್ತ ನನಗೆ ತೌಲನಿಕ ಅಧ್ಯಯನ ಎಂದರೆ ಏನು ಎಂಬ ಪ್ರಾಥಮಿಕ ಕಲ್ಪನೆ ದೊರೆಯಿತು. ಹೋಲಿಕೆಯಲ್ಲಿ ಅರ್ಥಮಾಡಿಕೊಳ್ಳುವುದು ತಿಳಿಯುವ ಒಂದು ಕ್ರಮ ಎಂದು ಮನಸ್ಸಿಗೆ

ಬರುವುದು ಅಂತಹ ಪ್ರಾಥಮಿಕ ಪ್ರಯತ್ನಗಳಲ್ಲಿ. ಆಗಿನ ಸಂದರ್ಭದ ಒಂದು ಮಾತು ಹಕ್ಕಿಗಳ ಬಗ್ಗೆ. 'ಹಕ್ಕಿ ಹಾರುತಿದೆ ನೋಡಿದಿರಾ' (ಬೇಂದ್ರೆ), 'ದೇವರು ರುಜು ಮಾಡಿದನು' (ಕುವೆಂಪು), ಎರಡೂ ಪಕ್ಷಿಗಳು. ಆದರೆ ಅವು ಒಂದೇ ರೀತಿಯ ಹಕ್ಕಿಗಳಲ್ಲ. ಮುಂದೆ ನನಗೆ ಈ ವ್ಯತ್ಯಾಸಗಳನ್ನು ಅರಿಯುವ ಕ್ರಿಯೆಯೇ ಕಾವ್ಯ ಪ್ರವೇಶದ ದಾರಿಯಾಯಿತು.

ಸಾಹಿತ್ಯದ ತೀವ್ರ ಆಸಕ್ತಿಗೆ ಅವರ ಪ್ರಕಾರ ಮಾತೃಭಾಷೆ ಕನ್ನಡವೇ ಸರಿ. ನನಗೆ ಶಾಲೆಯಲ್ಲಿ 'ಇಂಗ್ಲಿಷ್' ಭಾಷೆಯಾಗಿ ಪ್ರಾರಂಭವಾದ್ದು ಐದನೇ ಕ್ಲಾಸಿನಲ್ಲಿ. ಹೈಸ್ಕೂಲಲ್ಲಿ ಇರುವಾಗಲೂ ಇಂಗ್ಲಿಷ್ ಶಬ್ದ ಭಂಡಾರ ಸಾಲದೆ ಒದ್ದಾಡುತ್ತಿದ್ದೆ. ಆಗ ಮನೆಗೆ ತರಿಸುತ್ತಿದ್ದ (ಒಂದು ದಿನ ತಡವಾಗಿ ಸಿಗುತ್ತಿದ್ದ) ದಿ ಹಿಂದೂ ಪತ್ರಿಕೆಯ ಲೇಖನಗಳನ್ನು (ಮುಖ್ಯವಾಗಿ ಜಿ.ಕೆ. ರೆಡ್ಡಿ ಬರಹಗಳು) ಓದಲು ನಮ್ಮನ್ನು ಪ್ರೇರೇಪಿಸಿದರು. ಅರ್ಥವಾಗದ ಪದಗಳಿಗೆ ಅಡಿಗೆರೆ ಹಾಕಿ, ನಿಘಂಟಿನಲ್ಲಿ ಅರ್ಥ ನೋಡಿ ಆ ಪದಗಳನ್ನು ಖಾಲಿ ಪುಸ್ತಕವೊಂದರಲ್ಲಿ ಅಕಾರಾದಿಯಾಗಿ ಜೋಡಿಸಿ ಬರೆದು ಮನನ ಮಾಡುವುದು ನನ್ನ ಒಂದು ಕ್ರಮವೇ ಆಗಿತ್ತು. ಕಿಟೆಲ್ ಕೋಶದಿಂದ ಕೇಂಬ್ರಿಡ್ಜ್ ಡಿಕ್ಶ್ನರಿವರೆಗೆ ಹಲವು ನಿಘಂಟುಗಳು ಅವರ ಬಳಿ ಇದ್ದವು. ನಿಘಂಟಿನಲ್ಲಿ ಒಮ್ಮೆ ಅರ್ಥ ನೋಡಿದಾಗ ಪದಕ್ಕೆ ಟಿಕ್‌ಮಾರ್ಕ್. 2ನೇ ಸಲ ಅದೇ ಶಬ್ದಕ್ಕೆ ಅರ್ಥ ನೋಡಿದರೆ 5 ಸಲ ಬರೆಯುವುದು. 3ನೇ ಸಲ ನೋಡಿದರೆ 10 ಸಲ. ಕಷ್ಟಪಟ್ಟರೆ ಮಾತ್ರ ಭಾಷೆ.

"ವರುಷ ಹದಿನಾರರಲಿ ಪುತ್ರನ ಮಿತ್ರನೆಂದೆಣಿಸು" ಎಂಬ ವಿದುರ ನೀತಿಯ ಮಾತು ಅವರ ಪ್ರೀತಿಯ ವಾಕ್ಯ. ಬಿ.ವಿ. ಕಕ್ಕಿಲ್ಲಾಯ, ನಾರಾಯಣ ಮೂರ್ತಿ ಮೊದಲಾದ ಕಮ್ಯೂನಿಷ್ಟ್ ನಾಯಕರ ಹತ್ತಿರದ ಪರಿಚಯ ಇದ್ದರೂ ತಂದೆಯವರ ರಾಜಕೀಯ ಮನೋಧರ್ಮ ಯಾವ ತತ್ತ್ವಕ್ಕೂ ಅಂಟಿಕೊಳ್ಳದ ಉದಾರ ಮಾನವತಾವಾದ. ಅವರಿಗೆ ಕಾನೂನಿನ ಆಡಳಿತ, ಸಂವಿಧಾನದ ಸಮಾನತೆ ಮುಖ್ಯ. ಲೋಹಿಯಾ ಹಾಗೂ ಸಮಾಜವಾದ ಓದತೊಡಗಿದ್ದ ನನಗೂ ತಂದೆಯವರಿಗೂ ಭಿನ್ನಾಭಿಪ್ರಾಯದ ಚರ್ಚೆ ಜೋರಾಗಿ ನಡೆದು ಕೊನೆಗೆ ನನ್ನ ತಾಯಿ ಮಧ್ಯೆ ಪ್ರವೇಶಿಸಿ ಸಾಕು ನಿಮ್ಮ ಕೆಲಸಕ್ಕೆ ಬಾರದ ಚರ್ಚೆ ಎಂದು ಇಬ್ಬರನ್ನು ಗದರಿಸಿ ಸುಮ್ಮನೆ ಕೂರಿಸಿದ ಎಷ್ಟೋ ಸಂದರ್ಭಗಳು ಇಂದು ನೆನಪಾದಾಗ ನಗು ಬರುತ್ತದೆ. ಆದರೆ ತಂದೆಯವರೊಡನೆ ಆ ಭಿನ್ನಾಭಿಪ್ರಾಯದ ತಾತ್ತ್ವಿಕ ಚರ್ಚೆಯ ಜಗಳದ ರೂಪ ಸ್ವತಂತ್ರ ಚಿಂತನೆಗೊಂದು ಸಹಜ ಪ್ರೇರಣೆಯಾಯಿತು. ನಮ್ಮ ಮನೆಯ ಇಂತಹ ತಾತ್ತ್ವಿಕ ಜಗಳದ ಭಾವಾವೇಶದ ಚರ್ಚೆಗಳಲ್ಲಿ ನನ್ನ ಭಾವ, ಏಕಮಾತ್ರ ಸಹೋದರಿ ಆಶಾಳನ್ನು ಮದುವೆಯಾದ ಬಾಲಸುಬ್ರಹ್ಮಣ್ಯ ಕಂಜರ್ಪಣೆ ಕೂಡ ಸಂಕೋಚವಿಲ್ಲದೆ ನಮ್ಮಷ್ಟೆ ಆವೇಶಪೂರಿತನಾಗಿ ತೊಡಗಿಕೊಳ್ಳುತ್ತಿದ್ದ ಎಂಬುದು ಮನೆಯೊಳಗೆ ಚರ್ಚೆಯಾಗುವಾಗ ಎಂತಹ ಮುಕ್ತ ವಾತಾವರಣ ನಿರ್ಮಾಣವಾಗುತ್ತಿತ್ತು ಎಂಬುದಕ್ಕೆ ಉದಾಹರಣೆ.

ಮನೆಯನ್ನೂ ಆವರಿಸುವ ಬದಲಾದ ಮೌಲ್ಯವ್ಯವಸ್ಥೆ:

ಸ್ವಾತಂತ್ರ್ಯ ಹೋರಾಟ ಕಾಲದ ಆದರ್ಶ ಆಗಿನ ಜೀವನ ಮೌಲ್ಯಗಳ ಮೇಲೆ ತುಂಬ ಪ್ರಭಾವ ಬೀರಿತ್ತು. ಜೀವನ ಎಂಬುದು ತನಗೊಬ್ಬನಿಗೆ ಮಾತ್ರ ಅಲ್ಲ. ಅದು ಸಮೂಹದ ಒಳಿತಿಗಾಗಿ ನಿಸ್ವಾರ್ಥದಿಂದ ತೊಡಗಿಕೊಳ್ಳಲು ಅವಕಾಶ ಎಂಬುದು ಆಗಿನ ಚಿಂತನೆಯ ಒಂದು ಕ್ರಮ. ಗಾಂಧಿ ಪ್ರಣೀತವಾದ ಇಂತಹ ಅಪರಿಗ್ರಹ ಮನೋವೃತ್ತಿ ಜತೆಗೆ ಅದರಿಂದ ಸಂಪೂರ್ಣ ಭಿನ್ನವಾದ ಆಧುನಿಕತೆಯೆ ಪ್ರಗತಿಯ ದಾರಿ ಎಂಬ ನಂಬುಗೆಯೂ ಆಗಿನ ಕಾಲದಲ್ಲಿತ್ತು. ಆದರೆ ಸ್ವಾತಂತ್ರ್ಯ ಬಂದ ಬಳಿಕದ ಎರಡು ಮೂರು ದಶಕಗಳಲ್ಲಿ ಈ ರೀತಿಯ ಆದರ್ಶಗಳನ್ನು ನಂಬಿದ್ದ ವ್ಯಕ್ತಿಗಳು ಸ್ವಾರ್ಥದ ಕಡೆಗೇ ಚಲಿಸತೊಡಗಿದ ಸಮಾಜದಲ್ಲಿ ಹೇಗಿರಬೇಕು ಎಂಬುದು ತಿಳಿಯದೆ ತಲ್ಲಣಿಸತೊಡಗಿದರು.

ಇಂದಿನ ಈ ಕೊನೆಯ ಭಾಗದ ಬರಹದಲ್ಲಿ 1950ರ ದಶಕದಲ್ಲಿ ತಮ್ಮ ಆದರ್ಶದ ನೆಲೆಯಲ್ಲೇ ಕೃಷಿ, ಸಮಾಜ, ಸಾಹಿತ್ಯ ಮತ್ತು ವಕೀಲ ವೃತ್ತಿಗಳಲ್ಲಿ ತೊಡಗಿಕೊಂಡ ನನ್ನ ತಂದೆಯವರಾದ ಸರವು ರಾಮಭಟ್ಟರು ಸಾಮಾಜಿಕ ಮೌಲ್ಯಗಳ ಬದಲಾವಣೆಗೆ ಹೇಗೆ ತತ್ತರಿಸಿಕೊಂಡು ಪ್ರತಿಕ್ರಿಯಿಸುತ್ತಿದ್ದರು ಎಂಬುದು ಗುರುತಿಸುವುದಾಗಿದೆ. ಇದು ಭಾರತೀಯ ಸಮಾಜ ಬದಲಾದ ರೀತಿಯನ್ನು ವೈಯಕ್ತಿಕ ಅನುಭವದಿಂದ ಅರ್ಥ ಮಾಡಿಕೊಳ್ಳುವ ಕ್ರಮವೂ ಹೌದು.

ನನ್ನ ತಂದೆಯವರ ಆದರ್ಶ ಹಾಗೂ ಜೀವನ ಮೌಲ್ಯಗಳು ಗಾಂಧೀಜಿಯಿಂದ ಪ್ರೇರಣೆಗೊಂಡುದಾದರೂ ಮೂಲತಃ ಅವರದ್ದು ಉದಾರ ಮಾನವತಾವಾದಿಯ ಮನೋಭಾವ. ಆದರೆ ಅವರಿಗೆಲ್ಲ ಸಮಾನತೆಯನ್ನು ತರಬಲ್ಲ ಆಧುನಿಕತೆಯ ಹರಿಕಾರ ಅನಿಸಿದ್ದು ಪಂಡಿತ್ ನೆಹರು.

ಅನೇಕ ರೀತಿಯ ಸಾಮಾಜಿಕ ಸಂಘಟನೆಗಳಲ್ಲೂ ಅವರು ತೊಡಗಿದ್ದರು. ಸ್ಥಳೀಯ ನಾಯಕರಾಗಿದ್ದ ಸಹಕಾರ ತತ್ತ್ವದ ದೊಡ್ಡ ಧುರೀಣ, ಪುತ್ತೂರಿನಲ್ಲೇ ವಕೀಲರೂ ಆಗಿದ್ದ ಮೊಳಹಳ್ಳಿ ಶಿವರಾಯರ ಪ್ರಭಾವ ಅಲ್ಲಿ ಎಲ್ಲ ಪ್ರಗತಿಪರರ ಮೇಲಾಗಿತ್ತು. (ಮೊಳಹಳ್ಳಿಯವರು ಡಾ. ಕಾರಂತರು ತುಂಬ ಗೌರವಿಸುತ್ತಿದ್ದ ಹಿರಿಯರು) ಆ ಹಿನ್ನೆಲೆಯಲ್ಲಿ ನನ್ನ ತಂದೆಯವರೂ ಸಹಕಾರ ಸಂಘ, ಸೊಸೈಟಿಗಳಲ್ಲಿ ತೊಡಗಿಕೊಂಡಿದ್ದರು. ಅವರು ಪುತ್ತೂರು ಟೌನ್ ಕೋ-ಆಪರೇಟಿವ್ ಬ್ಯಾಂಕಿನ ನಿರ್ದೇಶಕರಾಗಿದ್ದರು. ಅಡಕೆ ಬೆಳೆಗಾರರ ಸಂಘದ ಚುನಾವಣೆಗಳಲ್ಲಿ ಆಯ್ಕೆಯಾದ ಡೈರೆಕ್ಟರು. ಸಮಾಜವಾದಿ ವಾರಣಾಶಿ ಸುಬ್ರಾಯ ಭಟ್ಟರ ಜೊತೆ ಸಕ್ರಿಯವಾಗಿ ದುಡಿದು ಅಡಕೆ ಬೆಲೆ ಕುಸಿದಾಗ ಕೃಷಿಕರ ಮನೆ ಮನೆಗೂ ತೆರಳಿ ಕ್ಯಾಂಪ್ಕೋ ಸಹಕಾರ ಸಂಸ್ಥೆ ಸ್ಥಾಪಿಸಲು ತಮ್ಮಿಂದಾದ ಎಲ್ಲ ಕೆಲಸ ಮಾಡಿದರು.

ಮುಂದೆ ಅವರು ಕಾಲ ಕ್ರಮೇಣ ಎಲ್ಲ ಸಾರ್ವಜನಿಕ ಸಂಸ್ಥೆಗಳಿಂದ ಹಿಂದೆ ಸರಿಯತೊಡಗಿದರು. ಕೆಲವು ಸಂಸ್ಥೆಗಳಲ್ಲಿ ತಮ್ಮ ಪರಿಚಿತರು ಕೆಲವರ ಕೈಗಳೇ ಶುದ್ಧವಾಗಿಲ್ಲ ಎಂಬ ವಿಚಾರ ಅವರನ್ನು ನಡುಗಿಸಿಬಿಟ್ಟಿತ್ತು. ಇದಕ್ಕೆ ಏನು ಮಾಡುವುದು ಎಂಬುದೇ ತಿಳಿಯುವುದಿಲ್ಲ. ಇನ್ನು ಸಾರ್ವಜನಿಕ ಕ್ಷೇತ್ರ ನಮ್ಮಂಥವರಿಗೆ ಅಲ್ಲ ಎಂದವರು ಆಗಾಗ ನನ್ನ ತಾಯಿಯವರಲ್ಲಿ ಹೇಳುತ್ತಿದ್ದುದು ಅವರ ಭ್ರಮನಿರಸನದ ಮಾತಾಗಿತ್ತು.

ಆದರ್ಶ ಹಾಗೂ ಜೀವನ ಮೌಲ್ಯ ಮನುಷ್ಯನ ಬದುಕಿಗೆ ಸಂಬಂಧಿಸಿದ್ದು. ಸಾರ್ವಜನಿಕ ಕ್ಷೇತ್ರಗಳಿಂದ ಹಿಂದೆ ಸರಿಯುವುದರಿಂದ ಸಮಾಜ ಅಲ್ಲಿಗೇ ನಿಲ್ಲುವುದಿಲ್ಲ. ಬದಲಾದ ಸಾಮಾಜಿಕ ಮೌಲ್ಯಗಳು ಕುಟುಂಬವನ್ನೂ ವ್ಯಕ್ತಿಯನ್ನೂ ಆವರಿಸುತ್ತವೆ. ನನ್ನ ತಂದೆಯವರು ತಮ್ಮ ತತ್ತ್ವ ಹಾಗೂ ಮೌಲ್ಯಗಳಲ್ಲಿ ಹೊಂದಾಣಿಕೆ ಮಾಡಿಕೊಳ್ಳದೆ ತಮ್ಮ ಕುಟುಂಬದವರು ಇನ್ನೊಬ್ಬನಿಗೆ ಅನ್ಯಾಯ ಮಾಡದಿರಲಿ ಎಂದು ಯೋಚಿಸತೊಡಗಿದರು. ಲಂಚ, ಭ್ರಷ್ಟಾಚಾರಗಳು ನಾನಾ ರೀತಿಯಲ್ಲಿ ಹೆಚ್ಚುತ್ತಿರುವ ವಾತಾವರಣದಲ್ಲಿ ತತ್ತ್ವನಿಷ್ಠ ಮೌಲ್ಯದ ಆವರಣದೊಳಗೆ ಬದುಕುವುದು ಹೇಗೆ ಎಂಬ ಚಿಂತೆ ಅವರನ್ನು ಕಾಡತೊಡಗಿತ್ತು. ಅಸ್ಮಿತೆಯ, ಬಂಡವಾಳಶಾಹಿಯ, ಧಾರ್ಮಿಕ ಸಂಘಟನೆಗಳ ರಾಜಕೀಯ ಬೆಳೆಯುತ್ತ ಹೋದ ಹಾಗೆ ಕಾಲಕ್ರಮೇಣ ಅವರ ಹಾಗಿರುವ ಉದಾರ ಮಾನವತಾವಾದಿಗಳು ಎಲ್ಲ ಕಡೆ ಹಿಂದೆ ಸರಿಯತೊಡಗಿದ್ದರು.

1985ರಲ್ಲಿ ನನ್ನ ಮೊದಲ ವಿಮರ್ಶಾ ಸಂಕಲನವನ್ನು (ಮನೋಗತ) ಅಕ್ಷರ ಪ್ರಕಾಶನ ಪ್ರಕಟಿಸಿತು. ಆಗ ನನ್ನ ತಂದೆಯವರು ನನಗೆ ಹೇಳಿದ್ದು: "ನೀನು ನನ್ನ ಹಾಗೆ ಬರೆದ ಲೇಖನಗಳನ್ನು ಪುಸ್ತಕ ಮಾಡದೇ ಇರಬೇಕಾಗಿಲ್ಲ. ಕೆ.ವಿ. ಸುಬ್ಬಣ್ಣನವರು ಪ್ರಕಟಿಸುವುದರಿಂದ ಅದರಲ್ಲಿ ಉತ್ತಮವಾದುದು ಇದ್ದೇ ಇರುತ್ತದೆ. ಆದರೆ ಸಾಮಾನ್ಯವಾದುದನ್ನು ಬರೆಯುವದರಿಂದಲೂ ಪ್ರಕಟಿಸುವುದರಿಂದಲೂ ಸಾಹಿತ್ಯದಲ್ಲೇನೂ ಸಾಧನೆ ಮಾಡಿದಂತಾಗುವುದಿಲ್ಲ ಎಂಬುದನ್ನು ಮರೆಯಬೇಡ". ಆ ಬಳಿಕ ನಾನು ಕನ್ನಡದ ಎಲ್ಲ ಪ್ರಮುಖ ಪತ್ರಿಕೆಗಳಲ್ಲಿ ಹಾಗೂ ಸಾಹಿತ್ಯಕ ಕಿರುಪತ್ರಿಕೆಗಳಲ್ಲಿ ಲೇಖನಗಳನ್ನು ಬರೆಯುತ್ತಿದ್ದರೂ ಮುಂದಿನ ಹತ್ತೊಂಭತ್ತು (19) ವರುಷಗಳ ಕಾಲ ನನ್ನ ಇನ್ನೊಂದು ಪುಸ್ತಕ ಪ್ರಕಟವಾಗಲಿಲ್ಲ.

ಅವರ ವಕೀಲ ವೃತ್ತಿಯ ಮೇಜಿನ ಮೇಲೆ ಸದಾ ಒಂದು ಅಟ್ಟಿ ಖಾಲಿ ಪೋಸ್ಟ್ ಕಾರ್ಡುಗಳು ಇರುತ್ತಿದ್ದವು. ಪ್ರತಿದಿನ ಸಂಜೆ ತಮ್ಮ ಕೋರ್ಟು ಡೈರಿ ಬಿಡಿಸಿ ಅನೇಕ ಕಕ್ಷಿಗಾರರಿಗೆ ಪೋಸ್ಟ್ ಕಾರ್ಡು ಬರೆದು ಇಂತಹ ದಿನ ನಿಮ್ಮ ಕೇಸಿನ ವಾಯಿದೆ ಇದೆ. ಆ ದಿನ ನೀವು ಬರಬೇಕಾಗಿಲ್ಲ ಎಂಬ ಒಕ್ಕಣೆಗಳಲ್ಲಿ ಪತ್ರಗಳು ಹೋಗುತ್ತಿದ್ದವು. ಆದ್ದರಿಂದ ಪ್ರತಿದಿನ ಕೋರ್ಟಿನಲ್ಲಿ ಅವರ ಜೊತೆ ಎರಡೋ ಮೂರೋ ಜನ ಮಾತ್ರ ಇರುತ್ತಿದ್ದರು. ಆ ದಿನ ಕೇಸು ನಡೆಯದ ಇತರ ಕಕ್ಷಿಗಾರರು ವ್ಯರ್ಥ ತಾಲ್ಲೂಕು ಕೇಂದ್ರದ ಕೋರ್ಟಿಗೆ ಬಂದು ಹಣ, ದಿನ ಹಾಳು ಮಾಡುವುದು ಯಾಕೆಂದು ಅವರು

ಕೇಳುತ್ತಿದ್ದರು. ಆದರೆ ಗೌಜಿಯ ಇತರ ವಕೀಲರ ಹಿಂದೆ ಮುಂದೆ ಆ ದಿನ ಕೇಸು ಇರುವ, ಇಲ್ಲದಿರುವ ಅನೇಕ ಕಕ್ಷಿಗಾರರು ಇರುತ್ತಿದ್ದರು.

ನನ್ನ ಸಹೋದರ ರವಿಪ್ರಕಾಶ ವಕೀಲ ವೃತ್ತಿಯ ಸನದು ಪಡೆದು ಬಂದಾಗ ಅವರು ಹೇಳಿದ್ದು: "ನನ್ನ ಹಾಗೆ ನೀನು ಕಕ್ಷಿಗಾರರಿಗೆ ಮೊದಲೇ ಕಾರ್ಡು ಬರೆಯಬೇಕೆಂದು ನಾನು ಹೇಳುವುದಿಲ್ಲ. ಆದರೆ ಎಂದೂ ಬಡವರ ಹೊಟ್ಟೆಗೆ ಹೊಡೆಯಬೇಡ. ಹೈಕೋರ್ಟಿಗೆ ನೇರ ಹೋಗುವ ಬದಲು ಕೆಳಗಿನ ಕೋರ್ಟುಗಳಲ್ಲಿ ವೃತ್ತಿಯ ಸೂಕ್ಷ್ಮಗಳನ್ನು ನಾಲ್ಕು ವರ್ಷ ಕಲಿತು ಹೋಗು. ನನ್ನ ಹಾಗೆ ಕೃಷಿ ನೋಡಿಕೊಂಡು ತಾಲೂಕಿನಲ್ಲೇ ಉಳಿ ಎಂದು ಹೇಳುವಷ್ಟು ಧೈರ್ಯ ನನಗಿಲ್ಲ."

"ಈಗ ಹೇಳುವಷ್ಟು ಧೈರ್ಯವಿಲ್ಲ" ಎಂಬ ಮಾತು ಬದಲಾದ ಸಮಾಜ ಆದರ್ಶದ ಹಿಂದೆ ಬಿದ್ದವರನ್ನು ನಿರ್ವಹಿಸಿದ ರೀತಿ. ಅವರು ವಕೀಲರಾಗಿ ಕೆಲಸ ಮಾಡುತ್ತಿದ್ದಾಗ ಅವರ ಹೆಚ್ಚಿನ ಕಕ್ಷಿಗಾರರು ಬಡವರು. ಒಕ್ಕಲುಗಳು, ಪುತ್ತೂರು, ಸಂಪಾಜೆ ಸುತ್ತಮುತ್ತ ಅನ್ಯಾಯವಾಗಿ ಜೈಲಿಗೆ ಹೋದ ಅಥವಾ ಕಾಡಿನ ಬದಿ ಮನೆ ಕಟ್ಟಿಕೊಂಡಿರುವ ಕೂಲಿ ಕಾರ್ಮಿಕರ ರಿಟ್ ಕೇಸುಗಳನ್ನು ಕಾಲ ಸರಿದಂತೆ ಅವರಿಗೆ ಹೈಕೋರ್ಟಿಗೆ ಕಳುಹಿಸುವುದು ಕಷ್ಟವಾಗುತ್ತಿತ್ತು. ಅವರ ಸ್ನೇಹಿತರೆಲ್ಲ ಹಿರಿಯ ವಕೀಲರು ಅಥವಾ ನ್ಯಾಯಾಧೀಶರಾದರು. ಹೈಕೋರ್ಟಿನ ಇತರ ವಕೀಲರ ಫೀಸು ಕೊಡುವುದು ಬಡ ಕಕ್ಷಿದಾರರಿಗೆ ಸಾಧ್ಯವಾಗುತ್ತಿರಲಿಲ್ಲ. ಮುಂದೆ ನನ್ನ ಸಹೋದರ ಹೈಕೋರ್ಟಿಗೆ ಹೋದ ಬಳಿಕ ಕೋರ್ಟಿನ ಸ್ಟ್ಯಾಂಪ್ ಡ್ಯೂಟಿ, ಟೈಪಿಂಗ್ ಚಾರ್ಜು ಅವರೇ ಕೈಯಿಂದ ಕೊಟ್ಟು ವಕೀಲರ ರುಸುಮು ಇಲ್ಲದೆ ರಿಟ್ ಹಾಕಿಸಿ ಪರಿಹಾರ ಸಿಗುವಂತೆ ಮಾಡುತ್ತಿದ್ದರು. ಈಗ ನೀನು ಧರ್ಮಕ್ಕೆ (ಉಚಿತವಾಗಿ) ಕೆಲಸ ಮಾಡಿದರೂ ಮುಂದೆ ನಿನಗೆ ಅದರ ಪುಣ್ಯದ ಫಲ ಸಿಗುತ್ತದೆ ಎನ್ನುತ್ತಿದ್ದರು.

ಸಂಪಾಜೆಯ ಹರಿಜನ ಹುಡುಗನೊಬ್ಬ ಸುಳ್ಳು ಕ್ರಿಮಿನಲ್ ಕೇಸಿನಲ್ಲಿ ಜೈಲಿಗೆ ಹೋದ. ತಂದೆಯವರ ಆಶಯದಂತೆ ಕೊನೆಗೆ ಹೈಕೋರ್ಟಿನಿಂದ ನನ್ನ ಸಹೋದರ ಅವನಿಗೆ ಉಚಿತವಾಗಿ ಕೆಲಸ ಮಾಡಿ ಜಾಮೀನು ತೆಗೆದುಕೊಟ್ಟ. ಆ ಜಾಮೀನನ್ನು ತೆಗೆದುಕೊಂಡು ಜೈಲಿನಿಂದ ಅವನನ್ನು ಬಿಡಿಸಲು ಹೋದಾಗ ಜೈಲಿನ ಅನಾರೋಗ್ಯಕರ ವಾತಾವರಣದಿಂದ ರೋಗ ಹಿಡಿದು ಅವನು ಸರಕಾರಿ ಆಸ್ಪತ್ರೆಯಲ್ಲಿ ಸತ್ತುಹೋಗಿದ್ದ. ಜಲ್ದಿ ಜಾಮೀನು ದುಡ್ಡಿರುವವರಿಗೆ, ಲಂಚ ಕೊಡಬಲ್ಲವರಿಗೆ ಮಾತ್ರ ಎಂದಾದರೆ ಬಡವರಿಗೆ ಇಲ್ಲದ ಪ್ರಜಾಪ್ರಭುತ್ವ ಯಾಕೆ ಎಂದು ಇಡೀ ಜೀವಮಾನ ವಕೀಲರಾಗಿದ್ದ ಅವರು ಅಸಹಾಯಕರಂತೆ ವಿಹ್ವಲವಾದುದನ್ನು ನೋಡಿ ನಾವು ಎಂಥ ಕಾನೂನಿನ ಆಡಳಿತದ ಸಮಾಜವನ್ನು ಕಟ್ಟುತ್ತಿದ್ದೇವೆ ಎಂದು ದುಃಖವಾಯಿತು.

ತಾವು ನಂಬಿದ ಆದರ್ಶವನ್ನು ಸಮಾಜ ಹಾಗೂ ವ್ಯವಸ್ಥೆ ತುಳಿಯತೊಡಗಿದಾಗ ಅದನ್ನು ಎದುರಿಸುವುದು ಸರಳವಲ್ಲ. 1970ರ ದಶಕದ ಆದಿಯಲ್ಲಿ ಭೂಮಸೂದೆ

ಕಾನೂನು ಬಂದಾಗ ನಮ್ಮಲ್ಲಿದ್ದ ಕೆಲವಾರು ಒಕ್ಕಲುಗಳ ಭೂಮಿ ಬಿಡಿಸಲು ಕೇಸು ಹಾಕಬೇಕು. ಕಾಗದ ಪತ್ರ ನಮ್ಮ ಪರವಾಗಿ ಇರುವಾಗ ರಿಟ್ ಹಾಕಿದರೆ ಗೆಲ್ಲಬಹುದು ಎಂಬುದು ನನ್ನ ಅಜ್ಜನ ವಾದ. "ಊರಿಗೆ ಬಂದ ಕಾನೂನು ನಮ್ಮ ಮನೆಗೂ ಬಂದಿದೆ. ಭೂಮಿಯನ್ನು ಅವರಿಗೇ ಬಿಟ್ಟುಬಿಡುವ, ರಿಟ್ ಜಗಳ ಬೇಡ" ಎಂಬುದು ನನ್ನ ತಂದೆಯವರ ಸ್ಪಷ್ಟ ನಿಲುವು. ಆಗ ಅಜ್ಜ, "ನೀನೊಂದು ಕಾಗದ ಬರೆದರೆ ಬೆಂಗಳೂರಲ್ಲಿ ರಿಟ್ ಹಾಕುತ್ತಾರೆ. ಅಷ್ಟೂ ಮಾಡದ ನಿನಗೆ ಕಾನೂನು ಕಲಿಸಿದ್ದೇ ದಂಡ. ಏನುಬೇಕಾದರೂ ಮಾಡು" ಎಂದರು. ಭೂ ಮಸೂದೆ ಲಾಭ ಪಡೆದ ಅನೇಕರು ಸ್ವಲ್ಪವೂ ಉದಾರವಾಗಿರದೆ ಪರಸ್ಪರ ಕೆಲವೇ ಸೆಂಟ್ಸ್ ಜಾಗಕ್ಕಾಗಿ ವ್ಯಾಜ್ಯಕ್ಕೆ ಇಳಿಯತೊಡಗಿದಾಗ ತನ್ನ ಯೋಚನೆ ಏನಾದರೂ ತಪ್ಪಿತಾ ಎಂದು ತಂದೆಯವರು ಪದೇಪದೇ ತಮ್ಮನ್ನೇ ತಾವು ಪ್ರಶ್ನಿಸಿಕೊಂಡಿದ್ದರು.

ನಮ್ಮಲ್ಲೊಬ್ಬ ಅದ್ದು ಎಂಬ ಕೆಲಸಗಾರನಿದ್ದ. ಅವನು ಮನೆ ಮಂದಿಗೆಲ್ಲ ಪ್ರಿಯನಾಗಿದ್ದ. ಅವನಿಗೊಂದು ಆಗಿನ ಕಾಲದ 400 ರೂ. ಟ್ರಾನ್ಸಿಸ್ಟರ್ ರೇಡಿಯೋ ಬೇಕೆಂಬ ಆಸೆ ಹುಟ್ಟಿ ಹೆಚ್ಚಿನ ಸಂಪಾದನೆಗೆ ನಮ್ಮ ಕೆಲಸ ಬಿಟ್ಟು ಬೇರೆ ಕಡೆ ಹೋದ. ಆಗ ಹೊರ ರಾಜ್ಯಕ್ಕೆ ಅಕ್ಕಿ ಸಾಗಣೆಗೆ ನಿರ್ಬಂಧ ಇತ್ತು. ಅವನು ಟ್ರಾನ್ಸಿಸ್ಟರ್ ಕೊಳ್ಳಲು ಬೇಕಾದಷ್ಟು ಹಣ ಮಾಡಲು ಕೇರಳಕ್ಕೆ ಅಕ್ಕಿ ಕಳ್ಳಸಾಗಾಣಿಕೆಗೆ ಇಳಿದು ಸಿಕ್ಕಿಬಿದ್ದು ಜೈಲಿಗೆ ಹೋದ. ಅವನಿಗೆ ಸಹಾಯ ಮಾಡಬಾರದೆಂದು ನಮ್ಮ ಕೂಡುಕುಟುಂಬದೆಲ್ಲ ಸದಸ್ಯರ (ಬಾಲ್ಯದಲ್ಲಿ ನಮ್ಮ ಮನೆಯಲ್ಲಿ ಒಟ್ಟು 32 ಜನ ಒಂದೇ ಮನೆಯಲ್ಲಿ ವಾಸಿಸುತ್ತಿದ್ದೆವು) ಒತ್ತಾಯ. ತಂದೆಯವರು ಯಾರಿಗೂ ಹೇಳದೆ ಅವನಿಗೆ ಜಾಮೀನು ಕೊಡಿಸಿ ಜೈಲಿನಿಂದ ಬಿಡಿಸಿದರು. ಮುಂದೆ ಅವನೇ ಊರಲ್ಲಿ ಹೇಳಿ, ತಂದೆಯವರು ಅವನನ್ನು ಜೈಲಿನಿಂದ ಬಿಡಿಸಿದ್ದೆಂದು ತಿಳಿದು ಮನೆಯಲ್ಲಿ ಅನೇಕರಿಗೆ ಬೇಸರವಾಯಿತು. ಆಗ ಏಳನೇ ಕ್ಲಾಸಿಗೆ ಹೋಗುತ್ತಿದ್ದ ನನ್ನ ಕಿವಿಗೆ ಬಿದ್ದ ತಂದೆಯವರ ಮಾತುಗಳು: "ನಿಮ್ಮ ಪ್ರಕಾರ ನಮ್ಮ ಕೂಲಿ ಕೆಲಸ ಬಿಟ್ಟು ಹೋದ್ದು ಅವನ ತಪ್ಪು. ಸರ್ಕಾರದ ಪ್ರಕಾರ ಕೇರಳಕ್ಕೆ ಅಕ್ಕಿ ಸಾಗಿಸಿದ್ದು. ಅವ ಏನೋ ಕೊಲ್ಲುವುದಕ್ಕೋ, ಕದಿಯುವುದಕ್ಕೋ ದರೋಡೆಕಾರರ ಹಾಗೆ ಹೋಗಲಿಲ್ಲ. ಒಂದು ಟ್ರಾನ್ಸಿಸ್ಟರ್ ರೇಡಿಯೋದ ಆಸೆಗೆ ಹಣ ಸಂಪಾದಿಸುವಲ್ಲಿ ತಪ್ಪು ಮಾಡಿ ಜೈಲಿಗೆ ಹೋದ. ನಮ್ಮಲ್ಲಿದ್ದಾಗ ನಮಗೆಲ್ಲ ಒಳ್ಳೆಯವನು ಎಂದು ಕಂಡವನನ್ನು ಜೈಲಲ್ಲಿ ಬಿಟ್ಟು ಸರ್ವನಾಶವಾಗುವುದನ್ನು ನೋಡುವುದೋ ?"

ಚರ್ಮರೋಗ ತಜ್ಞನಾದ ನನ್ನ ಕೊನೆಯ ತಮ್ಮ ಡಾ.ನರಹರಿ ಗಡಿನಾಡು ಕಾಸರಗೋಡಿನಲ್ಲಿ ಆಯುರ್ವೇದ, ಇಂಗ್ಲಿಷ್ ಔಷಧ, ಯೋಗ ಮೊದಲಾದವನ್ನು ಸೇರಿಸಿ ಸಂಯುಕ್ತ ಚಿಕಿತ್ಸಾ ಪದ್ಧತಿಯ ಹರಿಕಾರನಾದ. ಹೆಚ್ಚಾಗಿ ಬಡವರಿಗೇ ಬರುವ ಆನೆಕಾಲು (Filariasis) ರೋಗವನ್ನು ಗುಣಪಡಿಸಬಲ್ಲ ಔಷಧವೊಂದನ್ನು ಅವನು ಕಂಡುಹಿಡಿದಿದ್ದಾನೆ. ವರ್ಲ್ಡ್‌ಹೆಲ್ತ್ ಆರ್ಗನೈಸೇಷನ್ ಅದನ್ನು ಅಂತಾರಾಷ್ಟ್ರೀಯವಾಗಿ ಮಾನ್ಯ ಮಾಡಿದೆ. ಅದಕ್ಕಾಗಿ ಆಕ್ಸ್‌ಫರ್ಡ್ ಮೆಡಿಕಲ್ ಕಾಲೇಜು ಲಂಡನ್,

ಅಂತಾರಾಷ್ಟ್ರೀಯ ಲಿಂಫೋಡಿಯಾ ಸಂಸ್ಥೆಗಳು ಅವನಿಗೆ ಅತ್ಯುತ್ತಮ ಪ್ರಶಸ್ತಿ ನೀಡಿವೆ. ಅವ ಹೊರದೇಶಗಳಿಗೆ ಹೋಗಿ ಪ್ರಶಸ್ತಿ ಪಡೆದಾಗ ನನ್ನ ತಂದೆಯವರು ಹೇಳಿದ್ದು: "ಪ್ರಶಸ್ತಿ ದೊಡ್ಡದು ನಿಜ. ಆದರೆ ಅದಕ್ಕಿಂತ ದೊಡ್ಡದು ಹೊಸ ಔಷಧ ಕಂಡು ಹುಡುಕಿದ ಸಾಧನೆ. ಎಷ್ಟೇ ದೊಡ್ಡ ಡಾಕ್ಟರಾದರೂ ಬಡವರು ನಿನ್ನ ಕಣ್ಣಿಗೆ ಕಾಣುತ್ತಿರಬೇಕು. ನಿನ್ನನ್ನೇ ಕಾಣಬೇಕು ಎಂದು ಕಷ್ಟದಲ್ಲಿರುವವರು ಬಂದರೆ, ಫೀಸು ತೆಗೆದುಕೊಳ್ಳದೆ ಔಷಧ ಕೊಡುವ ನಿನ್ನ ಹಳೇಕ್ರಮ ಬಿಡಬೇಡ. ಹೆಸರು ಬಂದಾಗ ಜನ, ರೋಗಿಗಳು ಹೆಚ್ಚು ಬರುತ್ತಾರೆ. ಆದರೆ ನಮಗೆ ನಾವು ಏನೆಂದು ತಿಳಿದಿರಬೇಕು."

ನಮ್ಮ ಪುತ್ತೂರಿನ ಮನೆಯಲ್ಲಿದ್ದು ಶಾಲೆಗೆ ಹೋದವರು, ಆಸ್ಪತ್ರೆಯಲ್ಲಿ ಔಷಧ ಮಾಡಿಸಿದವರು ಹೀಗೆ ಅನೇಕರು ಅವರಾಗಿಯೇ ಈ ಹಿಂದಿನ ಅಂಕಣ ಬರಹ ನೋಡಿ ನನ್ನಲ್ಲಿ ತಂದೆ ತಾಯಿಯವರ ನೆನಪು ಮಾಡಿಕೊಂಡರು. ನನ್ನ ತಂದೆ ತಾಯಿ ಮದುವೆಯಾಗಿ 60ನೇ ವರ್ಷ ಆದ ದಿನ ಬೆಳಗ್ಗೆ ಫೋನು ಮಾಡಿ ತಂದೆಯವರಲ್ಲೂ ಏನು ಮಾಡುತ್ತಿದ್ದೀರಿ ಎಂದು ಕೇಳಿದೆ. ಅಮ್ಮ ಕೊಡುವ ಕಾಫಿಗೆ ಕಾಯುತ್ತಿದ್ದೇನೆ ಎಂದರು.

ಹಟ್ಟಿಯಿಂದ ಇನ್ನೂ ದನಕರೆದು ಬೆಳಗ್ಗಿನ ಹೊಸ ಹಾಲು ಬರಬೇಕಷ್ಟೆ. ನಿನ್ನೆಯ ಹಳೇ ಹಾಲಿನ ಕಾಫಿ ರುಚಿಯಾಗುವುದಿಲ್ಲ. ಈಗ ಹೊಸ ಹಾಲು ಬಂದ ಕೂಡಲೇ ಬೇರೆ ಸ್ವಲ್ಪ ಬಿಸಿ ಮಾಡಿ ಕಾಫಿ ಕೊಡುತ್ತೇನೆ ಎಂದರು ತಾಯಿಯವರು.

ಎರೆಹುಳ ಗೊಬ್ಬರ ಮೊದಲಾದ ಕೆಲಸಗಳಿಂದ ಪ್ರಗತಿಪರ ಕೃಷಿಕ ಮಹಿಳೆ ಎಂದು ಪ್ರಶಸ್ತಿ ಪಡೆದವರು ನನ್ನ ತಾಯಿ. ನಿನ್ನ ಮದುವೆಯಾಗಿ 60 ವರ್ಷ ಆಯಿತಲ್ಲಮ್ಮ ಎಂದೆ. ಹೌದು ಮಗ, ನಿಮ್ಮ ಅಪ್ಪ ಅವರ ಒಂದು ಪದ್ಯದಲ್ಲಿ ಬರೆದ ಹಾಗೆ, "ನೊಂದವರ ಬೆಂದವರ ಸಂತೈಸಲಾನಂದ ಅದುವೆ ಜೀವನ ಧರ್ಮ ಪರಮ ಮಂತ್ರ" ಎಂದು ಅವರ ಜೊತೆ ಇಷ್ಟು ವರ್ಷ ಕಾಲ ಹಾಕಿದೆ. ನಮ್ಮ ಕೈಕಾಲು ಗಟ್ಟಿ ಇರುವಷ್ಟು ವರ್ಷ ಹೀಗೇ ಇರುತ್ತೇವೆ. ಕೂಡದೇ ಆದಾಗ ನಾವೇ ಹೇಳುತ್ತೇವೆ. ಆಗ ಬಂದು ಕರಕೊಂಡು ಹೋಗಿ, ಅಲ್ಲಿವರೆಗೆ ಇಲ್ಲೇ. (ತಾಯಿಯವರ ಬಗ್ಗೆ ನಾನು ಬರೆದ ವಿವರ 'ಎರಡು ತಲೆಮಾರು' ಎಂಬ ಅರವಿಂದ ಚೊಕ್ಕಾಡಿಯವರು ಸಂಪಾದಿಸಿದ ಪುಸ್ತಕದಲ್ಲಿದೆ). ನಮ್ಮ ತಂದೆ ತಾಯಿ ಮಕ್ಕಳಾದ ನಮಗೆ ಬದುಕಿನಲ್ಲಿ ನೀತಿ ತತ್ತ್ವಗಳ ಉತ್ತಮ ಮೌಲ್ಯಗಳನ್ನು ನೀಡಿದ್ದಾರೆ. ಅದರಂತೆ ಬಾಳಿ ತೋರಿಸಿ ಆ ತತ್ತ್ವಗಳನ್ನು ನನ್ನ ಮಕ್ಕಳಿಗೆ ನೀಡುವಲ್ಲಿ ಯಶಸ್ವಿಯಾದರೆ ನಮ್ಮ ಶಾಸ್ತ್ರಗಳು ಹೇಳುವ ಮಾತಾ ಪಿತೃ ಋಣಗಳಿಂದ ನಾನು ಮುಕ್ತನಾದೆ ಎಂದು ಭಾವಿಸುತ್ತೇನೆ.

(ವಿಜಯವಾಣಿಯ ನನ್ನ 'ನುಡಿಸಸಿ' ಅಂಕಣದಲ್ಲಿ ಪ್ರಕಟವಾದ ಬರಹ ಭಾಗಗಳು)

– ಜುಲೈ–2015

***

15. ವನಸುಮದಂತೆ ತಮ್ಮೂರಲ್ಲಿ ಬದುಕಿ ಬಾಳಿದ ಡಾ. ಕೀಲಾರು ಗೋಪಾಲಕೃಷ್ಣಯ್ಯ

ಬಾಲ್ಯದಲ್ಲಿ ಒಡನಾಡಿದ ವ್ಯಕ್ತಿಗಳಲ್ಲಿ ಕೆಲವರು ನಮಗೆ ಅರಿವಿಲ್ಲದೆಯೇ ನಮ್ಮ ವ್ಯಕ್ತಿತ್ವವನ್ನು ಪ್ರವೇಶಿಸಿರುತ್ತಾರೆ. ಹಾಗೆ ನನ್ನ ವ್ಯಕ್ತಿತ್ವದ ಮೇಲೆ ನೇರವಾದ ಪ್ರಭಾವ ಬೀರಿದವರಲ್ಲಿ ಒಬ್ಬರು ಡಾಕ್ಟರ್ ಕೀಲಾರು ಗೋಪಾಲಕೃಷ್ಣಯ್ಯ. ವೃತ್ತಿಯಿಂದ ವೈದ್ಯರಾಗಿದ್ದ ಅವರು ಆಧುನಿಕ ಕೃಷಿಕರು ಹಾಗೂ ದೊಡ್ಡ ಜಮೀನ್ದಾರರು. ಅವರು ನನಗೆ ಹತ್ತಿರದ ಬಂಧುಗಳು. ಅದಕ್ಕಿಂತಲೂ ಹೆಚ್ಚಿನ ಒಡನಾಟ ಇದ್ದವರು. ನನ್ನ ಬಾಲ್ಯದ ರಜಾ ದಿನಗಳನ್ನೆಲ್ಲಾ ಅವರೊಡನೆ ಅವರ ಮನೆಯಲ್ಲಿ ನನ್ನ ಅಜ್ಜನ ಮನೆ ಹಾಗೆ ಕಳೆದಿದ್ದೇನೆ. ನನ್ನ ತಾಯಿ ಅವರ ಮಟ್ಟಿಗೆ ತಂಗಿಯ ಸಮಾನ. ಶಾಲೆಯ ಬೇಸಿಗೆ ರಜಾ ಏಪ್ರಿಲ್ ಹತ್ತರಿಂದ ಪ್ರಾರಂಭ. ಆ ದಿನ ಮಧ್ಯಾಹ್ನ ಅವರು ತಮ್ಮ ಕಾರು ತೆಗೆದುಕೊಂಡು ಪುತ್ತೂರಿನ ನಮ್ಮ ಮನೆಯಲ್ಲಿ ಹಾಜರ್ ಎಂಬುದು ನಮಗೆಲ್ಲಾ ಶಾಲೆಯ ರಜೆಯಷ್ಟೆ ನಿಶ್ಚಯ. ಮೇ 21ನೇ ತಾರೀಖು ಮುಂದಿನ ವರುಷದ ಶಾಲೆ ಪ್ರಾರಂಭವಾಗುವುದಕ್ಕೆ ಮೊದಲ ದಿನ ಸಂಜೆ ನಾವೆಲ್ಲಾ ಮಕ್ಕಳು ಅವರ ಕಾರಲ್ಲಿ ಅವರೊಡನೆ ಪುನಃ ನಮ್ಮ ಮನೆಗೆ. ಒಂದೇ ಒಂದು ಸಲ ನನ್ನ ತಂದೆಯವರಿಗೆ ಮೋಟರ್ ಬೈಕ್ ಅಪಘಾತವಾಗಿ ಕಾಲು ಮುರಿದಿದ್ದಾಗ ಮಾತ್ರ ನಾವು ರಜಾ ಮಧ್ಯದಲ್ಲಿ ಒಮ್ಮೆ ಪುತ್ತೂರಿಗೆ ಹಿಂತಿರುಗಿದ್ದೆವು.

ಅವರ ಸಂಪಾಜೆಯ ಕೀಲಾರು ಮನೆಯಲ್ಲಿ ಬಂಧು ಬಳಗದ ಎಲ್ಲಾ ಮಕ್ಕಳು ಸೇರಿದರೆ ಹೆಚ್ಚುಕಮ್ಮಿ ಹದಿನೈದು ಮಕ್ಕಳು ರಜೆಯಲ್ಲಿ ಒಟ್ಟಿಗಿರುತ್ತಿದ್ದೆವು. ಹೊಳೆಯಲ್ಲಿ ಈಜು, ಮರ ಹತ್ತುವುದು, ಸೈಕಲ್ ಸವಾರಿ, ಅಡಿಕೆ ಸುಲಿಯುವುದು, ಮರದ ಕಾಲಿನ ನಡಿಗೆ, ಆಟ, ಓಟ, ರೇಡಿಯೋ, ಆ ಕಾಲಕ್ಕೇ ಫೋನು, ಬಿಳಿಪಾರಿವಾಳಗಳು, ಹಕ್ಕಿ, ಮೊಲಗಳು, ಒಂದೇ ಎರಡೇ. ನಾವೆಲ್ಲಾ ಅವರಿಗೆ ರಕ್ತ ಸಂಬಂಧಿಗಳು. ನನ್ನ ತಾಯಿ ಅವರ ಅಕ್ಕನ ಮಗಳು. ಹುಟ್ಟಿ ಏಳು ದಿನಕ್ಕೇ ತಾಯಿಯನ್ನು ಕಳಕೊಂಡದ್ದರಿಂದ ಅವರ ಜೊತೆಯೇ ಬೆಳೆದವಳು. ತಾಯಿ ಇಲ್ಲದ ಮಗು ಎಂದು ಅಲ್ಲಿ ಎಲ್ಲರಿಗೂ ನನ್ನ ಅಮ್ಮನ ಮೇಲೆ ವಿಶೇಷ ಪ್ರೀತಿ. ಅವರ ತಾಯಿ ಕೀಲಾರಮ್ಮ ಈ ಮೊಮ್ಮಗಳನ್ನು ಮಗಳ ಹಾಗೆ ಬೆಳೆಸಿದ್ದರು. ಈಗ ನನಗನಿಸುತ್ತದೆ, ಅವರ ಪತ್ನಿ ಕುಸುಮಕ್ಕನವರದು ಇನ್ನೂ ದೊಡ್ಡ ಪ್ರೀತಿ. ಅಷ್ಟು ಮಕ್ಕಳಿದ್ದರೂ ನಮ್ಮೆಲ್ಲ ಗಲಾಟೆಗಳನ್ನೂ ಸಹಿಸಿಕೊಂಡು

ಒಮ್ಮೆಯೂ ಗದರದೆ ನಮ್ಮನ್ನೆಲ್ಲಾ ಅವರ ಸ್ವಂತ ಮಕ್ಕಳೊಡನೆ ಸಮಾನ ಪ್ರೀತಿಯಿಂದ ನೋಡಿಕೊಂಡರು.

ಡಾ. ಕೀಲಾರು ಗೋಪಾಲಕೃಷ್ಣಯ್ಯ ಊರಿನ ದೊಡ್ಡ ಜಮೀನ್ದಾರರು. ಸಂಪಾಜೆಯ ಅರ್ಧಕ್ಕೂ ಹೆಚ್ಚು ಭಾಗ ಒಂದೋ ಅವರ ಅಥವಾ ಅವರ ಒಕ್ಕಲುಗಳ ಸ್ವಾಧೀನ. 1950ರ ದಶಕದಲ್ಲಿ ಅವರು ಮೈಸೂರಿನ ಮೆಡಿಕಲ್ ಕಾಲೇಜಿನಲ್ಲಿ ಓದಿ ಡಾಕ್ಟರಾದರು. ಹಾಗಾಗಿ ಅನೇಕರಿಗೆ ಅವರು ಕೀಲಾರು ಡಾಕ್ಟ್ರು. ಅವರ ಹಿರಿಯರಿಗೆ ಪ್ರೀತಿಯ ಪುಟ್ಟಣ್ಣ. ಊರಿನ ಇತರರಿಗೆ ಧನಿಗಳು. ಮೈಸೂರು, ಮಡಿಕೇರಿಗಳಲ್ಲಿ ಕೀಲಾರು ಗೋಪಾಲ. ನನಗೆ ನನ್ನ ತಾಯಿ ಅವರನ್ನು ಕೂಗುತ್ತಿದ್ದ ಅಭ್ಯಾಸದಿಂದ ಮಾವಯ್ಯ.

ಕೆಲವು ಸಲ ನಾವು ದೂರದಲ್ಲಿರುವವರು ಮಾಡಿದ ದೊಡ್ಡ ಕೆಲಸಗಳನ್ನು ಗಮನಿಸುವಂತೆ ಹತ್ತಿರವೇ ಇರುವವರು ಮಾಡಿರುವುದನ್ನು ಗಮನಿಸಿರುವುದಿಲ್ಲ. ಈಗ ಅವರು ತೀರಿಕೊಂಡು ಇಷ್ಟು ವರ್ಷಗಳ ಬಳಿಕ ಹಿಂತಿರುಗಿ ನೋಡುವಾಗ ಅವರ ಅನೇಕ ವಿಚಾರಗಳು ಮತ್ತು ಮಾಡಿದ ಕೆಲಸಗಳು ಅಸಾಮಾನ್ಯವಾದವು ಅನಿಸುತ್ತದೆ.

ಸಂಪಾಜೆಯಲ್ಲಿ ಅವರು ದೇವಸ್ಥಾನಕ್ಕೆ ಜಾಗ ಕೊಟ್ಟರು. ದೇವಸ್ಥಾನದ ಅನೇಕ ಕೆಲಸಗಳಿಗೆ ನೆರವಾದರು. ಕಲ್ಲು ಗುಂಡಿಯಲ್ಲಿ ಇಗರ್ಜಿಗೂ ತಮ್ಮ ಜಾಗ ಕೊಟ್ಟರು. ನಾವು ಚಿಕ್ಕವರಿದ್ದಾಗ ಚರ್ಚಿನ ಪಾದ್ರಿಗಳು ಅವರನ್ನು ಸೌಹಾರ್ದ ಭೇಟಿ ಮಾಡುತ್ತಿದ್ದರು. ಕಲ್ಲುಗುಂಡಿಗಿಂತ ಸ್ವಲ್ಪ ಮುಂದೆ ಗೂನಡ್ಕ ಹತ್ತಿರ ಮುಸ್ಲಿಮರಿಗೆ ಮಸೀದಿ ಕಟ್ಟಲೂ ತಮ್ಮ ಜಾಗ ಕೊಟ್ಟರು. ಕೆಲವರಿಗೆ ಅವರು ಹೀಗೆ ಉಚಿತವಾಗಿ ತಮ್ಮ ಜಾಗವನ್ನು ಚರ್ಚು ಹಾಗೂ ಮಸೀದಿಗಳಿಗಾಗಿ ದಾನ ಮಾಡಿದ್ದು ಅಷ್ಟು ಹಿತವಾದ ಕೆಲಸ ಅನಿಸಲಿಲ್ಲ. ಆದರೆ ಅವರು ನಮಗೆ ದೇವಸ್ಥಾನ ಇದ್ದ ಹಾಗೆ ಪುರ್ಬುಗಳಿಗೆ ಇಗರ್ಜಿ, ಬ್ಯಾರಿಗಳಿಗೆ ಪಳ್ಳಿ ಎಂದುಬಿಟ್ಟರು. ನನ್ನಲ್ಲಿ ಒಮ್ಮೆ ಅವರವರಿಗೆ ಅವರವರ ದೇವರು. ಒಟ್ಟಲ್ಲಿ ಮನುಷ್ಯ ಒಳ್ಳೆಯವರಾಗಿರಬೇಕು ಎಂದಿದ್ದರು.

ತಾವು ಇನ್ನೊಬ್ಬರಿಗೆ ಕೊಡುವುದನ್ನು ಅವರು ಯಾರಿಗೂ ಹೇಳುತ್ತಿರಲಿಲ್ಲ. ದಾನವಾಗಿ ಕೊಡುವುದು ಕೀರ್ತಿ ಪಡೆಯುವುದಕ್ಕಲ್ಲ ಎಂದು ತಿಳಿದಿದ್ದರು. ಸಂಪಾಜೆ ಹೈಸ್ಕೂಲು ಸ್ಥಾಪನೆಗೆ ತಮ್ಮದೇ ಜಾಗ ಕೊಟ್ಟು ಸಾಕಷ್ಟು ಕೆಲಸ ಮಾಡಿದರು. ಊರಲ್ಲಿ ಸರ್ಕಾರಿ ಆಸ್ಪತ್ರೆ ಸ್ಥಾಪಿಸಲು ತಮ್ಮ ಜಾಗ ಬಿಟ್ಟುಕೊಟ್ಟರು. ಆದರೆ ಎಲ್ಲೂ ಅದರಿಂದಾಗಿ ಅಧಿಕಾರವನ್ನಾಗಲಿ, ಕೀರ್ತಿಯನ್ನಾಗಲಿ ಬಯಸಲಿಲ್ಲ. ಅವರು ತೀರಿಕೊಂಡ ಬಳಿಕ ಸಂಪಾಜೆ ಸುತ್ತಲಿನ ಅನೇಕ ಶಾಲೆಗಳಲ್ಲಿ ಬಡ ವಿದ್ಯಾರ್ಥಿಗಳ ಸಹಾಯಕ್ಕಾಗಿ ತೊಂಭತ್ತಕ್ಕೂ ಅಧಿಕ ಪುದುವಟ್ಟುಗಳನ್ನು ತಮ್ಮ ಸ್ವಂತ ದುಡ್ಡಿನಿಂದ ಸ್ಥಾಪಿಸಿದರು ಎಂಬುದು ತಿಳಿಯಿತು.

ನನಗೊಂದು ಘಟನೆ ನೆನಪಾಗುತ್ತದೆ. ವಿಟ್ಲದಲ್ಲಿ ಅವರ ಅಕ್ಕನ ಮನೆಯಲ್ಲಿ ಕೆಲಸಕ್ಕಿದ್ದ ಹೆಂಗಸೊಬ್ಬಳ ಮಗ ಒಮ್ಮೆ ಅವರಿಗೆ ತಾನು ಕಲಿಯುವಾಗ ಪಡೆದಿದ್ದ ಈಗ ನೆನಪಾಗುವಂತೆ ಇನ್ನೂರು ರೂಪಾಯಿಗಳನ್ನು ಹಿಂದಕ್ಕೆ ಕೊಟ್ಟ. ಅದು 1970ನೇ

ದಶಕದ ಯಾವುದೋ ಒಂದು ವರ್ಷ. ದೇವರು ನಿನಗೆ ಒಳ್ಳೆಯದು ಮಾಡಲಿ ಎಂದು ಹೇಳಿ ಅವರು ಆ ರೂಪಾಯಿಗಳನ್ನು ಪುನಃ ತೆಗೆದುಕೊಂಡರು.

ನನಗೆ ಆಶ್ಚರ್ಯವಾಯಿತು. ನೀವು ಅವನಿಗೆ ಕಲಿಯಲು ಕೊಟ್ಟದ್ದಲ್ಲವೇ? ಎಂದು ಕೇಳಿದ್ದೆ. ಯಾಕೆ ಪುನಃ ತೆಗೆದುಕೊಂಡಿರಿ ಎಂಬ ನನ್ನ ಒಳ ಪ್ರಶ್ನೆ ಅವರಿಗೆ ಅರ್ಥವಾಯಿತು. ಅವರು ನನಗೆ ನೀಡಿದ ಉತ್ತರದ ಸಾರಾಂಶ ಇಷ್ಟು: ನೋಡು, ಅವನಿಗೆ ನಾನು ಕಲಿಯಲು ಯಾವಾಗ ಈ ದುಡ್ಡು ಕೊಟ್ಟದ್ದು ಎಂಬುದು ಕೂಡಾ ನನಗೆ ನೆನಪಿಲ್ಲ. ಅವನು ಮನೆ ಕೆಲಸ ಮಾಡಿಕೊಂಡಿದ್ದ ಒಬ್ಬ ಬಡ ಹೆಂಗಸಿನ ಮಗ. ಈಗ ಓದಿ ಮಂಗಳೂರಿನಲ್ಲೊಂದು ಕೆಲಸಕ್ಕೆ ಸೇರಿದ್ದಾನೆ. ತಾಯಿಯನ್ನು ಕೆಲಸ ಬಿಡಿಸಿ ಮನೆಯಲ್ಲಿ ಕೂರಿಸಿ ನೋಡಿಕೊಳ್ಳುತ್ತಿದ್ದಾನೆ. ಅವನಲ್ಲೀಗ ಸಾತ್ವಿಕ ಸ್ವಾಭಿಮಾನ ಬೆಳೆದಿದೆ. ತಾನೂ ಕೂಡಾ ಇತರರಿಗೆ ಸಮಾನ ಎಂಬ ಭಾವನೆಗೆ ಬರುತ್ತಿದ್ದಾನೆ. ಅವ ಹಿಂತಿರುಗಿಸಿದ ದುಡ್ಡನ್ನು ಸ್ವೀಕರಿಸುವುದರಿಂದ ಅವನೂ ನಮ್ಮ ಸಮಾನ ಎಂಬ ಹಾಗೆ ಯೋಚಿಸಲು ಅವನಿಗೆ ಶಕ್ತಿ ಬರುತ್ತದೆ. ನಾನು ಬೇಡ ಎಂದರೆ ಅವನಿಂದ ಮೇಲೆ ಎಂದ ಹಾಗೆ. ಅವನ ಆತ್ಮಾಭಿಮಾನಕ್ಕೆ ಶಕ್ತಿ ಬರಬೇಕು. ಅದು ಅವನಿಗೆ ಸ್ವಂತ ಕಾಲಮೇಲೆ ಗಟ್ಟಿಯಾಗಿ ನಿಲ್ಲಲು ಸಹಾಯ ಮಾಡುತ್ತದೆ. ಅದಕ್ಕಾಗಿ ತೆಗೆದುಕೊಂಡೆ.

ಈ ಮಾತುಗಳನ್ನು ನನಗೆ ಹೇಳಿದಾಗ ಅವರು ನೂರು ಖಂಡಿ ಅಡಿಕೆಯ ಹಾಗೂ ಇನ್ನೆಷ್ಟೋ ಕೋಕೊ, ಭತ್ತ, ತೆಂಗುಗಳ ಒಡೆಕ್ಕಾರ. ರಬ್ಬರ್ ಬೆಳೆಯಲು ಪ್ರಾರಂಭಿಸಿದ್ದರು. ಮನೆಯಲ್ಲೆರಡು ಕಾರು, ಜೀಪು, ಟಿಲ್ಲರ್‌ಗಳಿದ್ದವು. ಮೈಸೂರಿನ ಯಾದವಗಿರಿಯಲ್ಲಿ ಸರ್ಕಾರಿ ಆಕ್ಷನ್‌ನಲ್ಲಿ ದೊಡ್ಡದಾದೊಂದು ಭೂಮಿ ತೆಗೆದುಕೊಂಡು ಎರಡು ಅಂತಸ್ತಿನ ದೊಡ್ಡ ಮನೆ ಕಟ್ಟಿಸಿದ್ದರು. ಇಷ್ಟೆಲ್ಲ ಇದ್ದ ಧನಿಕರಾದರೂ ಕೆಲಸದವಳೊಬ್ಬಳ ಮಗನಲ್ಲಿ ಸಮಾನತೆಯ ಭಾವ ಬೆಳೆಯುವಾಗ ಅವನೂ ನಮ್ಮ ಹಾಗೆ ಮನಷ್ಯನಲ್ಲವೆ ಎಂಬ ಚಿಂತನೆ. ಅವನನ್ನು ತನ್ನ ಸಂಪತ್ತಿನ ದಾಕ್ಷಿಣ್ಯದಲ್ಲಿಡಬೇಕು ಎಂಬ ಆಸೆ ಇಲ್ಲ.

ಸಂಪಾಜೆ ಗ್ರಾಮದಲ್ಲಿ ಬಹುತೇಕ ಜನರು ಅವರ ಒಕ್ಕಲಾಗಿದ್ದರು. ಇನ್ನೂ ಅನೇಕರು ಬಹುಕಾಲದಿಂದಲೂ ಅಂದರೆ ಎರಡು ಅಥವಾ ಮೂರು ತಲೆಮಾರುಗಳಿಂದ ಅವರ ಒಕ್ಕಲುಗಳಾಗಿದ್ದವರು. ಭೂ ಮಸೂದೆಯಲ್ಲಿ ಅಷ್ಟು ಭೂಮಿಯಿದ್ದರೂ ಅವರು ಒಂದೇ ಒಂದು ದಾವೆ, ಮೊಕದ್ದಮೆ ಏನೂ ಹೂಡಲಿಲ್ಲ. ಯಾವ ಒಕ್ಕಲಿನ ವಿರುದ್ಧವೂ ಒಂದೇ ಒಂದು ಕೇಸು ಹಾಕಲಿಲ್ಲ. ಹೈಕೋರ್ಟಿನಲ್ಲಿ ಭೂಸುಧಾರಣೆಗೆ ಸಂಬಂಧಿಸಿದ ಅವರ ಒಂದೇ ಒಂದು ರಿಟ್ ಕೂಡಾ ಇರಲಿಲ್ಲ.

ಅವರು ಕಾನೂನು ತಿಳಿಯದೆ ಕೋರ್ಟಿನಲ್ಲಿ ಕೇಸು ಹಾಕಿದವರಲ್ಲ. ಕಾನೂನಿನ ಪ್ರಕಾರ ಒಕ್ಕಲುಗಳಿಗೆ ಸೇರಬೇಕಾದ್ದು. ಹಾಗಾಗಿ ಅವರಿಗೆ ಬಿಟ್ಟು ಕೊಡಬೇಕಾದ್ದು ಕರ್ತವ್ಯ ಎಂದು ತಿಳಿದವರು. ಅವರ ಸುತ್ತಮುತ್ತ ವಕೀಲರುಗಳಿಗೇನೂ ಕಮ್ಮಿ ಇರಲಿಲ್ಲ. ಅವರು ಹೇಳಿದ್ದರೆ ಯಾರು ಬೇಕಾದರೂ ಕೇಸು ಹಾಕುತ್ತಿದ್ದರು. ಅನೇಕ ಒಕ್ಕಲುಗಳ

ಬಳಿ ಗೇಣಿ ಚೀಟು ಕೂಡಾ ಇರಲಿಲ್ಲ. ಅವರ ಮಾವ (ಹೆಂಡತಿಯ ತಂದೆ) ಪುತ್ತೂರಿನ ಅತಿ ಪ್ರಸಿದ್ಧ ಲಾಯರ್ ಆಗಿದ್ದ ವಕೀಲ ಶಾಸ್ತ್ರಿಗಳು. ಹೆಂಡತಿಯ ಅಣ್ಣ ವಕೀಲರು. ಅವರ ಹೆಂಡತಿಯ ಅಕ್ಕನ ಗಂಡ ಬೆಂಗಳೂರಿನಲ್ಲಿ ಪ್ರಸಿದ್ಧರಾಗಿದ್ದ ಹೈಕೋರ್ಟ್ ವಕೀಲರು. ನನ್ನ ತಂದೆಯವರು, ಭಾವ ಎಲ್ಲರೂ ವಕೀಲರು, ಮಡಿಕೇರಿಯ ಪ್ರಸಿದ್ಧ ವಕೀಲರು ಅವರ ಮನೆಗೆ ಬರುತ್ತಿದ್ದರು. ವಕೀಲರ ನೆಲೆಯಲ್ಲಿ ಅವರು ನನ್ನ ತಂದೆಯವರ ಬಳಿ "ಕೊಡಬೇಕಾದ್ದನ್ನು ಕೊಟ್ಟು ಬಿಡುವ. ಕೊಟ್ಟ ನಂತರ ಅವರಿಗೂ ತೊಂದರೆ ಆಗದ ಹಾಗೆ ಇರಲಿ" ಎಂದು ಹೇಳಿದ್ದು ನನಗೆ ನೆನಪಿದೆ. ಒಮ್ಮೆ ಸುಳ್ಯದ ತಹಶೀಲ್ದಾರರು ಅವರ ಬಳಿ, ನಿಮಗೆ ಬರಲು ಬಾಕಿ ಇರುವುದನ್ನಾದರೂ ಹೇಳಿ. ನಿಮಗೆ ಸರಕಾರದಿಂದ ಕೊಡಬೇಕಾದ್ದನ್ನು ವ್ಯವಸ್ಥೆ ಮಾಡಲು ಅನುಕೂಲವಾಗುತ್ತದೆ ಎಂದಿದ್ದರಂತೆ. ಅದಕ್ಕೆ ಕೀಲಾರಿನವರ ಉತ್ತರ "ಇವನ ಹಿರಿಯರ ಕಾಲದಿಂದಲೇ ಅವರು ಗೇಣಿಗೆ ಇದ್ದವರು. ಸಾಧ್ಯವಾದಾಗಲೆಲ್ಲಾ ಗೇಣಿ ಕೊಟ್ಟಿದ್ದಾರೆ."

ಇದರಿಂದಾಗಿ ಅವರ ಬಗ್ಗೆ ಜನರಿಗೆ ಪ್ರೀತಿ ಇತ್ತು. ಕೆಲವರು ಮೋಸ ಮಾಡುವುದೂ ಅವರಿಗೆ ತಿಳಿಯುತ್ತಿತ್ತು. ಆದರೆ ಕೋರ್ಟು, ಕಚೇರಿ ಎಂದು ಹೆಸರಿಸುವ ಸ್ವಭಾವದವರೇ ಅಲ್ಲ. ಅವರು ಡಾಕ್ಟರಾಗಿ ಪ್ರಾಕ್ಟೀಸು ಮಾಡುತ್ತಿದ್ದಾಗಲೂ ಔಷಧಿಗೆ ಬಂದವರಿಂದ ದುಡ್ಡು ತೆಗೆದುಕೊಳ್ಳಲು ಸಾಧ್ಯವಾಗುತ್ತಿರಲಿಲ್ಲ. ಬರುತ್ತಿದ್ದವರಲ್ಲಿ ಅನೇಕರು ಒಕ್ಕಲುಗಳು. ಉಳಿದವರೆಲ್ಲಾ ಪರಿಚಯದವರು. ಯಾರ ಕೈಯಿಂದ ಏನೂಂತ ಅವರು ದುಡ್ಡು ಕೇಳುವುದು ಎಂದು ನನ್ನ ಅಮ್ಮ ಹೇಳುತ್ತಿದ್ದರು. ನಿಧಾನಕ್ಕೆ ಅವರು ಮನೆಗೆ ಬಂದವರಿಗೆ ಮಾತ್ರ ಔಷಧ ಕೊಡಲು ಪ್ರಾರಂಭಿಸಿದರು.

ಅವರ ಆಧುನಿಕ ಮನಸ್ಸು, ವೈಜ್ಞಾನಿಕ ಚಿಂತನೆ, ಕೃಷಿಯಲ್ಲಿ ಹೊಸ ಕೃಷಿ ಮಾಡುವ ಉತ್ಸಾಹ ನನ್ನಲ್ಲಿ ಹೊಸ ಚಿಂತನೆ ಬೆಳೆಯಲು ಒಂದು ರೀತಿಯಲ್ಲಿ ಕಾರಣವಾಯಿತು. ಅವರು ಕೋ-ಕೋವನ್ನು ಅಡಿಕೆ ತೋಟದ ಒಳಗೆ ಬೆಳೆದ ಮೊದಲಿಗರು. ನೂರು ಖಂಡಿ ಅಡಿಕೆ ಆಗುವಷ್ಟು ತೋಟ ಬೆಳೆಸಿ, ಗದ್ದೆ, ತೋಟಗಳಲ್ಲಿ ಟಿಲ್ಲರ್ ಉಪಯೋಗ ನಮ್ಮ ಕಡೆ ಮೊದಲಿಗೆ ಪ್ರಾರಂಭಿಸಿದರು. ನಮ್ಮ ಊರಲ್ಲಿ ಖಾಸಗಿಯಾಗಿ ರಬ್ಬರ್ ತೋಟ ಪ್ರಾರಂಭಿಸಿದವರಲ್ಲಿ ಆಗ ಅವರೇ ಮೊದಲಿಗರು. ಇಂಗ್ಲೆಂಡ್, ಫ್ರಾನ್ಸ್ ಮತ್ತಿತರ ಯುರೋಪು ದೇಶಗಳಿಗೆ ಪ್ರಗತಿಪರ ಕೃಷಿಕರಾಗಿ ಪ್ರವಾಸ ಕೂಡ ಮಾಡಿ ಬಂದಿದ್ದರು. ನಮ್ಮ ಊರಿನ ಆಧುನಿಕ ಕೃಷಿಯ ಮೊದಲ ರೂವಾರಿಗಳಲ್ಲಿ ಅವರು ನನಗೆ ಮೊದಲಿಗೆ ನೆನಪಿಗೆ ಬರುತ್ತಾರೆ.

ಅವರೊಡನೆ ನಾನು ಅನೇಕ ಕಡೆ ಹೋಗುತ್ತಿದ್ದೆ. ಧಾರ್ಮಿಕ ಮುಖಂಡರು ಇರುವಲ್ಲಿಗೆ ಅವರ ಕಾರಲ್ಲಿ ಹೋದಾಗ ವಿಶೇಷ ಮರ್ಯಾದೆ ಸಿಗುವುದನ್ನು ಕಂಡಿದ್ದೆ. ಇತರ ಸಾಮಾನ್ಯ ವ್ಯಕ್ತಿಗಳೊಡನೆ ಹೋದಾಗ ಅಂತಹ ರಾಜ ಮರ್ಯಾದೆ ಕಾಣುತ್ತಿರಲಿಲ್ಲ. ಅದು ಯಾಕೆ ಎಂದು ನಾನೊಮ್ಮೆ ಕೇಳಿದೆ. ದೊಡ್ಡವನಾದ ಮೇಲೆ ನಿನಗೆ ತಿಳಿದೀತು. ಆದರೆ ಎಲ್ಲಿಯೂ ನಮ್ಮ ಮರ್ಯಾದೆ ಬಿಟ್ಟು ನಾವು ಬದುಕಬೇಕಾಗಿಲ್ಲ ಎಂದು ಹೇಳುತ್ತಿದ್ದರು.

ನನ್ನ ತಮ್ಮ ಡಾ.ಎಸ್.ಆರ್. ನರಹರಿ, ಆಲೋಪತಿ, ಆಯುರ್ವೇದ, ಹೋಮಿಯೋಪತಿ ಹಾಗೂ ಯೋಗ ಸೇರಿದ ಸಂಯೋಜಿತ ಚಿಕಿತ್ಸಾ ಪದ್ಧತಿಯಿಂದ ಆನೆಕಾಲು ರೋಗವನ್ನು ಗುಣಪಡಿಸುವ ಔಷಧಿ ಕಂಡು ಹುಡುಕಿದ. ಆ ಸಂಶೋಧನೆಗೆ ಇಂಗ್ಲೆಂಡಿನ ಆಕ್ಸ್‌ಫರ್ಡ್ ಮೆಡಿಕಲ್ ಕಾಲೇಜಿನಿಂದ ಮತ್ತು ಇತರ ಅನೇಕ ಅಂತಾರಾಷ್ಟ್ರೀಯ ಮಟ್ಟದ ಪ್ರಶಸ್ತಿಗಳನ್ನು ಪಡೆದ. ಅವ ಅಲೋಪತಿ ಕಲಿತರೂ ತನ್ನ ಸಂಶೋಧನೆಗಾಗಿ ಆಯುರ್ವೇದ ಇಷ್ಟು ತಿಳಿದನಲ್ಲ ಎಂದು ಅವನ ಸಾಧನೆ ಬಗ್ಗೆ ಹೆಮ್ಮೆ ಪಟ್ಟರು. ಮಾವಯ್ಯ ಅನಾರೋಗ್ಯದಿಂದ ಚಿಕಿತ್ಸೆಗಾಗಿ ಬೆಂಗಳೂರಿನಲ್ಲಿ ಆಸ್ಪತ್ರೆಗೆ ಸೇರಿದಾಗ ಅವರನ್ನು ನೋಡುವುದಕ್ಕೆ ಕಾಸರಗೋಡಿನಿಂದ ನನ್ನ ತಮ್ಮ ಹೋದ. ಮಾವಯ್ಯ ಒಂದು ಗಂಟೆ ಅವನೊಡನೆ ಕ್ಯಾನ್ಸರ್ ರೋಗದ ಬಗ್ಗೆ ಮಾತನಾಡಿದರು. ಈ ಬ್ರಹ್ಮರಾಕ್ಷಸ ಎಲ್ಲಿ ಹೇಗೆ ದೇಹದೊಳಕ್ಕೆ ಪ್ರವೇಶ ಮಾಡುತ್ತಾನೆಂದು ಕೇಳಿದರು. ಅವರು ಅದು ಯಾರದ್ದೋ ರೋಗ ಅನ್ನುವ ಹಾಗೆ ಮಾತನಾಡುತ್ತಿದ್ದ ಕ್ರಮ ಮಾವಯ್ಯನ ವ್ಯಕ್ತಿತ್ವದ ಒಳಗೇ ಇದ್ದ ನಿರ್ಲಿಪ್ತತೆಯನ್ನು ಸೂಚಿಸುತ್ತಿತ್ತು. ಆ ಕ್ಷಣದಲ್ಲಿ ಅದು ಇಬ್ಬರು ಡಾಕ್ಟರುಗಳ ನಡುವಿನ ಮಾತು ಅನಿಸಲೂಬಹುದು. ಆದರೆ ಮಾವಯ್ಯನಿಗೆ ತಮ್ಮ ದೇಹ, ಅಂತಸ್ತು, ಸಂಪತ್ತು ಎಲ್ಲವನ್ನೂ ಮರೆತು ನಿರ್ಲಿಪ್ತ ನಿರ್ಮೋಹದಿಂದ ಯಾವುದೇ ವಿಚಾರದ ಬಗ್ಗೆ ಮಾತನಾಡುವುದೂ ಸಾಧ್ಯವಿತ್ತು. ವಿಶಾಲವಾದ ಅಧ್ಯಾತ್ಮಿಕ ಅರ್ಥದಲ್ಲಿ ಅವರು ನಿರ್ಮೋಹಿ. ಸಂಸಾರದೊಳಗಿದ್ದೂ ನಿಸ್ಸಂಗಿ.

ಅವರು ಬೆಂಗಳೂರಿನಲ್ಲಿ ಆಪರೇಷನ್ ಆದ ಬಳಿಕ ಆಸ್ಪತ್ರೆಗೆ ಅನುಕೂಲ ಎಂದು ಮಗಳು ಸುಮನಳ ಮನೆಯಲ್ಲಿ ಇರುತ್ತಿದ್ದರು. ಆಸ್ಪತ್ರೆ, ಮನೆ ಎಂದು ಹೆಚ್ಚು ಕಮ್ಮಿ ಪ್ರತಿದಿನ ಸಂಜೆ ಹೋಗಿ ಅವರನ್ನು ನೋಡುತ್ತಿದ್ದೆ. ಆಸ್ಪತ್ರೆಯಿಂದ ಬಂದು ನಿಶ್ಶಕ್ತರಾಗಿ ನೋವಿನಿಂದ ಅವರು ಮಲಗಿರುವಾಗ ನಡೆದ ಒಂದು ಘಟನೆ ಅವರಿಗೆ ಸಾಧ್ಯವಾಗುತ್ತಿದ್ದ ಸಮಚಿತ್ತವನ್ನು ವಿವರಿಸಿತು. ಅದೊಂದು ಅತ್ಯಂತ ದುಃಖದ ದಿನ. ನನ್ನ ತಂಗಿಯ ಮಗ ಬೆಂಗಳೂರಿನ ರಸ್ತೆ ಅಪಘಾತವೊಂದರಲ್ಲಿ ತೀರಿಹೋದ. ಪೋಸ್ಟ್‌ಮಾರ್ಟಂ ಆಗಿ ಆಸ್ಪತ್ರೆಯಿಂದಲೇ ಅಂತ್ಯಕ್ರಿಯೆಗೆ ದೇಹವನ್ನು ತೆಗೆದುಕೊಂಡು ಹೋಗಬೇಕಾದ ಸಂದರ್ಭ. ಆ ದುಃಖದ ಮಡುವಿನಲ್ಲಿ ಎಲ್ಲರೂ ಮುಳುಗಿರುವಾಗ ನಿಲ್ಲುವುದಕ್ಕೂ ನಿತ್ರಾಣವಾಗುತ್ತಿರುವ ಅವರು ಬಂದು ತೀರಿಕೊಂಡವನ ಸಾಧನೆ, ಹುಟ್ಟಿದ ಮನೆತನದ ಗೌರವ, ತಂದೆ–ತಾಯಿಗಳಿಗೆ ಸಮಾಜದಲ್ಲಿರುವ ದೊಡ್ಡ ಸ್ಥಾನಮಾನ ಎಲ್ಲವನ್ನೂ ನೆನಪಿಸಿಕೊಟ್ಟರು. ಅನಾಥರಿಗಾಗುವಂತೆ ಸಂಸ್ಕಾರವಿಲ್ಲದ ಅಂತ್ಯಕ್ರಿಯೆ ಆಗಕೂಡದು ಎಂದರು. ಸಲ್ಲಬೇಕಾದ ಎಲ್ಲಾ ಗೌರವ ಸಂಸ್ಕಾರಗಳನ್ನು ಸಲ್ಲಿಸಿಯೇ ಅಂತ್ಯಸಂಸ್ಕಾರ ಮಾಡುವ ಹಾಗೆ ನೋಡಿಕೊಂಡರು. ಮಾರನೆ ದಿನ ಅಂತಹ ಅಪಘಾತಕ್ಕೆ ಕಾರಣನಾದ ವ್ಯಕ್ತಿಗೆ ಶಿಕ್ಷೆ ಆಗುವಾಗ ಅವನ ಹೆಂಡತಿ ಮಕ್ಕಳಿಗೆ ಅನ್ನ ಹೋಗುವ ಹಾಗೆ ಆಗಬಾರದೆಂದೂ ಹೇಳಿದರು.

ಅಂತಹ ದುಃಖದ ನಡುವೆ ಇಂತಹ ಮಾತು ಹೇಳಬಲ್ಲವರು ಕೀಲಾರು ಮಾವಯ್ಯ

ಒಬ್ಬರೇ. ಅವರು ಯಾವುದೇ ಸಂದರ್ಭದಲ್ಲಾದರೂ ಅದರಿಂದ ಹೊರಗೆ ನಿಂತು ನೋಡಬಲ್ಲವರಾಗಿದ್ದರು. ಮೂಲತಃ ಅವರಲ್ಲಿ ಅಪಾರವಾದ ಮನುಷ್ಯ ಪ್ರೀತಿ ಇತ್ತು. ಅವರ ತಂದೆಯವರಾದ ಕೀಲಾರು ರಾಮಚಂದ್ರಯ್ಯನವರೂ ಆ ಕಡೆ ತುಂಬಾ ಪ್ರಸಿದ್ಧರಾದ ಜಮೀನ್ದಾರರು. ಸ್ವಾಮಿಗಳ ಮಠದಿಂದ ರಾಯಸ ಬರುತ್ತಿದ್ದ ಮನೆ. ಹುಟ್ಟಿನಿಂದಲೇ ಬಂದ ಜಮೀನ್ದಾರಿ ಕ್ರಮದಿಂದಾಗಿ ಕೆಲವು ಫ್ಯೂಡಲ್‌ವ್ಯಾಲ್ಯೂಗಳ ಬಗ್ಗೆ ಅವರಿಗೆ ತುಂಬಾ ಪ್ರೀತಿ ಇತ್ತು. ಅದರಲ್ಲೊಂದು ಹಸಿದು ಬಂದವರಿಗೆ ಆಹಾರ ಕೊಡುವ ಕ್ರಮ. ಮಧ್ಯಾಹ್ನದ ಹೊತ್ತಿಗೆ ಎಷ್ಟೇ ಜನ ಬಂದರೂ ಊಟ ಮಾಡಿಯೇ ಹೋಗಬೇಕು.

ನನಗೊಮ್ಮೆ ಅವರು ನರಿಕೊಂಬಿನ ದೊಡ್ಡ ಜಮೀನ್ದಾರರ ಮನೆಗೆ ಬೆಂಕಿ ಬಿದ್ದ ಕತೆ ಹೇಳಿದ್ದರು. ಮಧ್ಯಾಹ್ನ ಮನೆಗೆ ಬಿದ್ದ ಬೆಂಕಿ ಆರಿಸಲು ಜನ ಸೇರಿದ್ದಾರೆ. ಬೆಂಕಿ ಆರಿದ ಕೂಡಲೆ ಮನೆ ಯಜಮಾನರು ಆಳುಗಳನ್ನು ಕರೆದು ಹಸಿಮಡಲಿನ ತಕ್ಷಣದೊಂದು ಚಪ್ಪರ ಮಾಡಲು ಹೇಳಿ ಅನ್ನ ಬೇಯಿಸಲು ಅಜ್ಞೆ ಕೊಟ್ಟರಂತೆ. ಬೆಂಕಿ ನಂದಿಸಲು ಬಂದವರೆಲ್ಲಾ ಊಟ ಮಾಡಿಕೊಂಡು ಹೋಗಬೇಕೆಂದು ಹೇಳಿದರಂತೆ. "ನೋಡು. ಮನೆಗೆ ಬೆಂಕಿ ಬಿದ್ದರೂ ಮಧ್ಯಾಹ್ನ ಮನೆಗೆ ಬಂದವರು ಊಟ ಮಾಡದೆ ಹೋಗಬಾರದು. ಅದು ದೊಡ್ಡವರ ಆತಿಥ್ಯದ ಕ್ರಮ" ಎಂದಿದ್ದರು ಮಾವಯ್ಯ. ಅದೇ ರೀತಿ ಇತರ ಅನೇಕ ಜಮೀನ್ದಾರರುಗಳಲ್ಲಿ ನಾನು ಕಂಡ ಇನ್ನೊಂದು ಸ್ವಭಾವವಾದ, ತಮ್ಮಲ್ಲಿ ಚೆನ್ನಾಗಿ ಮಾತನಾಡುವವರು ಹೇಳಿದ್ದನ್ನು ಪಕ್ಕನೆ (ತಕ್ಷಣ) ನಂಬಿ ಬಿಡುವ ಸ್ವಭಾವವೂ ಅವರಲ್ಲಿತ್ತು.

ಇದನ್ನು ಹೇಗೆ ಬೇಕಾದರೂ ವಿವರಿಸಬಹುದು. ಆದರೆ ನನಗೆ ಯಾವಾಗಲೂ ಡಾ. ಕೀಲಾರು ಗೋಪಾಲಕೃಷ್ಣಯ್ಯನವರನ್ನು ನೆನೆಸಿಕೊಂಡಾಗ ಷೇಕ್ಸ್‌ಪಿಯರ್ ತನ್ನ ಟುವೆಲ್ತ್ ನೈಟ್ ನಾಟಕದಲ್ಲಿ ಹೇಳಿದ ಮಾತು ನೆನಪಾಗುತ್ತದೆ. "Some are born great, some achieve greatness, some have greatness thrust upon them." ನಾನು ಕಂಡ ಹಾಗೆ ನಮ್ಮ ಕೀಲಾರು ಮಾವಯ್ಯನಿಗೆ ಹುಟ್ಟಿನಿಂದಲೇ ದೊಡ್ಡ ಮನಸ್ಸು. ಆಧುನಿಕ ಪ್ರಜಾಪ್ರಭುತ್ವದ ಸಮಾನತೆಯ ಕಲ್ಪನೆ ಅರಿತೋ, ಅರಿಯದೆಯೋ ಅವರ ರಕ್ತಕ್ಕೆ ಸೇರಿ ತಮ್ಮ ಸರಳತೆಯಿಂದಲೇ ದೊಡ್ಡತನವನ್ನು ಇನ್ನಷ್ಟು ಸ್ವಚ್ಛವಾಗಿ ಸಾಧಿಸಿದವರು.

ಎಷ್ಟು ಸರಳ ಎಂದರೆ ಯಾವತ್ತೂ ಅವರು ರೇಷ್ಮೆಯ ಪಂಚೆ, ರೇಷ್ಮೆ ಜರತಾರಿ ವಸ್ತ್ರಗಳನ್ನು ಧರಿಸಿ ಓಡಾಡಿದ್ದನ್ನು ನಾನು ನೋಡೇ ಇಲ್ಲ. ಎಂತಹ ದೊಡ್ಡ ಮದುವೆಗೆ ಹೋಗುವುದಿದ್ದರೂ ಅವರು ಸುತ್ತುತ್ತಿದ್ದರು ಸರಳವಾದ ಕಪ್ಪು ಅಂಚಿನ ಖಾದಿ ಪಂಚೆ. ಅದರ ಮೇಲೆ ಮಿಲ್ಲಿನ ಬಟ್ಟೆಯ ಅರ್ಧತೋಳಿನ ಅಂಗಿ. ಹೆಗಲಿಗೊಂದು ಹತ್ತಿ ಅಥವಾ ಖಾದಿ ಬಟ್ಟೆಯ ಶಾಲು. ಹವ್ಯಕರಲ್ಲಿ ಸೊಸೆಯನ್ನು ಮಂಟಪಕ್ಕೆ ಕರಕೊಂಡು ಹೋಗುವ ಅಧಿಕಾರ ಸೋದರ ಮಾವಂದು. ತನ್ನ ಅಕ್ಕನ ಮಗಳನ್ನು ಮದುವೆ

ಮಂಟಪಕ್ಕೆ ಕರಕೊಂಡು ಬರುವಾಗಲೂ ಅವರದ್ದು ಅದೇ ಖಾದಿ ಪಂಚೆಯ ಸಾದಾ ಉಡುಪು. ಮೈಸೂರು, ಮಡಿಕೇರಿ, ಮಂಗಳೂರುಗಳಿಗೆ ಹೋಗುವಾಗ ಪ್ಯಾಂಟು. ದೂರ ಕಾರು ಚಲಾಯಿಸಬೇಕಾದಾಗ ಮಾತ್ರ ಕಾಲಿಗೆ ಬೂಟು. ತಲೆಗೆ ಬ್ರಿಲ್‌ಕ್ರೀಮ್ ಹಾಕಿ ತಿದ್ದಿ ತೀಡಿದ ಕ್ರಾಪು. ಗೌರವರ್ಣದ, ತೆಳು ಮೀಸೆಯ ನಿತ್ಯ ಮುಖ ಕ್ಷೌರ ಮಾಡಿಕೊಂಡು ಬೆಳಗೆದ್ದ ಕೂಡಲೇ ಸ್ನಾನ ಮಾಡಿ ಅವರದ್ದೇ ಆದ ಒಂದು ಶಿಸ್ತಿನ ಸುಂದರ ವ್ಯಕ್ತಿ.

ಕೀಲಾರು ಮಾವಯ್ಯನನ್ನು ನೆನಪಿಸಿಕೊಂಡಾಗಲೆಲ್ಲಾ ಅವರು ನೆಹರೂ ಯುಗದ ಆದರ್ಶದ ಒಂದು ಪ್ರತಿಮೂರ್ತಿಯಂತೆ ನೆನಪಾಗುತ್ತಾರೆ. ಆಧುನಿಕ ಕೃಷಿ, ಕೈಗಾರಿಕೆ ಬೇಕು. (ಅಡಿಕೆಗೆ ಬೆಲೆ ಬಿದ್ದಾಗ ಅವರು ಅಡಿಕೆ ಸುಪಾರಿ ಫ್ಯಾಕ್ಟರಿ ಮಾಡಿ ಅಡಿಕೆ ಉಪಯೋಗ ಮಾಡಲು ಹೊರಟಿದ್ದರು) ಆಧುನಿಕ ನೀರಾವರಿ, ರಸಗೊಬ್ಬರ ಎಲ್ಲಾ ಬೇಕು. ಡ್ರೆಸ್‌ನಲ್ಲಿ ಕೂಡಾ ಗಾಂಧಿಯ ಖಾದಿ ಮತ್ತು ಹೊಸಮಿಲ್ಲಿನ ಬಟ್ಟೆಯ ಅಂಗಿ. ಎಲ್ಲರಿಗೂ ವಿದ್ಯಾಭ್ಯಾಸ ಬೇಕು. ಕೃಷಿ ಕೆಲಸಕ್ಕೆ ಬರುವವರ ಮಕ್ಕಳಿಗೂ ಶಾಲೆಗೆ ಹೋಗಿ ಓದಲು ಬೆಂಬಲ, ಧನ ಸಹಾಯ. ಎಲ್ಲರೂ ಸಮಾನರು ಎಂಬ ಪ್ರಜಾಪ್ರಭುತ್ವದ ನಂಬಿಕೆ. ತಾವು ಸ್ವತೇವ ದೊಡ್ಡ ಶ್ರೀಮಂತರಾದರೂ ಸಭೆ, ಸಮಾರಂಭಗಳಲ್ಲಿ ಮದುವೆ ಮನೆಗಳಲ್ಲಿ ಅವರು ಗಣ್ಯರಂತೆ ಸಭೆಯಲ್ಲಿ ಎದುರು ಕೂರುತ್ತಿರಲಿಲ್ಲ. ಚೊಕ್ಕಾಡಿ ಸೀಮೆಗೆ ಅವರು ಗುರಿಕ್ಕಾರರು. ಆದರೆ ಅವರು ಮಾತ್ರ ಶಾಸ್ತ್ರಕ್ಕೊಮ್ಮೆ ಎದುರು ಕೂತು ಗುರಿಕ್ಕಾರರ ಕೆಲಸ ಮಾಡಿ ಮದುವೆ ಚಪ್ಪರದ ಮೂಲೆಯೊಂದರಲ್ಲಿ ಸ್ನೇಹಿತರೊಡನೆ, ಪರಿಚಯದವರೊಡನೆ ಮಾತನಾಡುತ್ತಾ ನಿಂತಾರು. ಕಡುಬಡವ ಹಾಗೂ ಶ್ರೀಮಂತ ಇಬ್ಬರಿಗೂ ಸಮಾನ ಮನುಷ್ಯ ಪ್ರೀತಿಯ ಗೌರವ. ಅವರನ್ನು ಜನರೇ ವಿಶ್ವಾಸದಿಂದ ಒತ್ತಾಯ ಮಾಡಿ ಅವಿರೋಧವಾಗಿ ಗೌರವದ ಸ್ಥಾನಗಳಲ್ಲಿ ಕುಳಿತುಕೊಳ್ಳುವಂತೆ ಮಾಡುತ್ತಿದ್ದುದೇ ಹೊರತು, ಅವರಾಗಿ ಯಾವ ಅಧಿಕಾರವನ್ನೂ ಬಯಸಿದವರಲ್ಲ. ಯೇನಪೋಯ, ಕುರುಂಜಿ, ಗುಂಡುಕುಟ್ಟಿ ಮೊದಲಾದ ಪ್ರತಿಷ್ಠಿತ ಕುಟುಂಬಗಳಿಂದ ದೊಡ್ಡವರು ಕೀಲಾರಿಗೆ ಬಂದಾಗ ಯಾವ ನಗುಮುಖದ ಸ್ವಾಗತವೋ ಅದೇ ನಗುಮುಖ, ವಿಶ್ವಾಸದ ಸ್ವಾಗತ ಇನ್ಯಾರೋ ಒಬ್ಬ ಸಾಮಾನ್ಯ ವ್ಯಕ್ತಿ ಅವರ ಮನೆಗೆ ಬಂದಾಗಲೂ ಸಿಗುತ್ತಿತ್ತು. ಸಮಾನತೆಯ ತತ್ತ್ವ ತನ್ನದೇ ಆದ ರೀತಿಯ ಮೌಲ್ಯಕ್ರಮವಾಗಿ ಅವರೊಳಗೆ ಇಳಿದು ಕೂತಿತ್ತು.

ಯಾವುದೇ ಕೆಲಸವಾಗಲಿ, ದಾನ ಧರ್ಮವಿರಲಿ, ಸಹಾಯವಾಗಲಿ, ಮಾಡಬೇಕಾದ್ದು ತನ್ನ ಕರ್ತವ್ಯ ಎಂದು ತಿಳಿದು ದೊಡ್ಡ ಜಮೀನ್ದಾರರಾಗಿದ್ದರೂ "ವನಸುಮದೊಳೆನ್ನ ಜೀವನವು ವಿಕಸಿಸುವಂತೆ/ ಮನವನನುಗೊಳಿಸು ಗುರುವೆ ಹೇ ದೇವಾ" ಎಂದು ಪ್ರಾಮಾಣಿಕವಾಗಿ ನಂಬಿ ಬದುಕಿದವರು. ಬರೆದಷ್ಟೂ ಮುಗಿಯದ ಅವರ ಒಡನಾಟದ ನೆನಪಿಗೆ ಈ ನುಡಿ ಕಾಣಿಕೆ ಮಾತ್ರ ನಾನೀಗ ಸಲ್ಲಿಸಬಹುದಾದ್ದು.

– 03.09.2012

16. ತಮ್ಮದೇ ಕಾವ್ಯದಾರಿಯ ಕವಿ: ಸುಬ್ರಾಯ ಚೊಕ್ಕಾಡಿ

ಹಿರಿಯ ಕವಿ ಸುಬ್ರಾಯ ಚೊಕ್ಕಾಡಿ ಅವರಿಗೆ ಕರ್ನಾಟಕ ಸಾಹಿತ್ಯ ಅಕಾಡಮಿ ಈ ಬಾರಿ ಗೌರವ ಪ್ರಶಸ್ತಿ ನೀಡುತ್ತಿದೆ ಎಂಬ ವರದಿ ಓದಿ ಸಂತೋಷ ಪಟ್ಟವರಲ್ಲಿ ನಾನೂ ಒಬ್ಬ. ಕಳೆದ ಐದು ದಶಕಗಳಿಂದ ನಿರಂತರವಾಗಿ ಕನ್ನಡ ಸಾಹಿತ್ಯದ ನಾನಾ ಪ್ರಕಾರಗಳಲ್ಲಿ ಅವರು ಬರೆಯುತ್ತ ಬಂದರೂ ಕೂಡ ಜನ ಅವರನ್ನು ಕವಿಯೆಂದೇ ಗೌರವಿಸಿದರು. ತಮ್ಮದೇ ಆದ ಕಾವ್ಯದಾರಿಯೊಂದನ್ನು ಅವರು ಹನಿ ಕಡಿಯದ ಹಠದಲ್ಲಿ ಶೋಧಿಸಿದರು. 1970ರಲ್ಲಿ ಪ್ರಕಟವಾದ ಅವರ ಮೊದಲ ಕವನ ಸಂಕಲನ 'ತೆರೆ' ಬಳಿಕ ಬಂದ ಇನ್ನಿತರ ಒಂಭತ್ತು ಕವನ ಸಂಕಲನಗಳು ಸೇರಿ ಒಟ್ಟು ಹತ್ತು ಕವನ ಸಂಕಲನಗಳು 'ಚೊಕ್ಕಾಡಿಯ ಹಕ್ಕಿಗಳು' ಎಂಬ ಅವರ 2010ರಲ್ಲಿ ಪ್ರಕಟವಾದ ಸಮಗ್ರ ಕಾವ್ಯ ಸಂಗ್ರಹದಲ್ಲಿ ದೊರಕುತ್ತವೆ. ಮೈಸೂರಿನ ಅಂಬಾರಿ ಪ್ರಕಾಶನ ಅದನ್ನು ಪ್ರಕಟಿಸಿದೆ. ಇದಲ್ಲದೆ ಅವರು ಒಂದು ಕಾದಂಬರಿ (ಸಂತೆಮನೆ) ಕಥಾ ಸಂಕಲನ (ಬೇರುಗಳು) ನಾಲ್ಕು ವಿಮರ್ಶಾ ಸಂಕಲನಗಳು (ದ.ಕ. ಕಾವ್ಯ ಸಮೀಕ್ಷೆ, ಒಳಹೊರಗು, ಕೃತಿ ಶೋಧ, ಸಮಾಲೋಕ) ಹಾಗೂ ಒಂದು ಸಂಪಾದಿತ ಕೃತಿ (ದ.ಕ. ಕಾವ್ಯ) ಪ್ರಕಟಿಸಿದ್ದಾರೆ. ಅವರ ಕಾವ್ಯನಾಮವಾಗಿದ್ದ 'ಮುಕ್ತ ಹಂಸ' ಎಂಬ ಹೆಸರಿನಲ್ಲಿ ಅರವಿಂದ ಚೊಕ್ಕಾಡಿ ಸಂಪಾದಕರಾಗಿ ಹೊರತಂದ ಸುಬ್ರಾಯ ಚೊಕ್ಕಾಡಿ, ಬದುಕು–ಬರಹ ಕುರಿತಾದ ಅಭಿನಂದನ ಗ್ರಂಥವೊಂದನ್ನು ಕಾಂತಾವರದ ಕನ್ನಡ ಸಂಘ ಪ್ರಕಟಿಸಿದೆ. ಪುಸ್ತಕಗಳಲ್ಲದೆ ಸುಗಮ ಸಂಗೀತದ ಅವರ ಅನೇಕ ಕ್ಯಾಸೆಟ್‌ಗಳು ಹಾಗೂ ಸಿಡಿಗಳು ಕೂಡ ಅವರಿಗೆ ಜನಪ್ರಿಯತೆ ತಂದು ಕೊಟ್ಟಿವೆ.

ಕಾವ್ಯ ರೀತಿಗಳು

ತನಗೆ ಕಾವ್ಯದ ಎಲ್ಲ ರೀತಿಗಳ ಬಗ್ಗೆಯೂ ಪ್ರೀತಿ, ಗೌರವ ಇದೆ. ಗಂಭೀರ ಕವಿತೆ ಮೇಲು, ಲಘು ಕವಿತೆ ಇಲ್ಲವೇ ಹಾಡು ಕೀಳು ಎಂದು ತಾನು ಭಾವಿಸಲಾರೆ ಎಂದು ಚೊಕ್ಕಾಡಿ ಸಂದರ್ಶನವೊಂದರಲ್ಲಿ ಹೇಳಿದ್ದಾರೆ. ಯಕ್ಷಗಾನದ ವಾತಾವರಣದಿಂದ ಬಂದ ಚೊಕ್ಕಾಡಿ ತಮ್ಮ ಕಾವ್ಯ ವ್ಯವಸಾಯದ ಮೊದಲ ಹಂತಗಳಲ್ಲಿ ಕವಿ ಅಡಿಗರಿಂದ

ಪ್ರಭಾವಿತರಾದರು. ಮುಂದೆ ಅಡಿಗರ ಕಾವ್ಯ ಮಾರ್ಗದಿಂದ ಬೇರೆಯಾಗಲು ಹೊಸ ದಾರಿಗಳನ್ನು ಅರಸಿದರು.

ಒಂದು ರೀತಿಯಲ್ಲಿ ಚೊಕ್ಕಾಡಿ ತಮ್ಮ ಸ್ವಂತಿಕೆಯ ಹುಡುಕಾಟದ ಮಾರ್ಗದಲ್ಲಿ ನವೋದಯ, ನವ್ಯ, ಪ್ರಗತಿಶೀಲ, ಬಂಡಾಯ, ಬಂಡಾಯೋತ್ತರ ಹೀಗೆ ವಿವಿಧ ಕಾವ್ಯ ಚಳವಳಿಗೆ ತಮ್ಮನ್ನು ಒಡ್ಡಿಕೊಳ್ಳುತ್ತಾ, ಬೇರ್ಪಡುತ್ತಾ ತಮ್ಮದೇ ಹಾದಿಯಲ್ಲಿ ಪಯಣಿಸುವ ಪ್ರಯತ್ನ ಮಾಡುತ್ತಾ ಹೋದರು. ಈ ಪಯಣದಲ್ಲಿ ಚೊಕ್ಕಾಡಿಯವರು ಅನೇಕ ರೀತಿಯ ಹಾಗೂ ವಿವಿಧ ಮನೋಸ್ಥಿತಿಗಳ ಕವನಗಳನ್ನು ರಚಿಸಿದರು.

ಕಾವ್ಯಾಸ್ವಾದನೆಯ ಸವಾಲು

ಸುಬ್ರಾಯ ಚೊಕ್ಕಾಡಿಯವರಂತಹ ಕವಿಗಳು ವಿಮರ್ಶಕನ ಕಾವ್ಯಾಸ್ವಾದನೆಗೆ ವಿಶಿಷ್ಟವಾದೊಂದು ರೀತಿಯ ಸವಾಲನ್ನು ಎಸೆಯಬಲ್ಲರು. ಅವರು ತಾವು ಇರುವಲ್ಲೇ ಬೆಳೆದು ಆ ಅನುಭವದಲ್ಲೇ ಕಾವ್ಯವನ್ನು ಅರಳಿಸಬಲ್ಲರು. ಚೊಕ್ಕಾಡಿಯವರ 'ಮೊನ್ನೆ ಸಿಕ್ಕವರು' ಎಂಬ ಕವನ ಸಂಗ್ರಹದ 'ಧ್ಯಾನಸ್ಥ' ಎಂಬ ಕವನದ ಕೇಂದ್ರ ಪ್ರತಿಮೆ ಆಕಾಶಕ್ಕೆ ಲಗ್ಗೆಯಿಟ್ಟಂಥ ಪಾರಿಜಾತ. ಅದು ಶ್ರೀಭಂಗಿ ನಿಲುವಲ್ಲಿ ಧ್ಯಾನಸ್ಥನಾಗಿ ಎದುರು ನಿಂತಿದೆ. 'ಪಾರಿಜಾತ' ಗಿಡ ಸತ್ಯಭಾಮೆಯ ಪ್ರೀತಿಗಾಗಿ ಶ್ರೀಕೃಷ್ಣ ದೇವಲೋಕದಿಂದ ಭೂಮಿಗೆ ತಂದ ಹೂವಿನ ಗಿಡ ಅಥವಾ ಪುಟ್ಟ ಮರ. ಅದಕ್ಕೆ ಅಶ್ವತ್ಥದ ಪಾವಿತ್ರ್ಯವಾಗಲಿ ಆಲದ ವೈಶಾಲ್ಯವಾಗಲೀ ಇಲ್ಲ. ತಾರ್ಕಿಕವಾಗಿ ಅದು ಆಕಾಶಕ್ಕೆ ಲಗ್ಗೆ ಇಡುವಷ್ಟು ಎತ್ತರ ಬೆಳೆಯಬಲ್ಲ ಮರವೂ ಅಲ್ಲ. ಆದರೆ ಇರುವಲ್ಲೇ ಅದಕ್ಕೆ ಆಕಾಶದ ಸಂಘ ಇದೆ. ಇದು ಕವಿ ಅಡಿಗರು 'ಪ್ರಾರ್ಥನೆ'ಯಲ್ಲಿ ಕಲಿಸು ಬಾಗದೆ ಸೆಟೆವುದನ್ನು; ಬಾಗುವುದನ್ನು ಎಂದಾದ ಬಳಿಕ 'ಹೊತ್ತಿನ ಮುಖಕ್ಕೆ ಶಿಖೆ ತಿವಿವುದನ್ನೂ' ಎಂಬ ಮನಃಸ್ಥಿತಿಗಿಂತ ಭಿನ್ನವಾದುದು ಎಂಬುದನ್ನು ನಾವು ನೆನಪಿಡಬೇಕು. ಅನಂತಮೂರ್ತಿಯವರ 'ದಿವ್ಯ' ಕಾದಂಬರಿಯ ದಯನೆ ಗುಡ್ಡದಲ್ಲಿ ಇರುವ ನಕ್ಷತ್ರದ ಸ್ನೇಹಕ್ಕಿಂತಲೂ ಬೇರೆಯಾದುದು.

ನವ್ಯ ವಿಮರ್ಶೆ, ಕಾವ್ಯದಲ್ಲಿ ಶ್ರೇಷ್ಠತೆಯ ಪರಿಕಲ್ಪನೆಯನ್ನು ಬೆಳೆಸುವ ಮೊದಲು ಸತೃಣಾಭ್ಯವಹಾರಿ ಎಂಬೊಂದು ಕಲ್ಪನೆ ಇತ್ತು. ಅಂತಹವರಿಗೆ ಹುಲ್ಲು ಕೂಡಾ ರಸವೆ. ಕಾವ್ಯದಲ್ಲಿ ತಾತ್ತ್ವಿಕ ಆಳ, ಅನುಭವದ ಶೋಧ, ಸಾವಯವದ ಶಿಲ್ಪದ ಸಮಗ್ರೀಕರಣ ತತ್ತ್ವದಲ್ಲಿ ಮಂಡಿತವಾಗಬೇಕು– ಎಂಬಿತ್ಯಾದಿ ಕಾವ್ಯ ಪರಿಕಲ್ಪನೆಯುಳ್ಳವರಿಗೆ ಪಾರಿಜಾತಕ್ಕೊಂದು ಲಗ್ಗೆಯ ಸ್ಥಿತಿ ಇರಲೂಬಹುದೆಂಬುದು ಗೋಚರವಾಗಲಾರದು. ಹುಲ್ಲಲ್ಲೂ ರಸ ಪಡೆಯಬಲ್ಲ ಕ್ರಮ ಅದಲ್ಲ. ಅಂತಹವರಿಗೆ ಇದ್ದಲ್ಲೇ ಬೆಳೆದು ಅರಳಿ ಮಾಗಬಲ್ಲವರನ್ನು ಏನು ಹೇಳುತ್ತೀರಿ ಎಂಬ ಸವಾಲನ್ನು ಚೊಕ್ಕಾಡಿ ಎಸೆಯಬಲ್ಲರು.

ವ್ಯಕ್ತಿ ಸಮಾಜ

'ನಾನು' ಎಂಬ ನಿರೂಪಕನೇ ಕೇಂದ್ರವಾಗಿ ಇರುವ ನವ್ಯದ ನೆಲೆಯೇ

ಚೊಕ್ಕಾಡಿಯವರ ಕಾವ್ಯದಲ್ಲಿ ಮೊದಲ ಹಂತದ ಶೋಧದ ನೆಲೆ. ಅಲ್ಲಿಂದ ಈ ಶೋಧ (search) ವ್ಯಕ್ತಿಯನ್ನು ಒಳಗೊಂಡ ಸಮಾಜದತ್ತ ಚಲಿಸಲು ಪ್ರಾರಂಭವಾಯಿತು. ದುಷ್ಟತನ, ಶೋಷಣೆ ವಿರುದ್ಧ ಪ್ರತಿಭಟನೆಯ ದನಿಯುಳ್ಳ ಆ ಕವನಗಳಲ್ಲಿ ಸಮಾಜ ಬದಲಾವಣೆಯ ಆಶಯವಿದ್ದಿತು. ತನ್ನ ಬರಹ ತನ್ನ ಜನರನ್ನು ತಲುಪಿ ಅವರು ಸ್ಪಂದಿಸುವ ಹಾಗೆ ಮಾಡದಿದ್ದರೆ ತಾನೊಂದು ಮ್ಯೂಸಿಯಂ ವಸ್ತುವಾದಂತೆ ಎಂಬ ಅಭಿಪ್ರಾಯ ಅವರಲ್ಲಿತ್ತು.

ಕರುಣೆಯ ಲೋಕ

ಆದರೆ ಸಿಟ್ಟು ವ್ಯಂಗ್ಯಗಳ ಲೋಕ ಸಮಾಜವನ್ನು ತಲುಪಬೇಕು, ಜನರನ್ನು ಸ್ಪಂದಿಸುವ ಹಾಗೆ ಮಾಡಬೇಕು ಎನ್ನುವ ಕನಸು ತನ್ನನ್ನು ಎಲ್ಲಿಗೂ ತಲುಪಿಸಲಾರದೇನೋ ಎಂಬ ಅರಿವು ಅವರಲ್ಲಿ ಮೂಡುತ್ತಾ ಹೋದಂತೆ ಚೊಕ್ಕಾಡಿಯವರ ಕಾವ್ಯದ ಮೂರನೆ ಹಂತ ಪ್ರಾರಂಭವಾಗುತ್ತೆ. ಮನುಷ್ಯ ದುಷ್ಟನೂ, ದ್ರೋಹಿಯೂ ಆಗುತ್ತಾ ಅಮಾನವೀಯತೆಯ ಕಡೆಗೆ ಯಾಕೆ ಸಾಗುತ್ತಾನೆ? ಎಂಬುದು ಅವರನ್ನು ತುಂಬಾ ಕಾಡಿದೆ. ಮನುಷ್ಯ ನಾಗರಿಕನಾಗುತ್ತಾ ಹೋದಂತೆ ಅವನ 'ಅಹಂ' ಹೆಚ್ಚುತ್ತಾ ಹೋಗಿ ಮನುಷ್ಯ ಪ್ರಕೃತಿಯಿಂದ, ಸಹಜ ಬದುಕಿನಿಂದ ದೂರವಾಗುತ್ತಾ ಹೋದುದೇ ಅದಕ್ಕೆ ಕಾರಣ ಎಂಬುದು ಅವರ ಅನಿಸಿಕೆ. ಪ್ರಕೃತಿಯ ಅಪಾರ ಕರುಣೆ, ಪ್ರೀತಿಗೆ ಎರವಾಗುತ್ತಾ ಹೋಗುವ ಮನುಷ್ಯನನ್ನು ಬದಲಿಸಲು ತಾನೆಷ್ಟರವನು? ಈ ವಿಶಾಲ ವಿಶ್ವದಲ್ಲಿ ತಾನು ಏನೂ ಅಲ್ಲ. ತನ್ನ ಸಿಟ್ಟು, ವ್ಯಂಗ್ಯದ ಬದಲು ಪ್ರಕೃತಿಯ ಅಪಾರ ಕರುಣೆ, ಪ್ರೀತಿಯಷ್ಟೇ ಬದಲಿಸೀತು ಎಂಬ ನಿಲುವಿಗೆ ಅವರು ಹೊರಳಿದರು. ಚೊಕ್ಕಾಡಿಯವರ ಈ ತಾತ್ತ್ವಿಕತೆಯನ್ನು ತಾರ್ಕಿಕವಾಗಿ ಪ್ರಶ್ನಿಸಲು ನನ್ನಲ್ಲೂ ಸಾಕಷ್ಟು ವಿಚಾರಗಳಿವೆ. ಆದರೆ ವಾಸ್ತವದಲ್ಲಿ ಅಡಿಗರ ಜೊತೆ ಹೊರಟ ಚೊಕ್ಕಾಡಿ, ಅಡಿಗರ 'ಭೂಮಿಗೀತ'ದ ಅನಾಥ ಪ್ರಜ್ಞೆಯನ್ನು ತ್ಯಜಿಸಿ ತಮ್ಮದೇ ಆದೊಂದು ಚಿಕ್ಕ ವೃತ್ತ ಸೃಜಿಸಿಕೊಂಡಿದ್ದರು. ಹಕ್ಕಿ, ಮರ, ಗಿಡ, ಮುಗಿಲು, ಮಳೆ, ಗಾಳಿ ಬೆಳಕಿನ ತನ್ನ ಸುತ್ತಲಿನ ನಿತ್ಯ ಪ್ರಕೃತಿಯ ಸಹಜವಾದೊಂದು ಸಹನಶೀಲ ಮನೋಭಿತ್ತಿ ಅದಾಗಿ ಆ ಪುಟ್ಟ ಪ್ರಪಂಚ ಬೆಳೆಯಿತು. ತನ್ನ ಈ ಪುಟ್ಟ ಬೊಗಸೆಯಲ್ಲಿ ತನಗೆ ದಕ್ಕಿದ ಲೋಕ, ವಿಚಾರಗಳು ಮಾತ್ರ ತನ್ನದಾಗಲು ಸಾಧ್ಯ ಎಂಬ ತಿಳಿವಳಿಕೆ ಅದು. 'ನನ್ನ ಪುಟ್ಟ ಪ್ರಪಂಚ' ಎಂಬ ಕವನದಲ್ಲಿ ಅವರು ಹೇಳುತ್ತಾರೆ.

ಮರಗಿಡ ಪ್ರಾಣಿ ಪಕ್ಷಿಗಳ ನನ್ನ
ಪುಟ್ಟ ಪ್ರಪಂಚದ ಒಳಗೆ ಒಮ್ಮೊಮ್ಮೆ
ಮನುಷ್ಯರೂ ನುಸುಳಿಕೊಳ್ಳುತ್ತಾರೆ ಅನಾಮತ್ತಾಗಿ– ಸುತ್ತ ಸೇರಿದ್ದ
ಮರಗಿಡ ಬಳ್ಳಿಗಳು, ಅಳಿಲು, ಗುಬ್ಬಿ, ಬೆಳ್ಳಕ್ಕಿಗಳು ಸುತ್ತ

ಮಾಯೆಯ ಬಟ್ಟೆ ನೇಯುತ್ತಿರಲು ಅಪರಿಚಿತರಾಗಮನಕ್ಕೆ
ಗಡ ಬಡಿಸಿ, ಚೆಲ್ಲಾಪಿಲ್ಲಿಯಾಗುತ್ತಾವೆ...

ಚೊಕ್ಕಾಡಿ ಊರು

ಚೊಕ್ಕಾಡಿ ಎಂಬುದು ದಕ್ಷಿಣ ಕನ್ನಡ ಜಿಲ್ಲೆಯ ಸುಳ್ಯ ತಾಲೂಕಿನ ಬಂಟಮಲೆ ಕಾಡಿನ ಪರಿಸರದಲ್ಲಿರುವ ಒಂದು ಪುಟ್ಟ ಹಳ್ಳಿ. 'ನಿಮ್ಮವೂ ಇರಬಹುದು' ಎಂಬ ಸಂಕಲನದಲ್ಲಿ 'ಚೊಕ್ಕಾಡಿ' ಎಂಬೊಂದು ದೀರ್ಘ ಕವನ, ಕೊನೆಯಾಗುವುದು, 'ಎಲ್ಲ ಊರುಗಳಂತೆ ಈ ಊರು/ಅಥವಾ/ಎಲ್ಲ ಊರುಗಳಂತೆ ಅಲ್ಲ ಈ ಊರು'. ಯಕ್ಷಗಾನ ಕಲಾವಿದ, ಲೇಖಕ ದೇರಾಜೆ ಸೀತಾರಾಮಯ್ಯ ಅದೇ ಪರಿಸರದವರು. ಸುಬ್ರಾಯರ ತಂದೆ ಚೊಕ್ಕಾಡಿ ಗ್ರಾಮದ ಅಜ್ಜನ ಗದ್ದೆ ಗಣಪಯ್ಯ, ಅವರ ಕಾಲದ ಪ್ರಸಿದ್ಧ ಭಾಗವತರು. ಮುಂದೆ ಅವರಿಗೆ ಅನಾರೋಗ್ಯವಾಗಿ ಯಕ್ಷಗಾನ, ತಮ್ಮ ಉಪ ಆದಾಯಕ್ಕಿದ್ದ ಪುಸ್ತಕ ವ್ಯಾಪಾರ ಎಲ್ಲವನ್ನು ಬಿಟ್ಟು ಹಿರಿಯರಿಂದ ಬಂದ ಪುಟ್ಟ ಆದಾಯದ ಕೃಷಿ ಭೂಮಿಯಲ್ಲಿ ವಾಸಿಸತೊಡಗಿದರು. ಅದೇ ತಾನೆ ಹೈಸ್ಕೂಲು ಮುಗಿಸಿದ್ದ ಸುಬ್ರಾಯ ಚೊಕ್ಕಾಡಿ ಉಪಾಧ್ಯಾಯರ ತರಬೇತಿ ಪಡೆದು ಅದೇ ಪರಿಸರದಲ್ಲಿ ಪ್ರಾಥಮಿಕ ಶಾಲಾ ಅಧ್ಯಾಪಕರಾಗಿ ಸೇರಿ ಮುಂದೆ ಸತತವಾಗಿ ಸ್ವಪ್ರಯತ್ನದಿಂದ ಓದು ಬರಹ, ಸ್ನಾತಕೋತ್ತರ ಪದವಿ ಎಲ್ಲವನ್ನೂ ಸಾಧಿಸಿದರು. ಪ್ರಾಥಮಿಕ ಶಾಲೆಯಲ್ಲಿ ಮುಖ್ಯೋಪಾಧ್ಯಾಯರಾಗಿ ನಿವೃತ್ತಿ ಹೊಂದಿದರು. ತಮ್ಮ ಸಹೋದರರನ್ನೂ (ಲಕ್ಷ್ಮೀಶ ಚೊಕ್ಕಾಡಿ, ಸಂತೋಷ ಚೊಕ್ಕಾಡಿ), ಮಕ್ಕಳನ್ನೂ ಓದಿಸಿದರು. ತನ್ನ ಅಜ್ಜಿ ಸೇರಿ ಜೊತೆಗಿದ್ದ ಕೂಡು ಕುಟುಂಬಕ್ಕೆ ಸಹಾಯ ಮಾಡಿದರು. ನಿವೃತ್ತಿ ವೇಳೆಗೆ ತಮ್ಮ ಹಳ್ಳಿಯ ಹಳೆಯ ಮುಳಿಹುಲ್ಲಿನ ಛಾವಣಿಯ ಮನೆಯನ್ನು ಕೆಡವಿ ಸುಸಜ್ಜಿತವಾದೊಂದು ಮನೆಯನ್ನು ಮರಗಿಡಗಳಿಂದ ಆವೃತವಾದ ಜಾಗದಲ್ಲಿ ಕಟ್ಟಿಕೊಂಡು ಸಂಪೂರ್ಣವಾಗಿ ಸಾಹಿತ್ಯ ಅಧ್ಯಯನಗಳಲ್ಲಿ ತೊಡಗಿಕೊಂಡರು.

ಚೊಕ್ಕಾಡಿಯವರನ್ನು ನೋಡಿದವರಿಗೆ ತಿಳಿದಿರುತ್ತದೆ, ಅವರು ಅನಗತ್ಯ ಮಾತಿಗೆ ಇಳಿಯುವವರಲ್ಲ. ಗಂಭೀರ ಮಾತಿಗೆ ತೊಡಗಿದರೆ ಎಷ್ಟು ಹೊತ್ತಾದರೂ ಎಂತಹ ಸಾಹಿತ್ಯ ಬಗೆಗೂ ಚರ್ಚಿಸಬಲ್ಲರು. ಸಪೂರ ದೇಹದ, ಸಾಕಷ್ಟು ಎತ್ತರದ ನಗುಮುಖದ ವ್ಯಕ್ತಿ. ಒಪ್ಪವಾದ, ಬಾಚಿದ ತಲೆ ತುಂಬ ಕೂದಲು, ನೋಡಿದರೆ ಎಪ್ಪತ್ತಾರು ವರುಷಗಳಾದವು ಎಂಬುದು ತಿಳಿಯಲಾರದು (ಜನನ 29.06.1940). ಯಾವುದೇ ವೇದಿಕೆಯಲ್ಲೂ ಸ್ಪಷ್ಟವಾಗಿ ತಮ್ಮ ವಿಚಾರಗಳನ್ನು ಮಂಡಿಸಲು ಅವರದ್ದೇ ಅದೊಂದು ಶೈಲಿ ಇದೆ.

ಒಳದನಿ ಅರ್ಪಣೆ

ನನಗೆ ಬಾಲ್ಯದಿಂದಲೂ ಅವರ ಒಡನಾಟವಿತ್ತು. ನನ್ನ ವಿಮರ್ಶಾ ಸಂಕಲನ 'ಒಳದನಿ'ಯನ್ನು ಸುಬ್ರಾಯ ಚೊಕ್ಕಾಡಿ ಹಾಗೂ ಸುಳ್ಯದ ಸುಮನಸಾ ವಿಚಾರವೇದಿಕೆ ಗೆಳೆಯರಿಗೆ ಅರ್ಪಿಸಿದ್ದೇನೆ. ಚೊಕ್ಕಾಡಿಯವರ ಪುಸ್ತಕಗಳಲ್ಲಿ ಅವರು ತಮ್ಮ ಸಾಹಿತ್ಯಿಕ

ಚಟುವಟಿಕೆಗಳಿಗೆ ಸದಾ ಬೆಂಬಲವಾಗಿ ನಿಂತಿರುವ 'ಸುಮನಸಾ ವಿಚಾರ ವೇದಿಕೆ'ಯ ಗೆಳೆಯರಿಗೆ ಕೃತಜ್ಞತೆಗಳನ್ನು ಹೇಳುತ್ತಾರೆ. ಸುಳ್ಯದ ಮಧ್ಯದಲ್ಲಿರುವ ನವಸಾಹಿತಿಗಳ ವಿಚಾರ ವೇದಿಕೆಯ ಸದಸ್ಯನಾಗಿ ನಾನು ಅವರೊಡನೆ ನನ್ನ ಬಾಲ್ಯದ ಅನೇಕ ದಿನಗಳನ್ನು ಕಳೆದಿದ್ದೇನೆ.

ಚೊಕ್ಕಾಡಿಯವರು 1967ರಲ್ಲಿ ನನ್ನ ಹತ್ತಿರದ ಬಂಧುವನ್ನು ಮದುವೆಯಾದರು. ನನ್ನ ತಂದೆಯವರು ಸಾಹಿತ್ಯಾಸಕ್ತರು. ಸೌರಭ ಪುತ್ತೂರು ಎಂಬ ಹೆಸರಿನಿಂದ ಬರೆಯುತ್ತಿದ್ದ ಅವರು ನವೋದಯಕ್ಕೆ ಹತ್ತಿರದವರು. ಶಿವರಾಮ ಕಾರಂತರ ಆಪ್ತರು. ಅವರಿಗೆ ಚೊಕ್ಕಾಡಿಯವರೊಂದಿಗಿನ ಎಲ್ಲಾ ಸಂಭಾಷಣೆಗಳಲ್ಲಿ ನವ್ಯ ಸಾಹಿತ್ಯದ ಬಗ್ಗೆ ಹೆಚ್ಚು ತಿಳಿಯುವ ಆಸೆ. ಹೀಗೆ ಚೊಕ್ಕಾಡಿಯವರಿಗೂ ನಮ್ಮ ಮನೆಯಲ್ಲಿ ಬಂಧುತ್ವಕ್ಕಿಂತಲೂ ಹೆಚ್ಚಿನ ಸಾಹಿತ್ಯ ಪ್ರೀತಿಯ ಆಕರ್ಷಣೆ ಇತ್ತು. ಚೊಕ್ಕಾಡಿಯವರ ಪತ್ನಿ ಲಕ್ಷ್ಮಿ ನನ್ನ ತಂದೆಯವರ ಚಿಕ್ಕಪ್ಪನ ಮಗಳು ತಂಗಿ. ನಮ್ಮದು ಅವಿಭಕ್ತ ಕುಟುಂಬ. ಹಾಗಾಗಿ ಚೊಕ್ಕಾಡಿಯವರೊಡನೆ ಬಾಲ್ಯದಿಂದಲೆ ನನ್ನ ಒಡನಾಟ ಪ್ರಾರಂಭವಾಗಿತ್ತು.

1970 ನಾನು ಹೈಸ್ಕೂಲಿಗೆ ಕಾಲಿಟ್ಟ ವರುಷ ಬಿಡುಗಡೆಗೊಂಡ ಚೊಕ್ಕಾಡಿಯವರ 'ತೆರೆ' ಕವನ ಸಂಕಲನ ನನ್ನ ಓರಗೆಯವರಿಗೆಲ್ಲಾ ಸಾಹಿತ್ಯದ ಹೊಸ ಬಾಗಿಲನ್ನು ತೆರೆದು ತೋರಿಸಿತು. ಸೂರ್ಯ, ಚಂದ್ರ, ಬೆಳಗು, ಸಂಜೆ, ಗಾಳಿ, ನೀರು ಎಂದು ಪ್ರಕೃತಿ ಚಿತ್ರಗಳನ್ನೇ ಕಾವ್ಯದಲ್ಲಿ ಕಾಣುತ್ತಿದ್ದ ನಮಗೆ 'ತೆರೆ' ಕವನದಲ್ಲಿ 'ಮನಸಿನೋವರಿಯಲ್ಲಿ ಬೆಳಕಿಲ್ಲ' ಎಂಬ ಪ್ರಯೋಗ (ಓವರಿ=ಕೋಣೆ ಅಥವಾ ಒಳಕೋಣೆ) ಹೊಸ ಪ್ರಯೋಗವಾಗಿ ಕಂಡಿತು. 'ತೆರೆ' ಪದದ ಶ್ಲೇಷೆಯೂ ಆಗತಾನೆ ಹೈಸ್ಕೂಲಿಗೆ ಕಾಲಿಟ್ಟ ನನ್ನನ್ನು ಆಕರ್ಷಿಸಿತ್ತು.

ಚೊಕ್ಕಾಡಿಯಿಂದ 50 ಮೈಲು ದೂರದಲ್ಲಿದ್ದ ವಿಟ್ಲ ಹೈಸ್ಕೂಲಿನಲ್ಲಿ ಓದುತ್ತಿದ್ದ ನನ್ನನ್ನು ಪ್ರತಿ ತಿಂಗಳ ಕೊನೆಯ ಶನಿವಾರ ಚೊಕ್ಕಾಡಿ ಸೀಮೆಯ ಯಾರಾದರೂ ಒಬ್ಬರು ಸ್ನೇಹಿತರ ಮನೆಯಲ್ಲಿ ನಡೆಯುತ್ತಿದ್ದ ಸುಮನಸಾ ವಿಚಾರ ವೇದಿಕೆಯ ಸಾಹಿತ್ಯ ಗೋಷ್ಠಿಗಳಿಗೆ ಅವರು ಆಹ್ವಾನಿಸುತ್ತಿದ್ದರು. ಅಲ್ಲಿನ ಸಾಹಿತ್ಯ ಗೋಷ್ಠಿಗಳಿಗೆ ಹೋಗುವುದನ್ನು ನನ್ನ ತಂದೆಯವರೆಂದೂ ವಿರೋಧಿಸುತ್ತಿರಲಿಲ್ಲ. ಅದು ಗಂಭೀರವಾದ ಎರಡು ದಿನಗಳ ವ್ಯಾಸಂಗ ಗೋಷ್ಠಿ. ನಿಜವಾದ ಸ್ಟಡಿ ಸರ್ಕಲ್ (Study Circle).

ಸುಮನಸಾ ವಿಚಾರವೇದಿಕೆ

ಚೊಕ್ಕಾಡಿ ಸೀಮೆಯ ಆ ಜಾಗ ಎಂದರೆ ಶಿವರಾಮ ಕಾರಂತರ 'ಬೆಟ್ಟದ ಜೀವ' ಕಾದಂಬರಿಯ ಪರಿಸರ. 1970ರಲ್ಲಿ ಚೊಕ್ಕಾಡಿ ಪರಿಸರದಲ್ಲಿ ಈಗಿನಂತೆ ಟಾರು ರಸ್ತೆಗಳು ಹಾಗೂ ವಾಹನ ಸಂಚಾರ ಇರಲಿಲ್ಲ. ವಿಟ್ಲದಿಂದ ಶನಿವಾರ ಮಧ್ಯಾಹ್ನ ಶಾಲೆ ಬಿಟ್ಟ ಕೂಡಲೇ ಹೊರಟು ಪುತ್ತೂರಿಗೆ ಹೋಗಿ ಅಲ್ಲಿ ಇನ್ನೊಂದು ಬಸ್ಸು

ಬದಲಿಸಿ ಸುಳ್ಯ ಸಮೀಪದ ಪೈಚಾರು ಎಂಬಲ್ಲಿ ಇಳಿಯಬೇಕು. ಅಲ್ಲಿಂದ ಸುಮಾರು ಐದು ಮೈಲು ನಡೆದು ಸಂಜೆ ಹೊತ್ತು ಕಂತುವುದರೊಳಗೆ ಚೊಕ್ಕಾಡಿ ಮನೆ ತಲುಪಿ ಅಲ್ಲಿಂದ ಅವರೊಡನೆ ಸಾಹಿತ್ಯ ಅಧ್ಯಯನ ಗೋಷ್ಠಿ ನಡೆಯುವ ಮನೆಗೆ ನಡೆಕೊಂಡು ಹೋಗಬೇಕು. ರಾತ್ರಿ ಆ ಮನೆಯಲ್ಲಿ ಊಟವಾಗಿ ನಡುರಾತ್ರಿವರೆಗೆ ಮೊದಲೇ ನಿಶ್ಚಯಿಸಿದ ಪುಸ್ತಕಗಳ ಬಗ್ಗೆ ಪ್ರಬಂಧ ಮಂಡನೆ ಚರ್ಚೆ ಇತ್ಯಾದಿ. ಗೋಷ್ಠಿ ಮಾರನೇ ದಿನ ಭಾನುವಾರ ಸಂಜೆವರೆಗೆ ನಡೆಯುತ್ತಿತ್ತು. ಅಲ್ಲಿಂದ ಪುನಃ ಹೊರಟು ನನ್ನ ಹೈಸ್ಕೂಲಿನ ಕ್ಲಾಸಿಗೆ ಸೋಮವಾರ ಬೆಳಗ್ಗೆ ಹಾಜರಿ ಹಾಕುವುದು ಇನ್ನೊಂದು ಸಾಹಸದ ಕತೆ.

ಸುಮನಸಾ ಸದಸ್ಯರ ಒಂದು ತುದಿ– ಕವಿ, ಕತೆಗಾರ ಜಿ.ಎಸ್. ಉಬರಡ್ಕ ಅವರ ದೊಡ್ಡತೋಟ ಸಮೀಪದ ನಾರ್ಣಕಜೆಯಲ್ಲಿರುವ ಮನೆ. ಇನ್ನೊಂದು ತುದಿ– ಬೆಳ್ಳಾರೆ ಹತ್ತಿರದ ಐವರ್ನಾಡು ಬಳಿಯ ದೇರಾಜೆ. ನಡು ಬಿಂದುಗಳಂತೆ ಬಂಟಮಲೆ ಕಾಡಿನ ಬುಡದ ಕಂಜರ್ಪಣೆ ಮತ್ತು ಅಜ್ಜನಗದ್ದೆಯ ಚೊಕ್ಕಾಡಿ ಅವರ ಮನೆಗಳು.

ಚೊಕ್ಕಾಡಿ ಮಾರ್ಗದರ್ಶನದಲ್ಲಿ ಸುಮನಸಾ ಗೆಳೆಯರ ದೊಡ್ಡದೊಂದು ಕೂಟ ಪ್ರತಿ ತಿಂಗಳೂ ಜೊತೆ ಸೇರಿ ಸಾಹಿತ್ಯಗೋಷ್ಠಿ ನಡೆಸುತ್ತಿದ್ದವು. ಜಿ.ಎಸ್. ಉಬರಡ್ಕ, ಬಾಲಸುಬ್ರಹ್ಮಣ್ಯ ಕಂಜರ್ಪಣೆ, ಕೆ.ಪಿ. ಸತ್ಯನಾರಾಯಣ ಕಂಜರ್ಪಣೆ, ಕೆ.ಪಿ. ಸುರೇಶ, ಲಕ್ಷ್ಮೀಶ ಚೊಕ್ಕಾಡಿ, ಶ್ರೀಕೃಷ್ಣ ಚೊಕ್ಕಾಡಿ, ಸತ್ಯಮೂರ್ತಿದೇರಾಜೆ, ಸತ್ಯನ್ ದೇರಾಜೆ, ಪ್ರಸಾದ್ ರಕ್ಷಿದಿ, ಸುಬ್ರಹ್ಮಣ್ಯದೇವ, ಕುತ್ಯಾಳ ನಾಗಪ್ಪ ಗೌಡ (ಕಿರಣ) ಶಂ.ನಾ. ಖಂಡಿಗೆ ಮೊದಲಾದವರು ಪರಿಚಯವಾಗಿ ಆಪ್ತರಾದದ್ದು ಇದೇ ಸುಮನಸಾ ವಿಚಾರವೇದಿಕೆ ಮೂಲಕ. 1975 ಜೂನ್‌ವರೆಗೆ ನಾನು ಪ್ರತಿ ತಿಂಗಳೂ ಅಲ್ಲಿಗೆ ಹೋಗುತ್ತಿದ್ದೆ. ಮುಂದೆ 1975ರಲ್ಲಿ ಹೆಚ್ಚಿನ ಓದಿಗೆ ನಾನು ಮೈಸೂರಿಗೆ ಹೋದೆ. ಆಗ ಎಮರ್ಜೆನ್ಸಿ ವಿರುದ್ಧ 'ಅಜ್ಞಾತ ಪರ್ವ' ಎಂಬ ಪುಟ್ಟ ಕೈ ಬರಹದ ಪತ್ರಿಕೆಯನ್ನು ನಡೆಸುವಲ್ಲಿ ಚೊಕ್ಕಾಡಿ ಗುಪ್ತವಾಗಿ ತೊಡಗಿಕೊಂಡಿದ್ದರು. ಅದನ್ನು ಕೈಬರಹದ ಪ್ರತಿಗಳನ್ನಾಗಿ ಮಾಡಿ ಮೈಸೂರಲ್ಲಿ ಹಂಚುವ ಕೆಲಸ ನನಗೆ ಬಂದದ್ದರಿಂದ ಚೊಕ್ಕಾಡಿಯವರ ಜೊತೆ ಸಾಹಿತ್ಯದ ಆಚೆಗಿನ ಸಕ್ರಿಯ ಪ್ರತಿಭಟನೆ ಎಂದರೆ ಏನು ಎಂತಹದು ಎಂಬೊಂದು ವಿಚಾರ ಮಂಥನವೂ ಸೇರಿಕೊಂಡಿತು.

ಚೊಕ್ಕಾಡಿ ಕಾವ್ಯದ ಗೂಡಿಗೆ ಹಾಡು ಹಕ್ಕಿಗಳು

ಎಮರ್ಜೆನ್ಸಿ ಸಂದರ್ಭದ ಬಳಿಕ ಕನ್ನಡ ಕಾವ್ಯದಲ್ಲೂ ಸಾಮಾಜಿಕ ಕಳಕಳಿ ಹಿಂದೆಂದಿಗಿಂತ ಹೆಚ್ಚಾಯಿತು. ದಲಿತ–ಬಂಡಾಯ ಕಾವ್ಯಗಳು ತಮ್ಮ ತಾತ್ತ್ವಿಕತೆಯನ್ನು ಪ್ರತಿಪಾದಿಸುತ್ತಿದ್ದ ಕಾಲಕ್ಕೆ ಸುಬ್ರಾಯ ಚೊಕ್ಕಾಡಿ ಕೂಡ ಸಾಕಷ್ಟು ಸಾಮಾಜಿಕ ಕವನಗಳನ್ನು ಬರೆದರು. ಸುಳ್ಯದ ನಾಟಕ ತಂಡಗಳಲ್ಲಿ ಸಕ್ರಿಯರಾದರು. ಅವರು ಅಭಿನಯಿಸಿದ ಚೋಮನ ಪಾತ್ರ ಬಹುಜನರ ಮೆಚ್ಚುಗೆ ಗಳಿಸಿತು. ಜಾತಿಯ ಸಮಸ್ಯೆಯನ್ನು ಚರ್ಚಿಸುವ

ಸಾಮಾಜಿಕ ಕಳಕಳಿ ಉಳ್ಳ ಅವರ 'ಸಂಜೆ ಮನೆ' ಕಾದಂಬರಿ ಮನುಷ್ಯನ ಹೃದಯವನ್ನು ಕಲ್ಲಾಗಿಸುವ ದೌರ್ಜನ್ಯ ಯಾಕೆ ಹಾಗೂ ಎಲ್ಲಿವರೆಗೆ ಹೋದೀತು ಎಂಬುದನ್ನು ಧ್ಯಾನಿಸುತ್ತದೆ.

'ರಿಲೇ ಕೋಲು' ಎಂಬ ಅವರ ಕವನ ವ್ಯಂಗ್ಯ ವಿಡಂಬನೆಗಳನ್ನು ಬಳಸಿತು. 'ಏನಾಗಿ ಹೋಯಿತು ಇಲ್ಲಿ, ನಾವು ಕನಸಿದ ನಮ್ಮ ನಾಡಿನಲ್ಲಿ?' ಎಂದು ಪ್ರಾರಂಭವಾಗುವ ಕವನ, ಸಾಮಾಜಿಕ ರಾಜಕೀಯ ನೆಲೆಗಳಲ್ಲಿ ಪಸರಿಸಿತು.

ಕಾವ್ಯದ ಚಲನೆ

ಆದರೆ ಮುಂದೆ ಚೊಕ್ಕಾಡಿಯವರಿಗೆ 'ಕನಸುಗಳೇ ಹೊರಟುಹೋಗಿ...' ಎಂಬ ಕವನದಲ್ಲಿ ವಾಸ್ತವದ ದರ್ಶನಕೆ/ಈ ಜಾಗ ಖಾಲಿ ಮಾಡಿ' ಎಂದು ಹೇಳುವ ಮೂಲಕ ವಸ್ತು ಸ್ಥಿತಿಯ ಬಗೆಗಿನ ಅರಿವಿತ್ತು. ಮುಂದಿನ ಅವರ ಕಾವ್ಯದ ನೆಲೆ ತಮ್ಮ ಬೊಗಸೆಗೆ ಸಿಗುವ ಪ್ರಕೃತಿಯ ನೆಲೆಗೆ ಚಲಿಸಿತು. ಆದ್ದರಿಂದ ಅವರು 'ಚೊಕ್ಕಾಡಿಯ ಹಕ್ಕಿಗಳು' ಎಂಬ ಕವನದಲ್ಲಿ 'ಈ ದೈತ್ಯರ ನಡುವೆಯೂ ಈ ಹಕ್ಕಿಗಳು/ ನಿರಾಳ ಹಾರಾಡುತ್ತ ತಮ್ಮ/ಅಸ್ತಿತ್ವ ಸ್ಥಾಪಿಸುತ್ತಿವೆಯಲ್ಲ' ಎಂದು ಬೆರಗಾಗುತ್ತಾರೆ.

ಚೊಕ್ಕಾಡಿಯವರ ಈ ಕಾವ್ಯದ ಚಲನೆಯನ್ನು ಅದೇ ಪ್ರಾಂತ್ಯದ ಇನ್ನೊಬ್ಬ ಕವಿ ಕೆ.ವಿ. ತಿರುಮಲೇಶ್ವರ ಕಾವ್ಯ ಪಯಣದ ಭಿನ್ನತೆಯಲ್ಲಿ ಗುರುತಿಸುವುದೂ ಸಹಕಾರಿ. ಚೊಕ್ಕಾಡಿಯಿಂದ 60 ಮೈಲಿ ದೂರದ ಕಾಸರಗೋಡಿನ ಸಮೀಪದವರಾದ ಕೆ.ವಿ. ತಿರುಮಲೇಶ್ ಮತ್ತು ಚೊಕ್ಕಾಡಿಯವರು ಒಂದೇ ಪ್ರಾಯದವರು. ತಿರುಮಲೇಶ್ ಕಾಸರಗೋಡಿನ ಕಾಲೇಜಿನಲ್ಲಿ ಇಂಗ್ಲಿಷ್ ಪ್ರಾಧ್ಯಾಪಕರಾಗಿ ವೃತ್ತಿ ಪ್ರಾರಂಭಿಸಿ ಮುಂದೆ ಜಗತ್ತಿನ ನಾನಾ ಭಾಗ ಸುತ್ತಿ ಹೈದರಾಬಾದಿನಲ್ಲಿ ನೆಲೆನಿಂತರು. ಸುಬ್ರಾಯ ಚೊಕ್ಕಾಡಿ ಪ್ರಾಥಮಿಕ ಶಾಲಾ ಅಧ್ಯಾಪಕರಾಗಿ ಚೊಕ್ಕಾಡಿ ಪರಿಸರದಲ್ಲೇ ವೃತ್ತಿ ಪ್ರಾರಂಭಿಸಿ ಅಲ್ಲೇ ನಿವೃತ್ತರಾಗಿ ನಿರಾಳ ಹಾರಾಡುವ ಹಕ್ಕಿಯನ್ನು ಕಂಡರು. ಬೆಕ್ಕಿಗೂ ಮುಖಾಮುಖಿ ಆಗಬಲ್ಲ ತಿರುಮಲೇಶ್ ಅಂತರಂಗದ ಆಳಕ್ಕೂ ಛಿದ್ರಗೊಂಡ ಹೊರಗಿನ ಅನುಭವಕ್ಕೂ ಸಂಬಂಧವೇನೆಂದು ಹುಡುಕತೊಡಗಿದರು.

ತಿರುಮಲೇಶ್ ಕನ್ನಡದಲ್ಲಿ ಸಂಪೂರ್ಣ ಆಧುನಿಕ ಮನೋಭಾವದ ಕವಿ, ಭಾವನೆಯ ಆರ್ದ್ರತೆಯನ್ನು ಕಾವ್ಯದ ಶಿಲ್ಪ, ಶೈಲಿ, ಅಭಿವ್ಯಕ್ತಿ, ಎಲ್ಲ ಕಡೆ ಹಿಡಿತದಲ್ಲಿಡುವುದೇ ಅವರ ತಾತ್ತ್ವಿಕತೆ. ಪ್ರಾರಂಭದ ನವ್ಯ ಕಾವ್ಯದಿಂದ ಭಿನ್ನರಾಗುತ್ತ ತೀವ್ರವಾದ ಭಾವ ಶಕ್ತಿ ಕಾವ್ಯಕ್ಕೆ ಮುಖ್ಯ ಎಂಬ ಹಂತಕ್ಕೆ ಚೊಕ್ಕಾಡಿ ಚಲಿಸಿದರು. ತಿರುಮಲೇಶ್ ಹೊಸತು ಇರುವಲ್ಲಿಗೆ ಹುಡುಕಿಕೊಂಡು ಹೋಗಬಲ್ಲವರು. ಚೊಕ್ಕಾಡಿಯವರಿಗೆ ತಾವು ಇರುವಲ್ಲಿಗೇ ಆಧುನಿಕ ಲೋಕದ ಎಲ್ಲ ಹೊಸತನ್ನೂ ತಂದು ತನ್ನ ಜನರ ಜೊತೆ ಹಂಚುವ ಆಕಾಂಕ್ಷೆ. ಉದಾಹರಣೆಗೆ, ಗಿರೀಶ್ ಕಾರ್ನಾಡರ 'ಮಾನಿಷಾದ' ನಾಟಕ ಪ್ರಜಾವಾಣಿ ವಿಶೇಷಾಂಕದಲ್ಲಿ ಪ್ರಕಟವಾದೊಡನೆ ಅದನ್ನವರು ಚೊಕ್ಕಾಡಿಯ ಶಾಲಾ ಮಕ್ಕಳಿಂದ ನಾಟಕವಾಗಿ

ಆಡಿಸಿದರು. ಒಂದೇ ಪರಿಸರದ, ಒಂದೇ ಪ್ರಾಂತ್ಯದ ಈ ಇಬ್ಬರ ಭಿನ್ನ ದಾರಿಗಳು ಕೂಡ ಅದೇ ಪ್ರಾಂತ್ಯದ ನನಗೆ ಕುತೂಹಲಕರವಾಗಿ ಕಾಣುತ್ತದೆ.

ವಿಮರ್ಶೆ ಚೊಕ್ಕಾಡಿಯವರ ಪ್ರಿಯ ಕ್ಷೇತ್ರ. ಸುಮನಸಾ ವಿಚಾರ ವೇದಿಕೆಯ ಗೋಷ್ಠಿಗಳಲ್ಲಿ ನಮಗೆ ಕೃತಿನಿಷ್ಠ ಶೋಧನೆಯ ಅವರ ವಿಮರ್ಶಾ ಕ್ರಮ ಗೋಚರಿಸುತ್ತಿತ್ತು. ಕಾವ್ಯದ ಪ್ರಕ್ರಿಯೆಯನ್ನು ಗುರುತಿಸುತ್ತ ಅದರ ತರತಮ ಭೇದಗಳು ಹೇಗಿರುತ್ತವೆ ಎಂಬುದನ್ನು ವಿವರಿಸುವುದು ಅವರ ಮಾತಿನ ಕ್ರಮ.

ವಿಮರ್ಶೆ

ರಾಮಾನುಜನ್ ಕಾವ್ಯದ ಬಗೆಗಿನ ಸುಮನಸಾ ಅಧ್ಯಯನ ಗೋಷ್ಠಿಯಲ್ಲಿ ಅವರು ಕವಿಯಾಗಿ ರಾಮಾನುಜನ್ ಹರಟೆಯ ಮೂಲಕ ಹೇಗೆ ಪ್ರವೇಶ ಮಾಡುತ್ತಾರೆಂಬುದನ್ನು ತಮ್ಮ ಪ್ರಬಂಧದಲ್ಲಿ ವಿವರಿಸಿದ್ದರು. ಮುಂದೆ ಅದು ವ್ಯಂಗ್ಯ, ವಿಡಂಬನೆಗಳನ್ನು ಬಳಕೆ ಮಾಡುತ್ತದೆ. ಅಲ್ಲಿಂದ ಅದು ವಿಷಾದವನ್ನು ಸ್ಪರ್ಶಿಸುತ್ತದೆ. 'ತಾತ ಕೂತಿದ್ದ' ಎಂಬ ಕವನದಲ್ಲಿ 'ನಾನು ನೀವು ಈಗ ಕೂತಿಲ್ಲವೇ ಹಾಗೆ' ಎಂಬ ವಾಕ್ಯ ಸೂಚಿಸುವ ಹಾಗೆ. ಆದರೆ ಇದು ಅಡಿಗರ ಗಂಭೀರ ನಿರೂಪಣೆಗೆ ಸಂಪೂರ್ಣ ವಿರುದ್ಧವಾದ ರೀತಿ. ಆದರೆ ರಾಮಾನುಜನ್ ಕಾವ್ಯ ಮಾರ್ಗದಲ್ಲಿ ಸಾಗುವವರು ಎಲ್ಲರಿಗಿಂತ ಹೆಚ್ಚು ಎಚ್ಚರ ವಹಿಸಬೇಕು. ಕಾವ್ಯ–ಅಕಾವ್ಯಗಳ ತಾರತಮ್ಯ ವಿವೇಕ ತಪ್ಪಿದರೆ ಉಂಟಾಗಬಹುದಾದ ಅಪಾಯವನ್ನು ಅವರು ನಮಗೆ ಆಗ ವಿವರಿಸುತ್ತಿದ್ದರು. ರಾಮಾನುಜನ್ ಬಗ್ಗೆ ಅವರು ಶನಿವಾರದ ಸುಮನಸಾ ಗೋಷ್ಠಿಯಲ್ಲಿ ಲೇಖನ ಮಂಡಿಸಿದ ಬಳಿಕ ಅದು 'ಸಾಕ್ಷಿ' ಪತ್ರಿಕೆಯಲ್ಲಿ ಪ್ರಕಟವಾಯಿತು. ಚೊಕ್ಕಾಡಿಯವರ 'ಕೃತಿ ಶೋಧ' ವಿಮರ್ಶಾ ಸಂಕಲನದಲ್ಲಿರುವ ಈ ಬರಹ ರಾಮಾನುಜನ್ ಬಗ್ಗೆ ಮುಖ್ಯವಾದೊಂದು ಲೇಖನ ಎಂದು ಈಗಲೂ ನನಗೆ ಅನಿಸುತ್ತದೆ.

ಉದಯವಾಣಿ ಮೊದಲಾದ ಪತ್ರಿಕೆಗಳಿಗೆ ಅವರು ಕ್ರಮವಾಗಿ ಪುಸ್ತಕ ವಿಮರ್ಶೆ ಬರೆಯುತ್ತಿದ್ದರು. ಅವರ ವಿಮರ್ಶಾ ಲೇಖನಗಳ ಮೂರು ಸಂಕಲನಗಳು ಪ್ರಕಟವಾದರೂ ಇನ್ನೂ ಪುಸ್ತಕ ರೂಪದಲ್ಲಿ ಹೊರತಾರದಿರುವ ಅನೇಕ ವಿಮರ್ಶಾ ಲೇಖನಗಳು ಅವರ ಬಳಿ ಇವೆ. ಯಾವುದೇ ವೈಚಾರಿಕ ಸಿದ್ಧಾಂತಗಳಿಗೆ ಬದ್ಧರಾಗಿ ಅವರು ವಿಮರ್ಶೆ ಬರೆಯುವವರಲ್ಲ. ಅವರ ಹೆಚ್ಚಿನ ವಿಮರ್ಶಾ ಲೇಖನಗಳು ಅನಿಸಿಕೆಗಳನ್ನು ಹಾಗೂ ಓದುಗನಾಗಿ ಕೃತಿಯನ್ನು ಪ್ರವೇಶಿಸುವ ಕ್ರಮವನ್ನು ಆಧರಿಸಿ ಬರೆದವುಗಳು. ಇದರಿಂದಾಗಿ ವಿಮರ್ಶಾ ಬರಹಗಳಲ್ಲಿ ಸ್ಪಷ್ಟನೆಗಾಗಿ ಅವರು ನೀಡುವ ವಿವರ ಹೆಚ್ಚಿರುತ್ತದೆ. ಅನೇಕ ಅಕಡೆಮಿಕ್ ವಿಮರ್ಶಕರು ಈ ಕ್ರಮವನ್ನು ಅನುಸರಿಸುವುದಿಲ್ಲ. ಅಂತಹ ಅಕಡೆಮಿಕ್ 'ಅಕ್ಕು'ಗಳಿಗೆ ಚೊಕ್ಕಾಡಿ ಉತ್ತರ– 'ನಾನು ಮೊದಲು ಓದುಗ, ಆಮೇಲೆ ವಿಮರ್ಶಕ'.

ಓದುವ ಆಯ್ಕೆ

ಕವಿ ಬರಹಗಾರ ರಾಮಚಂದ್ರ ದೇವ ವಿದ್ಯಾರ್ಥಿ ದೆಸೆಯಲ್ಲಿ ಚೊಕ್ಕಾಡಿಯವರ ಹತ್ತಿರದ ಒಡನಾಡಿ. ಮುಂದೆ ರಾಮಚಂದ್ರ ದೇವರಿಗೆ ಯಾವುದೋ ಕೆಲವು ವಿಚಾರಗಳಲ್ಲಿ ಅವರೊಡನೆ ಸಮಾಧಾನವಿಲ್ಲದೆ ಪರಸ್ಪರ ಸಂಪರ್ಕ ಕಮ್ಮಿಯಾಯಿತು. ಹಾಗೆ ಭಿನ್ನಾಭಿಪ್ರಾಯವಿದ್ದ ಕಾಲದಲ್ಲೂ ಚೊಕ್ಕಾಡಿ ಬಗ್ಗೆ ದೇವ ಹೇಳುತ್ತಿದ್ದ ಒಂದು ಮಾತನ್ನು ಗೆಳೆಯ, ಬರಹಗಾರ, ಕೆ.ಪಿ. ಸುರೇಶ ಆಗಾಗ ನೆನಪಿಸುತ್ತಾರೆ. ಅದೆಂದರೆ, 'ಕತ್ತಲೆ ಕೋಣೆಯಲ್ಲಿ ಹತ್ತು ಪುಸ್ತಕ ಇಟ್ಟು, ಸುಬ್ರಾಯರ ಕಣ್ಣು ಕಟ್ಟಿ ಬಿಟ್ಟರೂ ಮಾರಾಯ ಚೊಕ್ಕಾಡಿ ಕೈ ಹಾಕಿ ತೆಗೆದು ಇದು ಒಳ್ಳೆ ಪುಸ್ತಕ, ಇದು ಅಲ್ಲ, ಇದು ಓದಲೇಬೇಕಾದ ಕೃತಿ. ಇದನ್ನು ಓದದಿದ್ದರೂ ಪರವಾಗಿಲ್ಲ ಎಂದಾರು' ಅವರಿಗಿರುವ ಉತ್ತಮ ಕೃತಿಗಳ ಆಯ್ಕೆಯ ಈ ಶಕ್ತಿಯಿಂದ ಸುಮನಸಾ ವಿಚಾರವೇದಿಕೆಯ ಸ್ನೇಹಿತರೆಲ್ಲ ಒಂದಲ್ಲ ಒಂದು ಕಾಲದಲ್ಲಿ ಲಾಭ ಹೊಂದಿದವರು.

ಬಾಲ್ಯದ ನನ್ನ ನೆನಪಿನಂತೆ ಅವರ ಮನೆಯಲ್ಲೂ ಪುಸ್ತಕಗಳ ಅಂತಹ ಒಂದು ವಿಂಗಡನೆ ಇತ್ತು. ಹೊರಗೆ ಚಾವಡಿ ಜಗಲಿಯಲ್ಲಿ ಅವರು ಕುಳಿತುಕೊಳ್ಳುವ ಮೇಜು ಕುರ್ಚಿಗಳ ಬಲಭಾಗದಲ್ಲಿ ಒಂದು ಓಪನ್ ಬುಕ್ ಶೆಲ್ಫ್, ಅಲ್ಲಿ ಇಟ್ಟಿರುವ ಪುಸ್ತಕಗಳನ್ನು ಯಾರು ಬೇಕಾದರೂ ತೆಗೆದುಕೊಂಡು ಹೋಗಿ ಓದಬಹುದು. ಚಾವಡಿ ಮೇಜಿನ ಮೇಲೆ ಇರುವ ಪುಸ್ತಕಗಳು ಹಗುರ ಓದಿಗೆ, ವಿದ್ಯುಚ್ಛಕ್ತಿ ಇಲ್ಲದ ಮುಳಿ ಹುಲ್ಲ ಮಾಡಿನ ಚಾವಡಿಯಲ್ಲಿ ನಾವೆಲ್ಲ ಕೂರಲು ಉಪಯೋಗಿಸುತ್ತಿದ್ದ ದೊಡ್ಡ ಮರದ ಪೆಟ್ಟಿಗೆ ಒಳಗೆ ರೆಫರೆನ್ಸಿಗೆ ಮಾತ್ರ ಬೇಕಾಗುವ ಪುಸ್ತಕಗಳು. ಮನೆ ಒಳಗೆ ಅವರು ಮಲಗುವ ಕೋಣೆಯ ಮೂಲೆಯಲ್ಲಿರುವ ಪುಟ್ಟ ಒಂದು ಲ್ಯಾಂಪ್ ಇಡುವ ಮೇಜು ಮತ್ತು ಸ್ಟೂಲಿನಂತಹ ಪುಟ್ಟ ಕುರ್ಚಿ ಎದುರು ಆಗ ಅವರು ಓದಿ ಬರೆಯುವ ಗಂಭೀರ ಪುಸ್ತಕಗಳು. ಮಲಗುವ ಕೋಣೆಯ ಬೀಗ ಹಾಕಿದ ಮರದ ಕಪಾಟು ಒಂದರಲ್ಲಿ ಅವರೇ ತೆಗೆಯುವ ಅತಿ ಮುಖ್ಯ ಪುಸ್ತಕಗಳು. ಆಗ ಅವರ ಮನೆಯಲ್ಲಿ ವಿದ್ಯುದ್ದೀಪಗಳು ಇಲ್ಲದ್ದರಿಂದ ನಾವೆಲ್ಲ ಪುಟ್ಟ ಕೈ ದೀಪ ಹಿಡಿದುಕೊಂಡೇ ರಾತ್ರೆ ಓದಬೇಕಾಗುತ್ತಿತ್ತು. ಅವರ ಮನೆಯಲ್ಲಿ ಇಷ್ಟು ವಿಭಾಗಗಳಲ್ಲಿ ಪುಸ್ತಕಗಳ ಹಂಚಿಕೆಯಿದ್ದರೂ ನನಗೆ ಮಾತ್ರ ಆ ಎಲ್ಲ ಪುಸ್ತಕಗಳಿರುವಲ್ಲಿಗೂ ಪ್ರವೇಶ ಇತ್ತು. ನಾನು ರಜಾದಲ್ಲಿ ಅವರ ಮನೆಯಲ್ಲಿದ್ದಾಗ, ಅವರೇನಾದರೂ ಕೆಲಸದ ಮೇಲೆ ಸುಳ್ಯ ಪೇಟೆಗೆ ಹೋಗುವಾಗ ಅವರ ಹೆಂಡತಿ ಬಳಿ, 'ಲಕ್ಷ್ಮೀ, ವಿಜಯನಿಗೇನಾದರೂ ಪುಸ್ತಕ ಬೇಕಾದರೆ ಆ ಬೀಗದ ಕೈ, ಒಮ್ಮೆ ಕೊಟ್ಟು ಬಿಡು' ಎನ್ನುತ್ತಿದ್ದರು. ಇಂಗ್ಲಿಷ್ ಕ್ಲಾಸಿಕಲ್, ನವೋದಯ, ಪ್ರಗತಿಶೀಲ ಮುಂತಾದ ಪುಸ್ತಕಗಳೇ ಹೆಚ್ಚು ಇದ್ದ ನನ್ನ ತಂದೆ ಬಳಿ ಇಲ್ಲದಿದ್ದ ಚಂದ್ರಶೇಖರ ಪಾಟೀಲ, ಬುದ್ದಣ್ಣ ಹಿಂಗಮಿರೆ, ಶಾಂತಿನಾಥ ದೇಸಾಯಿ, ಲಂಕೇಶ್, ದೇವನೂರ ಮಹಾದೇವ, ರಾಮಾನುಜನ್, ಚಿತ್ತಾಲ, ಚೆನ್ನಣ್ಣ ವಾಲೀಕಾರ ಮೊದಲಾದವರ

ಪುಸ್ತಕಗಳನ್ನು ನಾನು ಆಗ ನೋಡಿದ್ದು ಚೊಕ್ಕಾಡಿ ಅವರ ಲೈಬ್ರರಿಯಲ್ಲಿ. (ಚೊಕ್ಕಾಡಿಯವರು ವಸಂತ ಸಾಹಿತ್ಯ ಎಂಬ ಪ್ರಕಾಶನ ಸಂಸ್ಥೆ ನಡೆಸುತ್ತಿದ್ದರು. ಲಂಕೇಶರ 'ನನ್ನ ತಂಗಿಗೊಂದು ಗಂಡುಕೊಡಿ' ನಾಟಕದ ಮೊದಲ ಮುದ್ರಣ ಚೊಕ್ಕಾಡಿಯವರ ಪ್ರಕಾಶನದಿಂದ). ನನ್ನ ತಂದೆಯವರಿಗೆ 'ಪ್ರಬುದ್ಧ ಕರ್ನಾಟಕ' ಬರುತ್ತಿದ್ದರೆ ಚೊಕ್ಕಾಡಿ ಬಳಿ 'ಸಂಕ್ರಮಣ' ಓದಲು ಸಿಗುತ್ತಿತ್ತು. ಮುಂದೆ ನನ್ನ ತಂದೆಯವರು ಚೊಕ್ಕಾಡಿ ಪರಿಚಯದ ಬಳಿಕ ಅಕ್ಷರ ಪ್ರಕಾಶನದಿಂದ ನಿಯಮಿತವಾಗಿ ಪುಸ್ತಕಗಳನ್ನು ತರಿಸತೊಡಗಿದರು.

ಹಾಡು ಕ್ಯಾಸೆಟ್–ಸಿಡಿ

ಒಂದು ಕಾಲದಲ್ಲಿ ಹಾಡು ಕವನಗಳ ಮಿತಿಗಳ ಬಗ್ಗೆ ನಾನು ಅವರಲ್ಲಿ ಚರ್ಚಿಸುತ್ತಿದ್ದೆ. ಮುಂದೆ 'ಹಾಡಿನ ಲೋಕ', 'ಬಂಗಾರದ ಹಕ್ಕಿ' ಮೊದಲಾದ ಅವರ ಹಾಡು ಪ್ರಧಾನ ಕವನ ಸಂಕಲನಗಳು ಬಂದವು. 'ನೀನು ಇರದೇ ಹೋದರೂ ಇಲ್ಲುಳಿದು ಹರಡಿದೆ ಪ್ರೀತಿಯು/ ಒಂಟಿ ಹಕ್ಕಿಯ ಹಾಡಿಗೆ ದನಿಗೂಡಿಸಿದೆ ಈ ಪ್ರಕೃತಿಯು' ಮುಂತಾದ ಅವರ ಸಾಲುಗಳು ಜನಪ್ರಿಯವಾದವು. 'ಎಂಥ ದಿನಗಳು ಕಳೆದವೋ/ ಅಂಥ ದಿನಗಳು ಬಾರವೋ' ಮುಂತಾದ ಹಾಡಿನ ಸಾಲುಗಳು ಅವರನ್ನು ಜನಪ್ರಿಯತೆಯ ತುದಿಗೇರಿಸಿದವು. ದ.ಕ.ಜಿಲ್ಲೆಯಲ್ಲಿ ಪ್ರಸಿದ್ಧ ಭಾಗವತರಾದ ಪದ್ಯಾಣ ಗಣಪತಿ ಭಟ್ಟರು ಚೊಕ್ಕಾಡಿಯವರ ಕೆಲವು ಕವನಗಳನ್ನು ಯಕ್ಷಗಾನ ಶೈಲಿಯಲ್ಲಿ ಹಾಡಲು ಸಾಧ್ಯ ಎಂದು ಸಭೆಗಳಲ್ಲಿ ಪ್ರಸ್ತುತ ಪಡಿಸಿದರು. ದ.ಕ.ಜಿಲ್ಲೆಯ ಅನೇಕರ ಮೊಬೈಲ್ ರಿಂಗ್‌ಟೋನ್‌ಗಳಾಗಿ ಚೊಕ್ಕಾಡಿಯವರ 'ಮುನಿಸು ತರವೇ' ಕವನದ 'ಮುನಿಸು ತರವೇ, ಮುಗುದೆ/ ಹಿತವಾಗಿ ನಗಲೂ ಬಾರದೆ?' ಕವನ ಪ್ರಚಾರ ಪಡೆಯಿತು.

ಈ ತರಹದ ಹಾಡುಗಳು ನನ್ನನ್ನ ವಿಶೇಷವಾಗಿ ಆಕರ್ಷಿಸುತ್ತಿರಲಿಲ್ಲ. ಕವಿ ಎಚ್‌ಎಸ್‌ವಿ ತಾವು ಕೊಚ್ಚಿ ಹೋಗುತ್ತಿದ್ದ ಹಾಡಿನಿಂದ ಗಂಭೀರ ಕಾವ್ಯಕ್ಕೆ ಪುನಃ ಮರಳಿದ ಹಾಗೆ, ಹಾಡಿಗೆ ಹೊರಳಿದ್ದ ಇತರ ಗಂಭೀರ ಕವಿಗಳೂ ಹಿಂತಿರುಗಬೇಕೆಂದು ನನಗೆ ಅನಿಸುತ್ತಿತ್ತು. ಹಾಡು ಕೂಡಾ ಮನಸ್ಸಿನ ಒಂದು ಮೂಡ್‌ನಲ್ಲಿ ಬರುವುದು. ಇರಲಿ ಬಿಡು ಎಂಬುದು ಚೊಕ್ಕಾಡಿ ಅವರ ನಿಲುವು. ನಾನು ಆಗ ಅವರಲ್ಲಿ ವಾದವನ್ನು ಮುಂದುವರಿಸದಿದ್ದರೂ, ಸುಗಮ ಸಂಗೀತದ ಹಾಡಿನ ಅವರ ಲೋಕವನ್ನು 'ಕಾವ್ಯ' ಎಂದು ನಾನು ಒಪ್ಪುವವನಲ್ಲ ಎಂಬುದು ಅವರಿಗೂ ತಿಳಿದಿರುತ್ತಿತ್ತು.

ಸ್ವ–ವಿಮರ್ಶೆ

ಆದರೂ, ಅವರ ಸ್ವ–ವಿಮರ್ಶಾ ಪ್ರಜ್ಞೆ ಬಗ್ಗೆ ನನಗೆ ಯಾವತ್ತೂ ಗೌರವ. ಅವರ 'ತೆರೆ' ಕವನ ಸಂಕಲನ ಒಂದಕ್ಕೆ ಮಾತ್ರ ಮುನ್ನುಡಿ ಇರುವುದು. ಅದು ಆಗ ಕವಿ ಗೋಪಾಲಕೃಷ್ಣ ಅಡಿಗರು ಬರೆದುದು. ಅಡಿಗರು ಆ ಮುನ್ನುಡಿಯಲ್ಲಿ 'ಈ ಕವಿಗೆ

ಭಾಷೆಯ ಮೇಲೆ ಇರುವ ಹಿಡಿತ, ಉತ್ತಮ ಕಾವ್ಯಾಭ್ಯಾಸದಿಂದ ಮಾತ್ರ ಸಾಧ್ಯವಾಗುವ ಭಾಷಾ ಶುದ್ಧಿ, ಶಬ್ದ ಸಂಪತ್ತು, ಬೇರೆ ಬೇರೆ ಕವಿಗಳ ಹಳೆಯ ಹೊಸ ಕಾವ್ಯಗಳ ಕಡೆ ಕೈದೋರುವ ವ್ಯಾಕರಣ, ಸುತ್ತಮುತ್ತಲ ಬದುಕನ್ನು ಸೂಕ್ಷ್ಮವಾಗಿ ಗಮನಿಸುವುದರಿಂದ ಮಾತ್ರ ಬರಬಹುದಾದ ಜೀವಂತ ಪ್ರತಿಮೆಗಳು. ಆಡುನುಡಿಯ ಹೆಣಿಗೆ– ಇಲ್ಲಿ ಉತ್ತಮ ಕಾವ್ಯಕ್ಕೆ ಬೇಕಾದ ಎಲ್ಲ ಸಾಮಗ್ರಿಗಳೂ ಇವೆ.' ಆದರೂ 'ಸಣ್ಣ ಕವನಗಳಲ್ಲಿ ಸಫಲವಾಗುವ ಈ ಕಾವ್ಯಶಕ್ತಿ ಉಳಿದ ಕಡೆ, ಇನ್ನೂ ಹೆಚ್ಚು ಹೇಳಲು ಪ್ರಯತ್ನಿಸುವ ಇತರ ದೀರ್ಘ ಕವನಗಳಲ್ಲಿ ಏಕೆ ಹೇಗೆ ಕೊನೆಗೂ ವಿಫಲವಾಗುತ್ತವೆ ಎಂಬುದು ಈ ಕವನ ಸಂಕಲನವನ್ನು ಓದುವಾಗ ಹುಟ್ಟುವ ಪ್ರಶ್ನೆ. ವಿಮರ್ಶೆ ಉತ್ತರ ಕೊಡಬೇಕಾದ ಪ್ರಶ್ನೆ'. ಕೆಲವು 'ಕವನಗಳಲ್ಲಿ ಅನುಭವದ ಸಂಕೀರ್ಣತೆಯನ್ನು ಚಿತ್ರಿಸ ಹೊರಟ ಕವಿ ಸಂಕೀರ್ಣತೆಯಲ್ಲೇ ಕಾಲು ಜಾರಿ ಅನುಭವ ಅವನ ಕೈತಪ್ಪಿ ಹೋಗಿದೆ ಎಂಬುದು ತೋರುತ್ತದೆ...' ಎಂದು ಹೇಳಿದ್ದರು.

1970ರಲ್ಲಿ ಕವಿ ಅಡಿಗರು ಬರೆದ ಈ ವಿಮರ್ಶಾತ್ಮಕ ಮುನ್ನುಡಿಯನ್ನು 2010ರಲ್ಲಿ ಚೊಕ್ಕಾಡಿ ಸಮಗ್ರ ಕಾವ್ಯ ಬಂದಾಗ ಅದನ್ನು ಪೂರ್ತಿ ಹಾಗೆಯೇ ತಮ್ಮ ಸಮಗ್ರದಲ್ಲಿ ಚೊಕ್ಕಾಡಿ ಪ್ರಕಟಿಸಿದರು. ಅದರ ಹೊರತಾಗಿ ಅವರ ಬಗ್ಗೆ ಬಂದ ಇತರ ಯಾವ ಬರಹಗಳನ್ನಾಗಲಿ, ಹೊಗಳಿಕೆ ಮಾತುಗಳನ್ನಾಗಲಿ ಚೊಕ್ಕಾಡಿ ಅನುಬಂಧದಲ್ಲಿ ಸೇರಿಸಲಿಲ್ಲ. ಹೀಗೆ ತನ್ನ ಬಗ್ಗೆ ವಿಮರ್ಶಾತ್ಮಕವಾಗಿರುವ ಒಂದು ಮುನ್ನುಡಿಯನ್ನು ಮಾತ್ರ ಸಮಗ್ರ ಕಾವ್ಯದಲ್ಲಿ ಪ್ರಕಟಿಸಿರುವುದು ಅವರ ಸ್ವ–ವಿಮರ್ಶೆಯ ಹಾಗೂ ತನ್ನ ಬಗ್ಗೆ ತನಗೇ ಸಂಪೂರ್ಣ ನಂಬಿಕೆ ಇರುವುದರ ಸಂಕೇತ. ತನ್ನ ವಿಚಾರ ತನಗೇ ಸ್ಪಷ್ಟವಾಗಿರುವುದರಿಂದ ಹುಟ್ಟುವ ಸ್ಪಷ್ಟ ನಿಲುವು ಹಾಗೂ ಅದರ ಬಗೆಗಿನ ಆತ್ಮವಿಶ್ವಾಸ ಎರಡೂ ಅಲ್ಲಿ ಮೇಳೈಸಿರುತ್ತವೆ. ಇಂತಹ ಸ್ವ–ವಿಮರ್ಶಾ ಪ್ರಜ್ಞೆ ಉಳ್ಳ ಚೊಕ್ಕಾಡಿ ಅವರ ಒಡನಾಟದಲ್ಲಿ ವಿಮರ್ಶೆಯ ಮೊದಲ ಹೆಜ್ಜೆಗಳನ್ನು ಕಲಿಯುವುದು ಸುಮನಸಾ ವಿಚಾರವೇದಿಕೆಯ ಅನೇಕ ಗೆಳೆಯರಿಗೆ ಸಾಧ್ಯವಾಯಿತು. ಅವರ ಈ ಇಳಿವಯಸ್ಸಿನಲ್ಲೂ ಅವರೊಡನೆ ಭಿನ್ನಾಭಿಪ್ರಾಯ, ಚರ್ಚೆ ಎಲ್ಲವೂ ಹಿಂದಿನಂತೆಯೇ ಸಾಧ್ಯವಿದೆ ಎಂಬುದೇ ಅವರ ದೊಡ್ಡತನ ಎಂದು ನನಗನಿಸುತ್ತದೆ.

ತಾವು ಇರುವಲ್ಲೇ ಉತ್ತಮ ವಿಚಾರಗಳನ್ನು ತಾನಿರುವ ಪರಿಸರಕ್ಕೆ ತರುತ್ತೇನೆ ಎಂಬುದು ಇಂದು ನಮಗೆ ಅವಶ್ಯ ಬೇಕಾದ ಸಾಂಸ್ಕೃತಿಕ ನಿಲುವು. ಇದೇ ರೀತಿ ಚಿಂತಿಸಿ ಮೈಸೂರಿನಿಂದ ಹೆಗ್ಗೋಡಿಗೆ ಹಿಂತಿರುಗಿದ ಕೆ.ವಿ.ಸುಬ್ಬಣ್ಣ ನೀನಾಸಂ ಎಂಬ ಸಂಸ್ಥೆ ಕಟ್ಟಿದರು. ಚೊಕ್ಕಾಡಿ ತಮ್ಮ ಊರಲ್ಲಿ ಒಂದು ಸಂಸ್ಥೆ ಮಾಡುವಂತಹ ಕೆಲಸ ಮಾಡಿ ತಮ್ಮ ಸುತ್ತಲಿನ ಅನೇಕರಲ್ಲಿ ಉತ್ತಮ ಅಭಿರುಚಿಯನ್ನು ಬೆಳೆಸಿದರು.

– ಏಪ್ರಿಲ್ 2016

***

17. ಅನುಪಮ ಚೆಂಡೆವಾದಕ: ದಿವಾಣ ಭೀಮ ಭಟ್ಟ

ಯಕ್ಷಗಾನ ತೆಂಕುತಿಟ್ಟಿನ ಪ್ರಸಿದ್ಧ ಚೆಂಡೆವಾದಕ ದಿವಾಣ ಭೀಮ ಭಟ್ಟರು (1913–1993) ಯಕ್ಷಗಾನ ಕಲಾಪ್ರೇಮಿಗಳಿಗೆ ಚೆಂಡೆ ಭೀಮಣ್ಣ ಎಂದೇ ಪರಿಚಿತರು. ಸಮಗ್ರ ಯಕ್ಷಗಾನದ ಬಗ್ಗೆ ಅಧಿಕೃತವಾಗಿ ಮಾತನಾಡಬಲ್ಲ ಭೀಮ ಭಟ್ಟರು ಹಿಮ್ಮೇಳದ ಯಾವ ಪ್ರಕಾರದಲ್ಲೇ ಆದರೂ ಇದು ಹೀಗೆ ಎಂದು ಅಧಿಕೃತವಾಗಿ ಹೇಳಿ ನುಡಿಸಿ ತೋರಿಸಬಲ್ಲವರಾಗಿದ್ದರು. ತಮ್ಮ ಹಿಂದಿನ ನುರಿತ ಮದ್ದಲೆಗಾರರಾದ ಕೆಮ್ಮಣ್ಣು ನಾರಾಯಣಪ್ಪಯ್ಯ, ಕುದ್ರೆಕೋಡ್ಲು ರಾಮ ಭಟ್ಟ, ಶಿವ ಮದ್ಲೆಗಾರ ಇವರಂತೆ ಹಾಗೂ ಅವರ ಸಮಕಾಲೀನರಾದ ನೆಡ್ಲೆ ನರಸಿಂಹ ಭಟ್ಟ, ಚಿಪ್ಪಾರು ಕೃಷ್ಣಯ್ಯ ಬಲ್ಲಾಳರಂತೆ ಭೀಮ ಭಟ್ಟರು ಪ್ರಥಮ ಶ್ರೇಣಿಯ ಕಲಾವಿದರು. ಚೆಂಡೆ ಹಾಗೂ ಮದ್ದಳೆ ಎರಡರಲ್ಲೂ ನುರಿತವರಾದ ಭೀಮಭಟ್ಟರ ವಾದನವನ್ನೊಮ್ಮೆ ಕೇಳಿದವರು ಮರೆಯದಂತೆ ನೆನಪಿರಬಲ್ಲ ಕಲಾವಿದರು.

ಅನೇಕರು ಕೇವಲ ಚೆಂಡೆ ಅಥವಾ ಮದ್ದಳೆ ಯಾವುದಾದರೂ ಒಂದರಲ್ಲಿ ಮಾತ್ರ ಪರಿಣತರು. ಆದರೆ ಭೀಮ ಭಟ್ಟರು ತಮ್ಮ 16ನೇ ವಯಸ್ಸಿನಿಂದ ಒತ್ತು ಮದ್ದಳೆಗಾರರಾಗಿ 30ನೇ ವಯಸ್ಸಿನವರೆಗೆ ದಿವಂಗತ ಬಲಿಪ ನಾರಾಯಣ ಭಾಗವತರೊಂದಿಗೆ (ಅಜ್ಜ ಬಲಿಪರು) ಬೆಳೆದವರು. ಆ ಬಳಿಕ ಚೆಂಡೆ ವಾದಕರಾಗಿ ಎರಡಲ್ಲೂ ಪ್ರಾವೀಣ್ಯ ಮೆರೆದವರು.

ಯಕ್ಷಗಾನ ಬಲ್ಲವರಿಗೆ ಚೆಂಡೆ ಹೇಗೆ ಆ ಕಲೆಯ ಜೀವಶಿಖರ ಸ್ಥಾಪಕ ಎಂಬುದು ತಿಳಿದಿರುತ್ತದೆ. ಈಚೆಗೆ ದಿವಾಣ ಭೀಮ ಭಟ್ಟ ಜನ್ಮ ಶತಮಾನೋತ್ಸವ ಸಮಿತಿಯವರು 'ದಿವಾಣ ಸಂಪದ' ಎಂಬ ದಿವಾಣ ಭೀಮ ಭಟ್ಟರ ಜನ್ಮ ಶತಮಾನೋತ್ಸವ ಸ್ಮೃತಿ ಸಂಚಯವನ್ನು ಹೊರತಂದಿದ್ದಾರೆ. ಪ್ರಸಿದ್ಧ ವಿದ್ವಾಂಸರೂ ಯಕ್ಷಗಾನ ಅರ್ಥಧಾರಿಗಳೂ ಆದ ಡಾ.ಎಂ.ಪ್ರಭಾಕರ ಜೋಶಿ ಹಾಗೂ ವಿದ್ವಾನ್ ಹಿರಣ್ಯ ವೆಂಕಟೇಶ್ವರ ಭಟ್ಟರು ಈ ಕೃತಿಯ ಸಂಪಾದಕರು. ಆ ಪುಸ್ತಕದ ಮೂರು ಭಾಗಗಳನ್ನು ಭೀಮಭಟ್ಟರ ಬಗ್ಗೆ ಈ ತನಕ ಪ್ರಕಟವಾಗಿದ್ದ ಮುಖ್ಯ ಲೇಖನಗಳ ಸಂಗ್ರಹ, ಮಿತ್ರರು, ಬಂಧುಗಳು ಹಾಗೂ ಅಭಿಮಾನಿಗಳು ಹೊಸದಾಗಿ ಬರೆದ ಬರಹಗಳು ಹಾಗೂ ಯಕ್ಷಗಾನ ಕಲಾ ಸಂಬಂಧಿ ಬರಹಗಳ ಮೂರನೇ ಭಾಗಗಳೆಂದು ವಿಭಾಗಿಸಲಾಗಿದೆ. ಈ ಪುಸ್ತಕವು ಯಕ್ಷಗಾನ

ಪ್ರಿಯರಿಗೆ ಸಂಗ್ರಹ ಯೋಗ್ಯ ಕೃತಿಯಾಗಿದೆ. ಚೆಂಡೆ ಮಾರ್ಕಿನ ಅನನ್ಯ ಫೀಡ್ಸ್ ಎಂಬ ಪಶು ಆಹಾರ ತಯಾರಿಸುವ ಕಂಪೆನಿ ಈ ಪುಸ್ತಕದ ಪ್ರಾಯೋಜಕರು.

ದಿವಾಣ ಎಂಬುದು ಅವರ ಮನೆ ಹಾಗೂ ಬೈಲಿನ ಹೆಸರು. ಅದು ದ.ಕ.ಜಿಲ್ಲೆಯ ಬಂಟ್ವಾಳ ತಾಲೂಕಿನ ವಿಟ್ಲ ಪಡ್ನೂರು ಗ್ರಾಮದ ಕೋಡಪದವು ಎಂಬ ಜಾಗಕ್ಕೆ ಸಮೀಪ ಒಂದು ಬೆಟ್ಟದ ಬುಡದಲ್ಲಿದೆ. ತೆಂಕುತಿಟ್ಟಿನ ಯಕ್ಷಗಾನ ಆಸಕ್ತರಿಗೆ ಕೋಡಪದವಿನ ವೀರಾಂಜನೇಯ ಸ್ವಾಮಿ ಯಕ್ಷಗಾನ ಸಂಘದ ಬಗ್ಗೆ ತಿಳಿದಿರುತ್ತದೆ. ಕಳೆದ ಶತಮಾನದ ಉತ್ತರಾರ್ಧದಲ್ಲಿ ಈ ಪುಟ್ಟ ಗ್ರಾಮದಲ್ಲಿ ಮೂವರು ಪ್ರಸಿದ್ಧ ಯಕ್ಷಗಾನ ಕಲಾವಿದರೂ ವಿದ್ವಾಂಸರೂ ವಾಸವಾಗಿದ್ದರು. ಅವರೆಂದರೆ, ಪ್ರಸಿದ್ಧ ವಿದ್ವಾಂಸ ಕುಕ್ಕಿಲ ಕೃಷ್ಣಭಟ್ಟ, ಕರ್ಗಲ್ಲು ಮಟ್ಟು ಎಂದು ಈಗ ಪ್ರಸಿದ್ಧವಾಗಿರುವ ಪ್ರಸಿದ್ಧ ಸ್ತ್ರೀ ವೇಷಧಾರಿ ಹಾಗೂ ಇಂದು ಯಕ್ಷಗುರು ಎಂದೇ ಪ್ರಸಿದ್ಧರಾದ ಕರ್ಗಲ್ಲು ವಿಶ್ವೇಶ್ವರ ಭಟ್ಟರ ತಂದೆಯವರಾದ ಕರ್ಗಲ್ಲು ಸುಬ್ಬಣ್ಣ ಭಟ್ಟರು ಹಾಗೂ ಪ್ರಸ್ತುತ ಪ್ರಸಿದ್ಧ ಚೆಂಡೆವಾದಕರಾಗಿರುವ ದಿವಾಣ ಶಂಕರ ಭಟ್ಟರ ತಂದೆಯವರಾದ ದಿವಾಣ ಭೀಮ ಭಟ್ಟರು. ಭಾಗವತರಾದ ಸರವು ಕೃಷ್ಣ ಭಟ್ಟ, ಮದ್ದಳೆ ವಾದಕರಾದ ಕಿನಿಲ ನಾರಾಯಣ ಭಟ್ಟ ಹಾಗೂ ಇನ್ನೂ ಅನೇಕ ಆಸಕ್ತ ಯಕ್ಷಗಾನ ಕಲಾವಿದರೂ, ಕಲಾಸಕ್ತರೂ ತುಂಬಿದ್ದ ಹಳ್ಳಿಯದು. ಕುಕ್ಕಿಲ ಕೃಷ್ಣ ಭಟ್ಟರ ಭಾವನವರಾದ ಪಂಡಿತ ಸೇಡಿಯಾಪು ಕೃಷ್ಣ ಭಟ್ಟರೂ ಈ ಗ್ರಾಮಕ್ಕೆ ಭೇಟಿ ಕೊಡುತ್ತಿದ್ದರು.

ಇದೇ ವಿಟ್ಲ ಪಡ್ನೂರು ಗ್ರಾಮದವರಾದ ನನ್ನ ತಂದೆ ಸರವು ರಾಮಭಟ್ಟರು ವೃತ್ತಿಯಿಂದ ವಕೀಲರು ಹಾಗೂ ಸೌರಭ ಪುತ್ತೂರು ಎಂಬ ಹೆಸರಿನಲ್ಲಿ ಲೇಖನಗಳನ್ನು ಬರೆಯುತ್ತಿದ್ದರು. ನನ್ನ ತಂದೆಯವರ ಬಗ್ಗೆ ಅವರಿಂದ ವಯಸ್ಸಿನಲ್ಲಿ 20 ವರುಷ ಹಿರಿಯರಾದ ದಿವಾಣ ಭೀಮಣ್ಣ ಆದಿಯಾಗಿ ಎಲ್ಲ ಕಲಾವಿದರಿಗೂ ವಿಶೇಷ ಪ್ರೀತಿ. ಆ ಸರವು ಮನೆಯ ಹುಡುಗನಾದ್ದರಿಂದ ನಮ್ಮ ಮನೆಗೆ ಆಗಾಗ ಬರುತ್ತಿದ್ದ ದಿವಾಣ ಭೀಮ ಭಟ್ಟರ ಹತ್ತಿರದ ಪರಿಚಯ ನನಗಿತ್ತು. ಅವರು ನನ್ನ ತಂದೆಯವರೊಡನೆ ಕಲೆಯಲ್ಲಿ ಲಯದ ಮಹತ್ವದ ಕುರಿತಾಗಿ ಮಾತನಾಡುತ್ತಿದ್ದುದು ನನ್ನ ಬಾಲ್ಯದ ನೆನಪುಗಳಲ್ಲಿ ಒಂದು. ನೃತ್ಯ, ಪಾತ್ರ ಸಂಯೋಜನೆ, ಚಲನೆಯ ಗತ್ತು, ವೇಷ ಭೂಷಣ (ಆಹಾರ್ಯ) ಇವು ಎಲ್ಲವೂ ಸೇರಿದ ರಂಗದ ಶ್ರುತಿ ಲಯ ಆಧಾರಿತ ಎಂದವರು ಹೇಳುತ್ತಿದ್ದರು. ಅವರಿಗೆ ಹಿಮ್ಮೇಳ ಈ ಲಯದ ಒಂದು ಮುಖ್ಯ ಅಂಗ.

ಒಟ್ಟು ನಡೆ ಹಾಗೂ ಚೆಂಡೆ ಪೆಟ್ಟುಗಳು ಈ ಲಯಕ್ಕೆ ಪೂರಕವಾಗಿರಬೇಕು. ಅದನ್ನು ನಾನಾ ರೀತಿಯ ನಡೆಗಳಲ್ಲೂ ಸಾಧಿಸಲು ಸಾಧ್ಯ ಎಂಬುದು ಅವರ ವಿಚಾರ. ಅನೇಕ ಸಲ ಮಾತಿನ ಉತ್ಸಾಹದಲ್ಲಿ ಅವರು ಕೈ, ಬಾಯಿ ತಾಳಗಳು ಮಾತ್ರವಲ್ಲದೆ ಚೆಂಡೆ ಕೋಲಿನಿಂದ ಸಿಮೆಂಟಿನ ನೆಲಕ್ಕೆ ಚೆಂಡೆಗೆ ಬಾರಿಸುವಂತೆ ಹೊಡೆದು ತೋರಿಸುತ್ತಿದ್ದರು. ಕೆಲವೊಮ್ಮೆ ಊಟಕ್ಕೆ ಕುಳಿತುಕೊಳ್ಳುವ ಮರದ ಮಣೆಯ ಮೇಲೆ

ಚೆಂಡೆ ಕೋಲಿನಿಂದ ಹೊಡೆದು ತೋರಿಸುತ್ತಿದ್ದರು. ನನ್ನ ಉದ್ದದ ಕೈ ಬೆರಳುಗಳನ್ನು ನೋಡಿ ನಿನಗೆ ಮದ್ದಳೆ ಬಾರಿಸಲು ಅನುಕೂಲ ಎಂದಿದ್ದರು. ನಾನು ಮಾತ್ರ ಚೆಂಡೆ, ಮದ್ದಳೆ ಎರಡನ್ನೂ ಬಿಟ್ಟು ಕರ್ನಾಟಕ ಸಂಗೀತದ ಮೃದಂಗವನ್ನು ಕಲಿಯಲು ಹೋಗಿ ಅಲ್ಲೂ ವಿಶೇಷ ಯಶಸ್ಸು ಸಾಧಿಸದೆ ಬಿಟ್ಟು ಬಿಟ್ಟೆ.

ಚೆಂಡೆಯನ್ನು ತಯಾರಿಸಲು ಮರದ ಕಾಂಡದಲ್ಲಿ ಒಳಗೆ ಕೆತ್ತಿ ಟೊಳ್ಳಾಗಿಸಿದ ಕುತ್ತಿಯನ್ನು ಬಳಸುತ್ತಾರೆ. ಇದರ ಎರಡು ತುದಿಗಳಿಗೆ ಮೊದಲೇ ಬಿದಿರಿನ ಬಳೆಗಳಿಗೆ ಅಂಟಿಸಿದ ಚರ್ಮವನ್ನು ಬಿಗಿಯಬೇಕು. ಹಾಗೆ ಬಿಗಿಯಲು ಹನ್ನೆರಡು ತೂತುಗಳನ್ನು ಮಾಡಿ ಹಗ್ಗದಿಂದ ಎಳೆದು ಕಟ್ಟುವುದು. ಚೆಂಡೆಯ ಬಲಭಾಗವನ್ನು ಮಾತ್ರ ಬಾರಿಸುವುದು. ಬಾರಿಸದೇ ಇರುವ ಕೆಳಗಿನ ಎಡಭಾಗಕ್ಕೆ ಚರ್ಮಗಳ ಹಾಳೆಗಳನ್ನು ಅಂಟಿಸಿ ದಪ್ಪ ಮಾಡುವರು. ಬಾರಿಸುವ ಬಲಭಾಗಕ್ಕೆ ಹೋರಿಯ ಚರ್ಮವನ್ನು ಬಳಸುವುದು ಪದ್ಧತಿ. ಆಡಿನ ಚರ್ಮ ಬಳಸಿದರೆ ವಾತಾವರಣದ ಕಾವಿಗೆ ತಕ್ಕಂತೆ ಶ್ರುತಿಯಲ್ಲಿ ಬೇಗನೆ ಏರಿಳಿತ ಉಂಟಾಗುತ್ತದೆ. ಚೆಂಡೆ ಕುತ್ತಿಯ ತಯಾರಿಕೆಗೆ ಹೆಚ್ಚಾಗಿ ಗೋಸಂಪಗೆ ಅಥವಾ ಹಲಸಿನ ಮರದ ಬಳಕೆ ಹೆಚ್ಚು. ಅಪರೂಪಕ್ಕೆ ತೆಂಗಿನ ಮರದ ಕುತ್ತಿಯೂ ಬಳಕೆಯಾಗುವುದಿದೆ. (ಚೆಂಡೆಯ ಹೆಚ್ಚಿನ ವಿವರಕ್ಕೆ ಡಾ.ಕೆ.ಎಂ.ರಾಘವ ನಂಬಿಯಾರರ 'ಹಿಮ್ಮೇಳ' ಎಂಬ ಯಕ್ಷಗಾನ ಸಂಶೋಧನಾ ಗ್ರಂಥವನ್ನು ನೋಡಿ).

ಹೀಗೆ ತಯಾರಾದ ಚೆಂಡೆಯನ್ನು ಹೆಗಲಿಗೆ ನೇಲಿಸಿಕೊಂಡು ದಿವಾಣ ಭೀಮ ಭಟ್ಟರು ರಂಗಸ್ಥಳದ ಪ್ರವೇಶದ್ವಾರದಲ್ಲಿ ನಿಲ್ಲುವುದೇ ಒಂದು ಸೊಗಸು. ವೇಸ್ಟಿ ಎಂಬ ಹತ್ತಿಯ ಬಿಳಿ ಡಬ್ಬಲ್ ಪಂಚೆ. ಅದರ ಮೇಲೆ ಹತ್ತಿ ಬಟ್ಟೆಯ ತುಂಬು ತೋಳಿನ ಬಿಳಿ ಜುಬ್ಬ. ಹೆಗಲಿಗೊಂದು ಶಾಲು. ಅವರು ರಂಗಸ್ಥಳದಲ್ಲಿ ಬಾರಿಸುವ ಚೆಂಡೆ ಕೋಲಿನ ತುದಿಯ ಮೇಲಿನ ಅಂಚಿಗೆ ಬೆಳ್ಳಿಯ ತಗಡಿನ ಕಟ್ಟುಗಳು. ರಂಗಸ್ಥಳದ ಬೆಳಕಿನಲ್ಲಿ ಅವರ ಚೆಂಡೆ ವಾದನ ನಡೆಯುವಾಗ ಚೆಂಡೆ ಕೋಲಿನ ಬೆಳ್ಳಿಕಟ್ಟಿನ ಮಿಂಚುವ ಚಲನೆಯನ್ನು ನೋಡುವುದೇ ಒಂದು ಆನಂದ. ಅವರು ಕಟೀಲು, ಕೂಡ್ಲು, ಸುರತ್ಕಲ್, ಮುಲ್ಕಿ, ಧರ್ಮಸ್ಥಳ, ಕುಂಡಾವು ಮೊದಲಾದ ಮೇಳಗಳಲ್ಲಿ ತಿರುಗಾಟ ಮಾಡಿದವರು.

ಆದರೆ ರಂಗಸ್ಥಳದಲ್ಲಿ ಹೀಗೆ ಗಂಭೀರ ಚೆಂಡೆವಾದಕರಾಗಿ ಶುಭ್ರ ಶ್ವೇತವಸನದಲ್ಲಿ ಕಾಣಿಸುತ್ತಿದ್ದ ದಿವಾಣ ಭೀಮಭಟ್ಟರು ನಮ್ಮ ಕೋಡಪದವಿನ ಆಸುಪಾಸಿನಲ್ಲಿ ಮೇಳದ ತಿರುಗಾಟ ಇಲ್ಲದಾಗ ಕಾಣಿಸುತ್ತಿದ್ದ ರೂಪವೇ ಬೇರೆ. ಸೊಂಟದಲ್ಲಿ ಒಂದು ಕಂಬಾಯಿ (ಬಣ್ಣದ ಪಂಚೆ). ದ.ಕ.ಜಿಲ್ಲೆಯ ಎಲ್ಲ ಹಿರಿಯರಂತೆ ಅಂಗಿ ಬನಿಯನ್ ಏನೂ ಇಲ್ಲದ ಬೋಳು ಮೈ. ಹೆಗಲಿಗೊಂದು ಟವಲ್. ಯಾರೂ ಮಾತನಾಡಬಹುದಾದ ಧಾರಾಳ ಸ್ನೇಹ. ಬಿಡುವಿದ್ದಾಗ ಅವರ ಪುಟ್ಟ ಅಡಕೆ ತೋಟದಲ್ಲಿ ಕೃಷಿ ಕೆಲಸ.

1970ರ ದಶಕದಲ್ಲಿ ಭೀಮ ಭಟ್ಟರ ಚೆಂಡೆ ವಾದನ ನಮ್ಮ ತಾಲೂಕಿನ ಯಾವ ಜಾಗದಲ್ಲಿ ಇದ್ದರೂ ನಾನು ರಾತ್ರೆ ಬೇಗ ಊಟ ಮಾಡಿ ಸೈಕಲ್ ಹತ್ತಿ ಹೋಗುವುದಿತ್ತು.

ಉಕ್ಕುಡ, ಬಿ.ಸಿ.ರೋಡ್ ಮೊದಲಾದ ಕಡೆ ನಡೆಯುತ್ತಿದ್ದ ಪ್ರಖ್ಯಾತ ಆಟಗಳಿಗೆ ಎಂ.ಪ್ರಭಾಕರ ಜೋಶಿಯವರೂ ಪ್ರೇಕ್ಷಕರಾಗಿ ಬರುತ್ತಿದ್ದರು. ಅವರ ಸಾಹಿತ್ಯ ಆಸಕ್ತಿಯಿಂದ ನನಗೆ ಜೋಶಿಯವರೊಡನೆ ಸಲಿಗೆ ಹೆಚ್ಚು. ಜೋಶಿಯವರು, ಕೊಂಕಣಿ, ತುಳು, ಮರಾಠಿ, ಹವ್ಯಕ, ಕನ್ನಡ, ಹಿಂದಿ, ಇಂಗ್ಲಿಷ್ ಹೀಗೆ ಅನೇಕ ಭಾಷೆಗಳಲ್ಲಿ ಸರಾಗ ಮಾತನಾಡಬಲ್ಲರು. ನನ್ನಲ್ಲಿ ಅವರು ಅಂತಹ ಆಟಗಳಲ್ಲಿ ಸಿಕ್ಕಾಗ ಹವ್ಯಕ ಭಾಷೆಯಲ್ಲಿ ಆಗಾಗ "ಅದ ನಿನ್ನ ಭೀಮಣ್ಣನ ವಿಷಮ ಪೆಟ್ಟು ಬಿತ್ತು" ಎನ್ನುತ್ತಿದ್ದರು. ಭೀಮ ಭಟ್ಟರು ವಿಷಮ ಪೆಟ್ಟುಗಳನ್ನು ಸಮಕ್ಕಿಂತ ಹೆಚ್ಚು ಸಲೀಸಾಗಿ ಬಾರಿಸ ಬಲ್ಲವರಾಗಿದ್ದರು ಎಂದು ಜೋಶಿಯವರು ಒಂದು ಕಡೆ ಬರೆದಿದ್ದಾರೆ.

ನನಗೆ ಯಕ್ಷಗಾನದಿಂದ ಹೊರಹೋಗಿ ಮೈಸೂರಿನಲ್ಲಿ ಸಂಗೀತ ಕೇಳುವ ಅಭ್ಯಾಸ ಬೆಳೆಯುವ ತನಕ ಈ ವಿಷಮ ಪೆಟ್ಟು ಏನು? ಎಂಬುದು ಸ್ಪಷ್ಟವಾಗಲಿಲ್ಲ. ಆಮೇಲೆ ಕ್ರಮೇಣ ಅದು ಭೀಮ ಭಟ್ಟರ ಸೃಜನಶೀಲತೆಯ ಭಾಗ. ಅವರು ತಾಳದ ಕಾಲಗತಿಯನ್ನು ತುಂಬಿಸುವಲ್ಲಿ ಮಾಡುವ ಸೃಜನಶೀಲ ಕೆಲಸ. ಅದು ಎಲ್ಲರೂ ನಡೆಯುವ ಯಕ್ಷಗಾನದ ನಿಶ್ಚಿತ ಕ್ರಮಕ್ಕಿಂತ ತುಸು ಬೇರೆಯಾದೊಡನೆ ಅವರಿಗೆ 'ವಿಷಮ ವೀರ'ನೆಂಬ ಬಿರುದು ಎಂದು ತೋರಿತು. ಉದಾಹರಣೆಗೆ 4+2=6 ಎಂದಿರುವ ನಡೆಯನ್ನು ಸೃಜನಶೀಲವಾಗಿ ತಾಳ ತಪ್ಪದೆ 3+3=6 ಎಂದು ತುಂಬಿದರೆ ಅಥವಾ 3+1+2 ಎಂದು ಬಾರಿಸಿದರೆ ವಿಷಮವೆ ? ಎಂದು ಯೋಚಿಸುತ್ತಿದ್ದೆ. ನಮ್ಮ ಸೃಜನಶೀಲ ಭಾಗವತರಲ್ಲಿ ಒಬ್ಬರಾಗಿದ್ದ ಅಗರಿಯವರಿಗೆ ಭೀಮ ಭಟ್ಟರೆಂದರೆ ಅಚ್ಚುಮೆಚ್ಚು.

ನಾನು ಯೋಚಿಸುತ್ತಿದ್ದ ಕ್ರಮ ಸರಿಯಾದ್ದೆಂದು ನನಗೆ ಅನಿಸಿದ್ದು ಪ್ರಸಿದ್ಧ ಯಕ್ಷಗಾನ ಕಲಾವಿದ ಕೆ.ಗೋವಿಂದ ಭಟ್ಟರ ಮಾತುಗಳನ್ನು ಓದಿದಾಗ. ಅವರು ಭೀಮ ಭಟ್ಟರ ಬಗ್ಗೆ ಹೇಳುವುದು: "ಸಂಗೀತ ಶಾಸ್ತ್ರದಲ್ಲಿ ಹೇಳುವ ತ್ರಿಸ್ರ, ಚತುರಸ್ರ, ಮಿಶ್ರ, ಖಂಡ, ಸಂಕೀರ್ಣ ಜಾತಿ ಭೇದಗಳನ್ನು ಅರಿತು ಆ ನಡೆಗಳನ್ನು ಯಕ್ಷಗಾನದಲ್ಲಿ ಹೇಗೆ ಬಳಸಬಹುದು ಎಂದು ಬಲ್ಲ ಮಹಾನುಭಾವರು. ಇದರಿಂದ ಅವರ ಚಿಕಿತ್ಸಕ ಬುದ್ಧಿ, ಶೋಧನಾ ಕ್ರಮಕ್ಕೆ ಬಂದ ಹೆಸರು 'ವಿಷಮ ವೀರ'ನೆಂದು".

ಈ 'ವಿಷಮ' ಎಂದು ಪ್ರೇಕ್ಷಕರು ಹೇಳುವುದನ್ನು ವಿದ್ವಾಂಸರಾದ ಡಾ.ಕೆ.ಎಂ.ರಾಘವನ್ ನಂಬಿಯಾರ್ ಹೀಗೆ ವಿವರಿಸುತ್ತಾರೆ: " 'ವಿಷಮ' ಶಬ್ದಕ್ಕೆ ನಿಜವಾದ ಅರ್ಥ 'ಸಮಗತಿ ಅಲ್ಲದ್ದು' ಎಂದು ಮಾತ್ರ. ಗತಿಯಲ್ಲಿ ಸಮಗತಿಯಿಂದ ಹೊರಬಿದ್ದಂತೆ ಕಾಣಿಸಿ ನಿಶ್ಚಿತ ಸ್ಥಾನದಲ್ಲಿ ಆವರ್ತನಗಳು ಜತೆಗೂಡುವ ಕೌಶಲ. ಆಟದಲ್ಲೊ, ಕೂಟದಲ್ಲೊ ಎಲ್ಲ ಒಂದೋ ಎರಡೋ ಕಡೆ ರಂಗದ ನಡಿಗೆಗೆ ತೊಡಕಿಲ್ಲದ ಸ್ಥಾನ ನೋಡಿ ಮದ್ದಳೆಗಾರರು ತೋರುವ ಚಳಕವಿದು". ದಿವಾಣರ ಈ ಸೃಜನಶೀಲ ಕೌಶಲಕ್ಕೆ ಸೃಷ್ಟಿಶೀಲ ಕಲಾವಿದರಾದ ಹಿರಿಯಡಕ ಗೋಪಾಲರಾವ್ ಮೊದಲಾದ ಅನೇಕ ಉತ್ತಮ ಮದ್ದಳೆ ವಾದಕರ ಮನ್ನಣೆ ಇತ್ತು. ಭಾಗವತರಂತೂ ತುಂಬಾ

ಗಂಭೀರವಾಗಿ ಎಚ್ಚರಿರಬೇಕಿತ್ತು. ಬಹುಶಃ ದಿವಾಣರು ತಬಲಾ ವಾದಕರಾಗಿರುತ್ತಿದ್ದರೆ ಹಿಂದೂಸ್ಥಾನದ ಬಹುದೊಡ್ಡ ಸಂಗೀತಗಾರರು ಅವರನ್ನು ಮೆಚ್ಚಿ ಸಾಥಿಗೆ ಕರೆಯುತ್ತಿದ್ದರು. ಈಚೆಗೆ ಒಂದು ಸಂಗೀತ ಕಛೇರಿಯಲ್ಲಿ ಪ್ರಸಿದ್ಧ ಕೊಳಲು ವಾದಕ ರೋಣು ಮಜುಂದಾರ್ ಅವರಿಗೆ ತಬಲಾದಲ್ಲಿ ಸಾಥ್ ನೀಡಿದ್ದ ಪಂಡಿತ್ ರವೀಂದ್ರ ಯಾವಗಲ್ ಅವರ ಬೋಲುಗಳನ್ನು ಮೆಚ್ಚಿ ಅವನ್ನು ರೋಣು ಅವರು ಬಾಯಿಯಲ್ಲಿ ಹೇಳಿ ಕಛೇರಿ ನಡುವೆ ಹೊಗಳಿದಾಗ ನನಗೆ, ನಮ್ಮ ಭೀಮಣ್ಣನ ವಿಷಮ ಪೆಟ್ಟುಗಳು ಹೀಗೆ ಸೃಜನಶೀಲ ಅಲ್ಲವೇ? ಅನಿಸಿತ್ತು.

ಸುಮಾರು 40 ವರುಷಗಳ ಹಿಂದೆ ಬಂಟ್ವಾಳ ತಾಲೂಕಿನ ಮಂಚಿಯಲ್ಲಿ ಎರಡು ದಿನಗಳ ಯಕ್ಷಗಾನ ಪ್ರಾತ್ಯಕ್ಷಿಕೆ ಹಾಗೂ ಕಮ್ಮಟ ನಡೆದಿತ್ತು. ನಾನು ಭಾಗವಹಿಸಿದ್ದ ಮೊದಲ ಯಕ್ಷಗಾನ ಕಮ್ಮಟ. ನಮ್ಮ ಪಡ್ನೂರು ಗ್ರಾಮದಿಂದ ಮೂರು ಬೆಟ್ಟಗಳನ್ನು ಹತ್ತಿ ಇಳಿದರೆ ಮಂಚಿ. ಕಮ್ಮಟದಿಂದ ಹಿಂತಿರುಗುವಾಗ ನಾನು ಮತ್ತಿತರ ಕೆಲವರು ಭೀಮಭಟ್ಟರೊಡನೆ ಆ ಬೆಟ್ಟದ ಕಾಲುದಾರಿಗಳಲ್ಲಿ ಇಳಿಯುತ್ತಾ ನಮ್ಮ ಹಳ್ಳಿಗೆ ವಾಪಸಾಗುತ್ತಿದ್ದೆವು. ಆಗ ನಾನು ಅವರಲ್ಲಿ ಬಾಣಾಸುರನ ವೇಷಕ್ಕೆ ಭುಜಕೀರ್ತಿಯಾಗಿ ಗಿಳಿಯೇ ಆಭರಣವಾಗಿರಬೇಕೆ ಎಂದು ಕೇಳಿದ್ದೆ. ಅವರು ವಿವರವಾಗಿ ಪೀಠಿಕೆ ವೇಷಗಳಿಗೆ 'ಭುಜಕೀರ್ತಿ', ಎದುರು ವೇಷಗಳಿಗೆ 'ಭುಜ ಮುಳ್ಳು', ರಾಜಬಣ್ಣಗಳಿಗೆ 'ಗಿಳಿ', ಕಟು ಬಣ್ಣಕ್ಕೆ 'ವಿಕೃತ ಗಿಳಿ', ಅರೆಬಣ್ಣಗಳಿಗೆ 'ದಂಬೆ', ಹೆಣ್ಣು ಬಣ್ಣಗಳಿಗೆ 'ದಂಬೆ ಮುಳ್ಳು' ಎಂದು ಯಕ್ಷಗಾನದ ವೇಷಭೂಷಣಗಳ ಆಹಾರ್ಯಕ್ಕೆ ಸಂಬಂಧಿಸಿದಂತೆ ಹೇಳಿದ್ದರು. ಅವರಿಗೆ ಪೌರಾಣಿಕ ವೇಷಗಳು ಮುಖಕ್ಕೆ ಬಳ್ಳಿ ಮೀಸೆ ಕಟ್ಟಬೇಕಾದಲ್ಲಿ ಕ್ರೆಫೇರ್ ಮೀಸೆ ಅಂಟಿಸುವುದು ಮೊದಲಾದ ಪೌರಾಣಿಕ ನಾಟಕ ರೀತಿಯ ವೇಷಭೂಷಣ ಇಷ್ಟವಾಗುತ್ತಿರಲಿಲ್ಲ.

1980ನೆ ದಶಕದಲ್ಲಿ ಉಡುಪಿಯಲ್ಲೊಂದು ಯಕ್ಷಗಾನ ಕಮ್ಮಟವಾಗಿತ್ತು. ಅದರಲ್ಲಿನ ಒಂದು ಪ್ರಾತ್ಯಕ್ಷಿಕೆಯಲ್ಲಿ ಡಾ. ಶಿವರಾಮ ಕಾರಂತರು ಯಕ್ಷಗಾನದಲ್ಲಿ 'ಘಂಟಾರವ' ಎಂದರೆ ಏನೆಂದು ಹೇಳಿ, ಹಾಡಿ ತೋರಿಸಿ, ಸಂಗೀತದಲ್ಲಿ ಅದರ ವೈವಿಧ್ಯಗಳೇನು ಎಂದು ಸಭೆಯಲ್ಲಿದ್ದ ಸಂಗೀತ ವಿದ್ವಾಂಸ ಎಸ್. ರಾಮನಾಥನ್ ಅವರನ್ನು ಪ್ರಶ್ನಿಸಿದ್ದರು. ತಮ್ಮ ಪ್ರಾತ್ಯಕ್ಷಿಕೆಯಲ್ಲಿ ಎಸ್. ರಾಮನಾಥನ್ ವಿವರಿಸಿದ ವಿಚಾರವನ್ನು ನಾನೊಮ್ಮೆ ಭೀಮಭಟ್ಟರಲ್ಲಿ ಹೇಳಿದ್ದೆ. ಆಗ ಅವರು ಘಂಟಾರವ ಲಯ ಸೂಚಕ ಎಂದಿದ್ದರು. ಘಂಟಾರವ, ಅಷ್ಟತಾಳ ಮತ್ತು ಅದರ ನಡೆ ಹೇಗೆಂದು ಅವರು ಬರೆದಿದ್ದಾರೆ. ಪ್ರಸಂಗದಿಂದ, "ಎಲ್ಲಿಗೈದುವೆ ನಿಲ್ಲೆಲೊ ಶಕ್ರಾರಿ ! ಮಲ್ಲ ಸಾಹಸದಂದಗಳನೆನ್ನಲ್ಲಿ ತೋರಿಸು, ತೋರಿಸು" ಎಂಬಿತ್ಯಾದಿ ಉದಾಹರಣೆ ನೀಡಿದರೂ ಆ ತಾಳದಲ್ಲಿರುವ ಪದ್ಯವು ವೀರ ರಸಕ್ಕೆ ಮಾತ್ರ ಸೀಮಿತವಲ್ಲ ಎಂಬುದು ಭೀಮಣ್ಣನವರ ಅಭಿಪ್ರಾಯ.

ಭೀಮ ಭಟ್ಟರು ಕೌಟುಂಬಿಕ ವಿಷಯಗಳನ್ನು ಸ್ವಾರಸ್ಯಕರವಾಗಿ ವಿವರಿಸುತ್ತಿದ್ದರು.

ಅವರ ಗಂಭೀರವದನದ ಒಳಗೆ ಅಡಗಿ ಕುಳಿತ ಒಂದು ಮೃದು ಹಾಸ್ಯಪ್ರಜ್ಞೆ ಅವರಿಗಿತ್ತು. ಅವರ ಮನೆಯೇ ಒಂದು ಯಕ್ಷಗಾನ ಕೂಟ. ಅವರ ಚಿಕ್ಕಪ್ಪ ಕೇಶವ ಭಟ್ಟ ಮದ್ದಳೆಗಾರರು. ಭಾಗವತರೂ, ಅರ್ಥಧಾರಿಗಳೂ ಆಗಿದ್ದ ಸ್ವತಃ ಅಜ್ಜ ಕೃಷ್ಣ ಭಟ್ಟರು ಮೊದಲ ಗುರು. ಮಗ ಶಂಕರ ಭಟ್ಟರೂ ಚೆಂಡೆವಾದಕ. ನಿಮ್ಮ ಮನೆಯೇ ಯಕ್ಷಗಾನ ಎಂದಾಗ ಒಮ್ಮೆ ಅವರು ಹೌದು ನನ್ನ ಹೆಂಡತಿಯೂ ಅರ್ಥಧಾರಿ. ಪ್ರಶ್ನೆಗೆ ಉತ್ತರ ಅವಳ ಬಳಿ ಸಿದ್ಧ ಎಂದು ಹೇಳಿ "ಹೆಂಡತೀ ಪ್ರಾಣ ಹಿಂಡುತಿ ಎಂದರೆ ತಕ್ಷಣ ಅವಳು ಗಂಡ ಬರೇ ದಂಡ" ಎಂದಾಳು ಎಂದಿದ್ದರು.

ಕಲೆ ಹಾಗೂ ಬದುಕಿನ ಸಂತೋಷದಲ್ಲಿ ಜೀವಮುಖಿಯಾಗಿ ಬಾಳುವುದು ಹೇಗೆ ಎಂಬುದನ್ನು ನಿತ್ಯಜೀವನದ ಹಾಗೂ ಆರ್ಥಿಕ ಒತ್ತಡಗಳ ಸಾಮಾನ್ಯ ಲಯಗಳನ್ನು ಮೀರಿ ತೋರಿಸಿಕೊಟ್ಟವರು ನಮ್ಮ ದಿವಾಣ ಚೆಂಡೆ ಭೀಮಣ್ಣನವರು.

– 25.05.15

***

18. ಸಾತ್ವಿಕ ಸಜ್ಜನಿಕೆಯ ಶ್ರೇಷ್ಠ ನಟ: ಎಚ್.ಜಿ. ಸೋಮಶೇಖರ ರಾವ್

ರಂಗಭೂಮಿ, ಸಿನಿಮಾ, ಸಾಹಿತ್ಯ, ಟಿ.ವಿ.ಸೀರಿಯಲ್, ಸಂವಹನ, ಹ್ಯೂಮನ್ ರಿಲೇಶನ್ಸ್ ಅಧ್ಯಯನ ಮುಂತಾದ ಹತ್ತು ಹಲವು ಕ್ಷೇತ್ರಗಳಲ್ಲಿ ಎಚ್.ಜಿ. ಸೋಮಶೇಖರ ರಾವ್ (ಸೋಮಣ್ಣ) ಎಂದೇ ಪ್ರಸಿದ್ಧರಾದ ಹರಿಹರ ಗುಂಡೂರಾವ್ ಸೋಮಶೇಖರ ರಾವ್ (ಜನನ 1934) ಮೈಸೂರು ವಿಶ್ವವಿದ್ಯಾಲಯದಲ್ಲಿ 1950ರ ದಶಕದಲ್ಲಿ ಬಿ.ಎ. ಆನರ್ಸ್ ಎಂ.ಎ.ಯಲ್ಲಿ ಚಿನ್ನದ ಪದಕದೊಂದಿಗೆ ಯುನಿವರ್ಸಿಟಿಗೆ ಪ್ರಥಮ ರ್‍ಯಾಂಕ್ ಪಡೆದ ವಿಚಾರವನ್ನು ನಿರೂಪಿಸುವಾಗ ಬರೆದದ್ದು: "ಸಮುದ್ರದಿಂದ ತೆಗೆದು ಬೊಗಸೆಯಲ್ಲಿ ಹಿಡಿದ ನೀರು ಕಂಡು ಸಮುದ್ರವನ್ನೇ ಹಿಡಿದೆನೆಂಬ ಭಾವ ಎಷ್ಟು ಅಪಾಯಕರ".

'ಸೋಮಣ್ಣನ ಸ್ಟಾಕ್‌ನಿಂದ' ಎಂಬ ಆತ್ಮಚರಿತ್ರೆಯ ಬರಹದಲ್ಲಿರುವ ಈ ಮಾತುಗಳು, ಅವರಿಗೆ 2015ನೇ ಸಾಲಿನ ಕರ್ನಾಟಕ 'ರಾಜ್ಯೋತ್ಸವ ಪ್ರಶಸ್ತಿ' ನೀಡಲಾಗಿದೆ ಎಂಬ ಪತ್ರಿಕಾ ವರದಿ ಮೊದಲಿಗೆ ಓದಿದಾಗ ನೆನಪಾದವು. ಸ್ನೇಹಿತ ವರ್ಗದಲ್ಲಿ 'ಸೋಮಣ್ಣ' ಎಂದೇ ಪರಿಚಿತರಾಗಿರುವ ಎಚ್.ಜಿ. ಸೋಮಶೇಖರ ರಾವ್ ಆಧುನಿಕ ಹವ್ಯಾಸಿ ರಂಗಭೂಮಿಯಲ್ಲಿ ಚಿರಪರಿಚಿತ ಹೆಸರು. ರಂಗಭೂಮಿ, ಚಲನಚಿತ್ರ ಹಾಗೂ ದೂರದರ್ಶನ ಈ ಮೂರೂ ಮಾಧ್ಯಮಗಳಲ್ಲಿ ಅವರ ಅಭಿನಯ ಜನಮನ ಗೆದ್ದಿದೆ. ಸಂಸ ರಂಗಪತ್ರಿಕೆಯ ಸಂಪಾದಕರು ಒಮ್ಮೆ ಹೇಳಿರುವಂತೆ, "ಪಾತ್ರ ನಿರ್ವಹಣೆಯಲ್ಲಿ ಸೋಮಶೇಖರ್ ಅವರಿಗೆ ಸೋಮಶೇಖರ್ ಅವರೇ ಸಾಟಿ." 'ಹೃದಯ ಸಂಗಮ' ಚಲನಚಿತ್ರದಲ್ಲಿ ನಾಯಕ ವರನಟ ರಾಜ್‌ಕುಮಾರ್ ರೈಲ್ವೆ ಅಪಘಾತದಲ್ಲಿ ಮಿದುಳಿಗೆ ಪೆಟ್ಟಾಗಿ ಮರೆವಿನ ರೋಗಕ್ಕೆ ಒಳಗಾಗುತ್ತಾರೆ. ಅಪಘಾತವಾಗಿ ಮಲಗಿರುವ ನಾಯಕನಿಗೆ ಡಾಕ್ಟರಾಗಿ ಚಿಕಿತ್ಸೆ ನಡೆಸುವ ಸೋಮಣ್ಣನನ್ನು ಮೊದಲ ಬಾರಿಗೆ ಭೇಟಿಯಾದ ಡಾ. ರಾಜಕುಮಾರ್ ಶೂಟಿಂಗ್ ಮುಗಿದ ಬಳಿಕ ಕೇಳಿದ್ದು "ನೀವು ವೃತ್ತಿಯಲ್ಲಿ ಡಾಕ್ಟರಾ?" ಸೋಮಣ್ಣನ ಅಭಿನಯ ಶಕ್ತಿಗೆ ಇನ್ನೊಂದು ಸರ್ಟಿಫಿಕೇಟ್ ಬೇಕಾ? ಆಗ ಅವರು ಕೆನರಾ ಬ್ಯಾಂಕಿನಲ್ಲಿ ಉನ್ನತ ಅಧಿಕಾರಿಯಾಗಿದ್ದರು. ಮುಂದೆ ಅಸಿಸ್ಟೆಂಟ್ ಜನರಲ್ ಮ್ಯಾನೇಜರ್ ಆಗಿ ನಿವೃತ್ತಿ ಹೊಂದಿದರು.

ಸೋಮಶೇಖರ ರಾವ್ 300ಕ್ಕೂ ಹೆಚ್ಚು ನಾಟಕಗಳಲ್ಲಿ ಅಭಿನಯಿಸಿದ್ದಾರೆ. ಅವುಗಳ ಸಾವಿರಕ್ಕೂ ಮೀರಿದ ಮರುಪ್ರದರ್ಶನಗಳಲ್ಲಿ ನಟಿಸಿದ್ದಾರೆ. 50ಕ್ಕೂ ಹೆಚ್ಚು ನಾಟಕಗಳನ್ನು ನಿರ್ದೇಶಿಸಿದ್ದಾರೆ. ಪಿ. ಲಂಕೇಶರ 'ನನ್ನ ತಂಗಿಗೊಂದು ಗಂಡು ಕೊಡಿ' ಮೊದಲ ಪ್ರದರ್ಶನದ ನಿರ್ದೇಶಕರೂ ಅವರೇ. ಮಿಥಿಲೆಯ ಸೀತೆಯರು ಹಾಗೂ ಕಲಾತ್ಮಕ ಚಿತ್ರಗಳಾದ ಸಾವಿತ್ರಿ, ಆಕ್ಸಿಡೆಂಟ್, ಗೀಜಗನಗೂಡು, ಹರಕೆಯ ಕುರಿ ಮುಂತಾದ 51 ಸಿನಿಮಾಗಳಲ್ಲಿ ನಟಿಸಿದ್ದಾರೆ. ಅವರು ನಟಿಸಿದ ಕೆಲವು ಸಿನಿಮಾಗಳು ರಾಷ್ಟ್ರಪ್ರಶಸ್ತಿ ಪಡೆದಿವೆ. ಶ್ರೇಷ್ಠ ಪೋಷಕ ನಟ ಮುಂತಾದ ಹಲವು ಪ್ರಶಸ್ತಿಗಳನ್ನು ಪಡೆದಿದ್ದಾರೆ. ಅದಲ್ಲದೆ ಹಲವಾರು ದೂರದರ್ಶನ ಸೀರಿಯಲ್‌ಗಳಲ್ಲೂ ನಟಿಸಿದ್ದಾರೆ.

'ಭ್ರಮಣ' ಹಾಗೂ 'ರಾಣಿಯರ ಕಥೆ' ಎಂಬ ಎರಡು ಕಾದಂಬರಿಗಳೂ ಸೇರಿ ಸೋಮಶೇಖರ ರಾವ್ 23 ಪುಸ್ತಕಗಳನ್ನು ಪ್ರಕಟಿಸಿದ್ದಾರೆ. ಅವರಿಗೆ ಗೊರೂರು ಸಾಹಿತ್ಯ ಪ್ರಶಸ್ತಿ ಗೌರವ ಸಂದಿದೆ. ತಮ್ಮ ಆತ್ಮಚರಿತ್ರೆ ರೂಪದ 'ಸೋಮಣ್ಣನ ಸ್ಟಾಕ್‌ನಿಂದ' ಕೃತಿಯನ್ನು ಅವರು ಹಾಸ್ಯಲೇಪಿತ ವಿಚಾರಪೂರಿತ ಬರಹಗಳು ಎಂದು ಕರೆದಿದ್ದಾರೆ. ಇದು ಅವರ ಮನೋಭಾವಕ್ಕೆ ಹಿಡಿದ ಕೈಗನ್ನಡಿ. ತುಸು ಹಾಸ್ಯದ ಮೆರಗಿನಲ್ಲಿ ಗಂಭೀರವಾದ ವಿಚಾರಗಳನ್ನು ಪ್ರತಿಪಾದಿಸುವುದು ಅವರ ಪ್ರವೃತ್ತಿ. ಅವರು ಬದುಕಿನಲ್ಲಿ ಸಾಧಿಸಿರುವ ಅನುದ್ವಿಗ್ನ (STOIC) ಸ್ಥಿತಿಯ ತಾತ್ತ್ವಿಕ ನೆಲೆ ಈ ಮನೋಭಾವದ ಹಿಂದಿದೆ.

ಸೋಮಣ್ಣನ ಕುಟುಂಬದಲ್ಲಿ ಹಿಂದೆ ಕೆಲವರು ಸಂನ್ಯಾಸಿಗಳಾಗಿದ್ದರಂತೆ. ಅವರ ತಾತ (ತಾಯಿಯ ತಂದೆ) ಸ್ವಪ್ರಯತ್ನದಿಂದ ಚಿತ್ರದುರ್ಗದಲ್ಲಿ ಬಹಳ ಪ್ರಸಿದ್ಧರೂ ಶ್ರೀಮಂತರೂ ಆಗಿದ್ದ ವಕೀಲ ಕೃಷ್ಣರಾಯರು. ಮುಂದೆ ಅನಾರೋಗ್ಯದಿಂದ ಅವರ ಶ್ರೀಮಂತಿಕೆಯೂ ಸಾಮಾನ್ಯ ಮಟ್ಟಕ್ಕೆ ಇಳಿಯಿತು. ತಂದೆ ಗುಂಡೂರಾಯರು ವಕೀಲರು. ಆದರೆ, ಸ್ವಾತಂತ್ರ್ಯ ಹೋರಾಟದ ಆದರ್ಶದ ಹಿಂದೆ ಬಿದ್ದು ಸದಾ ಬಡತನ. ಹೀಗಾಗಿ ವಿದ್ಯಾರ್ಥಿ ದೆಸೆಯಲ್ಲಿ ಬಹು ಬಡತನದಲ್ಲಿ ಓದಿದರು. ಆದರೆ ಅಪರಿಮಿತ ಸ್ನೇಹಿತರನ್ನು ಪಡೆದ, ಸದಾ ನಾಟಕ, ಸಾಹಿತ್ಯ, ಸಂಗೀತಗಳೆಂಬ ಸಾಂಸ್ಕೃತಿಕ ಚಟುವಟಿಕೆಗಳಲ್ಲಿ ತೊಡಗಿದ್ದ ಜೀವನೋತ್ಸಾಹಿ. ಹೀಗಾಗಿ ಸೋಮಣ್ಣ ಸದಾ ಜನರೊಂದಿಗೇ ಇರುವ ಸ್ನೇಹಜೀವಿ. ಈ ಜಗತ್ತು ಮುಗಿಯದೇ ಇರುವ ಶಾಶ್ವತ ಎಂಬಂತೆ ತೊಡಗಿದ್ದರೂ, ಎಲ್ಲವನ್ನೂ ಬಿಟ್ಟು ನಿರ್ಲಿಪ್ತತೆಯಿಂದ ಇರಬಲ್ಲ ತಾತ್ತ್ವಿಕ ದರ್ಶನವನ್ನು ಅನುಭವಿಸಿ ಮಾಗಿದ ಮನಸ್ಸುಳ್ಳ ಸ್ನೇಹಜೀವಿ.

ಸೋಮಣ್ಣನವರ ತಾತ್ತ್ವಿಕ ದರ್ಶನ ಈಶ್ವರವಾದಿಯಾಗಿ, ಇಲ್ಲಿದ್ದೂ ಇದನ್ನೆಲ್ಲ ಬಿಡಬಲ್ಲೆ ಎಂಬ ನಿಲುವಿನಿಂದ ಹುಟ್ಟಿದ್ದು. ವಿದ್ಯಾರ್ಥಿ ದೆಸೆಯಿಂದಲೇ ತಮ್ಮ ಸ್ನೇಹಿತರಾಗಿದ್ದ ಡಾ.ಯು.ಆರ್. ಅನಂತಮೂರ್ತಿಯವರು ತೀರಿಕೊಂಡಾಗ ಸೋಮಶೇಖರ್ ಬರೆದ ಲೇಖನದಲ್ಲಿ "ಈ ವಿಶ್ವ ಜಾತಕದಲ್ಲಿ ನಮ್ಮ ಹುಟ್ಟೆಲ್ಲೋ.

ಸಾವೆಲ್ಲೋ...? ಹುಡುಕಲಾದೀತೆ!!! ನಿಜ ಬಾಳ ನರ್ತನದಲ್ಲಿ ಕುಣಿಯುತ್ತ ಕಾಲು ಸೋತು ಹೋಗುತ್ತದೆ!" ಎಂದರು. ವಿಶ್ವ ಜಾತಕ ಎಂಬ ತಾತ್ವಿಕತೆಯಲ್ಲಿ ನಾವು ಸೋಮಶೇಖರರಾಯರ ತಾತ್ವಿಕತೆಯನ್ನು ಗಮನಿಸಬಹುದು. ಬಡತನ, ಯಶಸ್ಸು ಸಾಧನೆ, ಸೋಲು, ಉನ್ನತ ಅಧಿಕಾರ, ಜನಪ್ರಿಯತೆ, ಕುಹಕ ಎಲ್ಲವನ್ನೂ ಅನುಭವಿಸಿದ ಸೋಮಣ್ಣ ಸದಾ ಬಾಳನರ್ತನದಲ್ಲಿ ತೊಡಗಿರುವ ಉತ್ಸಾಹಿ. ಆದರೆ ಕುಣಿಯುವ ಕಾಲು ಸೋಲಬಹುದು ಎಂಬ ಎಚ್ಚರದಿಂದ ಸಿಹಿ–ಕಹಿಗಳನ್ನು ಸಮಾನವಾಗಿ ಸ್ವೀಕರಿಸಬಲ್ಲ ಮನಃಶಕ್ತಿ ಉಳ್ಳವರು.

ಜೀವಮಾನದ ರಂಗಸಾಧನೆಗಾಗಿ ಸರ್ಕಾರ ಈ ಬಾರಿ ಸೋಮಶೇಖರ ರಾವ್ ಅವರಿಗೆ ರಾಜ್ಯೋತ್ಸವ ಪ್ರಶಸ್ತಿ ನೀಡಿದುದಾಗಿದೆ. ಸೋಮಶೇಖರ ರಾವ್ ರಂಗಭೂಮಿ ನಿರ್ದೇಶಕರಾದ ಬಿ.ವಿ. ಕಾರಂತ, ಪ್ರಸನ್ನ ಮೊದಲಾದವರ ನಾಟಕಗಳಲ್ಲಿ ತಾನು ಅಭಿನಯಿಸಿದ್ದು, ಗಿರೀಶ್ ಕಾರ್ನಾಡ್ ಮೊದಲಾದವರ ಜೊತೆ ಒಡನಾಡಿದ್ದು, ಸಿ.ಜಿ.ಕೃಷ್ಣಸ್ವಾಮಿಯವರ ಜೊತೆ ಕೆಲಸ ಮಾಡಿದ್ದು ಎಲ್ಲವನ್ನೂ ಅತ್ಯಂತ ಪ್ರೀತಿಯಿಂದಲೂ, ಕೃತಜ್ಞತೆಯಿಂದಲೂ ನೆನಪಿಸಿಕೊಂಡು ಗೌರವಿಸುತ್ತಾರೆ. ಆದರೆ ಅವರು ಬಹುಗೌರವದಿಂದ ನಾಟಕ ಕಲೆಯ ತನ್ನ ಗುರುವಿನಂತೆ ನೆನೆಯುವುದು ಮೈಸೂರಿನ ನಟ, ನಿರ್ದೇಶಕ, ಮುಂದೆ ಸಿನಿಮಾ ನಟರಾದ 'ಸಂಪತ್' ಎಂದೇ ಪ್ರಖ್ಯಾತರಾಗಿದ್ದ ಚೆಲುವೈಯ್ಯಂಗಾರ್ ಅವರನ್ನು.

ಸಂಪತ್ ಅವರ ಮಹಾರಾಜಾ ಕಾಲೇಜಿನ ನಾಟಕ ನಿರ್ದೇಶನಗಳೇ ದಂತಕತೆಗಳಾಗಿ ಪ್ರಸಿದ್ಧವಾಗಿವೆ. ವೈಸ್‌ಚಾನ್ಸಲರ್, ಮಹಾರಾಜರೂ ನೋಡುತ್ತಿದ್ದ ನಾಟಕಗಳು ಅವರದೆಂದು ಪ್ರಸಿದ್ಧಿ. ಅವರು ಟ್ಯಾಗೋರರ ಇಂಗ್ಲಿಷ್ ನಾಟಕ 'ಸ್ಯಾಕ್ರಿಫೈಸ್' ನಿರ್ದೇಶಿಸುವಾಗ ಮುಗ್ಧ ಬಾಲಕಿ ಪಾತ್ರವನ್ನು ಇಂಗ್ಲಿಷ್ ಆನರ್ಸ್‌ನ ಮೀನ ಬೆಳ್ಳಿಯಪ್ಪ ಅವರಿಗೂ ಬಾಲಕಿಯ ಪಾಲಕನಾದ ಪಾದ್ರಿಯ ಪಾತ್ರವನ್ನು ಸೋಮಶೇಖರ್‌ಗೂ ಹಂಚುತ್ತಾರೆ. ಪಾದ್ರಿಯ ಪಾರ್ಟ್‌ಗೆ ಬೇಕಾಗುವ ಧರ್ಮದ ಅಧಿಕಾರ, ಯಜಮಾನಿಕೆಯ ಗಾಂಭೀರ್ಯ, ಮುಗ್ಧ ಮಗುವಿನ ಮೇಲಿನ ಪ್ರೀತಿ, ಅನುಕಂಪ ಕೊನೆಗೆ ತಾನೆ ಸೋಲುತ್ತ ಹೋಗುವ ನೋವು ಇವೆಲ್ಲ ಒಟ್ಟು ಸೇರುವ ಸಂಕೀರ್ಣ ಅಭಿನಯವನ್ನು ಸೋಮಶೇಖರ್ ಮಾಡಬಲ್ಲರು ಎಂಬುದು ಸಂಪತ್ ಉವಾಚ.

ಸಂಪತ್ ನಿರ್ದೇಶದಲ್ಲಿ ನಟನೆಯ ಪಾಠಗಳನ್ನೂ ಸೋಮಶೇಖರ್ ಕಲಿಯುತ್ತಾರೆ. ರಂಗದ ಮೇಲಿನ ಚಲನೆ, ನಿರ್ದೇಶಕರ ನಿರೀಕ್ಷೆಗೆ ಅನುಗುಣವಾದ ನಟನೆ, ಕಣ್ಣುಗಳ, ಆಂಗಿಕ ಚಲನೆಯ ನಿಯಮ ಬದ್ಧತೆ ಹೀಗೆ ಒಂದೊಂದೇ ಹಂತಗಳನ್ನು ಸೋಮಶೇಖರ್ ಕರಗತ ಮಾಡಿಕೊಳ್ಳುತ್ತಾರೆ. ಧ್ವನಿಯ ಏರಿಳಿತ, ನಗುವಿನ ವೈವಿಧ್ಯ ಹೀಗೆ ನಟನೆಯ ಸೂಕ್ಷ್ಮಗಳನ್ನೆಲ್ಲ ಮೈಗೂಡಿಸಿಕೊಳ್ಳುತ್ತಾರೆ. ಸೋಮಶೇಖರ್ ಹೇಳಿರುವಂತೆ, ಆಡುವ ಮಾತುಗಳಿಗೆ ಏನೇನು ಎಂಥೆಂಥ ಭಾವಗಳನ್ನು ತುಂಬಬೇಕು ಇತ್ಯಾದಿಗಳೂ ಸೇರಿದಂತೆ

ನಟರಿಗೆ ಸಂಪತ್ ಅವರ ಒಂದೊಂದು ದಿನದ ತಾಲೀಮು ಕೂಡ ಅಭಿನಯದ ಬಗ್ಗೆ ಗ್ರಂಥ ಓದಿದಂತೆ.

1950 ದಶಕ. ಕಾಲೇಜಿನಲ್ಲಿ ಹೆಣ್ಣು-ಗಂಡುಗಳು ಜೊತೆಯಾಗಿ ನಾಟಕದಲ್ಲಿ ಅಭಿನಯಿಸುವುದೇ ಪ್ರಗತಿಪರ ಕಾರ್ಯ. ಅದರಲ್ಲಿ ಚಿತ್ರದುರ್ಗದಂತಹ ಆಗಿನ ಕಾಲದ ಪುಟ್ಟ ಜಾಗದಿಂದ ಮೈಸೂರೆಂಬ ರಾಜಧಾನಿಗೆ ಬಂದ ಹುಡುಗನೊಬ್ಬ ಹುಡುಗಿಯೊಬ್ಬಳ ಮೈ ಮುಟ್ಟಿ ಅಭಿನಯಿಸುವುದು ಕಷ್ಟದ, ಮುಜುಗರದ ಕೆಲಸ. ಅಳುತ್ತ ತನ್ನ ಅಳಲನ್ನು ಹೇಳಿಕೊಳ್ಳಲು ಯಾರೂ ಇಲ್ಲ ಎಂದು ಪರಿತಪಿಸುವ ಮುಗ್ಧ ಬಾಲೆಯ ಕೈ ಹಿಡಿದು ತನ್ನ ಮಗಳಂತೆ ಅವಳನ್ನು ಪ್ರೀತಿಸುವ ಮಧ್ಯವಯಸ್ಕ ಪಾದ್ರಿ ಸಮಾಧಾನ ಹೇಳಬೇಕು. ಸೋಮಶೇಖರ್‌ಗೆ ಹುಡುಗಿ ಕೈ ಹಿಡಿದರೆ ಮಾತು ತಪ್ಪುತ್ತೆ, ಕೈ ಮುಟ್ಟಲು ಮುಜುಗರ. ನೋಡಿ ಸುಸ್ತಾದ ಸಂಪತ್ ನೋ.... ನೋ... ಅಂತ ಕೂಗುತ್ತ ಹತ್ತಿರ ಬಂದು ಅಭಿನಯ ತೋರಿಸಿಕೊಟ್ಟರು. ಆದರೂ ಅಭಿನಯದಲ್ಲಿ ಸೋಮಶೇಖರ್ ಸಂಕೋಚ ದೂರವಾಗದಾಗ, ಸಂಪತ್ ಸಿಟ್ಟಿನಿಂದ ಹೇಳಿದ್ದು, "ಏನ್ರೀ ಈ ವಯಸ್ಸಲ್ಲೂ ಹುಡುಗಿ ಕೈನಾ ಹೇಗೆ ಹಿಡಿಬೇಕು ಅಂತ ಹೇಳಿಕೊಡಬೇಕೇನ್ರಿ. ಅಲ್ರೀ.... ಆ ಹುಡುಗೀ ಕೈನ ಕೊತ್ತಂಬರಿ ಕಟ್ಟು ಹಿಡಿದ ಹಾಂಗೆ ಹಿಡಿದಿದ್ದೀರಲ್ರೀ.... ಹಿಡಕೊಳ್ರೀ... ಬಿಗಿಯಾಗಿ."

ಸೋಮಣ್ಣನ ಸ್ಟಾಕ್‌ನಲ್ಲಿರುವ 'ಸಂಪತ್ ಸ್ನೇಹ ಸೌಭಾಗ್ಯ' ಎಂಬ ಭಾಗ ನಾನು ಇತ್ತೀಚೆಗೆ ಓದಿದ ವ್ಯಕ್ತಿಚಿತ್ರಗಳಲ್ಲೇ ಅತ್ಯುತ್ತಮವಾದ ಒಂದು ಭಾಗ. ಅದನ್ನು ಓದಿ ನಾನು ಗೆಳೆಯರೊಬ್ಬರಲ್ಲಿ, ನಾನೇನಾದರೂ ಪಿ.ಯು.ಸಿ. ಕನ್ನಡ ಪಠ್ಯಪುಸ್ತಕ ಆಯ್ಕೆ ಸಮಿತಿಯಲ್ಲಿದ್ದರೆ ಸೋಮಶೇಖರ ರಾಯರ ಸಂಪತ್ ಬಗೆಗಿನ ಈ ಬರಹವನ್ನು ವಿದ್ಯಾರ್ಥಿಗಳಿಗೆ ಓದುವ ಪಠ್ಯ ಮಾಡುತ್ತಿದ್ದೆ ಎಂದು ಹೇಳಿದೆ. ಸಾಹಿತ್ಯ, ಅಧ್ಯಯನ, ವಿಶ್ಲೇಷಣೆ, ಸುಂದರ ಕನ್ನಡ, ಹಿತವಾದ ಭಾವ ಸಿಂಚನ ಹೀಗೆ ಸೊಗಸಾದ ಹೊಸ ಕನ್ನಡವನ್ನು ನಾವು ವಿದ್ಯಾರ್ಥಿಗಳಿಗೆ ಓದಿಸಬೇಕು. ಅದಾದ ಕೆಲವು ದಿನಗಳ ಬಳಿಕ ಕನ್ನಡದ ಮುಖ್ಯಚಿಂತಕರಲ್ಲಿ ಒಬ್ಬರಾದ ಕವಿ, ವಿಮರ್ಶಕ ಕೇಂದ್ರ ಸಾಹಿತ್ಯ ಅಕಾಡೆಮಿ ಪ್ರಶಸ್ತಿ ಪುರಸ್ಕೃತ ಡಾ.ಕೆ.ವಿ. ತಿರುಮಲೇಶ್ ಅವರು ಸೋಮಣ್ಣನ ಸ್ಟಾಕ್ ಬಗ್ಗೆ, "ನಿಮ್ಮ ಕನ್ನಡ ಶೈಲಿಯೂ ಎಷ್ಟೊಂದು ಪ್ರಬುದ್ಧವಾಗಿದೆಯೆಂದರೆ ಇಡೀ ಪುಸ್ತಕವನ್ನು ಪಠ್ಯವಾಗಿ ಇರಿಸಿದರೆ ಒಳ್ಳೆಯದೆಂದು ಅನಿಸುತ್ತದೆ" ಎಂದು ಬರೆದ ಮಾತುಗಳನ್ನು ಓದಿದೆ.

ಸೋಮಶೇಖರ ರಾವ್ ಕೆಲಸಕ್ಕೆ ಸೇರುವ ಮೊದಲು ಮೈಸೂರು ಮೆಲೋಡಿ ಮೇಕರ್ಸ್ ಎಂಬ ತಂಡವನ್ನು ಪ್ರಸಿದ್ಧ ಸಂಗೀತಗಾರ ಮೈಸೂರು ಅನಂತಸ್ವಾಮಿ ಅವರೊಡನೆ ಸೇರಿ ಕಟ್ಟಿ ಅದರ ಆದಾಯದಿಂದಲೇ ಕೆಲಸ ಸಿಗುವವರೆಗೆ ಜೀವಿಸಿದರು. ಮೈಸೂರು ಅನಂತಸ್ವಾಮಿ ಅವರ ಪರಮ ಆಪ್ತರು. ನಾಟಕ, ಸಿನಿಮಾ, ಟಿವಿ, ಸಂಗೀತಗಳಲ್ಲದೆ ಸೋಮಶೇಖರ್ ಪ್ರೊಫೆಷನಲ್ ಆದ ಇತರ ಹಲವು ಸಾಧನೆಗಳನ್ನೂ ಮಾಡಿದ್ದಾರೆ. 'ಸಂವಹನ ಕಲೆ' (ಕಮ್ಯೂನಿಕೇಷನ್ ಸ್ಕಿಲ್ಸ್) ಎಂಬ ಅವರ ಪುಸ್ತಕ

ಪತ್ರಿಕೋದ್ಯಮ ವಿದ್ಯಾರ್ಥಿಗಳಿಗೆ ಪಠ್ಯವಾಗಿದೆ. ನ್ಯಾಷನಲ್ ಇನ್‌ಸ್ಟಿಟ್ಯೂಟ್ ಆಫ್ ಪರ್ಸನಲ್ ಮ್ಯಾನೇಜ್‌ಮೆಂಟ್ (NIPM) ಸಂಸ್ಥೆಯಲ್ಲಿ ಅವರು ದೀರ್ಘಕಾಲ ಕೆಲಸಮಾಡಿದವರು. ನಾಯಕ ಗುಣವರ್ಧನೆ (Leadership Skills Development) ವಿಚಾರದಲ್ಲಿ ನುರಿತ ಅಧ್ಯಾಪಕರು. ಬ್ಯಾಂಕಿಂಗ್ ಟ್ರೈನಿಂಗ್ ಕೇಂದ್ರದ ಪ್ರಿನ್ಸಿಪಾಲರಾಗಿದ್ದರು. 'ಅಭಿನಯ ತರಂಗ' ರಂಗಶಾಲೆಯ ಅಧ್ಯಾಪಕರಾಗಿ, ಅಧ್ಯಕ್ಷರಾಗಿ ಪ್ರಾಂಶುಪಾಲರಾಗಿ ಹಲವು ವರುಷ ಕೆಲಸ ಮಾಡಿದ್ದಾರೆ.

ಸೋಮಶೇಖರ್ ಮತ್ತು ಅವರ ಬಾಲ್ಯ ಸ್ನೇಹಿತ ಮುಂದೆ ಕೇಂದ್ರ ಮಂತ್ರಿಯಾದ ಜಾಫರ್ ಶರೀಫ್, ಇಬ್ಬರೂ ಅಣ್ಣತಮ್ಮಂದಿರಂತೆ ಇದ್ದವರು. ಅವರ ಸ್ನೇಹ ಈಗಲೂ ಹಾಗೆಯೆ ಇದೆ. ಸ್ವಾತಂತ್ರ್ಯ ಹೋರಾಟಗಾರರಾಗಿದ್ದ ಸೋಮಣ್ಣನವರ ತಂದೆಯವರನ್ನು ಕಾಣಲು ಹಿಂದಿನ ಮುಖ್ಯಮಂತ್ರಿ ಎಸ್. ನಿಜಲಿಂಗಪ್ಪ, ಕೇಂದ್ರ ಮಂತ್ರಿಗಳಾಗಿದ್ದ ಆರ್.ಆರ್. ದಿವಾಕರ್ ಹೀಗೆ ಅನೇಕ ಧುರೀಣರು ಬರುತ್ತಿದ್ದರು. ಮಹಾರಾಜ ಕಾಲೇಜಿನ ಅಂದಿನ ಪ್ರಸಿದ್ಧ ಅಧ್ಯಾಪಕರು, ಜೊತೆಯಲ್ಲಿ ಓದಿದ ಪ್ರಸಿದ್ಧರಾದ ಅನೇಕರು, ಮಹಾನ್ ಸಾಹಿತಿಗಳು– ಹೀಗೆ ಅವರ ಪರಿಚಯದ ಲೋಕ ದೊಡ್ಡದು. ಸೋಮಶೇಖರ ರಾವ್ ತಮ್ಮ ಹಿರಿಯ ಅಣ್ಣ ಪ್ರೊ. ಎಚ್.ಜಿ. ಸೂರ್ಯನಾರಾಯಣ ರಾವ್ (ಸರ್ಕಾರಿ ಕಾಲೇಜಿನಲ್ಲಿ ಇಂಗ್ಲಿಷ್ ಪ್ರೊಫೆಸರ್ ಆಗಿದ್ದವರು) ಬಗ್ಗೆ ಸಂಪಾದಿಸಿದ 'ಸೂರ್ಯ ಸ್ಮರಣೆ' ಎಂಬ ಸ್ಮರಣ ಸಂಪುಟಕ್ಕೆ, ಎ.ಎನ್. ಮೂರ್ತಿರಾವ್, ನಿಟ್ಟೂರು ಶ್ರೀನಿವಾಸ ರಾವ್, ಜಿ. ವೆಂಕಟಸುಬ್ಬಯ್ಯ. ಎಚ್.ವೈ. ಶಾರದಾಪ್ರಸಾದ್, ಟಿ.ವಿ. ವೆಂಕಟಾಚಲ ಶಾಸ್ತ್ರಿ, ಸಾ.ಕೃ. ರಾಮಚಂದ್ರ ರಾವ್ ಹೀಗೆ ಅನೇಕರು ಲೇಖನಗಳನ್ನು ಬರೆದಿದ್ದಾರೆ.

ಇಷ್ಟು ದೊಡ್ಡ ಲೋಕ ಸಂಪರ್ಕ ಇದ್ದರೂ ಸೋಮಶೇಖರ್ ರಾವ್, ತಾವು ಉದ್ಯೋಗಕ್ಕೆ ಸೇರುವುದರಿಂದ ಹಿಡಿದು ಎಲ್ಲೂ ಅದರ ವೈಯಕ್ತಿಕ ಲಾಭ ಪಡೆಯಲಿಲ್ಲ. ಅವರ ತಂದೆಯವರ ಸ್ವಾತಂತ್ರ್ಯ ಹೋರಾಟದ ಆದರ್ಶ, ಸ್ವಾತಂತ್ರ್ಯ ಹೋರಾಟದಲ್ಲಿ ಸೆರೆಮನೆವಾಸ ಪಡೆದ ಅಣ್ಣನ ಆದರ್ಶ, ಎಲ್ಲರೂ ಸಮಾನರೆಂಬ ಆಚರಣೆಯನ್ನು ಪಾಲಿಸಿಕೊಂಡು ಬಂದಿದ್ದಾರೆ. ಆದುದರಿಂದ, ಅವರ 82ನೆ ವಯಸ್ಸಿನಲ್ಲಿ ಕರ್ನಾಟಕ ಸರ್ಕಾರ ಅವರನ್ನು ರಾಜ್ಯೋತ್ಸವ ಪ್ರಶಸ್ತಿಗೆ ಆಯ್ಕೆ ಮಾಡಿದಾಗ ಒಳ್ಳೆಯತನಕ್ಕೆ ಇನ್ನೂ ಸಮಾಜದಲ್ಲಿ ಬೆಲೆ ಇದೆ ಎಂಬ ನೆಮ್ಮದಿ ಬಂತು.

ಪತ್ನಿ ಲಲಿತ, ಮಕ್ಕಳಾದ ಪ್ರಸನ್ನ ಹರಿಹರ್, ವಿವೇಕಾನಂದ ಹಾಗೂ ಸೊಸೆಯಂದಿರಾದ ಆರತಿ ಹರಿಹರ್ ಹಾಗೂ ಅಂಕಣಗಾರ್ತಿ ಅಂಜಲಿ ರಾಮಣ್ಣ ಇವರೊಡನೆ ಸಂತೃಪ್ತ ಸಂಸಾರ ಸೋಮಶೇಖರ್ ರಾವ್ ಅವರದು. ಅವರ ಮೊಮ್ಮಕ್ಕಳಾದ ಪ್ರಕೃತಿ ಹರಿಹರ್ ಹಾಗೂ ಪ್ರಶಾಂತಿ ಹರಿಹರ್ ಇಂಗ್ಲಿಷ್‌ನಲ್ಲಿ ಕಾವ್ಯ ರಚನೆ ಮಾಡುತ್ತಾರೆ. ಇನ್ನಿಬ್ಬರು ಮೊಮ್ಮಕ್ಕಳಾದ ಅಶ್ವಿನ್ ಹಾಗೂ ಅರ್ಚನ ಕೂಡಾ ಸಾಹಿತ್ಯಾಸಕ್ತರು. ಅವರ ಸಹೋದರ ದತ್ತಣ್ಣ ಕೂಡ ಪ್ರಸಿದ್ಧ ನಟರು. ಸೋಮಣ್ಣನ

ಸ್ಟಾಕ್‌ನಲ್ಲಿ ವಿದ್ಯಾರ್ಥಿ ದಿಸೆಯ ತಮ್ಮ ಪ್ರತಿಭಟನೆ ಒಂದರ ಬಗ್ಗೆ ಹೇಳಿರುವಂತೆ, "ಮುಚ್ಚಿಟ್ಟುಕೊಳ್ಳೋ ಗುಟ್ಟು ಗೊತ್ತಿದ್ದವರು 'ಒಳ್ಳೆ'ಯವರಾದರು; ಬಿಚ್ಚಿಟ್ಟು ನಿಲ್ಲೋ ಮಟ್ಟಿನ ನನ್ನಂಥವರು 'ಕೆಟ್ಟ'ವರಾದರು. ಲೋಕದ ರೀತಿಯೇ ಹಾಗೆ". ಇದನ್ನು ತಿಳಿದೂ ತಮ್ಮ ನೇರ ನಡೆ, ನುಡಿ, ನೀತಿಗಳ ಮೂಲಕ ನಡೆದು ಲಾಭಕ್ಕಾಗಿ ರಾಜಿ ಮಾಡಿಕೊಳ್ಳದೇ ಬಾಳಿದರು. ಸ್ವಂತ ಪ್ರತಿಭೆಯಿಂದ ತಮ್ಮ ಉದ್ಯೋಗ, ಆಸಕ್ತಿ, ಪ್ರವೃತ್ತಿ, ವೃತ್ತಿ, ಸಂಸಾರ ಎಲ್ಲೂ ಕೊರತೆಯಾಗದೆ ಬಾಳಿದ ಎಚ್.ಜಿ. ಸೋಮಶೇಖರ್ ರಾವ್ ಮುಂದಿನ ಜನಾಂಗ ಗುರುತಿಸಿ ಗಮನಿಸಬೇಕಾದ ಹಿರಿಯರು.

– ಡಿಸೆಂಬರ್ 2015

***

19. ಎಲ್ಲರೊಳಗೊಂದಾಗಬಲ್ಲ ಸಹಜ ಜೀವಿ : ಡಾ. ಎ.ವಿ. ಪ್ರಸನ್ನ

ಕೆಲವು ಸಲ ಬದುಕಲ್ಲಿ ಹೇಗೋ ಒಮ್ಮೆ ಹತ್ತಿರ ಬಂದವರು, ನಾನಾ ಕಾರಣಗಳಿಂದ ಮತ್ತೆ ಮತ್ತೆ ಸಂಪರ್ಕಕ್ಕೆ ಬರುತ್ತಾರೆ. ಅದು ಸ್ನೇಹ–ಗೌರವಗಳ ಸಂಬಂಧವಾಗಿ ನಮಗೆ ಅರಿವಿಲ್ಲದೆಯೆ ಮಾರ್ಪಾಟಾಗಿಬಿಡುತ್ತದೆ. ಹಿಂತಿರುಗಿ ನೋಡಿದಾಗ ಆ ರೀತಿ ಸ್ನೇಹ–ಗೌರವಗಳ ಸಂಬಂಧವಾಗಿ ಒಂದು ಪರಿಚಯ ಪರಿವರ್ತನೆ ಆದ ಕ್ರಮವೇ ಬೆರಗನ್ನುಂಟುಮಾಡುತ್ತದೆ. ಡಾ. ಎ.ವಿ. ಪ್ರಸನ್ನ ಅವರ ಪರಿಚಯ ನನಗೆ ಅಂತಹ ಅನುಭವ.

ಈಗ ಸುಮಾರು ಎರಡು ದಶಕಗಳ ಹಿಂದೆ ಪ್ರಸನ್ನ ಅವರನ್ನು ಮೊದಲ ಬಾರಿಗೆ ನಾನು ಮಡಿಕೇರಿಯಲ್ಲಿ ಕಂಡದ್ದು. ಸಂದರ್ಭ ಗೆಳೆಯ ಹಾಗೂ ಬಂಧು ಕಂಜರ್ಪಣೆಯ ಕೆ.ಪಿ. ಸುರೇಶನ ಮದುವೆ. ಸುರೇಶನ ದೊಡ್ಡಣ್ಣ ಕನ್ನಡ ಬರಹಗಾರ ಬಾಲಸುಬ್ರಹ್ಮಣ್ಯ ಕಂಜರ್ಪಣೆ ಮಡಿಕೇರಿಯಲ್ಲಿ ಪ್ರಸಿದ್ಧ ವಕೀಲರು. ಅವರ ಹೆಂಡತಿ ನನ್ನ ಒಬ್ಬಳೇ ಸಹೋದರಿ ಆಶಾ. ಬಾಲಸುಬ್ರಹ್ಮಣ್ಯ ಅವರ ಮನೆಯಿಂದ ಸುರೇಶರ ಮದುವೆ ಆದ ಮಡಿಕೇರಿಯ ಬ್ರಾಹ್ಮಣರ ಕಲ್ಯಾಣ ಮಂಟಪ, ಕರೆದರೆ ಕೇಳುವಷ್ಟು ಹತ್ತಿರ. ಹೇಗೂ ಸಾಹಿತ್ಯದ ಸ್ನೇಹಿತರ ಕೂಟ ಒಂದೇ ಕಡೆ ಸಿಗುತ್ತದೆ. ತಂಗಿಯ ಮನೆಯ ಭೇಟಿ ಕಾರ್ಯಕ್ರಮವೂ ಆಯಿತು ಎಂಬ ಕಾರಣದಿಂದ ಮದುವೆಯ ಹಿಂದಿನ ದಿನವೇ ಮಡಿಕೇರಿಗೆ ಹೋಗಿದ್ದೆ. ಆಗ ಅಲ್ಲಿ ಎ.ವಿ. ಪ್ರಸನ್ನ ಅವರು ಸುರೇಶರ ಹೆಂಡತಿಯಾಗಲಿರುವ ಶೈಲಜಾ ಅವರ ಅಕ್ಕನ ಗಂಡ ಎಂಬುದಾಗಿ ತಿಳಿಯಿತು.

ಮದುವೆಗೆ ಮುನ್ನಾ ದಿನ ಹೋದದ್ದನ್ನು ಇಷ್ಟು ವಿವರವಾಗಿ ಹೇಳಲು ಕಾರಣವಿದೆ. ಆಗ ಅಲ್ಲಿ ಪ್ರಸನ್ನ ಮದುವೆಗೆ ಬೇಕಾದ ಕಾರ್ಯಕ್ರಮಗಳಿಗೆ ಅದು ಇದು ಸಹಾಯ ಮಾಡುತ್ತಾ ಓಡಾಡುತ್ತಿದ್ದರು. ಮದುವೆಯ ಹೊತ್ತಿಗೆ ಹೋಗಿದ್ದರೆ ಅವರ ಈ ಸುಧಾರಣೆಯ ಸಹಾಯವನ್ನು ನೋಡುವ ಅವಕಾಶವಿರುತ್ತಿರಲಿಲ್ಲ. ಪ್ರಸನ್ನ ಬರಹಗಾರ ಶಿವರಾಮು ಅವರ ಸ್ನೇಹಿತರು. ಸರ್ಕಾರದಲ್ಲಿ ಕೆ.ಎ.ಎಸ್. ಅಧಿಕಾರಿ. ಗಮಕದಲ್ಲಿ ಉತ್ತಮ ವ್ಯಾಖ್ಯಾನಕಾರರು ಇತ್ಯಾದಿ ವಿವರಗಳು ನನಗೆ ದೂರದಿಂದ ತಿಳಿದಿತ್ತು. ಸುರೇಶನ ಮದುವೆಯಿಂದಾಗಿ ಅವರನ್ನು ಹತ್ತಿರದಿಂದ ಕಾಣುವಂತಾಯಿತು.

ಸುರೇಶ ಹಾಸನ ಜಿಲ್ಲೆಯಲ್ಲಿ ಲೆಕ್ಚರರ್ ಆಗಿದ್ದಾಗ ಶೈಲಜಾ ಅವರ ವಿದ್ಯಾರ್ಥಿ. ಘಟ್ಟದ ತಗ್ಗಿನ ದಕ್ಷಿಣ ಕನ್ನಡ ಜಿಲ್ಲೆಯ ಸುರೇಶ, ಘಟ್ಟದ ಮೇಲಿನ ಹುಡುಗಿಯನ್ನು ಮದುವೆಯಾಗುವುದು ಘಟ್ಟದ ತಗ್ಗಿನ ಬಂಧುವರ್ಗದಲ್ಲಿ ಗುಸು ಗುಸು ಸುದ್ದಿ. ನಮ್ಮ ಸೀಮೆಯಲ್ಲಿ ಇವನಿಗೆ ಯಾವ ಹೆಣ್ಣೂ ಸಿಗಲಿಲ್ಲವಾ ಇತ್ಯಾದಿ ಆಕ್ಷೇಪಗಳು. ಆದರೆ ಎದುರಿಗೆ ಬಾಲಸುಬ್ರಹ್ಮಣ್ಯ ಮೊದಲಾದವರು ಇದ್ದು ಮಾಡಿಸುವ ಮದುವೆಯಾದ್ದರಿಂದ ಯಾರೂ ಹೆಚ್ಚು ಮಾತಾಡುತ್ತಿರಲಿಲ್ಲ. ಬಂಧುವರ್ಗದಲ್ಲಿ, ಯಾರೋ ಮಡಿಕೇರಿಯ ತಹಶೀಲ್ದಾರ್ ಆಗಿದ್ದ ಅಧಿಕಾರಿಗಳಿಗೆ ಬಹಳ ಹತ್ತಿರದ ಸಂಬಂಧವಂತೆ ಇತ್ಯಾದಿ ಕುಣುಕುಣು ಮಾತು ನಡೆದದ್ದು ನನಗೆ ತಿಳಿದಿತ್ತು. ಆದರೆ ಈ ಅಧಿಕಾರಿ ಪ್ರಸನ್ನ ಎಂಬುದು ತಿಳಿದದ್ದು ಮಾತ್ರ ಮದುವೆಯ ದಿನವೇ.

ಮದುವೆಯಾಯಿತು. ಊಟ ಮುಗಿಯಿತು. ನಾವೆಲ್ಲಾ ಹೊರಟು ಹೋದೆವು. ಆಮೇಲೆ ಅಂತಹ ಸಂಪರ್ಕ ಇರುವುದಿಲ್ಲ ಎಂದು ಸುಮ್ಮನಿದ್ದೆ. ನನಗಂತೂ ಪ್ರಸನ್ನ ಅವರ ನೆನಪು ಅವರಿಗಿದ್ದ ಸಾಹಿತ್ಯಾಸಕ್ತಿಯಿಂದ ಮಾತ್ರ. ಅದರ ಜೊತೆ ಅವರು ಕೈಗಾರಿಕೆಗಳಲ್ಲಿ ಉದ್ಯೋಗ ಮಾಡುತ್ತಾ, ಸಂಜೆ ಕಾಲೇಜು ಇತ್ಯಾದಿಗಳಲ್ಲಿ ಓದಿ ಕಲಿತು ಲೆಕ್ಚರರ್ ಆದವರು. ಆ ಬಳಿಕ ಕೆ.ಎ.ಎಸ್. ಪರೀಕ್ಷೆ ಪಾಸಾಗಿ ಅಧಿಕಾರಿ ಆದವರು. ಹಾಗಾಗಿ ಅವರು ಸಾಹಸಿ, ಸ್ವಂತ ಸಾಧನೆಯಿಂದ ಮೇಲೆ ಬಂದ ಸೆಲ್ಫ್ ಮೇಡ್ ಮ್ಯಾನ್ (Self Made Man) ಎಂಬ ವಿಚಾರ ತಿಳಿದಿತ್ತು. ಅದಕ್ಕಿಂತ ಹೆಚ್ಚಿಲ್ಲ. ಬಂಧುಗಳ ಮದುವೆ ಬಳಿಕ ಹೆಚ್ಚಿನವರು ಪುನಃ ನಮ್ಮ ನಮ್ಮ ಲೋಕದಲ್ಲಿ ಇರುವ ಕ್ರಮ. ಕೆಲವೊಮ್ಮೆ ಸಂದರ್ಭ ಬಂದಾಗ ಬಂಧುತ್ವ ಬೆಸುಗೆಯಾಗುತ್ತದೆ. ಇಲ್ಲವಾದಲ್ಲಿ ಇನ್ನೊಂದು ಮದುವೆ ಸಮಾರಂಭದಲ್ಲಿ ಪುನಃ ಒಟ್ಟಾಗುತ್ತೇವೆ. ಆದರೆ ನನ್ನ ಮಟ್ಟಿಗೆ ಪ್ರಸನ್ನರ ಜೊತೆ ಹಾಗಾಗಲಿಲ್ಲ.

ಕಾನೂನು, ಆಡಳಿತಗಳ ಅವರ ಅಧಿಕಾರದ ಕೆಲವು ಕೆಲಸಗಳ ಬಗ್ಗೆ ನನಗೆ ಹೇಳಿದ್ದು ಹೈಕೋರ್ಟಿನಲ್ಲಿ ಈಗ ವಕೀಲರಾಗಿರುವ ನನ್ನ ಸಹೋದರ ಎಸ್.ಆರ್. ರವಿಪ್ರಕಾಶ್. ಇಪ್ಪತ್ತು ವರುಷಗಳಿಗೂ ಹಿಂದೆ ಅವರು ಮಡಿಕೇರಿಯಲ್ಲಿ ನಾಲ್ಕು ವರುಷಗಳ ಕಾಲ ಜ್ಯೂನಿಯರ್ ವಕೀಲರಾಗಿ ಕೆಲಸ ಮಾಡಿದ್ದರು. ಆಗ ಪ್ರಸನ್ನ ಅಲ್ಲಿ ತಹಶೀಲ್ದಾರರಾಗಿದ್ದರು. ತಾಲ್ಲೂಕು ತಹಶೀಲ್ದಾರರಿಗೆ ಕ್ವಾಸಿ ಜುಡಿಷಿಯಲ್ ಅಧಿಕಾರವಿರುತ್ತದೆ. ಆಗ ತಹಶೀಲ್ದಾರರ ಕೋರ್ಟಿಗೆ ಜ್ಯೂನಿಯರ್ ಲಾಯರ್ ಆಗಿದ್ದ ರವಿಪ್ರಕಾಶ್ ರೆವಿನ್ಯೂ ಕೇಸುಗಳಿಗೆ ಹೋಗುತ್ತಿದ್ದರು. ನಾಲ್ಕಾರು ರೆವಿನ್ಯೂ ಕೇಸುಗಳಲ್ಲಿ ರವಿಪ್ರಕಾಶ್ ತಹಶೀಲ್ದಾರ್ ಪ್ರಸನ್ನರ ಕೋರ್ಟಿನಲ್ಲಿ ವಕೀಲರಾಗಿ ಆಗ ಎಪಿಯರ್ ಆಗಿದ್ದರಂತೆ.

ಲೋಕಾಭಿರಾಮ ಮಾತನಾಡುತ್ತಾ ರವಿಪ್ರಕಾಶ್ ನನ್ನಲ್ಲಿ ಒಮ್ಮೆ ಹೀಗೆ ಹೇಳಿದರು: ನೋಡು, ನನಗೆ ನೆನಪಿರುವ ಆ ಎಲ್ಲಾ ಕೇಸುಗಳಲ್ಲಿ ಪ್ರಸನ್ನರು ಮಡಿಕೇರಿಯಲ್ಲಿ

ಕೊಟ್ಟ, ತೀರ್ಪುಗಳನ್ನು ಹೈ ಕೋರ್ಟು ಎತ್ತಿ ಹಿಡಿದಿದೆ. ಪ್ರಸನ್ನರಿಗೆ ರೆವಿನ್ಯೂ ಕಾನೂನು ಜ್ಞಾನ ಬಹಳ ಚೆನ್ನಾಗಿದೆ. ಅದರ ಜೊತೆ ಕಾನೂನು ಬಯಸುವ ಜುಡಿಷಿಯಲ್ ಮೈಂಡ್ ಕೂಡಾ ಇದೆ. ಕ್ವಾಸಿ ಜುಡಿಷಿಯಲ್ ಅಥಾರಿಟಿಗಳಿಗೆ ಜುಡಿಷಿಯಲ್ ಮೈಂಡ್‌ನ ವ್ಯತ್ಯಾಸ ತಿಳಿಯದಿದ್ದರೆ ಅವರ ತಲೆಗೆ ಕಾನೂನಿನ ಸೂಕ್ಷ್ಮ ತುಂಬಿಸುವುದರಲ್ಲಿ ವಕೀಲರ ಅರ್ಧ ಪ್ರಾಣ ಹೊರಟು ಹೋಗುತ್ತದೆ.

ನನಗೆ ಪ್ರಸನ್ನರು ಎಂ.ಎ. ಬಳಿಕ ಕಾನೂನು ಪದವಿ ಪಡೆಯಲು ಎಲ್‌ಎಲ್‌ಬಿ ಓದಿದ್ದರೆಂದು ತಿಳಿದಿತ್ತು. ಅದನ್ನು ರವಿಪ್ರಕಾಶ್‌ಗೆ ತಿಳಿಸಿದೆ. ಕೇವಲ ಎಕ್ಸಿಕ್ಯುಟಿವ್ ಮೈಂಡ್ ಅಧಿಕಾರದ ಹಾಗೂ ಅದನ್ನು ಪ್ರತಿನಿಧಿಸುವ ಸರ್ಕಾರದ ಪರವಾಗಿರುತ್ತದೆ. ಜುಡಿಸಿಯಲ್ ಮೈಂಡ್ ಸರ್ಕಾರ ಹಾಗೂ ವ್ಯಕ್ತಿಗಳನ್ನು ಸಮಾನವಾಗಿ ಕಂಡು ಕಾನೂನಿನ ಆಶಯದಂತೆ ದಾಖಲೆ, ಸಾಕ್ಷಿ, ಸಂದರ್ಭಗಳನ್ನು ಆಧರಿಸಿ ನ್ಯಾಯ ನಿರ್ಣಯ ಮಾಡುತ್ತದೆ.

ಪ್ರಸನ್ನರ ನೆನಪಿನ ಶಕ್ತಿಯೂ ಹರಿತ. ಎಷ್ಟೋ ವರುಷಗಳ ಬಳಿಕ ಬೆಂಗಳೂರಲ್ಲಿ ಒಂದು ಭೂಮಿ ಸಂಬಂಧಿತ ಕಾನೂನಿನ ಬಗ್ಗೆ ಪ್ರಸನ್ನರಿಗೆ ಒಂದು ಸಂಶಯ ಬಂತು. ಅದು ಯಾವುದೋ ಸೈಟಿಗೆ ಸಂಬಂಧಪಟ್ಟ ವಿಚಾರ. ಅವರಿಗೆ ಆಗ ಇದ್ದ ಅಧಿಕಾರ ಮತ್ತು ರಾಜಕೀಯ ಸಂಪರ್ಕಗಳಿಂದಾಗಿ ಬೆಂಗಳೂರಲ್ಲಿ ಅವರು ಯಾವ ಲಾಯರ್ ಬಳಿ ಬೇಕಾದರೂ ಹೋಗಬಹುದಾಗಿತ್ತು. ಆದರೆ ಅವರು ಕನ್‌ಸಲ್‌ಟೇಷನ್‌ಗಾಗಿ ನೇರವಾಗಿ ರವಿಪ್ರಕಾಶ್ ಬಳಿ ಹೋಗಿ ಕಾನೂನು ಸಲಹೆ ಪಡೆದರು.

ನಾನೊಮ್ಮೆ ಪ್ರಸನ್ನರು ಸಿಕ್ಕಿದ್ದಾಗ ರವಿಪ್ರಕಾಶ್ ಬಳಿ ಹೋಗಿದ್ದರಂತಲ್ಲ ಎಂದು ಕುಶಲೋಪರಿ ವಿಚಾರಿಸಿದೆ. ಹೌದು. ಸಿವಿಲ್ ಕಾನೂನು ಬಗ್ಗೆ ಅವರಿಗೆ ಆಳವಾದ ತಿಳುವಳಿಕೆ ಹಾಗೂ ಪ್ರಭುತ್ವವಿದೆ. ಹಾಗಾಗಿ ಒಂದು ಸೈಟಿನ ವಿಚಾರ ಭೂಮಿ ಸಂಬಂಧಿತ ಕಾನೂನು ಸಂಶಯ ನಿವಾರಣೆಗೆ ಹೋಗಿದ್ದೆ ಎಂದರು. ನೀವು ಮಡಿಕೇರಿ ಬಿಟ್ಟು ಇಷ್ಟು ವರುಷಗಳ ಬಳಿಕವೂ ಲಾಯರ್ ಆಗಿ ಅವರನ್ನು ನೆನಪಿಟ್ಟುಕೊಂಡಿದ್ದೀರಿ ಎಂದೆ. ಪ್ರಸನ್ನ ನಕ್ಕು, ಅವರು ಅಧ್ಯಯನಶೀಲರು. ಅಂತಹವರು ಹೇಳಿದರೆ ಮತ್ತೆ ಸಂಶಯ ಇರುವುದಿಲ್ಲ ಎಂದರು.

ಅವರು ವ್ಯಕ್ತಿಗಳನ್ನು ಗಮನಿಸುವ ಕ್ರಮಕ್ಕೆ ಇದು ಯಾಕೋ ನನಗೆ ನೆನಪಾಯಿತು. ಬೆಂಗಳೂರಲ್ಲಿ ಅವರ ಮನೆಗೆ ನಾನು ಹೆಚ್ಚು ಹೋದುದು ಶಿವರಾಮು ಅವರನ್ನು ಕಾಣಲು. ರಾಜೀವಲೋಚನ, ಶಿವರಾಮು ಮೊದಲಾದವರು ಪ್ರಸನ್ನರಿಗೆ ಹತ್ತಿರದ ಸ್ನೇಹಿತರು. ಶಿವರಾಮು ಬರೆದ 'ಆತ್ಮಾಹುತಿ' ಕೃತಿಯನ್ನು ನನ್ನ ಬಾಲ್ಯದಲ್ಲಿ ಓದಿದ್ದೆ. ಅನೇಕ ವರುಷಗಳಿಂದ ಪರಿಚಯ. ಶಿವರಾಮು ಬೆಂಗಳೂರಿಗೆ ಬಂದಾಗ ಕೆಲವು ದಿನ ಪ್ರಸನ್ನ ಅವರ ಮನೆಯಲ್ಲಿ ಇರುತ್ತಿದ್ದರು. ಶಿವರಾಮ ಕಾರಂತ, ಪ್ರಸನ್ನ ಮೊದಲಾದವರು ಅವರಿಗೆ ಖಾಯಂ ಆದ ಕೆಲವು ಸಹಾಯ ಮಾಡುತ್ತಿದ್ದರು. ನಾನು ಶಿವರಾಮು ಅವರನ್ನು ಕಂಡು ಮಾತಾಡಿದಾಗ ಏನಾದರೂ ಸಹಾಯದ ಅಗತ್ಯ

ತಿಳಿದು ಬಂದರೆ ಸಾಧ್ಯವಾದ್ದನ್ನು ಮಾಡುವ ಕ್ರಮವಿತ್ತು. ಹಾಗಾಗಿ ಅವರು ಬೆಂಗಳೂರಿಗೆ ಬಂದದ್ದು ತಿಳಿದಾಗ ಹೋಗಿ ಕಂಡು ಮಾತನಾಡುವುದಿತ್ತು.

ಸಾಹಿತ್ಯ ಮಿತ್ರರು

ಪ್ರಸನ್ನರ ಮನೆಗೆ ಅಲ್ಲಿ ಇರುತ್ತಿದ್ದ ಶಿವರಾಮು ಅವರನ್ನು ಕಾಣಲು ಹೋದಾಗಲೆಲ್ಲಾ ಯಾರಾದರೂ ಒಂದಿಬ್ಬರು ಸಾಹಿತ್ಯಾಸಕ್ತರು ಅಥವಾ ಪ್ರಸನ್ನರ ಊರು ಕಡೆಯಿಂದ ಯಾವುದಾದರೂ ಕೆಲಸಕ್ಕಾಗಿ ಬಂದ ಕೆಲವರಾದರೂ ಕಾಣಸಿಗುತ್ತಿದ್ದರು. ಅನೇಕ ಸಲ ಅವರು ತಡವಾಗಿ ಆಫೀಸಿನಿಂದ ಬಂದಿದ್ದರೂ ನಗು ಮೊಗದಿಂದ ಬಂದವರನ್ನು ಮಾತನಾಡಿಸುತ್ತಿದ್ದರು. ಅವರು ಹಾಗೂ ಅವರ ಪತ್ನಿ ನಿರ್ಮಲಾ ಊಟ ಮಾಡಿಕೊಂಡು ಹೋಗಿ ಎಂದು ಒತ್ತಾಯಿಸುತ್ತಿದ್ದರು. ನಾನಾಗ ಎಚ್.ಎಂ.ಟಿ ಸಂಸ್ಥೆಯ ಕೇಂದ್ರ ಕಚೇರಿಯಲ್ಲಿ ಪಬ್ಲಿಕ್ ರಿಲೇಷನ್ಸ್ ವಿಭಾಗದ ಮುಖ್ಯಸ್ಥನಾಗಿ ಕೆಲಸ ಮಾಡುತ್ತಿದ್ದೆ. ಬೆಳಗ್ಗಿನಿಂದ ಕನಿಷ್ಠ ನೂರು ಫೋನುಗಳು, ಒಂದೈವತ್ತು ಸಂದರ್ಶಕರು, ಮೀಟಿಂಗ್, ಪತ್ರಿಕಾ ಕಚೇರಿಗಳ ಭೇಟಿ ಇತ್ಯಾದಿಗಳಾಗಿ ಸಂಜೆ ಹೊತ್ತಿಗೆ ಸುಸ್ತಾಗಿ ಹೋಗುತ್ತಿತ್ತು. ಮನಸ್ಸಿಗೆ ಹಿತವಿಲ್ಲದ ಕೆಲವು ಕೆಲಸಗಳಿಂದಾಗುವ ಆಯಾಸ ನನ್ನ ಮುಖದಲ್ಲಿ ಕಾಣುತ್ತಿತ್ತು ಕೂಡಾ. ರಾತ್ರಿ ಎಂಟು ಗಂಟೆ ಹೊತ್ತಿಗೂ ಸಮಾಧಾನದಿಂದ ಹಸನ್ಮುಖಿಯಾಗಿರುತ್ತಿದ್ದ ಪ್ರಸನ್ನರಲ್ಲಿ "ನೀವು ನಿಮ್ಮ ಹೆಸರಿನ ಹಾಗೆ ಇಷ್ಟು ಹೊತ್ತಲ್ಲೂ ಪ್ರಸನ್ನವದನರಾಗಿರುವ ಗುಟ್ಟನ್ನು ಸಾರ್ವಜನಿಕ ಸಂಪರ್ಕದಲ್ಲಿರುವವರಿಗೂ ಸ್ವಲ್ಪ ತಿಳಿಸಿಕೊಡಿ" ಎಂದು ನಾನು ಹೇಳಿದ್ದಿದೆ.

ಗಮಕ ವ್ಯಾಖ್ಯಾನ, ಸಾಹಿತ್ಯ

ಇವೆಲ್ಲಾ ಅವರೊಡನಿದ್ದ ವೈಯಕ್ತಿಕ ಸಂಪರ್ಕದ ಮಾತಾಯಿತು. ಆದರೆ ನಾನು ಸಾಧ್ಯವಾದಲ್ಲೆಲ್ಲಾ ಅವರ ಗಮಕ ವ್ಯಾಖ್ಯಾನ ಆಗಲೂ, ಈಗಲೂ ಕೇಳುತ್ತಿರುತ್ತೇನೆ. ಶಿವರಾಮ ಕಾರಂತ ವೇದಿಕೆಯ ಪಿ.ಸಿ. ಚಡಗರೊಡನೆ ಸೇರಿ ನಿರ್ಮಲಾ – ಪ್ರಸನ್ನರ ಕಾರ್ಯಕ್ರಮ ನಡೆಸಿದ್ದಿದೆ. ಸಾಹಿತ್ಯದ ಉಪಾಧ್ಯಾಯರ ಹಾಗೆ ಪ್ರಸನ್ನ ವ್ಯಾಖ್ಯಾನ ನೀಡುತ್ತಾರೆ ಎಂದು ಆಕ್ಷೇಪಿಸುವ ನನ್ನ ಕೆಲವು ಸ್ನೇಹಿತರಿದ್ದಾರೆ. ಹಾಗೆ ಭಾಷೆಯ ಒಳಹೊಕ್ಕು ಪ್ರಸನ್ನ ಅರ್ಥದ ಅನುರಣನಗಳನ್ನು ಸಾಂದರ್ಭಿಕವಾಗಿ ಸೃಷ್ಟಿಸುವುದೇ ನನಗೆ ಇಷ್ಟವಾದ ವಿಚಾರ ಎಂದು ಆ ಸ್ನೇಹಿತರಲ್ಲಿ ನಾನು ವಾದಿಸಿದ್ದಿದೆ. ಏಕಕಾಲಕ್ಕೆ ಅವರು ಪಾತ್ರಗಳ ಒಳಹೊಕ್ಕು ಮತ್ತು ಅದರಿಂದ ಹೊರ ನಿಂತ ನಿರೂಪಕನಾಗಿ ವಿವರಿಸುವ ಅವರ ಶಕ್ತಿ ನನಗೆ ತುಂಬಾ ಪ್ರಿಯವಾದ್ದು.

ಸರ್ ಫಿಲಿಪ್ ಸಿಡ್ನಿ ತನ್ನ 'ಕಾವ್ಯ ಸಮರ್ಥನೆ'ಯಲ್ಲಿ (An Apology for Poetry) 'ತೋರಿಸುವುದು' ಮತ್ತು 'ಕಾಣಿಸುವುದ'ರ ವ್ಯತ್ಯಾಸದ ಬಗ್ಗೆ ಹೇಳುತ್ತಾನೆ. ತೋರಿಸಿದಾಗ ಹೊರಗಣ್ಣಿಗೆ ಕಾಣುತ್ತದೆ. ಅದು ದೃಷ್ಟಿ. ಕಾಣಿಸುವಾಗ ಒಳಗಣ್ಣನ್ನೂ

ತೊಡಗಿಸುವ ಅಂತರ್‌ಸೃಷ್ಟಿ ಕೆಲಸ ಮಾಡುತ್ತದೆ. 'ಕುಮಾರವ್ಯಾಸನ ಕಾವ್ಯ ಚಿತ್ರಗಳು: ಒಂದು ಅಧ್ಯಯನ' ಎಂಬ ಎಂ. ಲಿಟ್‌ಗಾಗಿ ನಡೆಸಿದ ಸಂಶೋಧನ ಅಧ್ಯಯನದ ಮಹಾಪ್ರಬಂಧದಲ್ಲಿ ಪ್ರಸನ್ನ ಅವರು ಕುಮಾರ ವ್ಯಾಸನ ಅಂತಹ ಕಾಣಿಸುವ ಶಕ್ತಿಯನ್ನು ಅರಸುತ್ತಾರೆ.

ವ್ಯಾಖ್ಯಾನಗಳಲ್ಲೂ ಅವರು ಕಾಣಿಸುವ ಶಕ್ತಿಗೆ ಒತ್ತು ಕೊಡುತ್ತಾರೆ. "ಸಾಮವೆಂಬುದು ರಾಜನೀತಿಗೆ ತಾ ಮನೋಹರ ರೂಪ" ಎಂಬ ಭಾಮಿನೀ ಷಟ್ಪದಿಗೆ ಪ್ರಸನ್ನ ಅವರು ನೀಡಿದ ವ್ಯಾಖ್ಯಾನವನ್ನು ಮಾಧ್ಯಮ ಮೊದಲಾದವುಗಳಿಂದ ಪ್ರಸಿದ್ಧರಾದ ಇತರ ಕೆಲವರು ನೀಡಿದ ವ್ಯಾಖ್ಯಾನದ ಜೊತೆ ಹೋಲಿಸಿಕೊಂಡರೆ ಸಾಹಿತ್ಯದ ಸೊಗಸನ್ನು ತೋರಿಸಿಕೊಡುವ ಪ್ರಸನ್ನರ ಪ್ರಯತ್ನ ಸ್ಪಷ್ಟವಾದೀತು.

ಇನ್ನೂ ಕೆಲವು ಸಲ ಜೀವನದ ಸಂದರ್ಭಗಳಲ್ಲೂ ಅವರು ಕುಮಾರವ್ಯಾಸನನ್ನು ಉದಾಹರಿಸುವ ಸೊಗಸು ನೆನಪಿನಲ್ಲಿ ಉಳಿಯುವಂತಹದ್ದು. ಒಮ್ಮೆ ದೊಡ್ಡ ಅಧಿಕಾರದಲ್ಲಿರುವ ಒಬ್ಬರ ಬಗ್ಗೆ ನನಗೇನೋ ತಿಳಿಯಬೇಕಾದ ಸಂದರ್ಭ ಬಂತು. ಆ ಸಂದರ್ಭದಲ್ಲಿ ಅವರು ಆ ಹಿರಿಯರ ಸ್ವಭಾವವನ್ನು ನನಗೆ ತಿಳಿಸಿ ಹೇಳಲು ಕುಮಾರ ವ್ಯಾಸನಿಂದ "ಅವನಿಪಾಲರು ಕಂಗಳಿಂದವೆ ಕಿವಿಗೆ ಕರವೊಳ್ಳಿದರು" ಎಂದು ಹೇಳಿ ಸುಮ್ಮನಾದರು. ಕಣ್ಣಿನಿಂದ ಕಂಡುದನ್ನು ನಂಬಬಹುದು. ಆದರೆ ರಾಜರು ಹಾಗಲ್ಲ. ಕಿವಿಯಿಂದ ಕೇಳಿದ್ದನ್ನು ನಂಬಿಬಿಡುತ್ತಾರೆ. ಚಾಡಿಕೋರರ ಮಾತು ಅಪ್ಯಾಯಮಾನವಾಗುವ ರಾಜರು ಪಂಚೇಂದ್ರಿಯಗಳಲ್ಲಿ ಅನೇಕ ಸಲ ಕಣ್ಣಿಗಿಂತಲೂ ಹೆಚ್ಚು ಕಿವಿಯನ್ನು ನಂಬಿ ಬಿಡುತ್ತಾರೆ. (ಪ್ರಸನ್ನ ಅವರ ಕುಮಾರ ವ್ಯಾಸನ ಕಾವ್ಯ ಚಿತ್ರಗಳು ಗ್ರಂಥದಲ್ಲೂ ಈ ಷಟ್ಪದಿಯ ಪ್ರಸ್ತಾಪ, ವಿವರ ಇದೆ). ಈ ಚಾಡಿಕೋರರರನ್ನು ನಂಬುವ ಸ್ವಭಾವ ಕುಮಾರ ವ್ಯಾಸನ ದ್ರೋಣಪರ್ವದಲ್ಲಿ (18ನೇ ಸಂಧಿ ಎರಡನೇ ಭಾಮಿನೀ) ಸೊಗಸಾಗಿ ಮೂಡಿ ಬಂದದ್ದನ್ನು ನೆನಪಿಸಿಕೊಳ್ಳಬಹುದು.

ಅವನಿಪಾಲರು ಕಂಗಳಿಂದವೆ

ಕಿವಿಗೆ ಕರವೊಳ್ಳಿದರು ಕಂಡುದ

ನವರು ನಂಬರು ಕೊಂಡೆಯರ ನುಡಿಗೇಳ್ದು ನಂಬುವರು

ನಿನಗೆ ಹೇಳುವುದಲ್ಲ ಲೋಕದ

ಹವಣನೆಂದೆವು ನಾವು ಪಾಂಡವ

ರವರು ನಿನ್ನವರೆಂಬುದನು ನೀನಿಂದು ನೋಡೆಂದ.

ದ್ರೋಣ ದುರ್ಯೋಧನನಿಗೆ ಹೇಳಿದ ಮಾತು. ಕುಮಾರವ್ಯಾಸನನ್ನು ಹೀಗೆ ಉದ್ಧರಿಸಿದಾಗ ನನಗೆ ಬೇಕಾದ್ದು ತಿಳಿದು ಹೋಯಿತು.

ಹರಿಶ್ಚಂದ್ರ ಕಾವ್ಯ

ಈಚೆಗೆ ಪ್ರಸನ್ನ, ನಿರ್ಮಲಾ ಮತ್ತಿತರ ಕೆಲವರು ಇದ್ದ ಗಮಕ ವಾಚನ ನಡೆಯುತ್ತಿತ್ತು. ಹರಿಶ್ಚಂದ್ರ ಕಾವ್ಯ. ಶ್ರೀಮತಿ ನಿರ್ಮಲಾ ಅವರು ಎಷ್ಟು ಚೆನ್ನಾಗಿ ಹಾಡಿದರೂ ಪ್ರಸನ್ನ ವ್ಯಾಖ್ಯಾನಕಾರರಾಗಿ ನಿರ್ಮಲಾ ಅವರ ಗಾಯನ ಚೆನ್ನಾಗಿದೆ ಎಂದು ಸಾರ್ವಜನಿಕವಾಗಿ ಹೇಳುವ ಕ್ರಮ ಇಲ್ಲ. ಇನ್ನೊಬ್ಬರನ್ನು ಶಂಕರಾಭರಣದಲ್ಲಿ ಬಹಳ ಚೆನ್ನಾಗಿ ಹೇಳಿದಿರಿ ಇತ್ಯಾದಿ ಹೊಗಳಿದರು. ಹರಿಶ್ಚಂದ್ರ ಕಾಶಿಗೆ ಬಂದ ಸಂದರ್ಭ. ಪ್ರಕಾಶಮಾನವಾದ ಶಿವ ನಿಲಯಂಗಳ ಕಂಡು ಹರಿಶ್ಚಂದ್ರ (ಕಾಶಿ ಹೆಸರೆ 'ಪ್ರಕಾಶ'ದಿಂದ ಬಂದುದಲ್ಲವೆ) ಆ ಬಳಿಕ ಹರಿಶ್ಚಂದ್ರ ನಡೆ ತಂದು ವಿಶ್ವಪತಿಯಂ ಕಂಡನು, ಆ ಸಂದರ್ಭದಲ್ಲಿ ಕವಿ ರಾಘವಾಂಕ ಹೇಳುತ್ತಾನೆ:

ನೋಡಿ ಪರಮಾನಂದ ಮೂಡಿ ಸುಖರಸದೊಳೋ

ಲಾಡಿ ಕೀರ್ತಿಸಿ ಹರಸಿ ಹಾಡಿ ಸದ್ಭಕ್ತಿಯಂ

ಬೇಡಿ ಮನದೊಳಗೆ ಮಾತಾಡಿ ನೆರೆ (ಜೆ) ಬಿನ್ನಹಂ ಮಾಡಿ ಪ್ರಸಾದಫಲವ ।

ಸೂಡಿ ಪರಿಣಾಮವಂ ಮಾಡಿ ದುಃಸ್ಥಿತಿಯ ನೀ

ಗಾಡಿ ಭವಜಲವನೀಸಾಡಿ ಬಲ್ಪಿಂ ಮನಂ

ಮೂಡಿ ಬೀಳ್ಕೊಂಡು ಸಂತಸದಿ ಮರಳಿದ ನುಳಿದ ಲಿಂಗಂಗಳಂ ನೋಡುತ

ಇದಕ್ಕೆ ವ್ಯಾಖ್ಯಾನ ನೀಡುತ್ತಾ 'ಸೂಡಿ' ಪದಕ್ಕೆ ವಿಶೇಷ ಒತ್ತುಕೊಟ್ಟು 'ಮುಡಿದು' ಎಂಬ ಅದರ ಅರ್ಥವನ್ನು ವಿವರಿಸಿದರು. ಹಳೆಗನ್ನಡ ಹಾಗೂ ನಡುಗನ್ನಡದ 'ಸೂಡಿ' ಪದ ಪ್ರಯೋಗಗಳ ಬಗೆಗೂ ಹೇಳಿದರು. 'ಸೂಡಿ' ಪದ ಕನ್ನಡದಲ್ಲೀಗ ಬಳಕೆಯಿಂದ ತಪ್ಪಿಹೋಗಿದೆ ಎಂಬ ಅಭಿಪ್ರಾಯ ಅವರಿಗಿತ್ತು.

ಆ ಬಳಿಕ ಅವರಿಗೆ ನಾನು ಫೋನು ಮಾಡಿ ಹವ್ಯಕ ಬ್ರಾಹ್ಮಣರ ಮನೆ ಮಾತಿನಲ್ಲಿ 'ಸೂಡು' ಎಂಬ ಪದ ಈಗಲೂ ಮುಡಿದುಕೋ ಎಂಬ ಅರ್ಥದಲ್ಲಿ ಪ್ರಯೋಗದಲ್ಲಿದೆ ಎಂದು ಹೇಳಿದೆ. ಮದುವೆಯ ಸಂದರ್ಭದಲ್ಲಿ "ಹೆಮ್ಮಕ್ಕಗೆ ಸೂಡುಲೆ ಮಲ್ಲಿಗೆ ತಯಿಂದೊ" ಎಂದು ವಿಚಾರಿಸುವುದು ಸಾಮಾನ್ಯ.

ಹಾಗೆಯೇ ಮನೆಯಲ್ಲಿ ಹಿರಿಯ ಹೆಂಗಸರು ಹೂವಿನ ಮಾಲೆ ಕಟ್ಟಿ "ನೀನು ಸೂಡಿಗೋ" ಎಂದು ಕಿರಿಯರಿಗೆ ಕೊಡುವುದು ಒಂದು ಕ್ರಮ. ಹಾಗೆಯೇ ಹೂವಿನ ಮಾಲೆ ಕಟ್ಟುತ್ತಿರುವಾಗ ಹೆಣ್ಣು ಮಕ್ಕಳಿಗೆ ಹವ್ಯಕರ ಮನೆಯಲ್ಲಿ ಹಿರಿಯರು "ಪೂಜೆ ಮಾಡುವಾಗ ದೇವರ ತಲೆಗೆ ಒಂದರಿ ಮಡುಗಿ ಮತ್ತೆ ನಿಂಗೊಗೆ ಸೂಡಿಗೊಂಬಲೆ ಅಕ್ಕು" ಎಂದು ಹೇಳುವ ಕ್ರಮ ಇದೆ. ಈ ಹಳೆ ಕನ್ನಡ ಪದ 'ಸೂಡು' 'ಸೂಡಿ' ಎಂಬುದು ಇಂದಿಗೂ ಕನ್ನಡ ಮಾತಿನಲ್ಲಿ ಉಳಿದಿದೆ ಎಂಬುದನ್ನು ತಿಳಿದು ಪ್ರಸನ್ನ ಸಂತೋಷಪಟ್ಟರು. ಹೀಗೆ ಪುರಾಣ ಸಂದರ್ಭಗಳಲ್ಲಿ ಅವರೊಡನೆ ನಾನಾ ವಿಚಾರಗಳನ್ನು

ಮಾತನಾಡುವುದು ಸಾಧ್ಯವಿರುವುದೇ ನನ್ನ ಅವರ ಪರಿಚಯ ಉಳಿದು ಬೆಳೆಯುವುದಕ್ಕೆ ಕಾರಣವೋ ಏನೋ.

ಸರಕಾರ ಸಾರ್ವಜನಿಕ ಸಹಾಯ

ಈಚೆಗೆ ಕೆಲವಾರು ವರುಷಗಳಿಂದ ಅವರು ಸರಕಾರದಲ್ಲಿ ಮಂತ್ರಿಗಳ ಕಚೇರಿಗಳಲ್ಲಿ ಅನೇಕ ರೀತಿಯ ಜವಾಬ್ದಾರಿಗಳನ್ನು ನಿರ್ವಹಿಸಬೇಕಾಗಿ ಬಂದಿದೆ. ಮೊದಲಿಗೆ ಅವರು ಶ್ರೀಮತಿ ಮನೋರಮಾ ಮಧ್ವರಾಜ್ ಮಂತ್ರಿಗಳಾಗಿದ್ದಾಗ ಅವರ ಸಹಾಯಕರಾಗಿದ್ದರು. ಈಚೆಗೆ ಹಿರಿಯ ಮಂತ್ರಿಗಳೂ, ಬಿ.ಜೆ.ಪಿ. ನಾಯಕರೂ ಆದ ಡಾ. ವಿ.ಎಸ್. ಆಚಾರ್ಯರ ಕಚೇರಿಯಲ್ಲಿ ಅವರು ಹಿರಿಯ ಅಧಿಕಾರಿ. ಡಾ. ವಿ.ಎಸ್. ಆಚಾರ್ಯರಿಗೆ ಪ್ರಸನ್ನರಲ್ಲಿ ತುಂಬಾ ವಿಶ್ವಾಸ. ಎಷ್ಟು ಪರಿಚಯವಿದ್ದರೂ ವೈಯಕ್ತಿಕ ಕೆಲಸಗಳಿಗಾಗಿ ನಾನು ಪ್ರಸನ್ನ ಅವರ ಬಳಿ ಹೋದದ್ದಿಲ್ಲ. ಆದರೆ ಸಾರ್ವಜನಿಕ ಕೆಲಸಗಳಿಗಾಗಿ ಅವರ ಬಳಿ ಮೂರು ಬಾರಿ ಹೋಗಿದ್ದೆ. ಅವನ್ನು ಉದಾಹರಣೆಗಳಿಂದ ಹೇಳಬೇಕು.

ಭಾರತದಲ್ಲಿ ಎರಡು ಕೋಟಿಗೂ ಅಧಿಕ ಜನರು ಆನೆ ಕಾಲು ರೋಗದಿಂದ ನರಳುತ್ತಿದ್ದಾರೆ. ಅವರಲ್ಲಿ ಹೆಚ್ಚಿನವರು ಬಡವರು. ಅದು ಕರಾವಳಿಯಲ್ಲಿ ಮಾತ್ರ ಇರುವ ರೋಗ ಎಂಬ ತಪ್ಪು ಕಲ್ಪನೆ ಇದೆ. ಬಿಹಾರದಲ್ಲಿ ಅಂತಹ ರೋಗಿಗಳ ಸಂಖ್ಯೆ ತುಂಬಾ ಇದೆ. ಕರ್ನಾಟಕದಲ್ಲಿ ಗುಲಬರ್ಗಾ ಜಿಲ್ಲೆಯಲ್ಲಿ ಆನೆಕಾಲು ರೋಗಿಗಳ ಸಂಖ್ಯೆ ಅಧಿಕ. ಅದಕ್ಕೆ ಕಾಸರಗೋಡಿನ ಇನ್‌ಸ್ಟಿಟ್ಯೂಟ್ ಆಫ್ ಎಪ್ಲೈಡ್ ಡರ್ಮಿಟಾಲಜಿ ಸಂಸ್ಥೆಯ ಸ್ಥಾಪಕ ಡಾ. ಎಸ್.ಆರ್. ನರಹರಿ ಹಾಗೂ ಆ ಸಂಸ್ಥೆಯ ಇತರ ಡಾಕ್ಟರುಗಳು ಸೇರಿ ಸಂಯುಕ್ತ ಚಿಕಿತ್ಸಾ ವಿಧಾನದ ಮೂಲಕ ಪರಿಹಾರ ಕಂಡು ಹುಡುಕಿದ್ದಾರೆ. ಅಲೋಪತಿ ವಿಧಾನದ ಇಂಗ್ಲಿಷ್ ಔಷಧಿ, ಆಯುರ್ವೇದ ಹಾಗೂ ಹೋಮಿಯೋಪತಿ ಈ ಮೂರೂ ವಿಧಾನಗಳನ್ನು ಒಟ್ಟು ಸೇರಿಸಿ ಕಂಡುಹಿಡಿದಿರುವ ಹೊಸ ಸಂಯುಕ್ತ ಚಿಕಿತ್ಸಾ ವಿಧಾನಕ್ಕೆ ಅಂತರಾಷ್ಟ್ರೀಯ ವೈದ್ಯಕೀಯ ವಿಜ್ಞಾನದ ಮನ್ನಣೆ, ಹಾಗೂ ಅವರ ವಿಧಾನದ ಚಿಕಿತ್ಸೆಗೆ ಒಪ್ಪಿಗೆ ಲಭಿಸಿದೆ.

ಆರೋಗ್ಯ ಮಂತ್ರಿಗಳಿಗೆ ಆಗ ಈ ಹೊಸ ಚಿಕಿತ್ಸಾ ಪದ್ಧತಿ ಬಗ್ಗೆ ಮಾಹಿತಿ ನೀಡಬೇಕು. ಚರ್ಮ ಹಾಗೂ ಆನೆಕಾಲಿನ ಹೊಸ ವಿಧಾನದ ಚಿಕಿತ್ಸಾ ಪದ್ಧತಿಯ ಪುಸ್ತಕಗಳ ಬಗ್ಗೆ ಸಂಶೋಧನಾ ಲೇಖನಗಳ ಬಗ್ಗೆ ಸ್ವತಃ ವೈದ್ಯರಾಗಿರುವ ಮಂತ್ರಿಗಳಿಗೆ ಮಾಹಿತಿ ನೀಡಿದರೆ ಸರ್ಕಾರದ ಮೂಲಕ ಬಡಜನರಿಗೆ ಉಪಕಾರವಾಗುವ ಯಾವುದಾದರೂ ಉತ್ತಮ ಕೆಲಸಕಾರ್ಯ ನಡೆದೀತು ಎಂಬ ಯೋಚನೆ ನನ್ನದಿತ್ತು. ಡಾ. ವಿ.ಎಸ್. ಆಚಾರ್ಯ ಆಗ ಆರೋಗ್ಯ ಮಂತ್ರಿಗಳಾಗಿದ್ದರು. ಡಾ. ಪ್ರಸನ್ನ ಆಗ ಅವರ ಸಹಾಯಕರು. ಆದರೆ ಮುಂದೆ ಕೇಂದ್ರ ಸರ್ಕಾರ ಆನೆಕಾಲು ಚಿಕಿತ್ಸೆಗಾಗಿ ರಾಜ್ಯ ಸರ್ಕಾರಕ್ಕೆ ನೀಡುವ ಅನುದಾನ ಉಪಯೋಗವಾಗದೆ ಉಳಿದು ಬಜೆಟ್

ಲ್ಯಾಪ್ಸ್ ಕಳೆದ ವರುಷವೂ ಆಯಿತು. ಈ ಚಿಕಿತ್ಸೆಯ ಬಗ್ಗೆ ಆರೋಗ್ಯ ಮಂತ್ರಿಗಳಿಗೆ ತಿಳುವಳಿಕೆ ನೀಡಿ ಸರ್ಕಾರದ ವತಿಯಿಂದ ಬಡರೋಗಿಗಳಿಗೆ ಏನಾದರೂ ಉಪಕಾರವಾಗುವಂತೆ ಮಾಡಿ ಎಂದು ನಾನು ವಿನಂತಿಸಿದ್ದೆ.

ಇನ್ನೊಮ್ಮೆ ಕೈಗಾರಿಕೆಗಳಲ್ಲಿ ಹೆಣ್ಣುಮಕ್ಕಳ ಕೆಲಸದ ಅವಧಿಗೆ ಸಂಬಂಧಿಸಿದಂತೆ ಪ್ರಸನ್ನರನ್ನು ಸಂಪರ್ಕಿಸಿದ್ದೆ. ಸರ್ಕಾರದ ಹೊಸ ನಿಯಮವೊಂದರ ಪ್ರಕಾರ ಹೆಣ್ಣು ಮಕ್ಕಳು ಕೈಗಾರಿಕೆಗಳಲ್ಲಿ ರಾತ್ರಿ ಎಂಟು ಗಂಟೆ ಬಳಿಕ ಕೆಲಸ ಮಾಡಲು ಹಲವಾರು ಹೊಸ ನಿಬಂಧನೆಗಳನ್ನು ವಿಧಿಸಿದ್ದಾರೆ. ರಾತ್ರಿ ಪಾಳಿ ಇಲ್ಲದ ಸಾಫ್ಟ್‌ವೇರ್ ಮೊದಲಾದ ಕೆಲವು ಕೈಗಾರಿಕೆಗಳಲ್ಲಿ ಹೆಣ್ಣು ಮಕ್ಕಳು ಕೆಲವುಸಲ ಸಂಜೆ ಎಂಟು ಗಂಟೆ ಬಳಿಕವೂ ಒಮ್ಮೊಮ್ಮೆ ಸ್ವಲ್ಪ ಹೆಚ್ಚು ಹೊತ್ತು (ಅರ್ಧಗಂಟೆ ಅಥವಾ ಒಂದು ಗಂಟೆ) ಕೆಲಸ ಮಾಡಬೇಕಾಗಿ ಬರುತ್ತದೆ. ಇನ್ನು ಕೆಲವು ಸಲ ಮನೆಯಲ್ಲಿ ಚಿಕ್ಕಮಕ್ಕಳಿರುವ ಹೆಣ್ಣು ಮಕ್ಕಳು ಬೇಕಾದಾಗ ಕೆಲಸಕ್ಕೆ ಬಂದು ಹೋಗುವ ಸ್ವಾತಂತ್ರ್ಯ ಬಯಸುತ್ತಾರೆ. ಮುಖ್ಯವಾಗಿ ಸಾಫ್ಟ್‌ವೇರ್ ಹೆಣ್ಣು ಮಕ್ಕಳಿಗೂ ಹೀಗೆ ಗಂಡಸರಂತೆ ಎಷ್ಟು ಹೊತ್ತಿಗೆ ಬೇಕಾದರೂ ಕಚೇರಿಯಲ್ಲಿ ಕೆಲಸ ಮಾಡುವ ಸ್ವಾತಂತ್ರ್ಯ ಉಳಿಸುವ ಬಗ್ಗೆ ಸಂಬಂಧಿತರಿಗೆ ತಿಳುವಳಿಕೆ ನೀಡುವ ಕೆಲಸಕ್ಕೆ ಸಹಾಯ ಯಾಚಿಸಿದ್ದೆ. ಸಂಜೆ ಎಂಟು ಗಂಟೆಗೆ ಎಲ್ಲಾ ಹೆಣ್ಣು ಮಕ್ಕಳೂ ಕಡ್ಡಾಯವಾಗಿ ಕೆಲಸ ಮಾಡುವ ಜಾಗ ಬಿಡಬೇಕೆಂದು ವಿಧಿಸಿದರೆ ಕೈಯಲ್ಲಿ ಇದ್ದುದನ್ನು ಮುಗಿಸಿ ಹೊರಡಲೂ ಒಮ್ಮೊಮ್ಮೆ ಆಗುವುದಿಲ್ಲ.

ಇನ್ನೊಮ್ಮೆ ಇಂಜಿನಿಯರಿಂಗ್ ಸಿಲೆಬಸ್‌ನಲ್ಲಿ ಹೊಸ ತಂತ್ರಜ್ಞಾನದ ಬಗ್ಗೆ ಪಾಠ ಹೇಳಿಕೊಡುವ ವಿಚಾರ ಕರ್ನಾಟಕದಲ್ಲಿ ಯಶಸ್ವಿಯಾಗಿತ್ತು. ಅದು ಜಾಗತಿಕವಾಗಿ ಒಂದು ಉತ್ತಮ ಸಿಲೆಬಸ್ ವಿಧಾನ ಎಂದು ಸ್ವೀಕಾರವಾಗಿ ಹೊರ ದೇಶಗಳ ಇತರ ಅನೇಕ ವಿಶ್ವವಿದ್ಯಾನಿಲಯಗಳು ಈ ಕಾರ್ಯಕ್ರಮದ ಅನುಕರಣೆಗೆ ಮುಂದೆ ಬಂದವು. ಅದಕ್ಕೆ ಸಂಬಂಧಪಟ್ಟ ಒಂದು ಸಮಾರಂಭಕ್ಕೆ ಮುಖ್ಯ ಅತಿಥಿಗಳಾಗಿ ಹಿರಿಯರೊಬ್ಬರನ್ನು ಕರೆಯಲು ಸಹಾಯ ಯಾಚಿಸಿದ್ದೆ.

ಈ ಮೂರೂ ಸಂದರ್ಭಗಳಲ್ಲಿ ಪ್ರಸನ್ನರ ಬಳಿ ಹೋದಾಗ ಸರ್ಕಾರಿ ವ್ಯವಸ್ಥೆ ಒಳಗೆ ಕೆಲಸ ಮಾಡುವ ಒಬ್ಬ ಅಧಿಕಾರಿಗೆ ಸಾರ್ವಜನಿಕ ಕೆಲಸಗಳಿಗಾಗಿ ಪ್ರಭಾವ ಬೀರುವಲ್ಲಿ ಕೆಲವು ಮಿತಿಗಳಿವೆ ಎಂಬ ಅರಿವು ನನಗಿತ್ತು. ಎಲ್ಲರಿಗೂ ಬೇಕಾದ ಕೆಲಸ ಯಾರಾದರೂ ಒಬ್ಬರಿಂದ ಪ್ರಾರಂಭವಾಗಬೇಕು. ಸಾಧ್ಯವಾದ ಪ್ರಯತ್ನ ಮಾಡೋಣ ಎಂಬುದು ನನ್ನ ಉದ್ದೇಶ. ಈ ಎಲ್ಲಾ ಸಂದರ್ಭಗಳಲ್ಲಿ ಆಗಬೇಕಾದ ಕೆಲಸ ಬಹು ಯಶಸ್ವಿಯಾಗಿ ನಡೆದಿದೆ ಎಂದು ನಾನು ಹೇಳಲಾರೆ.

ಆದರೆ, ಎಲ್ಲಿ ಯಶಸ್ವಿಯಾಗಿಲ್ಲವೋ ಅಲ್ಲಿ ಅದನ್ನು ಯಾರ ಮನಸ್ಸಿಗೂ ನೋವಾಗದ ಹಾಗೆ ಪ್ರಸನ್ನ ತಿಳಿಸಿದ್ದಾರೆ. ಇದು ಆಗಬೇಕಾದ ಕೆಲಸ. ನಿಮ್ಮ ಪ್ರಯತ್ನ ಬಿಡಬೇಡಿ. ಇಲ್ಲಿ ಈಗ ಒಮ್ಮೆ ಆಗಿಲ್ಲ ಎಂಬುದರಿಂದ ಅದು ಅಂತ್ಯವೇನೂ ಅಲ್ಲ ಎಂಬ ಭಾವ

ಅವರ ಮೂಲಕ ಸಾರ್ವಜನಿಕ ಕೆಲಸಕ್ಕಾಗಿ ಸರ್ಕಾರದ ಬಳಿ ಹೋದವರಿಗೆ ಉಂಟಾಗುವಂತೆ ಅವರು ವರ್ತಿಸಿದ್ದಾರೆ. ಅಂತಹ ಎಲ್ಲಾ ಮಾತಿನ ಸಂದರ್ಭಗಳಲ್ಲೂ ಅವರು ಕೃಷ್ಣನನ್ನೋ, ಧರ್ಮರಾಯನನ್ನೋ ಅಥವಾ ಪುರಾಣದಿಂದ ಮತ್ತೇನನ್ನೋ ಉದಾಹರಿಸಿ ಸಾರ್ವಜನಿಕ ಕೆಲಸಕ್ಕಾಗಿ ಅವರ ಬಳಿ ಹೋದವರ ಮನಸ್ಸಿಗೆ ಸಮಾಧಾನವಾಗುವಂತೆ ನೋಡಿಕೊಂಡರು.

ಒಂದು ಸರ್ಕಾರಿ ವ್ಯವಸ್ಥೆ ಒಳಗಿದ್ದೂ ನಿರ್ಲಿಪ್ತವಾಗಿ ಯಾರ ಮನಸ್ಸಿಗೂ ನೋವಾಗದ ಹಾಗೆ ವರ್ತಿಸುವ ಕಲೆ ದೊಡ್ಡದು. ಅಂತಹ ಕೆಲಸ ಜಾಣತನವಾದಾಗ ನಂಬುಗೆ ಹೊರಟು ಹೋಗುತ್ತದೆ. ಅದು ಕಲೆಯಾದಾಗ ಅಂತಹವರ ಮನಸ್ಸಿನ ಪ್ರಾಮಾಣಿಕತೆಯ ಅರಿವಾಗಿ ವಿಶ್ವಾಸ ಉಳಿಯುತ್ತದೆ. ಪ್ರಸನ್ನರೊಡನೆ ಯಾವತ್ತೂ ಇಂತಹ ವಿಶ್ವಾಸ ಉಳಿದಿದೆ.

ಡಾ. ಎ.ವಿ. ಪ್ರಸನ್ನ ಅವರು ಕುಮಾರವ್ಯಾಸನ ಕರ್ಣಾಟ ಭಾರತ ಕಥಾ ಮಂಜರಿಯ ಹತ್ತು ಪರ್ವಗಳು ಮತ್ತು ಅದನ್ನು ಮುಂದುವರಿಸಿ ತಿಮ್ಮಣ್ಣ ಕವಿಯು ರಚಿಸಿದ ಮುಂದಿನ ಎಂಟು ಪರ್ವಗಳನ್ನು ಪರಿಷ್ಕರಿಸಿದವರು. ಕನ್ನಡ ವಿಶ್ವವಿದ್ಯಾಲಯ ಅದನ್ನು "ಕನ್ನಡ ಭಾರತ" ಎಂಬ ಹೆಸರಿನಲ್ಲಿ ಪ್ರಕಟಿಸಿದೆ. ಈ ಕೆಲಸದಲ್ಲಿ ಅವರ ಮಗ ಎ.ಪಿ. ಅಶ್ವಿನ್‌ಕುಮಾರ್ ಹಾಗೂ ಮಗಳು ಎ.ಪಿ. ಶಿಲ್ಪಾ ಅವರಿಗೆ ಸಹಕರಿಸಿದ್ದಾರೆ. ಈ ನಿಟ್ಟಿನಲ್ಲಿ ಅವರು ಭಾಗ್ಯಶಾಲಿ, ವಿದ್ವದಾಸಕ್ತಿ ಕುಟುಂಬದಲ್ಲಿ ಉಳಿದು ಬೆಳೆದಿದೆ. ಲಕ್ಷ್ಮಿ ಬಂದಾಗ ಸರಸ್ವತಿಯನ್ನು ಅವರು ಬಿಟ್ಟು ಕೊಡಲಿಲ್ಲ.

ಸಾಹಿತ್ಯದ ಈ ಅಧ್ಯಯನ ಅವರ ವ್ಯಕ್ತಿತ್ವದ ಭಾಗವಾಗಿ ಬೆಳೆದಿದೆ. ಅಧಿಕಾರ ಹಾಗೂ ಅಧ್ಯಯನ ಎರಡರ ಮೂಲಕವೂ ಅವರಿಗೆ ಜಗತ್ತಿನ ಬಗ್ಗೆ "ಇದು ಇಷ್ಟೇ" ಎಂಬ ತಾತ್ವಿಕ ತಿಳುವಳಿಕೆ ಲಭ್ಯವಾಗಿದೆ. ಆ ತಾತ್ವಿಕತೆ ಅವರ ಅಂತರಂಗದ ಭಾಗವಾಗಿದೆ. ಅದರಿಂದ ಅವರಿಗೆ ಸದಾ ಸಮಾಧಾನದ, ಸಹಿಸಿಕೊಂಡು ಸಹಕರಿಸುವ ಮನಃಸ್ಥಿತಿ ಲಭ್ಯವಾಗಿದೆ. ಆದ್ದರಿಂದಲೇ, ಅವರ ಕೆಲವು ಪರಿಚಿತರು ಹೇಳುವ ಹಾಗೆ ಅವರು ಪ್ರಸನ್ನವದನರಾದ ಪ್ರಸನ್ನ. ಅವರಿಗೆ ಅರವತ್ತು ಸಂವತ್ಸರಗಳು ತುಂಬಿದ ಶುಭ ಸಂದರ್ಭದಲ್ಲಿ ಅಭಿನಂದನೆಗಳು.

(ಡಾ. ಎ.ವಿ. ಪ್ರಸನ್ನ ಅವರಿಗೆ 60 ವರ್ಷಗಳು ತುಂಬಿದ ಸಂದರ್ಭದಲ್ಲಿ ಹೊರತಂದ ಅವರ ಅಭಿನಂದನ ಗ್ರಂಥ 'ಸಾಧನಶೀಲ'ಕ್ಕಾಗಿ ಬರೆದ ಲೇಖನ)

***

20. ಹೊರನಾಡಿನಲ್ಲಿದ್ದು ಕನ್ನಡ ಕೆಲಸ: ಡಾ. ಹರಿಕೃಷ್ಣ ಭರಣ್ಯ

ಕರ್ನಾಟಕ ಏಕೀಕರಣ ಆಗುವ ಮೊದಲು ನಮ್ಮ ಸುತ್ತಲಿನ ಪ್ರಾಂತ್ಯಗಳಲ್ಲಿ ಕನ್ನಡ ಅಧ್ಯಯನಕ್ಕೊಂದು ಪ್ರಾಮುಖ್ಯತೆ ಆಡಳಿತದ ಅಗತ್ಯವಾಗಿಯೇ ಬೆಳೆಯಿತು. ಆಗಿನ ಮದ್ರಾಸು, ಮುಂಬಯಿ ಯುನಿವರ್ಸಿಟಿಗಳು, ಆಂಧ್ರಪ್ರದೇಶದ ಉಸ್ಮಾನಿಯಾ ವಿಶ್ವವಿದ್ಯಾನಿಲಯ, ಕೇರಳದ ಕಲ್ಲಿಕೋಟೆ ಮೊದಲಾದೆಡೆ ಕನ್ನಡ ಅಧ್ಯಯನ ಕೇಂದ್ರಗಳು ಬೆಳೆದವು. ಆ ಬಳಿಕ ತಮಿಳುನಾಡಿನ ಮಧುರೈ, ಈಗ ಕೇರಳದ ಕಾಸರಗೋಡು ಇಲ್ಲೆಲ್ಲ ಕನ್ನಡ ಅಧ್ಯಯನ ಕೇಂದ್ರಗಳಿವೆ. ಇವಲ್ಲದೆ ದೆಹಲಿ ವಿಶ್ವವಿದ್ಯಾನಿಲಯ, ಬನಾರಸ್ ವಿಶ್ವವಿದ್ಯಾನಿಲಯ ಇತ್ಯಾದಿ ಜಾಗಗಳಲ್ಲೂ ಕೂಡಾ ಕನ್ನಡ ಅಧ್ಯಯನ ಪೀಠಗಳಿವೆ. ಆದರೆ ಅನೇಕ ಸಲ ನಮಗೆ ಹೊರನಾಡಿನಲ್ಲಿದ್ದು ಕನ್ನಡ ಕೆಲಸ ಮಾಡಿದವರು ಸುಲಭದಲ್ಲಿ ನೆನಪಾಗುವುದಿಲ್ಲ. ಈಚೆಗೆ ಹಾಗೆ ನಾವು ನೆನಪಿಸಿಕೊಳ್ಳಬೇಕಾದವರು ಡಾ. ಹರಿಕೃಷ್ಣ ಭರಣ್ಯ.

ಹೊರನಾಡಿನ ವಿಶ್ವವಿದ್ಯಾನಿಲಯದಲ್ಲಿದ್ದು ಕನ್ನಡದ ಕೆಲಸ ಮಾಡಿದವರಲ್ಲಿ ಅಂದಿನ ಮದ್ರಾಸಿನಲ್ಲಿದ್ದ ಚೆನ್ನಕೇಶವ ಅಯ್ಯಂಗಾರ್ ಶಬ್ದಮಣಿ ದರ್ಪಣವನ್ನು ಸಂಪಾದಿಸಿದರು. ಪ್ರೊ. ಎಂ. ಮರಿಯಪ್ಪ ಭಟ್ಟರು ಕಿಟೆಲ್ ಕೋಶವನ್ನು ಹೊಸದಾಗಿ ಸಂಪಾದಿಸಿದರು. ಡಾ. ಶ್ರೀನಿವಾಸ ಹಾವನೂರರು ಅನೇಕ ಸಂಶೋಧನಾ ವಿಚಾರಗಳನ್ನು ಪ್ರಸ್ತುತ ಪಡಿಸಿದರು. ಡಾ. ರಾಮಚಂದ್ರರಾವ್ ಉಸ್ಮಾನಿಯಾ ವಿಶ್ವವಿದ್ಯಾನಿಲಯದಲ್ಲಿ ಈ ಕೆಲಸ ಮಾಡಿದರು. ಡಾ. ವಸಂತ ತಾಳ್ತಜೆ, ಮುಂಬಯಿ ವಿ.ವಿ.ಯಲ್ಲಿದ್ದು ಹಳೆಗನ್ನಡ ಸಾಹಿತ್ಯದ ಮೌಲಿಕ ಸಂಶೋಧನೆಗೆ ಕಾರಣರಾದರು. ಪ್ರೊ. ಪಿ. ಶ್ರೀಕೃಷ್ಣ ಭಟ್ಟರು ಕಾಸರಗೋಡಿನಲ್ಲಿದ್ದು ಅಧಿಕೃತ ವ್ಯಾಕರಣ ಗ್ರಂಥಗಳನ್ನು ಬರೆದರು. ಈಗ ಮುಂಬಯಿ ವಿ.ವಿಯಲ್ಲಿರುವ ಡಾ. ಜಿ.ಎಸ್. ಉಪಾಧ್ಯರು ಗಡಿನಾಡಿನ ವಿಚಾರ, ಸಂಸ್ಕೃತಿಗಳ ಸಂಶೋಧನೆಗಳಲ್ಲಿ ನಿರತರಾಗಿದ್ದಾರೆ. ಹಿಂದೆ ಮದ್ರಾಸಿನಲ್ಲಿ ಪ್ರೊ. ಕೆ. ಕುಶಾಲಪ್ಪ ಗೌಡರು ತಲಸ್ಪರ್ಶಿ ಸಂಶೋಧನಾ ಸಂಸ್ಕೃತಿಯನ್ನು ವಿದ್ಯಾರ್ಥಿಗಳಲ್ಲಿ ಬೆಳೆಸಿದವರು. ಮಧುರೈ ವಿಶ್ವವಿದ್ಯಾನಿಲಯದ ಕನ್ನಡ ವಿಭಾಗದ ಮುಖ್ಯಸ್ಥರಾಗಿ ನಿವೃತ್ತರಾದ ಡಾ. ಹರಿಕೃಷ್ಣ ಭರಣ್ಯ ಅವರು ಪ್ರೊ. ಕುಶಾಲಪ್ಪ ಗೌಡರ ವಿದ್ಯಾರ್ಥಿ.

'ಹೊಸಗನ್ನಡ ಸಾಹಿತ್ಯದ ಉಗಮ ಮತ್ತು ವಿಕಾಸ' ಎಂಬ ಕೃತಿ ಡಾ. ಕುಶಾಲಪ್ಪಗೌಡ ಅವರ ಮಾರ್ಗದರ್ಶನದಲ್ಲಿ ಹರಿಕೃಷ್ಣ ಭರಣ್ಯರು ನಡೆಸಿದ ಸಂಶೋಧನೆಯ ಫಲ (1980–83). ಈ ಕೃತಿ 1860–1920ರ ಕಾಲಘಟ್ಟದ ಕನ್ನಡ ಬೆಳವಣಿಗೆಯನ್ನು ದಾಖಲಿಸಿ ಚರ್ಚಿಸುತ್ತದೆ. ಕನ್ನಡದಲ್ಲಿ ನವೋದಯ ಸಶಕ್ತವಾಗಿ ಬೆಳೆದುದರ ಹಿಂದೆ ಯಾವ ರೀತಿಯ ಭಾಷೆ ಹಾಗೂ ಸಾಂಸ್ಕೃತಿಕ ತಯಾರಿ ನಡೆದಿತ್ತು ಎಂಬುದನ್ನು ತಿಳಿಯಲು ಇದೊಂದು ಆಕರ ಗ್ರಂಥ. ಈ ಅವಧಿಯ ಒಂದು ಸಾವಿರಕ್ಕೂ ಅಧಿಕ ಕೃತಿಗಳ ಹಾಗೂ ಕೃತಿಕಾರರ ಉಲ್ಲೇಖವನ್ನು ವರ್ಷ ಸಹಿತ ನಮೂದಿಸಿರುವ ಅಪರೂಪದ ದಾಖಲೆ ಇದು. ಸಂಶೋಧನಾ ದೃಷ್ಟಿಯಿಂದ ಮುಂದಿನ ಅಧ್ಯಯನಕಾರರಿಗೆ ಇಲ್ಲಿ ಮಹತ್ವವಾದ ದಾಖಲೆ ಲಭ್ಯ.

ನಮ್ಮಲ್ಲಿ ಹೊಸಗನ್ನಡ ಸಾಹಿತ್ಯ ಚಿಂತನೆಯನ್ನು ಕುರಿತು ಶೋಧಿಸಿದ ಆಕರ ಗ್ರಂಥಗಳಾಗಿ ತಕ್ಷಣ ನೆನಪಿಗೆ ಬರುವುದು; ಎಸ್. ಅನಂತ ನಾರಾಯಣ ಅವರ 'ಹೊಸಗನ್ನಡ ಕವಿತೆಯ ಮೇಲೆ ಇಂಗ್ಲಿಷ್ ಕಾವ್ಯದ ಪ್ರಭಾವ (1962) ಶ್ರೀನಿವಾಸ ಹಾವನೂರರ 'ಹೊಸಗನ್ನಡ ಅರುಣೋದಯ' (1974) ಹಾಗೂ ರಾ.ಯ. ಧಾರವಾಡಕರ ಅವರ 'ಹೊಸಗನ್ನಡ ಸಾಹಿತ್ಯದ ಉದಯ' (1975). ಇದಕ್ಕೆ ಪೂರಕವಾಗಬಲ್ಲ ಐ.ಮಾ. ಮುತ್ತಣ್ಣ ಅವರ ಕೃತಿಯೊಂದರ ಬಗ್ಗೆ ಡಾ. ಮೋಹನ ಕುಂಟಾರ್ ಬರೆದ ನೆನಪಿದೆ. ಇದಕ್ಕೆ ಪೂರಕವಾಗಿ ಆದರೆ ತುಸು ಭಿನ್ನವಾಗಿ ಭರಣ್ಯರು ಅಂದಿನ 60 ವರ್ಷಗಳ ಕಾಲದಲ್ಲಿ ಪ್ರಕಟವಾದ ಕೃತಿಗಳು, ಆ ಕಾಲದ ಲೇಖಕರ ಅಭಿಪ್ರಾಯಗಳು, ಚರ್ಚಿಸಿದ ಸಮಸ್ಯೆಗಳು ಅಂದಿನ ಧ್ಯೇಯ ಧೋರಣೆಗಳ ದಾಖಲೆ– ಆ ಮೂಲಕ ಹೊಸಗನ್ನಡ ಸಾಹಿತ್ಯ ವಿಕಾಸಗೊಂಡ ಪರಿಚಯ ಮುಂದಿನ ಅಧ್ಯಯನಕ್ಕೂ ಪೂರಕವಾಗಿದೆ. (ಆ ಕಾಲಘಟ್ಟದ ಅನೇಕ ಬಿಡಿ ಲೇಖಕರ ಬಗ್ಗೆ ಕೃತಿ ಸಂಪಾದನೆ ಸೇರಿ ತಲಸ್ಪರ್ಶಿ ಸಂಶೋಧನೆಯಲ್ಲಿ ಇತ್ತೀಚೆಗೆ ಡಾ. ಎಂ.ವಿ. ನಾವಡ ನಿರತರಾಗಿದ್ದಾರೆ.)

ಸಂಶೋಧನ ವಿಧಾನ

ಈ ಕೃತಿ ಸಂಶೋಧನೆಯ ಅಂತರಂಗವನ್ನು ಪ್ರವೇಶಿಸಿ ದಾಖಲಿಸಿದ ಜ್ಞಾನ. ಅಂತಹ ಸಂಶೋಧನೆಗೆ ಪ್ರೊ. ಕುಶಾಲಪ್ಪ ಗೌಡರ ಪಾಂಡಿತ್ಯ, ವಿದ್ವತ್ತು ಮತ್ತು ಅಧ್ಯಯನದ ಶಿಸ್ತಿನಿಂದ ತಾವು ಕರಗತ ಮಾಡಿಕೊಂಡ ಸಂಶೋಧನಾ ವಿಧಾನಗಳನ್ನು ಡಾ. ಭರಣ್ಯ ಅಲ್ಲಿಗೇ ಮರೆತು ಬಿಡಲಿಲ್ಲ. ಅದು ಇತರರ ಅನುಕೂಲಕ್ಕೂ ಸಿಗಲಿ ಎಂದು 'ಸಂಶೋಧನ ವಿಧಾನ' ಎಂಬೊಂದು ಕೃತಿಯನ್ನು ರಚಿಸಿದರು.

ಭರಣ್ಯರ 'ಸಂಶೋಧನ ವಿಧಾನ' ಕೃತಿಯಲ್ಲಿ ಹನ್ನೊಂದು ವಿಭಾಗಗಳಿವೆ. ಸಂಶೋಧನೆಯಲ್ಲಿ ವಾದ ಮಂಡನೆ ಒಂದು ಕ್ರಮ. ಸಂಶೋಧನೆಯ ಪ್ರಕ್ರಿಯೆ ಹಾಗೂ ಸಂಗ್ರಹಗಳ ಮೂಲಕ ವಿಶ್ಲೇಷಣಾತ್ಮಕವಾಗಿ ಒಂದು ನಿರ್ಣಯವನ್ನು ತಲುಪುವುದು

ಇನ್ನೊಂದು ರೀತಿ. ವಿಷಯದ ಆಯ್ಕೆ, ಪ್ರಸ್ತಾಪನೆ, ರಚನೆ, ಕ್ಷೇತ್ರಕಾರ್ಯ, ಅಂಕಿಅಂಶಗಳ ಪರಿಷ್ಕರಣೆ, ಪ್ರಬಂಧ ರಚನೆ ಹೀಗೆ ಸಾಗಬೇಕಾದ ಕಾರ್ಯಘಟ್ಟಗಳನ್ನು ಒಟ್ಟಾಗಿ ಒಂದು ಬಂಧಕ್ಕೆ ತರುವುದು ಹೇಗೆಂದು ಅನೇಕ ವಿದ್ಯಾರ್ಥಿಗಳು ಒದ್ದಾಡುತ್ತಿರುತ್ತಾರೆ. ಅವರಿಗೆಲ್ಲಾ ಸಹಕಾರಿಯಾಗಬಲ್ಲ ಕೃತಿ ಇದು.

ಈಚೆಗೆ ಯುಜಿಸಿ ಸಂಸ್ಥೆ ಕಾಲೇಜು ಅಧ್ಯಾಪಕರಾಗಲು ಎಂ.ಫಿಲ್, ಪಿಎಚ್.ಡಿ ಮೊದಲಾದವನ್ನು ಕಡ್ಡಾಯ ಮಾಡಿದೆ. ಹಾಗಾಗಿ ಸ್ನಾತಕೋತ್ತರ ಡಿಗ್ರಿ ಬಳಿಕ ಹೆಚ್ಚಿನ ಸಂಖ್ಯೆಯಲ್ಲಿ ವಿದ್ಯಾರ್ಥಿಗಳು ಇಂದು ಸಂಶೋಧನೆಗೆ ತೊಡಗುತ್ತಾರೆ. ಆದರೆ ಅವರಲ್ಲಿ ಅನೇಕರಿಗೆ ಇಂತಹ ಸಂಶೋಧನೆಗಳಿಗೂ ಎಂ.ಎ.ಯಲ್ಲಿ ಓದುವುದಕ್ಕೂ ಇರುವ ವ್ಯತ್ಯಾಸಗಳೇನು ಎಂಬುದೇ ತಿಳಿದಿರುವುದಿಲ್ಲ. ನನ್ನ ಅನುಭವದಲ್ಲಿ ಪ್ರತಿ ತಿಂಗಳೂ ಎಂ.ಫಿಲ್. ಅಥವಾ ಪಿಎಚ್.ಡಿ ಮಾಡುವ ಕನಿಷ್ಠ ಇಬ್ಬರು ವಿದ್ಯಾರ್ಥಿಗಳಾದರೂ ನನಗೆ ಫೋನು ಮಾಡಿ ಸಂಶೋಧನೆ ಬಗ್ಗೆ ಚರ್ಚಿಸಬಯಸುತ್ತಾರೆ. ಅಂತಹ ಅನೇಕ ವಿದ್ಯಾರ್ಥಿಗಳು 'ಸಂಶೋಧನ ವಿಧಾನ' ದಂತಹ ಕೃತಿಗಳನ್ನು ಗಮನಿಸಿರುವುದಿಲ್ಲ ಎಂಬುದು ಬೇಸರದ ಸಂಗತಿ.

ನನಗೆ ಫೋನು ಮಾಡಿದ ಅನೇಕ ವಿದ್ಯಾರ್ಥಿಗಳಲ್ಲಿ ನಾನು ಭರಣ್ಯರ 'ಸಂಶೋಧನ ವಿಧಾನ' ಅಥವಾ ಇತ್ತೀಚೆಗೆ ಪ್ರಕಟವಾದ ಡಾ. ರಹಮತ್ ತರೀಕೆರೆ ಅವರ 'ಸಂಶೋಧನ ಮೀಮಾಂಸೆ' ಎಂಬ ಕೃತಿಗಳನ್ನು ಮೊದಲು ಓದಿ, ಇಂಟೆಲ್ ಟೆಕ್ನಾಲಜಿ ಎಂಬ ಕಂಪ್ಯೂಟರ್ ಕಂಪೆನಿಯಲ್ಲಿ ಈಗಲೂ ಕೆಲಸ ಮಾಡುತ್ತಿರುವ ನಾನು ನಿಮಗೆ ಮಾರ್ಗದರ್ಶನ ಮಾಡಲು ಸಮಯದ ಅನುಕೂಲ ಇರುವವನು ಅಲ್ಲ ಎಂದು ಅನೇಕ ಸಲ ಹೇಳಿದ್ದೇನೆ.

ಭರಣ್ಯರಿಗೆ ವಿದ್ಯಾರ್ಥಿಗಳ ಸಂಪರ್ಕ ಸದಾ ಪಾಯಸದ ಊಟ ಇದ್ದಂತೆ. ಮಧುರೈನ ಅವರ ವಿದ್ಯಾರ್ಥಿಗಳು ಹೇಳುವಂತೆ, ಅವರ ಮನೆಗೆ ಹೋಗಿ ಮುಕ್ತಕಂಠದ ಚರ್ಚೆ, ಆ ಬಳಿಕ ಅಲ್ಲೇ ಊಟ ಇತ್ಯಾದಿಗಳೆಲ್ಲಾ ಅವರ ಮರೆಯಲಾಗದ ನೆನಪುಗಳು. ಯಾವುದೇ ನಿವೃತ್ತ ಪ್ರೊಫೆಸರ್‌ಗಳ ಬಳಿ ಚರ್ಚಿಸಿ ತಿಳಿದುಕೊಳ್ಳುವ ಲಾಭವನ್ನು ಅವರ ಸಮೀಪ ಇರುವ ವಿದ್ಯಾರ್ಥಿಗಳು ಕಳೆದುಕೊಳ್ಳಬಾರದು.

ಬಹುಭಾಷಾ ಪ್ರೌಢಿಮೆ

ಇಂಗ್ಲಿಷ್, ಹಿಂದಿ, ಕನ್ನಡ ಭಾಷೆಗಳಲ್ಲದೆ ಭರಣ್ಯರು ತಮಿಳು, ತುಳು, ಮಲಯಾಳ ಹಾಗೂ ಹವ್ಯಕ ಭಾಷೆಗಳಲ್ಲೂ ಸಾಕಷ್ಟು ಪರಿಣತಿ ಇರುವವರು. ಇದರಿಂದಾಗಿ ಅವರ ಭಾಷಾ ಸಂಶೋಧನೆಗಳಲ್ಲಿ ವಿವಿಧ ಭಾಷಾ ವಿವರಗಳ ಲಾಭವಾಗಿದೆ. ಅವರು ಯುನಿವರ್ಸಿಟಿಗೆ ಸೇರುವ ಮೊದಲು ಉಡುಪಿಯ ಗೋವಿಂದ ಪೈ ಸಂಶೋಧನ ಕೇಂದ್ರದಲ್ಲಿ 'ತುಳು–ನಿಘಂಟು' ಯೋಜನೆಯಲ್ಲಿ ಸಂಶೋಧಕರಾಗಿ ಕೆಲಸ ಮಾಡಿದವರು. ಅವರ ಬಹುಭಾಷಾ ಪ್ರೌಢಿಮೆ ಶಾಸ್ತ್ರಾಸಕ್ತಿ ಜೊತೆ ಹೆಚ್ಚಿನ ಸಾಹಿತ್ಯಾಸಕ್ತಿಗೂ ಕಾರಣವಾಯಿತು.

ಭರಣ್ಯರು ತುಳುವಿನಲ್ಲಿ 'ನಾಲನೇ ಬುಲೆ' ಎಂಬ ಕಾದಂಬರಿ ಬರೆದಿದ್ದಾರೆ. ದ.ಕ.ಜಿಲ್ಲೆಯ ಪುತ್ತೂರು ಸಮೀಪದ ತುಳು ಭಾಷಾ ಕ್ರಮದಲ್ಲಿ ಬರೆದ ಈ ಕಾದಂಬರಿಯ ಬಹುಭಾಗ ಅಂತರಂಗ ಶೋಧನೆಯ ಸ್ವಗತ. ಸತ್ಯವ್ರತ (ತ್ರಿಶಂಕು) ವಿಶ್ವರಥ (ವಿಶ್ವಾಮಿತ್ರ) ಹಾಗೂ ವಸಿಷ್ಠ ಇವರ ಅಂತರಂಗ ಪ್ರವೇಶ ಈ ಪೌರಾಣಿಕ ಕಿರುಕಾದಂಬರಿಯ ಮುಖ್ಯತಂತ್ರ, ತುಳುನಾಡಿನಲ್ಲಿ ಎಣೆಲು, ಸುಗ್ಗಿ, ಕೊಳಕ್ಕೆ ಎಂಬುದು ವರುಷದ ಮೂರು ಭತ್ತದ ಬೆಳೆಗಳು, ವಿಶ್ವಾಮಿತ್ರರ ಮೂಲಕ ಇವಲ್ಲದೆ ನಾಲ್ಕನೆಯದನ್ನು ಶೀರ್ಷಿಕೆ ಸೂಚಿಸುತ್ತದೆ.

ಭರಣ್ಯ ಎಂಬುದು ದ.ಕ.ಜಿಲ್ಲೆಯ ಪುತ್ತೂರು ತಾಲೂಕಿನ ಪಾಣಾಜೆ ಗ್ರಾಮದ ಒಂದು ಜಾಗ. ಕಾಸರಗೋಡಿನ ಸಮೀಪದ ಪೆರ್ಲದಿಂದ 'ಸ್ವರ್ಗ' ಎಂಬ ಊರಿನ ಮೂಲಕವೂ ಅಲ್ಲಿಗೆ ತಲುಪಬಹುದು. ಭರಣ್ಯದ ಹರಿಕೃಷ್ಣರ ಮನೆ ಮಾತು ಹವ್ಯಕ ಭಾಷೆ. ಅವರ ಸಂಶೋಧನೆ, ವಿಮರ್ಶೆಯ ಆಸಕ್ತಿಗಳು ಸಾಹಿತ್ಯಕ್ಕೆ ತಿರುಗಿದುದಕ್ಕೆ ಹವ್ಯಕ ಭಾಷೆಯಲ್ಲಿ ಅವರು ಮಾಡಿದ ಕೆಲಸ ಉತ್ತಮ ಉದಾಹರಣೆ.

ಹವ್ಯಕ

ಹವ್ಯಕ ಭಾಷೆಯಲ್ಲಿ 'ಕೂಸಕ್ಕನ ಮದುವೆ' ಎಂಬ ಕಿರು ಪ್ರಹಸನವನ್ನು 1930ರಲ್ಲಿ ಹವ್ಯಕ ಮನೆ ಮಾತು ಅಲ್ಲದ ನರ್ಕಳ ಮಾರಪ್ಪ ಶೆಟ್ಟಿಯವರು ರಚಿಸಿದ್ದರು. 1887ರಲ್ಲಿ ಪ್ರಕಟವಾದ 'ಇಗ್ಗಪ್ಪ ಹೆಗಡೆ ವಿವಾಹ ಪ್ರಹಸನ' ಹವ್ಯಕ ಭಾಷೆಯ ಮೊದಲನೆ ಕೃತಿ. ಎಂದು ಪರಿಗಣಿತವಾಗಿದೆ. ಹವ್ಯಕದ ಎರಡನೇ ಕೃತಿ 'ಕೂಸಕ್ಕನ ಮದುವೆ' ಬಗ್ಗೆ ಭರಣ್ಯರು ಬರೆದು ಅದನ್ನು ಪರಿಚಯಿಸಿದರು. ಆ ಕಾಲದಲ್ಲಿ ದ.ಕ.ಜಿಲ್ಲೆಯ ಕನ್ನಡ ಓದುಗರಲ್ಲೂ ಹವ್ಯಕ ಭಾಷೆ ಹಾಗೂ ಕೃತಿಗಳ ಬಗ್ಗೆ ವಿಶೇಷ ಮನ್ನಣೆ ಇರಲಿಲ್ಲ. 1960ರ ದಶಕದಲ್ಲಿ ಡಾ. ನಾ.ಮೊಗಸಾಲೆ ಬರೆದ 'ಅನಂತ' ಎಂಬ ಕಾದಂಬರಿಯ ಸಂಭಾಷಣೆಗಳಲ್ಲಿ ಹವ್ಯಕ ಭಾಷೆ ಬಳಕೆ ತುಂಬಾ ಇತ್ತು. ಆಗಿನ ವಿದ್ವಾಂಸರಾದ ಪ್ರೊ. ತೆಕ್ಕುಂಜೆ ಗೋಪಾಲಕೃಷ್ಣ ಭಟ್ಟ ಮೊದಲಾದವರು ಮೊಗಸಾಲೆಯವರನ್ನು ಹೆಸರಿಸಿಯೇ ಕನ್ನಡ ಕೃತಿಗಳಲ್ಲಿ ಹವ್ಯಕ ಭಾಷೆಯ ಬಳಕೆಯನ್ನು ಒಪ್ಪುತ್ತಿರಲಿಲ್ಲ. ಈ ಹಿನ್ನೆಲೆಯಲ್ಲಿ ಹವ್ಯಕ ಭಾಷೆ ಬಗ್ಗೆ ಭರಣ್ಯರ ಕೆಲಸಕ್ಕೆ ಮಹತ್ವವಿದೆ. ಮುಂದೆ ಎಸ್.ಬಿ.ಹೇಟ್, ಡಾ. ಸವಿತಾ ಮರಕ್ಕಿಣಿ ಹವ್ಯಕ ಭಾಷೆಯನ್ನು ತಮ್ಮ ಬರವಣಿಗೆಗಳಲ್ಲಿ ಬಳಸಲು ಪ್ರಾರಂಭಿಸಿದರು. ಬಾಳಿಲ ಪರಮೇಶ್ವರ ಭಟ್ಟರಿಂದ 'ಧರ್ಮವಿಜಯ' ಎಂಬ ಹವ್ಯಕ ಮಹಾಕಾವ್ಯವೊಂದು ಹೊರಬಂತು. 'ಸಾವಿರದೊಂದು ಗೆಣಸಲೆ' ಎಂಬ ಸುಭಾಷಿತ ರೂಪದ ವಿಚಾರಪ್ರದ ಪುಸ್ತಕಗಳನ್ನು ಮುಂದೆ ಭರಣ್ಯರೇ ರಚಿಸಿದರು. ('ಗೆಣಸಲೆ' ಎಂದರೆ ಹಲಸಿನ ಹಣ್ಣಿನಿಂದ ಮಾಡುವ ಒಂದು ರುಚಿಯಾದ ತಿಂಡಿ). ಹವಿಗನ್ನಡ ಸಾಹಿತ್ಯವೆಂದರೆ ಹವ್ಯಕರು ಬರೆದ ಸಾಹಿತ್ಯ ಎಂದರ್ಥವಲ್ಲ. ಬದಲಾಗಿ ಹವ್ಯಕ ಭಾಷೆಯಲ್ಲಿ ಬರೆದ ಸಾಹಿತ್ಯ– ಅದರಲ್ಲಿ ಸಮುದಾಯದ ಭಾಗವಹಿಸುವಿಕೆ ಇದೆ ಎಂಬುದನ್ನು ಉದಾಹರಣೆ ಸಹಿತ ಸ್ಥಾಪಿಸುವಲ್ಲಿ ಭರಣ್ಯರು ಸಾಕಷ್ಟು ಕೆಲಸ ಮಾಡಿದರು.

ತುಳು ಸಂಸ್ಕೃತಿ

'ತುಳುನುಡಿ ಸಂಸ್ಕೃತಿ' ಮೊದಲಾದ ಕೃತಿಗಳ ಮೂಲಕ ಅವರು ತುಳುವಿನಲ್ಲೂ ತಮ್ಮನ್ನು ಇನ್ನಷ್ಟು ತೊಡಗಿಕೊಂಡರು. ಅನೇಕ ತುಳು ಗಾದೆಗಳನ್ನು ಸಂಗ್ರಹಿಸಿ ಪ್ರಕಟಿಸಿದರು (ಉದಾ. ಉಗ್ಗೆಲ್‌ಡು ವಸರ್ ಬೋಡು, ಕಂಡಡು ಕೆಸರ್ ಬೋಡು'– ಬಾವಿಯಲ್ಲಿ ಒರತೆ ಇರಬೇಕು. ಗದ್ದೆಯಲ್ಲಿ ಕೆಸರು ಇರಬೇಕು.) ಹಾಗೆಯೇ ಅವರು ತುಳುವಿನಲ್ಲಿ ಸೃಷ್ಟಿಸುತ್ತಿದ್ದ ಆಶು ಕವಿತೆಗಳನ್ನು ಕನ್ನಡ ಕವಿ ಜಿ.ಎಸ್. ಉಬರಡ್ಕ ದಾಖಲಿಸಿದ್ದಾರೆ.

ಭರಣ್ಯ ಅವರು ಮಧುರೈಯಿಂದ ರಜಾದಲ್ಲಿ ಊರಿಗೆ ಬಂದಾಗ ಕೆಲವಾರು ಸಮಾರಂಭ, ಸಾಹಿತ್ಯ ಕೂಟಗಳಲ್ಲಿ ಅವರನ್ನು ಕಾಣುವ ಸಂದರ್ಭಗಳು ಒದಗಿ ಬರುತ್ತಿತ್ತು. ಅವರಿಗೆ ಅನೇಕ ವಿದ್ಯಾರ್ಥಿಗಳು ಪ್ರತಿಭೆಯ ಹೆಸರಲ್ಲಿ ಪಾಂಡಿತ್ಯ, ಅಧ್ಯಯನಗಳನ್ನು ಬದಿಗೆ ಸರಿಸುವುದು ಆತಂಕವನ್ನು ಉಂಟು ಮಾಡುತ್ತಿತ್ತು.

ಭರಣ್ಯರ ಉಲ್ಲಾಸ ಉತ್ಸಾಹ ನೋಡಿದರೆ ಅವರಿಗೆ ನಿವೃತ್ತರಾಗುವ ವಯಸ್ಸಾಯಿತು ಎಂಬುದು ಯಾರಿಗೂ ತಿಳಿಯದು. ಈಚೆಗೆ ನಾನೊಮ್ಮೆ ಕಾಸರಗೋಡು ಕಡೆ ಹೋಗಿದ್ದಾಗ ಭರಣ್ಯರು ಅಲ್ಲಿಗೆ ಸಮೀಪದ ಕುಂಬಳೆ ಬಳಿ, ಪುಟ್ಟ ಊರಾದ ನಾರಾಯಣ ಮಂಗಲಂ ಎಂಬಲ್ಲಿ ಒಂದು ಮನೆ ಕಟ್ಟಿಸಿಕೊಂಡು ತಮ್ಮ ನಿವೃತ್ತಿ ಜೀವನ ನಡೆಸುತ್ತಿದ್ದಾರೆ ಎಂದು ತಿಳಿಯಿತು. ಎಂದಿನಂತೆ ತಮ್ಮ ಪಾಡಿಗೆ ತಾವು ಇದ್ದುಕೊಂಡು ತಮ್ಮ ಆಸಕ್ತಿಯ ಅಧ್ಯಯನ ಬರವಣಿಗೆಗಳಲ್ಲಿ; ಸಂಶೋಧನೆ, ಸಂಗೀತ, ಯಕ್ಷಗಾನಗಳಲ್ಲಿ ಅವರು ತೊಡಗಿದ್ದಾರೆ. ಈಗಾಗಲೇ 30ಕ್ಕೂ ಅಧಿಕ ಕೃತಿಗಳನ್ನು ರಚಿಸಿರುವ ಭರಣ್ಯರಿಂದ ಮುಂದೆ ಇನ್ನಷ್ಟು ಕೃತಿಗಳು ಹೊರಬರುವುದರಲ್ಲಿ ಸಂಶಯವಿಲ್ಲ.

ಇತ್ತೀಚೆಗೆ ಕೆ.ಸಿ. ವಿರೂಪಾಕ್ಷ ಹಾಗೂ ಡಾ. ಕೆ.ಶ್ರೀಪತಿ ಹಳಗುಂದ ಅವರ ಸಂಪಾದಕತ್ವದಲ್ಲಿ ಡಾ. ಹರಿಕೃಷ್ಣ ಭರಣ್ಯ ಅಭಿನಂದನ ಸಂಪುಟ 'ಭರಣ್ಯ' ಎಂಬ ಕೃತಿ ಹೊರಬಂದಿದೆ. ಬಹು ಭಾಷೆಗಳನ್ನು ಬಲ್ಲ ಭರಣ್ಯರಿಗೆ ಅವರದ್ದೇ ಆದೊಂದು ಸಂಶೋಧನಾ ಶಿಸ್ತು ಇದೆ. ಅವರು ನಿವೃತ್ತರಾದ ಬಳಿಕ ವಾಸಿಸುತ್ತಿರುವುದು ಕರ್ನಾಟಕದ ಹೊರಗಿರುವ ಗಡಿನಾಡು. ಆದರೂ ಅಲ್ಲಿಗೆ ಕನ್ನಡ ಸ್ನಾತಕೋತ್ತರ ಕೇಂದ್ರಗಳಿರುವ ಕಾಸರಗೋಡು ಹಾಗೂ ಮಂಗಳೂರು ಬಹಳ ದೂರ ಇಲ್ಲ. ಆ ಕಡೆಯ ಸಂಶೋಧನಾ ಆಸಕ್ತರಿಗೆ 'ಭರಣ್ಯ'ರಂತಹ ಹಿರಿಯ ವಿದ್ವಾಂಸರು ಈಗ ಮಧುರೈಯಿಂದ ಬಂದು ತಮ್ಮ ಊರಿಗೆ ಸಮೀಪದಲ್ಲೇ ಇದ್ದಾರೆ ಎಂಬುದು ತಿಳಿಯುವುದು ಕೂಡಾ ಸಂಶೋಧನಾ ಕೊಡುಕೊಳೆಗೆ ಪೂರಕವಾದ ವಿಚಾರವೇ ಆಗುತ್ತದೆ.

– 30.06.2015

***

21. ಕವಿ ಮುದ್ದಣ್ಣನ ನೆನಪಲ್ಲಿ ನಂದಳಿಕೆಯವರು

ಕವಿ ಮುದ್ದಣ ತಾನು ಹುಟ್ಟಿದ ಊರು, ಕಾಲ, ಯಾವುದೂ ತಿಳಿಯದ ಹಾಗೆ ತನ್ನ ಹೆಸರನ್ನು ಗುಪ್ತವಾಗಿಟ್ಟು ತನ್ನ ಕೃತಿಯನ್ನು ಮಾತ್ರ ಪ್ರಕಟಣೆಗೆ ಕಳುಹಿಸಿದವನು. ಮುಂದೆ ಅದನ್ನು ಬರೆದುದು ನಂದಳಿಕೆ ಲಕ್ಷ್ಮೀನಾರಾಯಣಪ್ಪ ಎಂಬುದು ತಿಳಿಯಿತು. ವಿದ್ವಾಂಸರಾದ ಡಾ. ಪಾದೇಕಲ್ಲು ವಿಷ್ಣು ಭಟ್ಟರು ಸೂಚಿಸಿರುವಂತೆ ಕವಿಯ ನಿಜ ನಾಮಧೇಯ ನಂದಳಿಕೆ ಲಕ್ಷ್ಮೀನಾರಾಯಣಯ್ಯ. (ಜನನ: 24.01.1870, ಮರಣ: 15.02.1901) ಮುದ್ದಣ ಮನೋರಮೆಯರ ಸಲ್ಲಾಪದ ಪ್ರಖ್ಯಾತ ಭಾಗಗಳುಳ್ಳ 'ಶ್ರೀರಾಮಾಶ್ವಮೇಧಂ' ಎಂಬ ಕೃತಿಯ ಕರ್ತೃವಾದ ನಂದಳಿಕೆ ಲಕ್ಷ್ಮೀನಾರಾಯಣಪ್ಪ ನಂದಳಿಕೆಯ ತನ್ನ ಬಾಲ್ಯದ ದಿನಗಳ ಬಳಿಕ ಉಡುಪಿಯಲ್ಲಿ ವ್ಯಾಯಾಮ ಶಿಕ್ಷಕರಾಗಿದ್ದು ಆಮೇಲೆ ಕುಂದಾಪುರ ಬೋರ್ಡು ಹೈಸ್ಕೂಲಿಗೆ ವರ್ಗಾವಣೆಗೊಂಡರು. ಆ ಬಳಿಕ ಅವರು ಪುನಃ ಉಡುಪಿಯ ಕ್ರಿಶ್ಚಿಯನ್ ಹೈಸ್ಕೂಲಿಗೆ ಸೇರಿ ಅಲ್ಲಿ ಕನ್ನಡ ಪಂಡಿತರಾಗಿ ಸೇವೆ ಸಲ್ಲಿಸುತ್ತಿರುವಾಗಲೇ ಅನಾರೋಗ್ಯಕ್ಕೆ ಒಳಗಾಗಿ ಮರಣ ಹೊಂದಿದರು.

ನಂದಳಿಕೆ ಎಂಬ ಹಳ್ಳಿ ಕಾರ್ಕಳ ತಾಲೂಕಿಗೆ ಸೇರಿದ್ದು ಮಂಗಳೂರಿನಿಂದ ಸುಮಾರು 50 ಕಿಲೋಮೀಟರ್ ದೂರದಲ್ಲಿದೆ. ಮುದ್ದಣ ತನ್ನ ಗುರುತನ್ನು ಮರೆಯಾಗಿಸಲು ಪ್ರಯತ್ನ ಪಟ್ಟರೂ ಆತ ತಮ್ಮ ಊರಿನ ಕವಿ ಎಂಬುದು ನಂದಳಿಕೆಯ ಜನಕ್ಕೆ ಹೆಮ್ಮೆಯ ವಿಚಾರವಾಯಿತು. ಇಂದು ಆ ಪುಟ್ಟ ಹಳ್ಳಿಯಲ್ಲೊಂದು ಕವಿ ಮುದ್ದಣ ಸ್ಮಾರಕ ಭವನ, ಮುದ್ದಣ ಹೆಸರಿನ ಪ್ರಕಾಶನ ಇತ್ಯಾದಿಗಳು ಕವಿ–ಕಾವ್ಯ ಅಧ್ಯಯನಕ್ಕೆ ಪೂರಕವಾಗಿ ಕೆಲಸ ಮಾಡುತ್ತಿವೆ. ಈ ಸ್ಥಾವರ ಸ್ಮಾರಕಗಳ ಹಿಂದೆ ಕೆಲಸ ಮಾಡುವ ಉತ್ಸಾಹಿ ಚೇತನ ನಂದಳಿಕೆ ಬಾಲಚಂದ್ರರಾವ್. ಇಂದು ನಂದಳಿಕೆ ಲಕ್ಷ್ಮೀನಾರಾಯಣಪ್ಪ ಜನಮನದಲ್ಲಿ ಕವಿ ಮುದ್ದಣ. ಮಂಗಳೂರು ಹಾಗೂ ಇತರ ಕಡೆ ನಂದಳಿಕೆಯವರು ಎಂದರೆ ಮನಸ್ಸಿಗೆ ಮೊದಲು ಬರುವುದು ಮುದ್ದಣ ಸ್ಮಾರಕ ಭವನದ ಸ್ಥಾಪನೆಗಾಗಿ ಕೆಲಸ ಮಾಡಿದ ಬಾಲಚಂದ್ರರಾವ್.

ಮುದ್ದಣ ಹೆಸರಿನಿಂದ ನಂದಳಿಕೆ ನಾಮ ಮರೆಗೆ ಸರಿಯಲು ಚಾರಿತ್ರಿಕವಾದೊಂದು ಕಾರಣವಿದೆ. ಅವರ 'ಶ್ರೀರಾಮಾಶ್ವಮೇಧಂ' ಎಂಬ ಗದ್ಯ ಕಾವ್ಯ ಕವಿ ತೀರಿಕೊಂಡ

ಬಳಿಕ 1901ರಲ್ಲಿ ಮೈಸೂರಿನ 'ಕಾವ್ಯ-ಕಲಾನಿಧಿ'ಯವರಿಂದ ಪ್ರಕಟವಾಯಿತು. ಅದು ಪ್ರಕಟವಾದುದು 'ಮುದ್ದಣ' ಎಂಬ ಕವಿಯ ಹೆಸರಿನಲ್ಲಿ. ದಕ್ಷಿಣ ಕನ್ನಡ ಜಿಲ್ಲೆಯಲ್ಲಿ ಮಕ್ಕಳಿಗೆ ಮುದ್ದಿನ ಹೆಸರಾಗಿ ಅಣ್ಣ ಎಂದು ಕೂಗುವುದಿದೆ. ಇನ್ನು ಮುದ್ದು ಹೆಚ್ಚಾಗಿ ಮಗುವನ್ನು ಮುದ್ದಣ್ಣ ಎಂದು ಕೂಗುವುದೂ ಇದೆ. (ದ.ಕ. ಜಿಲ್ಲೆಯಲ್ಲಿ ಮುಖದಲ್ಲಿ ಮೂಡುವ ಮೊಡವೆಗಳಿಗೂ 'ಮುದ್ದಣ' ಎಂದು ಹೇಳುವುದಿದೆ. ಅದು ಬೇರೆ) ಇನ್ನು ಕೆಲವು ಮನೆಗಳಲ್ಲಿ ಮಗುವನ್ನು ಮುದ್ದು ಎಂದು ಕೂಗಿ, ಆ ಮಗುವಿಗೆ ತಮ್ಮನೋ ತಂಗಿಯೇ ಹುಟ್ಟಿದಾಗ ಆತ ಮುದ್ದಣ್ಣ ಆಗುವುದೂ ಇದೆ. ನನ್ನ ತಂದೆಯ ಬಂಧುಗಳೊಬ್ಬರು ಮನೆಯಲ್ಲಿ ಅವರನ್ನು ಕೂಗುವ ಹೆಸರಾದ 'ಮುದ್ದಣ್ಣ'ದಿಂದಾಗಿ ಅವರು ನಮಗೆಲ್ಲಾ ಮುದ್ದಣ್ಣ ಮಾವ ಆಗಿದ್ದರು. ಹಾಗೆಯೇ 'ಮಗು, ಮಗುವಣ್ಣ ಇತ್ಯಾದಿಗಳೂ ಮುದ್ದಿನ ಹೆಸರುಗಳೇ. ಬಹುಶಃ ಕವಿ ತನ್ನ ಗುಪ್ತನಾಮಕ್ಕೆ ತನ್ನ ಅಥವಾ ತನಗೆ ಪ್ರಿಯರಾದವರ ಮುದ್ದಿನ ಹೆಸರನ್ನು ಬಳಸಿದ್ದಿರಬಹುದೋ ಏನೋ ಎಂಬುದು ನನ್ನದೊಂದು ಊಹೆ.

ಅದು ಏನೇ ಇರಲಿ, ಮೈಸೂರಿನ 'ಕಾವ್ಯ ಕಲಾನಿಧಿ'ಯ ಸಂಪಾದಕರಾಗಿದ್ದ ಮ.ರಾಮಾನುಜಂ ಅಯ್ಯಂಗಾರ್ ಅವರಿಗೆ ಬಂದ ಸಂಶಯ ಎಂದರೆ ಗ್ರಂಥದ ಹಸ್ತ ಪ್ರತಿಯನ್ನು ಕಳುಹಿಸಿದ ನಂದಳಿಕೆಯ ಲಕ್ಷ್ಮೀನಾರಾಯಣಪ್ಪನವರೆ ಬಹುಶಃ ಮುದ್ದಣ ಎಂಬ ಹೆಸರಿನಿಂದ ಬರೆದುದು ಆಗಿರಬೇಕು ಎಂಬುದಿತ್ತು. ಮೂಲ ಹಸ್ತಪ್ರತಿಯನ್ನು ಸಂಪಾದಕರು ಕೇಳಿದಾಗ ಅದನ್ನು ಕೊಟ್ಟವರು ತಿರುಗಿ ತೆಗೆದುಕೊಂಡು ಹೋದರೆಂದು ನಂದಳಿಕೆಯವರು ತಿಳಿಸಿದರಂತೆ. ಹೀಗೆ ಅದು ಮುದ್ದಣನ ಕಾವ್ಯವಾಗಿ ನಂದಳಿಕೆ ಮರೆಗೆ ಸರಿದ ವಿವರವನ್ನು ಪ್ರಾಸ್ತಾವಿಕವಾಗಿ ಪ್ರೊ. ಕೀರ್ತಿನಾಥ ಕುರ್ತಕೋಟಿ 'ಮುದ್ದಣನ ನೆನಪು' ಎಂಬ ತಮ್ಮ ಲೇಖನದಲ್ಲಿ ದಾಖಲಿಸುತ್ತಾರೆ. (ಪ್ರೊ. ಎಸ್.ವಿ. ಪರಮೇಶ್ವರ ಭಟ್ಟರು ದಾಖಲಿಸುವಂತೆ 1895ನೇ ಜುಲೈ ತಿಂಗಳ ಮೈಸೂರಿನ ಕಾವ್ಯಮಂಜರಿ ಸಂಚಿಕೆಯಲ್ಲಿ ಮುದ್ರಣ ಪ್ರಾರಂಭವಾಗಿ ಅಕ್ಟೋಬರ್ ತಿಂಗಳ ಸಂಚಿಕೆಯಲ್ಲಿ ಮುಕ್ತಾಯವಾಯಿತು. ಪ್ರೊ. ಜಿ.ವಿ.ಯವರು ದಾಖಲಿಸಿರುವಂತೆ ಕರ್ಣಾಟಕ ಕಾವ್ಯ ಕಲಾನಿಧಿಯ ಮಾಲೆಯಲ್ಲಿ ಮುದ್ದಣನ ರಾಮಾಶ್ವಮೇಧವನ್ನು ಆರನೆಯ ಪುಸ್ತಕವಾಗಿ ಪ್ರಕಟಿಸುವಾಗ ಸಂಪಾದಕರಾಗಿದ್ದ ಎಸ್.ಜಿ. ನರಸಿಂಹಾಚಾರ್ಯರೂ, ರಾಮಾನುಜೈಂಗಾರ್ಯರೂ ಅನೇಕ ಕಡೆ ತಿದ್ದು ಪಾಟು ಮಾಡಿರುವುದೂ ಕೆಲವು ಕಡೆ ಗ್ರಂಥ ಭಾಗಗಳನ್ನು ಅಶ್ಲೀಲವೆಂದೂ ಅನಗತ್ಯವಾಗಿ ಬಿಟ್ಟಿರುವುದೂ ಗ್ರಂಥ ಸಂಪಾದನಾ ಕಾರ್ಯದಲ್ಲಿ ಗೋಚರವಾಗಿದೆ.

ಮುದ್ದಣ ಹಳೆಯ ಕಾಲದ ಕವಿ. ಅವನು ಯಾವುದೋ ರಾಜನ ಆಸ್ಥಾನದಲ್ಲಿ ಕವಿಯಾಗಿದ್ದಿರಬೇಕು ಎಂದು ಅಧ್ಯಾಪಕರಾಗಿದ್ದ ನಂದಳಿಕೆ ತಿಳಿಸಿದ್ದರಂತೆ. ಹಳೆಯ ಕಾಲದ ಕಾವ್ಯವನ್ನು ಸಂಗ್ರಹಿಸುವ ಆಗಿನ ಹೊಸ ಕಾಲದ ಅನುಕೂಲಕ್ಕೆ ಅನುಗುಣವಾಗಿ ಕೃತಿ ಪ್ರಕಟವಾದರೂ ಜನರಿಗೆ ಅದು ನಂದಳಿಕೆ ಲಕ್ಷ್ಮೀನಾರಾಯಣಪ್ಪ ಎಂದು ತಿಳಿದೊಡನೆ

ನಂದಳಿಕೆ ಗ್ರಾಮದ ಜನತೆ ಆ ಬಗ್ಗೆ ಹೆಮ್ಮೆ ಪಟ್ಟಿತು. ತಮ್ಮ ಊರಿನ ಕವಿ ಎಂಬ ಅಭಿಮಾನ ಬೆಳೆಯಿತು. ಆ ಊರಿನ ಹಿರಿಯರು ಸೇರಿ 1958ರಷ್ಟು ಹಿಂದೆಯೇ 'ಕವಿ ಮುದ್ದಣ ಸ್ಮಾರಕ ರೈತ ಸಂಘ' ಎಂಬ ಹೆಸರಿನ ನೋಂದಾಯಿತ ಸಂಸ್ಥೆಯೊಂದನ್ನು ಸ್ಥಾಪಿಸಿದರು.

ಸಾಗಾಟಕ್ಕೊಂದು ಸರಿಯಾದ ರಸ್ತೆಯೂ ಇಲ್ಲದಂತಹ ಹಳ್ಳಿ. ಆದರೂ ಅದರ ಕಾರ್ಯ ಚಟುವಟಿಕೆಗಳಲ್ಲಿ 'ಮುದ್ದಣ ಸ್ಮಾರಕ ಭವನ'ದ ನಿರ್ಮಾಣವಾಗಬೇಕೆಂಬುದೂ ಒಂದಾಗಿತ್ತು. ಅದಕ್ಕಾಗಿ ಶ್ರೀಮತಿ ಚಾವಡಿ ಶೀತಮ್ಮ ಹೆಗ್ಗಡತಿ ಎಂಬವರು ಬೇಕಾದ ಜಮೀನನ್ನು ಉದಾರವಾಗಿ ನೀಡಿದರು. ಆಗ ದ.ಕ. ಜಿಲ್ಲೆಯಲ್ಲಿ ಪ್ರಸಿದ್ಧರಾಗಿದ್ದ ಟಿ.ಎ.ಪೈ ಅವರು ಭವನ ನಿರ್ಮಾಣದ ಅಡಿಗಲ್ಲನಿಟ್ಟರು.

ಆದರೆ ಕಾರ್ಯ ಅಡಿಗಲ್ಲಿನಿಂದ ಆಚೆಗೆ ಬಹಳ ಮುಂದುವರಿಯಲಿಲ್ಲ. ಕವಿ ಮುದ್ದಣ ಸ್ಮಾರಕ ರೈತ ಸಂಘ ನಿಧಾನವಾಗಿ ನಿಷ್ಕ್ರಿಯವಾಗತೊಡಗಿತು. ಹಿರಿಯರು ಹೀಗೆ ಹಿಂದೆ ಸರಿದರೂ ತರುಣರು ಸ್ಮಾರಕ ಭವನ ನಿರ್ಮಾಣದ ಕನಸು ಬಿಡಲಿಲ್ಲ. 'ಕವಿ ಮುದ್ದಣ ಸ್ಮಾರಕ ಮಿತ್ರ ಮಂಡಳಿ' ಎಂಬ ಹೆಸರಿನಲ್ಲಿ ಇನ್ನೊಂದು ಸಂಘವನ್ನು ಸ್ಥಾಪಿಸಿ ಅಲ್ಲಿನ ಯುವಕರು ನೋಂದಾಯಿಸಿಕೊಂಡರು (1979). ಮುಖ್ಯವಾಗಿ ಗ್ರಾಮದ ಅಭಿವೃದ್ಧಿ ಹಾಗೂ ಸಾಂಸ್ಕೃತಿಕ ಸಾಧನೆ ಎರಡನ್ನೂ ಸಾಧಿಸುವುದು ಅವರ ಆಶಯವಾಗಿತ್ತು. ಈ ಸಂದರ್ಭದಲ್ಲಿ ನಂದಳಿಕೆ ಬಾಲಚಂದ್ರರಾವ್ ಎಂಬ ಉತ್ಸಾಹಿ ತರುಣ ಆ ಸಂಘದ ನೇತೃತ್ವ ವಹಿಸಿದರು. ಮುಂದೆ ಅವರು ಕರ್ಣಾಟಕ ಬ್ಯಾಂಕಿಗೆ ಉದ್ಯೋಗಿಯಾಗಿ ಸೇರಿದರೂ ನಿರಂತರವಾಗಿ ತಮ್ಮ ಊರಿನ ಜೊತೆ ಸಂಪರ್ಕ ಇರಿಸಿಕೊಂಡು ಮುದ್ದಣ ಸ್ಮಾರಕ ಭವನದ ಸ್ಥಾಪನೆ ಜೊತೆ ಮುದ್ದಣ ವಿರಚಿತ ಯಕ್ಷಗಾನ ಪ್ರಸಂಗಗಳ ಭಾಗವತ ಗಾನ ಧ್ವನಿ ಸುರುಳಿ/ಸಿಡಿ ಸಂಗ್ರಹ ಇತ್ಯಾದಿ ಅನೇಕ ಸಾಂಸ್ಕೃತಿಕ ಅವಶ್ಯಕತೆಗಳನ್ನು ಪೂರೈಸಿದರು. ಮುದ್ದಣ ಸ್ಮಾರಕ ಪ್ರಶಸ್ತಿ ಸ್ಥಾಪನೆಗಾಗಿ ಡಾ. ನಾ.ಮೊಗಸಾಲೆ ಅವರೊಡನೆ ದುಡಿದರು. ಹೀಗೆ ನಂದಳಿಕೆಯಲ್ಲಿ ಮುದ್ದಣನ ಹೆಸರಿಗೊಂದು ಸ್ಮಾರಕ ಭವನ ತಲೆ ಎತ್ತಲು ಆ ಮೂಲಕ ಸಾಂಸ್ಕೃತಿಕ ಚಟುವಟಿಕೆಗಳು ಹಬ್ಬಲು ತಮ್ಮ ಕೊಡುಗೆಯನಿತ್ತರು. ಇತ್ತೀಚೆಗೆ ಕವಿ ಮುದ್ದಣ ಸ್ಮಾರಕ ಮಿತ್ರ ಮಂಡಳಿ ಅಧ್ಯಕ್ಷರಾಗಿ ಶ್ರೀ ಸುಹಾಸ ಹೆಗ್ಡೆಯವರು ಅಧಿಕಾರ ವಹಿಸಿ ಕಾರ್ಯಕ್ರಮಗಳನ್ನು ಯಶಸ್ವಿಯಾಗಿ ಮುಂದುವರಿಸುತ್ತಿದ್ದಾರೆ.

ಇದರ ಅರ್ಥ ಕರ್ನಾಟಕದ ಇತರೆಡೆಗಳಲ್ಲಿ ಆಗಲೀ ಅಥವಾ ದಕ್ಷಿಣ ಕನ್ನಡದ ಇತರ ಕಡೆಗಳಲ್ಲೇ ಆಗಲಿ ಮುದ್ದಣ ಸ್ಮಾರಕ ಕಾರ್ಯಕ್ರಮಗಳು ನಡೆಯಲಿಲ್ಲ ಎಂದಲ್ಲ. ಮುದ್ದಣ ಬದುಕಿದ್ದು ಕೇವಲ 31 ವರ್ಷ. ಆದರೆ ಆತನ ಕೃತಿಗಳನ್ನು ಕನ್ನಡ ಸಾರಸ್ವತ ಲೋಕ ಪ್ರಕಟವಾದ ಅಂದಿನಿಂದ ಇಂದಿನವರೆಗೆ ಚರ್ಚಿಸುತ್ತಾ ಬಂದಿದೆ. (ಸಿ.ಎನ್. ರಾಮಚಂದ್ರನ್, ಮುದ್ದಣನ ರಾಮಾಶ್ವಮೇಧ ಹಾಗೂ ಶಾಂತಿನಾಥ ದೇಸಾಯಿಯವರ

ಸೃಷ್ಟಿ ಕುರಿತು ಬರೆದ ಮುಖ್ಯವಾದೊಂದು ಲೇಖನ ಅವರ 'ಶಿಲ್ಪ ವಿನ್ಯಾಸ' ಸಂಗ್ರಹದಲ್ಲಿದೆ.) ಬೆಂಗಳೂರು ಸೆಂಟ್ರಲ್ ಕಾಲೇಜಿನ ಕರ್ನಾಟಕ ಸಂಘವು ಮುದ್ದಣ ಕವಿಯ ಜ್ಞಾಪಕೋತ್ಸವವನ್ನು ಅಸಾಧಾರಣ ಶೋಭೆಯಿಂದ ನೆರವೇರಿಸಿದೆ. ಪ್ರಬುದ್ಧ ಕರ್ನಾಟಕ ವಿಶೇಷ ಸಂಚಿಕೆಯಾಗಿ ಮುದ್ದಣ ಕೃತಿ, ಪರಿಚಯ, ವ್ಯಾಖ್ಯಾನ ವಿಮರ್ಶೆಗಳು ಪ್ರಕಟವಾಗಿದೆ. ಉಡುಪಿಯ ರಾಷ್ಟ್ರಕವಿ ಗೋವಿಂದ ಪೈ ಸಂಶೋಧನಾ ಕೇಂದ್ರದವರೂ ಮುದ್ದಣ ಕವಿಯ ಹೆಸರಿನಲ್ಲಿ ಅನೇಕ ಕಾರ್ಯಕ್ರಮಗಳನ್ನು ಹಮ್ಮಿಕೊಂಡಿದ್ದಾರೆ.

ಮುದ್ದಣನ 125ನೇ ಹುಟ್ಟು ಹಬ್ಬದ ನೆನಪಿನಲ್ಲಿ ಪುತ್ತೂರು ಕರ್ನಾಟಕ ಸಂಘ 'ಮುದ್ದಣ ಪದ ಪ್ರಯೋಗಕೋಶ' ಎಂಬ ನಿಘಂಟನ್ನು ಹೊರ ತಂದಿದೆ. ಕೋಶ ರಚನೆಗಾಗಿ ಶ್ರಮಿಸಿದವರು ಪ್ರೊ. ಜಿ.ವೆಂಕಟಸುಬ್ಬಯ್ಯನವರು. ಬಹುಶಃ ಇದು ಏಕಕವಿ ಪದ ಪ್ರಯೋಗ ಕೋಶದ ಕನ್ನಡದ ಪ್ರಾರಂಭದ ಪ್ರಯತ್ನಗಳಲ್ಲೊಂದು. ಅದರಲ್ಲಿ ಮುದ್ದಣ ಪ್ರಯೋಗ ಮಾಡಿದ ನಾಲ್ಕು ಸಾವಿರಕ್ಕೂ ಅಧಿಕ ಪದ ಪ್ರಯೋಗಗಳನ್ನು ಸಂಗ್ರಹಿಸಲಾಗಿದೆ. ಮುದ್ದಣ 'ಸೂರ್ಯವಂಶ' ಎಂಬುದನ್ನು 'ನೇಸರು' ಹಾಗೂ 'ಬರು' ಎಂಬ ಎರಡು ಪದಗಳನ್ನು ಸೇರಿಸಿ ಮಾಡಿರುವ ಕ್ರಮವನ್ನು (ನೇಸರ್ಬಱು ಅಥವಾ ನೇಸರ್ಬರು) ಜೀವಿಯವರು ವಿವರಿಸಿದ ನೆನಪು. ನೇಸರು ಅಂದರೆ ಸೂರ್ಯ. ಹಳೆಗನ್ನಡದ ಬರು ಅಂದರೆ ವಂಶ. ಅದಲ್ಲದೆ ವೆಂಕಟಸುಬ್ಬಯ್ಯನವರು ಎರಡು ಭಾಗಗಳಲ್ಲಿ ಮುದ್ದಣ್ಣನ ಸಮಗ್ರ ಕೃತಿಗಳು 'ಮುದ್ದಣ ಭಂಡಾರ' (ಕನ್ನಡ ಮತ್ತು ಸಂಸ್ಕೃತಿ ನಿರ್ದೇಶಾನಲಯ) ಎಂದು ಸಂಗ್ರಹಿಸಿ ಕೊಟ್ಟಿರುವುದನ್ನು ನಾವು ನೆನಪಿಸಿಕೊಳ್ಳಬಹುದು. ಹಾಗೆಯೇ ಡಾ. ನಾ.ದಾಮೋದರ ಶೆಟ್ಟಿ ಅವರ ಸಂಶೋಧನಾ ಕೃತಿ 'ಮುದ್ದಣ್ಣನ ಶಬ್ದ ಪ್ರತಿಭೆ' (ಕನ್ನಡ ಸಾಹಿತ್ಯ ಪರಿಷತ್ತು ಪ್ರಕಟಣೆ) ಕೂಡಾ ಮುಖ್ಯವಾದೊಂದು ಆಕರ ಗ್ರಂಥ.

ಅದ್ಭುತ ರಾಮಾಯಣ, ಶ್ರೀರಾಮ ಪಟ್ಟಾಭಿಷೇಕ, ಶ್ರೀರಾಮಾಶ್ವಮೇಧ ಮುದ್ದಣ ಕವಿಯ ಪ್ರಸಿದ್ಧ ಕೃತಿಗಳು. ರತ್ನಾವತೀ ಕಲ್ಯಾಣ ಹಾಗೂ ಕುಮಾರ ವಿಜಯ ಎಂಬುದು ಮುದ್ದಣ ರಚಿಸಿದ ಯಕ್ಷಗಾನ ಪ್ರಸಂಗಗಳು. (ಪ್ರೊ. ಜಿ.ವಿಯವರು ಜೋಜೋ ಎಂಬ ಸುವಾಸಿನಿ ಪತ್ರಿಕೆಯಲ್ಲಿ ಪ್ರಕಟವಾದ ಲೇಖನವೊಂದನ್ನು ತಮ್ಮ ಮುದ್ದಣ ಭಂಡಾರ ಕೃತಿಯಲ್ಲಿ ನೀಡಿದ್ದಾರೆ.) ಮುದ್ರಣ ಮಾಧ್ಯಮ ಮೂಲಕ ಮಾತ್ರವಲ್ಲದೆ ಇತರ ಮಾಧ್ಯಮಗಳ ಮೂಲಕವೂ ಕವಿಕೃತಿಗಳನ್ನು ಹೆಚ್ಚಿನ ಜನರಿಗೆ ತಲುಪಿಸಲು ನಂದಳಿಕೆಯವರು ಕಂಪ್ಯೂಟರ್ ತಂತ್ರಜ್ಞಾನವನ್ನು ಅಳವಡಿಸಿಕೊಂಡಿದ್ದಾರೆ. ಕವಿ ಮುದ್ದಣನ ಯಕ್ಷಗಾನ ಪ್ರಸಂಗಗಳು ಪ್ರಸಿದ್ಧರಾಗಿರುವ ಶ್ರೀ ಬಲಿಪ ನಾರಾಯಣ ಭಾಗವತ ಹಾಗೂ ಶ್ರೀ ಪದ್ಯಾಣ ಗಣಪತಿ ಭಟ್ ಅವರ ಹಾಡುವಿಕೆಯಲ್ಲಿ ಸಿ.ಡಿ.ಗಳಾಗಿವೆ. ಹಾಗೆಯೇ ಭಾಗವತ ಪುತ್ತಿಗೆ ರಘುರಾಮ ಹೊಳ್ಳ ಹಾಡಿದ ಸಿ.ಡಿ. ಬಂದಿದೆ. ವಿದ್ವಾನ್ ಚಂದ್ರಶೇಖರ ಕೆದಿಲಾಯ, ವಿದ್ವಾನ್ ಹೆಚ್.ಎಸ್. ವೇಣುಗೋಪಾಲ್, ಶತಾವಧಾನಿ

ಡಾ. ರಾ.ಗಣೇಶ್ ಅವರ ವಾಚನ–ವಾದನ–ವ್ಯಾಖ್ಯಾನಗಳ ರಾಮ ಪಟ್ಟಾಭಿಷೇಕ ಹಾಗೂ ರಾಮಾಶ್ವಮೇಧ ಹಾಗೂ ಮುದ್ದಣ–ಮನೋರಮೆಯರ ಸಲ್ಲಾಪಗಳ ಸಿಡಿಯೂ ಬಿಡುಗಡೆಯಾಗಿದೆ. ಸ್ವತಃ ಲೇಖಕರೂ ಆದ ನಂದಳಿಕೆ ಬಾಲಚಂದ್ರರಾವ್ ಮುದ್ದಣನ ಬಗೆಗೆ ಬಂದ ಲೇಖನಗಳ ಸಂಗ್ರಹ ಹಾಗೂ ಇತರ ಮಹನೀಯರ ಬಗೆಗೆ ಬರೆದ ಕೃತಿಗಳನ್ನು ಪ್ರಕಟಿಸಿದ್ದಾರೆ. ಪ್ರೊ. ತೆಕ್ಕುಂಜೆ ಗೋಪಾಲಕೃಷ್ಣ ಭಟ್ಟರು ಬರೆದು ಡಾ. ಪಾದೇಕಲ್ಲು ವಿಷ್ಣು ಭಟ್ಟರು ಸಂಗ್ರಹಿಸಿದ 'ಮುದ್ದಣ ಕವಿ ರಚಿತಂ ಶ್ರೀರಾಮಾಶ್ವಮೇಧಂ' ಎಂಬ ಕೃತಿ ಇದರಲ್ಲಿ ಮುಖ್ಯವಾದುದು. ಅದಲ್ಲದೆ ಜಯರಾಮ ಕಾರಂತ ಕಾಂತಾವರ ಹಾಗೂ ನಂದಳಿಕೆ ಬಾಲಚಂದ್ರರಾಯರು ಮುದ್ದಣನ 125ನೇ ವರ್ಧಂತಿ ಸಂದರ್ಭದಲ್ಲಿ 'ಮುದ್ದಣನಿಗೆ ನಮನ' ಎಂಬ ನಾಡಿನ ವಿವಿಧ ವಿದ್ವಾಂಸರ ಲೇಖನಗಳ ಸಂಗ್ರಹವನ್ನೇ ಹೊರತಂದಿದ್ದಾರೆ. (ಪ್ರಕಟಣೆ: ಪುತ್ತೂರು ಕರ್ನಾಟಕ ಸಂಘ) ಕವಿ ಮುದ್ದಣನಲ್ಲದೆ ನಂದಳಿಕೆಯ ಇತರ ಮಹನೀಯರ ಬಗೆಗೂ ಕೃತಿಗಳನ್ನು ರಚಿಸಿದ್ದಾರೆ.

'ಪದ್ಯಂ ವಧ್ಯಂ, ಗದ್ಯಂ ಹೃದ್ಯಂ; ಹೃದ್ಯಮಪ್ಪ ಗದ್ಯದೊಳೆ ಪೇಳ್ವುದು' ಎಂದು ಕವಿಗೆ ಸೂಚಿಸಿದವಳು ಮನೋರಮೆ. ನಿಜ ಜೀವನದಲ್ಲಿ ನಂದಳಿಕೆ ಲಕ್ಷ್ಮೀನಾರಾಯಣಪ್ಪ ತಮ್ಮ 25ನೇ ವಯಸ್ಸಿನಲ್ಲಿ ಹಳೆ ಮೈಸೂರು ಸೀಮೆಯ, ಶಿವಮೊಗ್ಗ ಜಿಲ್ಲೆಯ ಕಾಗೇಗೋಡು ಮಗ್ಗಿಯ ಕಮಲಾ ಬಾಯಿ ಎಂಬವರನ್ನು ಮದುವೆಯಾದರು. ಮುದ್ದಣ ಮನೋರಮೆಯರ ಸಲ್ಲಾಪವಂತೂ ಕನ್ನಡ ಸಾಹಿತ್ಯದಲ್ಲಿ ಬಹು ಪ್ರಸಿದ್ಧ. ಬಹುಶಃ ಹೊಸಗನ್ನಡದ ಸಹೃದಯ ವಿಮರ್ಶೆಯ ಮೊತ್ತ ಮೊದಲ ವಿಮರ್ಶಕಿ ಮನೋರಮೆಯೇ.

ಪಂಡಿತ ಸೇಡಿಯಾಪು ಕೃಷ್ಣ ಭಟ್ಟರು ಹೇಳಿರುವಂತೆ ಮುದ್ದಣ ಹಳೆಗನ್ನಡ ಹಾಗೂ ಹೊಸಗನ್ನಡ ಹಾರದ ಮಧ್ಯಮಣಿ. ಮುದ್ದಣ ಕನ್ನಡ ನವೋದಯದ ಮುಂಗೋಳಿ. ಅಂದರೆ ಕನ್ನಡದಲ್ಲಿ ನವೋದಯದ ಬೆಳಗು ಆಗುವುದನ್ನು ಕೂಗಿ ಹೇಳಿದ ಕೋಳಿ. ಸಾಮಾನ್ಯದ ಚಿತ್ರಕ್ಕೆ ಸುವರ್ಣದ ಚೌಕಟ್ಟು ಎಂಬ ವಿಮರ್ಶಾ ಲೇಖನ ಬರೆದ ಪ್ರೊ. ಎಸ್.ವಿ. ರಂಗಣ್ಣ ಹೇಳಿರುವಂತೆ, ಮುದ್ದಣ ಬರೆದಿರುವ ರಾಮಾಶ್ವಮೇಧದ ಕತೆ ಒಂದು ಸಾಮಾನ್ಯ ಚಿತ್ರ, ಆದರೆ ಅದರಲ್ಲಿ ಬರುವ ಮುದ್ದಣ–ಮನೋರಮೆಯರ ಸಂಭಾಷಣೆ ಆ ಚಿತ್ರಕ್ಕೆ ಹಾಕಿರುವ ಸುವರ್ಣದ ಚೌಕಟ್ಟು.

ಮುದ್ದಣ ಮನೋರಮೆಯರ ಸಂಭಾಷಣೆ ಸ್ವತಂತ್ರ ಕಲ್ಪನೆಗೆ ಒಂದು ಉದಾಹರಣೆ. ಈ ಸಂಭಾಷಣೆ, ಹೊಸಗನ್ನಡದಲ್ಲಿ ಬೆಳೆದ ಕಾದಂಬರಿ ಪ್ರಕಾರವನ್ನು ನೆನಪಿಸುವಂತಿದೆ. ಮುದ್ದಣ 'ಗೋದಾವರಿ' ಎಂಬ ಹೆಸರಿನ ಅಪೂರ್ಣ ಕಾದಂಬರಿಯೊಂದನ್ನು ಬರೆದಿದ್ದರಂತೆ. ಅದನ್ನು ನಾನು ಓದಿಲ್ಲ. ಆದರೆ ಅಭಿಜಾತ ಕಲ್ಪನೆಯ ಕೃತಿಗಳ ನಿರ್ಮಾಣದಲ್ಲೇ ಹೊಳಹು ಹಾಕಿದ ಮುದ್ದಣ–ಮನೋರಮೆಯರು ಕಾದಂಬರಿ ಕಲ್ಪನೆಗೆ ಸಮನಾದ ಪಾತ್ರಗಳು. ಅವು ಮುದ್ದಣನಲ್ಲಿ ಹಳೆಯ ಹಾಗೂ ಹೊಸಗನ್ನಡಗಳನ್ನು ಸ್ಪಷ್ಟವಾಗಿ ಪ್ರತ್ಯೇಕಿಸುವ ಗುರುತುಗಳಲ್ಲಿ ಒಂದು.

ಇಂತಹ ಮುಖ್ಯ ಕವಿಯೊಬ್ಬನ ಊರಿಗೆ ರಸ್ತೆಯಾಗುವುದಕ್ಕಾಗಿ ಊರವರೆಲ್ಲಾ ಶ್ರಮದಾನ ಮಾಡಿ ರಸ್ತೆ ನಿರ್ಮಿಸಿದ ವಿವರಗಳನ್ನು ನಂದಳಿಕೆ ಬಾಲಚಂದ್ರರಾವ್ ನೆನಪಿಸಿಕೊಳ್ಳುತ್ತಾರೆ. ಮುದ್ದಣ ಕವಿಯ ಅಧ್ಯಯನ ಆಸಕ್ತರಿಗೆ ಬೇಕಾದ ಎಲ್ಲಾ ವಿವರಗಳನ್ನು ಒದಗಿಸಿಕೊಡುವ ವ್ಯವಸ್ಥೆಯೂ ತಮ್ಮ ಆಸ್ಥೆಗಳಲ್ಲಿ ಒಂದು ಎಂದು ಶ್ರೀ ಸುಹಾಸ್ ಹೆಗ್ಡೆ ಹೇಳುತ್ತಾರೆ.

ಮುದ್ದಣ ಸಾಹಿತ್ಯ ಅಧ್ಯಯನಕ್ಕೆ ಪೂರಕವಾಗಿ ಕವಿಯ 146ನೇ ಜನ್ಮದಿನ ಸಂದರ್ಭದಲ್ಲಿ ನಂದಳಿಕೆಯ ಹಿರಿಯ ಪ್ರಾಥಮಿಕ ಶಾಲೆಯಲ್ಲಿ ನಡೆದ ಮುದ್ದಣ ಪ್ರಕಾಶನದ ವಿಂಶತಿ ಸಮಾರಂಭದಲ್ಲಿ ಮುದ್ದಣ ವಿರಚಿತ ಸಂಪೂರ್ಣ ಕುಮಾರ ವಿಜಯ ಮತ್ತು ರತ್ನಾವತಿ ಕಲ್ಯಾಣ ಯಕ್ಷಗಾನ ಪ್ರಸಂಗಗಳ ಸಿ.ಡಿ., ನಂದಳಿಕೆ ನುಡಿಚಿತ್ರ ಮತ್ತು ಸಾಕ್ಷ್ಯಚಿತ್ರ ಬಿಡುಗಡೆಗೊಂಡಿವೆ.

(ಕವಿ ಮುದ್ದಣನ 146ನೇ ಜನ್ಮದಿನ ಕಾರ್ಯಕ್ರಮ ಸಂದರ್ಭದಲ್ಲಿ ವಿಜಯವಾಣಿ ಪತ್ರಿಕೆಯ 'ನುಡಿಸಸಿ' ಅಂಕಣದಲ್ಲಿ ಬರೆದ ಲೇಖನ)

– 14.01.16

***

22. ದೇಶದ ಆರ್ಥಿಕ ಯೋಜನಾ ನೀತಿಯ ಮೊದಲ ಪ್ರತಿಪಾದಕ: ಸರ್. ಎಂ.ವಿ.

ಮಾಹಿತಿಗಳು ಮನಸ್ಸಿನಲ್ಲಿ ಸೇರಿಕೊಳ್ಳುವ ಕ್ರಮ ಕೆಲವೊಮ್ಮೆ ಒಂದರ ನೆಪದಲ್ಲಿ ಇನ್ನೊಂದನ್ನು ಎತ್ತಿ ತೋರಿಸಿಕೊಡುತ್ತದೆ. ಕಳೆದ 65 ವರ್ಷಗಳ ಭಾರತೀಯ ಯೋಜನಾ ಆಯೋಗ ಕೊನೆಗೊಳಿಸಿ ಮೋದಿ ಸರ್ಕಾರ ಆ ಜಾಗದಲ್ಲಿ ಇದೀಗ ನೀತಿ ಆಯೋಗವನ್ನು (NITI= National Institute for Transfoming India) ಪ್ರಾರಂಭಿಸಿದೆ. ಈ ವರದಿ ಓದಿದಾಗ ಸ್ವತಂತ್ರ ಭಾರತದ ಮೊದಲ ಪ್ರಧಾನಿ ಪಂಡಿತ್ ನೆಹರೂ ಯೋಜನಾ ಆಯೋಗಗಳ ಮೂಲಕ ಪ್ರಾರಂಭಿಸಿದ್ದ ಪಂಚವಾರ್ಷಿಕ ಯೋಜನೆಗಳ ಹಿಂದೆ ಸ್ವಾತಂತ್ರ್ಯ ಪೂರ್ವದಿಂದಲೇ ಪ್ರಭಾವ ಬೀರಿದ ಭಾರತರತ್ನ ಸರ್ ಎಂ.ವಿಶ್ವೇಶ್ವರಯ್ಯನವರ ನೆನಪಾಯಿತು. ಸಾರ್ವಜನಿಕವಾಗಿ ಪತ್ರಿಕೆಗಳು ಯೋಜನಾ ಆಯೋಗವನ್ನು ಪಂಡಿತ್ ನೆಹರೂ ಸೋವಿಯತ್ ರಷ್ಯಾ ದೇಶದ ಪ್ರಭಾವದಿಂದ ಪ್ರಾರಂಭಿಸಿದರು ಎಂದು ಬಿಂಬಿಸುತ್ತವೆ. ಸೋವಿಯತ್ ಆಯೋಜನಾ ಮಾದರಿಗಳ ಪ್ರಭಾವ ಪಂಚವಾರ್ಷಿಕ ಯೋಜನೆಗಳ ಹಿಂದೆ ಇದ್ದುದು ನಿಜ. ಆದರೆ ಅದರ ಜೊತೆ ಅದಕ್ಕೂ ಮೊದಲು ವಯಸ್ಸಿನಲ್ಲಿ ತಮ್ಮಿಂದ 29 ವರ್ಷಗಳ ಹಿರಿಯರಾಗಿದ್ದ ಸರ್ ಎಂ.ವಿ. ಅವರ ವಿಚಾರಗಳ ಪ್ರಭಾವವೂ ಪಂಡಿತ್ ನೆಹರೂ ಮೇಲಾಗಿದೆ. ಈ ನೆಪದಲ್ಲಿ ನಾನು ಮಾಸ್ತಿ ವೆಂಕಟೇಶ ಅಯ್ಯಂಗಾರ್ ಅವರು ಸಂಪಾದಕರಾಗಿ ಹೊರತಂದ ಸರ್.ಎಂ. ವಿಶ್ವೇಶ್ವರಯ್ಯ ಎಂಬ ಪುಸ್ತಕವನ್ನು ಪುನಃ ಹುಡುಕಿ ಓದಿದೆ. ಸರ್.ಎಂ.ವಿ. ಅವರ ನೂರನೆ ವರ್ಧಂತಿ ಸಂದರ್ಭದಲ್ಲಿ ಮಾಸ್ತಿ ಅವರು ಸಂಪಾದಕರಾಗಿದ್ದ ಜೀವನ ಪತ್ರಿಕೆ 1960ರಲ್ಲಿ ವಿಶ್ವೇಶ್ವರಯ್ಯನವರ ಬಗ್ಗೆ ವಿಶೇಷ ಸಂಚಿಕೆಯೊಂದನ್ನು ಹೊರತಂದಿತು. ಅದೇ ವರುಷ ವಿಶೇಷ ಪುಸ್ತಕ ರೂಪದಲ್ಲೂ ಅದು ಪ್ರಕಟವಾಯಿತು. (ಈಗಿನ ಆವೃತ್ತಿಯ ಪ್ರಕಾಶಕರು ಮಾಸ್ತಿ ವೆಂಕಟೇಶ ಅಯ್ಯಂಗಾರ್ ಜೀವನ ಕಾರ್ಯಾಲಯ ಟ್ರಸ್ಟ್, ಗವೀಪುರಂ, ಬೆಂಗಳೂರು-19)

ಮಂಡ್ಯ ಜಿಲ್ಲೆಯ ಹಸುರನ್ನು ನೋಡಿ "ಇದೆಲ್ಲಾ ವಿಶ್ವೇಶ್ವರಯ್ಯ" ಎಂದೊಮ್ಮೆ ಎ.ಎನ್.ಮೂರ್ತಿರಾವ್ ಬರೆದಿದ್ದರು. ಕೃಷ್ಣರಾಜ ಸಾಗರ ಅಣೆಕಟ್ಟಿನಂತೆ ಇತರ ಅನೇಕರು

ವಿಶ್ವೇಶ್ವರಯ್ಯನವರು ಸ್ಥಾಪಿಸಿದ ಭದ್ರಾವತಿ ಕಬ್ಬಿಣ ಮತ್ತು ಉಕ್ಕಿನ ಕಾರ್ಖಾನೆ, ಮೈಸೂರು ಬ್ಯಾಂಕ್, ಮೈಸೂರು ವಿಶ್ವವಿದ್ಯಾನಿಲಯ, ಮೈಸೂರಿನ ಛೇಂಬರ್ ಆಫ್ ಕಾಮರ್ಸ್, ರೇಶಿಮೆ ಬೆಳೆಗಾರರ ಪುನರುಜ್ಜೀವನ ಇತ್ಯಾದಿ ಅನೇಕ ವಿವರಗಳನ್ನು ನೆನೆಯಬಹುದು. ಕೃಷಿ, ಕೈಗಾರಿಕೆ, ಆರ್ಥಿಕತೆ, ಸೇವಾಕ್ಷೇತ್ರ, ವಿದ್ಯಾಭ್ಯಾಸ ಎಲ್ಲವೂ ಸೇರಿದ ಸಮಗ್ರ ಆರ್ಥಿಕ ವಿಕಾಸದ ತಳಹದಿಯ ನೀಲನಕ್ಷೆಯ ಪ್ರಾತ್ಯಕ್ಷಿಕೆ ನಾಲ್ವಡಿ ಕೃಷ್ಣರಾಜ ಒಡೆಯರ ಕಾಲದಲ್ಲಿ ವಿಶ್ವೇಶ್ವರಯ್ಯನವರ ಮೂಲಕ ಹಳೆಯ ಮೈಸೂರು ಪ್ರಾಂತ್ಯದಲ್ಲಾಯಿತು. ಸ್ವಾತಂತ್ರ್ಯಾನಂತರದ ಆಧುನಿಕ ಭಾರತ ನೆಹರೂ ನೇತೃತ್ವದಲ್ಲಿ ಈ ನೀಲನಕ್ಷೆಯನ್ನು ಒಂದು ರೀತಿಯಲ್ಲಿ ಸಮಗ್ರ ಭಾರತಕ್ಕೆ ವಿಸ್ತರಿಸಿಕೊಂಡಿತು.

ಆರ್ಥಿಕ ಯೋಜನೆಗಳು

ಮಂಡ್ಯದ ನನ್ನ ಎಲ್ಲಾ ಸ್ನೇಹಿತರಿಗೂ ಸರ್ ಎಂ.ವಿ. ಎಂದರೆ ಪರಮ ಗೌರವ. ನಾನು ಹೋದ ಮಂಡ್ಯ ಜಿಲ್ಲೆಯ ಪ್ರತಿ ಮನೆಯಲ್ಲೂ ಸರ್ ಎಂ.ವಿ.ಯವರ ಒಂದು ಫೋಟೋ ಇತ್ತು. ಗೆಳೆಯ ಕತೆಗಾರ ಕೆ. ಸತ್ಯನಾರಾಯಣ ಅವರು ಮೂಲತಃ ಮಂಡ್ಯ ಜಿಲ್ಲೆಯವರು ಎಂದಮೇಲೆ ಕೇಳಬೇಕೆ? ಅವರ ಮನಸ್ಸಿನಲ್ಲೇ ಸರ್‌ಎಂ.ವಿ.ಯವರ ಒಂದು ಫೋಟೋ ಸದಾ ಇರುತ್ತದೆ. ಸ್ವತಃ ಎಕನಾಮಿಕ್ಸ್‌ನ ವಿದ್ಯಾರ್ಥಿಯಾದ ಕೆ. ಸತ್ಯನಾರಾಯಣ ಭಾರತದ ಪ್ರಸಿದ್ಧ ಆರ್ಥಿಕ ತಜ್ಞ ಮೂಲತಃ ಕರ್ನಾಟಕದವರೇ ಆದ ಡಾ. ಪಿ.ಆರ್. ಬ್ರಹ್ಮಾನಂದ ಅವರು ಸರ್ ಎಂ.ವಿ. ಅವರ ಆರ್ಥಿಕ ದರ್ಶನ (vision of Economics) ಕುರಿತಾಗಿ ಬರೆದ ಬರಹಗಳನ್ನು ನಾನು ಓದುವಂತೆ ಮಾಡಿದ್ದರು. ಮಾಸ್ತಿ ವೆಂಕಟೇಶ ಅಯ್ಯಂಗಾರ್ ಸಂಪಾದಿಸಿದ ಪುಸ್ತಕದ ಮುಂದಿನ ಆವೃತ್ತಿಗಳಲ್ಲಿ ಬ್ರಹ್ಮಾನಂದ ಅವರ ಬರಹವೂ ಸೇರಿದೆ. ಪುಸ್ತಕದ ಮೊದಲನೆಯ ಆವೃತ್ತಿಗೆ ಕರ್ನಾಟಕದ ಪ್ರಸಿದ್ಧ ಬರಹಗಾರರೂ ಕಾದಂಬರಿಗಾರರೂ ಆದ ಮಿರ್ಜಿ ಅಣ್ಣಾರಾಯರಿಂದ ಮಾಸ್ತಿಯವರು 'ಭಾರತೀಯರ ಆರ್ಥಿಕ ಯೋಜನೆಗಳೂ ಸರ್ ಎಂ.ವಿ.ಯವರೂ' ಎಂಬ ಲೇಖನವನ್ನು ಬರೆಯಿಸಿದ್ದರು. ತೀನಂಶ್ರೀ, ಚಕ್ರವರ್ತಿ ರಾಜಗೋಪಾಲಾಚಾರಿ, ಪಿ.ಆರ್. ರಾಮಯ್ಯ, ಎಸ್.ಹಿರಿಯಣ್ಣ ಮೊದಲಾದ ಅನೇಕರಿಂದ ಲೇಖನಗಳನ್ನು ಬರೆಯಿಸಿ ಮಾಸ್ತಿಯವರು 'ಜೀವನ' ಪತ್ರಿಕೆಯ ಸರ್ ಎಂ.ವಿ. ವಿಶೇಷ ಸಂಚಿಕೆಯನ್ನು ನೂರನೆ ವರ್ಧಂತಿ ಅಂಗವಾಗಿ ಹೊರತಂದರು.

ರೇಷ್ಮೆ ಪುನರ್ ವ್ಯವಸ್ಥೆ

ಈ ಕೃತಿಯಲ್ಲಿರುವ ಮಾಸ್ತಿ ಹಾಗೂ ನವರತ್ನ ರಾಮರಾಯರ ಎರಡು ಲೇಖನಗಳು ಸರ್ ಎಂ.ವಿ. ಅವರ ಎರಡು ಮುಖಗಳ ಸವಿವರ ಚಿತ್ರ ನೀಡುತ್ತದೆ. ವಿಶ್ವೇಶ್ವರಯ್ಯನವರ ದೇಶ ಪ್ರೇಮದ ಹಾಗೂ ಕಾರ್ಯಕ್ಷಮತೆಯ ಕುರಿತು ಮೈಸೂರು ಸಂಸ್ಥಾನದಲ್ಲಿ ಹಿರಿಯ ಅಧಿಕಾರಿಗಳೂ ಚಕ್ರವರ್ತಿ ರಾಜಗೋಪಾಲಾಚಾರಿ ಅವರ ಆಪ್ತ ಸ್ನೇಹಿತರೂ

ಆಗಿದ್ದ ನವರತ್ನ ರಾಮರಾಯರು ಪರಿಚಯಿಸುತ್ತಾರೆ. 1910ರ ಕೊನೆಯಲ್ಲಿ ರೆವಿನ್ಯೂ ಸಬ್‌ಡಿವಿಜನ್ ಆಫೀಸರಾಗಿದ್ದ ನವರತ್ನ ರಾಮರಾಯರು ಜನರ ಉಪಕಾರಕ್ಕಾಗಿ ಸೂಚಿಸಿದ ಒಂದು ಪ್ರಾಜೆಕ್ಟ್‌ನ ಪರಿಶೀಲನೆಗಾಗಿ ಆಗ ಚೀಫ್ ಎಂಜಿನಿಯರ್ ಆಗಿದ್ದ ಸರ್ ಎಂ.ವಿ. ಚೆನ್ನಗಿರಿಗೆ ಇನ್‌ಸ್ಪೆಕ್ಷನ್‌ಗೆ ಬರುತ್ತಾರೆ. ತನ್ನನ್ನು ಸರಿಯಾದ ವಿಶ್ವಾಸದಿಂದ ವಿಶ್ವೇಶ್ವರಯ್ಯನವರು ಕಾಣಲಿಲ್ಲ ಎಂಬ ಭಾವನೆ ನವರತ್ನ ರಾಮರಾಯರಿಗೆ ಆ ಸಂದರ್ಭದಲ್ಲಿ ಉಂಟಾಗಿರುತ್ತದೆ. ಆದರೆ ಸರ್ ಎಂ.ವಿ. ದಿವಾನರಾದಾಗ ಹಿಂದಿನ ಅವಿಶ್ವಾಸದ ಯಾವುದೇ ಕುರುಹೂ ಇಲ್ಲದೆ ರಾಮರಾಯರ ಬೆಂಬಲಕ್ಕೆ ನಿಂತು ವಿದೇಶಿ ತಜ್ಞರ ಭಿನ್ನಾಭಿಪ್ರಾಯಗಳನ್ನೂ ಎದುರಿಸಿ ಮೈಸೂರು ಪ್ರಾಂತ್ಯದ ರೇಷ್ಮೆ ಕೃಷಿ ಪುನರುಜ್ಜೀವನಗೊಳ್ಳಲು ಕಾರಣರಾಗುತ್ತಾರೆ. ಟಿಪ್ಪು ಸುಲ್ತಾನರಿಂದ ಪ್ರಾರಂಭಗೊಂಡ ಆಧುನಿಕ ರೇಷ್ಮೆ ಕೃಷಿ 1900ರ ಹಂತದಲ್ಲಿ ತೀರಾ ಹೀನಸ್ಥಿತಿಗೆ ಬಂದುಬಿಟ್ಟಿತ್ತು. ಆಡಳಿತದಲ್ಲಿ ನವರತ್ನ ರಾಮರಾಯರ ಬೆಂಬಲಕ್ಕೆ ನಿಂತು ಆಧುನಿಕ ರೇಷ್ಮೆ ಪುನರುತ್ಥಾನ ಯಶಸ್ವಿಯಾದ್ದರಿಂದ ಆಗಿನ ಕಾಲಕ್ಕೆ ಎರಡು ಲಕ್ಷ ಸಂಸಾರಗಳು ರೇಷ್ಮೆಯಿಂದ ಜೀವಿಸಲು ಸಾಧ್ಯವಾಗುತ್ತದೆ. ಆಗಿನ ಹಂತದಲ್ಲೇ ಅದು ರಾಷ್ಟ್ರಕ್ಕೆ ಐದು ಕೋಟಿ ವರಮಾನ ತರುತ್ತದೆ. ಉತ್ಪಾದನೆಯ ಗುಣಮಟ್ಟ ಎಂತಹ ಉತ್ತಮ ಹಂತಕ್ಕೆ ಏರುತ್ತದೆಂದರೆ, ಎರಡನೇ ಮಹಾಯುದ್ಧದಲ್ಲಿ ಇಂಗ್ಲೆಂಡಿಗೆ ಹಾಗೂ ಅದರ ಸಂಗಡಿಗ ರಾಷ್ಟ್ರಗಳಿಗೆ ಬೇಕಾದ ಅಷ್ಟೂ ಪತಂಗ ಛತ್ರದ (Parachute) ರೇಷ್ಮೆಯ ಬಹುಪಾಲು ಮೈಸೂರಿನಿಂದಲೇ ಸರಬರಾಜು ಆಗುತ್ತದೆ.

ಹತ್ತಿರದ ನೋಟ

ಮಾಸ್ತಿಯವರ ಲೇಖನದಲ್ಲಿ ಅವರು ಮೈಸೂರು ಸಿವಿಲ್ ಸರ್ವೀಸ್ ಪರೀಕ್ಷೆಯಲ್ಲಿ ತೇರ್ಗಡೆ ಹೊಂದಿದ ಮೊದಲ ವರುಷದಲ್ಲೇ ಆಗ ದಿವಾನರಾಗಿದ್ದ ಸರ್ ಎಂ.ವಿ. ಅವರ ನೇರ ಸುಪರ್ದಿನಲ್ಲಿ ಕೆಲಸ ಮಾಡಿದ ತನ್ನ ಪ್ರೊಬೆಷನರಿ ಕಾಲದ ಅನುಭವದ ಮೂಲಕ ವಿಶ್ವೇಶ್ವರಯ್ಯನವರ ವ್ಯಕ್ತಿತ್ವದ ಇನ್ನೊಂದು ಮುಖವನ್ನು ವಿವರಿಸುತ್ತಾರೆ. ವಿಶ್ವೇಶ್ವರಯ್ಯನವರು ತಮ್ಮ ಬಳಿಯ ಅಧಿಕಾರಿಗಳನ್ನು ಚೆನ್ನಾಗಿ ದುಡಿಸುವುದರ ಜೊತೆ ತಾವು ಸ್ವತಃ ಅವರೆಲ್ಲರಿಗಿಂತ ಹೆಚ್ಚಾಗಿ ದುಡಿದರು ಎಂಬುದು ಮಾಸ್ತಿಯವರ ಮಾತು. ಪ್ರತಿಯೊಂದು ಡ್ರಾಫ್ಟ್‌ನ್ನು ಪದೇಪದೇ ತಿದ್ದಿ ಒಪ್ಪ ಓರಣಗೊಳಿಸುವ ಅವರ ಕ್ರಮಕ್ಕೆ ಅನೇಕ ಉದಾಹರಣೆಗಳನ್ನು ಮಾಸ್ತಿಯವರು ನೀಡುತ್ತಾರೆ. ಜತೆಗೆ ಅವರು ಶಿಸ್ತು ಹಾಗೂ ವ್ಯವಸ್ಥೆ. ಅಂಗಿಯ ಕಾಲರಿನ ಗುಂಡಿ ಟೈಯಿಂದ ಹೊರಗೆ ಇಣುಕಬಾರದು ಎಂದೊಮ್ಮೆ ಮಾಸ್ತಿಯವರಲ್ಲಿ ಸರ್ ಎಂ.ವಿ. ಹೇಳಿದ್ದರಂತೆ. ಅದನ್ನು ಸರ್ ಎಂ.ವಿ.ಯವರಿಗೆ ಕಲಿಸಿದ್ದು ಗೋಖಲೆಯವರು ಎಂಬುದನ್ನು ಆಗ ಅವರು ಮಾಸ್ತಿಯವರಿಗೆ ತಿಳಿಸಿದ್ದರು.

ಪ್ರಾಯೋಗಿಕ ಅನುಭವದ ಬಲ

ಎಂಜಿನಿಯರ್ ಆಗಿ ಪ್ರೊಜೆಕ್ಟ್‌ಗಳ ಹಾಗೂ ಇತರ ಉನ್ನತ ಕೆಲಸಗಳ ಅನುಷ್ಠಾನಗಳಿಂದ ಪ್ರಾಯೋಗಿಕವಾಗಿ ಆರ್ಥಿಕ ವಿಚಾರಗಳನ್ನು ಕಲಿಯುತ್ತಾ ಹೋದವರು ಸರ್.ಎಂ.ವಿ. ಅವರ 'Memories of my working life' ಎಂಬ ಪುಸ್ತಕವನ್ನು ಓದಿದಾಗ ಆ ಬಗ್ಗೆ ಸಾಕಷ್ಟು ಮಾಹಿತಿ ಸಿಗುತ್ತದೆ. (ಸರ್.ಎಂ.ವಿ. ಆರ್ಥಿಕ ಹಾಗೂ ಆಡಳಿತ ವಿಚಾರಗಳನ್ನು ಸದಾ ಹೋಲಿಕೆಗಳಿಂದ ವಿವರಿಸಲು ಮೂಲ ಕಾರಣ, ಈ ಅನುಭವ ಜನ್ಯ ಪ್ರವೃತ್ತಿ. ಮೈಸೂರು ವಿಶ್ವವಿದ್ಯಾನಿಲಯ ಬೇರೆ ಆಗಬೇಕೆಂದು ಮದ್ರಾಸಿಗೆ ಬರೆಯುವಾಗ; ಬೆಳೆದ ಮಗಳನ್ನು ಮದುವೆ ಮಾಡಿಕೊಡುವ ಹೋಲಿಕೆಯನ್ನು ಸರ್ ಎಂ.ವಿ. ನೀಡಿದ್ದರು. ಓಡಿಹೋಗುವ ಮಗಳ ಮದುವೆ ತಂದೆ-ತಾಯಿಗಳ ಜವಾಬ್ದಾರಿ ಅಲ್ಲ ಎಂದು ಆಗ ಮದ್ರಾಸ್ ಆಡಳಿತ ನೀಡಿದ ಉತ್ತರ ಚರ್ಚೆಗೆ ಗ್ರಾಸವಾಗಿತ್ತು. ಪ್ರೊ. ಬ್ರಹ್ಮಾನಂದ ಅವರೂ ಆರ್ಥಿಕ ವಿಚಾರಗಳನ್ನು ಹೋಲಿಕೆಯಿಂದ ಮನದಟ್ಟು ಮಾಡುವ ವಿಶ್ವೇಶ್ವರಯ್ಯ ಅವರ ಕ್ರಮವನ್ನು ವಿಶೇಷವಾಗಿ ಪ್ರಸ್ತಾಪಿಸುತ್ತಾರೆ.) ಬ್ರಿಟಿಷ್ ಇಂಡಿಯಾ ಸರಕಾರ ನೇಮಿಸಿದ 'ಭಾರತೀಯ ನೀರಾವರಿ ಕಮಿಷನ್'ಗೆ ಕೆಲಸ ಮಾಡುತ್ತಾ ಮುಂಬಯಿ ಪ್ರಾಂತ್ಯದಲ್ಲಿ ಅವರು ತಯಾರಿಸಬೇಕಾದ ವರದಿಗಳಿಂದಾಗಿ ಅವರಿಗೆ ಆರ್ಥಿಕ ಚಿತ್ರಗಳ ನೇರ ಅರಿವಾಗುತ್ತದೆ. 1899ರಲ್ಲಿ ಅಂದರೆ ತಮ್ಮ 40ನೇ ವರುಷಕ್ಕೂ ಮುಂಚೆ ವಿಶ್ವೇಶ್ವರಯ್ಯನವರು ಆರ್ಥಿಕ ಅಂಶಗಳ ಬೃಹತ್ ಚಿತ್ರಗಳ ಅನುಭವ ಪಡೆಯುತ್ತಾರೆ. ಕನ್ನಂಬಾಡಿ ಜಲಾಶಯ ಯೋಜನೆ ಸಿದ್ಧವಾಗುವಾಗ ಅವರಿಗೆ ಇಂತಹ ಅನೇಕ ಅನುಭವಗಳಿದ್ದವು. ನೀರಾವರಿಗೆ ಸಂಬಂಧಿಸಿದ ಸಿವಿಲ್ ಎಂಜಿನಿಯರಿಂಗ್ ವಿಷಯದಲ್ಲಿ ಅವರಿಗೆ ಸ್ವಂತದ ಪೇಟೆಂಟ್‌ಗಳೂ ಇದ್ದವು.

ವಿತ್ತ ವಿಚಾರ

1924ರಷ್ಟು ಹಿಂದೆ ವಿಶ್ವೇಶ್ವರಯ್ಯನವರು ದೇಶಕ್ಕೆ ಸಂಬಂಧಿಸಿದಂತೆ ತಮ್ಮ ಆರ್ಥಿಕ ಯೋಜನೆಗಳ ವಿಚಾರವನ್ನು ಪ್ರಸ್ತುತ ಪಡಿಸಿದರು. ಅದರಲ್ಲಿ ಅವರು ಮೊದಲಿಗೆ ಉದ್ಯೋಗಗಳ ವರ್ಗೀಕರಣ ಮಾಡಿದರು. 'ದೊಡ್ಡ ಉದ್ಯೋಗ', 'ಮಧ್ಯಮ ಪ್ರಮಾಣದ ಉದ್ಯೋಗ' (Medium Scale Industries) ಹಾಗೂ 'ಚಿಕ್ಕ ಉದ್ಯೋಗ' (Minor Industries) ಎಂಬ ವಿಭಾಗವನ್ನು ಅವರು ಪ್ರತಿಪಾದಿಸಿದ್ದರು. ಔದ್ಯೋಗೀಕರಣ, ಒಕ್ಕಲುತನ ಹಾಗೂ ಚಿಕ್ಕ ಉದ್ಯೋಗಗಳು, ಸಾರಿಗೆ ಹಾಗೂ ಸಾರ್ವಜನಿಕ ಕೆಲಸಗಳ ಸಾಧನ, ವ್ಯಾಪಾರ, ಸರಕಾರಿ ಆಯವ್ಯಯಗಳ ಬಗೆಗಿನ ವ್ಯವಸ್ಥೆ, ಹಳ್ಳಿ, ಊರು, ನಗರಗಳು ಮುಂತಾದವುಗಳ ಪುನರ್ರಚನೆಗೆ ಅನುಕೂಲವಾಗುವ ವಿಕಾಸ ಯೋಜನೆ, ನಿರುದ್ಯೋಗ ನಿವಾರಣೆಗೆ ಯೋಜನೆಗಳು- ಮುಂತಾದವು ಅವರ ಪ್ಲಾನಿಂಗ್‌ನ ಭಾಗಗಳಾಗಿದ್ದವು. 1924ನೇ ಇಸವಿ ಮಹಾತ್ಮಾ ಗಾಂಧಿಯವರ ಸ್ವರಾಜ್ಯ ಚಳವಳಿಯ

ನಾಯಕತ್ವ ಬೆಳೆಯುತ್ತಿದ್ದ ಕಾಲ. ಯುರೋಪಿನಿಂದ ಬೇರೆಯಾಗುವ ಪರ್ಯಾಯ ಚಿಂತನೆಯ ಕಾಲ. ಆ ಸಂದರ್ಭದಲ್ಲಿ ವಿಶ್ವೇಶ್ವರಯ್ಯನವರು ಕೈಗಾರಿಕೆಗಳ ಪರವಾದ ಆಧುನಿಕ ಯೋಜನೆಗಳ ತಮ್ಮ ನೀಲನಕ್ಷೆಯನ್ನು ವಿವರಿಸುತ್ತಿದ್ದರು.

ರಾಷ್ಟ್ರೀಯತೆಯ ಪರವಾದ, ಗಾಂಧೀಜಿಯವರ ಗ್ರಾಮ ಸ್ವಾವಲಂಬನೆಗಳನ್ನೂ ಬಲಪಡಿಸಬಲ್ಲ ಸರ್ ಎಂ.ವಿ.ಯವರ ಕೈಗಾರಿಕೆಗಳನ್ನೂ ಒಳಗೊಂಡ ಯೋಜನಾ ನೀತಿ ಜನರ ಮನಸ್ಸಲ್ಲಿ ಉಳಿಯಿತು. 1938ನೇ ಇಸವಿಯಲ್ಲಿ ಕಾಂಗ್ರೆಸ್ ಅಧ್ಯಕ್ಷರಾದ ನೇತಾಜಿ ಸುಭಾಷ್‌ಚಂದ್ರ ಬೋಸರು ದೇಶದ ಸರ್ವಾಂಗೀಣ ಉನ್ನತಿಗಾಗಿ ರಾಷ್ಟ್ರೀಯ ನಿಯೋಜನ ಸಮಿತಿಯನ್ನು (National Planning committee) ನೇಮಿಸಿದರು. ಅದರ ಅಧ್ಯಕ್ಷರು ಪಂಡಿತ್ ನೆಹರೂ. ಮುಖ್ಯ ಸದಸ್ಯರು ಸರ್ ಎಂ.ವಿ. ಅದು 29 ಉಪ ಸಮಿತಿಗಳನ್ನು ನಿರ್ಮಿಸಿಕೊಂಡು ಅನೇಕ ಕೆಲಸಗಳನ್ನು ಮಾಡಿತು. ಯೋಜನಾ ಕೈಪಿಡಿಗಳನ್ನು ಪ್ರಕಟಿಸಿತು. ಈ ಸಮಿತಿಯ ಕೊನೆಯ ಸಭೆ 1949ರಲ್ಲಿ ಸೇರಿ ಕಾರ್ಯವನ್ನು ಮುಕ್ತಾಯಗೊಳಿಸಿತು. ಇಂತಹ ಸಮಿತಿಯ ಮೊದಲ ಪ್ರಚೋದನೆ ಸರ್ ಎಂ.ವಿ. ಅವರಿಂದ ದೊರೆಯಿತು ಎಂಬುದು ಗಮನಾರ್ಹ. ಇವೆಲ್ಲದರ ಬಗ್ಗೆ ಮಿರ್ಜಿ ಅಣ್ಣಾರಾಯರು ವಿವರವಾಗಿ ಬರೆದಿದ್ದಾರೆ.

ಡಾ. ಪಿ.ಆರ್. ಬ್ರಹ್ಮಾನಂದ ಅವರು ಬಾಂಬೆ ಪ್ಲಾನ್ ಎಂಬ ನಮ್ಮ ನಗರೀಕರಣದ ಮೊದಲ ಆರ್ಥಿಕ ನೀತಿಯನ್ನು ಯಶಸ್ವಿಯಾಗಿ ದೇಶಕ್ಕೆ ಕಲಿಸಿಕೊಟ್ಟವರು. ಅವರು ವಿಶ್ವೇಶ್ವರಯ್ಯನವರ ಕೃತಿಗಳಾದ Reconstructing India (1920), Planned Economy of India (1934), A Brief Memories of My working life (1960) ಹಾಗೂ ಅನೇಕ ಕೈಗಾರಿಕೆ ಹಾಗೂ ಆರ್ಥಿಕತೆಗಳಿಗೆ ಸಂಬಂಧಿಸಿದ ಬಿಡಿ ಲೇಖನಗಳನ್ನು ಆಧರಿಸಿ ಭಾರತದ ಆರ್ಥಿಕ ಯೋಜನೆಗಳ ಬಗ್ಗೆ ವಿಶ್ವೇಶ್ವರಯ್ಯನವರ ಕಾಣ್ಕೆ ಏನೆಂಬುದನ್ನು ವಿವರಿಸುತ್ತಾರೆ. ಬ್ರಿಟಿಷ್ ಸರಕಾರ ಹಾಗೂ ಭಾರತೀಯ ಸಂಸ್ಥಾನಗಳು ವಿಶ್ವೇಶ್ವರಯ್ಯ ಅವರ ವಿಚಾರಗಳಿಂದ ಪಡೆದ ಲಾಭಗಳನ್ನು ಆಧರಿಸಿ ಬ್ರಹ್ಮಾನಂದ ಅವರು ವಿಶ್ವೇಶ್ವರಯ್ಯ ಅವರ ಆರ್ಥಿಕ ವಿಚಾರಗಳನ್ನೂ ಕಾಣ್ಕೆಗಳನ್ನೂ ವಿವರಿಸುತ್ತಾರೆ. ಒಂದೇ ಮಾತಿನಲ್ಲಿ ಹೇಳುವುದಾದರೆ, ಭಾರತೀಯತೆಯ ಚೌಕಟ್ಟಿನಲ್ಲಿ ಸಮಗ್ರ ದೇಶದ ವಿಕಾಸ ಪಥ ಹೇಗೆ ಸಾಧ್ಯ ಎಂಬುದನ್ನು ಸರ್ ಎಂ.ವಿ. ತೋರಿಸಿಕೊಟ್ಟ ಕ್ರಮವನ್ನು ಪದ್ಮವಿಭೂಷಣ ಪ್ರೊ. ಬ್ರಹ್ಮಾನಂದ ವಿವರಿಸಿ ತೋರಿಸುತ್ತಾರೆ. ವಿಶ್ವೇಶ್ವರಯ್ಯನವರ ನಿಲುವುಗಳು ಪ್ರಕಟವಾದಾಗಿನ ಚಾರಿತ್ರಿಕ ವಾತಾವರಣವನ್ನು ನೆನಪಿಸಿಕೊಂಡೇ ನಾವು ಅವನ್ನು ವಿಶ್ಲೇಷಿಸಬೇಕು. ಆದರೆ ಈ ವಿಚಾರಗಳು ನೆಹರೂ ಅವರನ್ನು ತುಂಬಾ ಪ್ರಭಾವಿಸಿದ್ದವು. ಗಾಂಧೀಜಿ ಅವರ ಆರ್ಥಿಕ ತತ್ವಗಳನ್ನು ನೆಹರೂ ತಮ್ಮ ಆಟೋಬಯಾಗ್ರಫಿ ಪುಸ್ತಕದಲ್ಲಿ ಚರ್ಚಿಸಿ ತಮ್ಮ ಭಿನ್ನಾಭಿಪ್ರಾಯಗಳನ್ನು ವಿವರಿಸುವುದನ್ನೂ ನಾವು ಈಗ ನೆನಪಿಸಿಕೊಳ್ಳಬಹುದು.

ರಾಷ್ಟ್ರೀಯ ನೀತಿ ಆಯೋಗ ಬಂದಾಗ ಯೋಜನಾ ಆಯೋಗದ ಕಾಲ ಮುಗಿಯಿತು. ಪಂಚವಾರ್ಷಿಕ ಯೋಜನೆಗಳಲ್ಲಿ ಕೇಂದ್ರೀಕರಣದ ಕಡೆಗೆ ಲಕ್ಷ ಹೆಚ್ಚು ಎಂಬ ಆಕ್ಷೇಪ ಇತ್ತು. ನೀತಿ ಆಯೋಗ ರಾಜ್ಯಗಳ ಮುಖ್ಯಮಂತ್ರಿಗಳನ್ನು ಒಳಗೊಳ್ಳುವ ಬಗ್ಗೆ ಈಗಾಗಲೇ ಸೂಚಿಸಿದೆ. ಇದು ವಿಕೇಂದ್ರೀಕರಣಕ್ಕೆ ಪೂರಕವಾಗಲೂಬಹುದು. ಆದರೂ ನೀತಿ ಆಯೋಗ ಹಿಂದಿನ ಯೋಜನೆ ಆಯೋಗದಿಂದ ಸಂಪೂರ್ಣ ಭಿನ್ನವಾಗಿರಲು ಸಾಧ್ಯವಿಲ್ಲ. ನಮ್ಮ ಆರ್ಥಿಕ ಪ್ರಗತಿ ಕೃಷಿ ಹಾಗೂ ಕೈಗಾರಿಕೆ ಎರಡನ್ನೂ ಒಳಗೊಂಡಿರಬೇಕು. ನಗರ ಹಾಗೂ ಗ್ರಾಮಗಳನ್ನು ಒಳಗೊಂಡಿರಲೇಬೇಕು. ಈ ಎರಡೂ ಮೂಲಭೂತ ಅಂಶಗಳು ಆಯೋಗದಲ್ಲಿ ಇರುವುದಾದರೆ ಅಂತಹ ಯೋಜನೆಗಳ ಪ್ರಾರಂಭದ ರೂಪರೇಷೆಗಳನ್ನು ರೂಪಿಸಿದ ಭಾರತರತ್ನ ವಿಶ್ವೇಶ್ವರಯ್ಯನವರ ವಿಚಾರಗಳೂ ಹೊಸ ಮಾರ್ಪಾಟುಗಳೊಂದಿಗೆ ಬೆಳೆಯಬೇಕು.

ಮಾಸ್ತಿಯವರು ತಮ್ಮ 'ಶ್ರೀವಿಶ್ವೇಶ್ವರಯ್ಯನವರಿಗೆ' ಎಂಬ ಸಾನೆಟ್‌ನಲ್ಲಿ ಹೇಳಿದ ಹಾಗೆ "ಮಸಕಾಗಿದ್ದ ಮೂಲೆಯಲಿ ಹಚ್ಚಿ ಇರಿಸಿದಿರಿ ತಿಳಿವಾಸೆಗಳ ಹಣತೆಯನು" ಎಂಬ ನೆನಪು ಚರಿತ್ರೆಗೆ ಇರುತ್ತದೆ.

– 15.01.15

***

23. ಡಾ. ಬಿ.ಆರ್. ಅಂಬೇಡ್ಕರ್: ವಯಸ್ಕ ಮತದಾನದ ಪ್ರತಿಪಾದಕ

ಬಾಬಾ ಸಾಹೇಬ್ ಡಾ. ಬಿ.ಆರ್. ಅಂಬೇಡ್ಕರ್ ಜಯಂತಿ ಸಂದರ್ಭದಲ್ಲಿ (ಜನನ 14.04.1891) ಅವರು ದೇಶಕ್ಕೆ ಹಾಗೂ ಹಿಂದುಳಿದ ಜನಾಂಗಗಳ ಹಾಗೂ ತಳಸಮುದಾಯದ ಏಳಿಗೆಗಾಗಿ ನೀಡಿದ ಹಲವು ಕೊಡುಗೆಗಳು ಸ್ಮೃತಿಪಟಲದಲ್ಲಿ ಮೆರವಣಿಗೆ ಮಾಡುತ್ತವೆ. ಅಸ್ಪೃಶ್ಯ ಜನಾಂಗದಲ್ಲಿ ಹುಟ್ಟಿದ ಅವರು ಇಂದಿಗೂ ಆಶ್ಚರ್ಯವಾಗುವಂತೆ ಇಂಗ್ಲೆಂಡ್ ಹಾಗೂ ಅಮೆರಿಕಾ ಎರಡೂ ದೇಶಗಳಲ್ಲಿ ವ್ಯಾಸಂಗ ಮಾಡಿ ಎರಡೂ ಕಡೆ ಉನ್ನತ ಸಂಶೋಧನೆಗಾಗಿ ಪಿಎಚ್.ಡಿ ಪದವಿಗಳನ್ನು ಪಡೆದರು. ಒಂದು ಪ್ರತ್ಯಕ್ಷದರ್ಶಿ ವರದಿ ಪ್ರಕಾರ ಅವರ ಖಾಸಗಿ ಪುಸ್ತಕ ಭಂಡಾರದಲ್ಲಿ 50,000 (ಐವತ್ತು ಸಾವಿರ)ಕ್ಕೂ ಮಿಕ್ಕಿದ ಪುಸ್ತಕಗಳಿದ್ದವು. ಭಾರತೀಯ ಸಂವಿಧಾನದ ರಚನೆಗೆ ಅವರು ನೀಡಿದ ಕೊಡುಗೆ ಅತ್ಯಂತ ಮಹತ್ವವಾದ್ದು. ಅವರು ತೀರಿಕೊಳ್ಳುವುದಕ್ಕೆ ಮೊದಲು (ಮರಣ 06.12.1956) ರಚಿಸಿದ ಕೃತಿಗಳು ಹಾಗೂ ನೀಡಿದ ಬರಹಗಳು ಇಂದು ಕೂಡಾ ನೂತನ ಸಂಶೋಧಕರಿಗೆ ಶ್ರೇಷ್ಠ ಆಕರಗಳು. ಒಬ್ಬ ಮನುಷ್ಯ ಕೇವಲ 65 ವರ್ಷಗಳ ಜೀವಮಾನದಲ್ಲಿ ಇಷ್ಟೆಲ್ಲಾ ಅಧ್ಯಯನ, ಜ್ಞಾನ ಸಂಪಾದನೆ, ಸಾಮಾಜಿಕ ಹೋರಾಟ, ರಾಜಕೀಯ ಕಾರ್ಯಬಾಹುಳ್ಯ ಹಾಗೂ ಚಿಂತನೆ ಮತ್ತು ಜಾಗತಿಕ ಪ್ರವಾಸಗಳನ್ನು ಮಾಡಲು ಸಾಧ್ಯವೆ ಎಂದು ಬೆರಗಾಗುವಷ್ಟು ಕೆಲಸಗಳನ್ನು ಅವರು ಮಾಡಿದ್ದಾರೆ.

ಇಂದು ಭಾರತದ ರಾಜಕೀಯ ಮುಂಚೂಣಿಯಲ್ಲಿ ಹಿಂದುತ್ವದ ಪ್ರಣಾಳಿಕೆ ಮೇಲುಗೈ ಸಾಧಿಸುತ್ತಿರುವ ಸಂದರ್ಭದಲ್ಲಿ ಅಂಬೇಡ್ಕರ್ ವಿಚಾರಗಳು ಇನ್ನಷ್ಟು ಮುನ್ನೆಲೆಗೆ ಬಂದು ಚರ್ಚಿತವಾಗುತ್ತಿವೆ. ರಾಷ್ಟ್ರದಾದ್ಯಂತ ಹಿಂದುತ್ವದ ವೇಗವನ್ನು ದಲಿತ ಚಳವಳಿಗಳು ಎದುರಿಸಿ ತಮ್ಮ ವಿಚಾರಗಳನ್ನು ಪ್ರತಿಪಾದಿಸುತ್ತಿವೆ. ಇನ್ನೊಂದು ನೆಲೆಯಲ್ಲಿ ಹಿಂದುತ್ವದ ವಿಚಾರಗಳನ್ನು ಜಾತಿ, ಸಮುದಾಯ ಪರ ಚಿಂತನೆಗಳು ಎದುರಿಸುತ್ತಿವೆ. ಮೇ ತಿಂಗಳ 12ರಂದು (2018) ಕರ್ನಾಟಕದಲ್ಲಿ ನಡೆಯಲಿರುವ ವಿಧಾನಸಭಾ ಚುನಾವಣೆಗಳು ಕೂಡಾ ಇಂತಹ ಪರಸ್ಪರ ವಿರುದ್ಧ ವಿಚಾರಗಳು ಮುಖಾಮುಖಿಯಾಗಲಿರುವ ಚುನಾವಣಾ ಕಣವೇ ಆಗಿದೆ.

ದಲಿತ ಜಾತಿ ಹಾಗೂ ಹಿಂದೂ ಧರ್ಮಗಳ ಹಿನ್ನೆಲೆಯಲ್ಲಿ ನಮ್ಮ ಚುನಾವಣಾ ವ್ಯವಸ್ಥೆಗೆ ಬಾಬಾಸಾಹೇಬ್ ನೀಡಿದ ಕೊಡುಗೆ ಏನು ಎಂಬುದನ್ನು ಇನ್ನೊಮ್ಮೆ ನೆನಪಿಸಿಕೊಳ್ಳುವುದು ಅಂಬೇಡ್ಕರ್ ಜಯಂತಿ ಸಂದರ್ಭದಲ್ಲಿ ಉಚಿತವಾಗಿದೆ. ಅಂಬೇಡ್ಕರ್ ಅವರು ನಮ್ಮ ದೇಶ ಕಂಡ ಮಾನವಿಕ ಶಾಸ್ತ್ರಗಳ ತಾರ್ಕಿಕ ಚಿಂತನಾ ಕ್ರಮದ ಅತ್ಯುತ್ತಮ ಮನಸ್ಸುಗಳಲ್ಲಿ ಬಹಳ ಮುಖ್ಯವಾದವರು. ಅವರು ತಮ್ಮ ಸಮಗ್ರ ಚಿಂತನೆ ಹಾಗೂ ತಾರ್ಕಿಕ ಶಕ್ತಿಯನ್ನು ವಯಸ್ಕರ ಮತದಾನ ವ್ಯವಸ್ಥೆಯನ್ನು ಸುಭದ್ರಗೊಳಿಸುವುದಕ್ಕಾಗಿ ವ್ಯಯಿಸಿದ್ದರು. ಮತದ ಹಕ್ಕು (Franchise) ಬಗ್ಗೆ ಅವರ ಬರಹದ ಪೂರ್ಣಪಾಠ ಅವರ ತಾರ್ಕಿಕ ಚಿಂತನಾಶಕ್ತಿ ಹಾಗೂ ವಿಚಾರ ಮಂಡನಾ ಕ್ರಮದ ಪೂರ್ಣ ಚಿತ್ರಣ ನೀಡಬಲ್ಲದು. (ಈ ಲೇಖನದ ಕನ್ನಡ ಅನುವಾದದ ಪೂರ್ಣಪಾಠ 'ಡಾ. ಬಿ.ಆರ್. ಅಂಬೇಡ್ಕರ್ ಅವರ ವಿಚಾರಗಳು' ಎಂಬ ವಿಮರ್ಶಕ ಎಚ್. ದಂಡಪ್ಪನವರು ಸಂಪಾದಕರಾಗಿ ಹೊರತಂದ ಗ್ರಂಥದಲ್ಲಿದೆ.)

ದ್ವಿತೀಯ ದುಂಡುಮೇಜಿನ ಪರಿಷತ್ತಿನಲ್ಲಿ (1932) ಭಾರತದಲ್ಲಿರುವ ಹನ್ನೊಂದು ಬ್ರಿಟಿಷ್ ಪ್ರಾವಿನ್ಸ್‌ಗಳಲ್ಲಿ ನಡೆಯಿಸಬಹುದಾದ ಚುನಾವಣೆಗಳ ಪ್ರಸ್ತಾಪ ಇತ್ತು. ಇದು ಚುನಾವಣೆ ನಡೆಯಬೇಕಾದ ಕ್ರಮ, ವಿಧಾನ, ಮತದಾನದ ಹಕ್ಕು, ರೀತಿಗಳನ್ನು ಚರ್ಚೆಗೆ ತಂದಿತು. ಬ್ರಿಟಿಷ್ ಪ್ರಧಾನಮಂತ್ರಿ ರಾಮ್‌ಸೆಮ್ಯಾಕ್ ಡೊನಾಲ್ಡ್ ಅವರು ದಲಿತ ಪ್ರತಿನಿಧಿಯಾಗಿ ಡಾ. ಅಂಬೇಡ್ಕರ್ ಅವರೊಡನೆ 80 ಸೀಟುಗಳ ಮೀಸಲಾತಿಗೆ ಒಪ್ಪಿಕೊಂಡಿದ್ದರು. ಆ ಮೊದಲು ಬ್ರಿಟಿಷ್ ಪ್ರಾವಿನ್ಸ್‌ಗಳಲ್ಲಿ ಇದ್ದ ಒಟ್ಟು 1463 ಚುನಾವಣಾ ಕ್ಷೇತ್ರಗಳ ಪೈಕಿ ದಲಿತರಿಗೆ 131 ಸೀಟುಗಳ ಮೀಸಲಾತಿಯನ್ನು ಸೈಮನ್ ಕಮಿಷನ್ ಸೂಚಿಸಿತ್ತು.

ಪೂನಾದ ಯರವಾಡ ಜೈಲಿನಲ್ಲಿ 1932 ಸೆಪ್ಟೆಂಬರ್‌ನಲ್ಲಿ ಗಾಂಧೀಜಿ ನಡೆಸಿದ ಉಪವಾಸ ಸತ್ಯಾಗ್ರಹ ದಲಿತರನ್ನು ಹಿಂದುಗಳಿಂದ ಪ್ರತ್ಯೇಕವೆಂದು ಪರಿಗಣಿಸಿ ನೀಡಲಾದ ಚುನಾವಣಾ ಮೀಸಲಾತಿ ವಿರುದ್ಧವಾಗಿತ್ತು. ಹಿಂದೂಗಳಲ್ಲದೆ ಮುಸಲ್ಮಾನ ಹಾಗೂ ಸಿಖ್ಖ್ ಧರ್ಮಗಳಿಗೆ ಮಾತ್ರ ಪ್ರತ್ಯೇಕ ಮೀಸಲಾತಿಯನ್ನು ಗಾಂಧೀಜಿ ಒಪ್ಪಿಕೊಂಡಿದ್ದರು. ಉಪವಾಸ ಸತ್ಯಾಗ್ರಹದ ಬಳಿಕ ಅಂಬೇಡ್ಕರ್ ಅವರೂ ಸಹಿ ಹಾಕಿದ 1932ರ ಪೂನಾ ಒಪ್ಪಂದ ಪ್ರಕಾರ ಹಿಂದುಳಿದವರ ಮೀಸಲಾತಿ ಹಿಂದೂಗಳ ಸಾಮಾನ್ಯ ವರ್ಗೀಕರಣದ ಒಳಗೇ ಸೇರಿಸಲ್ಪಟ್ಟಿತು. ದಲಿತ ಮತ್ತು ಅಸ್ಪೃಶ್ಯರು ಹಿಂದೂಗಳಿಂದ ಪ್ರತ್ಯೇಕವಾದ ವಿಭಾಗ ಎಂಬ ಮೀಸಲಾತಿ ಇಲ್ಲವಾಯಿತು. (ಅಂದರೆ ದಲಿತರು ಕೇವಲ ದಲಿತರ ಮತಗಳಿಂದ ಆಯ್ಕೆಯಾಗಬೇಕೆಂಬ ಮೀಸಲಾತಿ ಪ್ರಸ್ತಾಪ ತಿರಸ್ಕರಿಸಲ್ಪಟ್ಟಿತು.)

ಈ ಚುನಾವಣಾ ಕ್ರಮಗಳ ಚರ್ಚೆ ಸಂದರ್ಭದಲ್ಲಿ ಉಪವಾಸ ಸತ್ಯಾಗ್ರಹದಲ್ಲಿದ್ದ ಗಾಂಧೀಜಿ ಬಗ್ಗೆ ಡಾ. ಅಂಬೇಡ್ಕರ್ ಅವರು ಗಾಂಧೀಜಿಯವರ ಜೀವ ಉಳಿಸಲು ನಾನು ನನ್ನ ಜನರ ಹಕ್ಕುಗಳನ್ನೂ ಅವಕಾಶಗಳನ್ನೂ ಬಲಿ ಕೊಡಲಾರೆ ಎಂದು

ಸ್ಪಷ್ಟವಾಗಿ ಹೇಳಿದ್ದು ಚರಿತ್ರೆಯಲ್ಲಿ ದಾಖಲಾಗಿದೆ. ಒಪ್ಪಂದಕ್ಕೆ ಸಹಿ ಹಾಕುವ ಮೊದಲಿನ ಮಾತುಕತೆಗಳ ಪರಿಣಾಮವಾಗಿ ದಲಿತರಿಗೆ ಒಟ್ಟು 148 ಸ್ಥಾನಗಳು ಹಾಗೂ ಮೀಸಲಾತಿಯ ಚುನಾವಣೆ ಅವಧಿ ಐದು ವರ್ಷಗಳೊ ಅಥವಾ ಹತ್ತು ವರ್ಷಗಳೋ ಎಂಬುದನ್ನು ಮುಂದೆ ನಿರ್ಣಯಿಸಲಾಗುವುದು ಎಂದು ಹೇಳಿದ ಚಕ್ರವರ್ತಿ ರಾಜಗೋಪಾಲಾಚಾರಿ ಅವರ ಮಧ್ಯಸ್ಥಿಕೆಯಲ್ಲಿ ಗಾಂಧೀಜಿ ಅಂತಿಮ ನಿರ್ಣಯಕ್ಕೆ ಒಪ್ಪಿಕೊಂಡು ಪೂನಾ ಒಪ್ಪಂದ ಜಾರಿಗೆ ಬಂತು.

ಆ ಬಳಿಕ ನಡೆದ ಎಲ್ಲಾ ಚುನಾವಣಾ ಚರ್ಚೆಗಳಲ್ಲಿ ಡಾ. ಅಂಬೇಡ್ಕರ್ ಎಲ್ಲರಿಗೂ ಸಮಾನವಾದ ವಯಸ್ಕರ ಮತದಾನದ ಹಕ್ಕನ್ನು ಪ್ರತಿಪಾದಿಸುತ್ತಾ ಬಂದರು. ಗಾಂಧೀಜಿಯವರಿಗೆ ದಲಿತರನ್ನು ಚುನಾವಣೆಗಳಲ್ಲಿ ಹಿಂದೂಗಳಿಂದ ಹೊರಗಿಡುವುದು ಅಸ್ಪೃಶ್ಯತಾ ನಿವಾರಣೆಗೆ ದೊಡ್ಡ ತೊಂದರೆ ಉಂಟುಮಾಡುತ್ತದೆ ಎಂಬ ಭಾವನೆ ಉಂಟು ಮಾಡಿತ್ತು. ಎಲ್ಲರನ್ನೂ ಸಮಾನರೆಂದು ಪರಿಗಣಿಸಿ ಮತದ ಹಕ್ಕನ್ನು ವಯಸ್ಕರೆಲ್ಲರಿಗೆ ನೀಡುವುದು ಸಮಾನತೆಯ ಮೊದಲ ಹೆಜ್ಜೆ ಎಂದು ಅಂಬೇಡ್ಕರ್ ನಂಬಿದ್ದರು. ಜಾತಿ, ಧರ್ಮ, ವಿದ್ಯಾಭ್ಯಾಸ, ತೆರಿಗೆ ಪಾವತಿಯ ಸ್ಥಾನಮಾನ, ಭೂಮಿ ಮತ್ತಿತರ ಒಡೆತನ, ಲಿಂಗ ತಾರತಮ್ಯ ಯಾವುದೂ ಮತದಾನದ ಹಕ್ಕನ್ನು ತರತಮ ಮಾಡುವ ಸಾಧನ ಆಗಬಾರದು ಎಂಬುದನ್ನು ತಾರ್ಕಿಕವಾಗಿ ಅಂಬೇಡ್ಕರ್ ಪ್ರತಿಪಾದಿಸುತ್ತಿದ್ದರು.

ಇಂಗ್ಲೆಂಡಿನಲ್ಲಿ ಮತದಾನದ ಹಕ್ಕು ಬೆಳೆದು ಬಂದ ಕ್ರಮ ನೋಡಿದರೆ ಮೊದಲಿಗೆ ಕನಿಷ್ಟ 40 ಷಿಲ್ಲಿಂಗ್‌ಗಳ ಹಣ ಇದ್ದವರ, ಆ ಬಳಿಕ ಸ್ವತಃ ತೆರಿಗೆ ನೀಡುವವ ಮಾತ್ರ– ಹೀಗೆ ಹಲವು ಹಂತಗಳಲ್ಲಿ ಮತದಾನದ ಹಕ್ಕು ದಾಟಿ ಬಂತು. ಬಹಳ ಕಾಲದವರೆಗೆ ಇಂಗ್ಲೆಂಡಿನಲ್ಲಿ ಹೆಣ್ಣುಮಕ್ಕಳಿಗೆ ಮತದಾನದ ಹಕ್ಕು ಇರಲಿಲ್ಲ. ಈ ಎಲ್ಲಾ ಚಾರಿತ್ರಿಕ ಹಂತಗಳನ್ನು ಮತ್ತು ಭಾರತದಲ್ಲಿದ್ದ ಚುನಾವಣಾ ಕ್ರಮಗಳನ್ನು ವಿಶ್ಲೇಷಿಸಿ ಅಂಬೇಡ್ಕರ್ ಅವರು ಎಲ್ಲರೂ ಭಾಗವಹಿಸುವ ವಯಸ್ಕರ ಮತದಾನವನ್ನು ಪ್ರತಿಪಾದಿಸಿದರು.

ಈ ಹಂತದಲ್ಲಿ ಮುಖ್ಯವಾಗಿ ಚರ್ಚೆಯಾದ ಒಂದು ಅಂಶ, ನಿರಕ್ಷರಿಗಳಾದ, ವಿದ್ಯಾಭ್ಯಾಸ ಇಲ್ಲದ ಜನರಿಗೆ ಮತ ನೀಡುವ ಹಕ್ಕು ಯಾಕೆ ಎಂಬುದಾಗಿತ್ತು. ಅಂಬೇಡ್ಕರ್ ಅವರು ಜನ ನಿರಕ್ಷರಿಗಳಾಗಲು, ಶಾಲೆಯಲ್ಲಿ ಕಲಿಯುವ ವಿದ್ಯಾಭ್ಯಾಸ ಇಲ್ಲದಂತಾಗಲು ಕಾರಣ ಯಾರು ಎಂದು ಪ್ರಶ್ನಿಸಿದರು. 1856ರಲ್ಲಿ ಧಾರವಾಡದ ಮಹರ್ ಜಾತಿಯ ಹುಡುಗನೊಬ್ಬ ತನಗೆ ವಿದ್ಯಾಭ್ಯಾಸ ನಿರಾಕರಿಸಿದ ಶಾಲೆಯ ಕ್ರಮದ ವಿರುದ್ಧ ಸರಕಾರಕ್ಕೆ ಪತ್ರ ಬರೆದಾಗ ಸರಕಾರ ನೀಡಿದ ಉತ್ತರವನ್ನು ಉಲ್ಲೇಖಿಸಿದರು. ಬಡ ಅಸ್ಪೃಶ್ಯ ಹುಡುಗನ ಸಮಸ್ಯೆ ಅಂದಿನ ಸರ್ಕಾರ ಅಧಿಕಾರಕ್ಕೆ ಬರುವ ಮೊದಲೂ ಇದ್ದ ಸಮಸ್ಯೆ. ಹುಡುಗನಿಗೆ ವಿದ್ಯಾಭ್ಯಾಸ ಸಿಗಬೇಕಾದ್ದು ನ್ಯಾಯ. ಆದರೆ ಈ ಅಸ್ಪೃಶ್ಯ ಶಾಲೆಗೆ ಹೋದರೆ ಇತರರು ಶಾಲೆಯನ್ನು ಬಹಿಷ್ಕರಿಸುವ ಸಾಧ್ಯತೆಗಳಿವೆ. ಹಾಗಾಗಿ

ವಿದ್ಯಾರ್ಥಿಯನ್ನು ಶಾಲೆಗೆ ಸೇರಿಸಿಕೊಳ್ಳುವಂತೆ ಆಜ್ಞೆ ಮಾಡಲು ಸಾಧ್ಯವಿಲ್ಲ ಎಂದು ಅಂದಿನ ಸರ್ಕಾರ ನಿರ್ಣಯಿಸಿತು. ಇಂತಹ ಸಾವಿರಾರು ಸಂದರ್ಭಗಳಿಂದ ಜನ ಶಾಲಾ ಶಿಕ್ಷಣ ವಂಚಿತರಾಗಿರುವಾಗ ವಿದ್ಯಾಭ್ಯಾಸದ ಪ್ರಮಾಣ ಪತ್ರ ಒಂದು ಮಾತ್ರ ತಿಳುವಳಿಕೆಯ ಮಾನದಂಡವಾಗಲು ಸಾಧ್ಯವಿಲ್ಲ ಎಂಬುದನ್ನು ಪ್ರತಿಪಾದಿಸಿದರು.

ಹಾಗೆಯೇ ಎಲ್ಲರಿಗೂ ವಿದ್ಯಾಭ್ಯಾಸ ನೀಡಲು ಸರಕಾರದ ಬೊಕ್ಕಸದಲ್ಲಿ ಹಣ ಇರಬೇಕು. ತೆರಿಗೆ ನೀಡುವ, ಭೂ ಕಂದಾಯ ಕಟ್ಟುವ ಶ್ರೀಮಂತ ವರ್ಗ ಮಾತ್ರವೇ ಮತ ನೀಡಲು ಅರ್ಹ ಎಂದಾದರೆ ಬಡವರ ಹಿತಾಸಕ್ತಿ ಕಾಯುವ ಪ್ರಾತಿನಿಧ್ಯ ಯಾವ ರೀತಿ ಶಾಸನ ಸಭೆಯಲ್ಲಿ ಗೌಣವಾಗುತ್ತದೆ ಎಂಬುದನ್ನು ವಿವರಿಸಿದರು. ನಿರಕ್ಷರಿಗಳು ಅಜ್ಞಾನಿಗಳು ಅಥವಾ ಆಯ್ಕೆಯ ತಿಳುವಳಿಕೆ ಇಲ್ಲದವರು ಎಂಬುದು ತಪ್ಪು ಕಲ್ಪನೆ ಎಂಬುದನ್ನು ಚಿಂತಕ ಬ್ರೈಸ್‌ನು ಮಾಡಿದ 'ಆಧುನಿಕ ಡೆಮಾಕ್ರಸಿಗಳ' ಸಮೀಕ್ಷೆಯಿಂದ ಸಾಧಾರವಾಗಿ ಸಾಬೀತು ಪಡಿಸಿದರು. ಅಚ್ಚಾದ ಪುಟಗಳನ್ನು ಓದುವುದು ಮಾತ್ರ ಜ್ಞಾನ ಎಂಬ ಕಲ್ಪನೆಯ ದೋಷಗಳನ್ನು ವಿವರಿಸಿದರು. ನೆಹರೂ ಕಮಿಟಿ ಎಲ್ಲಾ ವಯಸ್ಕರ ಮತದಾನದ ಪರವಾಗಿ ನೀಡಿದ ವರದಿಯನ್ನೂ ತಮ್ಮ ವಾದಕ್ಕೆ ಪೂರಕವಾಗಿ ಬಳಸಿಕೊಂಡರು. ಸಂವಿಧಾನ ರಚನಾ ಸಭೆಗಳಲ್ಲೂ ನಡೆದ ಸುದೀರ್ಘವಾದ ಚರ್ಚೆಗಳ ಬಳಿಕ ಭಾರತದಲ್ಲಿ ಅಳವಡಿಸಿರುವ ಲಿಂಗ, ಜಾತಿ, ಧರ್ಮ, ಪ್ರದೇಶಗಳ ಭೇದವಿಲ್ಲದ ವಯಸ್ಕರ ಮತದಾನ ವ್ಯವಸ್ಥೆ ಈಗ ನಮ್ಮ ಚಾರಿತ್ರಿಕ ಅಂಶ. ಆ ನಂತರ ಉಂಟಾದ ಒಂದೇ ಒಂದು ಬದಲಾವಣೆ ಎಂದರೆ ವಯಸ್ಕರ ಮತದಾನದ ಹಕ್ಕನ್ನು 21 ವರ್ಷಗಳಿಂದ 18 ವರ್ಷಗಳಿಗೆ ಇಳಿಸಿ ಇನ್ನಷ್ಟು ಹೆಚ್ಚಿನ ಸಂಖ್ಯೆಯಲ್ಲಿ ಯುವಕರು ಚುನಾವಣೆಗಳಲ್ಲಿ ಭಾಗವಹಿಸುವಂತೆ ಮಾಡಿರುವುದಾಗಿದೆ.

ಅಂಬೇಡ್ಕರ್ ಅವರು ಸಹಿ ಮಾಡಿರುವ 1932ರ ಪೂನಾ ಒಪ್ಪಂದ ನಮ್ಮ ದೇಶದ ಚುನಾವಣಾ ಚರಿತ್ರೆಯಲ್ಲಿ ಬಹು ಮುಖ್ಯವಾದೊಂದು ಘಟ್ಟ. ದಲಿತರಿಗೆ ಅವರದ್ದೇ ಆದ ಪ್ರತ್ಯೇಕವಾದ ಮೀಸಲಾತಿ ಕ್ಷೇತ್ರಗಳು ಇಲ್ಲದೆ ಹಿಂದೂಗಳ ಸಾಮಾನ್ಯ ಕ್ಷೇತ್ರಗಳ ಮೀಸಲಾತಿಯಲ್ಲಿ ಸ್ಪರ್ಧಿಸಬೇಕಾದರೆ ದಲಿತರು ಚುನಾವಣೆಗಳಲ್ಲಿ ಗೆಲ್ಲುವುದಕ್ಕಾಗಿ ಇತರ ಮೇಲ್ಜಾತಿ ಹಿಂದೂಗಳನ್ನು ಆಶ್ರಯಿಸಿ ಓಲೈಸುವುದು ಅನಿವಾರ್ಯವಾಗುತ್ತದೆ. ಅದು ದಲಿತ ಸಮುದಾಯಕ್ಕೆ ಅಗತ್ಯವಿರುವ ಸ್ವತಂತ್ರ ನಾಯಕತ್ವ ನೀಡಲಾರದು ಎಂಬುದು ಅಂಬೇಡ್ಕರ್ ಅಭಿಪ್ರಾಯವಾಗಿತ್ತು.

ಮಹಾತ್ಮಾ ಗಾಂಧಿಯವರ ಆಪ್ತ ಸಹಾಯಕರಾದ ಪ್ಯಾರೇಲಾಲ್ ಅವರು ತಮ್ಮ 'ದ ಎಪಿಕ್ ಫಾಸ್ಟ್' (The Epic Fast) ಎಂಬ ಪುಸ್ತಕದಲ್ಲಿ ಯರವಾಡ ಜೈಲಿನ ಉಪವಾಸದ ವಿವರಗಳನ್ನು ದಾಖಲಿಸಿರುವ ವಿವರಗಳನ್ನು ಗಮನಿಸಿದರೆ ಗಾಂಧೀಜಿಯವರಿಗೆ ದಲಿತರು ಹಿಂದೂಗಳಿಂದ ಬೇರ್ಪಟ್ಟ ಸಂಪೂರ್ಣ ಪ್ರತ್ಯೇಕ ಮೀಸಲಾತಿಯ ಚುನಾವಣಾ ಕ್ಷೇತ್ರಗಳನ್ನು ಹೊಂದುವುದು ಅಸ್ಪೃಶ್ಯತಾ ನಿವಾರಣೆಗೆ

ಅತಿದೊಡ್ಡ ಹೊಡೆತ. ಅವರು ಸವರ್ಣೀಯ ಹಿಂದೂಗಳ ಒಡನಾಟದಲ್ಲಿದ್ದೇ ಅಸ್ಪೃಶ್ಯತಾ ಸಮಸ್ಯೆ ಪರಿಹಾರವಾಗಬೇಕು ಎಂದು ಬಯಸಿದ್ದರು. ಅಸ್ಪೃಶ್ಯರು ಕೂಡಾ ನಮ್ಮಂತೆ ಮನುಷ್ಯರು ಹಾಗೂ ನಮ್ಮ ಒಡಹುಟ್ಟಿದವರು ಎಂಬ ಭಾವನೆ ಹಿಂದೂಗಳಲ್ಲಿ ಬೆಳೆಯುವಂತೆ ಮಾಡಬೇಕು. ಅಸ್ಪೃಶ್ಯತೆ ವಿರುದ್ಧ ಆತ್ಮಶುದ್ಧೀಕರಣದಿಂದ ಹಿಂದೂ ಸಮಾಜ ಬದಲಾಗಬೇಕು. ಸಾಮಾಜಿಕ ಸಂಬಂಧಗಳನ್ನು ಕಡೆಗಣಿಸಿ ಕೇವಲ ಕಾನೂನಿನ ರಕ್ಷಣೆ ಒಂದರಿಂದ ಮಾತ್ರ ದಲಿತರ ಉದ್ಧಾರ ಆಗುತ್ತದೆ ಎಂದು ತಿಳಿಯುವುದು ಸಂಪೂರ್ಣ ಸತ್ಯ ಅಲ್ಲ. ಸಹ ಬಾಳ್ವೆಯಲ್ಲಿ ಸಹ ಚುನಾವಣೆಗಳಲ್ಲಿ ಪರಸ್ಪರ ಬೆರೆತು ಹರಿಜನ ಉದ್ಧಾರ ಆಗುವ ಅವಕಾಶಗಳಿಗೆ ನಾವು ಬೆನ್ನು ತಿರುಗಿಸಬಾರದು ಎಂಬುದು ಗಾಂಧೀಜಿಯವರ ವಾದವಾಗಿತ್ತು.

ಅಂಬೇಡ್ಕರ್ ಅವರು ಕೊನೆವರೆಗೂ ದಲಿತರ ಉದ್ಧಾರಕ್ಕೆ ಕಾನೂನಿನ ರಕ್ಷಣೆ ಅತ್ಯಂತ ಮುಖ್ಯ ಅಸ್ತ್ರ ಎಂದು ನಂಬಿದ್ದರು. ಸಂವಿಧಾನದಲ್ಲಿ ಕೂಡಾ ಅದಕ್ಕೆ ಬೇಕಾದ ಬಂದೋಬಸ್ತಿನ ಕಾನೂನು ವ್ಯವಸ್ಥೆ ಮಾಡಿದರು. ಸಮಾನತೆಯ ಹೊಸ ನೈತಿಕತೆ ಭಾರತೀಯ ಸಮಾಜಕ್ಕೆ ಅಭ್ಯಾಸವಿರುವ ಗುಣವಲ್ಲ. ಆದುದರಿಂದ ಸಮಾನತೆ ಎಂಬುದು ಸಂವಿಧಾನದ ನೂತನ ಕಾನೂನಿನ ನೈತಿಕತೆಯಾಗಿ ಆಚರಣೆಗೊಳ್ಳಬೇಕು ಎಂದು ಪ್ರತಿಪಾದಿಸಿದರು.

ಗಾಂಧೀಜಿಯವರ ಆದರ್ಶ ಹಾಗೂ ಅಂಬೇಡ್ಕರ್ ಅನುಭವಿಸಿದ ಕಠೋರ ಅಸ್ಪೃಶ್ಯತೆ ಎರಡೂ ಸತ್ಯವಾದವು. ಗಾಂಧೀಜಿ–ಅಂಬೇಡ್ಕರ್ (ಆದರ್ಶ–ಕಾನೂನು) ಸಂಧಿಯ ಅವಕಾಶಗಳು ಹೆಚ್ಚಾಗಬೇಕು. ಇತ್ತೀಚೆಗೆ ಗುಜರಾತಿನ ಭಾವ ನಗರದ ಸಮೀಪ ಪ್ರದೀಪ್ ರಾಥೋಡ್ ಎಂಬ ದಲಿತ ಯುವಕನೊಬ್ಬ ಕುದುರೆಯೊಂದರ ಮಾಲಿಕತ್ವ ಹೊಂದಿ ಅದನ್ನು ಸವಾರಿ ಮಾಡುತ್ತಾ ಇತರ ಹಿಂದೂಗಳಿಗೆ ಸಮಾನವಾಗಿದ್ದ ಎಂಬ ಭಾವನೆಯನ್ನು ಸಹಿಸದ ಮೇಲ್ಜಾತಿಯವರು ದಲಿತ ಯುವಕನನ್ನೂ–ಕುದುರೆಯನ್ನೂ ಕೊಂದು ಹಾಕಿದ ವರದಿ ಬಂದಿದೆ. ಅಂತಹ ಸಾವಿರಾರು ಘಟನೆಗಳು ದೇಶದಾದ್ಯಂತ ನಡೆಯುತ್ತಿವೆ. ನಮ್ಮಲ್ಲಿ ದಲಿತ ಸಮಾನತೆ ಸಾಧಿಸಲು ಇನ್ನೆಷ್ಟು ನೂರು ಅಂಬೇಡ್ಕರ್ ಜಯಂತಿಗಳು ಬರಬೇಕಾಗಬಹುದೆಂದು ಹೇಳಬಲ್ಲವರಾರು ?

– 12.04.2018

***

24. ಭಿನ್ನವಿದ್ದೂ ಬೆರೆಯಬಹುದೆಂದು ತೋರಿಸಿದ ಅಟಲ್‌ಜಿ

ಭಾರತದ ಮಾಜಿ ಪ್ರಧಾನಿ ಅಟಲ್ ಬಿಹಾರಿ ವಾಜಪೇಯಿ ಅವರು ನಿಧನ ಹೊಂದಿದಾಗ (25.12.1924ರಿಂದ 16.08.2018) ಪಕ್ಷಭೇದವಿಲ್ಲದೆ ದೇಶದ ಪ್ರಜೆಗಳು ಹಾಗೂ ರಾಜಕೀಯ ಧುರೀಣರು ಅಗಲಿದ ರಾಷ್ಟ್ರನಾಯಕನಿಗೆ ಅಂತಿಮ ಗೌರವ ಸಲ್ಲಿಸಿ ತಮಗೆಲ್ಲರಿಗೂ ಬೇಕಾದ ತಮ್ಮವನೇ ಆದ ಒಬ್ಬ ಆಪ್ತನನ್ನು ಕಳೆದುಕೊಂಡ ನೋವನ್ನು ಅನುಭವಿಸಿದರು. ವರ್ಚಸ್ಸು ಎಂಬ ಅರ್ಥದ ಇಂಗ್ಲಿಷ್‌ನ ಕರಿಶ್ಮಾ (charisma) ಎಂಬ ಪದ ಇಂದಿನ ನಾಯಕರಲ್ಲಿ ಅಟಲ್‌ಜಿ ಅವರಿಗೆ ನಿಜವಾಗಿ ಅನ್ವಯ.

ಹಿಂದೆ ನೆಹರೂ ಅಂತಹ ಕರಿಶ್ಮಾಟಿಕ್ ಲೀಡರ್. ವಾಜಪೇಯಿಯವರ ಮರಣ ಇಂದಿನ ಸಂದರ್ಭದಲ್ಲಿ ದೇಶ ತನ್ನ ರಾಜಕೀಯ ಭಿನ್ನ ಮತಗಳನ್ನು ಪ್ರಾಮಾಣಿಕವಾಗಿ ಬದಿಗೆ ಸರಿಸಿ ದುಃಖದಲ್ಲಿ ಎಲ್ಲರೂ ಒಂದಾದ ಕ್ಷಣ. ತಮ್ಮದೇ ಆದ ರೀತಿಯಲ್ಲಿ ಭಾರತೀಯ ಹಿಂದುತ್ವಕ್ಕೆ ಬದ್ಧರಾಗಿದ್ದೂ ಎಲ್ಲರನ್ನೂ ಒಟ್ಟಾಗಿ ಕಂಡು ಕರೆದೊಯ್ಯಬಲ್ಲ ಅವರ ಈ ನಾಯಕತ್ವದ ಗುಣ, ರಾಜಕೀಯದಲ್ಲಿ ಮತಭೇದ ಇರಬಹುದು; ಆದರೆ ಮನಭೇದ ಸಲ್ಲದು ಎಂದು ಅವರೇ ಹಿಂದೆ ಹೇಳಿದ ಮಾತೊಂದನ್ನು ನೆನಪಿಸಿತು. ರಾಜಕೀಯದಲ್ಲಿ ತಾತ್ವಿಕ ಭಿನ್ನಮತ, ಅಭಿಪ್ರಾಯ ಭೇದಗಳು ಸ್ವೀಕಾರಾರ್ಹ. ಆದರೆ ವೈಯಕ್ತಿಕ ಅಸಮಾಧಾನದ ತಾರತಮ್ಯ, ದ್ವೇಷದ ರಾಜಕೀಯ ಮನೋಭಾವ ಸಲ್ಲದು ಎಂಬುದು ಆ ಮಾತಿನ ಸೂಚ್ಯಾರ್ಥ. ಅಂತರಂಗದಲ್ಲಿ ಪರಿಶುದ್ಧ ಪ್ರಜಾಪ್ರಭುತ್ವವಾದಿ–ಯಾದವನೊಬ್ಬ ಮಾತ್ರ ಹಾಗೆ ಚಿಂತಿಸಬಲ್ಲ. ಪಕ್ಷಭೇದ, ತತ್ವಭೇದಗಳನ್ನು ಮರೆತು ಜನ ವಾಜಪೇಯಿ ಅವರ ಸಾವಿಗೆ ಮಿಡಿದ ಕ್ರಮ– ಸ್ವತಃ ಅವರು ಮತಭೇದವಿದ್ದರೂ ಮನಭೇದವಿಲ್ಲದೆ ನಡಕೊಂಡವರು ಎಂಬುದನ್ನು ಮತ್ತೊಮ್ಮೆ ನೆನಪಿಸುತ್ತದೆ.

ರಾಜಕೀಯಕ್ಕೂ ಒಂದು ಧರ್ಮವಿದೆ. ಅಧಿಕಾರದಲ್ಲಿರುವ ಪ್ರತಿಯೊಬ್ಬನೂ ಅಂತಹ ರಾಜಧರ್ಮದ ಪ್ರಕಾರ ನಡೆಯತಕ್ಕದ್ದು ಎಂಬುದು ಅವರ ದೃಢವಾದ ನಂಬಿಕೆಯಾಗಿತ್ತು. ಬಿಜೆಪಿ ಅಧಿಕಾರದಲ್ಲಿದ್ದ ಗುಜರಾತ್‌ನಲ್ಲಿ 2001ರಲ್ಲಿ ಕೇಶೂಭಾಯಿ ಪಟೇಲರ ಭಿನ್ನಮತ, ನಿರ್ಗಮನದ ಸಮಯದಲ್ಲಿ ನರೇಂದ್ರ ಮೋದಿ ಅವರನ್ನು

ಗುಜರಾತಿನ ಮುಖ್ಯಮಂತ್ರಿಯನ್ನಾಗಿ ಮಾಡಿದ ಪ್ರಮುಖರು ವಾಜಪೇಯಿ. ಆದರೆ 2002ರಲ್ಲಿ ಗೋಧ್ರಾ ಹತ್ಯಾಕಾಂಡ ಮತ್ತು ಆ ಬಳಿಕ ರಾಜ್ಯದಲ್ಲಿ ನಡೆದ ಹಿಂಸಾಕಾಂಡವನ್ನು ವಾಜಪೇಯಿ ಒಪ್ಪಲಿಲ್ಲ. ತಮ್ಮದೇ ಪಕ್ಷದ ಮುಖ್ಯಮಂತ್ರಿಗೆ 'ರಾಜಧರ್ಮ' ದೊಡ್ಡದು; ಅದನ್ನು ಪಾಲಿಸತಕ್ಕದ್ದು ಎಂದು ಸಾರ್ವಜನಿಕವಾಗಿ ಹೇಳಿದರು.

ರಾಜಧರ್ಮದ ಕುರಿತು ವಾಜಪೇಯಿ ಪ್ರಧಾನಿಯಾಗಿ ಮಾತನಾಡುವಾಗ ತಮ್ಮ ಅಧಿಕಾರದಲ್ಲಿದ್ದ ದಂಡನೆಯ ಶಕ್ತಿಯನ್ನವರು ಬಳಸದಿದ್ದುದು ಸರಿಯೆ? ಎಂಬ ಒಂದು ಚರ್ಚೆ ನಡೆದಿತ್ತು. ಗೋವಾದ ಬಿಜೆಪಿ ರಾಷ್ಟ್ರೀಯ ಕಾರ್ಯಕಾರಿಣಿಯ ಅಂತ್ಯದ ಭಾಷಣದಲ್ಲಿ (2002) ಅವರು ಮುಸ್ಲಿಂರ ಬಗ್ಗೆ ತೀವ್ರ ದಾಳಿ ನಡೆಸಿದ್ದಾರೆ. ಮೊದಲು ಬೆಂಕಿ ಇಟ್ಟವರು ಯಾರೆಂಬ ಪ್ರಶ್ನೆ ಕೇಳಿದ್ದಾರೆ. ನರೇಂದ್ರ ಮೋದಿ ಮುಖ್ಯಮಂತ್ರಿ ಸ್ಥಾನಕ್ಕೆ ರಾಜೀನಾಮೆ ನೀಡಬೇಕೆಂಬ ತಮ್ಮ ಪಟ್ಟನ್ನು ಬಿಟ್ಟುಕೊಟ್ಟಿದ್ದಾರೆ. ಹಾಗಾಗಿ ಅವರ ಟೀಕೆಯ ಮಾತುಗಳು ಬದ್ಧತೆ ಇಲ್ಲದ ಮುಖವಾಡ ಎಂದವರೂ ಇದ್ದಾರೆ. ಅವರ ಪಕ್ಷದ ಒಳಗೇ ಏನು ಒತ್ತಡವಿತ್ತು ಎಂಬುದು ಹೊರಗೆ ತಿಳಿಯುವಂತಿರಲಿಲ್ಲ. ಆದರೆ ಅದು ವಾಜಪೇಯಿಯವರ ಎಲ್ಲರನ್ನೂ ಸರಿದೂಗಿಸಿಕೊಂಡು ನಡೆಸುವ ರಾಜಕೀಯದ ಒಂದು ಅಂಶವಾಗಿತ್ತು. ಇಂದು ಭಿನ್ನಾಭಿಪ್ರಾಯವೆಂದರೆ ಒಡೆದು ಸಿಡಿಯುವ ಹಂತ ತಲುಪಿದೆ. ಪರಸ್ಪರ ಸಂವಾದದ ಸಹನೆ ರಾಜಕೀಯದಲ್ಲಾಗಲಿ, ಸಮಾಜದಲ್ಲಾಗಲಿ ಹೆಚ್ಚು ಕಂಡುಬರುತ್ತಿಲ್ಲ. ಈ ಸಂದರ್ಭದಲ್ಲಿ ಎಲ್ಲರನ್ನೂ ಒಳಗೊಳ್ಳಬಲ್ಲ ನಾಯಕತ್ವದ ಮನೋಭಾವ, ಅಂತಹ ಸಂವಾದಗಳನ್ನು ಸಹನೆಯಿಂದ ಸಹಿಸಿಕೊಳ್ಳಬಲ್ಲ ಜನರ ಸಂವೇದನೆ ಇಂದು ಹಿಂದಿಗಿಂತ ಹೆಚ್ಚು ಅಗತ್ಯವಾಗಿದೆ. ವಾಜಪೇಯಿ ಹಾಗೂ ನೆಹರೂ ರೀತಿಯ ಪ್ರಜಾಪ್ರಭುತ್ವವಾದಿ ನಾಯಕರು ಮತ್ತೆ ನೆನಪಾಗುವುದು ಈ ಕಾರಣಕ್ಕೆ.

2001 ಡಿಸೆಂಬರ್‌ನಲ್ಲಿ ಭಯೋತ್ಪಾದಕರು ಪಾರ್ಲಿಮೆಂಟಿಗೆ ದಾಳಿ ಮಾಡಿದಾಗ ಹೊರಗೆ ಇದ್ದ ವಿರೋಧ ಪಕ್ಷದ ನಾಯಕಿ ಸೋನಿಯಾ ಗಾಂಧಿ ಫೋನ್ ಮಾಡಿ ವಾಜಪೇಯಿ ಅವರ ಸುರಕ್ಷೆ ವಿಚಾರಿಸಿದರು. ಆಗ, ಸಾರ್ವಜನಿಕವಾಗಿ ವಾಜಪೇಯಿ ವಿರೋಧ ಪಕ್ಷದ ನಾಯಕಿ ಪ್ರಧಾನ ಮಂತ್ರಿ ಸುರಕ್ಷೆ ಬಗ್ಗೆ ಆತಂಕಪಟ್ಟಾಗ ಪ್ರಜಾಪ್ರಭುತ್ವ ಸುರಕ್ಷಿತವಾಗಿದೆ ಎಂದು ಹೇಳಿದರು. ಕರಣ್ ಥಾಪರ್ ಅವರು ರಾಜೀವ್ ಗಾಂಧಿ ಬಗ್ಗೆ ಮಾತನಾಡಲು ಹೇಳಿದಾಗ, "ಪ್ರಧಾನಿ ರಾಜೀವ್ ಒಂದು ನಿಯೋಗದಲ್ಲಿ ನನ್ನನ್ನು ನ್ಯೂಯಾರ್ಕ್‌ಗೆ ಕಳಿಸಿ ಅಲ್ಲಿ ನನ್ನ ಆರೋಗ್ಯ ತಪಾಸಣೆಗೆ ವ್ಯವಸ್ಥೆ ಮಾಡಿದ ಬಗ್ಗೆ ಹೇಳಬೇಕು; ಪ್ರಧಾನಿ ರಾಜೀವರ ಈ ಉದಾರತೆಯಿಂದ ವಿರೋಧ ಪಕ್ಷದ ನಾನು ಇಂದು ಬದುಕಿದ್ದೇನೆ. ಇದು ನಿಮಗೆ ಒಪ್ಪಿಗೆಯಾದರೆ ಮಾತನಾಡುವೆ," ಎಂದರು. ವಾಜಪೇಯಿಯವರ ಮನಸ್ಸು ಮಾನವತ್ವದ ಮೂಲಕ್ಕೆ ಮಿಡಿಯುವಂತಹದು.

ರಾಜಧರ್ಮದ ಬಗ್ಗೆ ವಾಜಪೇಯಿ ಹೇಳಿದಾಗ ಭಾರತೀಯ ಹಾಗೂ ಹಿಂದೂ ತತ್ವದ ಮುಖ್ಯವಾದೊಂದು ಮಾನವೀಯ ನೆಲೆಯನ್ನು ಅವರು ವಿವರಿಸುತ್ತಿದ್ದರು.

ಮನುಧರ್ಮಶಾಸ್ತ್ರದಲ್ಲಿ 'ರಾಜಧರ್ಮ'ವನ್ನು ವಿವರಿಸುವಾಗ, ಅರಾಜಕ ಪರಿಸ್ಥಿತಿಯಲ್ಲಿ ಬಲಿಷ್ಠರು ದುರ್ಬಲರನ್ನು ಶೋಷಿಸದೆ ಅಥವಾ ದೋಚದೆ ಇರಲಾರರು. ಅದು ಆಗದಂತೆ ರಕ್ಷಿಸುವುದು ಮತ್ತು ಸಮಾನ ನ್ಯಾಯ ಒದಗಿಸುವುದು ರಾಜನ ಧರ್ಮ. ನ್ಯಾಯಾಧೀಶನೂ, ಆಡಳಿತಗಾರನೂ, ಜನರ ಜೀವ, ಆಸ್ತಿ, ಸಂಪತ್ತುಗಳನ್ನು ಮತ್ತು ರಾಜ್ಯವನ್ನು ರಕ್ಷಿಸುವವನು ರಾಜಮಾತ್ರನಾಗಿದ್ದ ಕಾಲದಲ್ಲಿ ಮನು ರಾಜಧರ್ಮವನ್ನು ವಿವರಿಸಿದ್ದ. ಅದರ ಅತ್ಯುತ್ಕೃಷ್ಟ ಮಾನವೀಯ ಭಾಗವನ್ನು ವರ್ತಮಾನದ ಸಮಸ್ಯೆಗೆ ಅನ್ವಯಿಸಿ ವಾಜಪೇಯಿ ಹೇಳಿದ್ದರು. ಜನರ ನೋವಿಗೆ ಸ್ಪಂದಿಸಲು ಬೇಕಾದ ಭಾವನಾತ್ಮಕ ಮುಗ್ಧತೆ ಕವಿ ಹೃದಯದ ಅವರಲ್ಲಿ ಕೊನೆವರೆಗೂ ಇತ್ತು. ಕಾರ್ಯಾಂಗದ ಅಧಿಕಾರಿಗಳು ಉಗ್ರದಂಡರೂ ಆಗಬಾರದು ಹಾಗೆಯೇ ನಿಯಂತ್ರಣವಿಲ್ಲದ ಶಿಥಿಲದಂಡರೂ ಆಗಬಾರದು. ಅಂತಹ ಸಮತೋಲನ ಮೂಲಕ ಸ್ಥಿರತೆ ಸ್ಥಾಪಿಸಬೇಕಾದವನು ರಾಜ, ಅಂದರೆ ವಾಜಪೇಯಿ ಹೇಳಿದ ಸಂದರ್ಭದಲ್ಲಿ ಅವರದ್ದೇ ಪಕ್ಷದ ರಾಜ್ಯದ ಮುಖ್ಯಮಂತ್ರಿ. ಜಾತಿ, ಮತ, ಪಕ್ಷ, ಧರ್ಮ ಭೇದಗಳಿಲ್ಲದೆ ನ್ಯಾಯದ ಎದುರು ಎಲ್ಲರೂ ಸಮಾನರು. ಪ್ರಜೆಗಳ ರಕ್ಷಣೆ ರಾಜಧರ್ಮದ ಭಾಗ ಎಂದು ವಿವರಿಸಿ ಹೇಳಬಲ್ಲ ಒಬ್ಬ ಶ್ರೇಷ್ಠ ಮುತ್ಸದ್ದಿ (statesman) ಆಗುವುದು ಹೀಗಿರುವ ಮನೋಭಾವದಿಂದ. ಅವರು ತಕ್ಷಣದ ರಾಜಕೀಯ ಲಾಭವನ್ನು ಮೀರಿ ರಾಷ್ಟ್ರಹಿತಕ್ಕೆ ಬೇಕಾದ, ದೂರಗಾಮಿತ್ವದ ನಿರ್ಣಯ ತೆಗೆದುಕೊಳ್ಳಬಲ್ಲವರಾಗಿದ್ದರು. ಅಂತಹ ಮಾತುಗಳನ್ನೂ ಆಡಬಲ್ಲವರಾಗಿದ್ದರು.

ಯಾರೊಂದಿಗೂ ವೈರವಿಲ್ಲದ ಅವರ ಅಜಾತಶತ್ರು ವ್ಯಕ್ತಿತ್ವ ದೇಶದ ಒಳಗಿನಂತೆ, ವಿದೇಶಗಳಲ್ಲೂ ಕಾರ್ಯ ಸಾಧಿಸಿದೆ. ಭಾರತದ ವಿದೇಶ ಮಂತ್ರಿಯಾಗಿ 1977ರಲ್ಲಿ ಅವರು ನೆಹರೂ ಬೆಳೆಸಿದ ವಿದೇಶಾಂಗ ನೀತಿಯನ್ನು ಮುಂದುವರಿಸಿ ಅತ್ಯಂತ ಯಶಸ್ವಿಯಾದರು. ಪ್ರತಿಪಕ್ಷದ ವಾಜಪೇಯಿ ಅವರು ನೆಹರೂ ವಿದೇಶಾಂಗ ನೀತಿಯನ್ನು ಮುಂದುವರಿಸಿರುವುದೇ ಅದಕ್ಕೆ ಸಿಕ್ಕ ದೊಡ್ಡ ಗೌರವ. ಮುಂದೆ ಪ್ರಧಾನ ಮಂತ್ರಿಯಾಗಿ ವಾಜಪೇಯಿ ಪೋಖ್ರಾನ್‌ನಲ್ಲಿ ಅಣುಶಕ್ತಿ ಪ್ರಯೋಗ ನಡೆಸಿ ಬಲಿಷ್ಠ ರಾಷ್ಟ್ರಗಳ ಕೆಂಗಣ್ಣಿಗೆ ಭಾರತ ಗುರಿಯಾಗುವ ಅಪಾಯ ಎದುರಿಸಿದರು. ಆದರೆ ತಮ್ಮ ವ್ಯಕ್ತಿತ್ವ ಹಾಗೂ ಇದೇ ಅಜಾತಶತ್ರು ಗುಣದ ಶಕ್ತಿಯಿಂದ ಭಾರತ ಸಂಪೂರ್ಣ ಆರ್ಥಿಕ ದಿಗ್ಬಂಧನಕ್ಕೆ ಗುರಿಯಾಗಿ ಸಂಕಷ್ಟ ಎದುರಿಸುವ ಸಂದರ್ಭದಿಂದ ಪಾರು ಮಾಡಿದರು. ಒಂದೊಂದಾಗಿ ಒಡಕು ಬಿದ್ದ ವಿದೇಶಾಂಗ ಸಂಬಂಧಗಳನ್ನು ಮತ್ತೆ ಕುದುರಿಸಿ ಸ್ನೇಹದಿಂದ ಬೆಸೆದು ಸರಿಪಡಿಸಿದರು. ಆದರೆ ಅದನ್ನವರು ಭಾರತದ ತಲೆತಗ್ಗಿಸಿ ಸಾಧಿಸಲಿಲ್ಲ. ಅಂದಿನ ವಿತ್ತಮಂತ್ರಿ ಯಶವಂತ ಸಿನ್ಹಾರೊಡನೆ ಮೊದಲೇ ಚರ್ಚಿಸಿ, ಆರ್ಥಿಕ ದಿಗ್ಬಂಧವನ್ನು ಎದುರಿಸಲು ಬೇಕಾದ ಸಿದ್ಧತೆ ನಡೆಸಿ ಅಣುಶಕ್ತಿ ಪರೀಕ್ಷೆ ನಡೆಸಿದರು. ತಮ್ಮ ರಾಜಕೀಯ ಶಕ್ತಿಯಿಂದ ಹೊರರಾಷ್ಟ್ರಗಳ ಸಂಬಂಧವನ್ನು ಪುನಃ ಕಟ್ಟಿದರು. ಭಾರತದ ಘನತೆಯನ್ನು ಬಿಟ್ಟುಕೊಡದೆ ವಿದೇಶ ಸಂಬಂಧಗಳನ್ನು ಬಲಪಡಿಸುವ ಶಕ್ತಿ, ಹಿಂದೆ ಇದ್ದುದು ಪಂಡಿತ್ ನೆಹರೂ ಅವರಿಗೆ.

ವಾಜಪೇಯಿ ಅವರ ಸಂವಹನ ಶಕ್ತಿಯನ್ನು ಹೊಗಳುತ್ತಾ ಜನ ಅವರನ್ನು ಶಬ್ಧಗಳ ಸಾಮ್ರಾಟ ಎನ್ನುವುದಿದೆ. ಅವರು ಪದಗಳನ್ನು ಶಕ್ತಿಯುತವಾಗಿ ಬಳಸಿದರು. ಆದರೆ ಎಲ್ಲೂ ಯಾರಿಗೂ ತಮ್ಮ ಶಬ್ಧಗಳಿಂದ (ಮಾತಿನಿಂದ) ಗಾಯ ಮಾಡಲಿಲ್ಲ.

ಬಾಬರಿ ಮಸೀದಿ ಕೆಡವಿದ ಸಂದರ್ಭ. ರಾಮವಿಲಾಸ ಪಾಸ್ವಾನ್ ಮಾತನಾಡುತ್ತಾ, "ಬಿಜೆಪಿ 'ಜೈಶ್ರೀರಾಮ್' ಎನ್ನುತ್ತಿದೆ. ಆದರೆ ಅವರಲ್ಲಿ ಯಾರೂ 'ರಾಮ' ಇಲ್ಲ. ನನ್ನ ಹೆಸರಿನಲ್ಲೇ 'ರಾಂ' ಇದೆ," ಎಂದರು. ಅದಕ್ಕೆ ಉತ್ತರವಿತ್ತ ಅಟಲ್‌ಜಿ ಅವರು, "ಅದು ನಿಜ. ಆದರೆ 'ಹರಾಮ್' ಅನ್ನುವಾಗಲೂ ರಾಮ್ ಇದೆಯಲ್ಲವೇ," ಎಂದರು. ಅವರೊಡನೆ ಇಡೀ ಸಂಸತ್ತು ನಕ್ಕಿತು. ಆಗ ಅವರು, "ರಾಮ್ ಯಾರು ಹರಾಮ್ ಯಾರು ಎಂಬುದನ್ನು ಅರಿಯುವುದು ಮುಖ್ಯ," ಎಂದರು. ಅಂದರೆ ಅವರು ಏಕಕಾಲಕ್ಕೆ ಪಾಸ್ವಾನ್ ಅವರ ಟೀಕೆ ಏನೆಂಬುದು ಅರ್ಥವಾಗಿದೆ ಎಂಬುದನ್ನು ಸೂಚಿಸಿದಂತೆ ಬಿಜೆಪಿಯ ನಿಲುವು ಏನೆಂಬುದನ್ನೂ ಸ್ಪಷ್ಟಪಡಿಸಿದರು. ಹೀಗೆ ತಮ್ಮ ಬದ್ಧತೆಯನ್ನು ಕಾಯ್ದುಕೊಳ್ಳುತ್ತಾ ಯಾರೊಡನೆಯೂ ನಿಷ್ಠುರವಿಲ್ಲದೆ 1951ರಲ್ಲಿ ಪ್ರಾರಂಭವಾದ ಜನಸಂಘವನ್ನು ಮುನ್ನಡೆಸುತ್ತಾ ಬಿಜೆಪಿಯಿಂದ ಪೂರ್ಣಾವಧಿ ಪೂರೈಸಿದ ಪ್ರಧಾನಿಯಾದರು. ಇನ್ನೊಮ್ಮೆ ರಾಮ್‌ವಿಲಾಸ್ ಪಾಸ್ವಾನ್, ನನ್ನ ಹೆಸರಲ್ಲೇ ರಾಮ ಇದ್ದಾನೆ ಎಂದಾಗ ವಾಜಪೇಯಿ, "ಆದರೆ ಅವನು ವಿಲಾಸಿ ರಾಮನಾಗಿದ್ದಾನೆ," ಎಂದು ಹೇಳಿ ನಗಿಸಿ, ಸಭೆಯನ್ನು ತಿಳಿಯಾಗಿಸಿದರು. ಬೋಲಾಪುರ ಕ್ಷೇತ್ರದಿಂದ ಗೆದ್ದ ಸೋಮನಾಥ ಚಟರ್ಜಿ ಲೋಕಸಭೆಯ ಅಧ್ಯಕ್ಷರಾದಾಗ ಅವರನ್ನು ಅಭಿನಂದಿಸಿ ಮಾತನಾಡುತ್ತಾ, "ಬೋಲಾಪುರದಿಂದ ಗೆದ್ದರೂ ಈ ಪೀಠದಲ್ಲಿ ಹೆಚ್ಚು 'ಬೋಲ್' (ಮಾತು) ಆಡುವಂತಿಲ್ಲ," ಎಂದು ನಗಿಸಿದರು. ಪದಗಳ ಶ್ಲೇಷೆ, ಕವಿತ್ವದ ಭಾವುಕ ಶಕ್ತಿ, ಭಾಷಣಗಳಲ್ಲಿ ಶಕ್ತಿಯುತ ರೆಟರಿಕ್– ವಾಗ್ಮಿತೆಗಳೆಲ್ಲಾ ಅವರ ನಾಯಕತ್ವದ ವಿಶೇಷ ಶಕ್ತಿಗಳು.

ಅವರು ಮೊದಲ ಬಾರಿ ಲೋಕಸಭೆಗೆ 1957ರಲ್ಲಿ ಆಯ್ಕೆಯಾದರು. ಜನಸಂಘದ 33 ವರ್ಷಗಳ ತರುಣ ಸದಸ್ಯ. ಆಗ ಕೇವಲ ಇಬ್ಬರು ಸದಸ್ಯರಿದ್ದ ಜನಸಂಘದ ತರುಣ ಸದಸ್ಯನ ಭಾಷಣವನ್ನು ಅಂದಿನ ಹಿರಿಯ ನಾಯಕ ಪ್ರಧಾನಿ ನೆಹರೂ ಸಂಪೂರ್ಣ ಆಲಿಸುತ್ತಾರೆ. ಹಿಂದೂ– ಮುಸ್ಲಿಂ ಬಗ್ಗೆ ಮಾತನಾಡುತ್ತಾ ವಾಜಪೇಯಿ ಪಾರ್ಲಿಮೆಂಟಿನಲ್ಲಿ "ಸರಕಾರ ಮುಸ್ಲಿಮರಿಗೆ ಪಕ್ಷಪಾತ ತೋರುತ್ತಿದೆ. ಹಿಂದೂಗಳು ಆತ್ಮರಕ್ಷಣೆಗಾಗಿ ಮುಸ್ಲಿಮರ ಮೇಲೆ ಕೈಮಾಡಬೇಕಾಗಿದೆ," ಎಂದು ಹೇಳಿದರು. ನೆಹರೂ, "ಇದು ಮುಸ್ಲಿಂ ವಿರೋಧಿ, ಹಿಂದೂ ದುರಭಿಮಾನಿ ಆದವರ ಮಾತು. ಈ ಕ್ಷುದ್ರ ಬುದ್ಧಿ ರಾಷ್ಟ್ರವನ್ನು ಕೆಡಿಸುತ್ತದೆ," ಎಂದು ತಮ್ಮ ಭಾಷಣದಲ್ಲಿ ಉತ್ತರಿಸಿದರು. ಮೊದಲ ಬಾರಿಗೆ ಸಂಸತ್ ಸದಸ್ಯನಾದ ತರುಣನ ಮಾತುಗಳನ್ನು ಪ್ರಧಾನಿ ಸದನದಲ್ಲಿ ಕುಳಿತು ಪೂರ್ತಿ ಕೇಳಿದರು ಎಂಬುದೇ ದೊಡ್ಡ ವಿಚಾರ. ಆಗ 'ಜೀವನ' ಪತ್ರಿಕೆ ನಡೆಸುತ್ತಿದ್ದ

ಕನ್ನಡದ ಹಿರಿಯ ಲೇಖಕ ಮಾಸ್ತಿ ವೆಂಕಟೇಶ ಅಯ್ಯಂಗಾರ್ ಇವೆರಡೂ ಚಿಂತನಾಕ್ರಮಗಳನ್ನು ಒಪ್ಪದೆ ಹೀಗೆ ಬರೆಯುತ್ತಾರೆ: "ಇದರಲ್ಲೆಲ್ಲಾ ಒಂದು ದೊಡ್ಡ ತಪ್ಪು ಅಡಗಿದೆ. ಒಟ್ಟು ಮುಸ್ಲಿಂ ಸಮುದಾಯ ಏನನ್ನಾದರೂ ಮಾಡಿತು, ಒಟ್ಟು ಹಿಂದೂ ಸಮುದಾಯ ಅದಕ್ಕೆ ಪ್ರತಿಯಾಗಿ ಬೇರೆ ಏನನ್ನೋ ಮಾಡಿತು, ಎನ್ನುವುದು ಈ ಎರಡು ವಾದಗಳ ಕಲ್ಪನೆ. ಈ ಕಲ್ಪನೆ ಸರಿಯಲ್ಲ." ಅದು ಯಾಕೆ ಸರಿಯಲ್ಲ ಎಂಬುದನ್ನು ಮಾಸ್ತಿ ವಿವರಿಸುತ್ತಾರೆ: "ಉಗ್ರವಾದಿಗಳಾದ ಸಹನೆ ಇಲ್ಲದ ಮುಸ್ಲಿಮರ ಹಾಗೂ ಹಿಂದೂಗಳ ಸಂಖ್ಯೆ ಬಹು ಸಣ್ಣದು. ಅವರ ನಿಶ್ಚಯ ಇತರರಲ್ಲಿ ಹೆಚ್ಚಿನವರಿಗೆ ತಿಳಿದಿರುವುದೇ ಇಲ್ಲ. ಕೆಲವು ಜನರು ಸೇರಿಕೊಂಡು ಮಾಡುವ ಪ್ರತಿಭಟನೆಯಿಂದ ಕದನ ಆರಂಭವಾಗುತ್ತದೆ. ಅಂತಹ ಗುಂಪುಗಳ ನಿಯಂತ್ರಣ ನಾಯಕರಿಗೂ ಸಾಧ್ಯವಾಗುವುದಿಲ್ಲ. ಆಗ ಜನ ಎಲ್ಲಿಲ್ಲದ ಕಷ್ಟಕ್ಕೆ ಈಡಾಗುತ್ತಾರೆ." (ನೋಡಿ: 'ವಿಚಾರ' ಮಾಸ್ತಿ ಬರಹಗಳ ಸಂಗ್ರಹ).

ನಮ್ಮ ರಾಜ್ಯ ನೆಹರೂ– ವಾಜಪೇಯಿ ಇಬ್ಬರನ್ನೂ ಚರ್ಚಿಸಿದೆ. ವಾಜಪೇಯಿ ಅವರ ಪ್ರಾರಂಭದ ಹಂತದ ಮಾತುಗಳಿಗೇ ಮಾಸ್ತಿಯವರಂತಹ ಹಿರಿಯರು ಪ್ರತಿಕ್ರಿಯಿಸುತ್ತಿದ್ದರು ಎಂದರೆ ಅವರ ನಾಯಕತ್ವ ಮೊದಲಿನಿಂದಲೂ ಪ್ರಭಾವ ಬೀರುತ್ತಿತ್ತು ಎಂದು ಅರ್ಥ. 1970ರ ದಶಕದ ನನ್ನ ವಿದ್ಯಾರ್ಥಿ ದಿನಗಳಲ್ಲಿ ಅವಕಾಶ ಇದ್ದಲ್ಲಿಗೆಲ್ಲಾ ಹೋಗಿ ನಾಯಕರ ಭಾಷಣಗಳನ್ನು ಕೇಳುತ್ತಿದ್ದೆ. ವಾಜಪೇಯಿ, ಜಾರ್ಜ್ ಫರ್ನಾಂಡಿಸ್, ಎಂ.ಕೆ.ಭಟ್, ಅಶೋಕ್ ಮೆಹತಾ, ಇಂದಿರಾ ಗಾಂಧಿ, ಬಿ.ವಿ.ಕಕ್ಕಿಲ್ಲಾಯ ಹೀಗೆ ಹಲವರ ಭಾಷಣಗಳನ್ನು ಆಗ ಕೇಳಿದ್ದುಂಟು. ಬೆಂಗಳೂರು, ಮೈಸೂರು, ಉಡುಪಿ, ಮಂಗಳೂರುಗಳಲ್ಲಿ ವಾಜಪೇಯಿಯವರ ಸಾರ್ವಜನಿಕ ಭಾಷಣಗಳನ್ನು ಕೇಳಿದ್ದೇನೆ. ಶಿವಮೊಗ್ಗ, ಮಂಡ್ಯ, ಮಡಿಕೇರಿ, ತುಮಕೂರುಗಳಿಗೆ ಹೋಗಿ ಭಾಷಣ ಕೇಳುವುದು ಸಾಧ್ಯವಾಗಲಿಲ್ಲ. ಬಹುಶಃ ವಾಜಪೇಯಿ ನಮ್ಮ ರಾಜ್ಯದ ಹೆಚ್ಚಿನ ಎಲ್ಲಾ ಜಿಲ್ಲೆಗಳಿಗೆ ಭೇಟಿಯಿತ್ತಿದ್ದಾರೆ.

ಆರು ದಶಕಗಳ ರಾಜಕೀಯ ಜೀವನದಲ್ಲಿ ಅವರು ದೇಶದ ಮೂಲೆ ಮೂಲೆಗಳಿಗೂ ಸಂಚರಿಸಿ ಜನರನ್ನು ಅರಿತಿದ್ದರು. ಅವರಿಗೆ ಭಾರತರತ್ನ ಪ್ರಶಸ್ತಿ ಕೊಟ್ಟಾಗ, ಸ್ವೀಕರಿಸಲು ರಾಷ್ಟ್ರಪತಿ ಭವನಕ್ಕೆ ಹೋಗುವುದು ಅನಾರೋಗ್ಯದ ಕಾರಣದಿಂದ ಸಾಧ್ಯವಾಗಲಿಲ್ಲ. ಆಗ ರಾಷ್ಟ್ರಪತಿ ಭವನದ ಪರಂಪರೆಯನ್ನು ಮುರಿದು, ಕಾಂಗ್ರೆಸ್ ಪಕ್ಷದ ಅಭ್ಯರ್ಥಿಯಾಗಿ ಗೆದ್ದು ರಾಷ್ಟ್ರಪತಿಯಾಗಿದ್ದ ಪ್ರಣಬ್ ಮುಖರ್ಜಿಯವರು ಬಿಜೆಪಿ ನಾಯಕ ಅಟಲ್‌ಜೀ ಮನೆಗೆ ಹೋಗಿ ಪ್ರಶಸ್ತಿ ಪ್ರದಾನ ಮಾಡಿದರು. ಈ ಘಟನೆ ವಾಜಪೇಯಿ ಅವರನ್ನು ಎಲ್ಲರೂ ಯಾವ ಎತ್ತರದಲ್ಲಿಟ್ಟು ಗೌರವಿಸುತ್ತಿದ್ದರು ಎಂಬುದನ್ನು ಸೂಚಿಸುತ್ತದೆ.

ನೆಹರೂ ತೀರಿಕೊಂಡಾಗ (1964) ವಾಜಪೇಯಿ ಮಾಡಿದ ಶ್ರದ್ಧಾಂಜಲಿ ಭಾಷಣ

ಒಂದು ಕಾವ್ಯ ಎನ್ನುತ್ತಾರೆ. ಭಾರತ ಮಾತೆ ತನ್ನ ಪ್ರಿಯ ರಾಜಕುಮಾರನನ್ನು ಕಳಕೊಂಡಳು ಎಂದು ಪ್ರಾರಂಭವಾದ ಮಾತು. ಭಯ, ಹಸಿವುಗಳು ಇಲ್ಲದ ಲೋಕ ಕಟ್ಟುವ ಅವರ ಕನಸು, ಗುಲಾಬಿಯ ಪರಿಮಳದಲ್ಲಿ ಗೀತೆಯ ಚಿಂತನೆಯನ್ನು ಹಾಡುವ ಮಹಾಗಾನ ಮೌನವಾಗಿದೆ. ಮಾನವೀಯತೆಯ ಮನಸ್ಸು ಮುದುಡಿ ಖಿನ್ನವಾಗಿದೆ. ಶಾಂತಿ ತನ್ನ ಸಂರಕ್ಷಕ ಇನ್ನಿಲ್ಲವೆಂದು ಚಡಪಡಿಸುತ್ತಿದೆ ಎಂದು ಪತ್ರಕರ್ತ ವಿಶ್ವೇಶ್ವರ ಭಟ್ ತಮ್ಮ 'ಅಜಾತಶತ್ರು' ಪುಸ್ತಕದಲ್ಲಿ ದಾಖಲಿಸಿದ್ದಾರೆ. ನೆಹರೂ ಅವರ ಚಾರಿತ್ರಿಕ, ಪೌರಾಣಿಕ ಮನಸ್ಸಿನ ಸ್ವಪ್ನ ಪೂರ್ಣವಾಗದೆ ಉಳಿದಿದೆ; ಆ ಕನಸು ನಮಗೆ ದಾರಿ ತೋರುತ್ತಿದೆ ಎಂದವರು ಹೇಳಿದ್ದರು.

ವಾಜಪೇಯಿ ಅವರದು ಕವಿ ಹೃದಯದ ಭಾವಪೂರ್ಣ ಮನಸ್ಸು. ಅವರ 'ಮೇರಿ ಇಕ್ಯಾವನ್ ಕವಿತಾ' ಎಂಬ ಕಾವ್ಯಸಂಗ್ರಹವನ್ನು 'ಐವತ್ತೊಂದು ಕವಿತೆಗಳು' ಎಂದು ಗುರುಮೂರ್ತಿ ಪೆಂಡಕೂರು ಅವರು ಕನ್ನಡಕ್ಕೆ ಅನುವಾದಿಸಿದ್ದಾರೆ. ಈ ಪುಸ್ತಕ ಬಿಡುಗಡೆ ಸಮಯದಲ್ಲಿ ಅಂದಿನ ಪ್ರಧಾನಿ ಪಿ.ವಿ.ನರಸಿಂಹರಾವ್, "ನನ್ನ ಕೆಟ್ಟ ಗಳಿಗೆಗಳಲ್ಲಿ ಅಟಲ್‌ಜೀ ನನ್ನ ಗುರುವಾಗಿದ್ದರು," ಎಂದರು. ತಮ್ಮ ಭಾಷಣದಲ್ಲಿ ಅಟಲ್‌ಜೀ, "ಅದು ಯಾವುದೇ ಹಗರಣಕ್ಕೆ ಸಂಬಂಧಿಸಿದ ಮಾತಲ್ಲವೆಂದು ತಿಳಿಯುತ್ತೇನೆ," ಎಂದು ಹೇಳಿ ಸಭೆಯನ್ನು ನಗಿಸಿದ್ದರು. ತಮ್ಮ 'ಅಜಾತಶತ್ರು' ಎಂಬ ಪುಸ್ತಕದಲ್ಲಿ ಪತ್ರಕರ್ತ ವಿಶ್ವೇಶ್ವರ ಭಟ್ ಇಂತಹ ಹಲವು ಘಟನೆಗಳನ್ನು ದಾಖಲಿಸುತ್ತಾರೆ. ಗಂಗಾವತಿಯಲ್ಲಿ ಭಾಷಣ ಮಾಡುವಾಗ ವಾಜಪೇಯಿ ಅಲ್ಲಿ ಗಂಗೆ ರೀತಿ ನದಿ ಹರಿಯುತ್ತದೆ ಎಂದರು. ಆದರೆ ಅಲ್ಲಿ ನದಿ ಇಲ್ಲ. ಅಕ್ಕಿ ಬೆಳೆ ಹಾಗೂ ಗಿರಣಿಗಳಿವೆ ಎಂಬುದನ್ನು ಬಳಿಯಲ್ಲಿದ್ದವರು ತಿಳಿಸಿದಾಗ, ಅಟಲ್‌ಜೀ ಹಿಂದಿಯಲ್ಲಿ, "ಗಂಗಾವತಿ ತುಂಬಾ ಸುಂದರ ಜಾಗ. ಇಲ್ಲಿ ಗಂಗೆ ತರಹ ಸಂಪತ್ತು ಹರಿಯುತ್ತದೆ," ಎಂದರು ಅವರ ತಕ್ಷಣದ ಚುರುಕುಮತಿಗೆ ತಲೆದೂಗಿ ಜನರಿಂದ ಪ್ರಚಂಡ ಕರತಾಡನ.

ಆರು ದಶಕಗಳ ಕಾಲ ಭಾರತದ ಜನಮನವನ್ನು ಆಳಿದ ಅಖಂಡ ಪ್ರಜಾಪ್ರಭುತ್ವವಾದಿ ಅಟಲ್‌ಜಿ ಅವರ ನೆನಪು ನಮ್ಮ ದೇಶ ಸರ್ವ ಜನಾಂಗದ ಶಾಂತಿಯ ತೋಟವಾಗಲು, ಸಂವಾದದ ಸಹಜ ತಾಳ್ಮೆ ಬೆಳೆಯಲು ಪ್ರೇರಣೆ ನೀಡಲಿ ಎಂಬುದು ಅವರಿಗೆ ಗೌರವಪೂರ್ವಕ ಶ್ರದ್ಧಾಂಜಲಿ ಸಲ್ಲಿಸುವ ಸಮಯದಲ್ಲೊಂದು ಪ್ರಾರ್ಥನೆ.

– ಆಗಸ್ಟ್ 2018

***

25. ಆರ್ಥಿಕ ತಜ್ಞ, ಕಾಮ್ರೇಡ್ ಚಿಂತಕ: ಅಶೋಕ ಮಿತ್ರ

ಪ್ರಧಾನಮಂತ್ರಿಗಳ ಆರ್ಥಿಕ ಸಲಹೆಗಾರ ಮುಂತಾದ ಉನ್ನತ ಹುದ್ದೆಗಳನ್ನು ಅಲಂಕರಿಸಿದ, ಬಹುಶ್ರುತ ಬರಹಗಾರ, ಪಶ್ಚಿಮ ಬಂಗಾಳದ ಮಾಜಿ ಅರ್ಥಮಂತ್ರಿ, ಎಡಪಂಥೀಯ ಚಿಂತಕ ಅಶೋಕ ಮಿತ್ರ ತೊಂಬತ್ತು ವರುಷದ ತುಂಬುಜೀವನ ನಡೆಸಿ ನಿಧನರಾದರು. (ಜನನ: 10.04.1928, ಮರಣ: 01.05.2018) ಕಾರ್ಮಿಕ ದಿನಾಚರಣೆ ದಿನ ಮೇ ಒಂದರಂದು ತೀರಿಕೊಂಡಿರುವುದು ಆಕಸ್ಮಿಕವಾದರೂ, ಅದು ಅವರು ನಂಬಿದ ಎಡಪಂಥೀಯ ಸಿದ್ಧಾಂತದ ದೃಷ್ಟಿಯಿಂದ ವಿಶಿಷ್ಟವಾಗಿದೆ.

ಅಶೋಕ ಮಿತ್ರ ಢಾಕಾ ವಿಶ್ವವಿದ್ಯಾನಿಲಯದಲ್ಲಿ ತಮ್ಮ ಪದವಿ ಮುಗಿಸಿ 1947ರ ದೇಶ ವಿಭಜನೆ ಕಾಲದಲ್ಲಿ ಕೊಲ್ಕತಾಕ್ಕೆ ಬಂದು ಕೊನೆವರೆಗೂ ಅಲ್ಲೇ ನೆಲೆಸಿದರು. ವಾರಣಾಶಿಯ ಬನಾರಸ್ ಯುನಿವರ್ಸಿಟಿಯಲ್ಲಿ ಅರ್ಥಶಾಸ್ತ್ರದಲ್ಲಿ ಎಂಎ ಸ್ನಾತಕೋತ್ತರ ಪದವಿ ಪಡೆದು, ಬಳಿಕ ವಿದೇಶಗಳಲ್ಲಿ ಅಧ್ಯಯನ ಮಾಡಿದರು. ದೆಹಲಿ ಸ್ಕೂಲ್ ಆಫ್ ಇಕನಾಮಿಕ್ಸ್ ಹಾಗೂ ಕೊಲ್ಕತ್ತದ ಇಂಡಿಯನ್ ಇನ್‌ಸ್ಟಿಟ್ಯೂಟ್ ಆಫ್ ಮ್ಯಾನೇಜ್‌ಮೆಂಟ್‌ನಲ್ಲಿ ಪ್ರೊಫೆಸರ್ ಆಗಿದ್ದರು. ವರ್ಲ್ಡ್ ಬ್ಯಾಂಕ್ ಮೊದಲಾದ ಹಲವು ಕಡೆ ಉದ್ಯೋಗ ಮಾಡಿದರು. ಇಂದಿರಾ ಗಾಂಧಿ ಕಾಲದಲ್ಲಿ ಪ್ರಧಾನಿಗಳ ಆರ್ಥಿಕ ಸಲಹೆಗಾರರಾಗಿದ್ದರು. ಆಗ ಅವರ ಜತೆ ಕೆಲಸ ಮಾಡಿದ್ದ ಇನ್ನೊಬ್ಬರು ಮಾಜಿ ಪ್ರಧಾನಿ ಮನಮೋಹನ ಸಿಂಗ್. ಅಶೋಕ ಮಿತ್ರ 1977 ರಿಂದ 1987ರ ವರೆಗೆ ಪಶ್ಚಿಮ ಬಂಗಾಳದಲ್ಲಿ ವಿತ್ತ ಮಂತ್ರಿಗಳಾಗಿದ್ದರು. 1987ರಲ್ಲಿ ಜ್ಯೋತಿ ಬಸು ಅವರೊಡನೆ ಭಿನ್ನಾಭಿಪ್ರಾಯ ಬೆಳೆದು ರಾಜೀನಾಮೆ ನೀಡಿದರು. ಮುಂದೆ ಅವರನ್ನು ಕಮ್ಯೂನಿಸ್ಟ್ ಪಾರ್ಟಿ ರಾಜ್ಯ ಸಭೆಯ ಸದಸ್ಯರನ್ನಾಗಿ ಮಾಡಿತು. ಆಗ ಪಾರ್ಲಿಮೆಂಟ್ ನಿಯೋಗಗಳಲ್ಲಿ ಅವರು ಹಲವಾರು ಕೆಲಸ ಮಾಡಿದರು. ಬಂಗಾಳಿ ಭಾಷೆಯಲ್ಲಿ ಅವರು ಕತೆಗಳನ್ನು ಬರೆಯುತ್ತಿದ್ದರು. 1996ರಲ್ಲಿ, ಅಶೋಕ ಮಿತ್ರರು ಬಂಗಾಳಿಯಲ್ಲಿ ಬರೆದ 'ತಾಲ್ ಬೇತಾಲ್' ಪ್ರಬಂಧಗಳ ಸಂಕಲನಕ್ಕೆ ಕೇಂದ್ರ ಸಾಹಿತ್ಯ ಅಕಾಡೆಮಿ ಪ್ರಶಸ್ತಿ ಸಂದಿತ್ತು.

ಅಶೋಕ ಮಿತ್ರ ಅವರ ಬಂಗಾಳಿ ಕತೆಗಳು ಹಾಗೂ ಪ್ರಬಂಧಗಳು ಇತರ

ಭಾಷೆಗಳಿಗೆ ಅನುವಾದಗೊಂಡಿವೆ. ಸಾಹಿತ್ಯ ಅವರ ವ್ಯಕ್ತಿ ವೈವಿಧ್ಯದ ಒಂದು ಮುಖ ಮಾತ್ರ. ಅವರು ಬಂಗಾಳಿ ಭಾಷೆಯಲ್ಲಿ ಬರೆದ ಜೀವನ ಚರಿತ್ರೆ 'ಅಪಿಲಾ ಚಪಿಲಾ' ಇಂಗ್ಲಿಷಿಗೆ 'ಬಡಬಡಿಸುವ ಗೊಡ್ಡು ಹರಟೆ' ಎಂಬ ಅರ್ಥದ ಪದಗಳಿಂದ ಅನುವಾದಗೊಂಡಿದೆ. (A Prattler's Tale: Bengal, Marxism, Governance) ಈ ಆತ್ಮ ವೃತ್ತಾಂತವನ್ನು ಓದಿದವರಿಗೆ ಅವರ ಅಗಾಧವಾದ ಸಾಹಿತ್ಯ ಓದು, ಕಲಾ ಪ್ರೀತಿ ಹಾಗೂ ವ್ಯಕ್ತಿಗಳ ಬಗೆಗಿನ ಒಳನೋಟ ಅರಿವಿಗೆ ಬಂದಿರುತ್ತದೆ. ಈ ಅಂಕಣದ ಪರಿಮಿತಿಯಲ್ಲಿ ಅವರ ಕತೆ ಪ್ರಬಂಧಗಳ ಬಗ್ಗೆ ವಿವರವಾದ ಪರಿಚಯ ನೀಡಲು ಸಾಧ್ಯವಿಲ್ಲ. ಆದುದರಿಂದ ಒಂದು ಸಂದರ್ಭದಲ್ಲಿ ಅವರು ಕನ್ನಡದ ಪ್ರಸಿದ್ಧ ಸಾಹಿತಿ ಮಾಸ್ತಿ ವೆಂಕಟೇಶ ಅಯ್ಯಂಗಾರ್ ಅವರ ಕತೆಯೊಂದಕ್ಕೆ ನೀಡಿದ ಪ್ರತಿಕ್ರಿಯೆಯ ಮೂಲಕ ಅವರ ಓದಿನ ವಿಸ್ತಾರ ಹಾಗೂ ಸಾಹಿತ್ಯಿಕ ಒಳನೋಟಗಳನ್ನು ಸೂಚಿಸಬಹುದು.

ಈ ಘಟನೆಯನ್ನು ನನಗೆ ಹೇಳಿದವರು ಕನ್ನಡ ಕತೆಗಾರ, ಉನ್ನತ ಸರಕಾರಿ ಉದ್ಯೋಗದಲ್ಲಿದ್ದು ನಿವೃತ್ತರಾದ ಕೆ. ಸತ್ಯನಾರಾಯಣ. ಆಗ ಅವರು ಇಂಡಿಯನ್ ರೆವಿನ್ಯೂ ಸರ್ವಿಸ್‌ನ ಕಿರಿಯ ಅಧಿಕಾರಿಯಾಗಿ ತಮ್ಮ ಹಿರಿಯ ಅಧಿಕಾರಿಗಳ ಜತೆ ಪ್ರಧಾನ ಮಂತ್ರಿಗಳ ಆರ್ಥಿಕ ಸಲಹೆಗಾರರಾದ ಅಶೋಕ ಮಿತ್ರ ಇದ್ದ ಸಭೆಯಲ್ಲಿ ಭಾಗವಹಿಸಿದ್ದರು. ಕೇಂದ್ರ ಸರಕಾರದ ವಿತ್ತ ಖಾತೆಯ ವೈಭವದ ವಾತಾವರಣದ ಆ ಮೀಟಿಂಗಿನಲ್ಲಿ ಸಾಹಿತ್ಯ, ಕಲೆ, ಸಾರಸ್ವತ ವಿಚಾರಗಳಿಗೆ ಪ್ರಾಧಾನ್ಯವಿಲ್ಲ. ನೆಲದ ಹಾಸು, ಕೂರುವ ಕುರ್ಚಿ, ಥಳಗುಟ್ಟುವ ಗೋಡೆ, ಚಹಾ ನೀಡುವ ಪಿಂಗಾಣಿ ಎಲ್ಲವೂ ದೌಲತ್ತಿನ ವಾತಾವರಣದ ಸೂಚ್ಯ ರೂಪಗಳು. ಅದು ಸಾಹಿತ್ಯದ ಬಡ ಕತೆಗಳಿಗೆ ಪ್ರವೇಶ ಇರುವ ಜಾಗವಲ್ಲ. ಅಲ್ಲಿ ಅಶೋಕ ಮಿತ್ರರಿಗೆ– "ಇವರು ನನ್ನ ಕಿರಿಯ ಸಹೋದ್ಯೋಗಿ. ಕರ್ನಾಟಕದವರು," ಎಂದು ಸತ್ಯನಾರಾಯಣರನ್ನು ಔಪಚಾರಿಕವಾಗಿ ಪರಿಚಯಿಸಲಾಯಿತು. ದೊಡ್ಡ ಮಟ್ಟದ ವಿತ್ತ ಸಭೆಗಳಲ್ಲಿ ಯಾರೆಲ್ಲಾ ಇರುತ್ತಾರೆ ಎಂಬುದನ್ನು ಉನ್ನತ ಅಧಿಕಾರಿಯ ಗಮನಕ್ಕೆ ತರುವುದು ಒಂದು ಸಂಪ್ರದಾಯ ಮಾತ್ರವಲ್ಲದೆ ಗೋಪ್ಯತಾ ನಿಯಮಗಳ ಅಗತ್ಯ ಕೂಡಾ ಆಗಿರುತ್ತದೆ.

ಕರ್ನಾಟಕದವರು ಎಂಬ ವಿವರ ಕಿವಿಗೆ ಬಿದ್ದೊಡನೆ ಅಶೋಕ ಮಿತ್ರರು, "ಅದೇ ಕನ್ನಡದ ಒಂದು ಕತೆ ಇದೆಯಲ್ಲಾ, ಅದೇ ಕರ್ಡ್ಸ್ (ಮೊಸರು) ಅತ್ತೆ ಸೊಸೆ ಗಲಾಟೆ... ಅದೇನು ಕತೆ ಯಾರು ಬರೆದದ್ದು," ಎಂದು ಕೇಳಿದರು. ಅಂತಹ ಶ್ರೀಮಂತ, ಅಧಿಕಾರ ಭಾರದ ವಾತಾವರಣದಲ್ಲಿ ಇಂತಹ ಪ್ರಶ್ನೆಯನ್ನು ನಿರೀಕ್ಷಿಸದ ಸತ್ಯನಾರಾಯಣ ಅರೆಕ್ಷಣ ತಬ್ಬಿಬ್ಬಾಗಿ, ತಕ್ಷಣ, "ಅದು ಮಾಸ್ತಿ ವೆಂಕಟೇಶ ಅಯ್ಯಂಗಾರ್ ಅವರ 'ಮೊಸರಿನ ಮಂಗಮ್ಮ' ಎಂಬ ಕತೆ. ಕರ್ಡ್ಸ್ ಸೆಲ್ಲರ್ (Curds Seller) ಎಂದು ಇಂಗ್ಲಿಷ್‌ಗೆ ಅನುವಾದ ಗೊಂಡಿದೆ ಎಂದರು. ಹತ್ತಿರದ ಹಳ್ಳಿಯಿಂದ ಬಂದು ಬೆಂಗಳೂರು

ನಗರದಲ್ಲಿ ವರ್ತನೆಗೆ ಮೊಸರು ಮಾರುತ್ತಿದ್ದ ಮಂಗಮ್ಮ ಹಾಗೂ ಅವಳ ಸೊಸೆ ನಡುವಿನ ಜಗಳದಲ್ಲಿ ಸಂಸಾರದ ಕತೆ ಬಿಚ್ಚುವ ನಿರೂಪಣೆ. ಅದರಲ್ಲಿ ನಗರದ ಸಂಸಾರಿ ಹೆಣ್ಣು ಮಗಳೂ ಭಾಗಿಯಾಗಿ 'ಮೊಸರಿನ ಮಂಗಮ್ಮ' ಲೋಕದ ಅತ್ತೆ ಸೊಸೆಯರ ಕತೆಯಾಗುತ್ತದೆ.

"ಮೊಸರಿನ ಮಂಗಮ್ಮನ ಮಟ್ಟದ ಎಷ್ಟು ಕತೆಗಳನ್ನು ಆ ಲೇಖಕರು ಬರೆದಿರಬಹುದು," ಎಂದು ಅಶೋಕ ಮಿತ್ರರು ಕೇಳಿದಾಗ, ಸತ್ಯನಾರಾಯಣ "ಸುಮಾರು ಮೂವತ್ತರಿಂದ ನಲವತ್ತು ಆ ಮಟ್ಟದ ಕತೆಗಳನ್ನು ಬರೆದಿರಬಹುದು," ಎಂದರು. ತಕ್ಷಣ ಅಶೋಕ ಮಿತ್ರರು, "ಹಾಗಾದರೆ ಅವರು ಬಹುದೊಡ್ಡ ಲೇಖಕ," ಎಂದರು. (In that case he must be a great writer). ಆ ಬಳಿಕ ಮಾತು ಮೀಟಿಂಗ್ ವಿವರಕ್ಕೆ ಹೊರಳಿತು. ಈ ಘಟನೆ ನಡೆದದ್ದು ಮಾಸ್ತಿಯವರಿಗೆ ಜ್ಞಾನಪೀಠ ಪ್ರಶಸ್ತಿ ಬರುವುದಕ್ಕೆ ಎಷ್ಟೋ ವರುಷಗಳ ಮೊದಲು. ಈ ಮಟ್ಟದ ಅವರ ಎಷ್ಟು ಕತೆಗಳಿರಬಹುದು ಎಂಬ ಪ್ರಶ್ನೆ ಅವರ ಸಾಹಿತ್ಯ ಓದು, ವಿಮರ್ಶಾ ಪ್ರಜ್ಞೆ ಹಾಗೂ ಅಭಿರುಚಿಗಳನ್ನು ಸೂಚಿಸುತ್ತದೆ. ಹೊರ ರಾಜ್ಯಗಳಲ್ಲಿ ಪ್ರಸಿದ್ಧವಾಗಿದ್ದ ಪ್ರಶಸ್ತಿಗಳನ್ನು ಆಗ ಪಡೆಯದಿದ್ದ, ಕನ್ನಡದಿಂದ ಅನುವಾದಗೊಂಡ ಒಬ್ಬ ಲೇಖಕನನ್ನೂ ಅವರು ಓದುತ್ತಿದ್ದರು ಮಾತ್ರವಲ್ಲ ಕರ್ನಾಟಕ ಎಂದಾಕ್ಷಣ ಮೊದಲಿಗೆ ಆ ಕತೆ ನೆನಪಿಗೆ ಬಂದುದು ಅಶೋಕ ಮಿತ್ರರ ಮನಸ್ಸಿನಲ್ಲಿ ಮಾಸ್ತಿ ಕತೆ ಮಾಡಿದ್ದ ಪ್ರಭಾವವನ್ನೂ ಸೂಚಿಸುತ್ತದೆ. ಇಂದು ಕರ್ನಾಟಕದ ಹಲವಾರು ಕೆಎಎಸ್ ಅಧಿಕಾರಿಗಳಿಗೆ, ಅನೇಕ ಮಂತ್ರಿಗಳಿಗೆ ಕೂಡಾ ಇಂತಹುದೊಂದು ಸೂಕ್ಷ್ಮ ಕತೆ ತಕ್ಷಣ ನೆನಪಿಗೆ ಬಾರದೇ ಹೋಗಬಹುದು ಎಂಬುದನ್ನು ನೆನಪಿಸಿಕೊಂಡಾಗ ಅಶೋಕ ಮಿತ್ರರ ಆಗಾಧ ಅಧ್ಯಯನ, ಸೂಕ್ಷ್ಮಾವಲೋಕನ ಹಾಗೂ ಬಹುಶ್ರುತ ವ್ಯಕ್ತಿತ್ವ ನೆನಪಿಗೆ ಬಾರದೆ ಇರದು.

ವ್ಯಾಪಾರ ವಹಿವಾಟು ಮತ್ತು ವರ್ಗ ಸಂಬಂಧಗಳ ಬಗೆಗಿನ ಅಶೋಕ ಮಿತ್ರ ಅವರ ಕೃತಿ (Trade and class relations) ಆರ್ಥಿಕ ವಲಯದಲ್ಲಿ ಇಂದಿಗೂ ಮಹತ್ವಪೂರ್ಣ ಎಂದು ಪರಿಗಣಿತವಾಗಿದೆ. ಇಪಿಡಬ್ಲ್ಯೂ ಎಂದೇ ಪ್ರಸಿದ್ಧವಾದ ಎಡಪಂಥೀಯ ನಿಲುವಿನ ಬೌದ್ಧಿಕ ಚಿಂತನೆ ಹಾಗೂ ಆಳವಾದ ಅಧ್ಯಯನಗಳಿಗಾಗಿ ಪ್ರಸಿದ್ಧವಾದ ಇಕನಾಮಿಕ್ ಅಂಡ್ ಪೊಲಿಟಿಕಲ್ ವೀಕ್ಲಿ (Economic and Political weekly) ಎಂಬ ಪತ್ರಿಕೆಯಲ್ಲಿ ಅವರು 'ಕೊಲ್ಕತ್ತಾ ಡೈರಿ' ಎಂಬ ಅಂಕಣವನ್ನು ಬರೆಯುತ್ತಿದ್ದರು. ಇಂದಿಗೂ ಅವು ಪ್ರಮುಖ ಬರಹಗಳಾಗಿ ಉಳಿದಿವೆ.

ಸಾಮಾನ್ಯವಾಗಿ ಓದುವ ಹವ್ಯಾಸ ಉಳ್ಳವರು ತುಂಬಾ ಓದುವ ಇತರ ಸ್ನೇಹಿತರು ಹಾಗೂ ಪರಿಚಿತರು ಯಾವುದನ್ನಾದರೂ ಓದಿ ಎಂದರೆ ಅಂತಹ ಪುಸ್ತಕಗಳನ್ನು, ಬರಹಗಳನ್ನು ಮೊದಲು ಓದಿಗೆ ಕೈಗೆತ್ತಿಕೊಳ್ಳುತ್ತಾರೆ. 1980ರ ದಶಕದ ಆದಿಯಲ್ಲಿ ಉಡುಪಿಯಲ್ಲಿದ್ದ ಪ್ರತಿ ದಿನ ಸಂಜೆ ಎಂಬಂತೆ ಕನ್ನಡ ಚಿಂತಕ, ವಿಮರ್ಶಕ ಜಿ.

ರಾಜಶೇಖರ ಅವರನ್ನು ಭೇಟಿ ಮಾಡುವ ಅವಕಾಶ ಇರುತ್ತಿತ್ತು. ರಾಜಶೇಖರ ಇಪಿಡಬ್ಲ್ಯು ಪತ್ರಿಕೆಯ ಕಾಯಂ ಓದುಗ. ಆ ದಿನಗಳಲ್ಲಿ ಕರ್ನಾಟಕದಲ್ಲಿ ಡೆಕ್ಕನ್ ಹೆರಾಲ್ಡ್ ಮತ್ತಿತರ ಕೆಲವು ಪತ್ರಿಕೆಗಳು; ಅಖಿಲ ಭಾರತ ಮಟ್ಟದಲ್ಲಿ ಟೆಲಿಗ್ರಾಫ್ ಮುಂತಾದ ಪತ್ರಿಕೆಗಳು ಕೂಡಾ ಅಶೋಕ ಮಿತ್ರ ಅವರ ಸಿಂಡಿಕೇಟ್ ಬರಹಗಳನ್ನು ಆಗಾಗ ಪ್ರಕಟಿಸುತ್ತಿದ್ದವು. ಸ್ವಲ್ಪ ಕಾಲ ನಿಯಮಿತವಾಗಿ ಡೆಕ್ಕನ್ ಹೆರಾಲ್ಡ್‌ನಲ್ಲಿ ಅಶೋಕ ಮಿತ್ರರ ಅಂಕಣ ರೀತಿಯ ಬರಹಗಳು ಇರುತ್ತಿದ್ದವು. ಸಂಜೆಯ ಭೇಟಿಯಲ್ಲಿ ಜಿ. ರಾಜಶೇಖರ್ ಆಗಾಗ್ಗೆ ಇಪಿಡಬ್ಲ್ಯುನಲ್ಲಿ ಅಶೋಕ ಮಿತ್ರ ಬರೆದ ವಿಚಾರಗಳನ್ನು ಹೇಳುತ್ತಿದ್ದರು. ಯಾವುದಾದರೂ ಪತ್ರಿಕೆಗಳಲ್ಲಿ ಅಶೋಕ ಮಿತ್ರರ ಲೇಖನ ಪ್ರಕಟವಾದಾಗ ಓದಿದಿರಾ? ಎಂದು ವಿಚಾರಿಸುತ್ತಿದ್ದರು.

ಹೀಗೆ ಓದಲು ಪ್ರಾರಂಭಿಸಿದ ಅಶೋಕ ಮಿತ್ರರ ಬರಹಗಳು ಕಾಲಕ್ರಮೇಣ ಅಧ್ಯಯನದ ಆಸಕ್ತಿಯ ಒಂದು ಅಂಶವಾದವು. 2003ನೇ ಇಸವಿಯಲ್ಲಿ ಬಂಗಾಳಿ ಭಾಷೆಯಲ್ಲಿ ಪ್ರಕಟವಾದ ಅಶೋಕ ಮಿತ್ರರ ಜೀವನ ಚರಿತ್ರೆ ಅನುವಾದಗೊಂಡು 2007ರಲ್ಲಿ ಇಂಗ್ಲಿಷಿನಲ್ಲಿ ಪ್ರಕಟವಾಯಿತು. ಆಗ ಒಮ್ಮೆ ಗಮನಿಸಿದ್ದ ಆ ಆತ್ಮ ವೃತ್ತಾಂತವನ್ನು ಅವರು ತೀರಿಕೊಂಡ ಬಳಿಕ ಇನ್ನೊಮ್ಮೆ ಓದಲು ಕೈಗೆತ್ತಿಕೊಂಡೆ. ವರ್ತಮಾನದ ಸೈದ್ಧಾಂತಿಕ, ರಾಜಕೀಯ ಘಟನೆಗಳಿಗೆ ಸಂಬಂಧಿಸಿದಂತೆ, ಅಲ್ಲಿರುವ ನಲವತ್ತು ಅಧ್ಯಾಯಗಳಲ್ಲಿ ಸಾಕಷ್ಟು ವಿವರ, ವಿದ್ವತ್‌ಪೂರ್ಣ ವಿಚಾರಗಳಿವೆ. ಅವುಗಳಿಂದ ಒಂದೆರಡು ಪ್ರಸಂಗಗಳನ್ನಾದರೂ ಇಲ್ಲಿ ಹಂಚಿಕೊಳ್ಳಬಹುದು.

ಅಶೋಕ ಮಿತ್ರ ರಾಷ್ಟ್ರೀಯ ಕೃಷಿ ಉತ್ಪನ್ನಗಳ ಬೆಲೆ ನೀತಿಯ ಕಮಿಷನ್ ಅಧ್ಯಕ್ಷರಾಗಿದ್ದ ಕಾಲ. ಇಸವಿ 1966. ಆ ವರುಷ ನವಂಬರ್ ತಿಂಗಳಲ್ಲಿ ಭಾರತ್ ಸಾಧು ಸಮಾಜ ಎಂಬ ಸಂಸ್ಥೆಯ ಹೆಸರಿನಲ್ಲಿ ಗೋ ಹತ್ಯೆ ನಿಷೇಧ ಕಾನೂನು ತರಬೇಕೆಂದು ನಡೆದ ಚಳವಳಿಯ ಸದಸ್ಯರು ದೆಹಲಿಯಲ್ಲಿ ಪಾರ್ಲಿಮೆಂಟ್ ಭವನಕ್ಕೆ ಮುತ್ತಿಗೆ ಹಾಕಿದರು. ಗುಲ್‌ಜಾರಿಲಾಲ್ ನಂದ ಆಗ ಭಾರತದ ಗೃಹಮಂತ್ರಿಗಳು. ಶ್ರೀಮತಿ ಗಾಂಧಿ ಹೊಸದಾಗಿ ಪ್ರಧಾನಿ ಆದ ಸಮಯ. ಈ ಸಮಸ್ಯೆ ಪರಿಹಾರಕ್ಕಾಗಿ ಇಂದಿರಾಗಾಂಧಿ ಅವರು ಗೋಹತ್ಯಾ ನಿಷೇಧದ ಬಗ್ಗೆ ವರದಿ ಕೊಡುವಂತೆ ಒಂದು ಸಮಿತಿಯನ್ನು ನೇಮಿಸಿದರು. ಆ ಸಮಿತಿಯ ಅಧ್ಯಕ್ಷರು ಮುಂದೆ ಭಾರತದ ಮುಖ್ಯ ನ್ಯಾಯಾಧೀಶರಾಗಿ ನಿವೃತ್ತರಾದ ಎ.ಕೆ. ಸರ್ಕಾರ್. ಪುರಿಯ ಮಹಾಪೀಠದ ಶಂಕರಾಚಾರ್ಯರು, ಜನಸಂಘದ ಸ್ಥಾಪಕರಾದ ಶ್ಯಾಮಪ್ರಸಾದ ಮುಖರ್ಜಿ ಅವರ ಅಣ್ಣ ರಾಮಪ್ರಸಾದ ಮುಖರ್ಜಿ, ಆರ್‌ಎಸ್‌ಎಸ್ ಸಂಸ್ಥೆಯ ಗುರೂಜಿ ಎಂ.ಎಸ್. ಗೋಲ್‌ವಲ್‌ಕರ್, ಅಮೂಲ್ ಸಂಸ್ಥೆಯ ಅಧ್ಯಕ್ಷ ವರ್ಗೀಸ್ ಕುರಿಯನ್, ಕೇಂದ್ರ ಸರ್ಕಾರದ ಪಶು ಸಂಗೋಪನಾ ವಿಭಾಗದ ಕಮಿಷನರ್ ಆದ ಪುಣ್ಯಭ್ರತಾ ಭಟ್ಟಾಚಾರ್ಯ ಮೊದಲಾದವರೊಡನೆ ಆರ್ಥಿಕ ತಜ್ಞತೆಯ ಅಗತ್ಯಕ್ಕೆ ಅಶೋಕ ಮಿತ್ರರೂ ಆ ಸಮಿತಿಯ

ಸದಸ್ಯರು. 1966ರಿಂದ 1979ರ ವರೆಗೆ ಆ ಸಮಿತಿಯ ಸಭೆ ನಡೆಯುತ್ತಲೇ ಇತ್ತು. ಆದರೆ ಎಲ್ಲರೂ ಸಹಮತಕ್ಕೆ ಬರುವ ಒಂದು ವರದಿ ನೀಡಲು ಸಾಧ್ಯವಾಗಲಿಲ್ಲ.

ಕೊನೆಗೂ 1979ರಲ್ಲಿ ಅಂದಿನ ಪ್ರಧಾನಿಯಾಗಿದ್ದ ಮೊರಾರ್ಜಿ ದೇಸಾಯಿ ಅವರು, ಆ ಸಮಿತಿಯನ್ನು ಬರ್ಖಾಸ್ತುಗೊಳಿಸಿದರು. ಸಮಿತಿ ವರದಿ ನೀಡದಿದ್ದರೂ, ಆ ಸಭೆಗಳಲ್ಲಿ ಏನು ನಡೆಯಿತು ಎಂಬ ಸಂಕ್ಷಿಪ್ತ ವರದಿಯೊಂದು ಅಶೋಕ ಮಿತ್ರರ ಜೀವನ ಚರಿತ್ರೆಯಲ್ಲಿದೆ. ಸಭೆಯಲ್ಲಿ ಮಾತನಾಡದೆ ಮೌನವಾಗಿರುತ್ತಿದ್ದ ಗುರೂಜಿ ಗೋಲ್‌ವಲ್‌ಕರ್ ಪುರಿ ಜಗದ್ಗುರು, ಅಬ್ಬರದ ವಾದ ಹೀಗೆ ಆ ಸಭೆಯ ಬಗ್ಗೆ ಜೀವನ ಚರಿತ್ರೆಯ ಹದಿನೆಂಟನೇ ವಿಭಾಗದಲ್ಲಿರುವ ಪುಟ್ಟ ವರದಿ ಸಮಗ್ರ ಭಾರತದ ಹಲವು ವೈರುಧ್ಯಗಳನ್ನು ಕಾಣಿಸಿಕೊಡುತ್ತದೆ. ಆ ಸದಸ್ಯರುಗಳು ಇಷ್ಟ ಪಡುತ್ತಿದ್ದ ತಿನಿಸುಗಳು ಸೇರಿದಂತೆ ಓದುತ್ತಿದ್ದ ಪುಸ್ತಕಗಳವರೆಗಿನ ವಿವರವಾದ ನಿರೂಪಣೆ ನಮ್ಮ ರಾಜಕೀಯ, ಧಾರ್ಮಿಕ, ಸಾಮಾಜಿಕ ಲೋಕಗಳಿಗೆ ಹಿಡಿದ ಒಂದು ಕನ್ನಡಿಯಂತಿದೆ.

ಕೇಂದ್ರ ಸಚಿವರಾಗಿದ್ದ ಬಾಬು ಜಗಜೀವನರಾಂ ಅವರ ಬಗೆಗಿನ ಕೆಲವೇ ವಾಕ್ಯಗಳಲ್ಲಿ (ಅಧ್ಯಾಯ–18) ಅಶೋಕ ಮಿತ್ರ ಯಾವ ರೀತಿ ಸಮಗ್ರ ಚಿತ್ರಣ ನೀಡುತ್ತಾರೆಂಬುದನ್ನು ಗಮನಿಸಬಹುದು. "1967ರ ಚುನಾವಣೆಯಲ್ಲಿ ಕಾಂಗ್ರೆಸ್ ಪಕ್ಷ ಬಹಳ ಕಷ್ಟದಿಂದ ಬಹುಮತ ಪಡೆಯಿತು. ಕಾಮರಾಜ್, ಸಿ. ಸುಬ್ರಹ್ಮಣ್ಯ ಮುಂತಾದ ಹಳೆಯ ಹುಲಿಗಳು ಚುನಾವಣೆಯಲ್ಲಿ ಸೋತಿದ್ದರು. ಕೃಷಿ ವಿಭಾಗಕ್ಕೆ ನೂತನ ಮಂತ್ರಿಯಾಗಿ ಬಾಬು ಜಗಜೀವನರಾಂ ಆಗಮಿಸಿದರು. ಚಮ್ಮಾರರ ಜಾತಿಯಲ್ಲಿ ಜನಿಸಿದ ಅವರಿಗೆ ಆಕರ್ಷಕ ವಿದೇಶೀ ಪದವಿಗಳಿರಲಿಲ್ಲ. ಕಾನೂನು ಪದವಿಯನ್ನು ಮಾತ್ರ ಪಡೆದಿದ್ದರು. ಮೇಲಿನ ಜಾತಿಯ ಹಾಗೂ ಅರಿಸ್ಟಾಕ್ರಸಿಯಿಂದ ಬಂದ ಆಫೀಸಿನ ಹಲವರು ಬಾಬು ಜಗಜೀವನ ರಾಂ ಅವರ ಬೌದ್ಧಿಕತೆ ಬಗ್ಗೆ ಬೆನ್ನಹಿಂದೆ ಉಡಾಫೆಯ, ಉದಾಸೀನದ ಮಾತುಗಳನ್ನಾಡುತ್ತಿದ್ದರು. ಆದರೆ ಅವರು ಕಾಮರಾಜ ಪ್ಲಾನ್‌ನ ನಾಲ್ಕು ವರುಷ ಬಿಟ್ಟು 1946ರಿಂದ ಸತತವಾಗಿ ಮಂತ್ರಿಗಳಾಗಿದ್ದರು. ಅವರಿಗೆ ಬ್ಲೇಡಿನ ಅಲಗಿನಂತೆ ಹರಿತವಾದ ಬುದ್ಧಿ ಶಕ್ತಿ ಇತ್ತು. ಆರ್ಥಿಕ ವಿಚಾರಗಳ ಸೂಕ್ಷ್ಮ ಅಂಶಗಳನ್ನು ತಕ್ಷಣ ಅರ್ಥ ಮಾಡಿಕೊಳ್ಳುತ್ತಿದ್ದರು. ಅದರ ಜತೆ ಅವರಿಗೆ ಇಂಗ್ಲಿಷ್ ಭಾಷೆಯಲ್ಲಿ ಅತ್ಯುತ್ತಮ ಹಿಡಿತವಿತ್ತು. ರಾಜ್ಯ ಹಾಗೂ ಕೇಂದ್ರದ ಹಲವಾರು ಮಂತ್ರಿಗಳ ಜತೆ ಕೆಲಸ ಮಾಡಿದ ಅನುಭವವಿರುವ ಅಶೋಕ ಮಿತ್ರರು, "ದಕ್ಷತೆ, ಸಾಮರ್ಥ್ಯ ಹಾಗೂ ಪರಿಣಾಮ ಬೀರುವ ಶಕ್ತಿಯಲ್ಲಿ ಬಾಬು ಜಗಜೀವನರಾಂ ಇತರ ಅನೇಕ ಮಂತ್ರಿಗಳಿಂದ ಹೆಚ್ಚಿನ ಯೋಗ್ಯತೆ ಪಡೆದಿದ್ದರು. ಆಫೀಸ್‌ನಲ್ಲಿ ಅವರೊಡನೆ ಕೆಲಸ ಮಾಡುತ್ತಿದ್ದಾಗ ಅವರ ನೈತಿಕತೆ ಹಾಗೂ ಶಿಸ್ತು ಕೂಡಾ ಅವರ ಬಗ್ಗೆ ಗೌರವ ಮೂಡಿಸುತ್ತಿತ್ತು," ಎಂದು ಬರೆಯುತ್ತಾರೆ. ಅವರು ಯಾವತ್ತೂ ಅತಿ ದುಬಾರಿ ವಿದೇಶಿ ಸಿಗರೇಟನ್ನು ಶುದ್ಧ ಸ್ಥಳೀಯ ದೇಶಿ ಶೈಲಿಯಲ್ಲಿ ಹುಕ್ಕಾದ ಹಾಗೆ ತುಟಿಯ ತುದಿಯಲ್ಲಿಟ್ಟು ಸೇದುತ್ತಿದ್ದರು.

ವಿದೇಶಿ ಸಿಗರೇಟನ್ನು ದೇಶೀ ಕ್ರಮದಲ್ಲಿ ಸೇದುವ ವಿವರವನ್ನು ಹೀಗೆ ಒಬ್ಬ ಸೂಕ್ಷ್ಮವಾಗಿ ಗಮನಿಸಬಲ್ಲ ಸಾಹಿತ್ಯಾಸಕ್ತ ಮಾತ್ರ ಇಷ್ಟು ವಿವರದಲ್ಲಿ ಗಮನಿಸಿ ಬರೆಯಲು ಸಾಧ್ಯ. ಈ ಒಂದು ನುಡಿಚಿತ್ರದ ವಿವರ ವ್ಯಕ್ತಿಯ ಸ್ವಭಾವವನ್ನು ಒಂದು ಸಾವಿರ ಶಬ್ದಗಳಷ್ಟು ವಿವರಿಸಬಲ್ಲದು.

ಅಶೋಕ ಮಿತ್ರರ ಜೀವನ ಚರಿತ್ರೆಯ ಪುಟಪುಟಗಳಲ್ಲಿ ಇಂತಹ ಸಮಕಾಲೀನ ಚರಿತ್ರೆ, ವ್ಯಕ್ತಿ ವಿವರಗಳಿವೆ. ಅವರೊಮ್ಮೆ "ತಾನೊಬ್ಬ ಕಮ್ಯುನಿಸ್ಟ್, ನೀವು ತಿಳಿದಂತೆ ಜಂಟಲ್‌ಮನ್ ಅಲ್ಲ," ಎಂದಿದ್ದರು. (I am a communist not a gentleman). ಪಾರ್ಲಿಮೆಂಟರಿ ಕಮಿಟಿ ಅಧ್ಯಕ್ಷರಾಗಿ, ಆಗ ಕೇಂದ್ರ ವಿತ್ತ ಮಂತ್ರಿಯಾಗಿದ್ದ ಮನಮೋಹನ್ ಸಿಂಗ್‌ರಲ್ಲಿ "ಶ್ರೀಮಂತ ಕಂಪೆನಿಗಳು ರಾಷ್ಟ್ರೀಕೃತ ಬ್ಯಾಂಕ್‌ಗಳಿಗೆ ಕೊಡಬೇಕಾಗಿದ್ದ ಅವಧಿ ಮೀರಿದ ಹಣದ ಬಾಕಿ ಎಷ್ಟು?" ಎಂದು ಕೇಳಿದ್ದರು. ಉತ್ತರ ಕೊಡದೆ ಮನಮೋಹನ ಸಿಂಗ್ ಸಮಯ ಕಳೆಯತೊಡಗಿದ್ದಾಗ, ರಾಜ್ಯಸಭಾ ಸದಸ್ಯರಾಗಿದ್ದ ಅಶೋಕ ಮಿತ್ರ ಪತ್ರಿಕಾಗೋಷ್ಠಿ ಕರೆದು ವಿಷಯವನ್ನು ಬಹಿರಂಗ ಪಡಿಸಿದರು. ಆ ಬಳಿಕ ವಿತ್ತಮಂತ್ರಿ ಮನಮೋಹನ ಸಿಂಗರು ಐವತ್ತಾರು ಸಾವಿರ ಕೋಟಿಗಳಿಗೂ ಮಿಕ್ಕಿದ್ದ ಸಾಲದ ಮೊತ್ತ ಬಾಕಿ ಇದೆ ಎಂಬುದನ್ನು ಸಾರ್ವಜನಿಕವಾಗಿ ಹೇಳಬೇಕಾಯಿತು.

ಬೌದ್ಧಿಕತೆ ಹಾಗೂ ನೈತಿಕತೆ ಎರಡರಲ್ಲೂ ದೇಶದ ಅಪರೂಪದ ಪ್ರತಿಭೆಯಾದ ಅಶೋಕ ಮಿತ್ರ ತೀರಿಕೊಂಡಾಗ ಎಡಪಂಥೀಯ ಚಿಂತನೆಯ ದೊಡ್ಡ ವ್ಯಕ್ತಿಯೊಬ್ಬರನ್ನು ನಾವು ಕಳೆದುಕೊಂಡೆವು. ಇಂದು ಸಂಪತ್ತಿನ ಉತ್ಪಾದನೆ ಮುಖ್ಯ ಎಂದು ಹೇಳುವಷ್ಟೇ ಗಟ್ಟಿದನಿಯಲ್ಲಿ ನಮ್ಮ ಸಮಾಜ ಆ ಸಂಪತ್ತನ್ನು ಉತ್ಪಾದಿಸುವ ನೈತಿಕತೆ ಬಗ್ಗೆ ಯಾರೂ ಮಾತನಾಡುತ್ತಿಲ್ಲ. ಇಂತಹ ಕಾಲಘಟ್ಟದಲ್ಲಿ ದೊಡ್ಡ ನೈತಿಕ ಶಕ್ತಿ ಇದ್ದ ರಾಜಕೀಯ ಚಿಂತಕ ಬುದ್ಧಿಜೀವಿಯನ್ನು ನಾವು ಕಳೆದುಕೊಂಡೆವು. ತಾನು ರವೀಂದ್ರನಾಥ ಠಾಗೂರರು ಸಾಹಿತ್ಯ ರಚಿಸಿದ ಭಾಷೆಯನ್ನು ಮಾತನಾಡುವವನಾಗಿ ಹುಟ್ಟಿದ್ದು ಮತ್ತು ತನ್ನ ಸಂವೇದನೆ ಎಡಪಂಥೀಯ ಚಿಂತನೆಗಳಿಂದ ಪ್ರೇರಣೆ ಪಡೆದದ್ದು ತನ್ನ ಬದುಕಿನ ಭಾಗ್ಯ ಎಂದ ಅಶೋಕ ಮಿತ್ರ, ತಾನು ತೀರಿಕೊಂಡಾಗ ವೈಯಕ್ತಿಕ ಗುರುತು ಇಲ್ಲದಂತೆ ಮಾಯವಾಗಬೇಕು ಎಂದು ತಮ್ಮ ಜೀವನ ಚರಿತ್ರೆಯ ಕೊನೆಯ ಸಾಲುಗಳಲ್ಲಿ ಬರೆಯುತ್ತಾರೆ. ಬೌದ್ಧಿಕತೆಯೂ ಒಂದು ಸಾಮಾಜಿಕ ಉತ್ಪನ್ನ ಮತ್ತು ತಾನು ಈ ಸಮಾಜ ತತ್ವದ ಭಾಗ ಎಂದು ನಂಬಿದ ಎಡಪಂಥೀಯ ಚಿಂತಕ ಮಾತ್ರ ಹೀಗೆ ತಾನು ಮಾಯವಾಗಬೇಕೆಂದು ಬಯಸಬಲ್ಲ.

– 25.05.2018

***

26. ಭಯವಿರುವಾತ ಮಾತ್ರ ಬದುಕಬಲ್ಲ ಎಂದ ಆ್ಯಂಡಿ ಗ್ರೋವ್

ಕೈಗಾರಿಕಾ ಕ್ಷೇತ್ರದ ಬಹಳ ದೊಡ್ಡ ಹೆಸರುಗಳಲ್ಲಿ ಒಂದಾದ ಆ್ಯಂಡಿ ಗ್ರೋವ್ (Andrew S. Grove) ಕಳೆದ ವಾರ ಕ್ಯಾಲಿಫೋರ್ನಿಯಾದಲ್ಲಿ ತೀರಿಕೊಂಡಾಗ ಅವರಿಗೆ 79 ವರುಷಗಳು ತುಂಬಿತ್ತು. ತಂತ್ರಜ್ಞಾನಕ್ಕೇ ಅಂತಿಮ ಗೆಲುವು (Only Techonology Wins) ಎಂಬ ಅವರ ಮಾತಿನ ಬಗ್ಗೆ ಆರ್ಥಿಕ, ಪ್ರಾಯೋಗಿಕ ಹಾಗೂ ತಾತ್ತ್ವಿಕ ವ್ಯಾಖ್ಯಾನಗಳಾಗಿವೆ. ಕೈಗಾರಿಕೆಗಳಿಂದ ಹೊರಗೆ ಕೂಡ ತಂತ್ರಜ್ಞಾನದ ಪ್ರಾಮುಖ್ಯತೆ ಸರ್ವವಿದಿತ. ಇಂದು ಯಾರಲ್ಲಿ ಅತ್ಯುತ್ತಮ ಯುದ್ಧ ವಿಮಾನಗಳು, ಅಣುಬಾಂಬುಗಳು ಇವೆಯೋ ಅವರು ಗೆಲ್ಲುವ ಅವಕಾಶ ಹೆಚ್ಚು. ಮಾರುಕಟ್ಟೆಯಲ್ಲಿ ಯಾವತ್ತೂ ಅತ್ಯುತ್ತಮವಾದ ತಂತ್ರಜ್ಞಾನಕ್ಕೆ ಮೊದಲ ಬೇಡಿಕೆ. ಆಧುನಿಕ ತಂತ್ರಜ್ಞಾನಕ್ಕೆ ಪೂರಕವಾದ ಸಾಫ್ಟ್‌ವೇರ್ ಸೇವೆಗಳಿಂದಲೇ ನಮ್ಮ ದೇಶಕ್ಕೆ ಇಂದು ಹೆಚ್ಚಿನ ಅಂತಾರಾಷ್ಟ್ರೀಯ ಆದಾಯ.

ಪ್ಯಾರನಾಯ್ಡ್ ಕಲ್ಪನೆ

ಭಯವಾಗುವವನೇ ಬದುಕಿ ಉಳಿಯುತ್ತಾನೆ (Only Paranoid Survive) ಎಂಬ ತಮ್ಮ ಪುಸ್ತಕದಲ್ಲಿ ಆ್ಯಂಡಿ ಗ್ರೋವ್ ತಂತ್ರಜ್ಞಾನ ಪ್ರಾಮುಖ್ಯತೆಗೆ ತಾತ್ತ್ವಿಕವಾದೊಂದು ವಿವರಣೆಯನ್ನು ನೀಡುತ್ತಾರೆ. ಕಾಲ ಪ್ರವಾಹದಲ್ಲಿ ಕೆಲವು ವಿಶಿಷ್ಟ ಸಂದರ್ಭಗಳಲ್ಲಿ ಸಮಾಜ ತನ್ನ ಸ್ಥಾಯಿಯನ್ನು ಬದಲಾಯಿಸುತ್ತದೆ. ದೇಶಕಾಲಗಳ ಹಿಡಿತದಲ್ಲಿರುವ ಮಾರುಕಟ್ಟೆಗಳಲ್ಲಿ ಹೀಗೆ ಶ್ರುತಿ ಬದಲಾಗಲು ಕಾರಣವಾಗುವುದನ್ನು ಆ ಪುಸ್ತಕದಲ್ಲಿ ಆ್ಯಂಡಿ 'ಆಯಕಟ್ಟಿನ ಸಂದರ್ಭದಲ್ಲಿ ಒಳಸೇರುವ ಅಂಶಗಳು' (Strategic Inflection point) ಎಂದು ಗುರುತಿಸುತ್ತಾರೆ. ಮಾರುಕಟ್ಟೆಗಳಲ್ಲಿ ಬದಲಾವಣೆ ತರುವ ಈ ಒಳಹರಿವುಗಳು ಯಾವುದರಿಂದಲೂ ಉಂಟಾಗಬಹುದು. ಮಾರುಕಟ್ಟೆಯ ಸ್ಪರ್ಧೆ, ಕಾನೂನು ಕಟ್ಟಳೆಗಳಲ್ಲಿ ಆಗುವ ಬದಲಾವಣೆ, ತಂತ್ರಜ್ಞಾನದ ಪರಿವರ್ತನೆ ಇತ್ಯಾದಿಗಳು ಈ ಬದಲಾವಣೆಗಳಿಗೆ ಕಾರಣವಾಗಬಹುದು. ನಮ್ಮ ಸುತ್ತಲೂ ಇದನ್ನು ಅನ್ವಯಿಸಿ ನೋಡಿ: ಮಾರುತಿ ಕಾರುಗಳ ಬೆಳವಣಿಗೆ ಕಾಲಕ್ರಮೇಣ ಅಂಬಾಸೆಡರ್ ಹಾಗೂ ಫಿಯೆಟ್ ಕಾರುಗಳನ್ನು ಮಾರುಕಟ್ಟೆಯಲ್ಲಿ ಬದಿಗೆ ಸರಿಸಿದವು. ಜಾಗತೀಕರಣದ ಪರವಾಗಿ

ಬಂದ ಕಾನೂನು ಕಟ್ಟಳೆಗಳು ಅನೇಕ ಕಂಪನಿಗಳ ಬಾಗಿಲು ಮುಚ್ಚಿಸಿದವು. ಇಂಟರ್‌ನೆಟ್‌ನಲ್ಲಿ ಮಾಹಿತಿ ಹುಡುಕಾಟಕ್ಕೆ ನೆರವಾಗಲು ಪ್ರಾರಂಭವಾದ ಹೊಸ ತಂತ್ರಜ್ಞಾನ– ಗೂಗಲ್ ಕಂಪನಿ ಮೂಲಕ ಇಡೀ ಜಗತ್ತು ಯೋಚಿಸುವ ಹಾಗೂ ಕೆಲಸ ಮಾಡುವ ಕ್ರಮದಲ್ಲಿ ಬದಲಾವಣೆ ತಂದಿದೆ. ಗೂಗಲ್ ಮ್ಯಾಪ್‌ಗಳ ಮುಖಾಂತರ ಬೆಳೆದ ಜಿಪಿಎಸ್ ತಂತ್ರಜ್ಞಾನವನ್ನು ಬಳಸಿ ಉಬರ್ ಹಾಗೂ ವೋಲಾ ಬಾಡಿಗೆ ಕಾರುಗಳ ಸೇವೆ ಬೆಳೆದು ಸಾಮಾನ್ಯ ಟ್ಯಾಕ್ಸಿ ಸೇವೆಗಳಿಗೆ ಏಟು ನೀಡಿದೆ. ಅತಿ ಪ್ರಸಿದ್ಧವಾದ ನ್ಯೂಯಾರ್ಕ್ ನಗರದ ಹಳದಿ ಬಾಡಿಗೆ ಕಾರುಗಳು ಕೂಡ ಉಬರ್ ಟ್ಯಾಕ್ಸಿ ಸೇವೆಯಿಂದ ನಡುಗಿಬಿಟ್ಟಿವೆ. ಹೀಗೆ ಪರಿವರ್ತನೆ ಆದಾಗ ವ್ಯಾಪಾರ, ವ್ಯವಹಾರಗಳ ಮಾರುಕಟ್ಟೆಗಳಲ್ಲಿ ಆ ತನಕ ಇದ್ದ ಹಳೇ ನಿಯಮಗಳು ಬದಲಾಗಿ ಹೊಸ ನಿಯಮಗಳು ಜಾರಿಗೆ ಬರುತ್ತವೆ.

ನಿರಾತಂಕ ಸಲ್ಲ

ಹೀಗೆ ಬದಲಾಗುವ ಸಂದರ್ಭಗಳ ಒಳಪ್ರವಾಹದ ಬಗ್ಗೆ ಭಯದಿಂದ ಕೂಡಿದ ಎಚ್ಚರ ಇಲ್ಲದಿದ್ದರೆ ಬದುಕಿ ಉಳಿಯಲು ಸಾಧ್ಯವಿಲ್ಲ ಎಂಬುದು ಆ್ಯಂಡಿ ವಾದ. ಯಾವುದೇ ವ್ಯಾಪಾರ, ವ್ಯವಹಾರದಲ್ಲಿ ಯಶಸ್ಸು ನಿರಾತಂಕ ಸ್ಥಿತಿಯನ್ನು ಸೃಷ್ಟಿಸುತ್ತದೆ. ಇಂತಹ ಭಯರಹಿತ ನಿರಾತಂಕ ಸ್ಥಿತಿ ಸೋಲಿಗೆ ಕಾರಣವಾಗುತ್ತದೆ. ಆದ್ದರಿಂದ ಭಯವಿರುವವ ಮಾತ್ರ ಬದುಕಿ ಉಳಿಯಬಲ್ಲ. (Success Breeds Complacency. Complacency breeds failure. Only the Paranoid survive). ಈ ತಾತ್ವಿಕತೆಯನ್ನು ತಮ್ಮ ಪುಸ್ತಕದಲ್ಲಿ ಆಂಡಿ ಗ್ರೋವ್ ಅವರು 1994ರಲ್ಲಿ ಇಂಟೆಲ್ ಕಂಪನಿಯ ಮುಖ್ಯಸ್ಥರಾಗಿದ್ದಾಗ ಅತಿ ಪ್ರಸಿದ್ಧಿ ಪಡೆದು ಯಶಸ್ಸಿನ ಉತ್ತುಂಗದಲ್ಲಿದ್ದ ಇಂಟೆಲ್‌ನ ಪೆಂಟಿಯಮ್ ಕಂಪ್ಯೂಟರ್ ಚಿಪ್‌ಗಳಲ್ಲಿ ದೋಷ ಇದೆ ಎಂದು ಹಬ್ಬಿದ ಪ್ರಚಾರವನ್ನು ತಹಬದಿಗೆ ತಂದ ವಿವರಗಳ ಮೂಲಕ ವಿವರಿಸುತ್ತಾರೆ. ಯಶಸ್ಸಿನ ಉತ್ತುಂಗ ನಿರಾತಂಕವನ್ನು ಸೃಷ್ಟಿಸಬಾರದು. ಭಯದ ಎಚ್ಚರ ಸದಾ ಅಗತ್ಯ ಎಂಬುದನ್ನು ಅವರು ತಮ್ಮ ಅನುಭವದಿಂದಲೇ ವಿವರಿಸುತ್ತಾರೆ.

ಹನ್ನೆರಡು ವರುಷಗಳ ಹಿಂದೆ ನಾನು ಆಗ ಕೆಲಸ ಮಾಡುತ್ತಿದ್ದ ಸಿಸ್ಕೋ ಸಿಸ್ಟಮ್ಸ್ ಎಂಬ ಕಂಪನಿಗೆ ರಾಜೀನಾಮೆ ನೀಡಿ ಇಂಟೆಲ್ ಸಂಸ್ಥೆ ಸೇರುವ ನಿರ್ಧಾರ ಮಾಡುವ ಮೊದಲು ಆಂಡಿ ಗ್ರೋವ್ ಅವರ 'ಓನ್ಲಿ ಪಾರಾನೈಡ್ ಸರ್ವೈವ್' ಪುಸ್ತಕವನ್ನು ಓದಿದ್ದೆ. ಕಂಪನಿ ಒಳಗೆ ಕೆಲಸ ಮಾಡುವ ಕ್ರಮ (Work Culture) ಹಿರಿಯ ಹುದ್ದೆಗಳಿಗೆ ಸೇರುವವರಿಗೆ ಬಹಳ ಮುಖ್ಯವಾಗುತ್ತದೆ. ಇಡೀ ಜಗತ್ತಿನಾದ್ಯಂತ ಅತ್ಯುತ್ತಮ ಗುಣಮಟ್ಟದ ಕಂಪ್ಯೂಟರ್ ಚಿಪ್‌ಗಳನ್ನು ಎಲ್ಲೂ ಏನೂ ದೋಷ ಬಾರದ ಹಾಗೆ ಉತ್ಪಾದನೆ ಮಾಡಬೇಕಾದರೆ ಅತಿ ವೈಜ್ಞಾನಿಕವಾದೊಂದು ಪ್ರಗತಿ ಪ್ರೇರಿತ ಕೆಲಸದ ಕ್ರಮ (Progress driven work culture) ಇರಬೇಕಾಗುತ್ತದೆ. ಎಲ್ಲೂ ತಪ್ಪಾಗದ ಹಾಗೆ ಭಯಮಿಶ್ರಿತ ಎಚ್ಚರ ಇಂಟೆಲ್‌ನ ಕೆಲಸ–ಕ್ರಮಗಳ ಅವಿಭಾಜ್ಯ ಅಂಗವಾಗಿದೆ.

ಆದುದರಿಂದ ಎಲ್ಲೂ ಎಂದೂ ಇಂಟೆಲ್ ತನ್ನ ವಸ್ತುಗಳ ಗುಣಮಟ್ಟದ ಬಗ್ಗೆ ಅಜಾಗರೂಕತೆಯಿಂದ ಇರುವುದಿಲ್ಲ. ಇಂಟೆಲ್ ಚಿಪ್ಪುಗಳನ್ನು ತಯಾರಿಸುವ ಫ್ಯಾಬ್ (Fab) ಒಳಗೆ ಹೋದರೆ (ದೂರದಿಂದ ಅದನ್ನು ಕನ್ನಡಿಯಲ್ಲಿ ನೋಡಲೂ ಅನೇಕ ಅನುಮತಿಗಳು ಬೇಕಾಗುತ್ತವೆ. ಹಾಗಾಗಿ ಫ್ಯಾಬ್ ಒಳಗೆ ಹೋಗುವುದು ಸುಲಭ ಸಾಧ್ಯವಲ್ಲ ಎಂಬುದು ಬೇರೆ ಮಾತು) ಚಿಪ್‌ಗಳ ಒಳಗಿರುವ ಸರ್ಕ್ಯೂಟ್‌ಗಳಿಗೆ ಮನುಷ್ಯನ ಉಸಿರಿನ ತೇವವೂ ಸೋಂಕದಂತಹ ನಿರ್ವಾತ ಪ್ರದೇಶ ಇರುತ್ತದೆ. ಪ್ರತಿಯೊಬ್ಬ ಕೆಲಸಗಾರನೂ ಚಂದ್ರಲೋಕದಲ್ಲಿ ನಡೆಯುವ ಮಾನವನಂತೆ ಬನ್ನಿ ಸೂಟ್ ಹಾಕಿಕೊಂಡು ಇರುತ್ತಾನೆ. ಗುಣಮಟ್ಟ, ಸಂವಹನ, ಮಾರುಕಟ್ಟೆ, ಮಾತುಕತೆ ಎಲ್ಲ ಕಡೆ ನಿರಂತರ ಎಚ್ಚರ ಕಂಪನಿಯ ಕೆಲಸ ಕ್ರಮಗಳ ಭಾಗವೇ ಆಗಿ ಹೋಗಿದೆ.

ಭಯದ ಮೂಲ

ಆಹಾರ, ನಿದ್ರಾ, ಭಯ, ಮೈಥುನಗಳೆಂಬವು ಮನುಷ್ಯ ಜೀವದ ಮೂಲ ಅಂಶಗಳು ಎಂಬುದು ಭಾರತೀಯ ತತ್ತ್ವಶಾಸ್ತ್ರದ ಪರಿಚಯ ಉಳ್ಳವರಿಗೆಲ್ಲ ತಿಳಿದ ಅಂಶವೇ ಆಗಿದೆ. ಆದರೆ ಭಯ ಎಂಬುದು ನಾವು ಮೀರಬೇಕಾದ ಅಂಶ ಎಂದು ಭಾವಿಸುತ್ತೇವೆ. ಆಂಡಿ ಈ ಭಯದ ಪರಿಕಲ್ಪನೆಯನ್ನು ಬದುಕಲು ಬೇಕಾದ ಹಾಗೂ ಮಾರುಕಟ್ಟೆಗಳಲ್ಲಿ ಪಾರಾಗಲು ಇರಲೇಬೇಕಾದ ಲೌಕಿಕ ಆಧಾರವನ್ನಾಗಿ ಪ್ರತಿಪಾದಿಸುತ್ತಾರೆ.

ಹಿಟ್ಲರ್ ಹಿಂಸೆ

ಭಯದ ಬಗ್ಗೆ ಆ್ಯಂಡಿಗೆ ಬಾಲ್ಯದಿಂದಲೂ ಒಂದು ಮಿತ್ರತ್ವ ಇದೆ. ಹುಟ್ಟಿನಿಂದ ಯಹೂದಿ (Jews) ಧರ್ಮಕ್ಕೆ ಸೇರಿದ ಆ್ಯಂಡಿ ಗ್ರೋವ್ ಹಂಗೆರಿ ದೇಶದ ಬುಡಾಪೆಸ್ಟಿನಲ್ಲಿ ಜನಿಸಿದರು. ಬಾಲ್ಯದಲ್ಲಿ ಬಂದ ರೋಗವೊಂದರಿಂದ ಅವರು ಬದುಕಿ ಉಳಿದರೂ ಶ್ರವಣ ಶಕ್ತಿಯನ್ನು ಕಳಕೊಂಡರು. ಕೊನೆವರೆಗೂ ಅವರು ಕಿವಿಗೆ ಶ್ರವಣ ಸಾಧನವನ್ನು ಬಳಸಬೇಕಾಯಿತು. ಮುಂದೆ ಹಿಟ್ಲರನ ನಾಜಿ ಸೈನಿಕರು ಆ್ಯಂಡಿಯ ತಂದೆಯನ್ನು ಕಾರ್ಮಿಕರ ಕ್ಯಾಂಪಿಗೆ ಕರೆದೊಯ್ಯುತ್ತಾರೆ. ನಾಜಿ ಸೈನಿಕರ ಕ್ರೌರ್ಯಕ್ಕೆ ತಾಯಿ ತುತ್ತಾಗುತ್ತಾರೆ. ಎರಡನೇ ಮಹಾಯುದ್ಧದಲ್ಲಿ ಹಿಟ್ಲರ್ ಸೋತ ಬಳಿಕ ಬಾಲಕ ಆ್ಯಂಡಿ ಗ್ರೋವ್ ಸೋವಿಯತ್ ಕಮ್ಯೂನಿಸ್ಟ್ ಕಾವಲಿನಲ್ಲಿ ಸಿಕ್ಕಿಬೀಳುತ್ತಾರೆ. ಮುಂದೆ ಒಂದು ದಶಕ ಅಲ್ಲಿದ್ದು, ಆಮೇಲೆ ಕಮ್ಯೂನಿಸ್ಟ್ ಆಡಳಿತದಿಂದ ತಪ್ಪಿಸಿಕೊಂಡು ಆಸ್ಟ್ರಿಯಾ ದೇಶಕ್ಕೆ ನುಸುಳಿ, ಅಲ್ಲಿಂದ ಅಮೆರಿಕ ದೇಶದ ನ್ಯೂಯಾರ್ಕ್ ನಗರವನ್ನು 1956ರಲ್ಲಿ ಸೇರುತ್ತಾರೆ.

ಅಮೆರಿಕದಲ್ಲಿ ಅವಕಾಶ

ಬುಡಾಫೆಸ್ಟಿನಲ್ಲಿ ಆಂಡ್ರಸ್ ಗ್ರೋಫ್ (Andra's Grof) ಆಗಿದ್ದ ಅವರು ಕೆಮಿಕಲ್ ಇಂಜಿನಿಯರಿಂಗ್ ಅಧ್ಯಯನಕ್ಕಾಗಿ ನ್ಯೂಯಾರ್ಕ್‌ನ ಸಿಟಿ ಕಾಲೇಜಿಗೆ ಸೇರುವಾಗ

ತಮ್ಮ ಹೆಸರನ್ನು ಆ್ಯಂಡಿ ಗ್ರೋವ್ ಎಂದು ಬದಲಿಸಿಕೊಂಡರು. 1963ರಲ್ಲಿ ಅವರು ಕ್ಯಾಲಿಫೋರ್ನಿಯಾದ ಸ್ಟೇಟ್ ಯೂನಿವರ್ಸಿಟಿ ಬರ್ಕ್‌ಲಿಯಲ್ಲಿ ಪಿಎಚ್‌ಡಿ ಪದವಿ ಪಡೆದರು. 1960ರ ದಶಕ ಕಂಪ್ಯೂಟರ್‌ಗಳ ಮೂಲ ಆಕರವಾದ ಸೆಮಿಕಂಡಕ್ಟರ್ ತಂತ್ರಜ್ಞಾನ ಬೆಳೆಯುತ್ತಿದ್ದ ಕಾಲ. ಇಂದು ಸಿಲಿಕಾನ್ ವ್ಯಾಲಿ ಎಂದು ಪ್ರಸಿದ್ಧವಾಗಿರುವ ಕ್ಯಾಲಿಫೋರ್ನಿಯಾದ ಬೆಟ್ಟಗುಡ್ಡಗಳ ನಡುವಿನ ಕಣಿವೆ ಊರುಗಳಲ್ಲಿ ಸೆಮಿಕಂಡಕ್ಟರ್ ತಂತ್ರಜ್ಞಾನದ ಸಣ್ಣಪುಟ್ಟ ಕಂಪನಿಗಳು ಬೆಳೆಯುತ್ತಿದ್ದವು.

ಆಗ ಫೇರ್‌ಚೈಲ್ಡ್ ಎಂಬ ಸೆಮಿಕಂಡಕ್ಟರ್ (Fairchild Semiconductor) ಕಂಪನಿಯಲ್ಲಿ ಕೆಲಸಮಾಡುತ್ತಿದ್ದ ರಾಬರ್ಟ್ ನೋಯ್ಸ್ (Robert Noyce) ಹಾಗೂ ಗೋರ್ಡನ್ ಮೂರ್ (Gordon Moore) ಎಂಬುವರ ಜೊತೆ ಕೆಲಸ ಮಾಡಿದರು. 1968ರಲ್ಲಿ ರಾಬರ್ಟ್ ನೋಯ್ಸ್ ಹಾಗೂ ಗೋರ್ಡನ್ ಮೂರ್ ಫೇರ್‌ಚೈಲ್ಡ್ ಕಂಪನಿಗೆ ರಾಜೀನಾಮೆ ಕೊಟ್ಟು ಇಂಟೆಲ್ ಎಂಬ ಕಂಪನಿಯನ್ನು ಸ್ಥಾಪಿಸಿದಾಗ ಆ್ಯಂಡಿ ಗ್ರೋವ್ ಇಂಟೆಲ್ ಕಂಪನಿಯ ಮೊಟ್ಟ ಮೊದಲ ಉದ್ಯೋಗಿಯಾಗಿ ಸೇರಿದರು. (ಫೇರ್‌ಚೈಲ್ಡ್ ಕಂಪನಿಗಳ ಉದ್ಯೋಗಿಗಳಾಗಿದ್ದು ಇವರು ರಾಜೀನಾಮೆ ನೀಡಿ ಇಂಟೆಲ್ ಸ್ಥಾಪಿಸಿದುದುನ್ನು ನಾವು ನಾರಾಯಣಮೂರ್ತಿ ಹಾಗೂ ಸ್ನೇಹಿತರು ಪಟ್ನಿ ಕಂಪ್ಯೂಟರ್ ಸಂಸ್ಥೆಗೆ ರಾಜೀನಾಮೆ ನೀಡಿ ತಮ್ಮದೇ ಆದ ಇನ್ಫೋಸಿಸ್ ಎಂಬ ಕಂಪನಿಯನ್ನು ಸ್ಥಾಪಿಸಿದ ಕ್ರಮಕ್ಕೆ ಹೋಲಿಸಿಕೊಂಡು ಅರ್ಥ ಮಾಡಿಕೊಳ್ಳಬಹುದು). ಇಂಟಿಗ್ರೇಟೆಡ್ ಎಲೆಕ್ಟ್ರಾನಿಕ್ಸ್ (Integrated Electronics) ಎಂಬುದನ್ನು ಸೇರಿಸಿ 'ಇಂಟೆಲ್' (Intel) ಎಂದು ಹೆಸರಿಸುವ ಸಂವಾದದಲ್ಲಿ ಕೂಡ ಆ್ಯಂಡಿ ಭಾಗಿಯಾಗಿದ್ದರು. ಮುಂದೆ ಆ್ಯಂಡಿ ಇಂಟೆಲ್‌ನ ಪ್ರೆಸಿಡೆಂಟ್ (1979–98), ಸಿಇಒ (1987–98) ಹಾಗೂ ಚೇರ್‌ಮನ್ (1997–2005) ಆಗಿ ಕೆಲಸ ಮಾಡಿದರು. ಅವರ ನೇತೃತ್ವದಲ್ಲಿ ಪಿ.ಸೊ. 285, 386, ಪೆಂಟಿಯಂ ಮೊದಲಾದವು ಬೆಳೆದು ಪರ್ಸನಲ್ ಕಂಪ್ಯೂಟರ್‌ಗಳ ಯುಗ ಆರಂಭವಾಯಿತು. ಕಂಪನಿಯ ಆದಾಯವೂ ಆಗ ಅಮೆರಿಕದ ಸುಮಾರು ಎರಡು ಶತಕೋಟಿ ಡಾಲರ್‌ಗಳಿಂದ 26 ಶತಕೋಟಿ ಡಾಲರ್ (ಮಾ. 26ರ ಪ್ರಕಾರ ಒಂದು ಡಾಲರ್– 66.84 ರೂಪಾಯಿ) ಗಳಿಗೆ ಏರಿತು.

ಆ್ಯಂಡಿ ಗ್ರೋವ್ ಅವರ ಕಾಲದಲ್ಲಿ ಕಂಪ್ಯೂಟರ್ ತಂತ್ರಜ್ಞಾನ ಮಹತ್ತರವಾದ ಬದಲಾವಣೆ ಪಡೆಯಿತು. ಕಂಪ್ಯೂಟರ್ ಒಳಗೆ ಇದ್ದ ಡಿಜಿಟಲ್ ಮೆಮೊರಿ ತಂತ್ರಜ್ಞಾನ ಅವರ ವಿಶೇಷ ಸಂಶೋಧನಾ ಆಸ್ಥೆಯಿಂದ ಪ್ರೊಸೆಸರ್ ಯುಗಕ್ಕೆ ಕಾಲಿರಿಸಿತು. ಟೈಮ್ ಮ್ಯಾಗಜಿನ್ ಅವರನ್ನು 1997ರ ವರ್ಷದ ವ್ಯಕ್ತಿಯಾಗಿ ಘೋಷಿಸಿತ್ತು.

ಪರ್ಸನಲ್ ಕಂಪ್ಯೂಟರ್

ಪರ್ಸನಲ್ ಕಂಪ್ಯೂಟರ್‌ಗಳನ್ನು ಮೊದಲು ಚಾಲ್ತಿಗೆ ತಂದುದು ಐಬಿಎಂ ಕಂಪನಿ. 1980ರ ದಶಕದಲ್ಲಿ ಪಿಸಿಗಳು ಬೆಳೆಯತೊಡಗಿದಾಗ ಇಂಟೆಲ್ ಕಂಪನಿ ಐಬಿಎಂಗೆ ತನ್ನ ಚಿಪ್‌ಗಳನ್ನು ನಿರಂತರವಾಗಿ ಸರಬರಾಜು ಮಾಡತೊಡಗಿತು. ಆ ಬಳಿಕ ಕ್ಯಾಂಪಾಕ್,

ಎಚ್‌ಪಿ, ಡೆಲ್ ಹೀಗೆ ಅನೇಕ ಕಂಪನಿಗಳೂ ಇಂಟೆಲ್ ಚಿಪ್ ಬಳಸತೊಡಗಿದವು. ಇಂಟೆಲ್ ಇನ್‌ಸೈಡ್ ಎಂಬ ತತ್ತ್ವವನ್ನು ಆ ಸಂದರ್ಭದಲ್ಲಿ ಆ್ಯಂಡಿ ಪ್ರಚಾರಕ್ಕೆ ತಂದರು. ಕಂಪ್ಯೂಟರ್ ಯಾವುದೇ ಇರಲಿ, ಆದರ ಒಳಗಿನ ಮಿದುಳು ಇಂಟೆಲ್ ಚಿಪ್‌ಗಳು ಎಂಬ ಸಂವಹನ ತಾತ್ತ್ವಿಕತೆಯ ಶಕ್ತಿಯನ್ನು ಗಮನಿಸಬೇಕು. ಇಂಟೆಲ್ ನೇರವಾಗಿ ಯಾವ ಕಂಪ್ಯೂಟರ್‌ಗಳನ್ನೂ ತಯಾರು ಮಾಡುವುದಿಲ್ಲ. ಆದರೆ ಯಾರೇ ಕಂಪ್ಯೂಟರ್ ತಯಾರು ಮಾಡುವುದಿದ್ದರೂ ಅದರ ಒಳಗಿನ ಮೂಲಭಾಗ ಇಂಟೆಲ್‌ನದ್ದೇ ಆಗಿರುತ್ತದೆ. ಚಿಪ್‌ನಿಂದ ಅದನ್ನು ಮದರ್ ಬೋರ್ಡ್‌ವರೆಗೆ ಒಯ್ದು ಸಂಪೂರ್ಣ ಪರಿಹಾರ ಎಂಬ ತಾತ್ತ್ವಿಕತೆಯೂ ಆ್ಯಂಡಿ ಕಾಲದಲ್ಲೇ ಬೆಳೆಯಿತು.

ರಚನಾತ್ಮಕ ವಿರೋಧ (Constructive Confrontation) ಎಂಬುದು ಕೂಡ ಕೆಲಸದ ಕ್ರಮದಲ್ಲಿ ಅವರೇ ತಂದ ತತ್ತ್ವ. ಎಷ್ಟೇ ದೊಡ್ಡ ಅಧಿಕಾರಿಯಿರಲಿ ಯಾರು ಬೇಕಾದರೂ ತನ್ನ ವಿರೋಧ ಅಭಿಪ್ರಾಯವನ್ನು ಮಂಡಿಸಿ ಚರ್ಚಿಸಬಹುದು. ಹಾಗೆಯೇ ಚರ್ಚೆಯ ಕೊನೆಯಲ್ಲಿ ವಿರೋಧದ ಒಪ್ಪಿಗೆಯೂ ಟೀಮ್ ವರ್ಕ್‌ನ ಕ್ರಮ. (Disagree and Commit) ಇಂಟೆಲ್ ಅಧ್ಯಕ್ಷ ಹಾಗೂ ಸಿಇಒಗೆ ಕೂಡಾ ಮುಚ್ಚಿದ ಒಂದು ಆಫೀಸು ಕೋಣೆ ಇರುವುದಿಲ್ಲ. ಅಧ್ಯಕ್ಷರೂ ಸೇರಿ ಎಲ್ಲ ಉದ್ಯೋಗಿಗಳು ತೆರೆದ ಕ್ಯೂಬಿಕಲ್‌ನಲ್ಲಿ ಕುಳಿತಿರುತ್ತಾರೆ. ಇಂಟೆಲ್ ಕೆಫೆಟೇರಿಯಾದಲ್ಲಿ ಅಧ್ಯಕ್ಷರು ಕೂಡಾ ತಾವು ಊಟ ಮಾಡಿದ ತಟ್ಟೆಯನ್ನು ಎತ್ತಿಕೊಂಡು ಹೋಗಿ ತೊಳೆಯಲು ಇಡುತ್ತಾರೆ. ಅಧ್ಯಕ್ಷರ ಕಾರಿಗೆಂದು ಪ್ರತ್ಯೇಕ ಪಾರ್ಕಿಂಗ್ ಜಾಗ ಇರುವುದಿಲ್ಲ. ಎಲ್ಲ ಉದ್ಯೋಗಿಗಳ ಹಾಗೆ ಅವರು ಕೂಡ. ಇವೆಲ್ಲ ಸಂಸ್ಥೆಯ ಸ್ಥಾಪಕರ ಕಾಲದಿಂದಲೇ ಬಂದ ಕೊಡುಗೆಗಳು.

ಆ್ಯಂಡಿ ಗ್ರೋವ್ ಅವರು ಪತ್ನಿ, ಇಬ್ಬರು ಪುತ್ರಿಯರು ಹಾಗೂ ಎಂಟು ಜನ ಮೊಮ್ಮಕ್ಕಳನ್ನು ಅಗಲಿದ್ದಾರೆ. ವಿವಾಹವಾಗಿ 58 ವರುಷಗಳ ಕಾಲ ಜೊತೆಗಿದ್ದ ಅವರ ದಾಂಪತ್ಯ ಸಾವಿನಲ್ಲಿ ಕೊನೆಗೊಂಡಿತು. ನಾನಾ ಸಂಘ ಸಂಸ್ಥೆಗಳಿಗೆ, ವಿದ್ಯಾಲಯಗಳಿಗೆ ಅವರು ತಮ್ಮ ಸಂಪತ್ತಿನಿಂದ ಸುಮಾರು 30 ಕೋಟಿ ಡಾಲರ್‌ಗಳಷ್ಟು (ಸುಮಾರು 2000 ಕೋಟಿ ರೂ.) ಹಣವನ್ನು ದಾನ ಮಾಡಿದ್ದಾರೆ. ಅವರು ಬರೆದ ಪುಸ್ತಕಗಳು, ಆಡಳಿತ ಕ್ರಮ ಹಾಗೂ ಕೈಗಾರಿಕಾ ಸಂಸ್ಥೆಯನ್ನು ಕಟ್ಟಿದ ರೀತಿ ಇಂದು ಕೂಡ ಪರಿಣತರಿಂದ ಅನುಕರಣೀಯ ಎಂದೇ ಪರಿಗಣಿತವಾಗಿದೆ. ಆ್ಯಂಡಿ ಗ್ರೋವ್ ಅವರ ಸಹಾಯಕರಾಗಿದ್ದು ಮುಂದೆ ಇಂಟೆಲ್‌ನ ಮುಖ್ಯಸ್ಥರಾಗಿ ಕೆಲಸ ಮಾಡಿದ ಕ್ರೆಗ್ ಬ್ಯಾರೆಟ್, ಪಾವಲ್ ಅಟಲೋನಿ ಅವರೊಡನೆ ಕೆಲಸ ಮಾಡಿ ಕಲಿಯುವ ಉತ್ತಮ ಅವಕಾಶ ನನಗೆ ದೊರಕಿದೆ. ಅದರಿಂದಾಗಿ ಆ್ಯಂಡಿ ಅವರ ನೇರ ನಡೆ, ನುಡಿ (Open and Direct) ಏನೆಂದು ನಾನು ಊಹಿಸಬಲ್ಲೆ. ಈ ಸಂದರ್ಭದಲ್ಲಿ ಆ್ಯಂಡಿ ಗ್ರೋವ್ ಅವರಿಗೆ ಗೌರವಪೂರ್ವಕ ಶ್ರದ್ಧಾಂಜಲಿ.

– 27.03.2018

***

27. ಮಾನವ ಮೌಲ್ಯಗಳ ಆಡಳಿತಗಾರ: ಎಚ್.ಆರ್. ಆಳ್ವ

ಕೈಗಾರಿಕಾ ಕ್ಷೇತ್ರದಲ್ಲಿ ಎಚ್.ಆರ್. ಆಳ್ವ ಎಂದೇ ಪ್ರಸಿದ್ಧರಾಗಿದ್ದ ಹೇರೂರು ರಾಜಾರಾಮ ಆಳ್ವರು ಈ ವಾರ (13.07.1938 ರಿಂದ 07.07.2015) ತೀರಿಕೊಂಡರು. ಅವರಿಗೆ 76 ವರ್ಷಗಳಾಗಿದ್ದವು. ತಮ್ಮ ಪತ್ನಿ ಶ್ರೀಮತಿ ಆಶಾಲತ ಆಳ್ವ, ಇಬ್ಬರು ಪುತ್ರರು ಹಾಗೂ ಮೊಮ್ಮಕ್ಕಳನ್ನು ಅವರು ಅಗಲಿದ್ದಾರೆ. ಕೋಲಾರದ ಚಿನ್ನದ ಗಣಿಯಲ್ಲಿ ಕಾರ್ಮಿಕ ಕ್ಷೇಮಾಭಿವೃದ್ಧಿ ಅಧಿಕಾರಿಯಾಗಿ ಉದ್ಯೋಗಕ್ಕೆ ಸೇರಿದ ಅವರು ಮುಂದೆ ಇಂಡಿಯನ್ ಟೆಲಿಫೋನ್ ಇಂಡಸ್ಟ್ರೀಸ್ (ಐಟಿಐ) ಸೇರಿ ಅದರ ಸಹ ನಿರ್ದೇಶಕರ ಹುದ್ದೆಗೇರಿದರು. ಅಲ್ಲಿಂದ ಅವರು 1980ರ ದಶಕದಲ್ಲಿ ಎಚ್ಎಂಟಿ ಸಂಸ್ಥೆಯ ಕಾರ್ಮಿಕ ನಿರ್ದೇಶಕರಾದರು. ಈಗ ಸುಮಾರು ಎರಡು ದಶಕಗಳ ಹಿಂದೆ ಹಿಂದೂಸ್ಥಾನ್ ಫೋಟೋ ಫಿಲ್ಮ್ (ಎಚ್‌ಪಿಎಫ್) ಸಂಸ್ಥೆಯ ಅಧ್ಯಕ್ಷ ಹಾಗೂ ಆಡಳಿತ ನಿರ್ದೇಶಕರಾಗಿ ನಿವೃತ್ತರಾದರು.

ಸರಕಾರಿ ಸ್ವಾಮ್ಯದ ಕ್ಷೇತ್ರಗಳಿಂದ ನಿವೃತ್ತರಾದ ಬಳಿಕವೂ ಕೈಗಾರಿಕಾ ಕ್ಷೇತ್ರ ಅವರ ಪರಿಣಿತಿಯನ್ನು ಸದಾ ಬಯಸುತ್ತಿತ್ತು. ಅವರು ನಾಗಾರ್ಜುನ ರಸಗೊಬ್ಬರ ಹಾಗೂ ರಾಸಾಯನಿಕ ಸಂಸ್ಥೆಗಳ ನಿರ್ದೇಶಕರಾಗಿದ್ದರು. ಎನ್.ಐ.ಪಿ.ಎಂ (National Institute of Personnal Management) ಸಂಸ್ಥೆಯ ನಿರ್ದೇಶಕರಾಗಿ ಹಾಗೂ ಕನ್‌ಫೆಡರೇಷನ್ ಆಫ್ ಇಂಡಿಯನ್ ಇಂಡಸ್ಟ್ರೀಸ್ (ಸಿಐಐ) ಸಂಸ್ಥೆಯ ದಕ್ಷಿಣ ಭಾರತದ ಅಧ್ಯಕ್ಷರಾಗಿ ಕೆಲಸ ಮಾಡಿದ್ದರು. ಕೊನೆವರೆಗೂ ಅನೇಕ ದೇಶೀಯ ಹಾಗೂ ವಿದೇಶೀಯ ಕೈಗಾರಿಕಾ ಸಂಸ್ಥೆಗಳ ಸಲಹೆಗಾರರು, ಬೋರ್ಡ್ ನಿರ್ದೇಶಕರು ಮೊದಲಾದ ಕೆಲಸಗಳಲ್ಲೂ ತೊಡಗಿದ್ದರು.

ಕೈಗಾರಿಕಾ ಆಡಳಿತದ ಜೊತೆ ಅನೇಕ ಸಾರ್ವಜನಿಕ ಹಿತಾಸಕ್ತಿಯ ವಿಚಾರಗಳಲ್ಲೂ ಅವರು ಸಕ್ರಿಯವಾಗಿದ್ದರು. ಬೆಂಗಳೂರಿನ ರವೀಂದ್ರ ಕಲಾಕ್ಷೇತ್ರದ ಎದುರು ಇರುವ ಎಡಿಎ ರಂಗಮಂದಿರವಾಗಲು ಮುಖ್ಯವಾಗಿ ಪ್ರಯತ್ನ ಪಟ್ಟವರು ಆಳ್ವರು. ಬೆಂಗಳೂರಿನ ಅನೇಕ ಕ್ರೀಡಾ ಸಂಸ್ಥೆಗಳು, ಸಾಂಸ್ಕೃತಿಕ ಸಂಸ್ಥೆಗಳು, ಯಕ್ಷಗಾನ, ನಾಟಕ ಮುಂತಾದ

ಕಲಾ ಸಂಘಗಳು, ಜಿಲ್ಲಾವಾರು ವೃಂದಗಳು, ಬೆಂಗಳೂರು ಮ್ಯಾನೇಜ್‌ಮೆಂಟ್ ಅಸೋಸಿಯೇಷನ್, ಕಾರ್ಮಿಕ ಆಡಳಿತ ವಿಚಾರ ಕಲಿಯಲು ಎನ್‌ಐಪಿಎಂ ವಿಸ್ತರಣೆ– ಹೀಗೆ ಅನೇಕ ಕಡೆ ಅವರು ಆಸಕ್ತಿಯಿಂದ ಕೆಲಸ ಮಾಡಿದರು. ನಿವೃತ್ತರಾಗಿ ಕೆಲವು ವರ್ಷಗಳಲ್ಲಿ ಬೆಂಗಳೂರಿನಿಂದ ಮಂಗಳೂರಿಗೆ ಹೋಗಿ ನೆಲೆಸಿದ ಅವರು ಅಲ್ಲಿಯೂ ಸಾರ್ವಜನಿಕ ಕ್ಷೇತ್ರಗಳಲ್ಲಿ ಸಕ್ರಿಯವಾಗಿ ತೊಡಗಿಕೊಂಡರು. ತಮ್ಮ ಹುಟ್ಟೂರು ಹಾಗೂ ತಾಯಿ ಮನೆಯ ಹಳ್ಳಿಗಳ ಅನೇಕ ಧಾರ್ಮಿಕ ಹಾಗೂ ಸಾರ್ವಜನಿಕ ಕೆಲಸಗಳಲ್ಲೂ ತೊಡಗಿಕೊಂಡಿದ್ದರು.

ತಮ್ಮ ಇಪ್ಪತ್ತ ಎರಡನೇ ವರ್ಷದಲ್ಲಿ ಉದ್ಯೋಗಕ್ಕೆ ಸೇರಿದ ಆಳ್ವರು ಸಾರ್ವಜನಿಕ ಕೈಗಾರಿಕಾ ಸಂಸ್ಥೆಗಳಿಂದ ನಿವೃತ್ತರಾಗುವ ಮೊದಲು ತಮ್ಮ 36 ವರ್ಷಗಳ ಸೇವಾವಧಿಯಲ್ಲಿ ಸುಮಾರು 35 ಸಾವಿರಕ್ಕೂ ಅಧಿಕ ಉದ್ಯೋಗಿಗಳ ನೇಮಕಾತಿಯಲ್ಲಿ ಪ್ರತ್ಯಕ್ಷವಾಗಿ ಸಂದರ್ಶನ ನಡೆಸುವ ಮೂಲಕ ಅಥವಾ ಪರೋಕ್ಷವಾಗಿ ಅಂತಹ ಹುದ್ದೆಗಳಿಗೆ ನೇಮಕಾತಿ ಮಾಡಲು ಒಪ್ಪಿಗೆ ನೀಡುವ ಆಡಳಿತ ನಿರ್ದೇಶಕರಾಗಿ ಭಾಗವಹಿಸಿದ್ದಾರೆ. ಅವರು ಕೈಗಾರಿಕಾ ಕ್ಷೇತ್ರಗಳಲ್ಲಿ ಹೀಗೆ ನೇಮಕಾತಿ ಮಾಡಿದ ಅನೇಕಾನೇಕ ಉದ್ಯೋಗಿಗಳಲ್ಲಿ ನಾನೂ ಒಬ್ಬ.

ಮೂರು ದಶಕಗಳ ಹಿಂದೆ

ಸುಮಾರು ಮೂರು ದಶಕಗಳ ಹಿಂದಿನ ಮಾತು. ನಾನಾಗ ಸಾಹಿತ್ಯ, ಬರವಣಿಗೆಗಳ ಜೊತೆ ಪತ್ರಿಕೋದ್ಯಮದಲ್ಲೂ ತೊಡಗಿದ್ದೆ. ಎಚ್.ಆರ್. ಆಳ್ವರು ಆಕಸ್ಮಿಕವಾಗಿ ಒಂದು ಸಂದರ್ಭದಲ್ಲಿ ಭೇಟಿಯಾಗಿದ್ದರು. ಅವರು ಆಗ ಎಚ್‌ಎಂಟಿ ಸಂಸ್ಥೆಯ ಕಾರ್ಮಿಕ ನಿರ್ದೇಶಕರು. ನನ್ನೊಡನೆ ಮಾತನಾಡಿದ ಸ್ವಲ್ಪ ಸಮಯದಲ್ಲಿ ನಿಮ್ಮಂತಹವರು ಕೈಗಾರಿಕಾ ಕ್ಷೇತ್ರದಲ್ಲಿ ಕೆಲಸ ಮಾಡಬೇಕು. ಸೃಜನಶೀಲ ವಿಚಾರಗಳಿಗೆ ಅಲ್ಲಿಯೂ ಅವಕಾಶಗಳಿವೆ. ಕೈಗಾರಿಕಾ ಪ್ರತಿಭೆ ನಿಂತ ನೀರಾಗಬಾರದು. ಇತರ ಕ್ಷೇತ್ರಗಳ ನೂತನ ಪ್ರತಿಭೆಗಳು ಅಲ್ಲಿಗೆ ಹರಿದು ಬರಬೇಕು ಎಂದರು.

ಆ ಸಂದರ್ಭದಲ್ಲಿ ಎಚ್‌ಎಂಟಿ ಅಧ್ಯಕ್ಷರ ಕಛೇರಿ ಸಾರ್ವಜನಿಕ ಸಂಪರ್ಕ ಅಧಿಕಾರಿಯೊಬ್ಬರನ್ನು ಹುಡುಕುತ್ತಿತ್ತು. ಸುಮಾರು 30 ಸಾವಿರ ಜನ ಕೆಲಸ ಮಾಡುತ್ತಿದ್ದ ಭಾರತದಾದ್ಯಂತ 22 ವಿಭಾಗಗಳಿದ್ದ ಆ ಸಂಸ್ಥೆಯಲ್ಲಿ ಕೇವಲ 6 ಜನ ಮಾತ್ರ ಅಧ್ಯಕ್ಷರಿಗೆ ರಿಪೋರ್ಟ್ ಮಾಡುತ್ತಿದ್ದುದು. ಅವರಲ್ಲಿ ಒಬ್ಬರು ಮುಖ್ಯ ಸಾರ್ವಜನಿಕ ಸಂಪರ್ಕ ಅಧಿಕಾರಿ. ಸಾರ್ವಜನಿಕ ಸಂಪರ್ಕ ವಿಭಾಗವಾದ್ದರಿಂದ ಅಧ್ಯಕ್ಷರಿಗೆ ನೇರವಾಗಿ ರಿಪೋರ್ಟ್ ಮಾಡುತ್ತಿದ್ದ ಆಳ್ವರು ಸ್ವತಃ ಆಯ್ಕೆಯ ಉಸ್ತುವಾರಿ ನೋಡಿಕೊಳ್ಳಬೇಕಾಗಿತ್ತು. ಮುಂದೆ ಅವರು ಉದ್ಯೋಗಕ್ಕೆ ನನ್ನ ಸಂದರ್ಶನ ಮಾಡಿದರು. ನಾನಾಗ ಇದ್ದ ಉದ್ಯೋಗದಲ್ಲಿ ಸಂಬಳ ತುಸು ಜಾಸ್ತಿ ಇದ್ದುದರಿಂದ ನನಗೆ ಸಮಾನ ವೇತನ

ದೊರಕುವಂತೆ ಮಾಡಿದರು. ಆದರೂ ನಾನು ಸೇರಬೇಕೋ ಬೇಡವೋ ಎಂದು ಎರಡು ಮನಸ್ಸಿನಲ್ಲಿ ಇದ್ದಾಗ ಅವರ ಆಗಿನ ಡೆಪ್ಯುಟಿ ಜನರಲ್ ಮ್ಯಾನೇಜರ್ ಮ್ಯೊಯಿದ್ ಸಿದ್ದಿಕಿಯವರ ಮೂಲಕ ನನಗೆ ಕೌನ್ಸೆಲಿಂಗ್ ಮಾಡಿಸಿ, ನನ್ನನ್ನು ಒಪ್ಪಿಸಿ, ಕೈಗಾರಿಕಾ ಕ್ಷೇತ್ರದ ಉದ್ಯೋಗಕ್ಕೆ ಸೇರುವಂತೆ ಮಾಡಿದರು. ಆ ಬಳಿಕ ನಾನು ಕೈಗಾರಿಕಾ ಕ್ಷೇತ್ರಗಳಲ್ಲಿ ಮಾಡಿದ ಎಲ್ಲಾ ಸಾಧನೆಗಳ ಮೂಲ ತರಬೇತಿಯನ್ನು ಎಚ್.ಆರ್. ಆಳ್ವರ ಆಡಳಿತ ಕ್ರಮಗಳಿಂದ ಹಾಗೂ ಅದೇ ಸಂಸ್ಥೆಯಲ್ಲಿದ್ದ ಕೆ.ಎಲ್. ರಾಮದಾಸ್ (ಮಾರ್ಕೆಂಟಿಂಗ್ ವಿಭಾಗದಲ್ಲಿ ಮುಂದೆ ಜನರಲ್ ಮ್ಯಾನೇಜರ್ ಆದವರು) ಅವರು ಕೆಲಸಗಳನ್ನು ಕಾರ್ಯಗತಗೊಳಿಸುವ ಕ್ರಮಗಳನ್ನು ನೋಡಿ ಕಲಿತೆ.

ಆಳ್ವರಿಗೆ ಒಬ್ಬ ಉದ್ಯೋಗಿಯ ಶಕ್ತಿಯನ್ನು ಗುರುತಿಸುವ ದೃಷ್ಟಿ ಇತ್ತು. ಆ ಕೆಲಸಕ್ಕೆ ಬರುವ ಅಡೆತಡೆಗಳನ್ನು ನಿವಾರಣೆ ಮಾಡುವುದಕ್ಕಾಗಿ ತನ್ನ ಸಮಯವನ್ನು ನೀಡುವ ತಾಳ್ಮೆಯೂ ಇತ್ತು. ಅದಕ್ಕೆ ಬೇಕಾದ ಸಹನೆ ಅನೇಕ ಹಿರಿಯ ಅಧಿಕಾರಿಗಳಿಗೆ ಇರುವುದಿಲ್ಲ. ಅದರ ಜೊತೆ ಅವರ ಕೇಳುವ (Listening) ಶಕ್ತಿ ಬಹಳ ದೊಡ್ಡದು.

ಕೇಳುವ ಶಕ್ತಿ

ಕೇಳುವ ಶಕ್ತಿ ಅಂದರೆ ಲಿಸನಿಂಗ್ ಸ್ಕಿಲ್ (Listening skill) ಉದ್ಯೋಗದಲ್ಲಿ ಸುಲಭವಾಗಿ ದಕ್ಕುವ ಶಕ್ತಿ ಅಲ್ಲ. ಅಧಿಕಾರದಲ್ಲಿ ಮೇಲಕ್ಕೆ ಏರಿದ ಹಾಗೆ ಕೇಳುವುದಕ್ಕಿಂತ ಹೇಳುವುದು ಹೆಚ್ಚಾಗುತ್ತದೆ. ಕೇಳುವುದು ಒಂದು ಮನೋಭಾವ, ಇನ್ನೊಬ್ಬರ ಬಗ್ಗೆ ಗೌರವ ಇದ್ದಾಗ ಆ ಶಕ್ತಿ ಹೆಚ್ಚಾಗುತ್ತದೆ.

ಸಮಸ್ಯೆಗಳ ಮೂಲ ಪರಿಹಾರಕ್ಕೆ ಕೇಳುವ ಕೆಲಸ ಮಾಡಬೇಕು ಎಂದು ಆಳ್ವರು ಹೇಳುತ್ತಿದ್ದರು. ಕೆಲವೊಮ್ಮೆ ಉದ್ಯೋಗಿಗಳು ಮಾಡಿದ ಕೆಲಸವನ್ನು ಮೇಲಿನವರಿಗೆ ಹೇಳಬಯಸುತ್ತಾರೆ. ಇನ್ನು ಕೆಲವು ಸಲ ತಾಳ್ಮೆಯಿಂದ ಸಮಸ್ಯೆಯನ್ನು ಕೇಳಿದಾಗ ಮೇಲಿನವರಿಗೆ ಪರಿಹಾರ ಹೊಳೆಯುತ್ತದೆ. ಹಲವು ಸಲ ಸಮಸ್ಯೆಯನ್ನು ವಿವರಿಸುವಲ್ಲಿಯೇ ಪರಿಹಾರ ಅಡಗಿರುತ್ತದೆ. ಇವೆಲ್ಲಕ್ಕೂ ಉತ್ತರ ಇನ್ನೊಬ್ಬರು ಹೇಳುವುದನ್ನು ಸರಿಯಾಗಿ ಕೇಳುವುದು. ಆಳ್ವರಿಗೆ ನಡುರಾತ್ರಿ ಫೋನು ಮಾಡಿ ಸಮಸ್ಯೆಗೆ ಪರಿಹಾರ ಪಡೆಯಬಹುದಾಗಿತ್ತು. (ಆಳ್ವರ ಈ ಶಕ್ತಿಯ ಬಗ್ಗೆ ನಾನು ವಿವರವಾಗಿ ಬರೆದುದು ವ್ಯಕ್ತಿಚಿತ್ರಗಳ ಸಂಗ್ರಹವಾದ ನನ್ನ 'ಒಡನಾಟ' ಎಂಬ ಪುಸ್ತಕದಲ್ಲಿದೆ.)

ಮಾತುಕತೆ ಮುಖ್ಯ

ಕಾರ್ಮಿಕ ಸಂಘ ಅತ್ಯಂತ ಬಲಿಷ್ಠವಾಗಿದ್ದಾಗಲೂ ಕಾರ್ಮಿಕ ಮುಖಂಡರೆಲ್ಲಾ ಚಳವಳಿಗೆ ಕೊಟ್ಟ ಕರೆಯನ್ನು ಹಿಂದಕ್ಕೆ ಪಡೆದು ಅವರೊಡನೆ ಮಾತುಕತೆಗೆ ಸಿದ್ಧವಾಗುತ್ತಿದ್ದರು. ಕಾರ್ಮಿಕ ಮುಖಂಡ ಮೈಖೇಲ್ ಫರ್ನಾಂಡಿಸ್ ಆಳ್ವರ

ಹೃದಯವಂತಿಕೆ ಬಗ್ಗೆ ಮುಕ್ತಕಂಠದಿಂದ ಪ್ರಶಂಸಿದ್ದಾರೆ. ಒಮ್ಮೆ ಆಳ್ವರು ಊರಲ್ಲಿ ಇಲ್ಲದಿದ್ದಾಗ ಐಟಿಐಯಲ್ಲಿ ಕಾರ್ಮಿಕರು ಚಳವಳಿಗೆ ಇಳಿದು ಉದ್ವಿಗ್ನ ಪರಿಸ್ಥಿತಿ ಉಂಟಾಯಿತು. ಅಂತಹ ಪರಿಸ್ಥಿತಿಯಲ್ಲಿ ಪೊಲೀಸರೂ ಅಸಹಾಯಕರಾಗಿದ್ದರು. ಏಕೆಂದರೆ ಉದ್ವಿಗ್ನತೆ ಹಿಂಸೆಗೆ ಇಳಿದರೆ ಕಾರ್ಖಾನೆಗೆ ಹಾನಿ ಆಗುತ್ತಿತ್ತು. ಜೀವಾಪಾಯ ಇತ್ತು. "ನಾನಿರುವಾಗ ಮಾತುಕತೆ ಇಲ್ಲದೆ ಇಂತಹ ಒಂದು ಚಳವಳಿಯೆ" ಎಂದು ಸಿಟ್ಟಿನಲ್ಲಿ ಹಿಂತಿರುಗಿದ ಆಳ್ವರು ಕಾರ್ಮಿಕರ ನಡುವೆ ಅಪಾಯ ಲೆಕ್ಕಿಸದೆ ನೇರ ಹೋದರು. ಅವರು ನಡೆದು ಬಂದಂತೆ ಕಾರ್ಮಿಕರು ಹಿಂದೆ ಸರಿದು ದಾರಿಬಿಟ್ಟರು. ಮುಂದೆ ಒಂದು ಗಂಟೆ ಒಳಗೆ ಕಾರ್ಮಿಕ ನಾಯಕರು ಅವರ ಮೇಜಿನ ಎದುರು ಮಾತುಕತೆಗೆ ಹಾಜರ್.

ಮಾನವ ಪ್ರೀತಿ

ಅವರ ಬಗ್ಗೆ ಉದ್ಯೋಗಿಗಳಿಗೆ ಯಾಕೆ ಪ್ರೀತಿ ಎಂದು ಆಗ ಕಾರ್ಮಿಕರಾಗಿದ್ದ ಒಬ್ಬರು ನನಗೆ ಈ ಕತೆ ಹೇಳಿದರು: ಕಾರ್ಖಾನೆಯ ಒಬ್ಬ ಕಾರ್ಮಿಕನಿಗೆ ಬೆಂಗಳೂರಲ್ಲಿ ಚಿಕಿತ್ಸೆ ಇಲ್ಲದೆ- ಆತನನ್ನು ಚಿಕಿತ್ಸೆಗಾಗಿ ಆಳ್ವರು ಮದ್ರಾಸಿಗೆ ಕಳುಹಿಸಬೇಕಾಯಿತು. ಅದಕ್ಕೆ ಬೇಕಾದ ಆಗಿನ 60 ಸಾವಿರ ರೂಪಾಯಿಗಳನ್ನು ಸ್ಯಾಂಕ್ಷನ್ ಮಾಡುವ ಅಧಿಕಾರ ನಿಮಗೆ ಇಲ್ಲ ಎಂದು ಹಣಕಾಸು ವಿಭಾಗ ಪತ್ರ ಬರೆಯಿತು. ಐದೇ ನಿಮಿಷದಲ್ಲಿ ಆಳ್ವರು ಆ ಪತ್ರದಲ್ಲಿ ಹೀಗೆ ಷರಾ ಬರೆದರು: "ಇದಕ್ಕೆ ಬೇಕಾದ ಹಣದ ಒಪ್ಪಿಗೆಯನ್ನು ಕಂಪೆನಿ ಬೋರ್ಡಿನಿಂದ ಪಡೆಯುವ ಜವಾಬ್ದಾರಿ ನನ್ನದು. ಅದಾಗದೇ ಇದ್ದರೆ ನನ್ನ ಸಂಬಳದಿಂದ ಹಣವನ್ನು ಮುರಿದುಕೊಳ್ಳಲು ಹಣಕಾಸು ವಿಭಾಗಕ್ಕೆ ಈ ಮೂಲಕ ಅನುಮತಿ ನೀಡುತ್ತಿದ್ದೇನೆ. ಈಗ ತುರ್ತುಚಿಕಿತ್ಸೆ ಬೇಕಾಗಿರುವುದರಿಂದ ಕಾರ್ಮಿಕನನ್ನು ತಕ್ಷಣ ಮದ್ರಾಸಿಗೆ ಕಳುಹಿಸಲು ಬೇಕಾದ ವ್ಯವಸ್ಥೆ ಮಾಡಿ." ಇಂತಹ ಒಬ್ಬ ಅಧಿಕಾರಿ ನಾನು ಜೀವಂತ ಇರುವಾಗ ಮಾತುಕತೆ ಇಲ್ಲದೆ ಮುಷ್ಕರವೇ? ಎಂದು ಕೇಳಿದರೆ ಯಾವ ಧೈರ್ಯದಿಂದ ಅವರ ಮುಖ ನೋಡುವುದು? ತಲೆ ತಗ್ಗಿಸಿ ಅವರ ಛೇಂಬರಿಗೆ ಮಾತುಕತೆಗೆ ಹೋದೆವು ಎಂದರು.

ವಸ್ತು ಪ್ರದರ್ಶನ

ಇದೊಂದು ಹಳೆ ಕತೆ. 1989ರಲ್ಲಿ ನೆಹರೂ ಶತಮಾನೋತ್ಸವಕ್ಕೆ ಬೆಂಗಳೂರಿನ ಅರಮನೆ ಮೈದಾನದಲ್ಲಿ ಸಾರ್ವಜನಿಕ ಸ್ವಾಮ್ಯದ ಎಲ್ಲಾ ಕೈಗಾರಿಕೆಗಳ ಬೃಹತ್ ವಸ್ತು ಪ್ರದರ್ಶನವೊಂದು ನಡೆಯಿತು. ಆಗ ಕೈಗಾರಿಕೆ ಕ್ಷೇತ್ರದಲ್ಲಿ ಇನ್ನೂ ಬಾಲಕನಂತಿದ್ದ ನನಗೆ ಆಳ್ವರು 49 ಯಂತ್ರ ಕೈಗಾರಿಕೆಗಳ ಒಟ್ಟು ಪ್ರದರ್ಶನದ ಜವಾಬ್ದಾರಿ ನೀಡಿದರು. ಅದಲ್ಲದೆ ಮೊದಲ ಬಾರಿಗೆ ಬೆಂಗಳೂರಿಗೆ ದೆಹಲಿಯಿಂದ 'ಅಪೂ ಘರ್' ಮನರಂಜನೆಯ ಆಟಗಳನ್ನು ತರಿಸಿ ಅಲ್ಲಿ ಪ್ರದರ್ಶಿಸುವ ಜವಾಬ್ದಾರಿಯನ್ನು ವಹಿಸಿದರು.

ಜನರ ಬೇಡಿಕೆ ಮುಂದುವರಿದು 21 ದಿನಗಳ ಕಾಲ ನಡೆದ ಆ ವಸ್ತು ಪ್ರದರ್ಶನವನ್ನು ನಿಭಾಯಿಸುವುದು ಸಣ್ಣ ಕೆಲಸವಾಗಿರಲಿಲ್ಲ. ತಿಂಗಳುಗಟ್ಟಲೆ ಕಾಲ ಮನೆಯಿಂದ ಬೆಳಗ್ಗೆ 7 ಗಂಟೆ ಒಳಗೆ ಹೊರಟರೆ ರಾತ್ರಿ 11 ಗಂಟೆ ಬಳಿಕ ಹಿಂತಿರುಗುತ್ತಿದ್ದೆ.

ಆ ಸಂದರ್ಭದಲ್ಲಿ ನಾನು ಎಷ್ಟು ಕೆಲಸ ಕಲಿತೆ ಎಂದು ಹೇಳುವುದಕ್ಕಿಲ್ಲ. ವಸ್ತು ಪ್ರದರ್ಶನದ ಕೊನೆಯ ವಾರದ ಒಂದು ದಿನ ಸಂಜೆ ಪೆವಿಲಿಯನ್ ಕುರ್ಚಿಯಲ್ಲಿ ಕೂತವನಿಗೆ ಅಲ್ಲೇ ಗಾಢನಿದ್ರೆ ಆವರಿಸಿದೆ. ನಿದ್ರೆಯಲ್ಲಿ ನನ್ನ ಹಣೆ ತಂಪಾದಂತಾಗಿ ಎಚ್ಚರವಾಯಿತು. ಮಂಜುಗಡ್ಡೆಯಲ್ಲಿ ಅದ್ದಿದ್ದ ಫಾಂಟಾ ತಂಪು ಪಾನೀಯದ ಒಂದು ಬಾಟಲಿಯನ್ನು ಆಳ್ವರು ಮೆತ್ತಗೆ ನನ್ನ ಹಣೆಗೆ ತಾಗಿಸಿದ್ದರು. ಗಡಿಬಿಡಿಯಲ್ಲಿ ಎದ್ದ ನನ್ನ ಎದುರು ಅಂತಹ ಹಿರಿಯ ಅಧಿಕಾರಿ. ಆಳ್ವರು ನಗುತ್ತಾ ಇದನ್ನು ಕುಡಿಯಿರಿ ಮಾತಾಡೋಣ ಎಂದು ತಾವೂ ಒಂದು ತಂಪು ಪಾನೀಯವನ್ನು ಕೈಗೆತ್ತಿಕೊಂಡು ನನ್ನ ಎದುರು ಕುರ್ಚಿಯಲ್ಲಿ ಕೂತರು. ನಾನು ಗಡಿಬಿಡಿ ಆಗದ ಹಾಗೆ ಅವರು ತಮ್ಮ ಕೈಯಲ್ಲೊಂದು ಪಾನೀಯ ಹಿಡಿದುದಾಗಿತ್ತು. ಹೀಗೆ ಎದುರಿರುವವರನ್ನು ಸಮಾಧಾನದಲ್ಲಿರಿಸಿ ಮಾತನಾಡುವುದೇ ಅವರ ಕ್ರಮ.

ಶ್ರೀರಾಮಚಂದ್ರನ ಹಾಗೆ ಹೇರೂರು ರಾಜಾರಾಮ ಆಳ್ವರೂ ಮಂದಸ್ಮಿತ ಪೂರ್ವ ಭಾಷಿ. ಮಾತಿಗೆ ಮೊದಲು ಮುಗುಳ್ನಗೆ. ಆಗ ಅವರು ನನಗೆ ಹೇಳಿದ ಒಂದು ಮಾತು: "ಈಗ ಹೀಗೆ ಕಷ್ಟಪಟ್ಟು ಕೆಲಸ ಮಾಡಿ ಕಲಿತದ್ದು ಮುಂದೆ ತುಂಬಾ ಉಪಯೋಗಕ್ಕೆ ಬರುತ್ತದೆ." (This hard work will be very handy in future) ಅದು ನೂರಕ್ಕೆ ನೂರು ನಿಜ. ಕೈಗಾರಿಕಾ ಉದ್ಯೋಗಗಳಲ್ಲಿ ಮುಂದೆ ನಾನು ಮೇಲಕ್ಕೆ ಹೋದ ಹಾಗೆ ಅನುಷ್ಠಾನದ (Execution) ಪ್ರತಿ ಹೆಜ್ಜೆ ಮತ್ತು ಅದರ ಸಮಸ್ಯೆಗಳೇನೆಂದು ನನಗೆ ಈ ಅನುಭವದ ಹಿನ್ನೆಲೆಯಲ್ಲಿ ತಿಳಿಯುತ್ತಿತ್ತು. ಆ ವಸ್ತು ಪ್ರದರ್ಶನದ ಸಮಾರೋಪದ ಸಭೆಯಲ್ಲಿ ಅನಿರೀಕ್ಷಿತವಾಗಿ ನನ್ನನ್ನು ವೇದಿಕೆಗೆ ಕರೆದು ಆಳ್ವರು ಪ್ರಶಂಸೆಯ ಎರಡು ಮಾತುಗಳನ್ನು ಹೇಳಿ ಒಂದು ವಿಶೇಷ ಟೈ (Tie)ಯನ್ನು ನೆನಪಿನ ಕಾಣಿಕೆಯಾಗಿ ಎಲ್ಲಾ ಹಿರಿಯ ಅಧಿಕಾರಿಗಳ ಎದುರು ನೀಡಿದರು. ಕೈಗಾರಿಕೆ ಒಳಗೆ ನನಗೆ ಸಾಕಷ್ಟು ಪ್ರಶಸ್ತಿಗಳೂ, ಬಹುಮಾನಗಳೂ ಆ ಬಳಿಕ ಬಂದಿವೆ. ಆದರೆ ಆ ದಿನ ಆಳ್ವರು ನೀಡಿದ ಟೈ ನನ್ನ ಒಂದು ಹೆಮ್ಮೆಯ ಕುರುಹಾಗಿ ಇನ್ನೂ ನನ್ನ ಬಳಿ ಇದೆ.

ಮಾನವೀಯತೆ

ಅವರ ಮಾನವೀಯ ಕ್ರಮಕ್ಕೊಂದು ಪುಟ್ಟ ಉದಾಹರಣೆ. ನಾನು ಅವರ ಬಳಿ ಕೆಲಸ ಮಾಡುತ್ತಿದ್ದಾಗ ಅತಿಥಿ ಸತ್ಕಾರ ವಿಭಾಗ ನನ್ನ ಬಳಿ ಇತ್ತು. ಆಫೀಸು ಡಿನ್ನರ್ ಇದ್ದಾಗ ಡ್ರೈವರ್‌ಗಳಿಗೆಲ್ಲಾ ಊಟಕ್ಕೆ ಹಣ ನೀಡಿ ಕಳುಹಿಸಬೇಕು. ಅವರು ಹಸಿದುಕೊಂಡು ಕಾಯಬಾರದು ಎಂಬುದು ಅವರ ಆದೇಶ. ಒಂದು ಡಿನ್ನರ್‌ನಲ್ಲಿ

ಊಟಕ್ಕೆ ಹೋಗದೆ ಅವರ ಡ್ರೈವರ್ ಕಾಯುತ್ತಾ ಕುಳಿತಿದ್ದ. ಅದರ ಜವಾಬ್ದಾರಿ ನನ್ನದು ಎಂಬ ತಪ್ಪುಗ್ರಹಿಕೆ ಆಳ್ವರಿಗೆ ಉಂಟಾಯಿತು. ಮಾರನೆ ದಿನ ಭಾರತ ಸರ್ಕಾರದ ಮುಖ್ಯ ಕೈಗಾರಿಕಾ ಸೆಕ್ರೆಟರಿ ಹಿರಿಯ ಐಎಎಸ್ ಅಧಿಕಾರಿ ಜಿ.ಎನ್. ಮೆಹ್ರಾ ಅವರೊಡನೆ ಬ್ರೇಕ್‌ಫಾಸ್ಟ್ ಮೀಟಿಂಗ್ ಇತ್ತು. ಆಳ್ವ, ಮೆಹ್ರಾ ಮತ್ತು ನಾನು ಮೂವರೇ ಅಲ್ಲಿ ಇರಬೇಕಾಗಿತ್ತು. ಆಳ್ವರು ಅಲ್ಲಿ ತಿಂಡಿ ತಿನ್ನಲು ತಮ್ಮ ಡ್ರೈವರ್ ಸೋಮಯ್ಯರನ್ನು ಕರಕೊಂಡು ಬಂದರು. ಆತ ಎಷ್ಟು ಸಂಕೋಚದಿಂದ ಬೇಡ ಸರ್ ಎಂದರೂ ಬಿಡಲಿಲ್ಲ. ಅವನೂ ನಮ್ಮ ಹಾಗೆ ಮನುಷ್ಯ. ಬೆಳಗ್ಗೆ ತಿಂಡಿ ಇಲ್ಲದೆ ಬೇಗ ಮನೆಯಿಂದ ಹೊರಟಿದ್ದಾನೆ ಎಂದರು. ಸೋಮಯ್ಯ ಕೊನೆಗೂ ಸಂಕೋಚದಿಂದ ಎದ್ದು ಹೋಗಿ ಪಕ್ಕದ ಟೇಬಲ್‌ನಲ್ಲಿ ಕುಳಿತರು. ಆಳ್ವರಿಗೆ ಡ್ರೈವರ್‌ಗಳನ್ನು ಸರಿಯಾದ ಸಮಯದಲ್ಲಿ ಊಟಕ್ಕೆ ಕಳುಹಿಸದಿರುವುದು ತಪ್ಪು ಎಂಬ ಸಂದೇಶವನ್ನು ನನಗೆ ಕೊಡಬೇಕಾಗಿತ್ತು. ಮುಂದೆ ಒಂದು ದಿನ ಡ್ರೈವರ್‌ಗಳನ್ನು ಊಟಕ್ಕೆ ಕಳುಹಿಸದಿದ್ದ ತಪ್ಪು ನನ್ನ ವಿಭಾಗದಿಂದ ನಡೆಯಲಿಲ್ಲ ಎಂಬುದು ಅವರಿಗೆ ತಿಳಿದಾಗ ಸಮಾಧಾನವಾಯಿತು. (ಆಳ್ವರು ಎಚ್.ಎಂ.ಟಿ. ಕೆಲಸ ಬಿಟ್ಟು ಬೇರೆಡೆ ಹೋದ ಬಳಿಕ ಸೋಮಯ್ಯ ಇನ್ನು ಬೇರೆಯವರ ಬಳಿ ಕೆಲಸ ಮಾಡುವುದಿಲ್ಲ ಎಂದು ಸ್ವಯಂನಿವೃತ್ತಿ ಪಡೆದು ಕೊಡಗಿನಲ್ಲಿರುವ ತಮ್ಮ ತೋಟದಲ್ಲಿ ನೆಲೆ ನಿಂತರು.)

ಕೈಗಾರಿಕಾ ಕ್ಷೇತ್ರ ನನಗೆ ದೊಡ್ಡ ಅನುಭವ ನೀಡಿದೆ. ಜಗತ್ತಿನ ಬಹಳ ಪ್ರಸಿದ್ಧ ಸಿ.ಇ.ಓ. (Chief Executive Officer)ಗಳಾದ ಸಿಸ್ಕೋದ ಜೋನ್ ಛೇಂಬರ್ಸ್, ಗೂಗಲ್ ಕಂಪೆನಿ ಸ್ಥಾಪನೆಗೆ ಕಾರಣರಾದ ಎರಿಕ್ ಸ್ಮಿತ್ (ಇವರು 'ಜಾವಾ' ಪ್ರೋಗ್ರಾಂ ಸೃಷ್ಟಿಕರ್ತರು ಎಂದೂ ಪ್ರಸಿದ್ಧರು) ನಾವೆಲ್‌ನ ಕಾನ್ವಲ್ ರೇಖಿ, ಗ್ಲೆನ್ ಸ್ಟುವರ್ಟ್, ಇಂಟೆಲ್‌ನ ಕ್ರೆಗ್ ಬ್ಯಾರೆಟ್, ಪಾವುಲ್ ಅಟಲೋನಿ ಮೊದಲಾದವರೊಡನೆ ಒಡನಾಡಿ ಕೆಲಸ ಮಾಡುವ ಅವಕಾಶಗಳು ಸಿಕ್ಕಿವೆ. ಅವರೆಲ್ಲಾ ದೊಡ್ಡವರು ಹಾಗೂ ಜಾಗತಿಕ ಪ್ರಸಿದ್ಧರು ನಿಜ. ಅವರಿಂದಲೂ ಬಹಳ ಕಲಿತಿದ್ದೇನೆ. ಆದರೆ ಆ ಸಂದರ್ಭಗಳಲ್ಲೂ ನನಗೆ ಆಳ್ವರಿಂದ ಕಲಿತ ಯಾವುದೋ ಅಂಶಗಳು ನೆನಪಾಗುತ್ತಿತ್ತು. ಕೈಗಾರಿಕಾ ಉದ್ಯೋಗದ ಮೂಲಭೂತ ತತ್ವಗಳನ್ನು ಕಲಿಸಿದ; ಶ್ರೇಷ್ಠ ಮೌಲ್ಯಗಳೇನು ಎಂಬುದನ್ನು ನುಡಿದಂತೆ ನಡೆದು ತೋರಿಸಿದ ಕೈಗಾರಿಕಾ ಕ್ಷೇತ್ರದ ನನ್ನ ಈ ಗುರುವನ್ನು ನೋಡಿ ಮಾತನಾಡುವುದಕ್ಕಾಗಿಯೇ ಕಳೆದ ಮಾರ್ಚ್ ತಿಂಗಳ ಕೊನೆಯಲ್ಲಿ ಮಂಗಳೂರಿನ ಅವರ ಮನೆಗೆ ಹೋಗಿದ್ದೆ. ಇಷ್ಟು ಬೇಗ ಅನಾರೋಗ್ಯದಿಂದ ಅವರು ನಿಧನರಾಗುತ್ತಾರೆ ಎಂದು ಅನಿಸಿರಲಿಲ್ಲ. ಅಗಲಿದ ಆತ್ಮಕ್ಕೆ ಚಿರಶಾಂತಿಯನ್ನು ಕೋರುತ್ತಾ, ಈ ಬರಹ ಗೌರವವನ್ನು ಸಲ್ಲಿಸುತ್ತೇನೆ.

– 09.07.2015

***

28. ಸಂತ ಮನೋಭಾವದ ಆಧುನಿಕ: ಕೆ.ಎಲ್. ರಾಮದಾಸ್

ನಿಶ್ಚಲ ಮಾನವ ಪ್ರೀತಿಯಿಂದ ನಿರ್ಮಲ ಆನಂದವನ್ನು ಪಡೆಯುವ ಹಲವು ಹಿರಿಯ ಚೇತನರು ನಮ್ಮ ಸುತ್ತಮುತ್ತ ಇರುತ್ತಾರೆ. ಅವರ ಬಗ್ಗೆ ಪತ್ರಿಕೆ, ಟಿವಿಗಳಲ್ಲಿ ಬಂದಿರುವುದಿಲ್ಲ. ಆದರೆ ಅಂತಹ ಚೇತನರ ಸಂಪರ್ಕದಲ್ಲಿ ಇದ್ದವರಿಗೆ ಅವರೆಷ್ಟು ದೊಡ್ಡವರು ಮತ್ತು ಹೃದಯವಂತರು ಎಂಬುದು ತಿಳಿದಿರುತ್ತದೆ. ಅವರ ಮಾನವ ಪ್ರೀತಿ ನಿಶ್ಚಲವಾದ್ದು. ಯಾಕೆಂದರೆ ತಮ್ಮ ಸುತ್ತ ಇರುವವರು ಅವರಿಗೆ ಮಾಡುವ ಮೋಸ, ಅನ್ಯಾಯ, ಸುಳ್ಳುಗಳಿಂದ ಅವರು ವಿಚಲಿತರಾಗುವುದಿಲ್ಲ. ಇನ್ನೊಬ್ಬರ ಬಗ್ಗೆ ಕಹಿಭಾವನೆ, ದ್ವೇಷ, ಸಿನಿಕತನಗಳಿಂದ ದೂರ ಇರುತ್ತಾರೆ. ಒಬ್ಬ ಮೋಸ ಮಾಡಿರಬಹುದು; ಇನ್ನೊಬ್ಬ ನನ್ನ ಅಥವಾ ನಿಮ್ಮ ಅನುಭವದಲ್ಲಿ ಕೆಟ್ಟವನಾಗಿರಬಹುದು; ಹಾಗೆಂದು ಮನುಷ್ಯರೆಲ್ಲಾ ಕೆಟ್ಟವರೆ? ನಾವು ಒಳ್ಳೆಯದನ್ನು ಕಾಣಲು ಸಾಧ್ಯವಾದರೆ ಪ್ರತಿಯೊಬ್ಬನಲ್ಲೂ ಒಳ್ಳೆಯತನ ಇರುತ್ತದೆ ಎಂದವರು ನಂಬುತ್ತಾರೆ. ಹಾಗೆಂದು ಅವರು ದಡ್ಡರಾಗಲಿ ಪೆದ್ದರಾಗಲಿ ಅಲ್ಲ. ಲೋಕ ವ್ಯವಹಾರ ಅವರಿಗೆ ತಿಳಿದಿರುತ್ತದೆ. ಆದರೆ ವ್ಯವಹಾರ ಲಾಭಕ್ಕಾಗಿ ಮನುಷ್ಯ ಪ್ರೀತಿ, ಮಾನವತ್ವಗಳನ್ನು ಬಿಟ್ಟುಕೊಡಲು ತಯಾರಿರುವುದಿಲ್ಲ.

ಹೀಗೆ ಆಧುನಿಕ ಸಂತರಂತೆ ಬದುಕಿ ಬಾಳಿದವರು ಈಚೆಗೆ (01–09–2018) ತೀರಿಕೊಂಡ ನನ್ನ ಹಿರಿಯ ಸಹೋದ್ಯೋಗಿ, ಸ್ನೇಹಿತ, ಮಾರ್ಗದರ್ಶಿ, ಗುರು– ಬೆಂಗಳೂರಿನಲ್ಲಿ ನನಗೆ ಅಣ್ಣನಂತಿದ್ದ ಕೆ.ಎಲ್. ರಾಮದಾಸ್(1942–20018). ಅವರು ನಾನು 30 ವರ್ಷಗಳ ಹಿಂದೆ ಕೆಲಸ ಮಾಡುತ್ತಿದ್ದ ಪ್ರಖ್ಯಾತ ಎಚ್‌ಎಂಟಿ ಸಂಸ್ಥೆಯಲ್ಲಿ ಉನ್ನತ ಹುದ್ದೆಯಾದ ಜನರಲ್ ಮ್ಯಾನೇಜರ್ ಆಗಿ ನಿವೃತ್ತರಾದರು. ವೃತ್ತಿಯಿಂದ ಎಂಜಿನಿಯರ್ ಆಗಿದ್ದ ಅವರು ತಮ್ಮ ಎಂಬಿಎ, ಎಂ.ಎ., ಎಂ.ಫಿಲ್ ಮೊದಲಾದ ಅಧ್ಯಯನಗಳಿಂದಾಗಿ ನಿವೃತ್ತಿ ನಂತರ; ಬೆಂಗಳೂರಿನ ಭಾರತೀಯ ವಿದ್ಯಾಭವನದಲ್ಲಿ ಎಂಬಿಎ ತರಗತಿಗಳು ಪ್ರಾರಂಭವಾದಾಗ ಅಲ್ಲಿ ಪ್ರೊಫೆಸರ್ ಆಗಿ ಸೇರಿದರು. ಮೈಸೂರಿನಲ್ಲೂ ವಿದ್ಯಾಭವನ ಎಂಬಿಎ ತರಗತಿಗಳನ್ನು ಪ್ರಾರಂಭಿಸಲು ಕಾರಣಕರ್ತರಲ್ಲೊಬ್ಬರಾದರು. ಇಪ್ಪತ್ತು ವರುಷಗಳಿಂದ ವಿದ್ಯಾರ್ಥಿಗಳೊಡನೆ ನಿಕಟ

ಸಂಬಂಧ ಹೊಂದಿದ್ದರು. ಭವನದಲ್ಲಿ ಪ್ಲೇಸ್‌ಮೆಂಟ್ ಸೆಲ್ ಸ್ಥಾಪಿಸಿ ಅದಕ್ಕೊಂದು ಸುಸ್ಥಿರ ರೂಪ ಕೊಟ್ಟರು. ಅವಿವಾಹಿತರಾಗಿದ್ದ ಅವರು ತಮ್ಮ ವಿದ್ಯಾರ್ಥಿಗಳನ್ನೂ ಮನೆಮಕ್ಕಳಂತೆ ಪ್ರೀತಿಯಿಂದ ಕಂಡು ತಮ್ಮಿಂದಾಗುವ ಸಹಾಯಗಳನ್ನು ಮಾಡುತ್ತಿದ್ದರು. ಹೀಗಾಗಿ ಈಚೆಗೆ ವಿದ್ಯಾಭವನದ ಎಂಬಿಎ ವಿದ್ಯಾರ್ಥಿಗಳಿಂದಾಗಿ ಸಂಪರ್ಕಕ್ಕೆ ಬಂದ ಕೈಗಾರಿಕಾ ಕ್ಷೇತ್ರದಲ್ಲೆಲ್ಲಾ ಅವರು ಪ್ರೊಫೆಸರ್ ರಾಮದಾಸ್ ಎಂದೇ ಪರಿಚಿತರು. ಅವರ ಪೂರ್ವಾಶ್ರಮದ ಎಚ್‌ಎಂಟಿಯ ಜನರಲ್ ಮ್ಯಾನೇಜರ್ ಹುದ್ದೆಯೇ ಅನೇಕರಿಗೆ ತಿಳಿದಿರಲಾರದು. ಅವರ ಪೂರ್ತಿ ಹೆಸರು ಕೆ.ಎಲ್. ರಾಮದಾಸ್ ಪೈ. ಎಚ್‌ಎಂಟಿಯ ಹಳಬರಿಗೂ 'ಪೈ' ಎಂದರೆ ಖಂಡಿತಾ ತಿಳಿಯಲಾರದು. ಹಿರಿಯರು, ಕಿರಿಯರು ಎಂಬ ಭೇದವಿಲ್ಲದೆ ಎಲ್ಲರಿಗೂ ಅವರು ಕೆ.ಎಲ್. ರಾಮದಾಸ್.

ನಾನು ಕಳೆದ ಮೂವತ್ತು ವರುಷಗಳಿಂದ ಕಂಪ್ಯೂಟರ್ ತಂತ್ರಜ್ಞಾನಕ್ಕೆ ಸಂಬಂಧಿಸಿದ ಅಮೆರಿಕ ದೇಶದ ಕಂಪೆನಿಗಳಲ್ಲಿ ಕೆಲಸ ಮಾಡುತ್ತಾ ಇದ್ದರೂ, ಆ ಮೊದಲು ಕೈಗಾರಿಕಾ ಕ್ಷೇತ್ರವನ್ನು ಪ್ರವೇಶಿಸಿದ್ದು ಎಚ್‌ಎಂಟಿ ಸಂಸ್ಥೆ ಮೂಲಕ. ಅಧಿಕಾರಿಯಾಗಿ ಸೇರಿ ಕಣ್ಣು ಪಿಳಿ ಪಿಳಿ ಮಾಡುತ್ತಿದ್ದಾಗ ರಾಮದಾಸ್ ಸೀನಿಯರ್ ಡಿಜಿಎಂ. ಯಂತ್ರೋಪಕರಣ ವಿಭಾಗದ ಮಾರುಕಟ್ಟೆ ಪ್ರಚಾರದ ಮುಖ್ಯಸ್ಥರು. ಅಂತಹ ಅಧಿಕಾರಿಗಳನ್ನು ಕಾಣುವುದಕ್ಕೆ ಅನುಮತಿ (Appointment) ಬೇಕಾಗಿದ್ದ ಕಾಲ. ಪಾರ್ಲಿಮೆಂಟ್ ಪ್ರಶ್ನೆಯೊಂದಕ್ಕೆ ಉತ್ತರದ ಡ್ರಾಫ್ಟ್ ತಯಾರಿಸಲು ಯಂತ್ರೋಪಕರಣ ಒಂದರ ಮಾಹಿತಿ ಬೇಕಾಗಿತ್ತು. ಅದಕ್ಕಾಗಿ ಮೊದಲ ಬಾರಿಗೆ ಅವರನ್ನು ಭೇಟಿ ಮಾಡಿದೆ.

ಮಾರನೆ ದಿನ ಮಧ್ಯಾಹ್ನ ಇಂಟರ್‌ಕಾಮ್‌ನಲ್ಲಿ ಅವರಿಂದ ಫೋನು. 'ಬಿಡುವಿದ್ದರೆ ಬನ್ನಿ ಒಂದು ಕಪ್ ಚಹಾ ಕುಡಿಯೋಣ' ಎಂಬ ಆಹ್ವಾನ. ಅವರು ಚಹಾ ತರಿಸಿ ಕೊಟ್ಟಾಗ ನಿರ್ದೇಶಕರ ಕಚೇರಿಗೆ ಕಳುಹಿಸಿ ಕೊಟ್ಟ ಡ್ರಾಫ್ಟ್ ದೃಢೀಕರಣಕ್ಕಾಗಿ ಅವರ ಮೇಜಿನ ಮೇಲೆ ಇತ್ತು. "ಡ್ರಾಫ್ಟ್ ಚೆನ್ನಾಗಿದೆ. ಆದರೆ ಈ ಬದಲಾವಣೆ ಮಾಡಿ. ಇಂತಹ ವಿಚಾರ ಮೊದಲು ಬರಲಿ. ಮೆಷಿನ್‌ಟೂಲ್ ಅಂಕಿಸಂಖ್ಯೆ ನೀವು ಪ್ರಿಂಟಾದ ವರದಿಯಿಂದ ತೆಗೆದುಕೊಂಡಿದ್ದೀರಿ. ಅದು ಎರಡು ವರುಷಗಳ ಹಿಂದಿನದು. ಇತ್ತೀಚೆಗಿನದು ಅಚ್ಚಿಗೆ ಹೋಗುತ್ತಿದೆ. ಅದಕ್ಕೆ ನಾವು ನೀಡಿದ ಸಂಖ್ಯೆ ಇದು. ನೀವು ನೀಡಿದ ಸಂಖ್ಯೆಯನ್ನು ಈ ಹೊಸ ಸಂಖ್ಯೆಯಿಂದ ಬದಲಿಸೋಣ. ಪಾರ್ಲಿಮೆಂಟ್‌ಗೆ ನೀಡುವ ಮಾಹಿತಿ ವಾಕ್ಯಗಳು ನೇರವಾಗಿರಲಿ. ಪರೋಕ್ಷ ವಿವರ ಬೇಡ. ನೇರವಾಗಿ ನಮ್ಮ ಅಧೀನಕ್ಕೆ ಒಳಪಡದ ಸಾರ್ವಜನಿಕ ಮಾಹಿತಿ ಇಲ್ಲಿ ಅಗತ್ಯವಿಲ್ಲ"– ಹೀಗೆ ತಮ್ಮ ಅನುಭವದಿಂದ ವಿವರಿಸುತ್ತಾ, ಡ್ರಾಫ್ಟನ್ನು ಹಸಿರು ಶಾಯಿಯಲ್ಲಿ ತಿದ್ದಿ, ನನಗೆ ನೀಡಿ ಒಪ್ಪಿಗೆಯೇ ಎಂದು ಕೇಳಿ, ಅವರ ಸೆಕ್ರೆಟರಿಯನ್ನು ಕರೆದು ಹೊಸದಾಗಿ ಟೈಪು ಮಾಡಿಸಿ, ನಿರ್ದೇಶಕರ ಕಚೇರಿಗೆ ಕಳುಹಿಸಿಕೊಟ್ಟರು. ಒಂದೂ ಬದಲಾವಣೆ ಇಲ್ಲದೆ ಅಲ್ಲಿಂದ ಅದು ಪಾರ್ಲಿಮೆಂಟ್ ಸಚಿವಾಲಯಕ್ಕೆ ರವಾನೆಯಾಯಿತು.

ಅಂದಿನಿಂದ ಅವರ ಕೊನೆಯ ಉಸಿರಿನವರೆಗೆ ಅವರು ನನಗೆ ಇಂಗ್ಲಿಷಿನಲ್ಲಿ ಹೇಳುವ 'ಮೆಂಟರ್' (mentor) ಆದರು. ಅಂದರೆ ವಿಶ್ವಸನೀಯ, ನಂಬಿಕೆಯ ಸಲಹೆಗಾರ, ಮಾರ್ಗದರ್ಶಿ ಅಥವಾ ಸಲಹಾ ಗುರು. ಉದ್ಯೋಗ ಬದಲಾವಣೆ, ಮನೆ ಖರೀದಿ, ಮಕ್ಕಳ ಮದುವೆ, ಅನಾರೋಗ್ಯ, ಕಷ್ಟ, ಸುಖದ ದಿನಗಳು– ಹೀಗೆ ಪ್ರತಿ ಹಂತದಲ್ಲೂ ಅವರಿಂದ ಸಲಹೆ ಪಡೆದಿದ್ದೇನೆ. ಯಾವ ಬೇಸರವೂ ಇಲ್ಲದೆ ಅವರ ಎಷ್ಟೋ ಸಮಯವನ್ನು ನನಗೆ ನೀಡಿದರು. ದಿಲ್ಲಿಯಲ್ಲಿ ಒಮ್ಮೆ ಬಹುಮುಖ್ಯ ಕೈಗಾರಿಕಾ ಸಭೆಯಲ್ಲಿ ನಾನು ಮಾತನಾಡಬೇಕಿತ್ತು. ಇದ್ದಕ್ಕಿದ್ದ ಹಾಗೆ ಅವರು ಒಂದು ಸಂಜೆ ನಮ್ಮ ಮನೆಗೆ ಬಂದು ಅವರ ಸ್ಕೂಟರ್‌ನಲ್ಲಿ ಕರಕೊಂಡು ಹೊರಟರು. "ಮೊತ್ತ ಮೊದಲು ಅಷ್ಟು ಪ್ರಾಮುಖ್ಯವಾದ ಕೈಗಾರಿಕಾ ಸಭೆಯಲ್ಲಿ ಮಾತನಾಡುತ್ತಿದ್ದೀರಿ. ಸರಿಯಾದ ಡ್ರೆಸ್‌ಕೋಡ್‌ನಲ್ಲಿ ಇರಬೇಕು," ಎಂದು ನನಗೊಂದು ಉತ್ತಮ ಟೈ ಹಾಗೂ ಕೋಟಿನ ಬಟ್ಟೆ ತೆಗೆದುಕೊಟ್ಟು ಅವರ ಟೈಲರ್ ಬಳಿಗೇ ಕರಕೊಂಡು ಹೋಗಿ ಅದನ್ನು ಹೊಲಿಸಿದರು. ಯಾವುದೇ ಕೆಲಸ ಇರಲಿ ಅದರಲ್ಲಿ ಅವರು ಅಷ್ಟು ಸೂಕ್ಷ್ಮ. ಮುಂದೆ ಬಹಳ ವರುಷಗಳ ಬಳಿಕ ನಾನು 'ಮೈಟ್' (MAIT- Manufacturers Association of Information Technology) ಸಂಸ್ಥೆಯ ದಕ್ಷಿಣ ಭಾರತದ ಚೇರ್‌ಮ್ಯಾನ್ ಆದಾಗ ರಾಮದಾಸ್ ಗೌರವಾರ್ಥ ಮೊದಲ ಸಭೆಗೆ ಅವರು ಉಡುಗೊರೆಯಾಗಿ ಕೊಟ್ಟ ಅದೇ ಟೈ ಕಟ್ಟಿಕೊಂಡು ಹೋಗಿದ್ದೆ. ಅವರು ಕೊಟ್ಟ ಟೈ ಧರಿಸಿ ಹೋದುದನ್ನು ರಾಮದಾಸ್ ಬಳಿ ಹೇಳಿದೆ. ಅವರಿಗೆ ಆ ಟೈ, ಕೋಟು ಉಡುಗೊರೆ ನೀಡಿದ್ದು ನೆನಪೇ ಇರಲಿಲ್ಲ.

ಕೈಗಾರಿಕಾ ಅನುಭವದಲ್ಲಿ ನಾನು ತುಂಬಾ ಗೌರವಿಸುವ ಎಚ್‌ಎಂಟಿ ಕಾರ್ಮಿಕ ನಿರ್ದೇಶಕರಾಗಿದ್ದ ಎಚ್.ಆರ್. ಆಳ್ವರು ಒಮ್ಮೆ ನನ್ನಲ್ಲಿ ರಾಮದಾಸ್ ಅವರು ವಸ್ತು ಪ್ರದರ್ಶನಗಳನ್ನು, ಯಂತ್ರೋಪಕರಣಗಳ ಮಾರುಕಟ್ಟೆ ಪ್ರಚಾರ ಸಾಮಗ್ರಿಗಳನ್ನು ತಯಾರಿಸುವ ರೀತಿಯನ್ನು ನೋಡಿ ಕಲಿಯುವುದು ತುಂಬಾ ಇದೆ ಎಂದಿದ್ದರು. ಆಗ ಇಮ್ಟೆಕ್ಸ್ (IMTEX- Indian Machine Tools Exhibition) ನಾಲ್ಕು ವರುಷಗಳಿಗೊಮ್ಮೆ ದಿಲ್ಲಿಯಲ್ಲಿ ನಡೆಯುತ್ತಿತ್ತು. ಬಹುದೊಡ್ಡ ಗಾತ್ರದ ಎಚ್‌ಎಂಟಿ ಯಂತ್ರವೊಂದು ಅದರಲ್ಲಿ ಪ್ರದರ್ಶಿತವಾಗಿತ್ತು. ಆದರೆ ಅದಕ್ಕಿಂತ ತುಸು ಸಣ್ಣದಾದ ಖಾಸಗಿ ಸಂಸ್ಥೆಯ ಯಂತ್ರೋಪಕರಣವೊಂದು ಬಾಗಿಲ ಮೂಲಕ ಒಳಗೆ ಹೋಗುವುದಿಲ್ಲ ಎಂದು ತಿರಸ್ಕೃತವಾಗಿತ್ತು. ರಾಮದಾಸ್ ಯಂತ್ರೋಪಕರಣ ವಸ್ತುಪ್ರದರ್ಶನ ಸಂಯೋಜಕರೊಡನೆ ಮೊದಲೇ ಪತ್ರ ವ್ಯವಹಾರ, ಫೋನು ಸಂಭಾಷಣೆ ಮಾಡಿ ಎಚ್‌ಎಂಟಿ ಯಂತ್ರ ಒಳಗೆ ಹೋದ ಬಳಿಕ ವಸ್ತು ಪ್ರದರ್ಶನದ ಬಾಗಿಲು ಜೋಡಿಸುವಂತೆ ಮುನ್ನೆಚ್ಚರಿಕೆ ವಹಿಸಿದ್ದರು. ಖಾಸಗಿ ಸಂಸ್ಥೆ ಯಂತ್ರ ಕೊನೆ ದಿನ ಬಂದಾಗ ವಸ್ತು ಪ್ರದರ್ಶನ ಬಾಗಿಲು ಜೋಡಣೆ ಮುಗಿದಿತ್ತು. ಆ ಯಂತ್ರ ಮೊದಲೇ ತಿಳಿಸಿದ್ದ ಬಾಗಿಲಿನ ಗಾತ್ರದಿಂದ ದೊಡ್ಡದಿತ್ತು.

ದೊಡ್ಡ ಸಾರ್ವಜನಿಕ ಸ್ವಾಮ್ಯದ ವಸ್ತು ಪ್ರದರ್ಶನದ ಜವಾಬ್ದಾರಿಯನ್ನು ನಮ್ಮ ತರುಣ ತಂಡಕ್ಕೆ ವಹಿಸಿಕೊಟ್ಟ ಮೀಟಿಂಗ್ ಒಂದರಲ್ಲಿ ಕಾರ್ಯಯೋಜನೆಗೆ (planning) ರಾಮದಾಸ್ ಮಾದರಿ ಅನುಸರಿಸಬಹುದೆಂದು ಆಳ್ವರು ಹೇಳಿದ್ದರು.

ಹಾಗೆಯೇ ಇಂದು ಕ್ಯಾಂಪಸ್ ರಿಕ್ರೂಟ್‌ಮೆಂಟ್ ಎಂಬ ಎಂಜಿನಿಯರಿಂಗ್ ಕಾಲೇಜಿನಿಂದ ಕೆಲಸಕ್ಕೆ ತೆಗೆದುಕೊಳ್ಳುವ ವಿಧಾನವನ್ನು, ರಾಮದಾಸ್ ಅವರು ತಮ್ಮ ಬಾಸ್ ಆಗಿದ್ದ ಕೃಷ್ಣನ್ ಕುಟ್ಟಿ ಜತೆ ಸೇರಿ 1970ರ ದಶಕದಲ್ಲೇ ಪ್ರಾರಂಭಿಸಿದ್ದರು. ಆಗಿನ ಕಾಲಕ್ಕೆ ಅದು ಅತ್ಯಂತ ಆಧುನಿಕ ಕೈಗಾರಿಕಾ ಚಿಂತನೆ. ಕಾಲೇಜಿನಲ್ಲಿ ಎಚ್‌ಎಂಟಿಗೆ ಆಯ್ಕೆಯಾಗದ ಎಂಜಿನಿಯರಿಂಗ್ ವಿದ್ಯಾರ್ಥಿಗಳಲ್ಲೂ ಎಚ್‌ಎಂಟಿ ಸೇರಬೇಕೆಂಬ ಅಭಿಲಾಶೆ, ಅದರಿಂದಾಗಿ ಎಚ್‌ಎಂಟಿ ಬಗ್ಗೆ ಸರಿಯಾದ ತಿಳುವಳಿಕೆ ಉಂಟಾಗುತ್ತಿತ್ತು.

ಹಲವಾರು ಜನರಿಗೆ ರಾಮದಾಸ್ ಕೈಗಾರಿಕೆ ಒಳಗೆ ಯಾವುದೇ ಆಲಸ್ಯ, ಸಿಟ್ಟು ಸೆಡವುಗಳಿಲ್ಲದೆ ಕೈ ಹಿಡಿದು ಕೆಲಸ ಕಲಿಸಿದ್ದಾರೆ. ಆದರೆ ಅವರು ಅದಕ್ಕಿಂತಲೂ ದೊಡ್ಡ ಹೃದಯವಂತರು. ಗೆಳೆಯ ಆನಂದ, ರಾಮದಾಸ್ ತೀರಿಕೊಂಡ ಬಳಿಕ 1980ರ ಆದಿಯಲ್ಲಿ ತಾವು ಮನೆ ಕಟ್ಟುತ್ತಿದ್ದಾಗ ಪಡೆದ ಸಹಾಯದ ಬಗ್ಗೆ ಹೇಳಿದರು. ಪ್ರತಿವಾರವೂ ಮನೆ ಕಟ್ಟಲು ದುಡ್ಡು ಹೊಂದಿಸಬೇಕಾದ ಸ್ಥಿತಿ. ಗೆಳೆಯ ರಾಮದಾಸರಲ್ಲಿ ಆಗಿನ ಕಾಲಕ್ಕೆ ದೊಡ್ಡ ಮೊತ್ತವಾದ 15 ಸಾವಿರ ಕಡ ಕೇಳಿದರು. ರಾಮದಾಸ್ ಬೆಳಗ್ಗೆ ಅವರ ಆಫೀಸಿಗೆ ಬರಹೇಳಿ ಅಲ್ಲಿಂದ ತಮ್ಮ ಸ್ಕೂಟರಲ್ಲಿ ಬ್ಯಾಂಕಿಗೆ ಕರಕೊಂಡು ಹೋಗಿ ತಮ್ಮದೊಂದು ಫಿಕ್ಸೆಡ್ ಡೆಪಾಸಿಟ್ ರದ್ದು ಮಾಡಿ 15 ಸಾವಿರ ನೀಡಿದರು. ಅದನ್ನು ಕಿಸೆಗೆ ಹಾಕಿಕೊಂಡು ಸಿಟಿ ಬಸ್‌ಸ್ಟಾಪ್ ಕಡೆ ಹೊರಟ ಆನಂದರಿಗೆ, "ಅದು ಸೇಫ್ ಅಲ್ಲ. ಕಿಸೆಗಳ್ಳರಿದ್ದಾರೆ," ಎಂದು ಹೇಳಿ ತಮ್ಮ ಸ್ಕೂಟರಲ್ಲಿ ಕೂರಿಸಿಕೊಂಡು ಆನಂದರ ಮನೆಗೆ ಹೋಗಿ ಅಲ್ಲಿ ಹಣ ಇರಿಸಿ, ಬಳಿಕ ಆನಂದರನ್ನು ಅವರ ಕಚೇರಿಯಲ್ಲಿ ಬಿಟ್ಟು ತಮ್ಮ ಆಫೀಸಿಗೆ ಹಿಂತಿರುಗಿದರು. ಮುಂದಾಲೋಚನೆ, ವಿವರ, ಜಾಗ್ರತೆ ಎಲ್ಲವೂ ಅವರ ಯಾವುದೇ ಕೆಲಸದ ಭಾಗ. ದಶಕಗಳ ಹಿಂದೆ ಗೆಳೆಯರೊಬ್ಬರ ಮಗಳು ಹೆಚ್ಚಿನ ಕಲಿಕೆಗೆ ವಿದೇಶಕ್ಕೆ ಹೋಗಲು ಅವಕಾಶ ಸಿಕ್ಕಾಗ ರಾಮದಾಸ್ ಅವಳನ್ನು ಕರೆದು ಅಭಿನಂದಿಸಿ ಒಂದು ಕವರಲ್ಲಿ ಐದು ಸಾವಿರ ರೂಪಾಯಿ ಉಡುಗೊರೆ ನೀಡಿದರು. ಆ ಹಣ ಅವಳಿಗೆ ಆ ಕ್ಷಣಕ್ಕೆ ತುಂಬಾ ಸಹಾಯ ಮಾಡಿತು. ಏನಾದರೂ ವಸ್ತು ಕೊಡುವ ಬದಲು 'ಅವಳಿಗೆ ಬೇಕಾದ್ದಕ್ಕಾಯಿತು' ಎಂದು ಹೇಳಿದರು. ಸೂಕ್ಷ್ಮ ತಿಳಿದು ಸಹಾಯ ಮಾಡುವುದರಲ್ಲಿ ಅವರದ್ದು ಎತ್ತಿದ ಕೈ.

ರಾಮದಾಸರ ಹಿರಿಯರು ಕುಂದಾಪುರದವರು. ತಂದೆ ಶಿವಮೊಗ್ಗದಲ್ಲಿದ್ದರು. ಅವರು ಮೊದಲಿಗೆ ಓದಿದ್ದು ಬೆಂಗಳೂರಿನ ರಾಜಾಜಿನಗರದಲ್ಲಿರುವ ಎಂಇಐ ಪಾಲಿಟೆಕ್ನಿಕ್‌ನಲ್ಲಿ. ಜನಾರ್ದನ, ನಾರಾಯಣ, ಮುಂಬಯಿಯಲ್ಲಿ ಉದ್ಯಮಿಯಾಗಿದ್ದ ರಘುನಾರಾಯಣ ಮೊದಲಾದವರು ಅಲ್ಲಿ ಸಹಪಾಠಿಗಳು. ಆ ಗುಂಪನ್ನವರು

ಅಥೇನಿಯನ್ ಸ್ನೇಹಿತರೆಂದು ಕರೆದುಕೊಂಡರು. ಅವರೆಲ್ಲರಿಗೂ ನಾಟಕ, ಸಾಹಿತ್ಯ, ಸಿನಿಮಾ, ಸಂಗೀತ ಪ್ರೀತಿ. ಅಥೇನಿಯನ್ ಎಂಬುದು 1824ರಲ್ಲಿ ಲಂಡನ್‌ನಲ್ಲಿ ಕಲೆ, ಸಾಹಿತ್ಯ, ಸಂಗೀತಾಸಕ್ತರು ಕಟ್ಟಿಕೊಂಡ ಕ್ಲಬ್ಬಿನ ಹೆಸರು, ಗ್ರೀಕ್ ಮೂಲದ ಪದ. ಆ ಗುಂಪಿನ ಜೆನ್ನಿ (ಜನಾರ್ದನ) ಅದನ್ನು ತಮಾಷೆಗೆ 'ಅತ್ತೆಮನೆ ಕೂಟ' ಎನ್ನುತ್ತಿದ್ದರು.

1960 ಹಾಗೂ 70ರ ದಶಕದ ಎಲ್ಲಾ ಮುಖ್ಯ ನಾಟಕಗಳನ್ನೂ ರಾಮದಾಸ್ ನೋಡಿದ್ದರು. 'ಮುಖ್ಯಮಂತ್ರಿ' ಹಿಂದಿ ನಾಟಕವನ್ನು ದಿಲ್ಲಿಯಲ್ಲಿ ನೋಡಿದ್ದ ಅವರು ಚಂದ್ರು ಅಭಿನಯಿಸಿದ ಕನ್ನಡ 'ಮುಖ್ಯಮಂತ್ರಿ' ನಾಟಕದ ಮೊದಲ ಪ್ರದರ್ಶನದಲ್ಲಿ ಪ್ರೇಕ್ಷಕರು. ನಾನೂ ಅವರೂ ನಾಟಕ, ಸಂಗೀತ ಕಛೇರಿಗಳಿಗೆ ಜೊತೆಯಾಗಿ ಹೋಗುವುದಿತ್ತು. ಪ್ರತಿ ವರುಷ ಜನವರಿ 26ರಂದು ಬೆಳಬೆಳಗ್ಗೆ ಪಂಡಿತ ಪರಮೇಶ್ವರ ಹೆಗಡೆ ಅವರು ಆಯೋಜಿಸುವ ಚಿತ್ರಕಲಾ ಪರಿಷತ್ತಿನ ಬಯಲಿನಲ್ಲಿ ನಡೆಯುವ ಬೆಳಗಿನ ರಾಗಗಳ ಪ್ರಭಾತ ಕಛೇರಿಯನ್ನು ರಾಮದಾಸ್ ಪಕ್ಕ ಕುಳಿತು ಕೇಳಿ ಆ ಬಳಿಕ ಜನಾರ್ದನ ಹೋಟೆಲಿನಲ್ಲಿ ಬೆಳಗಿನ ಉಪಹಾರ ಜತೆಯಲ್ಲಿ ಮಾಡಿದರೆ ನಾವು ಕೆಲವು ಸ್ನೇಹಿತರಿಗೆ ಹೊಸವರುಷ ನಿಜವಾಗಿ ಪ್ರಾರಂಭವಾದಂತೆ. ಸಂಗೀತ, ಚಿತ್ರಕಲಾ ಪ್ರದರ್ಶನ, ನಾಟಕಗಳಿಗೆ ಅವರ ಜತೆ ಹೋದರೆ 1960ರಿಂದ ಬೆಂಗಳೂರಲ್ಲಿ ನಡೆದ ಕಲಾಚರಿತ್ರೆಯ ವಿವರಗಳು ಅವರ ಅನುಭವ ನೆನಪುಗಳ ಮೂಲಕ ದೊರಕುತ್ತಿತ್ತು. ಹಾಗೆಯೇ ಪ್ರತಿ ಭಾನುವಾರ ಮೊದಲಿಗೆ ವಿಜಯವಾಣಿ ಆ ಬಳಿಕ ವಿಜಯ ಕರ್ನಾಟಕ ಪತ್ರಿಕೆಗಳಲ್ಲಿ ಪ್ರಕಟವಾಗುತ್ತಿದ್ದ ನನ್ನ ಅಂಕಣವನ್ನು ತಪ್ಪದೆ ಓದಿ ಫೋನು ಮಾಡುತ್ತಿದ್ದ ಆ ಹಿರಿಯ ಸ್ನೇಹಿತರು ಇನ್ನು ನೆನಪು.

ರಾಮದಾಸ್ ಕೊನೆವರೆಗೂ ಅವರ ಅಣ್ಣನ ಮನೆಯಲ್ಲಿ ಇದ್ದರು. ಅಣ್ಣನ ಮಗ ರವೀಂದ್ರನಾಥ ಪೈ ಹಾಗೂ ಸೊಸೆ ಸುಚಿತ್ರಾ ಅವರನ್ನು ತಮ್ಮ ತಂದೆಯಷ್ಟೇ ಪ್ರೀತಿ ಗೌರವಗಳಿಂದ ನೋಡಿಕೊಂಡರು. ಊರಿನಿಂದ ಬಂದ ಹಲವು ಬಂಧು ಬಳಗದ ವಿದ್ಯಾರ್ಥಿಗಳು ಆ ಮನೆಯಲ್ಲಿದ್ದು ವಿದ್ಯಾಭ್ಯಾಸ ಪಡೆದಿದ್ದಾರೆ. ಅವರ ಅಣ್ಣ ಮೋಹನದಾಸ ಪೈ ಕಾರ್ಪೊರೇಷನ್ ಬ್ಯಾಂಕಿನ ಕಾರ್ಮಿಕ ಯೂನಿಯನ್‌ನ ಉಪಾಧ್ಯಕ್ಷರಾಗಿದ್ದರು. ಅವರ ತಮ್ಮಂದಿರಾದ ಗೋಪಾಲಕೃಷ್ಣ ಪೈ ಹಾಗೂ ಜಗದೀಶ ಪೈ ರಾಷ್ಟ್ರೀಕೃತ ಕಾರ್ಪೊರೇಷನ್ ಹಾಗೂ ಕೆನರಾ ಬ್ಯಾಂಕ್‌ಗಳಲ್ಲಿ ಹಿರಿಯ ಎಕ್ಸಿಕ್ಯೂಟಿವ್ ನಿರ್ದೇಶಕರಾಗಿದ್ದು ನಿವೃತ್ತರಾದರು. ತಮ್ಮ ಉದ್ಯೋಗಗಳಲ್ಲಿ ಅವರೆಲ್ಲರೂ ದೊಡ್ಡ ಸಾಧನೆ ಮಾಡಿದವರು. ಅವರದು ಸ್ವಾತಂತ್ರ್ಯಪೂರ್ವದ ಆದರ್ಶದಲ್ಲಿ ಬೆಳೆದು ಸರಳವಾಗಿ ಬದುಕಿದ ಕುಟುಂಬ.

ಅನಾಥಾಲಯಗಳಿಗೆ ನಿಶ್ಚಿತ ದಾನ, ರೋಗಿಗಳಿಗೆ ಉಚಿತ ಚಿಕಿತ್ಸೆ ನೀಡುವ ಸಂಸ್ಥೆಗಳಿಗೆ ಪ್ರತಿವರ್ಷ ಹಣ, ಮಂಗಳೂರಿನ ಪ್ರಾಣಿ ದಯಾ ಟ್ರಸ್ಟ್‌ಗೆ ನಿಯಮಿತ ಧನಸಹಾಯ, ಬಡ ಹುಡುಗರ ವಿದ್ಯಾಭ್ಯಾಸಕ್ಕೆ ಸಹಾಯ ಹೀಗೆ ತಮ್ಮ ಇತಿಮಿತಿಗಳಲ್ಲಿ

ಪ್ರಾಮಾಣಿಕ ಸೇವೆ ಮಾಡುತ್ತಿದ್ದವರು ರಾಮದಾಸ್. 'ಸೇವೆ' ಎಂಬ ಪದ ಸ್ವಯಂಸೇವೆ (volunteerism) ಹಾಗೂ ನಿಜವಾದ ಸಮಾಜ ಸೇವೆಯ ಅರ್ಥಪೂರ್ಣ ಭಾಗವಾಗಿದ್ದ ಕಾಲದಲ್ಲಿ ಬೆಳೆದು ಬಂದವರು. ಈಗ ಸಮಾಜ ಸೇವೆ ನಿಜವಾದ ಅರ್ಥ ಕಳೆದುಕೊಂಡಿರುವ ಕಾಲದಲ್ಲಿ ಯಾವ ಲಾಭದ ಆಸೆಯೂ ಇಲ್ಲದೆ ಶುದ್ಧ ಮಾನವತಾವಾದಿಯಾಗಿ ಸಹಜ ಸೇವೆಯಲ್ಲಿ ಪ್ರಚಾರವಿಲ್ಲದೆ ತೊಡಗಿಕೊಳ್ಳುವ ರಾಮದಾಸ್‌ರಂತಹವರನ್ನು ಕಾಣುವುದು ಅಪರೂಪ. ತಮ್ಮ ಔದ್ಯೋಗಿಕ ಕ್ಷೇತ್ರಗಳಲ್ಲಿ ರಾಮದಾಸ್ ಅವರಂತಹವರು ಡಿವಿಜಿ ಹೇಳುವ 'ವನಸುಮ' ರೀತಿಯವರಲ್ಲ. ಆದರೆ ತಮ್ಮ ಮಾನವ ಪ್ರೀತಿ ಹಾಗೂ ಸಹಾಯಕ್ಕೆ ಸದಾ ಸಿದ್ಧಹಸ್ತರಾಗುವ ಮೂಲಕ ನಮ್ಮ ನಾಗರಿಕ ಸಮಾಜ ವನಗಳಂತಾಗದೆ, ಕಾಡು ಪ್ರಾಣಿಗಳ ಸ್ವಭಾವಜನ್ಯ ಮೌಲ್ಯಗಳು ನಾಡಿನಲ್ಲಿ ಹೆಚ್ಚಾಗದಿರುವಂತೆ ತಡೆಯಬಲ್ಲ ಸೇವಾಸಕ್ತ ನಿಸ್ವಾರ್ಥ, ನಿರ್ಮೋಹಗಳ ಸಂತ ಮನೋಭಾವದವರು. ಇಂತಹವರು ನಮ್ಮ ಸುತ್ತ ಮುತ್ತ ಅಲ್ಲೊಬ್ಬರು ಇಲ್ಲೊಬ್ಬರು ಇರುತ್ತಾರೆ. ಅಂತಹವರನ್ನು ಕಾಣುವ ಕಣ್ಣು ನಮಗಿರಬೇಕು.

– 16.09.2018

***